भारताच्या आर्थिक समस्या – भाग २

Economic Problems in India

भांडवल बाजार आणि व्यापार

Capital Market and Trade

डॉ. मधुसूदन साठे

डायमंड पब्लिकेशन्स

भांडवल बाजार आणि व्यापार

डॉ. मधुसूदन साठे

Capital Market and Trade

Dr. Madhusudan Sathe

प्रथम आवृत्ती : २००८

पुनर्मुद्रण : २०२१

ISBN 978-81-89959-81-4

मुखपृष्ठ

शाम भालेकर

प्रकाशक

डायमंड पब्लिकेशन्स

२६४/३ शनिवार पेठ, ३०२ अनुग्रह अपार्टमेंट

ऑंकारेश्वर मंदिराजवळ, पुणे-४११ ०३०

☎ ८६०००१०४१६, ०२०-२४४५२३८७, २४४६६६४२

info@dpbooks.in

www.dpbooks.in

लेखकाची पार्श्वभूमी

मधुसूदन दत्तात्रय साठे यांचे शाळा आणि महाविद्यालयीन शिक्षण मुंबई, पुणे येथे झाले. त्यांनी अर्थशास्त्रात पदवी घेतली. एम. ए. (प्रथम क्रमांक) पुणे विद्यापीठ (१९६४) व पीएच. डी. (१९६८) पीएच. डी. चा विषय होता क्षेत्रीय नियोजन. पुढे या ग्रंथाला शिकागो विद्यापीठाचे नामांकित प्राध्यापक बर्ट होझलिट यांनी प्रस्तावना दिली.

श्री. साठे यांनी प्रथम कॉमर्स या आर्थिक नियतकालिकेच्या संशोधन विभागात, नंतर असोसिएटेड चेंबर्स ऑफ कॉमर्स ॲन्ड इंडस्ट्रीज, मुंबई आणि नंतर बँक ऑफ महाराष्ट्रच्या नियोजन विभागात संशोधनाचा अनुभव घेतला. त्यांनी नियोजन आयोग, दिल्ली यांच्यासाठी पुणे जिल्ह्यातील दुबळ्या घटकांचे नियोजन असा संशोधन प्रकल्प डॉ. एम. व्ही. नामजोशी यांच्या मार्गदर्शनाखाली पुरा केला. (१९७२) नियोजन आयोगाच्या साहाय्यातून हा ग्रंथ प्रसिद्ध करण्यात आला.

हे संशोधन जिल्हा नियोजनाशी निगडित होते आणि महाराष्ट्र शासनाने या सुमारास देशात प्रथमच जिल्हा नियोजनाचा प्रयत्न सुरू केला होता. पुढे १९७५ मध्ये श्री. साठे यांनी या जिल्हा नियोजनाचे महाराष्ट्र शासनाच्या नियोजन विभागासाठी मूल्यमापन केले आणि त्याचे दोन अहवाल (१९७६) सादर केले. स्वतंत्रपणे गांधी पीस फाऊंडेशन, दिल्ली यांनी देशातील बंधक मजुरांचे (बाँडेड लेबर) प्रथमच सर्वेक्षण केले.

त्यानंतर १९७८ पासून श्री. साठे यांनी पुढाकार घेऊन डेव्हलपमेंट ग्रुप या स्वयंसेवी संस्थेची स्थापना केली आणि पुढची पंचवीस वर्षे त्याचे सचिव म्हणून पूर्णवेळ काम केले. डेव्हलमेंट ग्रुपच्या माध्यमातून पुढील तीन प्रकारची कामे झाली.

१. महाराष्ट्रातील स्वयंसेवी संघटनांना प्रकल्प नियोजन करून, परदेशी देणगीदार संस्थांकडून आर्थिक मदत मिळवून देण्यात आली. यात अनेक संस्थांच्या विकास कार्यक्रमात सहभागी होऊन सल्ला आणि तज्ज्ञांची मदत देण्यात आली. त्यातूनच संस्थेने प्रत्यक्ष अंमलबजावणीच्या अनुभवांवर भर देऊन विकास प्रक्रियेचा अभ्यास केला.

२. रोजगार हमी योजनेचा सततचा पाठपुरावा केला. यासाठी रोजगार हमी योजनेच्या मजुरांचे तीन दिवसांच्या शिबिरातून प्रशिक्षण केले. तसेच वृत्तपत्रातून या विषयावर व्यापक लिखाण केले.

३. शासनाच्या अनेक विकास कार्यक्रमांचे मूल्यमापन अहवाल तयार केले.

यात मौसमी पावसाचा अभ्यास, दुष्काळ आणि जिरायत शेती, फळबागायत, दुग्ध विकास, आदिवासी विकास कार्यक्रम, मागासवर्गीय घटकांचे स्वयं रोजगाराचे कार्यक्रम, पाणलोट क्षेत्र विकास, पश्चिमघाट विकासकार्यक्रम मूल्यमापन, भटक्या जाती आणि विमुक्त जमाती यांचे सर्वेक्षण, मुळा आणि घोडसिंचन प्रकल्प अभ्यास, कृष्णा आणि कुकडी प्रकल्पाअंतर्गत सहा धरणांवरील दहा हजार धरणग्रस्तांचे पुनर्वसन आणि कृती कार्यक्रम, पिण्याच्या पाण्याची समस्या असलेल्या गावांचा अभ्यास, मेळघाटमधील कुपोषण आणि बालमृत्यू, पाणी वाटप संस्था, पाणी पंचायतीचा प्रयोग, कृष्णा नदीवरील उपसा जलसिंचन योजनांचे मूल्यमापन, अहमदनगर जिल्ह्यांतील दुष्काळाचा अभ्यास असे विविध विषय अभ्यासण्यात आले.

१९८९ पासून राज्याच्या राज्य नियोजन मंडळात मागची अठरा वर्षे सदस्य म्हणून काम केले. या अंतर्गत आठवी, नववी आणि दहावी पंचवार्षिक योजना बनवताना रोजगार आणि मनुष्यबळ नियोजन, दारिद्र्य निर्मूलन कार्यक्रमाचे नियोजन, दुबळ्या घटकांचे नियोजन कार्यक्रम, पिण्याच्या पाण्याचे कार्यक्रम, रोजगार नियोजन या अभ्यासगटांचे अध्यक्ष म्हणून काम केले. तसेच वनीकरण, सामाजिक वनीकरण, सिंचन, गृहनिर्माण, शिक्षण यांच्या अभ्यासगटांत सदस्य म्हणून सहभाग दिला.

१९९५ मध्ये राज्यपालांना सल्ला देणाऱ्या उर्वरित महाराष्ट्र वैधानिक विकास मंडळावर सदस्य म्हणून काम केले.

शिवाय श्री. साठे यांनी शासनाने नेमलेल्या समित्यांवर सदस्य म्हणून काम केले. त्या पुढीलप्रमाणे :

अवर्षण प्रवणक्षेत्राचा आढावा आणि विकास : अध्यक्ष डॉ. व्ही. सुब्रमणियम (१९८४), महाराष्ट्र शासन शेळी आणि मेंढी आयोग (१९८८), महाराष्ट्र शासन जिल्हा नियोजनाचे मूल्यमापन (१९९१), महाराष्ट्र शासन बालिका विकास कार्यक्रम (१९९०), महाराष्ट्र शासन, राज्य रोजगार हमी योजना परिषद (१९९०), महाराष्ट्र शासन राज्यातील अवर्षण प्रवण क्षेत्रातील सिंचनाचा तालुकानिहाय अनुशेष निश्चित करण्यासाठी समितीवर तज्ज्ञ सदस्य श्री. साठे यांनी पुण्याच्या नगर नियोजनावर आणि आर्थिक प्रश्नांवर महाराष्ट्र टाईम्स, लोकसत्ता, लोकमत, सकाळ वृत्तपत्रातून व्यापक लिखाण केलेले आहे. सध्या ते पुणे महानगरपालिकेच्या वाहन आणि वाहतूक समितीवर सदस्य म्हणून काम करत आहेत.

मधुसूदन दत्तात्रय साठे

'यशोधन', २०७१,
विजयानगर, पुणे - ४११०३०.
दूरध्वनी - (०२०) २४३३७१५४.
मोबाईल - ९८५००१३४८३
madhusudan_sathe@yahoo.co.in

मनोगत

देशातले आणि परदेशातले अर्थकारण या विषयावर पुस्तकांची एक मालिका येथे प्रसिद्ध होत आहे आणि त्यासाठी एक सामाईक भूमिका येथे मांडली आहे. भारताच्या अर्थव्यवस्थेवर पाच वेगळी पुस्तके आहेत. आणि जगातल्या अर्थकारणावर आणखी पाच पुस्तके आहेत. या एकूण पुस्तक मालिकेमध्ये अर्थकारण, समाजकारण आणि राजकारण यांची अनेक अंगे आहेत, परंतु मुख्य भर आर्थिक बाबींवर आहे आणि इतर बाबी संलग्न आहेत. या मालिकेमागची लेखकाची भूमिका कोणती होती याचा खुलासा झाला तर वाचकाला हे वाचन सुलभ जाईल.

मागच्या नव्वदीपासून आणि आता या एकविसाव्या शतकात आपण एका नव्या जगात प्रवेश करत आहोत. इतर सगळ्याच देशांना हा अनुभव येत आहे. मागच्या सुमारे पाचशे वर्षात चालू असलेल्या सांस्कृतिक पुनरुत्थानाच्या चळवळीत आणि मागची सुमारे तीनशे वर्षे चालू असलेल्या औद्योगिकीकरणाच्या युगात आता जगातले सगळे देश घुसळून निघालेले आहेत. त्यामुळे आता जागतिकीकरण आपल्याला हवे की नको आणि ते चांगले की वाईट असा प्रश्न उरलेला नाही. जग एकत्र येणारच आहे.

यातून सर्वसाधारण माणसाला, एक नवा अनुभव येत आहे. रोजच्या जीवनातही याचे अनेक प्रसंग उभे रहात आहेत. याविषयी आपली समज वाढावी यासाठी या पुस्तक मालिकेचे आणि लेखसंग्रहाचे आयोजन केलेले आहे. अर्थशास्त्रात विद्यार्थी आणि गुरूजन, तसेच अर्थशास्त्राचे कोणतेच औपचारिक सोपस्कर न झालेले इतर अनेक ज्ञानशाखांचे व्यावसायिक यांची आपल्याभोवती घडणाऱ्या दैनंदिन आर्थिक घडामोडींची जाण आणि कुतूहल या लेखनातून वाढावी अशी अपेक्षा आहे.

या मालिकेत आता पुस्तकाच्या स्वरुपात मांडणी दिसत असली तरी मुळात याची सुरूवात आणि रचना वेगळ्या आधारावर झालेली आहे.

वेळोवेळी देशात आणि परदेशात ज्या ठळक आर्थिक घटना घडत होत्या. त्यानिमित्ताने लेखांमध्ये टीका-टिप्पणी केलेली आहे. यामागे कोणतीही वैचारिक अगर मूल्यांवर आधारित गृहिते मनात ठेवून समोरचा प्रश्न आणि प्रसंग आणि परिस्थिती यांचे विश्लेषण केलेले नाही. वस्तुस्थितीची अधिकाधिक निर्विकार मांडणी केली आहे आणि त्यासाठी आकडेवारी आणि वास्तव यावर सगळा भर दिला आहे. समाजवाद, भांडवलशाही, लोकशाही याविषयी आवडी आणि आग्रह जसे जाणीवपूर्वक

बाजूला ठेवले आहेत त्याचप्रमाणे अर्थशास्त्रामधली सैद्धान्तिक आणि वैचारिक मांडणीही दूर ठेवली आहे. यामुळे लेखकाने आपले निष्कर्ष आणि सारांश वाचकावर लादण्याचे शक्यतोवर टाळले आहे. वाचक आपणच स्वत;ची उत्तरे शोधू शकतो.

या लेखसंग्रहाच्या मालिकेची आणखी एक मर्यादा आहे. वर सांगितल्याप्रमाणे पुस्तक म्हणून यांची रचना सर्वात शेवटी झाली. त्यामुळे एकाच पुस्तकात अनेक लेख वेगवेगळ्या असूनही त्यात कोणतेही एक सूत्र सगळ्या लेखांना बांधणारे नाही. वेगवेगळे लेख अंगांना स्पर्श करणारे आहेत. आणि त्यांचे निमित्त प्रासंगिक आहे. परंतु त्यातही इतर प्रसंगी आणि इतर संदर्भात इतरांना अनुभव घेता येईल असे तथ्य आहे. हा तथ्यांश महत्त्वाचा आहे. आणि म्हणून येथे केलेल्या टीका टीप्पण्या प्रासंगिक राहत नाहीत त्यात थोडेफार बदल केले म्हणजे असे प्रसंग आणि अनुभव इतर वेळीही येतात असे वाचकाला आढळून येईल. त्याच बरोबर इतर प्रसंगी आणि स्थानिक परिस्थितीत या विश्लेषणातले तथ्यही शोधता येईल. स्थळकाळाच्या अनेक मर्यादा लक्षात घेऊन लेखांमधली आकडेवारी आजच्या काळापर्यंत अद्ययावत करण्याचा प्रयत्न केलेला नाही.

हा लेखसंग्रह पुस्तकरूपाने प्रसिद्ध करताना लेखकाच्या मनात काय होते याचा खुलासा केवळ यासाठी केला आहे की वाचकांच्या अपेक्षा फार हाताबाहेर जाऊ नयेत. त्यातून अपेक्षाभंग पदरी पडेल आणि दोष लेखकावर येईल. येथे अर्थशास्त्रावर संशोधनपर ग्रंथलिखाण केलेले नाही. यातील आकडेवारी, मते, विचारप्रवाह आणि समज आपल्या भोवतालच्या सार्वजनिक जीवनातले आहेत. त्यात अपुरेपणा आहे, काळ आणि वेळ उलटून गेलेला आहे. तसेच काळ वेळाचे संदर्भ पुरेसे अद्यावत नाहीत. हे सारे सविस्तरपणे आणि शास्त्राला धरून केले असते तर मग अनेक प्रश्नांच्या अनेक अंगांची इतकी मोजकी मांडणी आणि विश्लेषण करताही आले नसते. त्यातून मोठा ग्रंथच लिहावा लागला असता. सर्वसाधारण वाचकाला ते पेलवले नसते. म्हणून लेखक या मर्यादांची जबाबदारी घेत आहे. यासाठी क्षमस्व म्हणणे सोपे.

१ जाने. २००८ **– मधुसूदन दत्तात्रय साठे**

प्रस्तावना

या पुस्तकात भारतीय अर्थव्यवस्थेच्या पुढील अंगांचा विचार करण्यात आलेला आहे.

१. मुद्राधोरण, २. बँका, ३.भांडवल बाजार, ४. विदेशी भांडवल, ५. चलनाचे मूल्य, ६.परदेश व्यापार, ७. अधिदान शेष

मुद्राधोरणात देशाची सेंट्रल बँक म्हणून काम करत असलेल्या रिझर्व्ह बँक ऑफ इंडिया यावर मुख्य भर आहे. २००७ वर्षाच्या मध्यानंतर आणि आता २००८ च्या पहिल्या तिमाहीत आर. बी. आय ला एकाचवेळी किंमतीमधली वाढ आणि आपल्या चलनाचे मूल्य प्रमाणाबाहेर वाढू न देण्याचे अटोकाट प्रयत्न करावे लागत आहेत. तसेच भारतीय अर्थव्यवस्था तापण्याचे संकेत मिळत आहेत. याबरोबर बँकेला देशाकडे जमा होणाऱ्या परदेशी चलनाच्या साठ्यांचे काय करायचे या प्रश्नांचे उत्तर शोधावे लागत आहे. असे चलनाचे साठे किती प्रमाणात देशाच्या वित्तीय सुरक्षेसाठी पुरेसे असतात आणि त्याची किंमत कशी चुकती करायची आणि या चलनाच्या साठ्यांचा दुसरा कोणता वापर करता येईल का, असे अनेक प्रश्न आहेत.

बँकींग क्षेत्राच्या विषयात सार्वजनिक क्षेत्रातील बँकांनी करून दाखवलेली प्रगती, खाजगीकरणातून त्यांनी करून दाखवलेला विस्तार आणि वाढ, सरकारपासून मिळवलेले स्वातंत्र्य आणि स्वायत्तता, खाजगी क्षेत्रात नव्याने आलेल्या बँकांचे आव्हान, बँकांमधले विलीनीकरण आणि त्यांचे पुरेसे भांडवल अशा अनेक बाबींचा उहापोह केलेला आहे. देशाने नव्वदीपासून उदारीकरण स्वीकारल्यानंतर अर्थव्यवस्थेच्या अनेक क्षेत्रांमध्ये दमदार प्रगती झाल्याचे दिसून आले आहे. त्यामध्ये बँकींग क्षेत्राची पुनर्मांडणी याचा उल्लेख करावा लागेल.

भांडवल बाजार या विषयात शेअरबाजारातील घडामोडी यावर भर आहे. शेअरबाजारात घडणाऱ्या घडामोडी आणि अर्थव्यवस्थेचे स्वास्थ्य यांचा नजिकचा संबंध आहे. देशात खाजगी इक्विटीची लोकप्रियता वाढत आहे. आणि खाजगी भांडवल गुंतवणुकीला चालना मिळण्याच्या दृष्टीने शेअरबाजाराची विश्वासार्हता महत्त्वाची आहे. तसेच जगभरात घडणाऱ्या शेअरबाजारातील घटनाक्रमांचा आपल्या शेअरबाजारावर परिणाम होत आहे. जगाच्या अर्थव्यवस्थेत सामील झाल्याचे असे काही परिणाम आपण अनुभवत आहोत. त्यामुळे दुसऱ्या देशातील सेंट्रल बँकांची धोरणे आणि व्याजदर यांचा परिणाम शेअरबाजारावर होत आहे आणि त्यातून

गुंतवणूक निधीची उलढालही वाढली आहे. यात विदेशी गुंतवणुकीदार संस्थांनी देशात आणलेला भांडवल गुंतवणूक निधी महत्त्वाचा वाटा उचलता आहे. त्यामुळे व्यापारचक्राच्या वाढ आणि मंदी या चढउताराच्या लाटा आपल्याही बाजारात दिसत आहेत.

विदेशी भांडवल या विभागात भांडवल आयातीचे दोन प्रकार, विदेशी प्रत्यक्ष गुंतवणुकीची (एफ डी आय) आणि परदेशी गुंतवणुकदार संस्था (एफ आय आय), परदेशी भांडवल आणि पायाभूत सुविधांमधल्या गुंतवणुकीची गरज याबाबींची सविस्तर चर्चा केलेली आहे. अर्थव्यवस्थेची गरज आणि धोरणे या अंगाचा विचार केला आहे. या विषयात केंद्र सरकारच्या आघाडीमध्ये अनेक मतप्रवाह आहेत आणि डाव्या पक्षांचा अनेक मुद्यांवर मतभेदही आहे. याचबरोबर डॉलरची आवक याच्याशी निगडित व्यवस्थापनाचे प्रश्न गुंतलेले आहेत.

विदेश विनिमय या विभागात देशाच्या चलनाच्या मूल्यासंबंधी निर्माण झालेले अनेक प्रश्न तपासले आहेत. नियोजनाच्या पहिल्या जवळपास पन्नास वर्षांत रूपयाचे चलन बाजारातले स्थान नेहमी काळजी करावे असे होते कारण अर्थव्यवस्था दुबळी असल्यामुळे आपले चलनही बळकट नव्हते. त्यामुळे नेहमीच अवमूल्यनाच्या (डीव्हॅल्यूअेशन) शक्यता देशापुढे उभ्या असत. मात्र मागच्या दशकभरात हे चित्र पूर्णपणे बदलले आहे आणि रूपया आपली शक्ती आणि वजन वाढवत आहे. विशेषत: डॉलरच्या नात्यात रूपयाचे सतत अधिमूल्यन (ॲप्रिसिअेशन) होत आहे. तसेच देशाकडे परदेशी चलनाचे साठे भरपूर प्रमाणात वाढले आहेत आणि रूपयावरचा दबाव वाढला आहे. आपण देशहिताला समोर ठेवून भांडवली खात्यात पूर्ण परिवर्तन करण्याचे स्वीकारलेले नाही. तत्वत: हे आपणास मान्य असूनही राजकर्त्यांनी हे लक्ष्य हळूहळू साध्य करण्याचे धोरण आखलेले आहे. त्यानुसार रिझर्व्ह बँक आवश्यकते नुसार चलनबाजारात हस्तक्षेप करून डॉलरची खरेदी करत आहे आणि आपल्या चलनाचे मूल्य हव्या त्या पातळीवर रोखून ठेवत आहे. या सर्व बाबींची ही चर्चा आहे.

परदेश व्यापार या विषयात व्यापारातले प्रवाह तपासले आहेत. उदारीकरणाबरोबर आणि जागतिक व्यापार संघटनेच्या वाटाघाटीतून व्यापाराच्या संधी वाढल्या आहेत. त्याचबरोबर वादाचे नवीन विषयही पुढे येत आहेत. देशाने सेवांच्या निर्यातीमध्ये भरीव प्रगती करून माहिती तंत्रज्ञानाच्या क्षेत्रात जगात एक वरचे स्थान मिळवले आहेत. तसेच औद्योगिक मालाच्या निर्यातीतही आपण चीनबरोबर समर्थपणे स्पर्धा करू शकतो हे आपण दाखवले आहे.

याला जोडून अधिदानशेषाची चर्चा आहे. वाढते चलनाचे साठे, वाढती निर्यात आणि रूपयाचे वाढते मूल्य याचेच प्रतिबिंब आधिदानशेषात पडले आहे. अनिवासी

भारतीय मायदेशी आपल्या उत्पन्नातील बचत पाठवत आहेत आणि त्यामुळे अर्थव्यवस्था अधिकच मजबूत झाली आहे. भांडवलाच्या आयातीबरोबर अशा अनेक बाबी जोडून आल्यामुळे राज्यकर्त्यांपुढे आणि रिझर्व्ह बँकेपुढे सगळे नवे अनुभव उभे राहिले आहेत. साठ वर्षांपूर्वी देशाच्या विकासासाठी भांडवलाची आयात जरूरीची होती आणि परदेशी मदतही स्वीकारावी लागत होती. त्याबरोबर आंतरराष्ट्रीय संस्थाचे सल्लेही ऐकावे लागत होते. आता विकासाचा दर आठ आणि नऊ टक्क्यावर पोहोचला, निर्यात वाढली, चलनाचे साठे वाढले. चलन महाग होऊ लागले. आणि बाहेरून येणाऱ्या भांडवल गुंतवणूक निधीची आवकही वाढली. आता देशाला या भांडवली निधीच्या आयातीचे नियमन कसे करायचे आणि शेअरबाजारात स्वास्थ्य आणि स्थैर्य कसे टिकवायचे याचा विचार करावा लागत आहे. आपण एक लांबची वाटचाल केली आहे असे म्हटले पाहिजे.

◆◆

प्रकाशकीय

'अर्थशास्त्र' या व्यापक विषयाच्या सखोल अभ्यासासाठी या विषयावरील पुस्तक-मालिका प्रकाशित करताना आम्हाला अत्यंत आनंद होत आहे.

या मालिकेत 'भारताच्या आर्थिक समस्या भाग १ ते ५', 'जागतिक अर्थकारण : युरोपची आर्थिक प्रगती', 'अमेरिका एक महासत्ता?', 'नव्या जगाचे अर्थकारण', 'आशियातील अर्थव्यवस्था' आणि 'व्यापार व व्यापार संघटन' (WTO) या पुस्तकांचा समावेश आहे.

अर्थशास्त्रावरील या पुस्तक मालिकेचे एक वैशिष्ट्य आवर्जून सांगावेसे वाटते ते म्हणजे ही पुस्तके जगात आणि भारतात घडलेल्या व घडणाऱ्या अर्थशास्त्रीय घडामोडींचा आलेख मांडतानाच अर्थतज्ज्ञांचे त्यावरील चिंतनही प्रकट करतात.

अभ्यासासाठी नेमलेल्या व संदर्भ ग्रंथ म्हणून उपलब्ध असलेल्या अर्थशास्त्राच्या पुस्तकांमध्ये अर्थशास्त्रीय संकल्पना व सिद्धांताचेच विवेचन व उहापोह असतो. सतत बदलणाऱ्या आर्थिक जगतातील घडामोडींचे प्रतिबिंब त्यात पडलेले नसते. इंग्रजीत चालू आर्थिक घडामोडींवरील पुस्तके उपलब्ध होत असतात; परंतु मराठीत अशी पुस्तके आजपर्यंत फारशी प्रकाशित झालेली नाहीत. ही कमतरता भरून काढण्यासाठी १० पुस्तकांच्या मालिकेचा हा महत्त्वाकांक्षी प्रकल्प आम्ही राबवत आहोत.

बी. ए., एम. ए., बी. कॉम., यु.पी.एस्सी., एम.पी.एस.सी., एम.कॉम.च्या विद्यार्थ्यांना व प्राध्यापकांना अर्थशास्त्रातील घटना, घडामोडींवरील ही पुस्तक-मालिका उपयुक्त ठरावी ही अपेक्षा.

– दत्तात्रय गं. पाष्टे

अनुक्रम

विभाग १ : मुद्राधोरण (Monitary Policy)

१.१	अर्थव्यवस्थेचे व्यवस्थापन	१
१.२	अर्थव्यवस्थेचे तापणे	७
१.३	रिझर्व्ह बँकेपुढची संधी	१३
१.४	रिझर्व्ह बँकेचे स्वातंत्र्य	१७
१.५	मुद्रा धोरण	२२
१.६	रिझर्व्ह बँकेचे उपाय	२७
१.७	वित्तीय भांडवल	३०
१.८	रिझर्व्ह बँकेचे पतधोरण	३५
१.९	हलके व्याजदर	४०
१.१०	येत्या काळात पतपुरवठा	४५
१.११	चलनवाढ कशी रोखायची?	४९
१.१२	यामुळे जग काही बुडणार नाही !	५४

विभाग २ : बँका (Banking Institutions)

२.१	बँकांच्या अनुत्पादक मत्ता	५८
२.२	पतधोरण आणि सार्वजनिक क्षेत्रातल्या बँका	६०
२.३	बँकांचे खाजगीकरण - एक नवा अध्याय	६५
२.४	सरकारचा बँकांना आधार	७१
२.५	बँकांचे पुरेसे भांडवल	७४
२.६	बँकिंग क्षेत्राला शक्ती	८०
२.७	जुन्या बँकांची नवी खाती	८३
२.८	बँकांनी द्यायचे आहे, घ्यायचे नाही	८६
२.९	बँकांनी धर्मादाय करायचा का?	९०
२.१०	बँकांचे विलीनीकरण	९४
२.११	बँकिंग क्षेत्रातल्या सुधारणा	९८
२.१२	बँकांची भरीव कामगिरी	१०२
२.१३	भारतात मुदतठेवींवर परतावा आजही अधिकच	१०७

विभाग ३ : भांडवलबाजार (Capital Market)

३.१	रोखे बाजारातील नवीन अध्याय	११०
३.२	इक्विटीचे मूल्यांकन वाढेल काय?	११३
३.३	शेअर बाजारातील तारतम्य	११८
३.४	शेअर बाजारातल्या भांडवलावर परतावा	१२३
३.५	शेअर बाजारातील नेहमीची फसगत	१२५
३.६	शेअर बाजारातून बाहेर पडणाऱ्या कंपन्या	१२९
३.७	शेअर बाजारातले धक्के	१३२
३.८	खाजगी क्षेत्रात रोखे बाजार	१३७
३.९	खाजगी इक्विटीला प्रोत्साहन	१४१
३.१०	वित्तबाजारातल्या घडामोडींचा अर्थ	१४६
३.११	युनिट ट्रस्टचा गोंधळ	१५१
३.१२	प्राथमिक भांडवली बाजाराचे योगदान	१५९
३.१३	शेअर बाजारात खरे काय घडले?	१६४
३.१४	शेअर बाजारातून काय शिकायचे?	१६७
३.१५	शेअर बाजारातले चढउतार	१७२
३.१६	प्रायव्हेट इक्विटी फंड आणि पायाभूत सोयी	१७७
३.१७	भांडवल गुंतवणूक का वाढत नाही?	१८०
३.१८	खाजगी इक्विटी आणि सार्वजनिक फायदा	१८४
३.१९	गुंतवणुकीत वाढ	१८८
३.२०	कालबाह्य विकास वित्त संस्था	१९१
३.२१	सार्वजनिक क्षेत्रात अधिक बचत	१९५

विभाग ४ : विदेशी भांडवल (Foreign Capital)

४.१	भांडवल आयातीचे दोन प्रकार	१९९
४.२	विदेशी प्रत्यक्ष गुंतवणुकीची गरज	२०४
४.३	एफडीआयला परवानगी	२०८
४.४	परदेशी भांडवल निधी	२१२
४.५	परदेशी भांडवलाची गरज	२१४
४.६	परदेशी भांडवल आणि पायाभूत सुविधा	२१७
४.७	देशामध्ये डॉलरची आयात	२२१
४.८	परदेशी भांडवल : गरज आणि धोरणे	२२५
४.९	देशाला विदेशी प्रत्यक्ष गुंतवणूक हवी आहे,	२३२

४.१० उद्योगात वाढणारी विदेशी गुंतवणूक २३६
४.११ विदेशी प्रत्यक्ष गुंतवणूक २४१
४.१२ प्रत्यक्ष विदेशी गुंतवणुकीस प्रोत्साहन २४५
४.१३ परदेशी निधीची वाढती गुंतवणूक २४८
४.१४ गुंतवणूक निधीची आवक २५०
४.१५ परदेशी भांडवल आणि व्यापार २५६
४.१६ देशात डॉलरचा पूर २६०
४.१७ परदेशी गुंतवणुकदारांचा वाढता विश्वास २६५
४.१८ हा पूर्णविराम नव्हे २७१

विभाग ५ : चलनाचे मूल्य विदेश विनिमय
(Foreign Exchange & Value of Curency)

५.१ रुपयाच्या मूल्यावरची बंधने २७६
५.२ रुपयाच्या मूल्यात चढउतार २८१
५.३ जड रुपयाची काळजी २८४
५.४ बळकट रुपया, भांडवल आणि वाढ २८९
५.५ परदेशी चलन २९५
५.६ रुपयाचे खरे मूल्य? २९९
५.७ चलनाचे साठे ३०६
५.८ रुपयाची वाढती कमान ३०९
५.९ डॉलरच्या संरक्षणासाठी रुपया ३१३
५.१० रुपयाचे अवमूल्यन थांबले पाहिजे ३१८
५.११ चलनाचा साठा आणि अधिमूल्यन ३२३
५.१२ परदेशी चलन साठे आणि कर्ज ३२८
५.१३ परदेशी चलनाचे साठे आणि वापर ३३१
५.१४ भांडवल बाजारात पूर्ण परिवर्तन ३३५
५.१५ भांडवली खात्यात पूर्ण परिवर्तन? ३४०
५.१६ रुपयावरचा दबाव ३४६
५.१७ चलन बाजारातले पर्याय ३५२

विभाग ६ : परदेश व्यापार (Foreign Trade)

६.१ परदेश व्यापारात नवे साथी ३५६
६.२ परदेश व्यापारातले प्रवाह ३६०
६.३ व्यापारातील देवाणघेवाण आणि देशहित ३६५

६.४	लॅटिन अमेरिकेमध्ये भारतीय औषध कंपन्या	३६९
६.५	सुती कापडाची मुक्तता	३७३
६.६	मुक्त व्यापाराची किंमत	३७७
६.७	भारताचे हित आणि व्यापारातले वाद	३८१
६.८	सेवा क्षेत्रात मुक्त व्यापार	३८६
६.९	भारताची निर्यातीची क्षमता	३९०

विभाग ७ : अधिदानशेष (Balance of Payment)

७.१	अधिदान शेषातील बदल	३९३
७.२	भारताचे परदेशी कर्ज कमी होत आहे	३९९
७.३	तीन प्रकारची डॉलरची आवक	४०३
७.४	अनिवासी भारतीयांकडून पैशाचा ओघ	४०७
७.५	अनिवासी भारतीयांची वेळेवर मदत	४११
७.६	अनिवासी भारतीयांचे योगदान	४१५
७.७	भारताच्या चालू खात्यात अधिक्य	४१९
७.८	चालू खात्यातील तूट चांगली	४२२
७.९	अधिदान शेषातील आकडे	४२८

◆ ◆

विभाग १ : मुद्राधोरण

Monitary Policy

१.१ अर्थव्यवस्थेचे व्यवस्थापन

देशामध्ये आर्थिक प्रगतीबरोबर आलेल्या भरभराटीतून अनेक नवे प्रश्न पुढे आले आहेत. राज्यकर्ते त्यामुळे भांबावून गेले आहेत. जेव्हा आर्थिक वाढीचा दर आठ टक्क्यांवर पोहोचला आणि शेअरबाजार उसळता राहिला तेव्हा राज्यकर्ते अगदी खुशीत होते. वित्त मंत्र्यांच्या चेहऱ्यावर हसू मावत नव्हते. वेगवेगळ्या वृत्तवाहिन्या आणि प्रसारमाध्यमे यांना दिवाळीचे दिवस आले आहेत आणि ही दिवाळी अशीच अखंडपणे चालू राहणार असा एक भ्रम झाला होता. साधारणपणे कोणत्याही वर्षात फेब्रुवारी आणि मार्च महिने आले म्हणजे सार्वजनिक चर्चा एकाच विषयाभोवती फिरत असते. येत्या नव्या वर्षाचा अर्थसंकल्प आणि वित्त मंत्र्यांचे भाषण. खाजगी उद्योग क्षेत्र, वृत्तपत्रे आणि प्रसार माध्यमे आणि निवृत्त सनदी नोकर यांनी एक याचे कर्मकांड बनवले आहे आणि सगळे संबंधित त्यात दंग झाले आहेत.

आता फेब्रुवारी २००७च्या काळात हे सगळे चित्र बदलले आहे आणि राज्यकर्त्यांची तारांबळ उडाली आहे. याचे कारण म्हणजे चलनवाढीचा दर एकदम हाताबाहेर गेला आहे आणि तो सात टक्क्यांच्या पातळीजवळ रेंगाळत आहे. या अगोदर वित्त मंत्रालय काय आणि रिझर्व्ह बँक काय यांनी चालू दहाव्या पंचवार्षिक योजनेत चलनवाढीचा दर पाच टक्क्यांच्या भोवती आणि जास्तीतजास्त साडेपाच टक्के असा गृहीत धरला होता. ती मर्यादा अचानक ओलांडली गेल्यामुळे राज्यकर्त्यांना एका नव्या अप्रिय वास्तवाला सामोरे जावे लागत आहे. राज्यकर्त्यांना एक गोष्ट सगळ्यात लगेच कळते आणि ती म्हणजे जनतेचा क्षोभ आणि नाराजी. त्यातूनही जेव्हा निवडणुका जवळपास येतात तेव्हा राज्यकर्त्यांची झोपच उडते. सध्या जानेवारी, फेब्रुवारी आणि मार्च २००७ मध्ये देशात वेगवेगळ्या ठिकाणी निवडणुकांचा हंगाम चालू आहे. त्यात नगरपालिकांच्या निवडणूका, जिल्हा परिषदांच्या निवडणूका आणि विधानसभांच्या निवडणूका अशा प्रकारांचा समावेश आहे. साहजिकच चलनवाढीचा दर वाढला आणि जनतेमधला असंतोष वाढला म्हणजे जो कोणता सत्तेवर असलेला राजकीय पक्ष असतो त्याच्यावर हा राग काढला जातो. यामुळे अर्थव्यवस्थेमधल्या अनेक प्रश्नांपैकी चलनवाढ हा असा एक विषय आहे ज्यामध्ये कोणत्याही विद्वत्तेची

गरज पडत नाही.

आता चलनवाढीची पातळी अशी अपेक्षेपलीकडे का गेली? येत्या काळातही असे प्रश्न वारंवार येणार आहेत आणि त्यामुळे आजच्या प्रसंगाकडे एक गृहपाठ म्हणून राज्यकर्त्यांनी बघायला हरकत नाही. यावर योग्य उपाय योजायचे असले तर त्यामागच्या तीन मुद्यांचा विचार करायला पाहिजे. एक म्हणजे मुद्राधोरणे आजपर्यंत कठीण करण्याचे प्रयत्न झाले परंतु ते विफल ठरले. हे कशामुळे? दुसरी बाब म्हणजे चलनवाढ हाताबाहेर का जात आहे याची एक चर्चा चालूच आहे. यात नवे काय आहे? तिसरी बाब म्हणजे योग्य मुद्राधोरण कोणते याचा परत विचार करावा लागेल. विशेषत: बाहेरून येणारा भांडवली निधीचा ओघ असाच चालू राहणार असेल तर आपण कोणता प्रतिसाद द्यायचा? आजच्या घडीला राज्यकर्त्यांचे हात बांधले गेलेले आहेत आणि त्यांना हवे ते निवडायचे स्वातंत्र्यच मुळात अगदी कमी आहे. याचे कारण म्हणजे देशांतर्गत आणि बाहेरची परिस्थिती यांची काही बंधने आपल्यावर आहेत आणि ती झुगारून देता येत नाहीत.

थोडासा लांबचा विचार केला तर सध्या जे आवळत आणण्याचे मुद्राधोरण चालू आहे त्याची सुरुवात मागच्या सप्टेंबर २००४ पासूनच झाली होती. मग हे का परिणामकारक ठरले नाही? एका अर्थाने यात आश्चर्य नाही. खरे म्हणजे बँका दीर्घकाळ आपल्या मत्तांचा आधार वाढवण्यासाठी निधी खर्च करत होत्या आणि त्यासाठी त्यांनी आपल्याकडे असलेले अतिरिक्त सरकारी रोखे कमी करत आणले होते. त्यावेळी बँकांकडे असलेल्या सरकारी रोख्यांचे प्रमाण बरेच वरचे होते. हा आकडा नक्त मागणी आणि मुदत दायित्वाच्या (नेट डिमांड ॲन्ड टाइम लायबॅलिटी) ४२ टक्के होता. यासाठी किमान स्टॅटयुटरी लिक्विडिटी रेषो (एसएलआर) हा पतपुरवठ्याच्या पंचवीस टक्के असावा असा नियम होता. यामुळे बँकांच्याकडे सरकारी रोख्यांचा जो अतिरिक्त साठा होता तो कमी करणे सहज शक्य होते. याचा अर्थ बँका या आपल्या ठेवीतून मिळालेल्या निधीपेक्षा इतर साधनांवर अवलंबून राहू शकत होत्या आणि त्यामुळे रिझर्व्ह बँकेने मुद्राधोरण आवळत आणण्याचे धोरण अवलंबले तरीही ते फारसे परिणामकारक होत नव्हते. याचे एक कारण म्हणजे बँकांना ठेवी मिळविण्यासाठी फार स्पर्धा करावी लागत नव्हती.

एका बाजूने रिझर्व्ह बँक मुद्राधोरण कठीण करीत होती आणि तरीही वित्त बाजारात पैशाचा पुरवठा वाढत होता. त्यामुळे रिझर्व्ह बँकेने हळूहळू व्याजदर वाढवले आणि बँकांनी आपल्या कर्जावरचे दर वाढवले तरीही अपेक्षित परिणाम झाला नाही. याबरोबर सरकारने भारतातील कंपन्यांनी परदेशात जाऊन कर्ज उभारणी चालू ठेवली होती त्यावरची बंधनेही हळूहळू दूर केली. या बाहेर उभारलेल्या कर्जाचा काही भाग परदेशातल्या कंपन्या आपल्या ताब्यात घेण्यासाठी करण्यात आला. परंतु

अधिकांश भाग देशांतर्गतच वापरण्यात आला. सार्वजनिक क्षेत्रात सरकारी बँकांनी आपल्या कर्जावरचे दर वाढवू नये असा त्यांच्यावर सरकारचा दबाव होता. अशा सगळ्या घटनाक्रमामुळे मुद्राधोरण आवळत आणूनही त्याची परिणामकारकता फारशी जाणवली नाही.

अर्थात बँकांनी वर उल्लेखल्याप्रमाणे सुलभ वित्त पुरवठा केला आणि त्याचा एक परिणाम म्हणून त्यांनी एसएलआरची पातळी सांभाळायची होती तेथे या बँका पोहोचल्या. अजूनही वित्तपुरवठ्याची मागणी भक्कमच आहे आणि सरकारचे रोखे अगदी कमीतकमी पातळीवर आपल्याकडे ठेवल्यामुळे बँकांना आता साधनांची जुळवाजुळव करण्यासाठी धडपड करावी लागत आहे. त्यामुळे त्या आता ठेवीच्या मार्गाने निधी उभारण्याचा जोमाने प्रयत्न करत आहे. साहजिकच अधिक ठेवी पाहिजे असल्या तर त्यावर आकर्षक दराने व्याज द्यावे लागेल. मग कर्जावर कर्जदारालाही अधिक व्याज पडेल. बँका नेमके हेच करत आहेत. शिवाय हे सगळे घडताना रिझर्व्ह बँकेने मुद्रा पुरवठा मर्यादित करण्यासाठी आपला कॅश रिझर्व्ह रेषो (सीआरआर) वाढवला आहे आणि त्यामुळे बँकांचा अधिक निधी रिझर्व्ह बँकेकडे गुंतून पडत आहे.

या सगळ्याची गोळाबेरीज काय होणार आहे? सेंट्रल बँकेने बँकाकडे असलेल्या निधीवर मर्यादा आणल्या आहेत आणि तो अधिक महाग केला आहे. शिवाय बँकांनी आपली सरकारी रोख्यातील गुंतवणूक अगदी किमान पातळीवर अगोदरच आणलेली आहे. म्हणजे आता ठेवींच्या व्यतिरिक्त बँकांच्याजवळ निधी उभारण्याचा मार्ग राहिलेला नाही. याचा स्वाभाविक परिणाम म्हणून स्थावर मालमत्ता आणि गृहनिर्माण अशा क्षेत्राला कर्ज पुरवठा मर्यादित करण्यात येईल. एकूणात कर्जपुरवठ्याची प्रक्रिया मंद होईल अशी चिन्हे दिसत आहेत. काही बँकांनी तर अगोदरच आपण कर्जपुरवठा मर्यादित करत आहोत असे जाहीर केले आहे.

सगळेजण चलनवाढीची चर्चा करत आहेत. त्यामागची कारणे कोणती? यावर अनेक मते आणि अनेक प्रतिक्रिया आहेत. आणि त्यातून एक गोष्ट उघड होते ती म्हणजे या विषयात खूपच विचारांचा गोंधळ झालेला आहे. राजकारण्यांनी आणि त्याबरोबर काही अर्थतज्ज्ञांनीही पुरवठ्याच्या बाजूने हे दबाव निर्माण झाले आहेत असा मुद्दा लावून धरला आहे. खरे म्हणजे ही गोष्ट फक्त अन्नपदार्थांच्या किमतीबाबतच खरी आहे. गव्हाची किंमत आणि कडधान्यांची किंमत वाढली आहे. खाद्यतेलाच्या किमतीही वाढल्या आहेत. कांद्याच्या किमतीचीही प्रसारमाध्यमे चर्चा करत आहेत. परंतु या व्यतिरिक्त इतर बाबींमध्ये मागणीचाच दबाव अधिक आहे आणि त्यामुळे किमती चढ्या आहेत. आता फेब्रुवारी २००७ च्या मध्याला सरकारने पेट्रोल आणि डिझेलच्याही किमती कमी केल्या आहेत. त्याअगोदरही या किमती एकदा कमी

करण्यात आल्या होत्या.

मागच्या जानेवारी आणि फेब्रुवारी २००७च्या काळात अन्नपदार्थांच्या किमती अचानकपणे वाढ दाखवू लागल्या हे खरे. परंतु त्याचबरोबर औद्योगिक मालाच्या किमतीही वाढीच्या दिशेने वाटचाल करत आहेत आणि तो वेगही अधिक आहे हे लक्षात घेतले पाहिजे. या औद्योगिक मालाच्या किमतींवरचा दबाव दोन कारणांसाठी काळजीचा विषय आहे. एक म्हणजे मागच्या काळात स्पर्धेचा दबाव वाढला होता आणि त्यामुळे औद्योगिक मालाचे उत्पादक आपल्या मालाच्या किमती वाढवण्याचे टाळत होते. परंतु आता हा थांबण्याचा काळ संपलेला दिसतो. दुसरी गोष्ट म्हणजे मधल्या काळात उत्पादन वाढले आणि त्यातून उपलब्ध क्षमता अधिकातअधिक वापरात आली. परंतु आता आणखी अतिरिक्त उत्पादन क्षमता निर्माण करावी लागेल आणि त्यातूनच उत्पादनात वाढ करता येईल. साहजिकच अशी उत्पादन वाढ करून दाखवण्यासाठी गुंतवणुकीला काही खर्च येईल आणि काही वेळ जाऊ द्यावा लागेल. मग मधल्या काळात औद्योगिक मालाच्या किमतींवरचा दबाव वाढताच राहील. जर नजीकच्या काळात यावर उत्तर शोधायचे असले तर आयातीवरच्या शुल्कांमध्ये घट करता येईल. केंद्र सरकार फेब्रुवारी २००७ च्या अखेरीला अर्थसंकल्प सादर करायचा असला तरीही तोपर्यंतही वाट बघायला तयार नाहीत. सरकारने फेब्रुवारी २००७च्या मध्याला या आयात शुल्कात घट केली आहे. शिवाय येत्या अर्थसंकल्पातही याचा ठोस पुरावा मिळेल.

मागणीच्या बाजूने दबाव वाढल्यामुळे चलनवाढीची चिंता करावी लागत आहे, हीच एक मुळात बेजबाबदारपणाची बाब आहे. अनेक अभ्यासकांनी एक समज निर्माण केला होता आणि तो चुकीचा होता. हा समज म्हणजे नवीन पुरवठा झाला म्हणजे मागणीच्या बाजूने होणारा दबाव आपोआप कमी होईल असे सांगण्यात येत होते. दीर्घ काळाचा विचार केला तर हे मान्य होण्यासारखे आहे. परंतु आजच्या आणि नजीकच्या काळात उत्पादन क्षमतेच्या मर्यादा आणि वेतनातली वाढ याचे परिणाम गंभीर होते आणि ते आपल्याला अगोदर कळून घेणे शक्य होते. याकडे दुर्लक्ष झाले आणि त्यामुळेच चलनवाढीचा दाह अनुभवावा लागला. हे असे का झाले? याचे कारण म्हणजे मागणीच्या बाजूने दबाव वाढला म्हणजे वित्तव्यवस्थापन काय करायचे हा आपल्या राज्यकर्त्यांना नवा अनुभव आहे. या उलट मागच्या साठ वर्षांत राज्यकर्त्यांना मालाचा तुटवडा निर्माण झाला म्हणजे ग्राहकाला कोणत्या अडचणी येतात याबाबतच कळत होते. त्यामुळे आता अचानक किंमत वाढ झाल्याबरोबर राज्यकर्त्यांनी लगेचच अन्नमालाच्या किमतींकडे मोर्चा वळवला. त्यामुळे कांद्याच्या आणि टोमॅटोच्या किमतीची अखंड चर्चा होते. त्यातूनही दिल्लीमधल्या ग्राहकाला यात किती अडचणी येतात याची दृश्ये दाखवली जातात. परंतु मागणीच्या बाजूने हळूहळू

जो दबाव वाढत होता त्याचा दोष राज्यकर्त्यांनीच घेतला पाहिजे. याचा अर्थ जरी समजा अन्नपदार्थांच्या किमतीमध्ये वाढ झाली नसती तरीही औद्योगिक मालाच्या किमतींवरचा दबाव आटोक्यात ठेवण्यासाठी मुद्राधोरण आवळत आणावेच लागले असते. म्हणजे आर्थिक वाढीच्या उंचावलेल्या पातळीबरोबर ही पावले टाकणे अपरिहार्य होते हे राज्यकर्त्यांनी नीट समजून घेतले नाही. म्हणून आज हे सगळे अकल्पित संकट वाटत आहे.

सरकारने भले आयातकर कमी केले आणि पेट्रोल आणि डिझेलच्या किमती कमी केल्या तरी रिझर्व्ह बँकेपुढचा प्रश्न आहे तसाच आहे. किंबहुना येत्या काळात तो अधिक बिकट होण्याचीच शक्यता जास्त आहे. भांडवलनिधीची आयात सतत वाढत आहे आणि त्यातून रिझर्व्ह बँकेची डोकेदुखीही वाढली आहे. येत्या काळातही या परदेश निधीची आवक अशी भरीव प्रमाणात चालू राहील असे दिसते. जगातल्या नामांकित स्टँडर्ड अँड पुअर (एसूअ‍ॅन्डपी) या मूल्यांकन करणाऱ्या संस्थेने भारताच्या परदेशी कर्जाचे मूल्य लक्षात घेऊन गुंतवणुकीचा दर्जा वाढवला आहे. याचा अर्थ देशात आणखी भांडवलनिधी येऊ घातला आहे. शिवाय केंद्र सरकारचा अर्थसंकल्प २८ फेब्रुवारी २००७ रोजी सादर होईल त्यावेळीही गुंतवणूकदारांच्या हिताची धोरणे जाहीर होणार आहेत असा बाजारात सगळ्यांनी पक्का समज करून घेतला आहे. याचा अर्थ एफडीआयवरची निदान काही क्षेत्रातील बंधने उठवण्यात येतील असे दिसते. रिझर्व्ह बँकेने फेब्रुवारी २००७च्या पहिल्या आठवड्यातच ३.५ अब्ज (३.५ बिलियन डॉलर)ची आयात पचवली होती आणि साधारणपणे मार्च आणि एप्रिल या महिन्यात भांडवल निधी अधिक प्रमाणात देशात आयात होतो असा आजपर्यंतचा अनुभव आहे. मागच्या मार्च आणि एप्रिल २००६ च्या काळात रिझर्व्ह बँकेने फक्त दोन महिन्यात १२.५ अब्ज (१२.५ बिलियन डॉलर)ची परदेशी चलनबाजारात आयात नोंदवली होती. याचा अर्थ आरबीआयच्या पुढे काय वाढून ठेवले आहे याची सहज कल्पना करता येईल.

रिझर्व्ह बँकेने मागच्या काळात शक्य होते तितके व्याजदर वाढवलेले आहेत आणि त्यात आणखी फारसा वाव नाही. असे असले तरीही मुद्रा धोरण आवळत आणण्याचे चालूच ठेवावे लागणार आहे. आता देशांतर्गत बचतीवर अधिक परतावा मिळत आहे त्यामुळे बाहेरूनही येथे अधिक निधी येऊ शकतो. तसेच भांडवलाची आवकही वाढू शकते. त्यामुळे रिझर्व्ह बँकेने फक्त मूळ व्याजदरावर लक्ष केंद्रित न करता आपला मोर्चा कॅश रिझर्व्ह रेशोकडे (सीआरआर) वळवला आहे. त्यामुळे बाजारातली तरलता कमी होईल. रिझर्व्ह बँकेने सीआरआरच्या बाबत जानेवारी २००७च्या धोरणविषयक घोषणेत याचे संकेत दिलेले होते आणि त्याप्रमाणेच बँकेचे वर्तन आहे.

आरबीआय एका बाजूने स्थानिक बाजारातील तरलता कमी करत आहे आणि त्याचबरोबर रुपया या चलनाचे मूल्य प्रमाणाबाहेर वाढू नये याचे नेटाने प्रयत्न करत आहे. इतके करूनही चलनाचे मूल्य आरईईआर या निर्देशांकानुसार मागच्या जून २००७पासून आता फेब्रुवारी २००७पर्यंत सुमारे ६.४ टक्क्यांनी वाढले आहे. म्हणजे रिझर्व्ह बँकेने बाजारात वेळोवेळी हस्तक्षेप करून डॉलरची खरेदी केलेली आहे आणि तरीही रुपयाचे अधिमूल्यन (ॲप्रिसिएशन) होण्याचे थांबलेले नाही. यात भर म्हणून आता औद्योगिक मालाच्या किंमतीची चलनवाढ झाली आहे आणि औद्योगिक मालाच्या उत्पादनाची क्षमताही पूर्णपणे वापरात आलेली आहे. याचा परिणाम म्हणून उत्पादकतेमधली वाढ आणि तिचा फायदा मिळणार नाही. त्यामुळे चलनाचा परदेशी विनिमयाचा दर वाढू द्यावा किंवा नाही याची चर्चा आणखी एक वादाचा विषय होईल.

रिझर्व्ह बँक आपल्यापरीने सीआरआर वाढवण्याचा प्रयत्न करेल कारण ती मूळ व्याजदर आणखी वाढवू शकत नाही. बँक असे प्रयत्न करेल कारण बाहेरून जी भांडवल निधीची भरमसाठ आयात होत आहे आणि बँक डॉलरची खरेदी करत आहे त्यामुळे स्थानिक बाजारात मुद्रा पुरवठा वाढत आहे. आता अमेरिकेचा डॉलर आणि भारताचा रुपया यांच्या मूल्यात अधिमूल्यन होऊ द्यायचे नसले तर मग सीआरआरकडेच लक्ष देणे शक्य आहे. रिझर्व्ह बँक आपल्या परीने रुपयाचे मूल्य वाढू नये याचे आटोकाट प्रयत्न करत आहे आणि तरीही त्यात मिळणारे यश मर्यादितच आहे. रिझर्व्ह बँकेचे असे सगळे प्रयत्न पुरे पडतील का? याचे उत्तर नकारार्थी असू शकते. बाहेरून भांडवलाच्या निधीबाबत काही प्रमाणात अनिश्चितता आहे परंतु त्याचबरोबर भांडवलाची उपलब्धताही खूप वाढली आहे आणि त्यामुळे असे बाहेरचे भांडवल देशात वेगवेगळ्या कारणांसाठी येणार असले तर फक्त रिझर्व्ह बँक आपल्यापरीने परिणामकारक ठरेल अशी शक्यता कमी आहे. येत्या काळात रिझर्व्ह बँकेचे सगळे प्रयत्न विफल ठरले तर मग भारतीय चलनाचे मूल्य डॉलरच्या नात्यात वाढणे अपरिहार्य होईल. एका दृष्टीने चीन आणि जपान यांच्या चलनाच्या मूल्यावरही असाच दबाव आहे. जगातल्या विकसित देशांचा आणि आयएमएफचा भारत, चीन आणि जपान या देशांना एकच सल्ला आहे. तो म्हणजे या देशांनी आपल्या चलनाचे मूल्य कृत्रिमरीत्या हलके ठेवण्याचा प्रयत्न करण्याचे सोडून द्यावे आणि खुल्या बाजारात या चलनांचे मूल्य आपली योग्य ती पातळी शोधेल. अर्थात या सगळ्या विषयात मोठी गुंतागुंत आहे आणि एकटी रिझर्व्ह बँक त्याविषयी निर्णय घेऊ शकत नाही. सध्या तरी रिझर्व्ह बँक आपल्या मर्यादेत राहून चलनवाढीवर मात करण्याचे भगीरथ प्रयत्न करत आहे. बँकेच्या मर्यादा लक्षात घेता त्यातले यशही मर्यादितच राहणार आहे.

■

१.२ अर्थव्यवस्थेचे तापणे

विकसनशील देश आर्थिक वाढ करून दाखवू लागल्यावर नवीन प्रश्न समोर येतात. त्यातला एक म्हणजे अर्थव्यवस्था जादा तापणे (ओव्हर हीटिंग). म्हणजे आर्थिक वाढ वेगाने होऊ लागली म्हणजे त्यातून एक चैतन्य निर्माण होत असते आणि एकापरीने अर्थव्यवस्थेच्या मूळ परिमाणांमध्ये असंतुलन दिसू लागते. ही प्रक्रिया तशीच चालू राहिली तर त्यातून अखेरीस एक परिणाम दिसतो आणि तो म्हणजे चलन फुगवट्याचा. असे झाले म्हणजे सर्वसाधारण जनता नाराज होते आणि त्यांच्यातली अशांतता काहीवेळा राज्यकर्त्यांना सुखाने झोपू देत नाही. आर्थिक वाढ सगळ्यांनाच हवी असते कारण त्यातूनच राष्ट्रीय उत्पन्न आणि संपत्ती वाढते, रोजगार वाढतो आणि समाजाचे स्वास्थ्यही वाढते. सगळ्यात महत्त्वाची कामगिरी म्हणजे गरीब देशातला दारिद्र्याचा प्रश्न संपवता येतो. परंतु ही वाढ फार वेगाने होऊ लागली म्हणजे त्यातूनही व्यवस्थापनाचे प्रश्न राज्यकर्त्यांसाठी निर्माण होतात. एका अर्थाने अशी वेगाची आर्थिक वाढही काही कारणांसाठी नको अशी म्हणण्याची वेळ येते. आर्थिक विकास आणि वाढ या विषयात नेहमी चीनचे उदाहरण देण्यात येते कारण विकसनशील देशात मागच्या तीस वर्षात चीनने सर्वात वेगाने आर्थिक वाढ करून दाखवली आहे आणि त्यातून दारिद्र्याचे प्रश्न संपवले आहेत आणि जनतेला समृद्धी मिळवून दिली आहे. त्यामुळे अर्थव्यवस्था जादा तापण्याचा अनुभव तेथे नेहमी आलेला आहे.

आता २००७ सालाच्या पहिल्या सहा महिन्यातच आपल्या देशात असा अनुभव प्रथमच येत आहे. हा सगळाच अनुभव नवीन असल्यामुळे आम आदमी म्हणजे सर्वसाधारण जनता अशांत आहे आणि राज्यकर्ते अस्वस्थ आहेत. आपल्याकडे मागच्या २००३ सालापासून आता सतत चार वर्षे आर्थिक वाढीचा दर सरासरी आठ टक्क्यांच्या वर उंचावलेला आहे आणि येत्या काही वर्षातही ही पातळी नऊ ते दहा टक्क्यांपर्यंत नेता येईल असा राज्यकर्त्यांना आत्मविश्वास आहे आणि नियोजन आयोग त्यावर कार्यवाही करत आहे. त्यामुळे अशी ही आर्थिक वाढीची उंचावलेली कामगिरी खरोखरी व्यवस्थेला पेलवू शकेल का असा अनेकजण प्रश्न विचारत

आहेत. हा प्रश्न जरुर रास्त आहे कारण अर्थव्यवस्था जादा तापण्याचे संकेत मिळत आहेत आणि त्यातून वाढणाऱ्या असंतुलनाचे पुरावे दिसत आहेत. ते म्हणजे चलनवाढीचा दर अपेक्षेबाहेर गेला आहे, व्यापारातली तूट वाढत आहे, स्थावर मालमत्तेच्या बाजारात किमती भडकल्या आहेत आणि बँकांचे ताळेबंद दबावाखाली आले आहेत. भारतात सध्या २००३ ते २००७ सालात अर्थव्यवस्थेचे जे एकूण चित्र आहे तशा प्रकारचा अनुभव आपल्याला मागे १९९३ ते १९९६ या आर्थिक वाढीच्या टप्प्यामध्ये आला होता. त्यामुळे अभ्यासकांनी आपला या दोन काळातला अनुभव तुलनेसाठी तपासला आहे. त्यातले काही ठळक मुद्दे येथे मांडले आहेत.

जगाची आर्थिक व्यवस्था कशी होती? या दोन्ही कालखंडात आपल्याकडे बाहेरून भांडवली निधीची मोठी आयात झाली आणि त्यातून आपल्या अधिदान शेषात (बॅलन्स ऑफ पेमेंटस्) शिल्लक दिसू लागली. त्यावेळी सप्टेंबर १९९३ मध्ये ही शिल्लक जीडीपीच्या ०.२ टक्के होती आणि ती सप्टेंबर १९९४ मध्ये ४.१ टक्के झाली. अशी भरीव शिल्लक जमा झाल्यामुळे आपल्याला मुद्राधोरण प्रसरणशील (एक्स्पान्शनरी) ठेवता आले. या काळात अल्पकाळातील ९१ दिवसाचे ट्रेझरी बिलाचे व्याजदर मार्च १९९३ मध्ये अकरा टक्के होते ते एप्रिल १९९४ मध्ये ७.३ टक्क्यांच्या पातळीवर आले. याचा एक परिणाम म्हणून खरे व्याजदर उणे झाले.

या काळात पतपुरवठ्याचे चक्र कसे होते? त्यात भरीव वाढ झाली. वित्त वर्ष ९४ मध्ये ही पातळी फक्त १२.४ टक्के होती आणि नंतर वित्त वर्ष ९६ मध्ये कर्ज पुरवठ्याची पातळी सरासरी पंचवीस टक्क्यांपर्यंत पोहोचली. अशा वाढलेल्या कर्जातून देशांतर्गत खर्च वाढल्यामुळे येथे मागणीमध्ये वाढ झाली आणि कंपन्यांच्या नफ्यातही सुधारणा झाली.

या काळात विकासाची दिशा कोणती होती? आर्थिक वाढीच्या सरासरी पातळीमध्ये बऱ्यापैकी वाढ झाली. वित्त वर्ष १९९२ ते १९९४ या तीन वर्षाच्या काळात जीडीपीमधल्या वार्षिक वाढीचा सरासरी दर ४.१ टक्के होता आणि तो वित्त वर्ष १९९५ ते १९९७ या काळात सरासरी ७.५ टक्क्यांवर पोहोचला. अगोदर १९९१ मध्ये आर्थिक पेचप्रसंगातून बाहेर पडण्यासाठी देशाने उदारीकरणाचा पर्याय स्वीकारला होता हे लक्षात घेता आर्थिक वाढीची पातळी अशा पद्धतीने उंचावली, हा एक सकारात्मक परिणाम समजला पाहिजे.

कंपन्यांची नफ्याची कामगिरी- मागे १९९३-९६ या वाढीच्या काळात औद्योगिक क्षेत्राचे नफे भरपूर वाढले होते. त्याचे जीडीपीशी गुणोत्तर दुपटीपेक्षा अधिक झाले होते. याचे प्रतिबिंब बचत आणि गुंतवणूक यांच्या गुणोत्तरामध्ये दिसत होते. बचत आणि गुंतवणुकीची पातळी आणि प्रमाण वाढले याचा अर्थ आर्थिक वाढ दमदारपणे होत होती आणि ती काही काळ तशीच चालू राहील असा विश्वास वाटण्यासारखी

परिस्थिती होती. वित्त वर्ष १९९३ मध्ये बचतीचे जीडीपीशी गुणोत्तर २२.२ टक्के होते आणि ते वित्त वर्ष १९९६ मध्ये २५.७ टक्क्यांवर पोहोचले होते. या बचतीच्या वाढलेल्या प्रमाणामध्ये औद्योगिक कंपन्यांचा वाटा दोन तृतीयांशापेक्षा अधिक होता. तसेच गुंतवणुकीचे जीडीपीशी गुणोत्तर वित्त वर्ष १९९३ मध्ये २५ टक्के होते आणि ते वित्त वर्ष १९९६ मध्ये २८.५ टक्के झाले.

अशा घडामोडी चालू असताना १९९३ ते १९९६ या वाढीच्या काळात अर्थव्यवस्था जादा तापू लागली आहे याचेही संकेत मिळू लागले. चलनवाढ १९९३ मध्ये सरासरी ६.३ टक्के होती आणि हा चलनवाढीचा दर १९९४ आणि ९५ मध्ये दोन अंकांमध्ये दिसू लागला. व्यापारी तूट आणि चालू खात्यातील तूट ही वाढली होती परंतु नव्वदीच्या सुरुवातीच्या काळात आपल्या देशाची अर्थव्यवस्था बाहेरच्या जगाशी फारशी जोडली गेलेली नव्हती त्यामुळे तो परिणाम विशेष दिसला नाही. परंतु मागणीमध्ये अधिक वाढ दिसू लागली आणि त्याचा परिणाम चलनवाढीत परावर्तित झाला. तसेच देशातल्या अनेक मोठ्या शहरांमध्ये स्थावर मालमत्तेच्या किमती भडकलेल्या होत्या. परंतु सध्याच्या परिस्थितीची तुलना करता त्यावेळी या स्थावर मालमत्तेच्या किमती तुलनेने थोड्या कमीच होत्या असे म्हणता येईल. याचे कारण म्हणजे नव्वदीच्या त्या काळात वित्त व्यवस्था फारशी विकसित झाली नव्हती आणि तुलनेने शहरीकरणाचे प्रमाणही आजच्यापेक्षा कमी होते. आजच्या परिस्थितीत शहरांमध्ये स्थावर मालमत्तेच्या किमती खूपच उसळलेल्या आहेत याचे एक कारण म्हणजे परदेशातून यासाठी निधीची मोठी आवक होत आहे.

मागच्या आर्थिक वाढीच्या (१९९३-९६) चक्रामध्ये वर उल्लेखलेल्या बाबींमुळे अर्थव्यवस्था तापली होती आणि त्याची रिझर्व्ह बँकेने दखलही घेतली होती. अगदी जेव्हा अधिदान शेषातील शिल्लक बघता बघता कमी झाली त्याबरोबर बँकेने मुद्रा पुरवठ्यातील लवचिकता कमी केली. आरबीआयने सीआरआरमध्ये एक टक्क्याने वाढ केली आणि १९९४ च्या मध्याला हे प्रमाण १५ टक्क्यांवर आणले. याच काळात चलनवाढीचा दर वाढून दोन अंकी झाला होता. तसेच ९१ दिवसांच्या ट्रेझरी बिलावरच्या दरातही वाढ झाली. हा दर एप्रिल ९४ मध्ये ७.३ टक्के होता आणि तो एप्रिल ९५ मध्ये ११.९ टक्क्यांवर वाढवण्यात आला. या काळात बाहेरून येणाऱ्या भांडवली निधीमध्ये थोडी मंद गती आली आणि त्यामुळे १९९६च्या मध्याला देशांतर्गत मुद्रा धोरण कठीण झाले आणि मुद्रा पुरवठा दबावाखाली आला. अपेक्षेप्रमाणे याचा परिणाम व्हायचा तो झालाच. औद्योगिक उत्पादनाचा वेग कमी झाला आणि वाढीचा दरही मंदावला. फेब्रुवारी ९६ मध्ये औद्योगिक उत्पादनातली वाढ सर्वात अधिक म्हणजे १४.४ टक्के होती आणि पुढच्या सुमारे सात महिन्यात सप्टेंबर ९६ पर्यंत ही वाढ ३.९ टक्क्यांवर खाली आली.

आता २००७च्या मध्याला आपण अशाच परिस्थितीला सामोरे जात आहोत. आताही आपल्या आर्थिक वाढीची उंचावलेली पातळी वर्षभरात बऱ्यापैकी खाली येऊ शकते. हा मोठा धोका आहे आणि तो परवडणारा नाही. मागे ९३ते ९६च्या वाढीमध्ये ज्या प्रमाणे बाहेरचे अधिक जोखीम घेणारे भांडवली निधी येत होते तेच आत्ताही घडत आहे. या भांडवलाच्या आयातीमधूनच आर्थिक वाढीची उंचावलेली पातळी निभावून नेणे शक्य होणार आहे. मागच्या तीन वर्षात एकूणात भांडवली निधीची झालेली आयात जीडीपीच्या ३.६ टक्के होती आणि हेच प्रमाण १९९३ते ९६ मध्ये २.३ टक्के होते. तसेच अदत्त कर्ज पुरवठ्याची एकूण रक्कम मागच्या साडेतीन वर्षात २५० अब्ज (बिलियन) डॉलरवरून ४५० अब्ज (बिलियन) डॉलरवर पोहोचली आहे. या सुरुवातीच्या काळात वाढलेल्या पतपुरवठ्यातून आर्थिक वाढीला बळ मिळाले आणि त्याचे दुसरे काही दुष्परिणाम दिसले नाहीत कारण अर्थव्यवस्थेमध्ये वापरात न आलेली उत्पादन क्षमता उपलब्ध होती आणि उद्योजकांनी तिचा प्रथम वापर करण्याचा रास्त प्रयत्न केला. परंतु एकदा ही उत्पादन क्षमता पूर्णपणे वापरात आल्यावर अर्थव्यवस्था तापू लागल्याचे संकेत मिळू लागले, कारण मागच्या सुमारे दीड वर्षात नवीन उत्पादन व्यवस्था करण्याकडे पुरेसे लक्ष देण्यात आले नाही. अर्थात राज्यकर्ते याची सफाई देतात. त्यांच्या मते आपण पायाभूत सुविधा जरूर निर्माण करत आहोत परंतु त्याची गती अपेक्षेइतकी वरची नाही. समर्थन कसेही असले, तरी उत्पादन क्षमता पुरेशा प्रमाणात निर्माण होत नाही ही वस्तु:स्थिती मान्यच करावी लागेल.

परदेशातले अभ्यासक आणि गुंतवणूकदार संस्था या देशाच्या राज्यकर्त्यांना दोष देतात. त्यांच्या मते आता २००७ सालाच्या पहिल्या सहा महिन्यात चलनवाढीचा धोका दिसू लागला आहे कारण अर्थव्यवस्था तापली आहे. आणि या तापण्याचे कारण म्हणजे व्यवस्थेमध्ये पुरवठ्याच्या (सप्लाय) बाबीमध्ये कमतरता आहेत. चीनच्या तुलनेने आपल्या सरकारने उत्पादनाची नवीन क्षमता निर्माण करण्यासाठी पुरेसे निकराने प्रयत्न केलेले नाहीत. त्यामुळे नजिकच्या काळात पुरवठ्याच्या बाजूने सुधारणा होईल अशी अपेक्षा करणे अवघड आहे. त्यामुळे आपल्याकडे जितकी साधने उपलब्ध आहेत त्या प्रमाणात उत्पादन क्षमता वाढलेली नाही आणि त्यामुळेच याचा परिणाम आर्थिक वाढीच्या दरावरही होणे टळणार नाही. त्यामुळे येत्या काळातही आपण वाढीची नऊ टक्क्यांची पातळी टिकवू शकू, या राज्यकर्त्यांच्या शब्दावर विश्वास ठेवणे अवघड आहे.

सरकारला अधिक निर्धाराने पुरवठ्याची बाजू बळकट करावी लागेल. त्यासाठी पायाभूत सोयीसुविधांमध्ये भरीव गुंतवणूक याला अग्रक्रम आहे. तसेच सरकारी वित्त व्यवस्थेचे स्वास्थ्य सुधारणे आणि जनतेला चांगले शासन देणे याचेही महत्त्व आहे.

हे साध्य करता आले तरच नियोजनातून सर्वसाधारण जनतेला अधिक न्याय देता येईल. सध्या ग्रामीण रोजगार वाढवणे, शिक्षण आणि सार्वजनिक आरोग्याच्या सुविधा उपलब्ध करून देणे अशा काही विकासाच्या धाडसी योजना राबवण्यात येत आहेत, परंतु यावर फक्त खर्च अधिक झाला म्हणून त्याचा गरीब जनतेला फायदा मिळाला असे काही गृहीत धरता येणार नाही. त्यामुळेच विकास कार्यक्रमांमध्ये रोजगार, कृषी विकास, शिक्षण आणि आरोग्य यांना देण्यात आलेले अग्रक्रम अगदी समर्थनीय असले तरीही त्यामध्ये शासन व्यवस्थेचा दर्जा सुधारणे याचे सगळ्यात अधिक मोल आहे. अशा काही दर्जा सुधारण्याच्या बाबींबरोबरच कामगार कायद्यांमध्येही बदल आणि लवचिकता आणण्याची गरज आहे.

सध्याच्या केंद्रातल्या युपीए सरकारमध्ये सहभागी असलेल्या डाव्या पक्षांनी पारंपरिक कामगार कायद्यांमध्ये कोणत्याही सुधारणा करण्याला सक्त विरोध केलेला आहे. त्याचप्रमाणे या डाव्या पक्षांनी आपल्या मध्यमवर्गीय कामगार संघटनांच्या हितसंबंधांना संरक्षण मिळावे म्हणून सरकारी उद्योगांमध्ये निर्गुंतवणूक (डिसइन्व्हेस्टमेंट) आणि खाजगीकरण (प्रायव्हेटायझेशन) यालाही पूर्ण विरोध केलेला आहे. त्याचप्रमाणे सार्वजनिक बँका आणि विमा क्षेत्रामध्येही परदेशी भांडवल येऊ द्यायचे नाही असा या डाव्या पक्षांनी निर्धार केलेला आहे. थोडक्यात म्हणजे, अशा या राजकीय देवाणघेवाणी मधून सत्तेची समीकरणे बनली आहेत आणि केंद्रातले आघाडीचे सरकार काही ठोस पावले टाकू शकत नाही, असे चित्र दिसत आहे. त्यामुळेच परदेशातील टीकाकार चीन आणि भारत यांची तुलना करतात आणि भारतातले सरकार अर्थव्यवस्था तापू लागल्यावर तिला योग्य पद्धतीने हाताळण्यात कमी पडतात, अशी टीका करत आहेत.

अशा या पार्श्वभूमीवर शुभ संकेत कोणते आहेत? अर्थव्यवस्थेमध्ये गुंतवणुकीची पातळी हळूहळू का होईना वाढत आहे आणि त्यातूनच थोड्या कालावधीनंतर नव्या उत्पादन व्यवस्थेमधून पुरवठ्याची बाजू हलकी होऊ लागेल. परंतु या मधल्या काळात एकूण व्यवस्थेला अधूनमधून धक्के बसतील आणि काही प्रसंगी धोक्यामध्ये वाढही होईल हे लक्षात ठेवले पाहिजे. यासाठीच रिझर्व्ह बँकेने डिसेंबर २००६ मध्ये अगदी स्पष्ट शब्दात यापुढे काय वाढून ठेवले आहे, याचे दिग्दर्शन केलेले आहे. याप्रसंगी बँकेने कॅश रिझर्व्ह रेशोमध्ये (सीआरआर) वाढ केली आणि एक भाष्य केले. बँकेच्या मते उत्पादन क्षमतेमध्ये वाढ करण्याची प्रक्रिया चालू आहे परंतु त्याची फळे दिसायला निदान पुढची सुमारे दोन वर्षे लागू शकतात. त्यामुळे बँकेला या मधल्या काळात काही कठीण उपाय योजायला लागणार आहेत. म्हणजे ज्यावेळी भांडवल गुंतवणुकीचा खर्च (कॅपेक्स) अपेक्षेप्रमाणे वाढत आहे, नेमक्या त्याचवेळी बँकेला मुद्रा धोरण आवळत आणावे लागत आहे. हा अंतर्विरोध अपरिहार्य आहे.

हे सगळे घडत असताना बाहेरच्या जगात कोणते वातावरण आहे याचाही येथे घडणाऱ्या गोष्टींवर ठसा उमटणार आहे. मागे १९९३-९६च्या काळात व्यवस्था तापू लागल्यावर रिझर्व्ह बँकेने मुद्रा धोरण आवळत आणले होते आणि त्याचा जरूर परिणाम झाला. परंतु त्याहीपेक्षा एकूण मागणीमधली वाढ मंद करण्यामध्ये अधिक मोलाचा आणखी एक वाटा होता. तो म्हणजे बाहेरून येणाऱ्या भांडवली निधीमध्ये घट झाली होती. आत्ताच्या वाढीच्या अनुभवातही रिझर्व्ह बँक आपल्याकडून या बाहेरून येणाऱ्या भांडवलाला लगाम घालण्याचे प्रयत्न करत आहे, परंतु आजच्या काळातील परिस्थितीच फार वेगळी आहे. एक म्हणजे जगामध्ये आता वित्त व्यवस्था अधिक एकत्रित झालेली आहे आणि त्यामुळे कोणत्याही एका देशातली केंद्रीय बँक ही आपल्यापुरती मुद्रा धोरणे परिणामकारकरीत्या राबवू शकत नाही. सुदैवाने आजच्या २००७च्या मध्याला एकूणच जागतिक अर्थव्यवस्थेमध्ये असे वातावरण आहे की, जे रिझर्व्ह बँकेला आधार देणारे आहे. त्यामुळे रिझर्व्ह बँकेने अल्प काळातील कर्जावरचे व्याजदर वाढवण्यासाठी बँकांना प्रवृत्त केले होते त्यात बऱ्यापैकी यश मिळत आहे. अभ्यासकांच्या मते नेमक्या अशा प्रयत्नातूनच आर्थिक वाढीची प्रक्रिया अगदी अलगदपणे जमिनीवर उतरू शकेल (सॉफ्ट लँडिंग). यातून वाढीच्या प्रक्रियेवर नकारात्मक परिणाम होणार नाही आणि अर्थव्यवस्था तापण्याचे प्रमाणही कमी होईल. अर्थात अशा प्रकारे जेव्हा वाढीची प्रक्रिया आटोक्यात येईल त्यावेळी वाढीचा दरही थोडासा मंदच होईल. परंतु या सगळ्या शक्यता देशाबाहेर जगाच्या व्यवस्थेमध्ये कोणते वातावरण आहे यावर अवलंबून आहेत.

■

१.३ रिझर्व्ह बँकेपुढची संधी

देशाचा परदेशी चलनाचा साठा सतत वाढत आहे आणि आता तो ८५ अब्ज (बिलियन) डॉलरवर पोहोचला आहे. आणि या गतीने तो वाढणारच आहे. म्हणजे देशाला जी मालाची आणि सेवांची आयात करावी लागते ती सर्व दहा महिन्यांपेक्षा अधिक काळ या साठ्यातून करता येईल. मागच्या पन्नास वर्षांत असे कधी घडले नाही आणि हा सर्वच अनुभव पूर्णपणे नवीन आहे. यामुळे काही नवीन प्रश्न उभे राहिले आहेत. हा इतकी मोठी परदेशी गंगाजळी कशामुळे गोळा झाली? यामुळे देशाचा कोणता फायदा आहे? आणि यात जर फायदा आहे तर आणखी किती अधिक साठा गोळा होऊ द्यावा? जर हे फायद्याचे नसले तर त्याची कारणे कोणती आणि मग हा साठा कसा वाढणार नाही यासाठी कोणते धोरण आखावे? असे अनेक उलटसुलट प्रश्न पुढे येतात.

या प्रश्नांची उत्तरे बरीचशी तांत्रिक आहेत आणि त्यासाठी अधिदानशेषातल्या (बॅलन्स ऑफ पेमेंट्स) अनेक किचकट आकड्यांचा तपशील बघावा लागेल. ही आकडेवारी देशाच्या आंतरराष्ट्रीय आर्थिक उलाढालींशी निगडित असते. यामध्ये आयात, निर्यात, परदेशातून पाठविलेले पैसे, परदेशी गुंतवणूक आणि इतर भांडवलाचे व्यवहार या बाबींचा समावेश होतो. अशा सर्व उलाढालींतून परदेशी चलनाची आयात आणि निर्यात होत असते. प्रत्यक्ष व्यवहारात बहुतांशी हे व्यवहार डॉलरमध्ये होत असतात.

याचे उदाहरण म्हणून मागच्या २००१-०२ वर्षात देशाच्या अधिदानशेषात कोणते ठळक व्यवहार झाले हे पाहता येते. या वर्षात देशामध्ये मालाची आणि सेवांची जी आयात झाली ती निर्यातीपेक्षा अधिक होती आणि त्यामुळे बाहेर नक्त बाहेर गेलेल्या चलनाचे मूल्य ८.५ अब्ज (बिलियन) डॉलर होते. नेहमी आयात केली की डॉलर बाहेर पाठवावे लागतात आणि निर्यात केली की डॉलर देशात येतात. परदेशातून जो निधी देशात येतो त्यामुळे १२.५ अब्ज (बिलियन) डॉलर मिळाले. यामध्ये मुख्यत: भारतीय मजूर जे परदेशी काम करतात आणि मायदेशात पैसे पाठवतात याचा वाटा ठळक होता. या उलट देशात जी परकीय भांडवलाची

गुंतवणूक झाली आहे त्यावरचा परतावा देशाबाहेर जातो आणि हा आकडा २.७ अब्ज (बिलियन) डॉलर होता. यातला फरक ९.८ अब्ज (बिलियन) डॉलर इतकी नक्त डॉलरची आवक देशात झाली. एकुणात व्यापार, निधीचे हस्तांतर आणि गुंतवणुकीवरचा परतावा यांची गोळाबेरीज होऊन करंट अकाउंट म्हणजे चालू खात्यात नक्त १.३ अब्ज (बिलियन) डॉलरची आवक झाली.

या आकड्यात जे भांडवलाच्या आयातीचे आणि निर्यातीचे व्यवहार झाले त्याचा समावेश नाही. अर्थात आपल्या देशात भांडवलाच्या निर्यातीवर बरेच कडक नियम आहेत त्यामुळे देशातून फारसे भांडवल बाहेर जात नाही. या उलट भांडवलाची आयात देशाला हवीच आहे आणि त्यामुळे बरीच प्रोत्साहनाची धोरणे आहेत. त्यातून मोठ्या प्रमाणावर भांडवलाची आवक होते. मागच्या २००१ -०२ मध्ये एकूण ९.५ अब्ज (बिलियन) डॉलरचे भांडवल देशात आले आणि त्यामध्ये ३.९ अब्ज (बिलियन) डॉलरही विदेशी प्रत्यक्ष गुंतवणूक होती. शिवाय २.२ अब्ज (बिलियन) डॉलरची शेअर बाजारात गुंतवणूक झाली आणि २.८ अब्ज (बिलियन) डॉलरची अनिवासी भारतीयांनी ठेवीत गुंतवणूक केली. यामुळे चालू आणि भांडवली खात्यांच्या गोळा बेरजेतून रिझर्व्ह बँकेकडे परदेशी चलनाच्या साठ्यात २००१ - ०२ मध्ये एकूण १०.८ अब्ज (बिलियन) डॉलरची भर पडली. थोडक्यात म्हणजे, मागच्या दशकात वर उल्लेखलेल्या ठळक बाबीत अशा पद्धतीने उलाढाली झाल्या आणि त्यातून आता सुमारे ८५ अब्ज (बिलियन) डॉलरचा परदेशी चलनाचा साठा गोळा झाला.

अशा पार्श्वभूमीवर देशामध्ये डॉलरची आवक होत असताना रिझर्व्ह बँक डॉलर का विकत घेते असा कोणालाही प्रश्न पडेल. याचा मुख्य उद्देश म्हणजे रुपयाचे परदेशी चलन बाजारात जे मूल्य आहे त्यावरचा विश्वास सतत टिकावा हा आहे. इतका भरीव साठा देशाकडे असल्यामुळे विदेशी आर्थिक घडामोडीत रिझर्व्ह बँक रुपयाचे कधीही अवमूल्यन होऊ देणार नाही, असा सर्वांना विश्वास मिळतो. यामुळे अचानक मोठी आयात करण्याची वेळ येत नाही किंवा परकीयांनी आपले गुंतवणूक केलेले भांडवल अचानक काढून घेण्याचा प्रसंग येत नाही.

साधारणपणे परदेशी गंगाजळीचा साठा ६० अब्ज (बिलियन) डॉलर इतपत असला तर तो पुरेसा आहे कारण त्यातून रुपयाचे परदेशातल्या चलन बाजारातले मूल्य स्थिर ठेवता येईल. एकूण माल आणि सेवा यांच्या आयातीसाठी सुमारे ७५ अब्ज (बिलियन) डॉलर खर्च होतात. तसेच पूर्वी घेतलेली कर्जे आणि त्यावरचे व्याज आणि मुद्दलाची परतफेड, तसेच शेअर बाजारात झालेली एकूण गुंतवणूक एकत्रितपणे लक्षात घेतली तर सुमारे २५ बिलियन डॉलरचे मूल्य होते. या दृष्टीने ६० अब्ज (बिलियन) डॉलरचा साठा पुरेसा आहे असा एक अंदाज आहे. या नंतर मात्र जी परदेशी गंगाजळी गोळा होते तिचा काही फायदा होत नाही. या उलट रिझर्व्ह

बँकेला या साठ्यावर जो परतावा मिळतो तो देशाला परदेशी कर्जावर जो खर्च येतो त्यापेक्षा बराच कमी असतो.

असे असताना रिझर्व्ह बँक आपल्याकडचा डॉलरच्या चलनाचा साठा सतत का वाढू देत आहे हा प्रश्न रास्त आहे. याचे थोडक्यात उत्तर असे आहे की, रुपयाच्या मूल्यात फार वाढ होऊ नये यासाठी रिझर्व्ह बँक डॉलरची खरेदी करते. जर खुल्या बाजारात अतिरिक्त डॉलर फिरत राहिले तर डॉलरचे मूल्य कमी होईल आणि रुपयाचे मूल्य वाढेल. अशा परिस्थितीत परदेशात माल विकण्याचे आकर्षण कमी होईल आणि देशातच मालाची विक्री करणे अधिक किफायतशीर होईल. शिवाय निर्यात कमी होईल आणि आयात वाढेल.

एकूणच रिझर्व्ह बँकेपुढे यक्ष प्रश्न आहे आणि त्यातून काय निवडायचे हे ठरवणे अवघड आहे. एकतर रिझर्व्ह बँक सध्या चालू असलेल्या चलनाच्या साठ्यात जी भर पडत आहे ती स्वस्थपणे बघू शकते. तसे करणे म्हणजे या साठ्यावर मिळणारा माफक परतावा स्वीकारावा लागेल. अन्यथा रुपयाचे मूल्य वाढू देणे हा दुसरा पर्याय उरतो. तसे झाले तर निर्यात करणाऱ्या उत्पादकांचे नुकसान होईल आणि आयात होणाऱ्या मालाबरोबर स्पर्धा करणाऱ्या उत्पादकांनाही अडचणीचे होईल. या दोन अवघड पर्यायातून रिझर्व्ह बँकेने एक पर्याय निवडला आहे आणि म्हणून बँक खुल्या बाजारात डॉलरची खरेदी करीत आहे. रिझर्व्ह बँकेच्या पुढे याखेरीज दुसरा पर्याय नसला तरी देशापुढे ते आहेत. एकूण विचार करता सध्याच्या परदेशी विनिमयाच्या दरावर डॉलरसाठी खाजगी क्षेत्राची मागणी वाढणे आवश्यक आहे. या दिशेने विचार केला तर तीन पर्याय संभवतात.

एक म्हणजे सध्या जी भांडवलावर बंधने आहेत ती दूर करणे. तसे केले तर व्यक्तीगत पातळीवर लोकांना रुपयाचे रुपांतर डॉलरमध्ये करता येईल. वस्तुत: काही प्रमाणात या दिशेने पावले टाकण्यात आलेली आहेत. आता कोणत्याही व्यक्तीला सुमारे १० लाख रुपये अथवा सुमारे २००० डॉलर मुक्तपणे विनापरवाना ठेवता येतात. काहींच्या मते हा धोक्याचा मार्ग आहे. एक म्हणजे अशाप्रकारे मुक्तपणे चलनाचे रुपांतर करू दिले तर नजिकच्या काळात अधिक डॉलरची खरेदी होईल आणि देशात त्याची आवक होईल. त्याचा परिणाम म्हणून रुपयाचे मूल्य चढण्याकडे दबाव राहील. अधिक महत्त्वाचे म्हणजे देशाची कोणतेही नियमन करण्याची क्षमता मर्यादित आहे त्यामुळे असे चलनाचे रुपांतर विनाअडचण करू दिल तर कदाचित एखादा वित्तीय पेचप्रसंग निर्माण होऊ शकतो. असे झाले तर सगळीच विकास प्रकिया आणि सुधारणा कार्यकम हेही गोत्यात येऊ शकतात.

दुसरा पर्याय म्हणजे थोड्याकाळासाठी परदेशातून कर्ज उभारण्याचे थांबवणे त्याचबरोबर पूर्वी जी उच्च व्याजाची कर्जे वेळेपूर्वीही परत करता येतील. यापूर्वी

एशियन डेव्हलपमेंट बँक आणि आयबीआरडी (जागतिक बँकेची कर्ज देणारी संस्था) यांनी जी कर्जे दिलेली आहेत त्यावर जवळपास बाजारभावाप्रमाणेच व्याज द्यावे लागते आणि त्याचबरोबर त्यांच्या काही अटीही स्वीकाराव्या लागतात. याचबरोबर जागतिक बँकेच्या इंटर नॅशनल डेव्हलपमेंट असिस्टन्स तर्फे जे कर्ज मिळते त्यावरचा व्याजदर खूप कमी असतो. अशा परिस्थितीत काही प्रमाणात आयडीएकडून मिळालेले कर्ज घेणे चालू ठेवावे, परंतु एडीबी आणि आयबीआरडी यांच्याकडून कर्ज घेणे थांबववावे. तसेच त्यांची पूर्वीची कर्जेही परत करावीत.

तिसरा पर्याय सर्वात महत्त्वाचा आहे. देशाचे परदेशी चलनाचे साठे ज्या वेगाने वाढत आहेत त्यातून एक सुवर्णसंधी देशाला मिळालेली आहे. या प्रकियेचा फायदा घेत देशाने व्यापारात अधिकारधिक उदारीकरण आणणे हे फायद्याचे आहे. आणखी अधिक व्यापार मुक्त झाला तर त्यातून आयातीला प्रोत्साहन मिळेल आणि डॉलरसाठी खाजगी क्षेत्रातून मागणी वाढेल. एका अर्थाने असेही म्हणता येईल की मागच्या काही वर्षात आयातीलमध्ये मंद गतीने वाढ झाली आणि त्यामुळेच काही प्रमाणात निर्यातीमधली वाढही मंदावली. या उलट चीन देशाचा अनुभव आहे. चीनने परदेशी व्यापाराच्या माध्यमातून देशांतर्गत विकासाची गती वाढवलेली आहे. शिवाय चीन मोठया प्रमाणावर आयात करत असल्यामुळे चीनची जागतिक बाजारात आणि राजकारणातही प्रतिष्ठा वाढलेली आहे.

थोडक्यात म्हणजे, सरकारने या प्रसंगी धाडसी पावले टाकण्याची गरज आहे. असे झाले नाही तर सरकारवर काही ठराविक दबाव गटांकडून दडपण येईल ज्यांना आपले पैसे बाहेर न्यायचे आहेत. सरकारही विचार न करता आपल्याकडची डॉलर कमी होतील या आशेने अशा दडपणाला साथ देईल. यापेक्षा सरसकट आयात व्यापाराचे उदारीकरण केले तर दोन फायदे होतील. एक म्हणजे रुपयावरचे दडपण कमी होईल आणि उत्पादकता वाढेल. विकास दराच्या दृष्टीने यात अधिक फायदे आहेत.

■

१.४ रिझर्व्ह बँकेचे स्वातंत्र्य

देशामध्ये सार्वत्रिक निवडणुका होऊ घातल्या आहेत आणि त्याप्रमाणे सर्व रीतसर कायदेशीर प्रकिया मार्गी लागलेल्या आहेत. परंतु त्याचबरोबर इतर संस्थांनी आपापल्या जबाबदाऱ्या नेहमीच्या रिवाजाप्रमाणे पार पाडू नयेत, असे निवडणूक आयोगाच्या नीती शास्त्रातही सांगितलेले नाही. नेहमी प्रमाणे रिझर्व्ह बँक ऑफ इंडियाने (आरबीआय) मे मध्ये आपले मुद्रा धोरण जाहीर करणे अपेक्षित होते. परंतु सार्वत्रिक निवडणूका होणार असताना आरबीआयने असे धोरण जाहीर करावे की नाही, असा प्रश्न उभा करण्यात आला. वास्तविक पाहता हा प्रश्न पूर्णपणे गैरलागू आहे.

देशाची केंद्रीय बँक म्हणून आरबीआय ही एक स्वतंत्र आणि स्वयंभू संस्था आहे. या संस्थेने कोणत्याही इतर बाबींची दखल न घेता आपल्यावर सोपविण्यात आलेली जबाबदारी नेहमीच्या ठरलेल्या वेळापत्रकानुसार पार पडणे हे अपेक्षित आहे. त्यातच त्या संस्थेचा आत्मसन्मान आहे आणि त्यावरच तिची विश्वासार्हता आहे. देशामध्ये वेळोवेळी अनेक घटना घडत असतात म्हणून त्या सर्वांची दखल घेत आणि भान ठेवून आपले नित्य नैमित्तिक धोरण ठरविण्याची जबाबदारी पार पाडायची ठरवली तर तिची स्वायत्तताच धोक्यात येईल. मुळात निवडणूका आणि रिझर्व्ह बँकेचे मुद्रा धोरण याचा काही संबंध नाही आणि त्यामुळे असा प्रश्न काढणे निरर्थक होते. आश्चर्य म्हणजे रिझर्व्ह बँकेने या प्रश्नाची दखल घेऊन आपले धोरण जाहीर करण्याचे निवडणूका संपेपर्यंत लांबणीवर टाकले. देशातली सर्वात प्रतिष्ठेची केंद्रीय बँक अशा पद्धतीने प्रचलित शासनाच्या सोयींचा विचार करू लागली, तर ही एक काळजीची गोष्ट आहे.

एकूणातच मागच्या अनेक वर्षात आरबीआयची विश्वासार्हता कणाकणाने कमी होत आहे. त्यामुळे फक्त यावेळी रिझर्व्ह बँकेने निवडणुकीच्या निमित्ताने धोरण जाहीर करणे लांबणीवर टाकले असा खरा प्रश्न नाही. निवडणूक झाल्यानंतर जे सरकार सत्तेवर येईल याची वाट पाहण्याचे बँकेने ठरविले, हे बँकेच्या अनिश्चित मनाचे प्रतिबिंब आहे.

या पूर्वी एकदा एप्रिल १९९९ मध्ये सध्याचे पंतप्रधान वाजपेयी यांचे सरकार कोसळले होते आणि त्यावेळीही राजकीय अनिश्चितता होती. परंतु त्यावेळी रिझर्व्ह बँकेने कशाचीच दखल न घेता आपल्या ठरवलेल्या वेळापत्रकानुसार मुद्रा धोरण जाहीर केले. त्यातून बँकेने एक निरोगी परंपरा चालू ठेवली आणि आपला आत्मविश्वासही दाखवला. शिवाय बँक देशाचे मुद्रा धोरण भोवतालच्या बदलत्या राजकारणावर अवलंबून ठेवत नाही, असा संकेत सगळ्या देशाला मिळाला. त्यामुळे आता यावेळी बँकेने आपले मुद्रा धोरण १८ मे नंतर जाहीर करू असा नवा वायदा करण्याचे कारणच नव्हते.

अनेक देशात केंद्रीय बँकेचे स्वातंत्र्य कायद्याने स्पष्ट करण्यात आलेले आहे परंतु भारतात आरबीआयचे स्थान स्पष्ट करण्यात आलेले नाही. परंतु प्रत्यक्षात बँकेने आपले स्वातंत्र्य जपलेले होते आणि आपली स्वत:ची निरोगी परंपरा निर्माण केलेली होती. सध्याच्या काळजीवाहू सरकारचे वित्त मंत्री यांनीही रिझर्व्ह बँक ही एक स्वायत्त संस्था आहे आणि ती ठरल्या वेळेप्रमाणे आपले मुद्राधोरण जाहीर करण्याला मुक्त आहे असे म्हटले होते. असे सर्व असताना रिझर्व्ह बँकेने आपणहून ठरवले आणि आपले वेळापत्रक लांबणीवर टाकले.

तसा विचार केला तर मागच्या अनेक वर्षात रिझर्व्ह बँकेने आपण एक स्वायत्त संस्था आहोत याचे फारसे भान ठेवलेले नाही. त्यामुळे बँकेचा आताचा निर्णय हाही त्या बेफिकीरीचा एक भाग समजता येईल. याचे एक नुकतेच घडलेले उदाहरण बघण्यासारखे आहे.

रिझर्व्ह बँकेने परदेश विनिमयाचा दर ठरविण्याच्या धोरणावर अशीच अनिश्चितता दाखवली आहे. मागच्या अनेक महिन्यात बँक सतत अमेरिकन डॉलरची खरेदी करीत होती आणि चलन बाजारात हस्तक्षेप करत होती. याचा परिणाम व्हायचाच होता आणि त्यानुसार देशाचे परदेशी चलनाचे साठे बघता बघता १०० अब्ज (बिलियन) डॉलर ओलांडून आता ११७ अब्ज (बिलियन) डॉलर झाले आहे. वास्तविक पाहता इतक्या मोठ्या प्रमाणावर आणि सतत जर खुल्या बाजारातून डॉलर विकत घेत राहिले तर त्या बदल्यात व्यवहारात मोठ्या प्रमाणावर रुपये येत राहणार हे उघड होते. अशा दीर्घकालीन डॉलर खरेदीचा पुरेसा विचार झाला होता किंवा नाही असा कोणीही रास्त प्रश्न विचारेल. बहुदा तो झाला नसावा. यातून रुपयाचे चलन अधिक प्रमाणात बाजारात आल्यामुळे जी रोकड सुलभता प्रमाणाबाहेर वाढली होती, तिच्यावरही ताबा मिळविण्याची गरज निर्माण झाली. आता रिझर्व्ह बँकेने हा सारा प्रयास केला कारण सरकारला रुपया आणि डॉलर यांचा विनिमय दर खुल्या बाजार पेठेत ठरवू द्यायचा नव्हता आणि म्हणून बँक डॉलरची खरेदी करून रुपयाचा दर कृत्रिमपणे खाली ठेवण्याचा भगीरथ प्रयत्न करत होती.

आता एकदम धोरणात बदल झाला आणि बँक अजिबात डॉलर खरेदी करत नाही असे चित्र दिसते. किंवा कदाचित हा हस्तक्षेप अगदी किमान असावा. याचा लगेच परिणाम म्हणून रुपयाचे डॉलर बरोबरचे मूल्य एकदम वाढले आहे. साधारणपणे हे मूल्य अनेक दिवस ४५ रुपयाला एक डॉलर या पातळीवर होते. आता रुपया एकदम महाग झाला आहे आणि हे मूल्य ४३.५० च्याही थोडेसे खाली गेले आहे. अशा प्रकारे रुपयाचे मूल्य वाढू लागले कारण बाजारामध्ये सर्वांनीच निष्कर्ष काढला की रिझर्व्ह बँक आता बाजारात उतरणार नाही आणि त्यामुळे रुपया असाच जड होणार. त्यामुळे त्या दिशेने रुपयावरचे दडपण अधिकच वाढू लागले.

वास्तविक पाहता रिझर्व्ह बँकेच्या गव्हर्नरने आपल्या सेंट्रल बँकेचे या बाबत काय धोरण आहे हे स्वच्छपणे जाहीर केले होते. त्यानुसार बँकेलाही चलन बाजारात हस्तक्षेप न करता जो काही विनिमयाचा दर ठरेल त्याप्रमाणे रुपयाचे मूल्य ठरेल हे मान्य होते. शिवाय सगळ्याच अभ्यासकांनी अशा प्रकारचा बँकेला सल्ला दिलेला होता. त्यामुळे जेव्हा बँकेने आपला हस्तक्षेप थांबवला तेव्हा सगळ्यांनीच त्याचे उत्साहाने स्वागत करणे अपेक्षित होते. तसेच या अपेक्षेला धरून रुपयाचे मूल्यही वाढू लागले होते.

असे असूनही बाजारात मात्र अस्वस्थता आहे कारण रिझर्व्ह बँक काय म्हणते आणि प्रत्यक्षात काय करते, याचा कोणाला फारसा भरवसा वाटत नाही. आतासुद्धा रिझर्व्ह बँक चलन बाजारात रुपयाचे जे मूल्य ठरेल ते आपल्याला मान्य होईल असे म्हणत आहे त्यामागे राजकर्त्यांची सोय बघणे हे बहुदा अभिप्रेत आहे असे टीकाकारांना वाटते.

या मागचा तपशीलही रंजक आहे. रिझर्व्ह बँकेचे डेप्युटी गव्हर्नर के जे उदेशी यांनी काही दिवसांपूर्वी चलन बाजारात बँक जो हस्तक्षेप करीत आहे तो कसा रास्त आहे, याची कारणे दिली. त्यांच्या मते आत्ता जो सुमारे ११० अब्ज (बिलियन) डॉलरपेक्षा अधिक परदेशी चलनाचा साठा आहे तोही फारसा पुरेसा नाही. अनेक टीकाकारांना असे वाटते की रिझर्व्ह बँक या सर्वच प्रश्नात आपले धोरण बदलत आहे कारण सरकार आपल्या परीने काळजीत आहे. सरकारला निवडणुकांना तोंड देताना चलन फुगवट्याचा धोका महाग पडू शकतो हे माहीत आहे. रिझर्व्ह बँक जी सतत डॉलर खरेदी करत आहे त्यातून रुपयाचा पुरवठा बाजारात वाढतो आणि चलन फुगवटा याला तोंड द्यावे लागते अशी खरी वस्तुस्थिती आहे. काही काळापूर्वी सरकारला जेव्हा परदेशी चलनाचा साठा वाढत होता तेव्हा त्यातून भारताची भरभराट होत आहे आणि जगातल्या भांडवलदारांचा भारतावर विश्वास वाढत आहे, अशा प्रकारची प्रसिद्धी करून घेता आली. परंतु जेव्हा चलन फुगवट्याचा धोका निर्माण झाला तेव्हा सर्वसामान्य जनतेला त्याला तोंड द्यावे लागते आणि त्याचा परिणाम

मतदारांवर होतो हेही लक्षात आले. त्यामुळे आता चलन बाजारातला हस्तक्षेप नको आणि रुपयाचे मूल्य खुल्या बाजारात ठरू द्यावे, असे बहुधा सरकारला वाटत असावे. लगेचच त्याचे प्रतिबिंब रिझर्व्ह बँकेच्या वागण्यातून दिसू लागले आहे.

सध्याचे जे सरकार आहे त्यातल्या भारतीय जनता पक्ष या प्रमुख राजकीय गटाने आपली येत्या काळातली भारताविषयी काय संकल्पना आहे याचे एक दिशा दिग्दर्शन केले आहे. त्यामध्ये देशाचे चलन रुपया हे बलवान असले पाहिजे आणि त्यातून देशाची वाढती शक्ती प्रतिबिंबित होणार आहे असे म्हटले आहे. जर रुपया अधिकाधिक बळकट करायचा असला तर व्याजदरही वाढणार आहेत आणि मागच्या काही वर्षांत जो सुधारणा कार्यक्रम राबविण्यात येत आहे, त्याच्याशी ते सुसंगत असणार नाही.

देशाच्या नियोजनाच्या दीर्घ कालखंडात व्याजदर खूप चढे होते आणि त्यातून खूप नुकसान झाले हे सर्वांनी मान्य केलेले आहे. मागच्या काही वर्षांत जगातल्या प्रवाहाला धरून व्याजदर खाली येत होते कारण त्यातूनच देशाचे औद्योगिकीकरण वाढणार होते, देशातील भांडवल गुंतवणूक वाढणार होती आणि देशाचा निर्यात व्यापार अधिकाधिक स्पर्धायुक्त होणार होता. त्यामुळे आता परत निवडून येण्यासाठी लोकांना आपण देश बलवान करणार आहोत आणि त्यासाठी देशाचा रुपया बळकट करणार आहोत, असे सध्याचे सरकार वायदे करीत आहे. विशेष म्हणजे विनाकारण रिझर्व्ह बँकही आपल्या धोरणात राज्यकर्त्यांना सोयीच्या असतील त्या दुरुस्त्या करीत आहे.

व्यापक विचार केला तर हे जे सर्व प्रश्न रिझर्व्ह बँकेच्या विश्वासार्हतेबरोबर निगडित आहेत, ती एक दुर्दैवाची बाब आहे. बँकेला स्वत:लाही मागच्या काही वर्षांत आपल्या स्वायत्ततेविषयी काही शंका आणि काही संभ्रम सार्वजनिक जीवनात निर्माण झाले आहेत याचा अंदाज आहे. त्यामुळे बहुधा आपल्यावर काही टीका होणार या आशंकेपोटी बँकेने आपले नेहमीचे हंगामी मुद्रा धोरण जाहीर करण्याचेच लांबणीवर टाकले. अर्थात त्यामुळे बँकेवर व्हायची टीका टळली नाही. बँकेच्या तुलनेने ज्या नव्याने निर्माण केलेल्या स्वायत्त संस्था आहेत त्यांचे वर्तन पाहता येईल.

केंद्रीय वीज नियामक आयोग निर्माण करण्यात आलेला आहे आणि त्याने वीजेचे शुल्क नव्याने किती असेल हे जाहीर केले. हे शुल्क दिल्ली मेट्रो रेल कॉर्पोरेशन (डीएमआरसी) यांना लावण्यात आलेले आहे. या डीएमआरसीने आपल्या स्थानिक रेल्वे प्रवासाचे दर तीस टक्क्यांपेक्षा अधिक वाढवले होते. म्हणजे निवडणूका असोत वा नसोत या संस्थांनी आपल्या हिताला धरून जे निर्णय घेणे आवश्यक आहे त्यात हयगय केली नाही.

हे डीएमआरसीचे वर्तन डोळ्यापुढे ठेवून रिझर्व्ह बँकेनेही आपल्यावरच्या

जबाबदाऱ्या आपल्या नेहमीच्या वेळापत्रकानुसार पार पाडायला हव्या होत्या. त्या ऐवजी रिझर्व्ह बँकेने केंद्रातल्या काळजीवाहू सरकारच्या सोयींचा विचार अधिक केला. कोणत्याही देशात केंद्रीय बँकेला आपला एक स्वायत्त दर्जा मिळविण्यासाठी खूप कष्ट घ्यावे लागतात. त्यासाठी नेतृत्त्व, निर्धार आणि विवेक यातून परंपरा निर्माण कराव्या लागतात. तसेच त्याला बराच काळ जाऊ द्यावा लागतो. कोणत्याही देशाचा मोठेपणा सिद्ध करताना त्या देशातील मोक्याच्या संस्था किती स्वायत्त आहेत आणि किती विश्वासार्ह आहेत, याचा नेहमी विचार होतो. भारतात सर्वोच्च न्यायालय, केंद्रीय निर्वाचन आयोग, रिझर्व्ह बँक ऑफ इंडिया अशा काही संस्था आहेत ज्यांची विश्वासार्हता महत्त्वाची आहे. युरोपियन कमिशनचे पूर्वी जॅक्विस डेलर हे अध्यक्ष होते त्यांनी जर्मनीच्या बुंडेसबँक या केंद्रीय बँकेविषयी एक मत व्यक्त केले होते. त्यांच्या मते जर्मनीतले सगळे नागरिक काही देवावर विश्वास ठेवत नाहीत. परंतु त्या सगळ्यांचा बुंडेसबँकेवर मात्र पूर्ण विश्वास आहे. भारताच्या रिझर्व्ह बँकेविषयी असे म्हणण्याची वेळ आलेली नाही आणि अजूनही त्यासाठी किती काळ वाट पहावी लागेल, ते सांगता येणार नाही.

■

१.५ मुद्रा धोरण

देशामध्ये वित्त वर्ष एप्रिल २००७च्या सुरवातीला मुद्रा धोरणाच्या भोवती वाद सुरू झाला आहे. याची सुरुवात फेब्रुवारी-मार्च २००७ मध्येच झाली. काहींच्या मते आर्थिक प्रश्न उभा राहिल्यावर राज्यकर्ते कसा प्रतिसाद देतात याचा अभ्यास करण्यासाठीच जणू हा प्रसंग आहे. रिझर्व्ह बँक आपल्या अधिकारात मुद्रा धोरणाचे तपशील ठरवत आहे. बँक एक स्वायत्त संस्था आहे परंतु तिचा सरकारच्या वित्त विभागाबरोबर सतत विचार विनिमय चालूच असतो. हे साहजिक आहे कारण मुद्राधोरणाची प्रमुख जबाबदारी बँकेची आहे आणि त्यामुळे चलनवाढीच्या शक्यता समोर उभ्या ठाकल्या, म्हणजे बँकच त्यावर उपाय शोधते. मात्र सरकारला चलनवाढीच्या प्रश्नावर लोकांच्या क्षोभाला तोंड द्यावे लागते आणि संसदेमध्ये यावर समर प्रसंग निर्माण होतात. येथे काही रिझर्व्ह बँकेला उत्तर द्यावे लागत नाही.

इतर देशांचा अनुभव कसा आहे? अनेक प्रसंगी आर्थिक अडचणींना तोंड देताना सेंट्रल बँकांनी परिस्थितीनुरूप निर्णय घेतले आणि त्यात काही चुका केल्या आहेत, असा इतिहास आहे. याचे ढळढळीत उदाहरण म्हणजे बँक ऑफ जपानचे आहे. जपानमध्ये ऐंशीच्या अखेरीला स्थावर मालमत्तांच्या क्षेत्रात एक कृत्रिम आणि अनैसर्गिक परिस्थिती निर्माण झाली होती आणि त्यातून शेअर बाजार भडकला होता. यावेळी बँक ऑफ जपानने मुद्रा धोरण एकदम कठीण केले आणि त्यातून हा स्थावर मालमत्तांमधला बुडबुडा फुटला. त्याचा परिणाम म्हणून पुढे नव्वदीच्या दशकात आणि नंतर सुमारे तेरा वर्षे अर्थव्यवस्था मंदीच्या भोवऱ्यात सापडली. सत्तरीच्या आणि ऐंशीच्या दशकात जपानची अर्थव्यवस्था जगामध्ये अमेरिकेच्या नंतर दुसऱ्या क्रमांकावर होती आणि नव्या शतकामध्ये ती जगात पहिल्या क्रमांकावर असेल असे भविष्य सांगण्यात येत होते. परंतु नव्वदीमध्ये तेथे आलेल्या मंदीचा सगळ्या देशाला परिणाम भोगावा लागला. आता २००७ सालातही मागच्या तीन वर्षापासूनच तेथे दीर्घ काळानंतर आर्थिक वाढीची प्रक्रिया परत रुजू लागली आहे. दुसरा एक अनुभव आहे तो मलेशियाच्या सेंट्रल बँकेचा. तेथे नव्वदीच्या सुरुवातीला व्याजदर वाढवण्यात आले आणि त्यातून मुद्रा धोरण आवळता येईल असा समज होता. परंतु देशाबाहेर

जे व्याजदर होते त्यातला फरक वाढला आणि प्रत्यक्षात बाहेरून भांडवलाची आयात अधिक होऊ लागली आणि पैशाची उपलब्धी वाढली. म्हणजे अर्थव्यवस्थेमधला पैशाचा पुरवठा कमी होण्याऐवजी अधिकच वाढला. याशिवाय बँक ऑफ थायलंडचा अनुभवही बघण्यासारखा आहे. पूर्व आशियामध्ये वित्तीय पेचप्रसंग १९९७ मध्ये निर्माण झाला आणि त्यावेळी तेथे बँकेने वेळेवर निर्णय घेतला नाही आणि त्या देशाच्या चलनाचे अवमूल्यन झाले आणि परिणाम उलटाच झाला.

मार्च आणि एप्रिलमध्ये काही ठराविक गोष्टी घडतात त्यामुळे यावेळी मार्च २००७ अखेरीस रिझर्व्ह बँकेने घेतलेले निर्णय ठीक आहेत, असे म्हणता येईल. बँकेने सीआरआर आणि रेपो दर यात थोडी वाढ केली आहे. नव्या वित्त वर्षाला धरून सरकार एप्रिलमध्ये खर्चात वाढ करते त्यामुळे तरलता हवी असते. परंतु मार्चच्या दुसऱ्या मध्यात खर्च वाढता असतो आणि त्यावर तरलता कमी झाल्यामुळे थोडा परिणाम झाला होता. याशिवाय परदेशातून भांडवलाचा निधी येतो आणि स्थानिक बाजारातील निधीची उपलब्धता वाढते. यात भर म्हणजे सरकारला डॉलर आणि रुपया या नात्यात फार चढउतार नको असतो आणि म्हणून रिझर्व्ह बँक अप्रत्यक्षपणे चलनबाजारात डॉलरची खरेदी आणि विक्री सतत करत असते. मागच्या काही वर्षात रुपया शक्ती मिळवत आहे आणि आपण मात्र आपल्या चलनाचे अधिमूल्यन (ॲप्रिसिएशन) होऊ देत नाही. याचे एक कारण म्हणजे आपल्याला निर्यातीमधली वाढ टिकवून धरायची आहे. पण यातून एक दुसरीच अडचण निर्माण होते. ती म्हणजे रिझर्व्ह बँकेने डॉलरची खरेदी केली म्हणजे रुपयाचा स्थानिक बाजारात पुरवठा वाढतो. त्याचा परिणाम म्हणजे चलनवाढीचा दर वाढतो. सध्या २००७ च्या सुरुवातीपासून सरकार याचाच मुकाबला करत आहे आणि त्याची दमछाक झालेली आहे.

काहींच्या मते बँकेने हा जो रेपो दर वाढवला आहे त्याची गरज नाही. बँकेची धोरण विषयक बैठक २४ एप्रिल २००७ला होणार आहे आणि तोपर्यंत थांबता आले असते. ही टीका करणाऱ्यांच्या मनात असे आहे की चलन वाढीचा (घाऊक किंमत निर्देशांक) दर तोपर्यंत आटोक्यात आलेला असेल. सध्या मागचे काही महिने ही पातळी ६.५ टक्क्यांच्या वरच राहिली आहे. रिझर्व्ह बँकेला या किंमत वाढीच्या धोक्याचे सतत मूल्यमापन करावे लागते आणि बँकेला एप्रिलमध्ये किंमती आटोक्यात येतील हे माहिती असणारच. परंतु बहुधा बँकेला त्यासाठी वाट बघायची नाही असे दिसते. किंमती जितक्या लवकर कमी होतील तितके सरकारला हवे आहे.

वस्तु:स्थिती काय आहे? घाऊक किंमतींच्या निर्देशांकानुसार (होलसेल प्राईस इंडेक्स /डब्ल्यूपीआय) चलनवाढीचा वार्षिक दर ६.५ टक्क्यांच्या भोवती स्थिरावत आहे. अर्थात रिझर्व्ह बँकेला हा दर आणखीही बराच कमी करायचा आहे. परंतु हा

बदल होण्याची प्रक्रिया स्थिर होणे, याचेही एक महत्त्व आहे. किमतींमध्ये घोडदौड होत असताना त्यांची पातळी एकदम माफक प्रमाणावर आणणे ही काही सोपी गोष्ट नाही. यासाठी रिझर्व्ह बँकेने थोडी सहनशीलता दाखवली पाहिजे. डब्ल्यूपीआयच्या आकडेवारीत काही बाबी अशा आहेत ज्यांची किंमत परदेशात ठरत असते आणि त्यावर आपले काही नियंत्रण असू शकत नाही. उदाहरणार्थ खनिज तेलाची किंमत. जी अधूनमधून सतत वाढण्याचे संकेत मिळत असतात. एप्रिल २००७ च्या सुरवातीला इराणने ब्रिटनच्या काही नौदल सैनिकांना आपल्या ताब्यात घेतले आणि त्यातून एक आंतरराष्ट्रीय तणाव निर्माण झाला. लगेचच तेलाच्या किंमती भडकल्या. अशा प्रकारे जगातल्या काही घडामोडींचा काही मालाच्या किंमतींवर अतिरेकी परिणाम होत असतो आणि म्हणून आपल्याला हवी ती किंमतींची पातळी अगदी कमी वेळात आटोक्यात आणता येत नाही. याचाच अर्थ रिझर्व्ह बँकेलाही असे रेपो रेट वाढवताना सावधान रहावे लागेल.

काही अभ्यासकांच्या मते राज्यकर्ते खरी वस्तु:स्थिती समजून घेण्यात कदाचित कमी पडत आहेत. बँका काही क्षेत्रांना अधिक कर्ज देत आहेत आणि त्यामध्ये स्थावर मालमत्तेच्या क्षेत्रामधला वाढीव कर्जपुरवठा याची रिझर्व्ह बँकेने धास्ती घेतलेली आहे. कदाचित रिझर्व्ह बँक सरकारच्या दबावामुळे मुद्राधोरणाच्या बाबत जरूरीपेक्षा थोडी जास्तच कठीण भूमिका घेत असावी. बँक आपल्यापरीने जरूर सावधगिरीने आणि दक्षपणे पावले टाकत आहे. परंतु यांचा परिणाम प्रत्यक्षात येण्यासाठी काहीवेळ जाऊ द्यावा लागतो हे रिझर्व्ह बँकेलाही माहिती आहे. मग बँक अशी घाई का दाखवत आहे?

रिझर्व्ह बँकेने व्याजदरात वाढ करण्याची सुरुवात प्रथम ऑक्टोबर २००४ मध्येच केली. त्यावेळी आरबीआयने उलटा रेपो रेट (रिव्हर्स रेपो रेट) वाढवला. याचा अर्थ जेव्हा बाजारात अतिरिक्त पैसा असतो, तेव्हा सेंट्रल बँक या दराने बाजारातली तरलता कमी करते. म्हणजे आरबीआय बाजारात सुलभतेने उपलब्ध असलेला पैसा काही थोड्या प्रमाणात काढून घेत होती म्हणजे याचा अर्थ बाजारातली तरलता कठीण करून बँकांचा कर्जपुरवठा कमी करावा असा नव्हता. नंतर २००६ सालात बँकेच्या असे लक्षात आले की, ही बाजारातली पैशाची उपलब्धता (तरलता) अगदी आटोक्यात ठेवण्याची गरज आहे. अगदी वेळ पडली तर बाजारात ही तरलता उणे दिसली तरी बँकेला चालणार होते. शिवाय आरबीआय यापुढे मुद्रा धोरण कठीणच करणार आहे याचे बाजारात नक्की संकेत देण्यासाठी, असा निर्णय घेण्याची गरज होती. त्यामुळे बँकेने आपल्या मूळ व्याजदरात १५० मूळ बिंदूंनी वाढ करून दाखवली होती. परंतु त्याहीपेक्षा बँकेने रेपो रेटच्या धोरणावर अधिक भर दिला आहे. हे अधिक व्यावहारिक आहे, कारण या रेपो रेटच्या पातळीवरून आरबीआय

बाजारात तरलता चालू ठेवत असते. म्हणजे बँकेने आपले मुद्रा धोरण कठीण करण्याचा आपला निर्धार व्यवहारात सिद्ध केलेला आहे, परंतु त्यासाठी जो काही किमान वेळ जाऊ द्यावा लागतो, त्यासाठी बँकेची वाट बघण्याची तयारी दिसत नाही. मागे म्हटल्याप्रमाणे बहुधा वित्त विभाग यासाठी अधीर झाले असावेत.

बँकांनी कर्ज पुरवठा आटोक्यात आणायचा आहे त्याचे निदर्शक कोणते? बँका कर्ज मंजूर करण्यासाठी अधिक वेळ घेऊ लागल्या म्हणजे ही गती मंदावली असे समजायचे. आरबीआयने मागच्या वर्षी कर्ज पुरवठ्यात वेगाने वाढ झाली त्यावर बोट ठेवले आहे. परंतु आता ही गती मंद करण्यामध्ये आपल्याला यश आले आहे याची दखल घेतली नाही. याचे कारण म्हणजे एकूण अदत्त कर्जाचा आकडा कमी दिसण्यासाठी वेळ जाऊ द्यावा लागतो. या तुलनेने किती नव्या कर्जांना मंजुरी दिली आणि त्यात कशी घट झाली हे पाहणे सोपे असते. म्हणून आरबीआयने नव्या कर्ज मंजुरीचा वेग कमी झाला आहे किंवा नाही, याकडे प्रथम लक्ष पुरवावे.

तेलाशिवाय इतर मालाची निर्यात आता थोडी मंदावत आहे. याचे एक कारण म्हणजे रुपयाच्या डॉलर बरोबरच्या नात्यात खरा विनिमयाचा दर वाढलेला आहे. याचा अर्थ रुपया महाग झाल्यामुळे निर्यात कठीण झाली आहे. याचा परिणाम औद्योगिक उत्पादनावर दिसेलच. या उत्पादनात मार्च २००७ सालापासून थोडी घट झालेली दिसू लागेल आणि तो निर्यात मंदावण्याचा परिणाम आहे असे समजायला हरकत नाही. अर्थात अधिकृतपणे २००६-०७ वर्षात जीडीपीमध्ये आणि औद्योगिक उत्पादनात भरीव वाढ होईल असे संकेत देण्यात आलेले होते आणि या आकडेवारीमध्ये काही बिघाड दिसणार नाही. शिवाय जानेवारी- मार्च २००७ या वित्त वर्षाच्या चौथ्या तिमाहीमध्ये तर जीडीपीतली वाढ नऊ टक्क्यांच्यावर अपेक्षित होती. याचा अर्थ जीडीपीतला आर्थिक वाढीचा दर थोडा मंदावेल ही शक्यता जरूर दिसते. परंतु सरकारच्या अधिकृत अंदाजामध्ये सरासरी वाढीपेक्षाही मुळात थोडी अधिकच वाढ अपेक्षित होती आणि आता ती जरी प्रत्यक्षात उतरली नाही तरीही मागच्या काही वर्षातील आठ टक्क्यांची आर्थिक वाढीची सरासरी फारशी बदलणार नाही.

अभ्यासकांची रिझर्व्ह बँकेकडून एक अपेक्षा आहे. आपले अपेक्षित अंदाज आणि प्रत्यक्षातली आकडेवारी यात किती आणि कसा फरक आहे यावर बँकेने अधिक लक्ष द्यावे. उदाहरणार्थ औद्योगिक उत्पादन मागच्या एखाद्या महिन्यात किती झाले आणि त्या अगोदरच्या वर्षात किती झाले याचीच तुलना करणे पुरेसे नाही. त्यापेक्षा हे औद्योगिक उत्पादन किती अपेक्षित होते आणि प्रत्यक्षात ते किती झाले याचाही विचार करता येईल. काही अभ्यासकांच्या मते रिझर्व्ह बँक चलनवाढीवर मात करण्यासाठी काही ठोस उपाय योजत आहे आणि ते धक्का देण्याच्या स्वरूपात आहे. त्यामुळे आरबीआयने नुकताच जेव्हा रेपो रेट वाढवला त्यातून वित्त पुरवठा विनाकारणच

अधिक कठीण होईल अशी शक्यता आहे. शिवाय बँक आपण योजलेल्या उपायांचा प्रत्यक्षात परिणाम दिसण्यासाठी जो काही पुरेसा वेळ द्यावा लागतो, त्यालाही तयार नाही असे दिसते. कदाचित राज्यकर्ते आणि सरकारच्या वित्त विभागाचा बँकेवर अधिक दबाव असण्याची शक्यता आहे. हे काही बँक बाहेर सांगू शकत नाही. राज्यकर्ते भांबावले आहेत आणि धास्तावले आहेत याचे कारण म्हणजे सत्ताधारी आघाडीच्या हिताला धरून उत्तर प्रदेशात आणि प्रत्यक्ष दिल्लीमध्ये महत्त्वाच्या निवडणुका व्हायच्या आहेत आणि अशावेळी चलनवाढ हाताबाहेर जाणे म्हणजे ती एक आत्महत्याच आहे. आपल्या देशात रिझर्व्ह बँक ही स्वायत्त असली आणि तिचे नेतृत्व खरोखरीच प्रभावी असले तरीही भोवतालच्या राजकारणाची सावट तिच्यावरही, पडते हे वास्तव आहे. आजपर्यंत अनेक प्रसंगी रिझर्व्ह बँकेने आपली प्रतिभा आणि आत्मविश्वास दाखवलेला आहे आणि म्हणूनच बहुधा अभ्यासकांना आरबीआयच्या घाईविषयी संभ्रम वाटत आहे.

■

१.६ रिझर्व्ह बँकेचे उपाय

आपली केंद्रीय बँक म्हणजे रिझर्व्ह बँक ऑफ इंडिया (आरबीआय). ती सरकारच्या वित्त विभागाच्या अंतर्गत काम करत असली तरीही तिची स्वायत्तता अबाधित असते. तिच्यावर मुद्रा धोरणाच्या अंमलबजावणीची आणि मुद्रा पुरवठ्याची जबाबदारी असते. शिवाय देशातल्या संपूर्ण बँकिंग क्षेत्राचे ती नियमन करत असते. साहजिकच या बँकेच्या गव्हर्नरना मोठी प्रतिष्ठा आणि सन्मान असतो कारण त्यांच्या व्यावसायिक चारित्र्य आणि क्षमता यावर देशातल्या वित्त व्यवस्थेचे स्वास्थ्य अवलंबून असते. ही रिझर्व्ह बँक वेळोवेळी अर्थव्यवस्थेचा आढावा घेत असते आणि मुद्रा धोरणाच्या अंमलबजावणीत काही उपाय योजत असते. त्यापैकी एक म्हणजे कॅश रिझर्व्ह रेषो (सीआरआर). जेव्हा आरबीआय या सीआरआरमध्ये वाढ करते त्यावेळी काहीवेळा शेअर बाजारातले गुंतवणूकदार अस्वस्थ होतात आणि त्यातून बाजारात घबराट होते. मागे डिसेंबर २००६मध्ये असे घडले होते. त्यामुळे आरबीआयची सीआरआर बाबतची घोषणा शेअर बाजारात अस्वस्थ प्रतिक्रिया का निर्माण करते, हे समजून घेतले पाहिजे.

सीआरआरचा साधा अर्थ म्हणजे प्रत्येक बँकेला आपल्या एकूण ठेवींपैकी ठरवून दिलेले काही निश्चित प्रमाण रिझर्व्ह बँकेकडे ठेवावे लागते. फेब्रुवारी २००७च्या मध्याला आरबीआयने सीआरआरमध्ये ५० बिंदूंनी वाढ केली मात्र यातली २५ बिंदूंची वाढ प्रथम फेब्रुवारी आणि नंतर तितकीच वाढ मार्च २००७ मध्ये करण्याचे बँकेने जाहीर केले.

या सीआरआरमधल्या बदलाचा काय परिणाम होतो? जेव्हा आरबीआय सीआरआरमध्ये बदल करते त्याचा पहिला परिणाम बँकांवर होतो. म्हणजे बँकांच्या दृष्टीने सीआरआरमध्ये वाढ झाली तर त्यांचे अधिक प्रमाणात निधी आरबीआयकडे गुंतून राहतात. त्याउलट या दरात घट झाली तर बँकांना आपला कमी प्रमाणात निधी आरबीआयकडे सोपवावा लागतो.

बँकांवर जो हा परिणाम होतो त्याचे मोजमाप कसे करायचे? यामध्ये वेगवेगळ्या बाबी आहेत. जेव्हा अर्थव्यवस्थेमध्ये वाढ असते आणि भरभराट असते त्यावेळी

बँकांनी कर्ज वाटप केले म्हणजे त्यांना चढ्या दराने परतावा मिळतो. याचा अर्थ अशावेळी जेव्हा बँकांचा स्वत:चा निधी आरबीआयकडे ठेव म्हणून गुंतून पडतो त्यावेळी हा निधी कर्जरूपाने देता येत नाही आणि त्यातून बँकांचे नुकसान होते. मग अशा परिस्थितीत बँकांचा नफा कमी होतो.

सीआरआरमध्ये वाढ होते याचा आणखी एक परिणाम होतो. तो म्हणजे अर्थव्यवस्थेमधून काही प्रमाणात निधी बाहेर काढला जातो. याचा अर्थ व्यापार आणि उद्योगात गुंतलेल्यांना कर्ज उभारणे अधिक कठीण होते. याचे कारण म्हणजे बँकांच्या हातात प्रत्यक्षात कर्ज वितरणासाठी कमी निधी उपलब्ध असतो आणि मग त्यांच्याकडे कर्जदारांची मागणी वाढली तर त्यांना ठेवीदारांना अधिक व्याज देऊन आपल्याकडे आकर्षित करावे लागते. मग बँकांकडे उपलब्ध असलेला बचतीचा निधी वाढू शकतो पण त्यासाठी बँकांचा खर्च वाढतो. साहजिकच बँकांना अशा खर्चिक ठेवींमधून कर्ज वाटप करायचे असले तर त्यांना कर्जावरचा व्याजदरही वाढवावा लागतो. बँकांनी अशी कसरत केली तरच त्या आपली नफ्याची पातळी स्थिर ठेवू शकतात.

बाजारपेठेमध्ये बँका आपल्या ठेवी आणि कर्जवाटप यात किती अंतर ठेवतात यावर त्यांची कार्यक्षमता जोखत असतात. त्यातूनच कोणत्या बँका पुढे जातील याचा अंदाज मिळत असतो. एका दृष्टीने फक्त सीआरआरमधल्या वाढीचा आपल्यापुरता विचार केला तर बँकेसाठी ती एक कठीण अट असते. पण त्याहीपेक्षा महत्त्वाचे म्हणजे या बँका सीआरआरमधली वाढ अंगी पचवून कसा व्यवहार करतात हे पाहणे महत्त्वाचे आहे. किंबहुना बँकिंग क्षेत्रातील शेअर भावांचे मूल्यांकन त्याच आधारावर करण्यात येते.

सीआरआरमधल्या बदलाचा कंपन्यांवर काय परिणाम होतो? सीआरआरमध्ये वाढ झाल्यावर बँकांप्रमाणेच कंपन्यांनाही काही प्रमाणात निधी उपलब्ध होण्यात टंचाई जाणवू लागते. तसेच या कंपन्यांनी उभारलेल्या कर्जावरचे व्याजही वाढते आणि त्यांच्या उत्पादन खर्चात वाढ होते. म्हणजेच काही प्रमाणात त्यांच्या नफ्यावर परिणाम होतो. विशेषत: ज्या कंपन्यांचा भांडवली खर्च अधिक आहे त्यांच्यावर वाढलेल्या व्याजदराचा थोडा अधिक परिणाम जाणवतो. अशा परिस्थितीत समजा बँकांनी आपले कर्ज वितरण कमी केले तर परिणामी औद्योगिक कंपन्यांनाही आपल्या भांडवलाच्या खर्चात घट करावी लागते. याचे काही दुय्यम पातळीवर परिणाम होऊ शकतात. उदाहरणार्थ, कंपन्यांच्या भांडवली खर्चात बांधकामाचा मोठा वाटा असला, तर अशी उभारणीची कामे लांबणीवर टाकली जाऊ शकतात. तसेच या कंपन्यांनी यंत्रमालाची आयात अगर खरेदी करण्याचे ठरवले असल्यास त्याचेही वेळापत्रक लांबू शकते. एका अर्थाने एकदा कंपन्यांना कर्ज उभारणीमध्ये अडचणी आल्या अगर त्यांचे खर्च वाढले तर त्यातून अनेक क्षेत्रामध्ये मागणी कमी होऊ शकते. थोडक्यात

म्हणजे, उत्पादनाच्या प्रक्रियेत निरुत्सहाचे वातावरण पसरावे अशी ही कारण परंपरा आहे. त्यातून साहजिकच अनेक कंपन्यांच्या समभागांच्या किंमती खालच्या पातळीवर येऊ शकतात. हा परिणाम नजिकच्या एकदोन वर्षांपर्यंत जाणवू शकतो.

सीआरआरमधल्या बदलांचा चलनवाढीवर काय परिणाम होतो? रिझर्व्ह बँक अर्थव्यवस्थेमधल्या किंमतींची पातळी स्थिर ठेवणे हे आपल्या मुद्राधोरणाच्या जबाबदारीमध्ये मुख्य काम समजते. त्यामुळे तिच्या दृष्टीने चलनवाढ आटोक्यात ठेवण्यासाठी सीआरआर हा एक उपाय आहे. साधारणपणे व्यवस्थेमध्ये अतिसुलभतेने मुद्रा पुरवठा होऊ लागतो त्यावेळी चलनवाढीची परिस्थिती निर्माण होते. उदाहरणार्थ सध्या २००७ सालामध्ये स्थावर मालमत्तेच्या क्षेत्रात किंमती भडकल्या आहेत आणि त्याचे एक कारण म्हणजे बँकांच्या कडून अगदी स्वस्त दराने निधी उपलब्ध होत आहे. याचा अर्थ जर बँकांच्याकडे उपलब्ध असलेला निधी मुळात कमी करता आला तर मग स्थावर मालमत्तेच्या क्षेत्रात गुंतवण्यात येणारा निधी कमी होऊ शकतो. रिझर्व्ह बँक नेमके हे करण्याच्या प्रयत्नात गुंतलेली आहे. तिच्या अपेक्षेप्रमाणे या क्षेत्रामध्ये जी मागणी वाढलेली आहे ती काही प्रमाणात थंड करता आली, तर चलनवाढीच्या प्रश्नाला हाताळणे सोपे जाणार आहे. अशा अनेक अंगांनी रिझर्व्ह बँक मुद्रा धोरणाच्या शिस्तशीर व्यवस्थापनासाठी सीआरआरचा उपाय हाताळत असते.

■

१.७ वित्तीय भांडवल

रिझर्व्ह बँकेने आपले पुढच्या वर्षाचे पतधोरण २४ एप्रिल २००७ ला जाहीर केले आणि त्यात कर्जामधली वाढ मागच्या वर्षात मंद करण्यात आली असे म्हटले आहे. मागे २००५-०६ सालात ही वाढ ३२ टक्के होती आणि ती २००६-०७ वर्षात २८ टक्क्यांवर आटोक्यात आणण्यात आली. वरकरणी हे आकडे मुद्रा पुरवठ्यावर बँक प्रभाव टाकू शकली असे दर्शवतात. निदान सगळे अभ्यासक तरी हे निरीक्षण नोंदवतील. परंतु यात किती तथ्य आहे? कर्ज पुरवठ्यात खरोखरी नेमकी किती वाढ झाली हे आजही आपण नक्की सांगू शकत नाही.

अर्थातच वृत्तपत्राचे वाचन आणि मुद्राधोरणाचे अभ्यासक यांच्याहीपेक्षा रिझर्व्ह बँकेचे गव्हर्नर हे सावधपणे प्रत्येक शब्द मोजूनमापून वापरतात. अधूनमधून त्यांच्या घोषणांमध्ये दुर्बोधता अगर गोंधळ दिसत असला तर तो तसाच त्यांना हवा असतो, हे लक्षात ठेवले पाहिजे. त्यांच्यापुरता गोंधळ अगर अनिश्चितता कधीच नसते. प्रत्येकवेळी त्यांना त्यांच्या शब्दातले आशय उघड करून सांगायचे नसतात. जेव्हा ते कर्जपुरवठ्यात वाढ झाली आहे असे म्हणतात तेव्हा ते अनुसुचित व्यापारी बँकांनी दिलेले कर्ज अशी पुस्ती जोडतात. त्यांनी असे करणे अगदी रास्त आहे. अर्थव्यवस्थेमध्ये जे एकूण कर्जाचे वितरण होते त्यातला बँकांचा वाटा फक्त निम्माच आहे.

हा अंदाज कोणत्या आधारावर बांधायचा? देशाच्या जीडीपीमध्ये बँकांनी केलेला कर्जपुरवठा निम्म्यापेक्षा कमी आहे. बहुतेक विकसित देशांमध्ये हे बँकांच्या कर्जाचे जीडीपीशी गुणोत्तर शंभर टक्क्यांपेक्षा अधिक आहे. हे गुणोत्तर खरे म्हणजे वित्त व्यवस्था किती खोलवर रुजली आहे याचे निर्देशक आहे. याचा अर्थ अर्थव्यवस्थेच्या सगळ्या अंगांमध्ये वित्त व्यवस्था किती व्यापली आहे हे समजण्यासाठी हे गुणोत्तर उपयोगी आहे.

आपल्या देशाला संस्कृतीच्या दीर्घ परंपरा आहेत आणि त्यामुळे लोकांना आकडे मोजण्यामध्ये काहीच अडचण येत नाही. आजही जगात काही जमाती आहेत ज्यांना दोन पेक्षा अधिक आकडे मोजता येत नाहीत. भारतात अशी अजिबात परिस्थिती नाही आणि येथे लोकांची आकड्यांबाबतची साक्षरता खूपच व्यापक आहे.

याचे महत्त्व आहे कारण आकडे मोजता आले तर त्यातूनच पुढे वित्त व्यवस्था विकसित आणि प्रगल्भ होते. आपल्या पारंपरिक देशात मागच्या इतिहास काळात एक वित्त व्यवस्था विकसित झालेली होती आणि त्यामध्ये दूरवरच्या प्रदेशामध्ये पैशाचे हस्तांतरण करता येत होते. शिवाय त्यासाठी येणारा खर्चही अगदी माफक होता. याला स्थानिक परंपरेमध्ये हुंडी म्हणत असत. याचीच दुसरी उदाहरणेही दिसतात. जे एकमेकाशी जोडलेले सदस्य असतात त्या गटांमध्ये चिटफंड असा एक बचतीचा प्रकार आहे. यामध्ये चिठ्ठी टाकून सदस्य निवडला जातो आणि त्याला सगळ्या सदस्यांनी गोळा केलेली ठराविक रक्कम दिली जाते. यामध्येच ज्याला कर्जाची अधिक निकड आहे तो अधिक किंमत देऊन ही बचतीची ठराविक रक्कम उसनवारीने घेऊ शकतो. स्त्रियांच्या अनौपचारिक छोट्याछोट्या गटांमध्येही अशा प्रकारे बचत केली जाते आणि एकमेकांच्या नैमित्तिक कर्जाच्या गरजा भागवल्या जातात. याला भिशी असे स्थानिक नाव आहे.

आपल्याकडे बदला नावाचा एक व्यापारी व्यवहार होता त्यात वायदा विनिमय दर ठरवता येत होता. सगळ्या देशभर असे व्यवहार होत होते. तेजी, मंदी आणि असे पुढच्या वायद्यातील सौदे हे आपल्या पारंपरिक विकसित वित्त बाजारातील पर्याय होते. यातल्या काही परंपरा आजही चालू आहेत आपल्याकडे काही जाती फक्त पैसे उसने देण्याच्या कामात गुंतलेल्या होत्या. सावकारी हा असाच एक व्यवसाय होता. आपल्याकडे ग्रामीण भागात वेळोवेळी अनेक अभ्यास आणि सर्वेक्षणे झालेली आहेत. त्यातून नेहमी एकच चित्र पुढे आलेले आहे. शेतकरी वर्ग हा सावकार, जमीनदार आणि आपल्या नातेवाईकांकडून कर्जे काढत असतो. त्यातून त्याची व्यक्तीगत कुटुंबाची आणि कृषी उत्पादनाची गरज भागत असते. त्याचप्रमाणे आजही व्यापारांमध्ये अनेक छोटेमोठे व्यापारी आणि व्यावसायिक आहेत जे अनौपचारिक कर्ज पुरवठ्यांच्या पर्यायांचा वापर करत असतात. या पारंपरिक व्यापारी वर्गाला सरकारला कर भरणे आवडत नाही आणि त्याची आपल्या व्यापारातील हिशोब ठेवण्याची पद्धतही जुनी वंशपरंपरेने चालत आलेली असते. अशा हिशोबांवर साहजिकच आधुनिक व्यापारी बँका फारसा विश्वास ठेवत नाहीत. थोडक्यात म्हणजे, भारतात एक खूप मोठी आणि विविधतेने भरलेली अनौपचारिक कर्ज पुरवठ्याची व्यवस्था आहे आणि विशेष म्हणजे ही सगळी वित्त व्यवस्था व्यापारी बँकांच्या कर्जपुरवठ्यापेक्षा अगदी वेगळी आहे. शिवाय यावर रिझर्व्ह बँकेचे नियमन आणि नियंत्रण चालत नाही. त्यामुळे बँकांनी औपचारिकपणे जे कर्ज वितरण केलेले असते त्याच्या आधारावर देशातल्या या उरलेल्या अनौपचारिक कर्ज व्यवस्थेविषयी निष्कर्ष काढता येत नाहीत. विशेष म्हणजे आपल्या अर्थव्यवस्थेचा मुळात आकार मोठा आहे आणि त्यात कितीतरी वेगाने आर्थिक वाढ होत आहे हे लक्षात घेता अनौपचारिक

कर्ज पुरवठ्याच्या व्यवस्थेमध्येही तितकीच वाढ होत आहे, हे आश्चर्यकारक आहे. अगोदर म्हटल्याप्रमाणे या अनौपचारिक क्षेत्राचा जीडीपीतला वाटा आजही निम्मा आहे आणि उरलेला निम्मा वाटा औपचारिक अनुसूचित बँकिंग क्षेत्राचा आहे.

साधारणपणे अर्थव्यवस्था आधुनिक पद्धतीने वाढत असताना आणि संघटित होत असताना औपचारिक कर्ज पुरवठ्यात वाढ होत असते ती अनौपचारिक कर्जाच्या जागी असते. देशात अर्थव्यवस्थेने कृषीक्षेत्र वगळता सगळ्या क्षेत्रांमध्ये दमदारपणे प्रगती करून दाखवलेली आहे. परंतु कृषी क्षेत्र अनेक कारणांमुळे रखडलेले आहे. त्यातला एक काळजीचा विषय म्हणजे शेतकऱ्याला पुरेसा कर्जपुरवठा होत नाही. तसेच कृषीचे भवितव्य मोसमी पावसावर अवलंबून असल्यामुळे आजही कर्जे थकित होण्याचे आणि बुडण्याचे प्रमाण मोठे आहे. नियोजन आयोगाने आणि कृषी मंत्रालयाने पुढाकार घेऊन मागच्या काही वर्षात कृषी क्षेत्राला भरीव प्रमाणात कर्ज पुरवठा करण्याचे धोरण जाणीवपूर्वक स्वीकारलेले आहे. सरकारच्या या आग्रहामुळे सार्वजनिक क्षेत्रातील बँकांनी २००३-०४ वर्षात अगोदरच्या वर्षापेक्षा रु. १७ ,००० कोटींचे अधिक वाटप केले. याच वर्षात केंद्रामध्ये युपीए हे काँग्रेसप्रणित आघाडीचे नवे सरकार सत्तेवर आले आणि त्यांनी कृषीबाबत हा ठोस निर्णय घेतला. त्यानंतरच्या दोन वर्षात कृषीच्या कर्जपुरवठ्यात अनुक्रमे रु. ३९,००० कोटी आणि रु. ५५,००० कोटी इतकी भरीव वाढ करण्यात आलेली आहे. यावरून ग्रामीण भागातल्या शेतकरी वर्गाला संस्थात्मक मार्गाने अधिक कर्ज उपलब्ध करून देण्यात आलेले आहे असे समजता येईल. याचा दुसरा एक अर्थ म्हणजे, त्या प्रमाणात शेतकरीवर्गाला अनौपचारिक पद्धतीने मिळणाऱ्या कर्जाच्या जागी हा बँकांनी केलेला कर्जपुरवठा कार्यरत आहे असे मानता येईल.

दुसऱ्या एका पातळीवर वित्त व्यवस्थेच्या सुधारणांमध्ये कर आकारणीच्या पद्धतीमध्येही अनेक बदल होत आहेत. उदाहरणार्थ देशभरात सगळ्या राज्यांनी मूल्यवर्धित करप्रणाली (व्हॅल्यूॲडेड टॅक्स/व्हॅट) स्वीकारलेली आहे. त्याचा एक परिणाम म्हणजे आता लहान लहान उत्पादक आणि व्यापारी आधुनिक पद्धतीने आपल्या व्यवसायाचा हिशोब ठेवण्याकडे प्रवृत्त होत आहेत. त्यांनी आधुनिक पद्धतीने जमाखर्च ठेवण्यास सुरुवात केली म्हणजे त्यांना औपचारिक बँकिंग क्षेत्रातील कर्जाच्या सुविधांचा फायदा मिळवता येईल. उदाहरणार्थ जे कंत्राटदार सरकारी व्यवस्थेसाठी बांधकामाची कंत्राटे घेतात त्यांना अनेक प्रकारच्या मालाचा पुरवठा करणारा व्यापारी वर्ग असतो. या कंत्राटदारांना सरकारला आपली कामाची बिले द्यायची असतात आणि म्हणून ते आपल्या पुरवठादारांना मालाची योग्य ती बिले तयार करण्यास सांगत असतात. या प्रकारची गरज आता निर्माण झाली आहे कारण कंत्राटदारांना आपण योग्य दराने व्हॅट चुकता केला आहे याचा पुरावा द्यावा लागतो. तसेच

कंत्राटदारांना सरकारला सेवा कर भरावा लागतो. हा कर भरण्यात काही सवलती देण्यात आलेल्या आहेत परंतु त्यासाठी कंत्राटदारांना आपल्या निविष्टांवर आपण व्हॅट भरलेला आहे असे अधिकृत बिलांमधून सिद्ध करावे लागते.

परंतु अशा पद्धतीने काही प्रमाणात औपचारिक कर्ज पुरवठ्याचा विस्तार होत असला तरीही त्याचा अर्थ एकूण कर्जपुरवठ्यात वाढ झाली आहे, असे म्हणता येत नाही. विशेषत: अनेक अभ्यासक अर्थव्यवस्था तापली आहे आणि कर्ज पुरवठ्यात एक बुडबुडा निर्माण झाला आहे अशा काळजीपोटी औपचारिक कर्जपुरवठ्यामधली वाढ बघत असतात. परंतु वर उल्लेख केल्याप्रमाणे अर्थव्यवस्थेमध्ये जेव्हा सुधारणा होत असतात त्याचप्रमाणे वित्त व्यवस्था खोलवर रुजतही असते. त्यामुळे अशा पद्धतीने असंघटित क्षेत्रात कर्जपुरवठ्यात वाढ झाली आणि काही प्रमाणात औपचारिक बँकिंग क्षेत्राचा प्रभाव वाढला, तरीही त्यामुळे चलनवाढीचा धोका वाढतो, असे समजण्याचे कारण नाही.

याचबरोबर आणखी एक बारकावा लक्षात घेतला पाहिजे. आपल्याकडे कर्जपुरवठ्यामध्ये जे दोन औपचारिक आणि अनौपचारिक प्रकार आहेत ते एकमेकांशी संबंधित नाहीत, असे समजण्याचे कारण नाही. तसेच जेव्हा रिझर्व्ह बँक आपल्याला चलनवाढ रोखायची आहे असे समजते आणि त्यासाठी मुद्रा पुरवठा कठीण करण्याचा प्रयत्न करते, तेव्हा त्याचा परिणाम अनौपचारिक कर्ज पद्धतीवरही होतो, हे लक्षात ठेवले पाहिजे.

अर्थात अर्थव्यवस्थेच्या एकूण स्वास्थ्याचा विचार केला तर वित्त व्यवस्था पूर्णपणे संघटित होणे आणि औपचारिक होणे याला प्राधान्य दिले पाहिजे. कोणत्याही देशाला आपली अर्थव्यवस्था प्रगल्भ करायची आहे असे म्हटल्यावर तिचे पूर्ण आधुनिकीकरण करणे आवश्यक आहे. त्यासाठी रिझर्व्ह बँकेचे सगळ्या कर्जपुरवठ्यावर आणि मुद्रा पुरवठ्यावर नियंत्रण असणे याचे एक आपले स्वत:चे महत्त्व आहे. परंतु यासाठी सरकारने सरकारी क्षेत्रातील बँकांना त्यांनी खेड्यामध्ये जाऊन कर्ज वितरण केले पाहिजे, अशा प्रकारची सक्ती करण्याची गरज नाही. मागच्या काळात बँकांना खेड्यात जाऊन आपल्या शाखा काढण्याचे आदेश देण्यात आले होते. परंतु त्यातून भ्रष्टाचारच वाढला आणि शेतकऱ्यांना कर्ज मिळवण्यात अनेक अडचणींना तोंड द्यावे लागले. यासाठी ग्रामीण भागात स्त्रियांच्या पुढाकाराने अनेक बचत गट काम करत आहेत आणि त्यांना प्रोत्साहन देऊन सार्वजनिक क्षेत्रातील बँका आपल्याभोवती एक अनौपचारिक कर्जव्यवस्था निर्माण करू शकतील. त्याचबरोबर अधिक सिंचन सुविधा आणि अधिक बाजारपेठेच्या सुविधा या मार्गांनी कृषी उत्पादनाला अधिक स्थैर्य मिळण्याची आवश्यकता आहे. कृषीचे मोसमी पावसावरचे परावलंबन कमी झाले आणि सिंचन व्यवस्था आणि रस्ते बांधणी व्यापक प्रमाणात झाली तर ग्रामीण कर्ज

पुरवठ्यामध्ये आज असणारे धोके कमी होऊ शकतात. जेव्हा हे घडू लागेल त्याबरोबर पीक विमा योजनाही आपला प्रभाव वाढवू शकतील. कृषीला कर्जपुरवठ्याची अगदी निकड आहे हे मान्य करूनही कृषीमध्ये भरीव भांडवल गुंतवणूक होणे आणि त्यातला आर्थिक वाढीचा दर उंचावणे याला प्राथमिक महत्त्व देण्याची गरज आहे. जोपर्यंत कृषी विकासात स्थैर्य निर्माण होत नाही तोपर्यंत केवळ कर्ज पुरवठ्याचा प्रश्न परस्पर सोडवता येणार नाही.

या विषयात दूरसंचार क्षेत्रामध्ये झालेली क्रांती लक्षात घेतली पाहिजे. ग्रामीण भागात औपचारिक कर्ज पुरवठ्याची व्यवस्था वाढण्यामध्ये दूरसंचारचे महत्त्व विशेष आहे. आजच्या घडीला कृषी क्षेत्राची अवस्था असमाधानकारक असली तरीही त्यात एक सुस्थितीत असलेला धनिक शेतकरी वर्ग आहे. या वर्गाला शहरातल्या बँकेच्या ग्राहकाप्रमाणे क्रेडीट कार्ड सारख्या अनेक आधुनिक सुविधा मिळवून देण्याची गरज आहे. सरकारही आपल्यापरीने ग्रामीण भागात दूरसंचारच्या सुविधा वाढवण्याला अग्रक्रम देत आहे. यातून ग्रामीण भागातल्या सु:स्थितीत असलेल्या शेतकऱ्याला आधुनिक बँकेच्या सोयी उपलब्ध करून देता येतील. येत्या काळात देशामध्ये औपचारिक बँकिंग क्षेत्र वाढवणे आवश्यक आहे आणि आता तंत्रज्ञानामधील प्रगतीमुळे बँकिंगचा आधुनिक चेहरा ग्रामीण भागातही लोकप्रिय होऊ शकतो.

■

१.८ रिझर्व्ह बँकेचे पतधोरण

रिझर्व्ह बँकेने २००७-०८ सालासाठी आपले नेहमीचे वार्षिक पतपुरवठ्याचे निवेदन २४ एप्रिल २००७ रोजी जाहीर केले. शेअर बाजार आणि चलनबाजार या दोन्ही ठिकाणी व्यापाऱ्यांनी सुस्कारा टाकला. शेअर बाजारचा सेन्सेक्स निर्देशांक २१५ बिंदूंनी उंचावला आणि रुपया डॉलरच्या नात्यात रु. ४१.१० या पातळीवर बळकट झाला. या एकूण समाधानामागचे एक कारण म्हणजे बाजार नेहमीच लगेचच्या काळाचा विचार करत असतो आणि प्रतिसाद देत असतो. यावेळी गव्हर्नर रेड्डी यांनी वेगवेगळे अधिकृत दर आहे तसेच ठेवले. म्हणजे आहे ती सद्य:स्थिती (स्टेटस को) चालू ठेवली. परंतु थोडा लांबचा विचार केला तर आरबीआयचे एकूण मुद्रा विषयक धोरण अजिबात बदललेले नाही हे लक्षात येते. बहुधा बँकेला डिसेंबर २००६ पासून मागच्या सुमारे पाच महिन्यात मुद्रा पुरवठा आवळण्याचा अगर रोकड सुलभता कमी करण्याचा आपण जो तीन वेळा प्रयत्न केला त्याचा प्रत्यक्षात परिणाम काय झाला, हे पारखून घ्यायचे असावे. आज त्यामुळे आता जे कोणतेच बदल झाले नाहीत याचा अर्थ हा एक फक्त स्वल्पविराम आहे, असेच समजले पाहिजे.

हे थोडे थांबणे आणि वाट पाहाणे याची कारणे काय? कंपन्यांच्या नफ्यात एप्रिल ते डिसेंबर २००६च्या काळात सुमारे पन्नास टक्क्यांनी वाढ झाली आणि या अगोदरच्या २००५च्या काळातल्या तुलनेने ३७ टक्क्यांची वाढ झाली. याचा एक निष्कर्ष म्हणजे व्याजदरात वाढ केली म्हणून कंपन्यांचे फायदे कमी झाले, असे दिसत नाही. शिवाय खरे व्याजदर जवळपास शून्यापर्यंत पोहोचले आहेत आणि इतर विकसनशील देशांच्या तुलनेने हे दर किती तरी खाली आहेत. याचा अर्थ व्याजदर अजून थोडे वाढवायला जागा आहे आणि त्याचे समर्थन करता येईल. फक्त त्याची योग्य वेळ आली म्हणजे आपण ते करू असे संकेत बँक देत आहे. तोपर्यंत मात्र बँक स्वस्थपणे अर्थव्यवहारांवर लक्ष ठेवणार आहे.

याचा अर्थ उघड आहे. चलनवाढ माफक असली तर ती लोक स्वीकारू शकतात. परंतु हा चलन फुगवट्याचा वेग मर्यादेपलिकडे वाढला तर मात्र आपण लगेचच हस्तक्षेप करू असा रिझर्व्ह बँक इशारा देत आहे. अभ्यासकांना हे अगदी

योग्य वाटते. समाजातल्या सर्वसाधारण माणसांच्या दृष्टीने चलनवाढ माफक आणि स्थिर असली तर तिचे स्वागत होते कारण त्यातून आर्थिक वाढीला प्रोत्साहन मिळत असते. असा सुज्ञ विचार करूनच बँकेने येत्या काळात चलनवाढ पाच टक्के आणि मध्यम काळात अगदी चार ते साडेचार टक्के राहील असे लक्ष्य समोर ठेवले आहे. मागच्या २००६च्या वर्षात ही पातळी सुमारे साडेपाच टक्के असेल असे मानले होते. याला धरूनच बँकेने २००७-०८ सालासाठी जीडीपीतल्या वाढीचा दर ८.५ टक्के धरला आहे हा अंदाज सीएसओच्या २००६-०७ वर्षासाठी जो ९.२ टक्क्यांचा अंदाज आहे त्यापेक्षा थोडा कमी आहे. याचबरोबर जगाचा सरासरी वाढीचा दरही थोडा कमी असणार आहे, असा अनेकांनी अंदाज व्यक्त केलेला आहे. त्यामुळे जरी समजा चालू २००७-०८ वर्षात जीडीपीतली वाढ फक्त साडे आठ टक्क्यांनी झाली तरीसुद्धा जगामध्ये ती एक वरचीच पातळी असेल. म्हणजे अशा वाढीबरोबरच जर चलनवाढ पाच टक्क्यांच्या आत आटोक्यात ठेवता आली तर आपण बरेच काही साधले असे म्हणता येईल. अर्थात त्यासाठी वाट पाहावी लागेल.

रिझर्व्ह बँक दरवर्षी एप्रिलमध्ये आपले वर्षाचे मुद्राधोरण जाहीर करते. एकेकाळी बँकेचा हा नित्याचा परिपाठ पतधोरण म्हणून समजला जाई आणि त्याचे दोन भाग असत. नव्या आर्थिक वर्षाच्या पहिल्या सहा महिन्यात बाजार नरम असतो आणि त्यासाठी एक प्रकारचा पतपुरवठा प्रस्थापित असतो. नंतर बाजार सक्रिय होतो आणि म्हणून ऑक्टोबरमध्ये वेगळे धोरण जाहीर होते. या पद्धतीने मुळात पतपुरवठा हंगामानुसार कसा होईल याचे वाटप ठरत असे. परंतु हे जुने दिवस केंद्रीय नियोजनाचे होते आणि इतर सगळ्या गोष्टींप्रमाणेच पतपुरवठ्याचेही वाटे ठरवून देण्यात येत असत. नंतर आर्थिक सुधारणा कार्यक्रम स्वीकारण्यात आला आणि आता याला कर्जपुरवठा आणि मुद्राधोरण असे म्हणण्यात येते.

बँकेचे गव्हर्नर वाय. व्ही. रेड्डी यांनी एप्रिलमध्येच वर्षाचे धोरण जाहीर करण्याची पद्धत सुरू केली आहे. त्याला जोडून ते मुद्रा स्थितीचा दर तीन महिन्याला आढावा घेतात. अर्थात सगळ्याच सेंट्रल बँकांच्या प्रमुखांना एक विशेषाधिकार असतो आणि तो म्हणजे या धोरण विषयक अहवालाव्यतिरिक्तही ते कोणत्याही वेळप्रसंगी गरजेप्रमाणे वेगळे धोरण विषयक निर्णय घेऊ शकतात. मागच्या काळात दर सहा महिन्यांनी हंगामानुसार पतविषयक धोरण जाहीर करण्याऐवजी आता रिझर्व्ह बँकेने ज्या नव्या प्रथा सुरू केल्या आहेत, ते एका बदललेल्या परिस्थितीचे लक्षण आहे. देशातले बँकेचे क्षेत्र आणि मुद्राविषयक धोरणाची चौकट यामध्ये मागच्या काही काळात जे मुळापासून बदल झालेले आहेत तेच रिझर्व्ह बँकेच्या वागण्यातून प्रतिबिंबित होत आहे.

आता गव्हर्नर रेड्डींनी २४ एप्रिल २००७ रोजी पतविषयक धोरण जाहीर

केले आणि त्यातून अलिकडच्या काळातील धोरणाबरोबरची सुसंगती चालू ठेवली. या वेळचा प्रसंग रेड्डी यांच्या दृष्टीने थोडा वेगळा आहे असे म्हणावे लागेल. यावेळी त्यांच्या काही आशंका दिसत होत्या. त्यातून बहुधा ते एक गोष्ट स्वीकारत आहेत आणि सुचवत आहेत असे दिसत होते. आज देशापुढे मुद्रा व्यवस्थापनाचे जे प्रश्न आहेत ते पूर्वीच्या मुद्रा धोरणांच्या मदतीने सोडवण्यामध्ये मर्यादा आहे, असे ते सुचवत आहेत. आजच्या संदर्भात रिझर्व्ह बँकेपेक्षा बाजारपेठेलाच अधिक मोठी जबाबदारी सांभाळावी लागेल असे दिसते. तसेच देशांतर्गत अर्थव्यवस्था आणि जगाची व्यवस्था यांच्यातले परस्परावलंबन आता बरेच वाढलेले आहे आणि बाहेर कार्यरत असलेल्या शक्तींना आपण देशाच्या सोयीप्रमाणे प्रभावित करू शकत नाही. त्यामुळे रिझर्व्ह बँक फक्त एका मुद्राविषयक जबाबदारीला बांधील आहे म्हणून काही सगळी वित्त व्यवस्था नियमनाखाली आणता येत नाही.

रेड्डी यांनी पतधोरण जाहीर करताना काही संकेत दिले आहेत. त्यांनी आपण सध्या तरी मागचीच धोरणे पुढे चालवत राहू आणि आजच त्यात काही ठोस बदल करायची गरज नाही, असे म्हटले आहे. परंतु मागच्या काही महिन्यांप्रमाणेच आता २००७च्या मध्यालाही बाजारातली रोकडसुलभता कमी करावीच लागेल आणि त्यासाठी बँकेचा दर वाढवावा लागेल हे सूत्र उगाळलेले आहे. बँकेच्या भाषेत कदाचित पुढच्या दोनतीन महिन्यात मुद्रा पुरवठा आटोक्यात आणण्यासाठी बँकेने काही बाबींवर दक्ष राहण्याचे ठरवले आहे. पूर्वी प्रमाणेच बँकेला तिच्यावर असलेली मुद्रा धोरणाची जबाबदारी पार पाडताना आर्थिक वाढीलाही प्रोत्साहन द्यायचे आहे आणि त्याचबरोबर किंमती आणि वित्त व्यवस्था यांचे स्थैर्यही टिकवून ठेवायचे आहे. त्यामुळे येत्या नजिकच्या काही महिन्यातही किंमती खालच्या पातळीवर स्थिरावणे आणि चलनवाढीला अनुकूल परिस्थिती निर्माण होऊ न देणे यालाच बँकेने प्राधान्य दिलेले आहे.बँकेच्या मते अगदी आर्थिक वाढीच्या साठीही हे अग्रक्रम रास्त आहेत. साधारणपणे वर्षातल्या मे आणि जून महिन्यात आर्थिक उलाढाल मंदावलेली असते आणि त्यामुळे बँक जुलैमध्ये आपला तिमाही आढावा घेताना या परिमाणांचा तपशीलात विचार करेल.

बँकेने बॉन्ड मार्केट म्हणजे रोखे बाजारात थोडे गोंधळाचे वातावरण आहे असे म्हटले आहे. विविध काळाच्या रोख्यांवर मिळणाऱ्या परताव्यात काही सुसंगती दिसत नाही. उदाहरणार्थ सरकारच्या एक वर्षाच्या आणि दहा वर्षाच्या रोख्यांवर मिळणारा परतावा अगदी जवळपास सारखाच झाला आहे. साधारणपणे जेव्हा रोख्याचा काळ लांबचा असतो त्यावेळी त्यावर मिळणारा परतावा अधिक असतो. याचे कारण म्हणजे दीर्घ काळात धोका अधिक असतो आणि म्हणूनच परताव्याचा दर वरचा असतो. रिझर्व्ह बँकेच्या दृष्टीने हे अडचणीचे आहे कारण बँकेने कॉर्पोरेट बॉन्ड

मार्केट सुरू करायचे ठरवले आहे आणि त्यादृष्टीने या घडामोडी काही उत्साह वाढवणाऱ्या नाहीत. बाजारातही एसएलआरच्या दरात बँक थोडी घट करेल अशी अपेक्षा आहे.

एकूणात वेळोवेळीच्या राजकारणाच्या काही गरजा राज्यकर्त्यांपुढे असतात आणि त्यामुळे सरकारचा वित्त विभाग या राजकारणाच्या सोयींची दखल घेतच असतो. लोकशाहीमध्ये हे समजून घेता येईल. या तुलनेने रिझर्व्ह बँक ही सरकारचा एक भाग असली तरीही ती एक स्वायत्त संस्था आहे आणि त्यामुळे राजकारणातल्या सोयींचा बँकेवर प्रभाव पडू नये, अशी अपेक्षा करता येईल. परंतु व्यवहारात मात्र दरवेळी तसा प्रत्यय येत नाही. निदान यावेळी गव्हर्नर रेड्डी यांनाही आम आदमीची आठवण डोळ्यापुढे होती असे दिसते. त्यांनी वीस लाख रुपयांच्या आत जी घर कर्जे आहेत त्यावर कमी व्याजदर लावावेत असे सुचवले आहे.

यावेळच्या घोषणेमध्ये मुद्रा पुरवठा आणि बँकेचा कर्जपुरवठा यांच्यात कोणत्या दराने वाढ होण्याची अपेक्षा आहे याबाबत बँकेने थोडा उदारपणा दाखवला आहे. मागच्या २००६-०७ वर्षासाठी मुद्रा पुरवठ्याचे लक्ष्य १५ टक्के होते आणि येत्या २००७-०८ वर्षात ते २०.८ टक्के दाखवले आहे. तसेच बँकांच्या कर्जपुरवठ्यात मागच्या वर्षी वीस टक्क्यांची वाढ दाखवली होती आणि आता हे लक्ष्य २५.४ टक्के दाखवले आहे. वास्तविक पाहता गव्हर्नर रेड्डी यांना बाजारात रोकड सुलभता अधिक आहे अशी काळजी वाटत आहे. आणि त्याप्रमाणे त्यांनी कठीण भूमिकाही वेळोवेळी घेतली आहे. त्यामुळे आता २००७-०८ वर्षासाठी याच्याशी संलग्न असलेली लक्ष्ये ठरवताना ते आपला हात आणखी आखडता घेतील, अशी कोणीही अपेक्षा केली असती. परंतु तरीही त्यांनी मुद्रा पुरवठ्यासाठी साडेसतरा टक्क्यांपर्यंत आणि कर्जपुरवठ्यासाठी २४ ते २५ टक्क्यांपर्यंत वाढीसाठी मुभा दिली आहे. याचा अर्थ रिझर्व्ह बँकेला आर्थिक वाढीने जो वेग पकडला आहे त्यात काही अडथळा आणायचा नाही, असे दिसते. वित्त मंत्री चिदंबरम यांनाही हेच अभिप्रेत आहे. परंतु सरकारने असे म्हणणे एक बाब आहे आणि रिझर्व्ह बँकेने तोच सूर लावणे दुसरी बाब आहे. रिझर्व्ह बँकेने अशी तारेवरची कसरत का करावी असा कोणताही शंकेखोर विचारू शकतो.

एकूणात रिझर्व्ह बँक बाजारातल्या भडकलेल्या अपेक्षा आणि त्यातून अर्थव्यवस्था तापण्याच्या शक्यता यांना डोळ्यापुढे ठेवून पुढची पावले टाकेल असे दिसते. ही एक नेमस्त भूमिका आहे. फक्त मागच्या काही महिन्यात बँक चलनवाढ आटोक्यात कशी आणायची यावर भर देत होती आणि आता मात्र यात चलनाच्या बाजारपेठेचे व्यवस्थापन यावर भर देण्यात आला आहे. यासाठी बाहेरून जी निधीची देशात सतत आवक होत आहे त्याचे थोडे नियमन करण्याचे प्रयत्न सुचवण्यात आले

आहेत. तसेच काही प्रमाणात देशातून निधी बाहेर पडण्यालाही प्रोत्साहन देण्यात आले आहे. त्यासाठी अनिवासी भारतीयांच्या (एनआरआय) बचतीवरचा परतावा कमी करण्यात आला आहे आणि त्याचबरोबर व्यक्ती, कार्पोरेटस् आणि म्युच्युअल फंडस् यांनी परदेशात गुंतवणुकीचे प्रयत्न करावेत म्हणून प्रोत्साहन देण्यात आले आहे. अर्थातच यामुळे लगेचच परदेशात जाणारा निधी वाढेल असे काही घडणार नाही. परंतु आज जो रुपया सतत जड होत आहे त्याला तरी थोडी बंधने येतील. या छोट्यामोठ्या उपयांचे एक आपले स्वतःचे स्थान आहेच परंतु त्याहीपेक्षा महत्त्वाचे म्हणजे गव्हर्नर रेड्डी यांनी लवकरात लवकर रुपया हा पूर्ण परिवर्तनीय होईल या दिशेने आपली वाटचाल सुरू केली आहे. सध्याचे गव्हर्नर २००९ सालात निवृत्त होणार आहेत आणि तोपर्यंत रुपया सगळ्या बंधनातून मुक्त होणार का? इतकाच प्रश्न राहतो.

■

१.९ हलके व्याजदर

आपल्या देशाच्या मुद्रा धोरण ठरवण्याच्या निर्णयावर कोणत्या बाबींचा प्रभाव असतो? आपल्याकडे या २००७च्या दुसऱ्या मध्यात रिझर्व्ह बँकेने व्याजदर कमी करावे अशी मागणी होत आहे. सध्या २००७च्या सुरुवातीपासून बँकेने चलनवाढीवर मात करायची हे लक्ष्य डोळ्यापुढे ठेवले होते. सरकारला ते अती महत्त्वाचे होते. आता यात यश मिळाले आहे आणि घाऊक किंमत निर्देशांक साडेतीन टक्क्यांच्या आसपास आला आहे. मग याला धरून व्याजदर का कमी नकोत? जगात इतरत्र मात्र अमेरिकेत गृह निर्माण कर्जाच्या सब प्राईम बाजारात झालेल्या गडबडी आणि घोटाळे यातून आपण कसे बचावून जायचे, यावरच प्रयत्न चालू आहेत. याचे आपल्याजागी महत्त्व आहे कारण या सब प्राईमच्या गडबडीमुळे इतरत्र मंदी सुरू झाली तर त्याचा सगळ्यांवरच परिणाम होणार आहे. आपणही त्यातून सुटणार नाही. त्यामुळे व्यापक चित्राचे भान ठेवून परत आपल्या देशाची वैशिष्ट्ये आणि चौकट लक्षात घ्यावी लागतात. मगच नेमक्या धोरणाच्या रुपरेषा ठरवता येतात.

मुद्रा धोरणामध्ये नेहमी निर्णय आणि त्याचा अंमल यात बराच वेळ जातो आणि हे परिणामसुद्धा बदलते असतात. खरे म्हणजे आपले मुद्रा धोरण कठीण करण्याची सुरुवात २००३ सालातच झाली होती. परंतु तरीही त्यानंतरच्या काळात चलनवाढ हळूहळू होतच होती. अगदी कर्ज वितरणातील वाढही कमी होण्यासाठी २००७ साल उजाडावे लागेल. मात्र ग्राहक किंमत निर्देशांक (डब्ल्यूपीआय) यावर आधारलेली चलनवाढ मे २००७मध्ये थोडी कमी झाली आणि ग्राहक किंमत निर्देशांक (सीपीआय) कमी होण्यास जून २००७मध्ये सुरुवात झाली. त्यापूर्वी एप्रिल २००७मध्ये रुपया बऱ्यापैकी महाग होऊ लागला होता. या काळात पुरवठ्याच्या बाजूने काही कृती कार्यक्रम राबवण्यात आले आणि किंमतवाढ रोखण्यात त्यांचा परिणाम दिसून आला. आपले चलन महाग झाल्यामुळे परदेशातून आणलेल्या मालाच्या किंमती स्वस्त दिसू लागल्या. याचा अर्थ उत्पादनाची क्षमता निर्माण करण्यासाठी गुंतवणूकी कराव्या लागतात आणि त्याला काही वेळ लागतो. यातूनच पुरवठ्याची बाजू अधिक लवचिक होते आणि वाढत्या मागणीला पुरेसा प्रतिसाद देता

येतो. याउलट फक्त मागणी कमी करण्याचे प्रयत्न झाले तर त्यांचा किंमत कमी करण्यासाठी फारसा उपयोग होत नाही. शिवाय उत्पादनाची किंमतही वाढते. या प्रयत्नांमध्ये किंमती कमी करणे हाच अधिक परिणामकारक इलाज समजला पाहिजे. ऑगस्ट २००७ मध्ये औद्योगिक उत्पादनाच्या आकड्यात विजेच्या क्षेत्रात वाढ दिसून आली. याचा अर्थ वीज उत्पादनाच्या क्षेत्रात मागच्या काळात जे क्षमता वाढवण्याचे प्रयत्न झाले त्याला काही प्रमाणात यश मिळू लागले आहे.

म्हणजे २००३ सालापासूनच आपण मुद्रा धोरण हळुहळू कठीण करण्याची पावले उचलली आणि त्यामुळे उत्पादनातल्या वाढीतल्या मंदीतून निर्माण होणाऱ्या परिस्थितीला तोंड देता आले. बँकांच्या किरकोळ कर्जामध्ये घट झाली त्याचप्रमाणे निर्यात, भांडवली मालाचे उत्पादन, आयात, पायाभूत सुविधांमधली वाढ, आणि औद्योगिक मालाच्या किंमतीमध्ये कमी चलनवाढ या अनेक परिमाणांमध्ये घट दिसली आणि एका अर्थाने जी प्रक्रिया मंदावली होती, त्याचेच ते प्रतिबिंब होते. आजच्या काळात आर्थिक वाढ होत आहे ती मुख्यत: खाजगी गुंतवणुकीमधल्या वेगामुळे होत आहे. परंतु त्याचबरोबर औद्योगिक कंपन्यांना देशांतर्गत बाजारपेठेत ग्राहकवर्गाची गरज असते आणि त्याचबरोबर निर्यात वाढण्यासाठी परदेशातल्या बाजारपेठेतही वाढती मागणी हवी असते. खाजगी गुंतवणूक ही नेहमी अस्थिर असते आणि त्यात चढउतार होतात. कोणत्याही व्यापारचक्राच्या सुरुवातीला दिशेमध्ये बदल झाला म्हणजे लांबच्या काळात काय घडणार आहे यावर परिणाम होतो आणि एका दृष्टीने नंतर अचानक पेचप्रसंग निर्माण होणार असला तर तो टळूही शकतो.

भारतात व्याजदर वरचे ठेवण्यामागे आणखी एक कारण आहे. आपल्याकडे मत्तांच्या किंमती बघता बघता भडकतात आणि मग त्यातूनच एक तेजीला आमंत्रण देणारे वातावरण तयार होते. यातला नेहमीचा धोका म्हणजे अशा न थांबणाऱ्या तेजीतून पुढे बाजार कोसळतो. मग बेसावध असलेला सर्वसाधारण गुंतवणूकदार मोठे नुकसान पत्करतो आणि निरुत्साही होतो. ज्या विकसनशील बाजारपेठा लहान आकाराच्या आहेत तेथे व्याजदर हलके असले म्हणजे मत्तांच्या किंमती चढ्या होतात असे एक मत आहे. परंतु व्याजदर वरचे असले तर उत्पादनासाठी आवश्यक असलेली गुंतवणूक काही प्रमाणात कमी आकर्षक होते हा परिणाम सट्टा खेळण्यापेक्षा वेगळा आहे. आज जगामध्ये एकूणच बचत जास्ती होत आहे आणि त्यामुळे भांडवलात जास्त तरलता आहे. त्यामुळे सगळीकडे तेजीचे वातावरण आहे. मात्र अशा तेजीमागे जगामधले व्याजदर हे एक प्रमुख कारण आहे. जेव्हा जगात व्याजदर हलके असतात तेव्हा गुंतवणूक निधीचे व्यवस्थापक अधिक जोखीम पत्करत आहेत असा संकेत मिळतो. मग अशा निधीचा न थांबणारा ओघ विकसनशील देशांच्या व्यवस्थांकडे वळतो. पण या विकसनशील देशात व्याजदर जगापेक्षा अधिक असले

तर प्रश्न अधिकच गुंतागुंतीचा होतो. याचे कारण म्हणजे या थोड्या वरच्या व्याजदरांचा अल्पकाळात फायदा उठवण्यासाठी अधिक निधी गुंतवण्यात येतो. यातूनच परिस्थिती हाताबाहेर जाण्याच्या शक्यता वाढू लागतात.

या उलट अशी सट्टेबाजी होऊन देशात गुंतवणूक निधी येऊ नये म्हणून काही विकसनशील देश आपल्याकडे व्याजदर जगाच्या पातळीवर आणण्यासाठी वाढवू शकत नाही. बाजारामधल्या मत्तांच्या किंमती भडकू लागल्या म्हणजे त्यांचे नियमन करण्यासाठी काही तत्त्वांचाच पाठपुरावा केला पाहिजे. यातच देशातल्या सेंट्रल बँका अशी तेजी आटोक्यात आणण्यासाठी उलटे उपाय योजू शकते. तसेच बाजारातले व्यवहार अधिक पारदर्शी करण्याचेही प्रयत्न करता येतात. मग मत्तांच्या किंमतीमध्ये केवळ एकतर्फी वाढ होण्यापेक्षा चढउतार होण्याची शक्यता वाढते. अमेरिकेतल्या सब प्राईम बाजाराच्या गडबडी आणि गोंधळ बघून बाजारात भाग घेणाऱ्या व्यक्ती आणि संस्थांना योग्य प्रकारची प्रोत्साहने देणे किती महत्त्वाचे आहे हे कळते. या सब प्राईमच्या घोटाळ्यात बँका अशा का वागल्या? याचे कारण म्हणजे त्यांनी गृहनिर्माणासाठी दिलेली कर्जे एकदा सिक्युरिटाईज झाल्यावर त्यांना या मत्तांचा दर्जा कसा बदलत आहे याची चौकशी करावी असे वाटले नाही. म्हणजे तारणासाठी मत्ता आहेत म्हणून कर्ज मंजूर करण्यात बँकांनी बेफिकीरी दाखवली. आपल्याकडे परदेशी गुंतवणूकदारांच्याकडून येणाऱ्या निधीवरची बरीचशी बंधने दूर करण्यात आली आहेत. त्यामुळे आता फक्त देशांतर्गत काम करणाऱ्या वित्त संस्थांवर बंधने आणली आणि आपला गुंतवणूक निधी बाहेर जावा म्हणून काही प्रोत्साहन दिले. यातून काही फारसा फरक पडणार नाही. याचे साधे कारण म्हणजे देशाबाहेरचे आणि देशातले सगळेच गुंतवणूकदार देशामधल्या विकासाच्या दमदार प्रक्रियेने भारावलेले आहेत.

जगात व्याजदर हलके होत आहेत आणि म्हणून भारतातही त्याचे अनुकरण करावे असे म्हणणारा एक वर्ग आहे. व्याजदर कमी करण्यात आले तर त्याचा एक फायदा म्हणजे जर कधी बाजार मंदावणार असेल तर त्याच्या विरोधात हा उपाय काम करतो. बाहेरून येणाऱ्या निधीमध्ये असा एक भाग आहे जो व्याजदराला प्रतिसाद देणारा आहे. आपल्या देशातल्या औद्योगिक कंपन्या बाहेर कर्जे उभारण्याचा प्रयत्न करत आहेत कारण ते स्वस्त आहे. मागे आपण २००४ सालापासून मुद्राधोरण कठीण करण्याला सुरुवात केल्यापासूनच आपल्या कंपन्यांनी बाहेर कर्ज उभारण्याचे (एक्सटर्नल कमर्शिअल बॉरोईंग/ ईसीबी) प्रयत्न वाढवलेले आहेत. आणि चालू २००७ सालात तर याचे पेवच फुटले आहे. शिवाय अनिवासी भारतीय (एनआरआय) येथे अधिकाधिक पैसे पाठवत आहेत. मग येथे परदेशातून आलेला निधी भरपूर असताना बाहेर जाऊन कर्जे काढायची आणि त्यावरचे व्याज द्यायचे हे

कशासाठी? देशाची आर्थिक वाढ उंचावलेली आहे या वस्तु:स्थितीमुळे बाहेरून गुंतवणूक निधीची आयात वाढली आहे आणि रुपया अगोदरच बळकट झालेला आहे. शिवाय येथे आता रिझर्व्ह बँकेला बाजारात हस्तक्षेप करून शिवाय त्यासाठी स्टेरिलायझेशन करण्यासाठी किंमत द्यायची हेही परवडणारे नाही. सरकारने हे टाळण्यासाठी करन्सी स्टेबिलायझेशन बॉन्ड काढले आहेत आणि २००७ सालातच याची मर्यादा दोन वेळा वाढवण्यात आलेली आहे. देशांतर्गत व्याजदर कमी केले तर बाहेरून येणारा निधी थोडा कमी होईल आणि मग स्टेरिलायझेशन करण्यासाठी किंमतही द्यावी लागणार नाही.

जगात बचत अतिरिक्त प्रमाणात होत आहे यामुळेच लांबच्या काळातले व्याजदर कमी आहेत. आश्चर्य म्हणजे या बचतीमधला बराच मोठा निधी गुंतवणुकीसाठी आपल्या देशात येत आहे आणि आपल्याकडे मात्र जगात सगळ्यात अधिक व्याजदर आहे. याचा अर्थ मागच्या सतरा वर्षात आर्थिक सुधारणांचे प्रयत्न झाले आणि तरीही बाजारपेठांमध्ये वेगवेगळे तुकडे अलगपणे वावरत आहेत. अजूनही सगळी वित्तीय बाजारपेठ एकात्मिक स्वरूपाची झालेली दिसत नाही. तसेच बँका कर्ज पुरवठा करताना जे व्याज लावतात त्याची व्याप्तीही मोठी आहे. त्यांच्याकडे गुंतवणुकीसाठी अधिक निधी आहे आणि त्या प्रमाणात कर्जासाठी मागणी मात्र पुरेशी नाही. त्यामुळे या बँकांचे व्याजदरही खालच्या पातळीकडे झुकलेले आहेत.

आपल्या बाजारात यापुढे आपले चलन महागच होणार आहे हे सगळ्यांच्या मनात खोलवर रुजलेले आहे. हाही एक प्रश्न बनला आहे. जेव्हा बाजारात अशी धारणा बळकट होते त्यावेळी व्याजदर कमी होणे ही एक गरज बनते. असे झाले तरच बाहेरचे हलके दर आणि देशातला चढा दर यातले तात्कालिक फायदे घेणारा सट्टेबाज यांच्या संधी कमी होतील. आपल्या बाजारात रुपयाच्या शक्तीमुळे येत्या काळात हेजिंग करण्याची गरज सांगण्यात येते. मात्र ही बाब काही फक्त निर्यातदारांसाठीच लागू पडते असे समजण्याचे कारण नाही. आयात होणाऱ्या मालासाठीही हेजिंगचा विचार झाला पाहिजे. निर्यातदारांच्यापेक्षा नेमकी उलटी परिस्थिती आयातदारांसाठी होऊ शकते. त्याचप्रमाणे जे परदेशात कर्जे उभारत आहेत त्यांनाही अशा हेजिंगचा विचार करावा लागेल.

जेव्हा परदेशी विनिमयाची धोरणे ठरतात त्यावेळी हे चलनाचे दर खरोखरी स्पर्धायुक्त असतील याची काळजी घ्यावी लागते. जेव्हा चलनवाढ होते त्यातूनच खऱ्या अर्थाने चलनाचे मूल्य वाढत असते (अधिमूल्यन). मात्र याबरोबरच उत्पादकतेमध्ये वाढ होत असते आणि दुबळ्या डॉलरच्या नात्यात इतर अनेक देशांच्या चलनाचे मूल्यही वाढत असते. त्यामुळे आपल्या चलनाचे मूल्य नेमके खरोखरी किती वाढले हे प्रत्यक्षात काय घडले यावरूनच ठरवावे लागते. एक म्हणजे मागच्या २००३

सालापासून वेळोवेळी आपले चलन जडच होत गेले आहे परंतु आपली निर्यात मात्र वर्षाला वीस टक्क्यांच्या दराने सतत वाढलेली आहे. मात्र अगदी मागच्या काही २००७च्या मध्यापासून या बाबतची आकडेवारी थोडीशी गोंधळाची आहे. सरकारला आपल्यापरीने रुपया बळकट झालेला नको आहे कारण आपल्या निर्यातीवर काही थोडा परिणाम दिसू लागला आहे. आपल्या परदेश व्यापारात तूट आहे आणि आता देशामध्ये २००७च्या दुसऱ्या मध्यात चलनवाढीचा धोकाही पूर्णपणे टळलेला आहे.

साधारणपणे किंमती ताठर असतात आणि रुपयाचे मूल्य थोडे वाढले अगर बऱ्यापैकी वाढले तरीही त्याचा परिणाम जवळपास एकच असतो. आता ऑक्टोबर २००७च्या अखेरीस आरबीआय आपले धोरण जाहीर करत असते. आणि बँकेने थोड्या प्रमाणात रुपयाचे मूल्य कमी केले तर बाजारात एक संकेत मिळेल आणि रुपया विकण्याचे सुरू होईल. म्हणजे आपल्या चलनाच्या साठ्यात काही भर पडू न देता आरबीआयला आपला हेतू साधता येईल. अशा रीतीने बँकेचे धोरण यशस्वी करण्यात बाजार हातभार लावू शकतो. अर्थात सरकार आपल्यापरीने आणि केवळ आपल्या इच्छाशक्तीवर रुपयाची पातळी कोणती असावी हे ठरवू शकते. आपला मागचा अनुभव लक्षात घेतला तर आपल्याला सध्या देशाकडे असलेल्या अडीचशे अब्ज (बिलियन) डॉलरच्या परदेशी चलनाचे साठे हे भरपूर आहेत असे वाटणे साहजिक आहे. पण आता चीनकडे १४ हजार अब्ज (१.४ ट्रिलियन डॉलर) चलनाचा साठा गोळा झाला आहे हे लक्षात घेता आपला साठा माफकच समजला पाहिजे. याचा अर्थ आपल्याला अजूनही खूप दूरचा पल्ला गाठायचा आहे आणि वाटचाल लांबची आहे.

■

१.१० येत्या काळात पतपुरवठा

देशात मागच्या २००३ सालापासून सुमारे सलग तीन वर्षे सरासरी आठ टक्के दराने आर्थिक वाढ झालेली आहे आणि चालू २००६-०७ वर्षातही ही पातळी टिकवून धरली जाईल असा सगळ्यांचाच पक्का समज आहे. यामध्ये खरे व्याज दर हलके असणे आणि बँकांनी केलेला भरीव पतपुरवठा यांचे योगदान प्रमुख आहे. मागे सप्टेंबर २००३ सालामध्ये नाममात्र बँक कर्ज वितरण १०.७ टक्क्यांची वाढ दाखवत होते आणि आता जुलै २००६ मध्ये हा वाढीचा दर जवळपास ३१ टक्के आहे. बँकांच्या पत पुरवठ्यात मागच्या बारा महिन्यांची चालू सरासरी लक्षात घेतली तर ही वाढ मागची अठ्ठावीस महिने सातत्याने होत आहे असे दिसते.

खरे म्हणजे मागच्या सत्तरीच्या दशकापासूनचा काळ लक्षात घेतला तर पत पुरवठ्यातील ही सततची वाढ सगळ्यात दीर्घ काळ चाललेली आहे असे म्हणता येईल. व्यापारी कर्जाचे जीडीपीशी गुणोत्तर पाहिले तर ते जून २००६ अखेरीस ४७ टक्के होते आणि जानेवारी २००३मध्ये ते ३५ टक्के होते. मागच्या तीन वर्षात अदत्त पतपुरवठ्याचा आकडा १९० अब्ज (बिलियन) डॉलरवरून ३८० अब्ज (बिलियन) डॉलर या पातळीवर पोहोचला आहे. अर्थव्यवस्थेमध्ये जी भरीव वाढ होत आहे त्याचे हे ठोस लक्षण आहे. काही अभ्यासकांच्या मते या कर्जपुरवठ्याच्या चक्रामध्ये (क्रेडिट सायकल) आता यापुढे दिशा बदल होण्याची दाट शक्यता आहे. त्याची तीन कारणे नमूद करण्यात आली आहेत.

पहिले कारण म्हणजे खऱ्या व्याज दरात लक्षणीय वाढ झालेली आहे. देशाच्या पत पुरवठ्यात जी चक्राकार हालचाल आहे त्याचे खऱ्या व्याजदरातील वाढ हे एक चांगले निर्देशक आहे. आजच्या परिस्थितीमध्ये अर्थव्यवस्थेमधल्या वित्तीय प्रक्रिया चांगल्या एकात्म होऊन सुसंगत परिणाम दाखवत आहेत. त्यामुळेच उरलेल्या जगात जे चित्र दिसते त्याला अनुसरून भारतातही व्याजदराचे परिमाण योग्य चित्र दाखवत आहेत. यासाठी काही आकडे पाहिले पाहिजेत. दहा वर्षाच्या रोख्यांवरचा परतावा (बॉन्ड यील्ड) अगर उत्पन्न म्हणजे खरे व्याजदर समजून हा तपशील पाहता येईल. मार्च २००२ मध्ये हा खरा व्याजदर ६.१ टक्के होता आणि तो सप्टेंबर

२००५ मध्ये उणे १.९ टक्के झाला. या काळात खऱ्या कर्जामधली वाढ २६ टक्क्यांनी झाली होती. तुलनेने सप्टेंबर २००३ मध्ये ही वाढ फक्त ५.८ टक्क्यांची होती.

सगळ्या जगातच कर्ज पुरवठ्याचे जे चक्र आहे त्यात बदल होत आहे. विशेषत: अमेरिकेमध्ये हे घडत आहे. या प्रक्रियेचा भाग म्हणून भारतातही पतपुरवठ्याच्या चक्रामध्ये दिशा बदल होईल आणि पुढच्या सहा महिन्यात (ऑक्टोबर २००६-मार्च २००७) पत पुरवठ्यामधली वाढ मंदावेल अशी चिन्हे आहेत. अर्थात खरा व्याजदर जो दहा वर्षाच्या रोख्यांवरच्या परताव्यावरून दिसतो तो कमी झाला तरीही प्रत्यक्षात ज्या मध्यस्थ वित्तीय संस्था आहेत त्यांच्या कर्जावरच्या व्याजात तो रूपांतरित होण्यासाठी काही थोडासा वेळ जातो. याचे उदाहरण म्हणजे दहा वर्षाच्या सरकारी रोख्यांवरचा परतावा मागे २००४ सालच्या दुसऱ्या मध्यात चढू लागला परंतु बँकांनी आपल्या कर्जावरच्या व्याजदरात जी वाढ केली ती मात्र मागच्या २००६ सालच्या पहिल्या सहा महिन्यात दिसू लागली. याचा अर्थ काही प्रमाणात आता यापुढे बँकांनी आपले व्याजदर वाढवल्यामुळे कर्ज मागणाऱ्यांच्या वागण्यावर त्याचा परिणाम दिसू लागेल.

दुसरी बाब म्हणजे बँकांच्या ताळेबंदामध्ये पुरवठ्याच्या परिमाणात काही मर्यादा दिसतील. ठेवींवरचा खरा परतावा कमी झाल्यामुळे बँकांच्या ठेवींमधली वाढही मंदावली आहे. बँकांच्या एकूण ठेवींमधली वाढ मागच्या एकवीस महिन्यात सरासरी फक्त १६.४ टक्क्यांनी वाढलेली आहे. याच काळात पत पुरवठ्यामध्ये मात्र सरासरी २९ टक्क्यांनी वाढ झालेली आहे. बँकांचे कर्ज आणि बचतीचे प्रमाण अगोदरच ७१ टक्क्यांवर आहे आणि त्यामुळे बँका याच्याही पलिकडे जाऊन किती पत पुरवठा वाढवू शकतील यावर काही मर्यादा आहेत. याबरोबर किमान स्टॅट्युटरी लिक्विडिटी रेशो (एसएलआर) हा पंचवीस टक्के आहे हेही बंधन लक्षात ठेवले पाहिजे. यामुळे चालू वित्त वर्ष मार्च २००७ पर्यंत बँकांच्या पतपुरवठ्यात २० ते २२ टक्क्यांच्या मर्यादेतच वाढ होणे शक्य आहे. याचबरोबर सरकार बँकांवर असलेल्या एसएलआरचे बंधन आणखी कमी करून बँकांना अधिक पत पुरवठा करण्यामध्ये कशी सुविधा देता येईल याचा विचार करत आहे.

या सगळ्या संलग्न घडामोडी लक्षात घेतल्या तरी बँकांच्या दृष्टीने आजची परिस्थिती फार काही बदलेल अशी शक्यता नाही. याचे कारण म्हणजे सरकारच्या अर्थसंकल्पातच जी वित्तीय तूट चालू आहे त्याच्यासाठीही सरकारला काही तरतूद करावीच लागेल. जर बँकांनी त्यांनी जी सरकारी रोख्यांमध्ये गुंतवणूक केली आहे ती त्यांच्या बचतीच्या पंचवीस टक्क्यांपेक्षा कमी पातळीवर आणली तर सरकारी रोख्यांवरचा परतावा वाढू लागेल. यातून सार्वजनिक क्षेत्रातील बँकांचेच अधिक नुकसान होईल

कारण या बँका त्यांच्या मत्तांपैकी सुमारे तीस टक्के भाग सरकारी रोख्यांमध्ये गुंतवतात आणि ते सरासरी पाच वर्षांनी परिणत (मॅच्युरिटी) होतात.

तिसरी गोष्ट म्हणजे रिझर्व्ह बँकेचा बँका करत असलेला कर्जपुरवठा कसा मंद गतीने होईल याकडे लक्ष देऊन आहे. किरकोळ विक्री आणि स्थावर मालमत्तेच्या क्षेत्रामधल्या कर्ज पुरवठ्यात जी भरमसाठ वाढ झाली त्यावर रिझर्व्ह बँकेने बोट ठेवलेले आहे. तसेच मागच्या तीन वर्षात पत पुरवठ्यामध्ये जी नक्त वाढ झाली त्यातला फक्त ४४ टक्के वाटा औद्योगिक आणि कृषी क्षेत्रासाठी झाला आहे याचीही बँकेने दखल घेतली आहे. थोडक्यात म्हणजे, उद्योग आणि कृषी ही मोक्याची क्षेत्रे वगळून इतर क्षेत्रांमध्येच जो कर्ज पुरवठा वाढत आहे त्याची गती आटोक्यात ठेवण्यासाठी रिझर्व्ह बँकेने अनेक पावले टाकलेली आहेत. याचे उदाहरण म्हणजे स्थावर मालमत्तेच्या विकासासाठी जी व्यापारी कर्जे दिली जातात त्याला शंभर टक्क्यांच्या ऐवजी १५० टक्क्यांचे वजन लावण्यात आलेले आहे. तसेच घर बांधणीसाठी जे कर्ज देण्यात येते त्यांचे वजन ५० टक्क्यांवरून ७५ टक्के करण्यात आले आहे. शिवाय ग्राहकोपयोगी वस्तूंची खरेदीसाठी जी कर्जे दिली जातात त्यांचे वजन १०० टक्क्यांवरून १२५ टक्के करण्यात आलेले आहे. यातच क्रेडिट कार्डमधून देण्यात येणाऱ्या कर्जांचाही समावेश करण्यात आलेला आहे. तसेच बँकेने काही विशिष्ट क्षेत्रांसाठी जेव्हा कर्जे दिली जातात त्यांची तरतूद कोणत्या मर्यादेपर्यंत करायची याच्याही काही मर्यादा घालून दिल्या आहेत. बँकेच्या या करड्या धोरणांमुळे काही प्रमाणात नाराजी आहे आणि तेही अपेक्षेला धरून आहे.

रिझर्व्ह बँकेला ज्याची काळजी वाटत आहे त्याविषयी सगळ्यांनीच जितके दक्ष राहता येईल तितके चांगले हे कोणताही अभ्यासक मान्य करेल. मागच्या तीन वर्षात बँकांनी जो भरपूर कर्ज पुरवठा केला आहे त्यातला निम्मा भाग अशा क्षेत्रांमध्ये वाटला आहे. ज्यात धोका अधिक आहे. शिवाय या काळात जर कर्जाची परतफेड अडचणीत आली तर त्यासाठी जी तरतूद करावी लागते त्याचीही पुरेशी काळजी बँकांनी घेतलेली नाही. काही अभ्यासकांच्या मते बँकांनी कर्ज पुरवठा करताना ज्या मत्ता निर्माण केलेल्या आहेत त्यांचा दर्जा कमी झाला असावा असा काहींचा कयास आहे. याचे कारण म्हणजे एक उद्योगाचे क्षेत्र सोडले तर उरलेल्या क्षेत्रात कर्ज पुरवठा करण्यापूर्वी त्या विषयात किती आणि कोणत्या प्रकारचे धोके आहेत याचे पुरेसे ज्ञान बँकांच्या जवळ नाही. देशात बँकांनी जो कर्ज पुरवठा केला आहे तो आयएमएफच्या व्याख्येनुसार ती एक आकस्मिक अभिवृद्धी आहे. दुसऱ्या शब्दात सांगायचे म्हणजे या क्रेडिट बूमला कर्ज पुरवठ्यातली तेजी असे आयएमएफने म्हटले आहे. आयएमएफने केलेल्या अभ्यासात एक हॉड्रिक प्रेस्कॉट फिल्टर अशी संकल्पना वापरली आहे. त्याच्या मदतीने कोणत्या विकसनशील देशातील अर्थव्यवस्थांमध्ये कर्ज पुरवठ्याच्या

चक्रात आता उतरती कळा दिसू लागेल, याचे अंदाज आयएमएफने दिले आहेत.

या सगळ्या पार्श्वभूमीचा विचार करता आता २००६ सालाच्या मध्याला बँकांच्या व्यवहारात काय घडू शकते? कर्ज पुरवठ्याच्या चक्राकार अनुभवात तीन शक्यता घडू शकतात. पहिली म्हणजे अर्थव्यवस्था अलगदपणे जमिनीवर उतरेल. याला सॉफ्ट लँडिंग म्हणतात. अनेकांना हीच शक्यता व्यावहारिक वाटते. त्यांच्या मते चालू वित्त वर्षात मार्च २००७च्या सुमाराला कर्ज पुरवठ्यामधली वाढ सुमारे अठरा ते वीस टक्क्यांच्या दरम्यान मंदावेल. सध्या ही वाढ सुमारे ३१ टक्क्यांनी होत आहे.

दुसरी शक्यता म्हणजे सध्या दिवाळीच्या दिवसांप्रमाणे कर्ज पुरवठ्यातली वाढ अशीच भरमसाठ वेगाने होत राहील. जर असे घडणार असले तर मग खऱ्या व्याजदरात घट व्हावी लागेल आणि भांडवलाची आयातही अधिक होईल. समजा हे असे घडत राहिले तर आर्थिक वाढीचा दर आणि जीडीपीतली वाढ यांना जरूर बळ मिळेल. परंतु याचे काही दुसरे परिणाम दिसतील. चालू खात्यामध्ये तुटीचे प्रमाण वाढेल. कर्ज पुरवठ्याचा दर्जा ढासळेल आणि त्यात धोक्याचे प्रमाण वाढेल. त्यातूनच पुढे स्थावर संपत्तीच्या किंमती आणखी भडकतील. या सगळ्यांचा एकत्रित परिणाम म्हणजे जेव्हा कधी अर्थव्यवस्था जमिनीवर पाय टेकेल तेव्हा मोठे धक्के बसतील.

तिसरी शक्यता म्हणजे अर्थव्यवस्था जमिनीवर येऊन आदळेल. यालाच हार्ड लँडिंग असे म्हणतात. जर सुमारे नऊ महिने ते एक वर्ष या काळात भारतातून शेअर बाजारातला गुंतवलेला निधी बाहेर नेण्यात आला तर साहजिकच भांडवलाची आयात कमी होईल. शिवाय खरे व्याजदर अचानकपणे वाढतील आणि यातूनच कर्जपुरवठ्याचे जे चक्र आहे त्याला मोठा धक्का बसेल. अभ्यासक असे काही घडेल असे आज तरी समजत नाहीत. परंतु ही एक केवळ तात्त्विक शक्यता म्हणून मांडली आहे.

थोडक्यात म्हणजे मागच्या तीन वर्षात जी जीडीपीमध्ये भरीव वाढ होत आहे त्यामागे बँकांचा कर्जपुरवठा हे एक कारण आहे. यातूनच ग्राहकाची मागणी वाढलेली आहे. परंतु येत्या काळात पत पुरवठ्याची वाढ मंदावण्याची शक्यता आहे आणि त्यातून भांडवलाची किंमतही वाढणार आहे. असे झाले तर काही प्रमाणात अर्थव्यवस्थेला धक्के बसू शकतात आणि त्यामुळे अर्थव्यवस्था सुरळितपणे जमिनीवर उतरण्यामध्ये काही अडचणी येऊ शकतात. अर्थात आर्थिक वाढीच्या प्रक्रियेमध्ये अनेक अंगे आहेत आणि बँकांचा कर्जपुरवठा हा त्याचा एक भाग आहे. त्यामुळे केवळ कर्ज पुरवठ्यामध्ये काय घडते याने काही आर्थिक वाढीचे भवितव्य धूसर होणार नाही. देशाची रिझर्व्ह बँक बँकांचा कर्जपुरवठा आणि मुद्राधोरण या विषयात अत्यंत दक्षपणे आपली जबाबदारी सांभाळत आहे.

■

१.११ चलनवाढ कशी रोखायची?

देशामध्ये मागच्या २००३ सालापासून आर्थिक वाढीची कामगिरी लक्षणीय आहे आणि त्यामुळे इनक्रेडिबल इंडिया म्हणजे अतुल्य भारत या घोषवाक्याने या कामगिरीची जाहिरात केली जात आहे. मागे २००३ सालात तेव्हाच्या केंद्र सरकारमध्ये एक नॅशनल डेमॉक्रेटिक अलायन्स (एनडीए) नावाची आघाडी सत्तेवर होती आणि त्यात भारतीय जनता पार्टी नेतेपदी होती. या आघाडीच्या सरकारने सार्वत्रिक निवडणूका जाहीर केल्यावर आपल्या कामगिरीची जाहिरात करण्यासाठी शायनिंग इंडिया असे घोषवाक्य निवडले होते. नंतर या निवडणूकीत एनडीएची आघाडी हरली आणि त्याजागी काँग्रेसप्रणीत युनायटेड प्रोग्रेसिव्ह अलायन्स (यूपीए) दुसरी आघाडी सत्तेवर आली. साहजिकच त्यावेळचे एनडीए आघाडीचे सरकार निवडणूक हरल्यानंतर त्यांच्या शायनिंग इंडिया म्हणजे लखलखणारा भारत या घोषणेची चेष्टा झाली. विशेष म्हणजे त्यांच्या जागी आलेल्या नव्या यूपीए आघाडीच्या सरकारने निवडणुकीच्या वर्षात जीडीपीतली वाढ साडेआठ टक्क्यांनी झाली होती याची अधिकृत कबुली दिली. हा इतिहास उगाळण्याचे कारण म्हणजे देशात आता आर्थिक भरभराट आली आहे आणि आपण आपल्या देशाचे अतुल्य भारत म्हणून अभिमानाने वर्णन करू शकतो याबाबत काही वाद राहिला नाही.

इतकी भरीव कामगिरी आता देशाची स्वातंत्र्यानंतरची सुमारे ६० वर्षे पुरी होत असताना अनुभवास येणे हा एक अभिमानाचा रास्त विषय आहे. परंतु त्याचबरोबर चलनवाढ आली आहे आणि त्यातून लोकांचा क्षोभ अनावर होण्याचा मोठा धोका आहे. म्हणजे भरभराट आली आणि त्याबरोबर स्थैर्य धोक्यात आले तर तेही देशाला परवडणार नाही. त्यामुळे यापुढेही आर्थिक वाढीचा दर नऊ ते दहा टक्क्यांच्या दरम्यान उंचावत न्यायचा आणि त्याचबरोबर चलनवाढीचा दर चार टक्क्यांच्या पातळीवर आटोक्यात ठेवायचा याची कसरत सरकारला शिकावी लागणार आहे. या दोन्ही लक्ष्यांमध्ये काही अंतर्विरोध आहे आणि काही तणाव आहे. यातले बारकावे समजून घेऊनच राज्यकर्ते देशाला आर्थिक आणि राजकीय स्थैर्य देऊ शकतील.

चलनवाढीची कोणती पातळी योग्य समजायची? सरकारचा वित्त विभाग आणि रिझर्व्ह बँक यांच्यापुढे ही पातळी सुमारे पाच टक्क्यांवर असावी असे लक्ष्य आहे. आपल्याला आशियातल्या आपल्या शेजारी देशांमध्ये ही पातळी किती आहे याची तुलना करता येईल. यातून एक निष्कर्ष उघड होतो. तो म्हणजे मागची अनेक वर्षे आपल्याकडे चलनवाढीचा सर्वात अधिक दर आहे. चीन, कोरिया, तैवान इत्यादी अनेक देश आपले स्पर्धक आहेत आणि या देशांच्या चलनवाढीपेक्षा आपल्या येथला दर सतत दोन ते तीन टक्क्यांनी अधिक आहे. तसेच विकसित देशांच्या तुलनेने आपला चलनवाढीचा दर अर्थातच बऱ्यापैकी वरचा आहे. मग आपले स्पर्धक आणि विकसित देश या दोन्ही गटांपेक्षा आपला चलनवाढीचा दर सतत वरचा असला तर मग निर्यातीच्या बाजारपेठेवर याचा कोणता परिणाम होईल? आपण स्पर्धेमध्ये कमी पडू. जगाच्या बाजारात आणि आपल्या देशातील बाजारातही आपल्या वस्तू महाग असतील. अशा परिस्थितीवर कोणता तोडगा असू शकतो? आपल्या चलनाचे मूल्य कमी करणे. असे केले म्हणजे चलनवाढ लक्षात घेऊन विनिमयाचा खरा तुलनात्मक दर (रियल इफेक्टिव्ह एक्सचेंज रेट) हा बदलत नाही. आपल्या नियोजनाच्या दीर्घ काळात आपल्याला परदेशी चलनाची टंचाई नेहमी जाणवत असे आणि त्यामुळे आपल्या चलनाचे मूल्य कमी करणे सरकारला सहज शक्य होत असे. मात्र मागच्या काही वर्षात आपल्याकडे भांडवलाचा ओघ धबधब्यासारखा येत आहे आणि त्याबरोबरच आपल्याला माहिती तंत्रज्ञान आणि बीपीओ उद्योग यातून परदेशातले उत्पन्न वाढले आहे आणि देशामधला रोजगार वाढला आहे. अशा परिस्थितीत आपल्या चालू खात्यातील तूटही त्यामुळे अगदी माफक पातळीवर राहिलेली दिसते. मग आपण पूर्वीसारखे आपले चलनाचे मूल्य सतत कसे कमी करणार? उलट आपल्या चलनाचे मूल्य वाढवावे कारण आपला रुपया बलवान झाला आहे आणि त्यामुळे आपल्यावर चलनाचे अधिमूल्यन (ॲप्रिसिएशन) करावे असा दबाव आहे.

आता देशात एकाच वेळी चलनवाढ अधिक असली आणि त्याचबरोबर आपले चलनही महाग होत असले तर मग कोणती परिस्थिती निर्माण होते? म्हणजे दोन्ही मुद्यांवर आपली अडचणच आहे. तसेच चलनाचे मूल्य काही किरकोळ प्रमाणात वाढवून भागणार नाही. हे अधिमूल्यन भरीव प्रमाणात करावे लागेल आणि तरच त्यातून काही साधता येईल. अशा परिस्थितीत आपले उद्योग अशा वादळाला कसे तोंड देणार? यामध्ये आणखी एक अधिक महत्त्वाचा मुद्दा गुंतलेला आहे. तो म्हणजे उत्पादकतेत (प्रॉडक्टिव्हिटी) आपण जर आपली उत्पादकता वाढवली तर मग आपल्याला स्पर्धेमध्ये फायदा मिळतो. अर्थात, आपले स्पर्धकही त्यांच्यापरीने त्यांची उत्पादकता वाढवतच असतात. म्हणजे तुलनेने आपण या शर्यतीमध्ये जर

पुढे राहू शकलो तर आपल्याला बाजारातला अधिक वाटा मिळवता येतो. आणि समजा आपण उत्पादकता वाढवण्यात कमी पडलो तर आपल्या स्पर्धकाला हा फायदा मिळवता येतो आणि आपला तोटा होतो. जर आपल्या चलनाच्या मूल्यात खऱ्या अर्थाने अधिमूल्यन झाले तर बहुधा आपण उत्पादकतेमध्ये मिळवलेली सगळी वाढ वाया जाईल. सोप्या शब्दात सांगायचे म्हणजे जर आपल्या चलनाच्या मूल्यात वाढ झाली तर आपल्याला उत्पादकतेमध्ये वाढ होऊनही फारसा फरक पडणार नाही.

मग आपण चलनाच्या विनिमयाचा दर बदलायचा नाही का? या मोक्याच्या प्रश्नावर पंतप्रधानांच्या आर्थिक सल्लागार मंडळाने दिलेला सल्ला आठवण्यासारखा आहे. या मंडळाने ही सद्य:स्थिती हाताळण्यासाठी तीन साधनांचा सरकारने विचार करावा असा सल्ला दिला होता. वृत्तपत्रात यावर काही टीका झाली होती कारण काहींना हा सल्ला भ्रम निर्माण करणारा आहे असे वाटले. हा सल्ला कोणता होता?

बऱ्याचदा एखादी गोष्ट एका दिवसात अगर एका महिन्यात सिद्ध करून दाखवता येत नाही, परंतु त्यावर काही वर्षे अंमल केला तर त्यातून बदल झालेला दिसू शकतो. त्याचप्रमाणे चलनाचे मूल्य वाढवण्याची प्रक्रिया अगदी छोट्या मात्रेमध्ये दीर्घकाळ चालू ठेवली तर उद्योग क्षेत्राला त्याच्याशी सहज जुळवून घेता येते. शिवाय ही जुळवणी करताना त्यांना आपली उत्पादकता वाढवून आपली बदलांना तोंड देण्याची क्षमता वाढवता येते. मात्र जर चलनाचे मूल्य एकदम मोठ्या मात्रेने वाढवले तर या उद्योगांना धक्का बसू शकतो. अशा पद्धतीने लहान मात्रेने केलेले बदल उद्योगांना आपल्या संघटनेमध्ये जिरवणे शक्य होते. दुसरी बाब म्हणजे जर आपल्याला चलनाच्या मूल्यामधली वाढ लहान मात्रेमध्ये सतत चालू ठेवायची असली, तर मग ही भूमिका पार पाडण्यासाठी देशाची सेंट्रल बँक हे सगळ्यात योग्य साधन आहे. ही सेंट्रल बँक परदेशी चलनाच्या बाजारपेठेमध्ये आपल्या अधिकारात वेळोवेळी हस्तक्षेप करू शकते.

सेंट्रल बँकेने असा हस्तक्षेप केला म्हणजे त्यातून देशांतर्गत बाजारात रुपयाच्या चलनाच्या पुरवठ्यात भर पडते आणि तितक्या प्रमाणात बाजारातली तरलता (लिक्विडिटी) वाढते. यातला काही भाग जिरवता येईल. तसेच अर्थव्यवस्थेच्या वाढीमध्ये काही प्रमाणात अधिक मुद्रा लागत असते आणि या तरलतेचीही सोय करावी लागते. मात्र या व्यतिरिक्त जी अधिक तरलता राहील ती शोषून घेणे आवश्यक होते. यालाच स्टेरिलायझेशन असे म्हणतात. या दोन्ही प्रक्रिया सतत एकाच वेळी चालू ठेवाव्या लागतात. म्हणजे एका पातळीवर जितके रुपयाचे चलन सेंट्रल बँक डॉलर खरेदी करून बाजारात आणते ते लगेचच स्टेरिलाईझ करणे आवश्यक असते. आणि दुसऱ्या पातळीवर जसजशी अर्थव्यवस्थेची गरज असेल त्याप्रमाणात तरलता परत बाजारात आणता येते. यासाठी खुल्या बाजारात व्यवहार करण्यात येतात. आणि हे

व्यवहार करताना अल्प काळातला व्याजदर संदर्भासाठी लक्षात घेतला जातो. साधारणपणे हा व्याजदर मुद्रा धोरणाला धरून जितका चलनवाढीचा दर अपेक्षित असेल त्याबरोबर सुसंगत असावा लागतो. याच पद्धतीने अमेरिकेची फेड ही सेंट्रल बँक आपल्या मुद्रा धोरणाला आकार देत असते. जर खुल्या बाजारात स्टेरलायझेशन बॉन्डसूचे व्यवहार झाले, तर मग त्यातून स्टेरलायझेशन आपोआप साधता येते आणि त्यात काही वेळ वाया जात नाही.

देशातून भांडवलाची निर्यात होईल अशा धोरणांना प्रोत्साहन दिले पाहिजे. यातून आपल्या औद्योगिक क्षेत्रातील कंपन्यांना परदेशातला अनुभव घेता येईल आणि त्यासाठी लागणारी क्षमता आणि कौशल्ये मिळवता येतील. याचबरोबर आपल्या गुंतवणूकदारांनाही बाहेरच्या बाजारातल्या संधी मिळू शकतील. यात व्यक्तीगत आणि संस्थात्मक अशा दोन्हीही गुंतवणूकदारांना असा अनुभव मिळण्याची सोय हवी. आपल्या देशात बाहेर उभारलेल्या कर्जांमुळे निधी येत आहे आणि यावर आपण अधिक दक्ष असले पाहिजे. पंतप्रधानांच्या आर्थिक सल्लागार मंडळाने यावर भर दिलेला आहे. याचे कारण म्हणजे ही कर्जे तात्पुरत्या काळासाठी असतात आणि बऱ्याचदा निवडकही असतात. त्यामुळे सल्लागार मंडळाने सुचवलेली तीन साधने कोणत्या प्रमाणात एकत्रित करायची यावर आपल्याला हवा असलेला परिणाम कसा मिळेल हे ठरणार आहे. पहिले साधन म्हणजे रुपयाचे मूल्य अगदी लहान मात्रेमध्ये हळुहळू आणि सतत वाढवत राहणे आणि तिसरे साधन म्हणजे व्याजदर यांची एक मर्यादा. म्हणजे त्यावरचा अंमल करण्यासाठी पुरेसा वेळ द्यावा लागणार आहे. दुसरे साधन म्हणजे या सगळ्या बदलांची देखरेख सेंट्रल बँकेने करण्याची कल्पना व्यवहारात लगेच अंमलात येऊ शकते. त्यासाठी सेंट्रल बँक परदेशी चलनाच्या बाजारात हलक्या हाताने आणि माफकपणे हस्तक्षेप करू शकते. यातून कोणता फायदा होईल? एक म्हणजे आपली अर्थव्यवस्था अधिक उत्पादक बनण्याची प्रक्रिया मार्गी लागेल. त्याबरोबर आपल्या गुंतवणूकदारांना जगाच्या बाजारात भाग घेऊन कशी गुंतवणूक करायची याचे कौशल्य मिळवण्यासाठी वेळ मिळेल. बाहेरच्या जगातले जे वास्तव आहे त्यामध्ये कोणतीच गोष्ट स्थिर नसते आणि निश्चित नसते. यातल्या घडामोडींचा संदर्भ सतत बदलणारा आणि गतीशील असतो. त्यामुळे गुंतवणूकदारांना जे निवडायचे असते आणि त्यासाठी जे निर्णय घ्यायचे असतात त्यांनाही या सतत बदलणाऱ्या आणि गतिमान जगाचे गुण चिकटलेले असतात. याशिवाय आणखी एक वास्तविक संदर्भ विसरता येणार नाही. चीनने परदेशी विनिमयाच्या दरातून मिळणारे फायदे एका मर्यादेपर्यंतच सीमित ठेवले आहेत. त्यांनी जगामध्ये यांत्रिक मालाच्या उत्पादनात पुरवठादार म्हणून प्रथम क्रमांक मिळवलेला आहे आणि त्यांच्या तुलनेने आपण फक्त एक सप्तमांश औद्योगिक मालाची बाहेर

निर्यात करतो. म्हणजे चीनबरोबर तुल्यबळ स्पर्धा करण्याच्या शर्यतीमध्ये आपण खूपच खालच्या पायरीवर आहोत.

थोडक्यात म्हणजे, चलनवाढ आटोक्यात ठेवणे हे आपले प्राथमिक लक्ष्य असले पाहिजे. देशांतर्गत जनतेमध्ये चलनवाढ झाल्यामुळे लोकक्षोभ होतो या केवळ एका कारणासाठी या लक्ष्याचे महत्त्व नाही. अधिक महत्त्वाचे कारण म्हणजे आशियातल्या इतर देशांच्या तुलनेमध्ये आपल्याकडे मुळातच चलनवाढीची पातळी अधिक आहे. नेमक्या या कारणासाठी आपल्याला परदेशी चलनाच्या बाजारात योग्य ती पातळी शोधणे महाग पडत आहे. देशात आर्थिक वाढीचा दर वरच्या पातळीवर ठेवण्यासाठी आपल्याला उत्पादकतेमध्ये सरस कामगिरी करून दाखवावी लागणार आहे. त्यातूनच अर्थव्यवस्थेचा पाया मजबूत आणि स्पर्धेला तोंड देणारा बनू शकेल. याचा अर्थ पुढच्या दहा ते पंधरा वर्षात आर्थिक वाढीचा दर सतत उंचावलेला ठेवण्यासाठी आपल्याला देशात चलनवाढ खूपच खालच्या पातळीवर रोखून ठेवावी लागेल. असे झाले तरच आपण आशियातल्या इतर देशांना तुल्यबळ ठरू आणि जगातल्या बाजारात औद्योगिक मालाचा पुरवठा करू शकू. बाहेरच्या बाजारात स्पर्धेला तोंड देण्याची क्षमता हा एकमेव निकष काम करतो.

■

१.१२ यामुळे जग काही बुडणार नाही !

शेअर बाजार ही समाजात अशी एक संस्था आहे ज्यातून लोकमानसावर मोठा प्रभाव पडतो. मागच्या २००३ सालापासूनच्या सुमारे तीन वर्षात मुंबईच्या शेअर बाजाराच्या सेन्सेक्स या निर्देशांकात जी भराभर वाढ झाली त्यातून सगळ्यांचीच मने उल्हसित झाली. अगदी आर्थिक वाढीच्या आशाही भराऱ्या मारू लागल्या. याच तर्काला धरून आता मे २००६मध्ये जेव्हा बाजाराचा निर्देशांक कोसळला त्यातूनही दुसऱ्या टोकाची अस्वस्थता आणि भीती दिसू लागली आहे. एका अर्थाने ही सगळीच अतिशयोक्ती आहे.

रिझर्व्ह बँकेने जून २००६च्या सुरुवातीला मूळ व्याजदरात पाव टक्क्याने वाढ केली आणि एकूण निराशेत भर पडली. या केवळ एका निर्णयामुळे देशाच्या अर्थव्यवस्थेविषयी भयभीत व्हायचे काहीच कारण नाही. त्याचप्रमाणे यापूर्वी बाजार वाढला म्हणून जो उल्हास दिसत होता तोही तर्काला धरून नव्हता. वित्त बाजारात लहानमोठे चढउतार नेहमीच चालू असतात आणि केवळ त्यावर अवलंबून अर्थव्यवस्थेच्या स्वास्थ्याविषयी कोणतेही निष्कर्ष काढणे रास्त नाही.

याचे पहिले उदाहरण म्हणजे व्याजदरातील वाढ. चलनवाढीचा वेग हा थोडासा उंचावून ४.७ टक्के आहे आणि रिझर्व्ह बँकेने ही चलनवाढ पाच ते साडेपाच टक्क्यांच्या दरम्यान स्थिरावेल असे म्हटलेले आहे. आरबीआयच्या दृष्टीने चलनवाढ जर या मर्यादेत ठेवायची असली तर पतवाढ ही थोडी मंद ठेवण्याची गरज आहे. बँकेने अगोदर एप्रिल २००६मध्ये जे पतविषयक धोरण जाहीर केले होते त्यात ही पतवाढ आटोक्यात ठेवण्यासाठी काही विशिष्ट पावले टाकली होती. किरकोळ कर्जातली वाढ थोपविण्यासाठी काही विशिष्ट क्षेत्रांचा उल्लेख करण्यात आलेला होता. परंतु यातून पतनियंत्रण पुरेशा प्रमाणात होत नाही असे बँकेचे अनुमान असावे.

अर्थव्यवस्थेमध्ये पतवाढ अनियंत्रित आहे म्हणून एकूण व्यवस्था तापलेली आहे हा काही एकच विषय नाही. बँकेच्या माध्यमातून जी पतवाढ होत आहे त्या कर्जाचा दर्जा कोणता आहे हाही प्रश्न आहे. मागच्या दोन वर्षात कर्जाचे वितरण तीस टक्क्यांनी झाले आहे आणि ते मंदावण्याची काहीच चिन्हे दिसत नाहीत. किरकोळ

कर्ज वितरणात गृह कर्ज आणि वाहन कर्ज यांचा भाग प्रमुख आहे आणि त्यावरच्या व्याजदरात बँकांनी खूप स्पर्धा करून बरीच घट करून दाखवली होती. त्यामुळेही या कर्जाची मागणी वाढतच राहिली.

या खेळामध्ये बँका खूप हुशार झाल्या आहेत. त्यांनी व्याजदर घटत आहेत याचा फायदा घेऊन हलक्या कर्जांना अधिकाधिक उत्तेजन द्यायचा प्रयत्न केला. यातून कर्जवाटपाचे प्रमाण खूप वाढले आणि त्याचा फायदा बँकांना मिळाला. शिवाय जे वाहन वितरक होते आणि जे गृहनिर्माणातील बांधकाम व्यावसायिक होते त्यांच्याबरोबर बँकांनी सहकार्याने कर्जवितरणात आघाडी घेतली. अर्थात काही बँका अशाही होत्या ज्यांनी व्याजदर कमी करण्याच्या स्पर्धेत भाग घेतला नाही कारण काही विशिष्ट ग्राहक वर्गांपर्यंत पोहोचण्याचे त्यांच्याकडे कौशल्य नव्हते आणि सुविधा नव्हत्या. अशा एकूण परिस्थितीमध्ये पत वितरणामध्ये थोड्या मर्यादा आणणे आवश्यक होते कारण अशा कर्जाचा दर्जा जर सांभाळता आला नसता, तर सगळ्यांचेच त्यात नुकसान झाले असते.

मागच्या ऑक्टोबर २००४ सालापासून चालू दीडवर्षात व्याजदरात थोडी वाढ करून कर्जाची मागणी कमी करण्याचे जे प्रयत्न चालू आहेत त्यात माफक यश मिळालेले आहे. त्याचे एक कारण म्हणजे हे व्याजदर अगदी कमी पातळीवरून उंचावलेले आहेत. यासाठी व्यावसायिक बँकांचा प्राईम लेंडिंग रेट (पीएलआर) एक निर्देशक म्हणून पाहता येईल. हा पीएलआर २०००-०१ मध्ये १२.२५ टक्के होता तो २००२-०६मध्ये १०.७५ टक्के झाला. ही घट जवळपास १५० बिंदूंची होती. यामध्ये एक घटना लक्षात घेतलेली नाही. ती म्हणजे मोठ्या कंपन्यांना अधिकाधिक प्रमाणात जी कर्जे देण्यात आलेली आहेत त्यांचे व्याजदर या पीएलआर रेटपेक्षा खूपच कमी आहेत. मोठ्या कंपन्यांना अशी व्याजदरातील सूट द्यावी लागत आहे.

मागच्या अनेक वर्षात मोठमोठ्या कंपन्यांचे ताळेबंद प्रगती आणि वाढती शक्ती दाखवत आहेत. त्याचे कारण म्हणजे त्या अधिक नफा मिळवत आहेत आणि जी भांडवल गुंतवणूक होत आहे ती जगातल्या मागणीकडे बघून होत आहे. म्हणजे अशा मोठ्या प्रमाणावर भांडवल गुंतवणुकीचा विचार करताना कंपन्यांच्या पुढे जगातल्या बाजारपेठांचे आव्हान उभे असते आणि व्याजदरात थोडेफार बदल याचा काही फार मोठा परिणाम होत नाही. हीच बाब जी गुंतवणूक पायाभूत सोयीसुविधांमध्ये होताना लक्षात घेतली जाते. अशा या व्यापक आर्थिक चित्रामुळे आर्थिक वाढ जी तीन मोक्याच्या क्षेत्रांमध्ये होत आहे ती मंदावण्याची फारशी शक्यता नाही. ही क्षेत्रे म्हणजे गृहनिर्माण, कंपन्यांची भांडवल गुंतवणूक आणि पायाभूत सुविधांची उभारणी. या क्षेत्रांमध्ये जे घडत आहे त्यावर व्याजदरातील वाढ फारसा काही परिणाम करू शकणार नाही.

त्याचप्रमाणे शेअर बाजारातल्या किंमतीमध्ये मे २००६मध्ये जी अचानक मोठी घट झाली आहे त्याचाही एकूण आर्थिक वाढीवर फार परिणाम दिसणार नाही. मागे एप्रिल -सप्टेंबर २००५ मध्ये देशांतर्गत आणि परदेशातले जे इक्विटीचे बाजार होते त्याचा उद्योग क्षेत्रातला वाटा फक्त १२ टक्के होता. त्यापेक्षा कंपन्या आपल्या उलाढालीतून आणि बँकेकडून कर्ज घेऊन अधिक निधीच्या गरजा भागवत होत्या. त्यामुळे आता शेअर बाजारात काही घट झाली म्हणून मोठ्या कंपन्यांचे भांडवल गुंतवणुकीचे निर्णय रुळावरून घसरतील अशी शक्यता नाही. त्याचप्रमाणे ग्राहकाच्या उपभोगावर आणि मागणीवरही फार मोठा परिणाम दिसणार नाही. शेअर बाजारात ज्यांनी अगोदरच गुंतवणूक केलेली आहे त्यांच्या संपत्तीत भरपूर वाढ झालेली आहे. तसेच औद्योगिक देशातही यातून ग्राहकाची मागणी घटते असे दिसून आलेले नाही. उदाहरणार्थ गृह निर्माणासाठी लोक जी कर्जे काढतात त्यामध्ये भविष्यकाळात मिळणाऱ्या उत्पन्नाचा विचार केलेला असतो. आजच्या काळात आपल्याजवळ किती समभाग आहेत अगर संपत्ती आहे यावर हा निर्णय आधारलेला नसतो.

या शेअर बाजारात मे २००६मध्ये जे धक्कादायक घडले त्यामध्ये एफआयआय यांनी मोठ्या प्रमाणात केलेली विक्री हा एक घट आहे. त्यातून रुपयाचे थोडेसे अवमूल्यन झालेले आहे. परंतु रिझर्व्ह बँकेकडे भरपूर परदेशी चलनाचा साठा आहे आणि त्यामुळे या रुपयाच्या मूल्यावर बँक लक्ष ठेवू शकते. खरे म्हणजे २००६ सालच्या पहिल्या सहा महिन्यात एफआयआयची गुंतवणूक २.५ अब्ज (बिलियन) डॉलर आहे. एफआयआयची गुंतवणूक फक्त एका वर्षात म्हणजे १९९८-९९ मध्ये उणे होती हे आपण लक्षात ठेवले पाहिजे. त्या वर्षात भांडवली बाजार एफआयआयला खुला करण्यात आला होता. आता मागच्या अनेक वर्षात जी भांडवलाची नक्त आयात होत आहे त्यात फक्त थोडी घट होणे शक्य आहे. परंतु या घटनेतून भांडवलाची नक्त निर्यात सुरू होईल असे समजण्याचे कारण नाही. परदेशातल्या अनेक नामांकित बहुराष्ट्रीय कंपन्यांच्या प्रमुखांनी भारतात येत्या काळात अधिकाधिक गुंतवणूक करण्याचे इरादे जाहीर केलेले आहेत. त्यामुळे जरी एफआयआयच्या भांडवलाच्या नक्त आयातीमध्ये थोडीशी घट झाली तरीही विदेशी प्रत्यक्ष गुंतवणूक (एफडीआय) यात भरीव वाढ होईल याची खात्री देता येईल.

मुंबईच्या शेअर बाजारात मागच्या तीन वर्षात ज्या वेगाने वाढ झाली त्यातून समभागांचे मूल्यांकन बरेच अतिशयोक्तीचे झाले होते. असे म्हणण्याचे कारण म्हणजे मे २००६ मध्ये या बाजारातला पीई रेशो वीस पट झाला होता. अमेरिकेच्या बाजारातही हाच आकडा होता. परंतु मागे मे २००३ मध्ये मात्र हे मूल्यांकन खूपच कमी होते. या अर्थाने बाजारातली घट म्हणजे एक स्वास्थ्याच्या दृष्टीने होणारी

दुरुस्ती (करेक्शन) आहे. असे म्हटले म्हणून या अर्थ व्यवस्थेचा जो आधार आहे त्यात काही बदल होत नाहीत. ही जी आर्थिक वस्तु:स्थिती आहे ती आर्थिक वाढीचेच निर्देशक आहे.

अर्थात थोड्या प्रमाणात आर्थिक वाढीची पातळी खाली येऊ शकते कारण तेलाच्या वाढत्या किंमती आणि जून-ऑक्टोबर २००६च्या मोसमी पावसाच्या अनिश्चिततेला काही वजन द्यावेच लागेल. तसेच २००५-०६ साल धरून तीन वर्षात वार्षिक वाढीचा सरासरी दर आठ टक्क्यांवर उंचावलेला आहे, हेही लक्षात ठेवले पाहिजे. अशा काही छोट्या मोठ्या घटना अर्थव्यवस्थेमध्ये कधीही घडू शकतात आणि त्याचे प्रतिबिंब शेअर बाजारात पडणार आहे हे ओळखले पाहिजे. केवळ शेअर बाजारात थोड्या काळात २५ ते ३० टक्क्यांची घट झाली म्हणून घाबरून जाण्याचे कारण नाही. ही काही जग बुडायची वेळ आली नाही.

■

विभाग २ : बँका

Banking Institutions

२.१ बँकांच्या अनुत्पादक मत्ता

देशात सुधारणा कार्यक्रम सुरू झाल्यापासून वित्त संस्थांची पुनर्मांडणी महत्त्वाची झाली आहे. त्यामध्ये बँकिंग क्षेत्र केंद्रस्थानी आहे. नव्या उदारीकरण आणि मुक्त स्पर्धेच्या व्यवस्थेमध्ये बँकिंग क्षेत्राचे स्वास्थ्य जलद आर्थिक विकासाचा पाया आहे. गेली १० वर्षे जपानमध्ये बँकिंग क्षेत्र हा एक भार बनला आहे आणि त्यामुळे तेथे विकास खुंटला आहे. तेथे निवडून येणारे सरकार याबाबत कठोर निर्णय घेऊ अशी आश्वासने देते आणि प्रत्यक्षात राजकीय परिणामांना घाबरून काहीही करीत नाही. भारताच्या दृष्टीने हे उदाहरण नेहमी डोळ्यापुढे ठेवावे लागेल.

नुकताच अर्नस्ट ॲन्ड यंग या आशिया पॅसिफिकमधील वित्तसंस्थे भारतातल्या बँकिंग क्षेत्रात अनुत्पादक मत्तांचे प्रमाण किती आहे याचा एक अभ्यासपूर्ण अंदाज व्यक्त केला आहे. आपल्या सरकारच्या मते या १६.७ अब्ज (१६.७ बिलियन) डॉलर आहेत परंतु प्रत्यक्षात त्या ४० अब्ज (४० बिलियन) डॉलर आहेत असा अंदाज आहे. आपले अधिकृत अंदाज कमी रकमेचे आहेत कारण आपल्याकडे हिशेब तपासणीचे निकष बरेच ढिले आहेत ही तुलना अर्थात प्रगत देशांशी करतात. परंतु नुकतेच अमेरिकेमध्ये एनॉन या वीजकंपनीबरोबर आर्थर ॲन्डरसन या जगपसिध्द हिशेब तपासणी करणाऱ्या कंपनीने खोटेपणात भागीदारी करून किती मोठ्या प्रमाणावर गुंतवणूकदारांची फसवणूक केली हे उघडकीस आले आहे. त्यामुळे अमेरिकेतल्या सगळ्या शेअर बाजाराला मोठा धक्का बसला आहे आणि यानंतर ज्या अधिकृत चौकशा झाल्या त्यात इतरही हिशेब तपासणी करणाऱ्या कंपन्या खोटेपणा करीत होत्या हे मान्य करण्यात आले.

भारताचा जीडीपी सुमारे ४७० अब्ज (४७० बिलियन) डॉलर आहे म्हणजे जीडीपी बरोबरचे अनुत्पादक मत्तांचे गुणोत्तर सुमारे आठ टक्के आहे. तुलनाच करायची तर आशियातल्या इतर देशांपेक्षा हे प्रमाण बरेच कमी आहे असे समाधान करून घेता येईल. चीनमध्ये हे प्रमाण जीडीपीच्या ४५ टक्के आणि जपानमध्ये २८ टक्के आहे. तसेच मलेशियासारख्या विकसित देशातही हा आकडा ४२ टक्के आहे. आशियातल्या बँकांच्या अनुत्पादक मत्तांची रक्कम सन २००० मध्ये १.५ हजार अब्ज

(१.५ ट्रिलियन) होती आणि २००२ मध्ये ती २ ट्रिलियन झाली. ही सुमारे ३३ टक्क्यांची वाढ होती. आशियातल्या देशांच्या एकूण जीडीपीबरोबर हे गुणोत्तर २९ टक्के होते. गेल्या दोन वर्षात जगभरात आर्थिक मंदी पसरली आहे आणि त्यामुळे कर्जाची वसुली करण्याबाबत बरीच ढिलाई होत आहे. यामध्ये देशातली सरकारेही जबाबदार आहेत.

भारतामध्ये प्रमुख बँका सार्वजनिक क्षेत्रात सरकारी मालकीच्या होत्या आणि त्यातून अनेक प्रश्न निर्माण झाले होते. मुख्य म्हणजे मोठ्या प्रमाणावर राजकीय हस्तक्षेप आणि लोकानुनय करण्याची धोरणे यामुळे बँकांचे थकित कर्जाचे प्रमाण हाताबाहेर गेले होते. यामुळे खाजगी ठेवीदारांच्या बचतीलाही धोका निर्माण झाला होता. बँकांबरोबरच इतर प्रमुख वित्तसंस्था या बुडण्याची वेळ आली होती. यामध्ये युनिट ट्रस्ट, आयडीबीआय, आयएफसीआय या प्रमुख राष्ट्रीय वित्तसंस्था होत्या. आता सरकारने सिक्युरिटायझेशनचा कायदा करून बँकांना आपली कर्जे विनाविलंब वसूल करण्याचा अधिकार दिला आहे आणि आता यातून सर्व चित्र बदलेल.

■

२.२ पतधोरण आणि सार्वजनिक क्षेत्रातल्या बँका

मागच्या काही वर्षात देशाच्या अर्थव्यवस्थेला एक शक्ती मिळाली. एकूणच बँकिंग व्यवस्थेची पुनर्मांडणी झाली आणि बँकांनी वाढत्या विकास दरात आपले महत्त्वाचे योगदान दिले. विशेष म्हणजे सार्वजनिक क्षेत्रातील राष्ट्रीयकृत बँकांनी यात मानाचे स्थान मिळवले. तसेच नव्याने खाजगी बँकांनीही आपले स्वत:चे स्थान निर्माण केले.

एकूण अर्थव्यवस्थेमध्ये बँकिंग व्यवस्था हिचे एक पायाभूत सुविधा म्हणून अनन्य महत्त्व आहे. भारतात स्वातंत्र्यापूर्वीही त्यामागच्या पन्नास वर्षात खाजगी क्षेत्रात बँका होत्या आणि आपल्यापरीने त्यांचे देशाच्या औद्योगिकीकरणात स्वत:चे एक स्थान होते. अर्थात परदेशी राजवटीखाली जे औद्योगिकीकरण झाले त्याच्याच मर्यादा बँकिंग क्षेत्रावरही होत्या. मुख्य म्हणजे या खाजगी बँकांचा व्यवहार आणि व्याप्ती प्राधान्याने शहरांभोवती मर्यादित होती. नंतर नियोजनाच्या काळात बँकांचे राष्ट्रीयीकरण झाले आणि एका नव्या पर्वाची सुरुवात झाली. बँका सार्वजनिक क्षेत्रात आल्या आणि त्यांनी काय काय साधले याची स्वतंत्र चर्चा करावी लागेल कारण तो एक मोठा वादाचा विषय आहे. परंतु सर्व टीका मान्य करूनही राष्ट्रीयकृत बँकांनी देशाच्या सर्व भागात आणि विशेष म्हणजे ग्रामीण भागात आपल्या शाखांचे जाळे पसरले हे श्रेय त्यांना द्यावेच लागेल. त्यानंतर मागच्या नव्वदीच्या दशकात उदारीकरणाचे धोरण स्वीकारण्यात आले आणि सुधारणा कार्यक्रमात बँकिंग क्षेत्राची पुनर्रचना हा एक प्रमुख विषय होता. सुधारणा कार्यक्रमात अनेक उलटसुलट गोष्टी घडल्या परंतु बँकिंग क्षेत्राची जी एक पुनर्रचना झाली ती त्यातली एक जमेची बाजू आहे.

सार्वजनिक क्षेत्रातील बँकावरची सरकारी बंधने कमी करण्याचे ठरल्यावर बँकांनी स्वेच्छा निवृत्तीची योजना यशस्वीपणे राबवली आणि आपल्या खर्चात काटकसर सुरू केली. त्याबरोबरच माहिती तंत्रज्ञानाला प्राधान्य देऊन संगणकीकरणाचा कार्यक्रम दमदारपणे राबवायला सुरुवात केली. त्याचा परिणाम मोठा झाला कारण ग्राहकाला चांगली दर्जेदार सेवा या स्पर्धेतून कमी खर्चात मिळू लागली. त्याचबरोबर या बँकांमधली सरकारची मालकी कमी करण्याचे मान्य झाल्यावर बँकांनी शेअर

बाजारात उतरून भांडवल उभारण्यास सुरुवात केली. सरकारने याला साथ देऊन थकित कर्जाचे प्रमाण कमी करण्यासाठी डेट रिकव्हरी ट्रायब्युनल निर्माण करण्याचा कायदा केला आणि बँकांना एक मोठी शक्ती मिळाली. आता फक्त बँकांनीच आपला कारभार सुधारला आणि आपले स्वत:चे महत्त्व दाखवून द्यायला सुरवात केली असे नाही तर त्यांच्यावरचा गुंतवणुकदारांवरचा विश्वास वाढल्यामुळे काही प्रमाणात शेअर बाजारातच एक तेजीचे चैतन्य निर्माण झाले. मागच्या दोन-तीन वर्षाच्या मंदीच्या काळात शेअर बाजाराचा निर्देशांक साधारणपणे तीन हजार बिंदूंच्या आसपास थबकला होता तो आता गेल्या काही आठवड्यात जवळजवळ पाच हजार बिंदूंच्या पातळीवर पोहोचला आहे. या सर्व तेजीच्या काळात बँकिंग क्षेत्रातील पुनर्मांडणी ही महत्त्वाची ठरली.

नुकतेच रिझर्व्ह बँकेने आपले पतधोरण जाहीर केले. नवे गव्हर्नर म्हणून डॉ. रेड्डी आल्यावर हे त्यांचे पहिलेच पाऊल होते. या धोरणात बँक दर, रिपो दर आणि कॅश रिझर्व्ह रेशो यात काहीच बदल करण्यात आलेला नाही. जर कोणताच बदल करायचा नव्हता तर मग पत धोरण जाहीर करण्याचा प्रसंग कशासाठी, असा कोणालाही प्रश्न पडेल. परंतु काही वेळा काहीच बदल नाही हाही एक संदेश असतो आणि रिझर्व्ह बँकेने नेमका तो ध्वनित केला आहे. काहीच बदल करण्याची गरज नाही कारण सद्य:स्थितीला अर्थव्यवस्थेमध्ये पुरेशी तरलता आहे आणि यापूर्वी प्रमाणे व्याजदर हलके ठेवण्याचेच धोरण पुढे चालू ठेवता येईल, असा रिझर्व्ह बँकेचा दृष्टीकोन आहे.

रिझर्व्ह बँकेने या पतधोरणात जसे बदल नको असे सूचित केले आहे त्याप्रमाणे एका मुद्यावर भर दिला आहे. बँकांनी लहान उद्योग, शेतकरी आणि ग्रामीण प्रकल्प यांना कर्ज उपलब्ध करून द्यावे आणि त्यासाठी व्यावहारिक उपाय योजना कराव्यात असे सुचवले आहे. बँकांच्याकडे भरपूर निधी आहे परंतु ते बिगर प्राधान्यकम असलेल्या क्षेत्रांना कर्जवाटप करत नाहीत यावर रिझर्व्ह बँकेने बोट ठेवले आहे. जरी उद्योग क्षेत्राने व्याजदर आणि सीआरआर यात घट होईल अशी अपेक्षा केली होती तरी रिझर्व्ह बँकेने त्याला प्रतिसाद दिला नाही. परंतु शेअर बाजारात त्याची काही प्रतिकिया उमटली नाही. उलट शेअर बाजारचा निर्देशांक सेन्सेक्स ५००० बिंदूंच्या वर गेला. थोडक्यात म्हणजे, रिझर्व्ह बँकेच्या सध्या काही बदल नको यात धोरणाला बाजारानेही सकारात्मक प्रतिसाद दिलेला दिसतो. विशेष नोंद घेण्याची बाब म्हणजे बाजार वाढत असतानाही बँकांच्या शेअरचे मूल्य कमी झाले. थोडक्यात म्हणजे, रिझर्व्ह बँकेला जे इशारे द्यायचे होते ते बाजाराने नीट समजून घेतले. बँकांकडे भरपूर निधी असल्यामुळे अतिरिक्त तरलता निर्माण झाली आहे आणि ती सरकारी रोख्यांकडे वळली आहे आणि त्यांच्या परताव्यावर दीर्घकाळातला

व्याजदर फार कमी झाला आहे. त्याचबरोबर भारतातले खरे व्याजदर अमेरिकेपेक्षा कमी आहेत आणि ही काही टिकणारी गोष्ट नाही. रिझर्व्ह बँकेच्या पतधोरणातली ही सर्वात महत्त्वाची बाब आहे.

या काही महत्त्वाच्या व्यापक धोरणाच्या बाबी सोडल्या तर रिझर्व्ह बँकेने सार्वजनिक क्षेत्रातल्या बँकांना काही इशारे ध्वनित केलेले आहेत. सध्या या बँका सरकारी रोख्यांच्या खरेदीतून भरपूर फायदे मिळवत आहेत आणि या बँकांनी यापुढे त्यावर फार अवलंबून राहू नये अशी रिझर्व्ह बँकेची अपेक्षा आहे. या ऐवजी बँकांनी अर्थव्यवस्थेमधल्या विविध घटकांना कर्जवाटप करावे कारण तेच खरोखरी बँकांचे मुख्य काम आहे. बँकांनी सरकारी रोख्यात जादा गुंतवणूक करू नये अशा सावधगिरीच्या सूचना रिझर्व्ह बँक करत आहे.

मागच्या वर्षापासून सार्वजनिक क्षेत्रातल्या बँका भरपूर नफा मिळवत आहेत. शेअर बाजारही त्याची नोंद घेत उल्हसित झाला आहे. परंतु जेव्हा चांगल्या गोष्टी वेगाने घडू लागतात त्यातून एक सावधगिरीचा इशारा मिळत असतो. कोणत्याच क्षेत्रात चांगल्या गोष्टी एकदम घडू लागल्या तर त्यातून सर्वत्र भरभराटीचे वातावरण निर्माण होते आणि शेअर बाजाराच्या दृष्टीने ही एक जागे होण्याची वेळ असते. आता बँकांच्या बाबत ही वेळ आली आहे असे रिझर्व्ह बँक सुचवत आहे.

अशा वेळी बँकांची जबाबदारी अधिक नाजुक असते. इतर कोणत्याही उद्योगाच्या क्षेत्रात काही विपरीत घडले तर त्यातून होणारे परिणाम अगर नुकसान मर्यादित असते. परंतु बँका जर धोक्यात आल्या तर संपूर्ण वित्त व्यवस्थाच घसरणीला लागू शकते. नुकतेच बँकांचे सहा महिन्याचे निकाल जाहीर झालेले आहेत आणि त्यातून त्यांनी भरभक्कम नफा मिळवला आहे असे दिसत आहे. परंतु या नफ्याची विभागणी बघितली तर त्यातून काही निष्कर्ष निघतात. मुख्य म्हणजे बहुतेक बँकांचा नक्त फायदा हा त्यांच्या कोषागार उत्पन्नाच्या (ट्रेझरी इन्कम) निम्म्यापेक्षा कमी आहे. हा कोषागार उत्पन्नातला फायदा इतर उत्पन्न म्हणून दाखवला जातो आणि हा सर्व नफा सरकारी रोख्यात व्यापार करून मिळविण्यात आलेला आहे. उदा. स्टेट बँकेचा नक्त फायदा रु. १८८९ कोटी आहे आणि इतर उत्पन्न (कोषागार नफा) रु. ४४०८ कोटी आहे. कॅनरा बँकेचा नक्त फायदा रु. ५८१ कोटी आणि कोषागार नफा रु. १२०९ कोटी आहे तसेच पंजाब नॅशनल बँकेचा नक्त फायदा रु. ५५५ कोटी आणि कोषागार नफा रु. १,०४९ कोटी आहे.

म्हणजे जर बँकांनी त्यांच्याकडून जे अपेक्षित काम आहे ते कर्ज वितरण केले असते, तर त्यांचा नफा बराच कमी झाला असता. परंतु त्याऐवजी त्यांनी आपला बराच मोठा निधी सरकारी रोख्यात गुंतवला आणि भरपूर फायदा मिळवला. काही बँकांनी तर अशा परिस्थितीत काहीच फायदा मिळवला नसता. खरी काळजीची बाब

वेगळीच आहे. बँकांनी हे सरकारी रोख्यामध्ये व्यवहार करून जे नफे मिळवले कारण मागच्या पंधरा महिन्यात दीर्घ काळातील सरकारी रोख्यांवर मिळणारा परतावा हा सुमारे ३५० बिंदूंनी घसरलेला आहे. या काळात देशाबाहेरून सतत डॉलरच्या उत्पन्नाची आवक वाढत आहे आणि अर्थव्यवस्थेमध्ये मोठी तरलता निर्माण झालेली आहे. अशा परिस्थितीत बँकांनी स्वस्थ बसून आपली सरकारी रोख्यातली गुंतवणूक आहे त्याचे मूल्य परस्पर वाढू दिलेले आहे. हे जे सर्व काही घडत आहे त्याला काही बँकिंग क्षेत्रामधले विशेष कौशल्य लागते असे कोणी म्हणणार नाही. याचे कारण म्हणजे सरकारी रोख्यांवरच्या परताव्यात सतत घट होत आहे आणि त्यामुळे कोणताही सर्वसाधारण व्यापारी जे करतो तेच बँका करत आहेत आणि नफा मिळवत आहेत. थोडक्यात म्हणजे, सध्या बाजारात सगळेचजण खुश आहेत आणि आनंदात आहेत कारण काहीच धोका न पत्करता सर्वांनाच परस्पर फायदा मिळत आहे. यामुळे येत्या काळात कोणते धोके दडले आहेत या विषयी कोणीच दक्ष नाही आणि म्हणून रिझर्व्ह बँकेला सावधगिरीचा इशारा द्यावा लागला.

हे असे कोणते धोके आहेत? सरकारी रोख्यांवरील व्याजदरात अचानक उलटे प्रवाह येऊ शकतात. हे असे अनेक कारणांनी घडू शकते. जर येत्या काळात यापूर्वी ज्या प्रमाणात डॉलरची आवक होत होती ती मंदावली तर काही प्रमाणात तरलता कमी होऊ शकते. असे घडू शकते कारण आता अमेरिकेची अर्थव्यवस्था मंदीच्या लाटेतून बाहेर पडत आहे आणि थोडा वेग पकडत आहे. सप्टेंबरमध्ये संपलेल्या तिमाहीत तिचा विकास दर सात टक्के होता. यापुढच्या काळात जर विकासदर उंचावत राहिला तर नजिकच्या काही महिन्यात व्याजदर कणखर होऊ शकतात. तसे झाले तर आशियातल्या देशात जो डॉलर निधी गोळा झाला आहे तो परत अमेरिकेत मागे जावू शकेल.

मागच्या वर्षात अमेरिका आणि आशिया यांच्या दरम्यान मोठ्या प्रमाणावर भांडवलाची आयात आणि निर्यात झालेली आहे. जर अमेरिकेची अर्थव्यवस्था वेगवान झाली आणि तेथे व्याजदर स्थिरावले तर भारतातल्या रोख्यांवरचा दीर्घ काळातला परतावा वरच्या पातळीवर जाऊ शकतो. जर देशांतर्गत रोख्यांवरच्या परताव्यात दोन टक्क्यांनी वाढ झाली तर सार्वजनिक क्षेत्रातील बँकांचा ताळेबंद पूर्णपणे अडचणीत येईल. सध्या सरकारी रोख्यांवरचा दीर्घ काळातला परतावा हा कृत्रिमरीत्या ५ ते ५.५ टक्क्यांच्या दरम्यान आहे आणि त्याचे कारण म्हणजे व्यवस्थेमध्ये अतिरिक्त तरलता आहे.

ही परिस्थिती फारशी टिकणारी नाही कारण अशा रोख्यांवर अमेरिकेमध्ये सुमारे ४.५ टक्के परतावा मिळतो. अमेरिकेमध्ये चलन वाढीचा दर सुमारे दोन टक्के आहे आणि भारतात तो सुमारे ४.५ टक्के आहे. ही बाब लक्षात घेतली तर अमेरिकेमधला

खरा व्याजदर दीर्घकाळासाठी भारतापेक्षा बराच अधिक आहे असे म्हणावे लागेल. असे आजपर्यंत कधी घडले नव्हते आणि नजिकच्या काळात यात दुरुस्ती होईलच. असे जेव्हा कधी घडेल त्यावेळी दहा वर्षाच्या सरकारी रोख्यांवर भारतात सुमारे ७ टक्क्यांचा परतावा मिळू लागेल. परंतु जेव्हा असे काही घडेल त्यावेळी राष्ट्रीयकृत बँकांची सणासुदी संपेल. मुख्य म्हणजे सरकारी रोख्यांमध्ये व्यापार करून जे भरमसाठ नफे मिळत आहेत ते मिळणार नाहीत. आता यापुढे बँकांनी कोषागार उत्पन्नावर अवलंबून न राहता त्यांनी जे लोकांना कर्ज वाटप करायचे आहे त्यावर लक्ष केंद्रित केले तर त्यांच्या हिताचे आहे. नाही तरी बँकांचे मुख्य काम तेच आहे.

■

२.३ बँकांचे खाजगीकरण - एक नवा अध्याय

नुकतेच केंद्रसरकारने बँकांचे खाजगीकरण करण्याच्या दिशेने एक महत्त्वाचे पाऊल टाकले. आता राष्ट्रीयकृत बँकांमधून केंद्रसरकारचे भांडवल फक्त ३३ टक्क्यांपर्यंत खाली आणण्याचे ठरले आहे. या निर्णयाला उशीर झाला तरी त्याचे स्वागत करायला हवे.

सन १९७५ मध्ये आणीबाणीच्या काळात तेव्हाच्या पंतपधान इंदिरा गांधींच्या नेतृत्त्वाखाली केंद्रसरकारने देशातील चौदा प्रमुख खाजगी बँकांचे राष्ट्रीयीकरण करण्याचा निर्णय घेतला आणि एका नव्या पर्वाची सुरुवात झाली. आता परत एकदा उलट्या दिशेने शासनाची वाटचाल सुरू झाली आहे. हा निर्णय व्यवहाराला धरून आणि शहाणपणाचा असला, तरी त्यात अनेक अडचणी आहेत.

या बँकांच्या खाजगीकरणाला सर्वात मोठा विरोध या बँकातील कर्मचाऱ्यांचा आहे. या कर्मचाऱ्यांची एक भरभक्कम संघटना असून त्याचे नेतृत्त्व डाव्या विचारसरणीच्या नेत्यांकडे आहे. त्यामुळ व्यवहार आणि शहाणपण अशा निकषांवर त्यांच्याशी विचारविनिमय आणि सहमती निर्माण होणे ही अपेक्षाही राखणे चूक होईल. अर्थातच फक्त कर्मचाऱ्यांचा स्वार्थ आणि हित हे काही सर्व समाजाच्या सार्वजनिक हिताबरोबरचे आहे असे मानता येणार नाही. भारतीय राजकारणात आणि मुख्यत: काँग्रेस पक्षावर डाव्या गटांचा जो प्रभाव होता त्यामुळे आजपर्यंत राष्ट्रीयकृत बँका कर्मचाऱ्यांच्या दहशतीखाली राहिल्या. आता ती सोय राहिली नाही.

केंद्र सरकारने आपले भागभांडवल कमी करण्याचा निर्णय घेतला तरी शेअर बाजारात त्याची कोणी दखल घेतली नाही. याचे एक उघड कारण म्हणजे शासनाच्या या निर्णया विषयी अनेकांना शंका आहेत. शिवाय जरी शासनाचा निर्णय प्रथमदर्शनी स्वीकारला तरी प्रत्यक्षात त्याचा अंमल करताना अनेक अडचणी उभ्या रहाणार आहेत. सरकार आपले भाग भांडवल कमी करण्यासाठी त्याची विक्री करू शकते. अगर राष्ट्रीयकृत बँकांना शेअर बाजारात जाऊन नवीन भांडवल उभारणी करू शकते. या दोन शक्यता आहेत आणि त्यातील अडचणी पुढील प्रमाणे -

शासनाचे भाग भांडवल काढून घेणे सोपे राहिले नाही. सध्या एक सर्वदूर

व्यापलेली मंदीची लाट आहे आणि त्यामुळे गेली काही वर्षे खाजगीकरणाची प्रक्रिया गती घेत नाही. दर वर्षी अंदाजपत्रकात या मार्गाने शासनाला दहा हजार कोटी रुपये मिळतील असे मानलेले असते आणि त्यात अपयश आले हेही नोंदलेले असते. त्याबरोबरच शेअर बाजारातून गुंतवणूकदारांचा प्रतिसाद बँकांना मिळेल अशीही आशा कोणाला नाही. सध्या बँक ऑफ बडोदा, बँक ऑफ इंडिया, कॉर्पोरेशन बँक, सिंडिकेट बँक, इंडियन ओव्हरसीज बँक, ओरिएंटल बँक ऑफ कॉमर्स आणि आंध्र बँक या सात बँकांत शासनाचे भाग भांडवल साधारणपणे ६५ टक्के आहे. उरलेल्या राष्ट्रीयीकृत बँकात शासनाची मालकी पूर्णपणे आहे. एक अंदाज असा आहे की बँकांना सुमारे पंचवीस हजार कोटी रुपये उभारता आले तरच शासनाचे भाग भांडवल तेहतीस टक्क्यांवर आणता येईल. हा आकडा लक्षात घेतला तर सध्याच्या प्राप्त परिस्थितीत बँकांचे खाजगीकरण जवळपास अशक्यच म्हणावे लागेल.

शेअर बाजारात शासनाच्या निर्णयाविषयी अविश्वास आहे त्याचे प्रमुख कारण आहे बँकांना आज भांडवलाची मोठी गरज आहे हे खरेच. शासनाचे वाढते खर्च आणि विकास प्रक्रियेसाठी कमी पडणारा निधी लक्षात घेता बँकांना हे भांडवल शासनाकडून मिळणार नाही, हे उघड आहे. केवळ गुंतवणुकदारांना आशा वाटावी म्हणून शासन आपले भागभांडवल कमी करण्याच्या घोषणा करीत आहे असा वायदेबाजारात दाट समज आहे. हा नुकताच घेतलेला निर्णय जाहीर करतानाच सरकारने आपला हेतू उघड केला आहे. सरकारने असे सांगितले की आमचे भाग भांडवल कमी झाले तरी आमचा व्यवस्थापनावरचा ताबा आम्ही कमी होऊ देणार नाही. बँकेचा मुख्य कार्यकारी अधिकारी तसेच संचालक मंडळ यांची नेमणूक शासनच करेल. शिवाय कोणाही एका खाजगी भांडवल गुंतवणुकदाराला एक टक्क्यापेक्षा अधिक भाग भांडवल मिळणार नाही. थोडक्यात म्हणजे सर्वच जुन्या पध्दतीच्या व्यवस्था चालू राहतील आणि त्यासाठी खाजगी गुंतवणुकदारांनी पुढे यावे. ही सर्व तर्कपध्दती हास्यास्पद आहे आणि त्यामुळच शेअर बाजार उदासीन आहे.

आज राष्ट्रीयकृत बँकांची अवस्था केविलवाणी आहे. यासाठी या बँकांचे राष्ट्रीयीकरण झाल्यावर कोणते अनुभव आले याची साधकबाधक चर्चा होणे आवश्यक आहे. या बँकांमध्ये सरकारचे जे हस्तक्षेप होत राहिले त्यातून या क्षेत्राला अनेक धोके पत्करावे लागले. हे हस्तक्षेप राजकीय होते तसेच नोकरशहांचेही होते. याचे उत्तम उदाहरण म्हणजे इंडियन बँक म्हणता येईल.

दुसरे उदाहरण स्टेट बँक ऑफ इंडियाचे देता येईल. कागदोपत्री या बँकेचे भाग भांडवल प्रत्यक्ष सरकारचे नसले तरी त्यामध्ये रिझर्व्ह बँकेची मालकी आहे. थोड्या प्रमाणात या बँकेत खाजगी गुंतवणूकसुध्दा आहे. केवळ सरकारला आपली

परकीय गंगाजळी वाढवायची आहे म्हणून स्टेट बँकेला पुढे करून सध्या मिलेनियम इंडिया डिपॉझीट उभे करण्यात येत आहे. ही ठेव गोळा करण्याची किंमत मोठी आहे. त्यामध्ये एक टक्का विनिमय दरातील धोका आणि डॉलरच्या पाच वर्षांच्या ठेवीवर साडेआठ टक्के व्याजदर याचा विचार केला तर हा फार खर्चिक उद्योग आहे. यासाठी स्टेट बँक सुमारे पाच अब्ज (बिलियन) डॉलर गोळा करणार आहे. त्यावर बँकेला सुमारे चारशे ते साडेचारशे कोटीचा तोटा होणार आहे. आणखीन विशेष म्हणजे व्याजदर उतरणीला लागले असताना स्टेट बँक पुढची पाच वर्षे इतक्या वरच्या व्याजदराला बांधील रहाणार आहे. अशा परिस्थितीत कोणत्या खाजगी भांडवल गुंतवणुकदाराला बँकांच्या प्रस्तावित खाजगीकरणा विषयी उत्साह वाटेल.

बँकांची अनुत्पादक मालमत्ता

सार्वजनिक क्षेत्रातील बँकांची एक नेहमीची मागणी होती आणि त्याकडे दुर्लक्ष झाले होते. त्यांचे असे म्हणणे होते की आमच्या कार्यक्षमतेचे मूल्यमापन करताना एकूण मालमत्तेमध्ये (ॲसेटस)अनुत्पादक मालमत्तेचे (एन.पी.ए.) प्रमाण किती आहे हे लक्षात घ्यावे आणि त्यासाठी आम्ही केलेली गुंतवणूक विचारात घ्यावी. सध्या बँकांचे त्यांनी दिलेल्या कर्जापैकी आणि वित्तसाहाय्यापैकी (ॲडव्हान्सेस) किती अनुत्पादक मालमत्ता आहे याच्या आधाराने सर्व चर्चा होते.

ही मागणी करण्याचे कारण तर्काला धरून आहे आणि सयुक्तिक आहे. जगामध्ये इतरत्र याच निकषावर बँकांच्या कार्यक्षमतेची चर्चा होते. बँकेच्या मालमत्तेच्या तपशीलमध्ये (ॲसेट पोर्ट फोलिओ) त्यांनी दिलेले वित्तसाहाय्य (ॲडव्हान्सेस) हा फक्त एक भाग असतो. त्यापेक्षा त्यांच्या एकूण मालमत्तेपैकी (ॲसेट्स) किती प्रमाणात कर्ज बुडले आहे हे त्या बँकेचे स्वास्थ्य कळण्याच्या दृष्टीने महत्त्वाचे आहे. आपल्या देशात मोठ्या प्रमाणावर बँकांची गुंतवणूक ही सरकारी रोख्यांमध्ये (सिक्युरिटीज) असते आणि त्यामुळे त्यांना काही धोका नसतो. सध्या बँका आपल्या आर्थिक गुंतवणुकीची पुनर्मांडणी करण्याचा प्रयत्न करीत आहेत आणि त्यांचे कर्जवाटप (लोन बिझनेस) कमी कमी होत आहे. गेल्या काही वर्षातील आकडेवारी हे दर्शविते. सर्व शेड्यूल्ड बँकांचे मिळून ठेव ऋण प्रमाण (क्रेडिट डिपॉझिट रेषो) १९९७ मध्ये ५६.८ टक्के होते आणि आता ते १९९९ मध्ये ५४.८ टक्के इतके खाली आले आहे.

या पार्श्वभूमीवर एकूण वित्तसाहाय्यामध्ये (ॲडव्हान्सेस) एन.पी.ए.चे प्रमाण हे वाढलेले दिसते. या गुणोत्तरा (रेशो) मधला छेद (डिनॉमिनेटर) हा एकूण वित्तसाहाय्यापैकी असल्यामुळे (टोटल ॲडव्हान्सेस) जर कमी होत असला आणि त्याच वेगाने एन.पी.ए. कमी होत नसले तर साहजिकच भागाकाराचा आकडा मोठा दिसणार.

यामुळे या रेशोच्या आकड्यात वाढ झालेली दिसून बँकांचे आर्थिक स्वास्थ्य बिघडले आहे असा निष्कर्ष काढण्यात येतो. वास्तविक पाहता असे काही घडलेले नसते. याच तर्काला धरून एन.पी.ए.चे वित्तसाहाय्यामधील (अॅडव्हान्सेस) प्रमाण कमी झाले तर बँकांची परिस्थिती सुधारली असे म्हणणेही बरोबर होणार नाही.

यासाठी एन.पी.ए. यांचे एकूण मालमत्तेमधील (टोटल अॅसेट) प्रमाण याची दिशा काय आहे (ट्रेन्ड अॅनालिसिस) करणे आवश्यक आहे. नुकतेच रिझर्व्ह बँकेने ट्रेन्डज अॅन्ड प्रोगेस इन बँकिंग १९९९-२००० या अहवालात ही नवी आकडेवारी दिली आहे.

या अहवालातील ही तुलनात्मक आकडेवारी उत्साहवर्धक आहे. राष्ट्रीयकृत बँका आणि स्टेट बँक यांच्याबाबत एन.पी.ए.चे एकूण वित्तसाहाय्याबरोबर (अॅडव्हान्सेस) आणि एकूण मालमत्ते (अॅसेटस) बरोबर गुणोत्तर प्रमाण हे १९९६-९७ ते १९९९ -२००० या काळात कमी झालेले आहे. (सुमारे १९ टक्क्यांवरून १४ टक्के आणि ८.३० टक्क्यांवरून ६.०४ टक्के) ही घट सुमारे २७ टक्क्यांची आहे. एकूण एन.पी.ए. याचे एकूण मालमत्तेबरोबरचे (टोटल अॅसेट) गुणोत्तर प्रमाण १९९९- २००० मध्ये ६.०४ होते आणि इतर देशातील हे प्रमाण पहाता हा आकडा समाधानकारक आहे. अर्थात अमेरिका आणि ब्रिटन या देशात जर हा आकडा एक ते दोन टक्याच्या वर गेला तर ते धोकादायक मानले जाते परंतु इतर विकसित देशांच्या तुलने राष्ट्रीयकृत बँकांची ही आकडेवारी सुसंगत मानता येईल.

या तुलनेत नवीन खाजगी बँकांचे एन.पी.ए.चे. एकूण अर्थसाहाय्या बरोबरचे (टोटल अॅडव्हान्सेस) हे गुणोत्तर पमाण ५८ टक्क्यांनी आणि परदेशी बँकांचे ६३ टक्क्याने वाढले. तसेच एन.पी.ए.चे एकूण वित्तसाहाय्या (टोटल अॅसेटस) बरोबरचे हे गुणोत्तर प्रमाण अनुक्रमे २० आणि ४८ टक्क्याने वाढले. विदेशी बँकेतील एन.पी.एचे.एकूण वित्तसाहाय्याबरोबरचे (टोटल अॅडव्हान्सेस) गुणोत्तर प्रमाण हे राष्ट्रीयीकृत बँकांच्या सुमारे निम्मे आहे. सर्वसाधारणपणे विदेशी बँका ह्या अधिक सक्षम समजल्या जातात आणि त्याष्टीने हे आकडे आश्चर्यकारक आहेत.

थोडक्यात म्हणजे, विदेशी बँका या फार समर्थ आणि कार्यकुशल आहेत आणि राष्ट्रीयकृत बँका यांची आर्थिक प्रकृती काळजीची आहे अशा प्रकारची तुलना वस्तुनिष्ठ नाही. अर्थात राष्ट्रीयीकृत बँका अडचणीत आलेल्या आहेत हे नाकारण्यात अर्थ नाही, परंतु याचे मुख्य कारण म्हणजे शासनाचा त्यांच्या कारभारातील अनिर्बंध हस्तक्षेप हे आहे. आणि हा हस्तक्षेप या बँकांवरील शासनाची मालकी आणि प्रशासकीय नियंत्रण यामुळे आहे. या वास्तवात बदल झाला तर राष्ट्रीयीकृत बँका कोणत्याही स्पर्धेत आपले स्थान टिकवू शकतील.

बँकांमधील कर्मचारी संघटना

बँकांचे राष्ट्रीयीकरण झाले आणि आता खाजगीकरणाची सुरुवात झाली. यामधल्या सुमारे पंचवीस वर्षाच्या काळात अनेक घडामोडी झाल्या ज्यांची बराचकाळ चर्चा होत राहील. याकाळात बँकांचा मोठ्या प्रमाणावर विस्तार झाला आणि सर्वदूर गामीण भागात ही पायाभूत आर्थिक सेवा उपलब्ध झाली. राष्ट्रीयीकृत बँकांच्या या ऐतिहासिक योगदानाची दखल घेणे आवश्यक आहे. राष्ट्रीयीकरणाचा निर्णय होण्यापूर्वी बँकांचे स्वरूप आणि संघटन बरेचसे शहरांभोवती सीमित होते. अशा प्रकारच्या सेवेतून ग्रामीण जनतेची आणि शेतीची गरज भागणे अवघड होते. अशा पार्श्वभूमीवर राष्ट्रीयीकरणाचा निर्णय राजकीय असला तरी हे धोरण राबविण्यात धाडस होते आणि दूरदर्शीपणा होता. त्यावेळच्या इंदिरा गांधीच्या काँग्रेसपक्षाला हे श्रेय द्यावे लागेल.

त्यानंतरच्या मधल्या काळात राष्ट्रीयीकृत बँकांची घसरण सुरू झाली. देशाच्या नियोजनाच्या कालखंडात या घडामोडीची स्वतंत्र चर्चा होणे आवश्यक आहे. आशिया खंडातील इतर काही देशांच्या विकासातही बँकांनी मोठे नेत्रदीपक योगदान केले आहे. त्यामध्ये सर्वात ठळक म्हणजे जपानचे उदाहरण घेता येईल. तेथील नोकरशाहीने कर्जाचे व्याजदर जाणीवपूर्वक कमी ठेवून बँकांच्या व्यवस्थापनात फार मोठी ढवळाढवळ केली. सुरुवातीची अनेक वर्षे जपानमध्ये आर्थिक विकासाचा दर उच्च पातळीवर ठेवण्यात बँकांचा वापर करण्यात आला. सन १९८७ पासून जपानची अर्थव्यवस्था आर्थिक मंदीमध्ये सापडली आहे आणि त्या गर्तेमधून बाहेर पडण्याचे कोणतेच धोरण गेल्या सुमारे चौदा वर्षात अजून राज्यकर्त्यांना सापडले नाही. किंबहुना या आर्थिक दुर्दशेतून केवळ राजकीय व्यवस्थाच नव्हे तर सर्व जपानचा समाज एका हताश मन:स्थितीत आहे. आपल्या देशातही या बँकेच्या क्षेत्रात जे निर्णय घेतले जाणार आहेत त्याचा किती मोठा परिणाम होऊ शकतो हे नीट कळावे म्हणून हे जपानचे उदाहरण डोळयापुढे ठेवायचे.

आज राष्ट्रीयीकृत बँकांच्या क्षेत्रात त्यातील कर्मचाऱ्यांच्या संघटनांची वर्तणुक हाही एक महत्त्वाचा चर्चेचा विषय आहे. आज या संघटना निर्गुंतवणुक आणि खाजगीकरण यावर मोठा संघर्ष करत आहे. परंतु या संघटनांनी जर प्रामाणिक आत्मपरीक्षण केले, तर बँकांना या अवस्थेला आणण्यात आपणही कारणीभूत आहोत हे मान्य करावे लागेल. याचा अर्थ बँकांच्या व्यवस्थापनात राजकीय आणि नोकरशाहीचा हस्तक्षेप झाला नाही असे अजिबात अभिप्रेत नाही. आज बँकांची प्रचंड प्रमाणावर कर्जाची थकबाकी झाल्यामुळे सर्वक्षेत्राचे आर्थिक स्वास्थ्यच घसरणीला लागले आहे आणि या बँका जवळजवळ आजारी पडल्या आहेत त्यामध्ये हा हस्तक्षेप हे एक सर्वात प्रमुख कारण आहे याबद्दल कोणाचे दुमत नाही. तरीही या बँकातील कामगार संघटनांची आपली जबाबदारी टळत नाही.

या टीकेचे मुख्य कारण म्हणजे आज बँकांमध्ये आवश्यकतेपेक्षा अधिक कर्मचारी वर्ग आहे. आणि त्यामुळे व्यवस्थापनाचा खर्च वाढलेला आहे. वास्तविक पाहता गेल्या महत्त्वाच्या दहा वर्षात जर या कामगार संघटनांनी बँकांचे संगणकीकरण करण्यात व्यवस्थापनास पूर्ण मदत आणि सहकार्य केले असते तर बँका आधुनिक बनल्या असत्या आणि त्यांची उत्पादकता वाढली असती. तसेच ग्राहकांना अधिक तत्पर आणि चोख सेवा मिळाली असती. यासाठी कर्मचाऱ्यांनीच व्यवस्थापनावर असे दडपण आणावयास हवे होते की बँका वर्षाचे सर्व ३६५ दिवस उघड्या राहतील आणि दिवसाचे २४ तास ग्राहकांना सेवा मिळेल. यातून आहेत ते जादा कर्मचारी बँकांच्या विस्तारित सेवांमध्ये पूर्णपणे सामावले असते. परंतु कामगार संघटनांनी आपली फक्त पारंपरिक चळवळ चालू ठेवली आणि व्यवस्थापनाला प्रत्येक टप्प्यावर विरोध करणे एवढेच आपले ऐतिहासिक कार्य मानले. हे असे घडले याचे एक मुख्य कारण म्हणजे या कर्मचाऱ्यांच्या संघटना डाव्या पक्षांच्या नेतृत्वाखाली काम करीत होत्या आणि त्यांना आपली स्वतंत्र प्रतिभा वापरावी असे कधी वाटले नाही. एका परीने बँकातील कर्मचाऱ्यांनी आंधळेपणाने फार मोठी किंमत चुकती केली आणि बँकांचे व्यवस्थापन मागासलेले ठेवण्याचे ऐतिहासिक काम केले. त्याचबरोबर अखेरीस स्वत:च्या पायावर धोंडा पाडून घेतला. आता सर्व बँकांनी स्वेच्छानिवृत्ती योजना जाहीर केल्या आहेत आणि त्यातून बँकातील जो सर्वात अनुभवी वर्ग आहे त्यांनी बँकेतून बाहेर पडावे अशी बक्षीस योजना स्वीकारली आहे. जे अनुभवी आहेत त्यांच्या वेतनावरचा खर्च अधिक आहे म्हणून त्यांना निवृत्त करणे आश्चर्याचे आहे.

या स्वेच्छानिवृत्तीचा इतर क्षेत्रातही सध्या प्रयोग होत आहे. नियोजनाच्या पन्नास वर्षाच्या कालखंडात केवळ सरकारी व्यवस्थाच नव्हे तर इतर खाजगी क्षेत्रातही मोठ्या प्रमाणावर कर्मचाऱ्यांची संख्या वाढली. जसजसे नवे तंत्रज्ञान येईल तसा कमी कर्मचारी वर्ग लागेल याचे कोणी भान ठेवले नाही. शिवाय जे कामगार वर्गाबाबत कायदे कानून बनले त्यातून कामगारांना अवाजवी संरक्षण मिळाले. लोकशाही व्यवस्थेमध्ये असा संघटित कामगार वर्ग बघता बघता आपला सामाजिक संदर्भ विसरला आणि अनेक संघटनांमध्ये व्यक्तिगत दहशत निर्माण करणारे नेतृत्व निर्माण झाले. आश्चर्य म्हणजे याची सगळ्यात मोठी किंमत डाव्या पक्षांनाच चुकती करावी लागली आणि अनेक ठिकाणी त्यांच्या हातून चळवळीचे नेतृत्व निसटले.

■

२.४ सरकारचा बँकांना आधार

केंद्र सरकारने सार्वजनिक क्षेत्रातील बँकांना सतत मदत केली आहे. आणि पाठिंबा दिलेला आहे. विशेषत: नव्वदीमध्ये सुधारणा कार्यक्रम स्वीकारल्यानंतर सरकार आणि बँकिंग क्षेत्र यांच्या संबंधांची पुनर्रचना होत आहे आणि ही प्रगती सतत एका दिशेने आहे. इतर क्षेत्रांच्या तुलनेने या पुनर्मांडणीतून बँकांनी आपली शक्ती आणि विश्वासार्हता वाढवलेली आहे. सुधारणा कार्यक्रमातला हा एक कौतुक करण्यासारखा अध्याय आहे. या काळात सरकारची मालकी, हस्तक्षेप आणि थकित कर्जांचे प्रमाण सतत कमी होत आहे आणि बँकांची स्वायत्तता आणि व्यवहारातले स्वातंत्र्य वाढत आहे. तसेच देशाची केंद्रिय बँक म्हणून रिझर्व्ह बँक आपले काम चोखपणे करत आहे. सरकारनेही सिक्युरिटायझेशन सारखे कायदे करून बँकांना मोठे बळ दिले आहे.

हे सर्व लक्षात घेऊन क्रिसील या नामांकन करणाऱ्या संस्थेने बँक ऑफ बडोदा, कॅनरा बँक, इंडियन ओव्हरसीज बँक आणि सिंडिकेट बँक यांच्या रोख्यांचा दर्जा वाढवलेला आहे. केंद्र सरकार यापूर्वी प्रमाणेच येत्या काळातही या सार्वजनिक क्षेत्रातील बँकांना भक्कमपणे पाठिंबा देईल, त्यातून बँका मोठ्या होतील आणि बँकावर दिवाळखोरीचे प्रसंग येणार नाहीत अशी अपेक्षा व्यक्त केली आहे. क्रिसीलने हे जे पतनामांकन वाढवले आहे त्याचे विशेष म्हणजे येत्या काळात व्याजदर कठीण बनण्याचीच अधिक शक्यता आहे आणि त्यामुळे २००४- ०५ सालात बँकांचा नफा कमी होण्याची शक्यता आहे. तरीही क्रिसीलने ही शिफारस केली आहे.

जगभरात सगळ्याच बँकांना त्यांच्या त्यांच्या देशातल्या सरकारांचा आणि नियमन करणाऱ्या संस्थांचा पाठिंबा असतो. त्याचे कारण म्हणजे बँकांच्या माध्यमातून अर्थव्यवस्थेमध्ये एक सरसकट स्थैर्य, तरलता आणि देण्याघेण्याचे व्यवहार सुरळितपणे पार पडतील याचा एक भरवसा निर्माण करावा लागतो. भारतात जेव्हा कधी सार्वजनिक बँका अडचणीत येतात तेव्हा सरकारचा प्रतिसाद लगेचचा आणि सहानभूतीचा असतो कारण सरकारची या बँकात प्रमुख मालकी आहे. त्यामुळे सरकारने बँकांना एक नैतिक आधार द्यावा अशी जनतेची अपेक्षा असते. तसेच जो बचतदारांचा वर्ग आहे त्याला बँका म्हणजे सरकारच्या सार्वभौम पाठिंब्याचे प्रतिबिंब वाटते. आपल्या

देशात सार्वजनिक क्षेत्रातील कोणत्याही बँकेमध्ये जर कधी तरलतेचा (लिक्विडिटी) चुकूनही प्रश्न उभा राहिला तर त्याचे गंभीर राजकीय परिणाम होतील. त्यामुळे बँकेने पैसे चुकते केले नाहीत असा प्रसंगच येणार नाही.

याशिवाय अगदी खाजगी क्षेत्रातील बँकाही जेव्हा संकटात सापडल्या आहेत तेव्हा सरकारने त्यांच्या मदतीला धाव घेतलेली आहे. त्याचे एक कारण म्हणजे ठेवीदारांच्या आणि कर्जदारांच्या हिताचे संरक्षण करणे गरजेचे असते. त्यामुळे जर सार्वजनिक बँका कधी अडचणीत आल्या तर सरकार कधीही स्वस्थ बसणार नाही याची क्रिसीलला खात्री आहे. या बँकांचा ठेवीदारांचा वर्ग मोठा आहे आणि त्यात काम करणाऱ्या कर्मचाऱ्यांची संख्याही मोठी आहे. मागच्या काही वर्षात अगदी काही सार्वजनिक बँकांचे नक्त मूल्य नकारात्मक असूनही त्यांच्या ठेवींमध्ये भरघोस वाढ झालेली आहे कारण अशा बँकांच्या मागेही सरकार भक्कमपणे उभे आहे असा ठेवीदारांचा विश्वास आहे.

सर्वसाधारण जनतेची बँकांच्यामागे सरकार उभे आहे असा समज होण्याला समर्थनीय कारणे आहेत. सरकारने वेळोवेळी या सार्वजनिक बँकांना भांडवलाची भरीव मदत केलेली आहे. मागच्या तेरा वर्षात सरकारने या सार्वजनिक बँकांना एकूण सुमारे रु. २३० अब्ज (२३० बिलियन) इतके भांडवल पुरवलेले आहे. त्यामुळे सरकारने या सार्वजनिक बँकांना कधीही तरलतेच्या पेचप्रसंगाला तोंड द्यावे लागणार नाही याची व्यवस्था केलेली आहे. त्यामुळेच जनतेचा बँकांवरचा भरवसा वाढता आहे.

क्रिसील केंद्र सरकारचा बँकांना जो पाठिंबा आहे त्याचे मूल्यमापन करताना अनेक बाबी लक्षात घेते. त्यात एखाद्या बँकेचे सरकारच्या दृष्टीने किती वजन आहे, जर ही बँक अडचणीत आली तर त्याचे कोणते राजकीय परिणाम होतील आणि सरकारची नैतिक जबाबदारी अशा गोष्टी लक्षात घेतल्या जातात. त्यातून कोणत्याही बँकेची पतपुरवठ्याची क्षमता किती आहे आणि सरकार किती प्रमाणात पाठिंबा देईल याचे वेगवेगळे चित्रण केले जाते.

मागच्या काही वर्षात अनेक सार्वजनिक बँकांनी आपली पतपुरवठ्याची क्षमता बऱ्यापैकी सुधारलेली आहे त्याचे एक कारण म्हणजे या बँकाही रोख्यांच्या बाजारपेठेत चांगले नफे मिळवले आहेत आणि त्यामुळे जो थकित कर्जातून होणारा तोटा आहे तो काही प्रमाणात भरून काढला आहे. त्यामुळेच सध्या बँकांनी नक्त थकित कर्जांची पातळी सुमारे तीन टक्क्यांच्या जवळपास आणली आहे. आता येत्या काळात जर व्याजदर कठीण होण्याची अधिक शक्यता आहे तर अशा परिस्थितीत बँकांनी रोख्यांच्या व्यापारातून नफा मिळविण्याची शक्यता बरीच कमी आहे.

क्रिसीलने बँकांचे मूल्यांकन करताना २००४ - ०५ वर्षात बँकांनी जरी व्यापारातून कमी नफे मिळवले तरीही थकित कर्जाचे प्रमाण वाढणार नाही अशी आशा व्यक्त केलेली आहे. त्याचे कारण म्हणजे या काळात देशाच्या आर्थिक

वाढीचा दर बऱ्यापैकी चांगला म्हणजे सुमारे सात ते आठ टक्क्यांच्या दरम्यान राहिला तर बँकांचे नफे बऱ्यापैकी सुरक्षित राहातील असे गृहीत धरले आहे. त्यामुळे बुडित कर्जासाठी वाढीव तरतूद करावी लागणार नाही अशी अपेक्षा आहे.

अर्थात अनेक सार्वजनिक बँका चालू २००४ -०५ वर्षात कमी नफा दाखविण्याची शक्यता लक्षात घेतली पाहिजे. कारण रोख्यांच्या व्यापारात जो नफा मिळत होता तो नक्कीच घटणार आहे. क्रिसीलने सार्वजनिक बँकांचा ठोस फायदा किती असू शकेल याचे मोजमाप केले आहे. त्यासाठी त्यांनी नेट प्रॉफिटॅबिलिटी मार्जिनचे सूत्र वापरले आहे. त्यामध्ये ज्या मत्तांवर व्याज मिळते त्या उत्पन्नातून सरासरी निधी उसनवारीचा खर्च वजा केलेला आहे. तसेच जितका निधी वापरला त्या प्रमाणातला खर्चही वजा केलेला आहे. शिवाय जे शुल्कातून मिळणारे उत्पन्न आहे ते त्यात मिळवले आहे. सार्वजनिक बँकांचे हे नेट प्रॉफिटॅबिलिटी मार्जिन चालू २००४ - ०५ वर्षात जवळपास आहे तितकेच राहील असा क्रिसीलचा अंदाज आहे.

क्रिसीलने सार्वजनिक बँकांच्या गुंतवणुकीचे मूल्य वाढीव राहील आणि त्यांच्याकडे गुंतवणुकीतील चढउतार स्थिर ठेवण्यासाठी जो राखीव निधी असतो त्याचा त्यांना फायदा होईल असे म्हटले आहे. या अशा सर्व बाबींचा विचार करून सार्वजनिक बँकांकडे जो भांडवली निधी आहे तो येत्या काळात पुरेशा पातळीवर आहे असा क्रिसीलने निष्कर्ष काढलेला आहे.

या आढाव्यात जगामध्ये जे बदल होत आहेत त्याचीही भर घातली पाहिजे. विकसनशील देशांचा विचार केला तर भारताचे बँकिंग क्षेत्र हे या अर्थव्यवस्थेचे मोठे शक्तीस्थान आहे. या क्षेत्राला शंभर वर्षांची दीर्घ परंपरा आहे आणि जगातल्या अनेक आंतरराष्ट्रीय बँकांमध्ये भारतातल्या बँकिंग व्यवसायिकांनी मोठ्या मोक्याच्या स्थानांवर जबाबदारी हाताळलेली आहे.

विशेषत: चीन आणि रशिया या दोन मोठ्या अर्थव्यवस्थांचा विचार केला तर भारताची बँकिंग क्षेत्रातली शक्ती सरस आहे. जपानसारख्या दुसऱ्या कमांकावरच्या औद्योगिक देशात बँकिंग क्षेत्र मागची चौदा वर्षे अडचणीत आलेले आहे आणि त्यामुळे सगळ्या जपानची अर्थव्यवस्थाही रखडलेली आहे.

याबरोबर श्रीमंत औद्योगिक देशात बँका, विमा, म्युच्युअल फंड्स अशा अनेक सेवाक्षेत्रात मनुष्यबळाची कमतरता असल्यामुळे तेथील मजूरप्रधान कामे भारतासारख्या देशातून करून घेण्याचा प्रघात सुरू झाला आहे. याला आऊटसोर्सिंग म्हणतात आणि मागच्या काही वर्षात श्रीमंत देशात यावर फार मोठे सार्वजनिक वादंग उभे राहिले आहेत. काहीही असले तरीही या आउटसोर्सिंगमुळे श्रीमंत देशातील कंपन्या आणि संस्था यांचा स्वत:चा फायदा होणार आहे, हे सत्य सर्वांनी मान्य केलेले आहे. अशा परिस्थितीत भारतातले बँकिंग क्षेत्र हे जगामध्ये आणखी नवीन क्षेत्रे शोधेल असे समजायला हरकत नाही. ■

२.५ बँकांचे पुरेसे भांडवल

रिझर्व्ह बँकेने मे २००७ मध्ये व्यापारी बँकांचे किमान पुरेसे भांडवल किती असावे या विषयी मार्गदर्शक तत्त्वे (कॅपिटल ॲडिक्वसी गाइडलाइन्स) जाहीर केली. यालाच बास्ले टू असे आंतरराष्ट्रीय बँकिंगच्या परिभाषेत म्हणतात. आश्चर्य म्हणजे नंतर लगेचच बँकेने अग्रक्रम असलेल्या क्षेत्राला (प्रायोरिटी सेक्टर) कसा कर्जपुरवठा करावा याचेही बँकांना मार्गदर्शन केले. यात काही विसंगती आहे का?

बास्ले टू हे जगभरात आधुनिक वित्त व्यवस्थेमधले आवश्यक पाऊल समजले जाते. या उलट अग्रक्रम असलेल्या क्षेत्रांना बँकांनी कर्ज पुरवठा करावा असे आदेश देणे म्हणजे ती एक नियोजनाच्या काळातली पद्धती आहे. देशाने नव्वदीच्या सुरुवातीपासून उदारीकरण स्वीकारल्यावर त्या अगोदरची चाळीस वर्षांची केंद्रीय नियोजनाची पद्धती काही प्रमाणात बदलली. विशेषत: औद्योगिकीकरण, परदेश व्यापार आणि भांडवल याबाबत काही मूलभूत वेगळे निर्णय घेतले. या अर्थाने अर्थव्यवस्थेवरचा केंद्रीय नियोजनाचा प्रभाव कमी करून त्या जागी बाजारपेठेची व्यवस्था आणि खुल्या अर्थव्यवस्थेची वाटचाल स्वीकारण्यात आली. हा मागच्या सोळा वर्षातला बदललेला संदर्भ लक्षात घेतला तर बास्ले टू हा निकष आणि अग्रक्रम असलेल्या क्षेत्रांना कर्ज पुरवठा या दोन्हीमध्ये काहीतरी विसंगती आहे असे दिसते.

अर्थात आपल्या देशाच्या अर्थव्यवस्थेमध्ये विसंगती नवीन नाही आणि क्वचित दिसणारीही नाही. आपल्याकडे अनेक अंतर्विरोध एकमेकाशी गुण्यागोविंदाने नांदताना दिसतात. आजच्या एकविसाव्या शतकात येथे प्रचंड मोठ्या प्रमाणावर चालणारी विविध वस्तू भांडारे (डिपार्टमेंटल स्टोअर्स) चालताना दिसतात. आणि त्याचबरोबर काही भागात दारिद्र्याने थैमान मांडलेले आहे. आपले माहिती तंत्रज्ञानातील अभियंते जगामध्ये वरच्या स्थानावर पोहोचले आहेत आणि येथे चाळीस टक्के ग्रामीण जनता अज्ञानी आणि अशिक्षित आहे. देशाचा जीडीपी एक हजार अब्ज (एक ट्रिलियन डॉलर)वर पोहोचला आहे आणि येथे काही भागात शेतकरी मोठ्या संख्येने आत्महत्या करत आहेत. यामुळे देशातले एकूण चित्र सुसंगत नाही हे तर उघडच आहे. किंबहुना येथे गोंधळच अधिक आहे असे म्हणायची वेळ आली आहे. त्यामुळे बास्ले टू हा

निकष आणि आपल्या बँकिंग क्षेत्रातील रीतीरिवाज यात अंतर्विरोध ही काही फार मोठी बाब नाही.

देशात या ज्या अनेक परस्पराशी विसंगत गोष्टी आहेत त्या यापुढेही अशाच चालू राहतील आणि त्यातून काही अडचणी निर्माण होणार नाहीत हे समजणे मात्र भोळसटपणाचे होईल. त्यामुळे बास्ले टू हा निकष अंमलात आणायचा असला तर आपल्या सरकारला अग्रक्रम असलेल्या क्षेत्राला प्राधान्य द्यायचे किंवा नाही हा प्रश्न बाजूला सारता येणार नाही. त्यामुळे बास्ले टूच्या निकषाप्रमाणे बँकांचे किमान भांडवल म्हणजे काय हा प्रश्न स्वतंत्रपणे सोडवता येणार नाही. कारण मग अग्रक्रम असलेल्या क्षेत्रांकडे कर्ज पुरवठा करताना दुर्लक्ष झाले तर त्यांचे काही गंभीर आर्थिक आणि सामाजिक परिणाम होतीलच. राज्यकर्त्यांना कधीतरी त्यांना तोंड द्यावेच लागेल. त्यावेळी रिझर्व्ह बँकेला आपण वित्त व्यवस्थेच्या स्वास्थ्यासाठी आणि बँकिंग क्षेत्राची विश्वासार्हता वाढवण्यासाठी केवळ हा तांत्रिक विचार केला असे म्हणून आपली सोडवणूक करून घेता येणार नाही.

हा गुंता समजून घेण्यासाठी काही गोष्टी स्पष्ट केल्या पाहिजेत. बास्ले टू म्हणजे काय? सोप्या शब्दात सांगायचे म्हणजे बास्ले टू हा एक जगामध्ये मान्य झालेला बँकिंग क्षेत्रातला निकष आहे. कोणत्याही देशात तेथली केंद्रीय बँक (सेंट्रल बँक) ही बँकांचे व्यवहार सुरक्षितपणे आणि सुरळितपणे चालू राहावेत म्हणून काही नियमन करत असते. त्या अंतर्गत या बँकांचे किमान किती भांडवल पुरेसे असावे याचे काही निकष घालून देण्यात येतात. आपल्याकडे ही आरबीआयची जबाबदारी आहे.

बँकांना अनेक कारणासाठी भांडवलाची गरज असते. त्यातली पहिली म्हणजे बँकांनी ज्या कर्जदारांना कर्ज दिलेले असते ते काही वेळा परत फेडले न जाण्याची शक्यता असते. तांत्रिकदृष्टया याला अनुत्पादक कर्ज अगर थकित कर्ज असे म्हणतात. कर्ज पुरवठ्याशिवाय बँका काही गुंतवणूकही करत असतात. यामध्ये कर्ज बुडण्याचा धोका नसला तरीही त्यामागे असलेल्या तारणाचे (सिक्युरिटी) मूल्य खाली जाऊ शकते. याचे एक कारण म्हणजे व्याजदरात बदल होतात. किंमत आणि व्याजदर यांचे उलटे नाते असते. त्यामुळे कर्ज बुडण्याच्या धोक्याबरोबरच बँकांना बाजारात होणाऱ्या व्याजदरातील चढउतारांना तोंड देण्यासाठी आपल्याकडे पुरेसे भांडवल ठेवावे लागते.

याशिवाय बँका काही सेवाही पुरवतात. धनादेश वटवणे, देयके गोळा करणे, धनाकर्ष (ड्राफ्ट) देणे ही त्याची उदाहरणे. म्हणजे बँका अशा अनेक प्रकारच्या पैशांच्या उलाढालीत काही प्रमाणात जोखीम स्वीकारत असतात. कर्ज पुरवठा करताना, बाजारातल्या किंमतींच्या आणि व्याजाच्या चढउतारात आणि व्यवहार

करताना बँकांना धोक्याला तोंड द्यावे लागते. अशावेळी त्यांच्याजवळ स्वत:चा निधी आवश्यक असतो. म्हणजे त्यांना व्यवहारातला जमाखर्च निर्वेधपणे करता येतो. तसेच अशा उलाढालींमध्ये काही निर्णय चुकले आणि काही तोटा झाला तर तोही भरून काढता येतो. यासाठीच बँकांना आपले स्वत:चे भांडवल फार उपयोगाचे असते.

बँकांना आपल्या गरजेपोटी किती भांडवल लागते? हे ठरवण्याचा पहिला प्रयत्न १९८०च्या अखेरीस करण्यात आला. बँक ऑफ इंटरनॅशनल सेटलमेंट्स (बीआयएस) ही बास्ले, स्वित्झर्लंड येथे असलेली नामांकित संस्था आहे. जवळपास शंभर देशांच्या सेंट्रल बँकांनी आपल्या अंतर्गत असलेल्या बँकांनी किमान आठ टक्के भांडवल जवळ ठेवावे असा नियम मान्य केला. बँकांच्या जोखीम असलेल्या एकूण मत्तांच्या मूल्यापोटी बँकांच्याकडे स्वत:चे आठ टक्के भांडवल असले म्हणजे त्यात सुरक्षितता आहे असा बीआयएसचा प्रस्ताव जगातल्या प्रमुख सेंट्रल बँकांनी स्वीकारला. नंतर ऐंशीच्या दशकापासून जगातली वित्त व्यवस्था अधिकाधिक प्रगल्भ आणि विकसित झाली आणि त्यामुळे हे किमान भांडवलाचे निकष परत एकदा तपासण्याची सेंट्रल बँकांना गरज वाटू लागली. विशेष म्हणजे बँकेच्या मुख्य कर्ज वितरणाच्या कामामध्ये अधिकाधिक बारकावे दिसू लागले आणि त्यांना सरसकट एका तराजूमध्ये तोलण्यापेक्षा त्यांना वेगवेगळे वजन देण्याची कल्पना पुढे आली. उदाहरणार्थ बँकांकडून कर्जदेणाऱ्या कर्जदारांमध्ये गुणात्मक फरक असतात. टाटा स्टील या नामांकित उद्योगाला कर्ज देणे आणि कोपऱ्यावरच्या किराणामालाच्या दुकानदाराला कर्ज देणे यात फरक आहे हे उघड आहे. बास्ले वन या निकषाखाली या दोन्ही प्रकारच्या कर्जदारांना कर्ज दिले तर सारखीच जोखीम आहे असे गृहीत होते आणि त्यासाठी शंभर बिंदूंचे वजन होते. हे व्यवहाराला धरून नव्हते आणि म्हणून त्यात बदल करण्याची गरज भासली.

याचा पुढचा टप्पा म्हणजे बास्ले टू हा नवा निकष आहे. यामध्ये तीन मुख्य स्तंभ (पिलर्स) आहेत. पहिल्या पिलर वन मध्ये नियमन करण्यासाठी लागणारे भांडवल हे तीन प्रकारच्या आर्थिक व्यवहारांसाठी लागणाऱ्या भांडवलाइतके असले पाहिजे. हे तीन प्रकारचे जोखमीचे व्यवहार म्हणजे कर्ज देणे, बाजारातले चढउतार आणि रोजचे व्यवहार करताना येणारे धोके. दुसरा पिलर म्हणजे सेंट्रल बँकेने आपल्या अंतर्गत येणाऱ्या सगळ्या बँकांवर लक्ष ठेवण्यासाठी दक्षता यंत्रणा तयार ठेवणे. आणि तिसरा पिलर म्हणजे खुल्या बाजारपेठेची शिस्त बँकांनी अंगी लावणे.

या तीन मुख्य गरजांपैकी पिलर वन याचे महत्त्व सगळ्यात अधिक आहे. या अंतर्गत बँकांनी आपले स्वत:चे किती किमान भांडवल आपल्याकडे ठेवायचे याचा निर्णय होत असतो. आणि याचेच अनेक परिणाम होत असतात. याचे महत्त्व यासाठी

की यामुळे बँकांच्या प्रत्येक प्रकारच्या मत्ता डोळ्यापुढे ठेवून किती भांडवलाची गरज आहे हे ठरत असते. म्हणजे आता यापुढे प्रत्येक बँकेला किती किमान भांडवल लागेल हे वेगवेगळे असणार आहे. याचा अर्थ प्रत्येक बँकेकडे असलेल्या मत्तांचा दर्जा कोणता आहे आणि बँक प्रत्यक्षात कोणत्या प्रकारचा व्यवहार आणि उलाढाल करते यावर त्या बँकेची भांडवलाची गरज ठरणार आहे.

व्यवहारात हे चित्र कसे दिसेल? उदाहरणार्थ, दोन बँकांचा ताळेबंदाचा आकार सारखाच असला तरी त्यांच्या स्वत:च्या भांडवलाच्या गरजा वेगळ्या असू शकतात. याचे कारण म्हणजे ते करत असलेल्या आर्थिक उलाढालीमध्ये त्यांच्याकडे असलेल्या मत्तांचा दर्जा कोणता आहे आणि त्यांना त्यातून किती जोखीम आहे यावर त्यांची भांडवलाची गरज अवलंबून आहे. वित्त क्षेत्रात पतनिर्धारण करणाऱ्या मूल्यांकन संस्था आहेत आणि त्या बँकांनी दिलेल्या कर्जाच्या प्रकारावर अवलंबून राहून त्यांना किती जोखीम आहे याचा अभ्यास करत असतात. यामध्ये वेगवेगळ्या कर्जदारांना वेगवेगळे वजन देण्यात येते. उदाहरणार्थ, केंद्र सरकारच्या कर्ज रोख्यांना शून्य वजन असते कारण या कर्ज व्यवहारात कोणताच धोका नसतो. येथे सरकार सार्वभौम असते आणि त्याला दिलेले कर्ज कधीही बुडत नाही असे गृहीत धरण्यात येते. याच्या दुसऱ्या टोकाला बँकांनी काही कर्जदारांना कर्ज दिले आणि ते थकित कर्ज म्हणून मान्य करावे लागले तर त्याला शंभर बिंदूंचे वजन देण्यात येते.

बास्ले टूच्या नियमनानुसार जेव्हा एखादी मोठी कंपनी अेअेअे(ट्रिपल अे रेटिंग) असे मूल्यांकन मिळवते त्यावेळी ती सगळ्यात भरवशाची समजली जाते आणि तिला दिलेल्या कर्जाला फक्त वीस टक्क्यांची जोखीम आहे असे बँका मानतात. सोप्या भाषेत म्हणजे ट्रिपल अे मूल्यांकन मिळवलेल्या कंपनीला बँकेने शंभर कोटी रुपयांची सवलत दिली तर बँकेला या वित्त पुरवठ्यापोटी फक्त रु. १.८ कोटी (१०० × २० टक्के ×९ टक्के) बाजूला काढून ठेवण्याची गरज आहे. यापूर्वीच्या पद्धतीप्रमाणे बँकेला यासाठी नऊ कोटी रुपये सुरक्षा म्हणून बाजूला काढून ठेवावे लागले असते. परंतु समजा एखाद्या कंपनीला खालच्या पातळीवरचे म्हणजे बीबी असे मूल्यांकन मिळालेले असले तर तीच बँक अशा सुरक्षेपोटी रु. १३.५० (१०० × १५०टक्के × ९ टक्के) कोटी बाजूला काढून ठेवेल. बास्ले टूच्या निकषानुसार जोखीम असलेल्या मत्तांच्या आठ टक्के भांडवल हे बँकेने हातात ठेवले पाहिजे. परंतु रिझर्व्ह बँकेने अधिक सावधगिरी म्हणून हे प्रमाण किमान नऊ टक्के असले पाहिजे असे म्हटले आहे.

यातून बँकांना एक ठोस संकेत देण्यात आलेला आहे. बँकांनी आपले ताळेबंद साफसूफ केले पाहिजेत. त्यासाठी त्यांनी चांगले कर्जदार शोधले पाहिजेत. आणि यातूनच त्यांना आपले भांडवल सुरक्षित ठेवता येणार आहेत. अर्थात बँकांच्या

स्वास्थ्याचा विचार केला आणि अर्थव्यवस्थेच्या एकूण स्थैर्याचा विचार केला तर रिझर्व्ह बँकेची ही तर्कसंगती उत्तमच आहे. पण मग बँकांनी काही विशिष्ट क्षेत्रांना अग्रक्रमाने कर्जपुरवठा केला पाहिजे असा आरबीआय कसा सल्ला देऊ शकते. अगदी कृषीला असा अग्रक्रम देऊन कर्जपुरवठा केला पाहिजे याचेही पूर्ण समर्थन करता येईल. आर्थिक वाढ अधिक वेगाने हवी असली तर त्यात सर्वच क्षेत्रांचा विकास समतोलपणे व्हावा लागेल आणि त्यातच कृषीचा समावेश होतो. परंतु मागच्या सोळा वर्षात आर्थिक वाढीमध्ये कृषी क्षेत्र वगळता इतर सगळ्याच क्षेत्रांमध्ये प्रगती झाली. परिणामत: कृषीचा मागासलेपणा हा आर्थिक वाढ अधिक उंचावण्यामध्ये एक प्रमुख अडथळा बनला आहे हे सगळ्यांनी मान्य केले आहे. त्यामुळे अगदी आर्थिक स्वास्थ्य आणि वाढ या दोन्हीचा विचार करूनही एखाद्या उद्योगाला अगर क्षेत्राला अग्रक्रमाने कर्ज पुरवठा करावा याचे समर्थन करता येईल. परंतु ही सगळी विचारसरणी बास्ले टूच्या संदर्भात कशी जोडून घ्यायची? जगातल्या इतर देशांमध्ये अशा प्रकारची गुंतागुंत आढळत नाही कारण तेथे खुली अर्थव्यवस्था आणि मुक्त बाजारपेठा यांचाच सर्वत्र प्रभाव दिसत असतो. परंतु आपल्या देशात केंद्रीय नियोजनाची एक दीर्घ परंपरा आहे आणि तिला काही प्रमाणात मोड घालण्यात आली असली तरीही ती पूर्णपणे मोडीत काढण्यात आलेली नाही.

कृषीप्रमाणेच अग्रक्रमाने कर्जपुरवठा करण्यासाठी आणखी काही क्षेत्रे आपला हक्क सांगू शकतात. लघु आणि मध्यम उद्योग, निर्यातदार, शिक्षण आणि कमी उत्पन्न गटातील निवासी घरांची बांधणी, अशी काही उदाहरणे देता येतील. आरबीआयने एप्रिल २००७मध्ये जाहीर केलेल्या कर्ज पुरवठा धोरणामध्ये वीस लाखापर्यंतच्या निवासी घर बांधणीसाठीही हलक्या दराने व्याजदर लावावे असा बँकांना सल्ला दिलेला आहे. आरबीआयने असे सल्ले देण्याचे चालू ठेवले तर पर्यायाने बँका अधिक प्रमाणात आपले कर्ज अधिक सुरक्षित कर्जदारांनाच देण्याचे प्रयत्न चालू ठेवतील. याचे साहजिक कारण म्हणजे असे केल्यामुळे बँकांना कमी जोखीम घ्यावी लागेल आणि त्यासाठी कमी भांडवल सुरक्षा म्हणून बाजूला काढून ठेवावे लागेल.

आरबीआयने अशा पद्धतीच्या नियमन केलेल्या किरकोळ क्षेत्रांसाठी जोखीम असलेल्या मत्तांना ७५ टक्क्यांचे वजन दिलेले आहे. याला बँकेने रेग्युलेटरी रिटेल पोर्टफोलिओ असे म्हटले आहे. यातच अग्रक्रमाने कर्जपुरवठा करावयाची क्षेत्रे येतात. अर्थात सगळ्यांचाच त्यात समावेश नाही. बँकांना ट्रिपल ए रेटिंग असलेल्या कर्जावर फक्त वीस टक्के जोखीम आहे परंतु ज्या क्षेत्रांना अग्रक्रमाने कर्जपुरवठा होणार आहे त्यांना मात्र ७५ टक्के जोखीम आहे. याचा अर्थ बँका कमी जोखीम असलेल्या क्षेत्राला अधिक पसंती देतील हे उघड आहे.

आपल्या देशात बँकांना आपल्या एकूण कर्जपुरवठ्यातल्या चाळीस टक्क्यांचा

वाटा अग्रक्रम असलेल्या क्षेत्रांना (प्रायॉरिटी सेक्टर) द्यावा लागतो. परदेशी बँकांसाठी हे प्रमाण ३२ टक्क्यांचे आहे. बँकांनी चाळीस टक्क्यांपर्यंत असा कर्जपुरवठा गरजू क्षेत्रांना करावा अशी अपेक्षा असली तरीही प्रत्यक्षात हे प्रमाण कमी होत चाललेले आहे. मागे डिसेंबर २००५ मध्येही हे प्रमाण ३६.५ टक्के होते आणि डिसेंबर २००६ मध्ये ही पातळी ३४.८ टक्क्यांवर आली. येत्या काळात बास्ले टूचा निकष जसजसा अंमलात येऊ लागेल त्या प्रमाणात अग्रक्रम असलेल्या गरजू क्षेत्रांना कर्ज पुरवठ्याचे प्रमाण तुलनेने कमी होत जाणार आहे हे लक्षात घेतले पाहिजे. अर्थात, अर्थव्यवस्थेचा व्याप आर्थिक वाढ होताना वाढणारच आहे आणि कृषीसारख्या क्षेत्राला प्रत्यक्षात होणार कर्जपुरवठा वाढू शकतो. परंतु फक्त प्रमाणाचा विचार केला तर पूर्वीप्रमाणे गरजू क्षेत्रांना चाळीस टक्क्यांचा कर्जपुरवठा करणे हे व्यवहारात शक्य होईल असे दिसत नाही. अर्थात कृषी क्षेत्रातही सिंचन क्षमता वाढली, आधुनिक शेतीचे तंत्रज्ञान वापरात आले, पीकपद्धतीत विविधता आली आणि उत्पादकता वाढली, रस्ते बांधणी झाली आणि कृषी मालावरच्या प्रक्रिया उद्योगांना प्रोत्साहन मिळाले तर कृषीचे स्थैर्य वाढणार आहे आणि पावसावरचे परावलंबन कमी होणार आहे. त्याप्रमाणात कृषीला करण्यात येणारा कर्जपुरवठाही अधिकाधिक सुरक्षित होणार आहे. या अर्थाने बँकांना कृषीमध्ये जी जोखीम पत्करावी लागत होती ती बऱ्यापैकी कमी होऊ शकते. अशा तर्कसंगतीमध्ये एकच अडचण आहे आणि ती म्हणजे अशा विकासालासुद्धा काही किमान काळ जाऊ द्यावा लागणार आहे. जेव्हा सरकार आणि रिझर्व्ह बँक बास्ले टूच्या निकषाचा आग्रह धरेल तेव्हा नियोजनाच्या धोरणातले हे बारकावे लक्षात घेईलच.

■

२.६ बँकिंग क्षेत्राला शक्ती

नुकतेच लोकसभेमध्ये सिक्युरिटायझेशन बिल संमत झाले आणि बँकिंग क्षेत्रात एक नवा अध्याय सुरू झाला. जागतिकीकरणाच्या नव्या युगात बँकिंग क्षेत्र स्वतंत्र, स्वायत्त आणि पारदर्शी संस्था असणे महत्त्वाचे आहे. तसेच ते मंदीलाही सामोरे जाऊ शकेल इतके समर्थ पाहिजे. भारतात स्वातंत्र्यापूर्वीही बँकांनी खाजगी क्षेत्रात लक्षणीय बस्तान बसवले होते. त्यानंतर १९६९ मध्ये सामाजीकरण आणि नंतर राष्ट्रीयीकरण झाल्यावर बँकिंग क्षेत्राने एका वेगळया विकास पर्वात प्रवेश केला. मुख्य म्हणजे बँकांचा प्रचंड विस्तार होऊन सर्व देशभर एक जाळे निर्माण झाले आणि आर्थिक विकासाची एक पायाभूत सुविधा म्हणून महत्त्वाची गरज पुरी झाली.

या सर्व पर्वाची अनेक अंगाने चर्चा होऊ शकते. यामध्ये एक टीकेचा आणि काळजीचा विषय म्हणजे बँकांच्या अनुत्पादक मत्ता आणि थकित कर्जे हा आहे. यावर सिक्युरिटायझेशन हा एक रामबाण इलाज होता आणि त्यावर अनेक वर्षे चालढकल होत होती. नव्वदीच्या दशकात मुक्त अर्थव्यवस्थेचे युग सुरू झाल्यावर बँकिंग आणि वित्त संस्थांची सुधारणा ही एक तातडीची गरज बनली होती. यावर जागतिक बँक आणि इतर आंतरराष्ट्रीय संस्था यांचा आपल्यावर सतत दबाव होता. शेवटी अनेक अडथळ्यांना पार करत ही आवश्यक सुधारणा झाली. बँकिंग क्षेत्रात हा एक आनंदाचा क्षण आहे.

बँकांच्या थकित कर्जांमध्ये राजकीय हस्तक्षेप याचा भाग मोठा होता. मुख्य म्हणजे मोठया उद्योगधंद्यांनी आणि त्यांतल्या मोठया उद्योगपतींनी मोठ्या प्रमाणावर बँकांची कर्जे बुडविली होती आणि कौटुंबिक स्वार्थ साधला होता. ज्यावेळी बँकांमध्ये मनुष्यबळावरचा खर्च वाढला आहे म्हणून स्वेच्छानिवृत्तीच्या योजना राबविण्यात आल्या त्यावेळी कर्मचाऱ्यांच्या संघटनांनी यात थकित कर्जांवर आणि त्यांना मिळणाऱ्या राजकीय संरक्षणावर आक्षेप घेतला होता आणि तो सर्वस्वी रास्त होता.

बँकांनी उत्साहाने थकित कर्जे वसूल करण्यासाठी ऋणकोंच्या मालमत्ता जप्त करण्याची कारवाई सुरू केली आहे. असे करणे आवश्यकच होते परंतु या मार्गातही काही अडचणी येणार आहेत याचे भान ठेवले पाहिजे. अप्रामाणिक आणि लबाड

धनिक उद्योगपतींनी जो सार्वजनिक संपत्तीचा अपहार केला आहे ते हरमार्गाने ही देणी टाळण्याचा प्रयत्न करणार. यामध्ये सध्याच्या कायद्यांचा आणि त्यातील त्रुटींचा वापर केला जाईल.

मार्डिया केमिकल्स कंपनीने आयसीआयसीआय बँकेच्या विरोधात खटला दाखल केला आहे तसेच सिक्युरिटायझेशन ऑर्डिनन्सच्या वैधतेला सुप्रीम कोर्टामध्ये आव्हान दिले आहे. त्याबरोबर अलहाबाद उच्च न्यायालयात बँकेच्या अधिकाऱ्यांवर अब्रुनुकसानीचा दावा केला आहे. सुप्रीम कोर्टाने कंपनीच्या बाजूने निर्णय दिला नसला तरी आपला अंतिम निकाल होईपर्यंत बँकेने कंपनीच्या मत्ता ताब्यात घेतल्या तरी विकू नयेत असा तात्पुरता निर्णय दिला आहे. दिल्लीच्या उच्च न्यायालयाने मात्र कंपनीचा दावा फेटाळून लावला आहे आणि बीआयएफआरने बँकेला जप्तीची कारवाई करण्यास मुभा दिली आहे. थोडक्यात म्हणजे ज्यांनी देणी चुकविली त्यांना आपल्या कायद्यात आणि न्यायव्यवस्थेत इतक्या तरतुदी आणि सोयी आहेत याची चांगली माहिती आहे.

गेल्या काही वर्षात न्यायाधीशांच्या मानसिकतेमध्ये बदल होत आहेत हे खरे. त्यामुळे वित्तसंस्थांना ऋणकोंच्या मत्ता ताब्यात घेणे शक्य होईल. अधिक अवघड आहे तो त्या नंतरचा भाग. बँकांच्या अनुत्पादक मत्तांमध्ये अधिक भाग हा पोलाद आणि वस्त्रोद्योग या क्षेत्रातल्या कंपन्यांचा आहे. सध्याच्या स्पर्धेच्या युगात या क्षेत्रातील अनेक उद्योग आपले स्थान घालवून बसले आहेत. बऱ्याचदा या कंपन्यांची यंत्रसामुग्री आणि अवजारे हीसुध्दा जुनी आणि कालबाह्य झालेली आहेत. म्हणजे बँका या मत्ता बाजारात विकून काय मिळवणार हा प्रश्नच आहे.

आणखीन अडचण आहे. या ताब्यात घेतलेल्या मत्ता विकण्यासाठी आपल्याकडे त्याच्या खास बाजारपेठा नाहीत. तसेच हा व्यवसाय करणाऱ्या खास संस्था असतात ज्या या मत्ता बँकांकडून विकत घेतात आणि जमेल तसे विक्रीचा व्यवसाय करतात यात बराच वेळही जातो. पूर्वी १९९२ मध्ये एका नरसिंहन समितीने अशा खास ॲसेट रिकन्सस्ट्रक्शन कंपनी (एआरसी) काढाव्यात अशी शिफारस केली होती. आजपर्यंत आयसीआसीआयने एकच संस्था निर्माण केली आहे. एकूणात बँका ऋणकोंच्या मत्ता ताब्यात घेतील हे खरे परंतु त्याचे फारसे मूल्य मिळवता आले नाही तर तो एक बिकट प्रश्नच बनेल असे आज चित्र आहे.

अशा मत्तांमध्ये बऱ्याचदा जमिनीचा समावेश असतो आणि त्याचेच मूल्य अधिक असते. असे असले तरी जमीन विकणे सोपे नाही. एक म्हणजे जमीनधारणा किती असावी याचे कायदे आहेत. तसेच त्यावर क्षेत्रवापराच्या मर्यादा आहेत. नागरी भागात जमिनीचा जो मूळ वापर होत असेल त्यापेक्षा वेगळा वापर करायचा असला तर कायदा आणि नियम यांच्या बऱ्याच अडचणी आहेत. मुंबईमध्ये राष्ट्रीय वस्त्रोद्योग

महामंडळाच्या (एनटीसी) गिरण्यांची जी जमीन आहे ती मुंबईच्या भर वस्तीत आहे. तीच गोष्ट दिल्लीमध्ये डीसीएमच्या बाबत आहे. या जमिनींचा वापर करण्यासाठी अनेक प्रकारच्या परवानग्या मिळवाव्या लागतात आणि त्यात खूप वेळ जातो. या सर्व व्यावहारिक अडचणींचा विचार केला आणि याचा जगातला अनुभव लक्षात घेतला तर एकूण अनुत्पादक मत्तांपैकी फक्त सुमारे १५ ते २० टक्के रक्कम बँकांना परत मिळवता येईल असा अंदाज करण्यास हरकत नाही.

ही वसुलीची रक्कम फार मोठी नाही म्हणून सिक्युरिटायझेशन ऑर्डिनन्सचे महत्त्व कमी होत नाही. ही एक नवी वस्तुस्थिती निर्माण झालेली आहे आणि त्यामुळे ऋणको आणि धनको यांच्या नात्यामध्ये एक नवीन संतुलन निर्माण होईल. मॉडर्न सिंटेक्स या कंपनीने आता थकबाकी चुकती करण्याची तयारी दाखवली आहे. यापूर्वी थकबाकीदारांना राजकीय व्यक्ती आणि पक्ष यांचे संरक्षण मिळत होते आणि त्यामुळे बँकांचे पैसे बुडविण्याविषयीची भीती राहिली नव्हती. मुळातच बँकेमधले व्यवहार गोपनीय असल्यामुळे तसेच बँकांची संचालक मंडळे यावर राजकारणातले लोकप्रतिनिधी आणि सगेसायरे यांच्या नेमणुका होत होत्या. त्यामुळे सर्व निर्णयप्रक्रिया संशयास्पद आणि गढूळ झाली होती. आता कंपन्यांचे उद्योजक आणि संचालक मंडळ यांना आपल्या व्यक्तिगत मत्ता घालवाव्या लागतील याचे भय अधिक राहील. यामुळ बँकिंग क्षेत्रात एक जबाबदारीची जाणीव पसरेल.

■

२.७ जुन्या बँकांची नवी खाती

गेल्या दशकात भारताने केंद्रीय नियोजनाचा मार्ग बदलला आणि आर्थिक सुधारणांचा कार्यक्रम स्वीकारला. त्यातून त्यापूर्वीच्या केंद्रीय नियोजनाच्या अनेक मूळ पद्धती बदलण्याची सुरुवात झाली. यामध्ये वित्त संस्थांची पुनर्मांडणी आणि सुधारणा यांचे एक वेगळे स्थान होते. एकूणच जगभरात अनेक देशात नवीन आर्थिक रचना अंमलात आणण्याचा प्रयत्न सुरू झाल्यापासून सार्वजनिक चर्चेत अनेक वाद आणि विवाद निर्माण झालेले आहेत. यात प्रसार माध्यमांनीही आपल्यापरीने भडकपणा आणून मूळ चर्चेत अधिक गोंधळ आणलेला आहे. बऱ्याचदा सुधारणा कार्यकमाचे टीकाकार टोकाच्या भूमिका घेताना दिसतात आणि एकूणच विचार विनिमयात मध्यममार्गी विचाराची वानवा दिसते. तसेच अनेक वादाच्या विषयांवर सहमती निर्माण होण्यासाठी बरीच वाट पहावी लागेल. अनेकदा टीकाकार टीकेच्या आवेशात काही चांगल्या गोष्टी घडल्या आहेत, याचे भान ठेवत नाहीत.

भारतामध्ये बँकिंग क्षेत्राचा अनुभव हा अशा चांगल्या घटनांचा पुरावा आहे. अर्थात सुधारणा कार्यकमातल्या अनेक मूलभूत विषयांचा अजून पूर्ण विचार विनिमय झालेला नाही. तसेच बँकिंग क्षेत्राची पुनर्रचनाही पूर्ण झालेली नाही असे असूनही बँकिंग क्षेत्रातल्या अनेक बँकांच्या शेअर्सचे मूल्य गेल्या काही महिन्यात बऱ्यापैकी वाढलेले आहे. गुंतवणूकदार संस्था आणि व्यक्ती यांचा बँकांवरचा विश्वास वाढलेला आहे याचे हे प्रतिबिंब आहे. गेल्या काही वर्षात मुख्यत: माहिती तंत्रज्ञानातील संस्था आणि इतर काही पारंपरिक भरवशाच्या कंपन्या यांचेच शेअरबाजारात मानाचे स्थान होते. परंतु आता बँकांच्या शेअर्सने आघाडी घेतलेली आहे.

अर्थात शेअर बाजारातील ही प्रतिकिया थोडीशी अतिशयोक्तीची आणि भावनात्मक आहे असे म्हणण्यास वाव आहे. नुकत्याच संपलेल्या वर्षात अनेक बँकांनी मोठ्या आकड्यांनी आपला नफा दाखवलेला आहे. याचे एक कारण म्हणजे सरकारी रोख्यांवरचा परतावा गेली दोन वर्षे सतत कमी होत आहे आणि त्याचा फायदा बँकांना मिळालेला आहे. परंतु केवळ यामुळे बँकांचे भरमसाठ नफे दिसत आहेत असे म्हणणे न्यायाला धरून होणार नाही. खरोखरीच भारतीय बँकांनी आपल्या

कामात लक्षणीय प्रगती केलेली आहे आणि त्यामुळेच गुंतवणूकदार उत्साहित आहेत. यामध्ये सार्वजनिक क्षेत्रातील बँकांचे योगदान मोठे आहे. एक मुख्य बाब म्हणजे उद्योग, व्यापार आणि कारखानदारी यात जे अनेक मूलभूत बदल होत आहेत त्याला बँका प्रतिसाद देत आहेत. ही जाणीव आणि जागरुकता बँकांना आज नवी शक्ती देत आहेत. तसेच यापुढे खाजगी देशी आणि परदेशी बँकांकडून आपल्याला मोठ्या स्पर्धेला तोंड द्यावे लागेल हे भारतीय बँकांनी नीट समजून घेतले आहे. नुकताच रिझर्व्ह बँकेचा अहवाल बनला आहे आणि त्यात सार्वजनिक क्षेत्रातील बँकांची उत्पादकता वाढत आहे अशा प्रकारची आकडेवारी उपलब्ध झाली आहे.

आजही काही महत्त्वाच्या धोरणविषयक बाबी अंमलात आलेल्या नाहीत. एक म्हणजे सार्वजनिक बँकातील सरकारची मालकी अजूनही कमी झालेली नाही. असे असूनही बँकामध्ये सुधारणा झालेल्या आहेत. सार्वजनिक क्षेत्रात अनेक बँका अशा होत्या ज्यांचे काम समाधानकारक नव्हते आणि त्या मागे रखडल्या होत्या. त्यांनी आता आपले काम सुधारले आहे आणि किमान ऑपरेटिंग प्रॉफिट मिळवला आहे. अधिक महत्त्वाचे म्हणजे बहुतेक बँका आता सरकारकडून भांडवलाची अपेक्षा करत नाहीत. त्यातील काही बँकांनी ज्यांचे भांडवल पुरेसे आहे (कॅपिटल अॅडिक्वसी रेशोज) त्यांनी आपल्या समभागांच्या मूल्याची परतफेड सरकारला करण्यास सुरुवात केली आहे. जेव्हा वित्त क्षेत्राची सुधारणा मागचे वित्त मंत्री डॉ. मनमोहनसिंग यांनी सुरू केली तेव्हा बँकांना सतत नवे भांडवल पुरवावे लागत होते. सन १९९२ पासून दहा वर्षात सुमारे रु. २५,००० कोटी बँकांना भांडवलापोटी देण्यात आले होते. त्यावेळी वित्त मंत्रालयाला या बँकांपैकी कोणीही भांडवल परत करेल अशी आशा नव्हती आणि या बँकांची शेअर बाजारात नोंदणी होईल असेही कोणाला वाटत नव्हते. आज यातल्या काही बँकांचे समभाग त्यांच्या मूळ किंमतीच्या दुपटीने अगर तिपटीने वाढलेले बाजारात दिसत आहेत. यातल्या काही बँका सरकारला पार व्हॅल्यूला काही भांडवल परत करत आहेत. अर्थात सरकार एक गुंतवणूकदार म्हणून या बँकांकडून आपल्या समभागाचे वाढलेले बाजारमूल्य मागू शकते आणि त्यावर भांडवली नफाही मिळवू शकते. थोडक्यात म्हणजे या दहा वर्षात इतकी परिस्थिती बदललेली आहे.

भारतातल्या सार्वजनिक क्षेत्रातल्या बँकांनी आपल्या अडचणींवर मात करून एक सुधारणेचा नवा अध्याय सुरू केला आहे याचे वरील घडामोडी हे प्रतीक आहे. परदेशी एचएसबीसी या बँकेने देशातल्या बँकिंग क्षेत्राचा अभ्यास केला आहे. त्यांनी या बँकांच्या अनुत्पादक मत्तांवर एक तोडगा सुचवला आहे. त्यांच्या मते सरकारने बँकांचे महाग कर्ज परत घेतले तर बँकांच्या अनुत्पादक मत्तांची पातळी साठ टक्क्यांनी कमी होईल. बँकांच्याकडे त्यांच्या ठेवींपैकी ४१ टक्के रक्कम सरकारी रोख्यांमध्ये

गुंतलेली आहे. याची सरासरी गुंतवणूक फक्त २५ टक्के असली तरी ते पुरेसे आहे. बँकांकडचे एकूणात सुमारे रु. ८०,००० कोटी सरकारी रोख्यात गुंतलेले आहेत आणि त्यावरचा परतावा सुमारे १२ ते १३ टक्के आहे. अशा परिस्थितीत सरकार आणि बँका यांनी आपापसात समझोता करून सध्याची महाग कर्जे चालू बाजारातल्या परताव्याप्रमाणे बदलली तर अनुत्पादक मत्तांची पातळी बरीच खाली येईल. बँकांना यामध्ये जे वाढीव उत्पन्न मिळेल त्याची तरतूद एनपीएसाठी करता येईल आणि त्यामुळे प्राप्तीकरही भरावा लागणार नाही. थोडक्यात म्हणजे सध्या जी एनपीएची ६ ते ७ टक्के पातळी आहे ती वर सुचवलेल्या कर्जाच्या अदलाबदलीतून बऱ्यापैकी कमी करता येईल.

आता भारतातले बँकिंगचे क्षेत्र नव्या आत्मविश्वासाने कार्यरत आहे आणि वर सुचवलेल्या पर्यायातून त्यांची एनपीएची पातळी कमी झाली तर हे क्षेत्र जगातल्या कोणत्याही उत्तम वित्तीय संस्थेबरोबर तुल्यबल असेल. आजही सर्व विकसनशील देशांचा विचार केला आणि त्यात चीनचाही समावेश केला तरीही भारतातले वित्त संस्थांचे क्षेत्र सर्वात अधिक सक्षम आणि सुदृढ आहे. जगातल्या परदेशी गुंतवणुकदार संस्था (एफआयआय) यांनी हे सत्य ओळखले आहे आणि त्याप्रमाणे भारतातली शेअर बाजारातली गुंतवणूक वाढवलेली आहे. आज रशिया आणि चीन या दोन देशांच्या अर्थव्यवस्था वेगाने वाढत आहेत परंतु या देशात अजूनही विश्वासार्ह, पारदर्शी आणि सक्षम बँकिंग व्यवस्था स्थिर व्हायची आहे. त्याचबरोबर पूर्व आशियातील देशांनी नव्वदीच्या दशकात वित्त व्यवस्थेमध्ये अनेक धोके पत्करले आणि त्यातून या देशांच्या अर्थव्यवस्था देशोधडीला लागण्याची वेळ आली. त्यामध्ये या देशातील वित्त व्यवस्थांना फार मोठा फटका बसला आणि अजूनही त्यातून या व्यवस्था सावरलेल्या नाहीत. या देशातील सरकारांनी बँकांना जे भांडवल उचलून दिले ते त्यांच्या जीडीपीच्या १५ ते २० टक्के होते. भारतात या काळात सरकारने फक्त सुमारे जीडीपीच्या दोन टक्के भांडवल बँकांना दिले. तुलनेने भारतातील बँकांनी बरीच दमदार वाटचाल केलेली आहे. तसेच यापुढेही सुधारणांचा बराच मोठा टप्पा गाठायचा आहे. ■

२.८ बँकांनी द्यायचे आहे, घ्यायचे नाही

देशातल्या राष्ट्रीयीकृत बँकांची प्रकृती इतकी सुस्थितीत आहे की त्यांच्यावर अवघड प्रसंग आला आहे. त्यांचे मालक आहेत केंद्रशासन आणि या शासनाला आता बँकांकडून काही लाभ मिळेल का याचा लोभ सुटला आहे. ही खरोखरी मोठी संकोचाची परिस्थिती आहे. याचे कारण मोठे मनोरंजक आहे.

आज केंद्र शासनाला आशा वाटत आहे की बँकांनी जर आपल्याला निधी उपलब्ध करून दिला तर सरकारची वित्तीय संकटातून सुटका होऊ शकेल. बँका या मार्गाने जायला फारशा उत्सुक नाहीत. हे स्वाभाविक आहे आणि याची कारणेही उघड आहेत. अर्थात सरकार आपल्या इच्छेनुसार बँकांना वाकवू शकते यात काहीच शंका नाही. त्यासाठी त्यांना फक्त आदेश द्यावा लागेल. परंतु इतक्या ढोबळ मार्गांनी असे करणे शहाणपणाचे नाही. मागच्या दहा वर्षात सुधारणा कार्यक्रमातून जे काही थोडेफार यश मिळाले त्यात बँकिंग क्षेत्राची पुनर्मांडणी आणि त्याची शक्ती याचे योगदान मोठे आहे. आता केंद्र सरकारने यात काही ढवळाढवळ केली तर हे श्रेयही मातीत जाईल. त्यामुळे सरकारची जबरदस्ती चालणार नाही.

या संदर्भात जपानचे उदाहरण डोळ्यापुढे ठेवले पाहिजे. जपानची अर्थव्यवस्था जगात दुसऱ्या क्रमांकावर आहे परंतु गेली दहा वर्षे आणि अधिक ती मंदीच्या तडाख्यात सापडलेली आहे. मागच्या तीन वर्षात तर तेथे प्रत्यक्ष चलनसंकोचाचा धोका वावरत आहे. जपानमधल्या संकटांचे विश्लेषण करताना तेथे बँकिंग क्षेत्र दुर्बळ झाले आहे, हे एक महत्त्वाचे कारण सांगण्यात येते. दुसरे उदाहरण आहे रशियाचे. तेथेही सुधारणा कार्यक्रम सुरू झाल्यापासून एक महत्त्वाचा अडथळा दुर्बळ वित्त संस्था हा आहे. त्यातही बँकिंग क्षेत्र हे दुबळे आहे. हे सर्व अनुभव लक्षात घेता भारतातल्या कोणत्याही केंद्रसरकारला बँकिंग क्षेत्रात वावरताना बरीच जबाबदारी आणि संयम दाखवावा लागेल.

या वर्षीच्या अर्थसंकल्पात सरकारने एक प्रस्ताव मांडला आहे. सध्याच्या बाजार मूल्यानुसार बँकांकडे जे सरकारचे कर्ज आहे त्यापेक्षा कमी किंमतीला सरकारने ते कर्ज परत घ्यावे असे त्याचे स्वरूप आहे. अर्थात यामधल्या काळात या प्रस्तावावर

फारशी हालचाल झालेली दिसत नाही. आता सरकारने आणखी एक नवीन कल्पना शोधली आहे. या कल्पनेनुसार बँकांनी सरकारचे जे इक्विटीच्या रूपात भाग भांडवल घेतलेले आहे ते आजच्या बाजार भावाप्रमाणे परत करायचे. वास्तविक पाहता त्याचे पुस्तकी मूल्य (बुक व्हॅल्यू) लक्षात घेऊन त्यात काही वाढ करून घेता आली असती. परंतु सध्या शेअर बाजारात बँकांच्या शेअर भावांचे मूल्य उसळलेले आहे आणि सरकारला त्यातून मोठा लाभ मिळवता येईल असा लोभ सुटलेला आहे.

सुधारणाकार्यक्रम सुरू झाल्यानंतरच्या काळात सरकारने सार्वजनिक क्षेत्रातल्या राष्ट्रीयीकृत बँकांना त्यांच्या भाग भांडवलात वाढ करून दिली आणि त्यासाठी त्यांना रु. २२५१६ कोटी उपलब्ध करून देण्यात आले. यापैकी २००२ सालापर्यंत बँकांनी रु. ८६७ कोटी परत केले होते. त्यानंतरही बँकांनी बरीच रक्कम परत केली आहे आणि अनेक बँकांनी या वर्षीच सर्व पैसे परत करण्याचे योजले आहे. काही बँकांनी तर सरकारच्या इक्विटीची रक्कमही परत केली आहे. सरकारने बँकांना जितकी मदत केली त्या तुलनेने या परत केलेल्या रकमा थोड्या असतील परंतु त्यातला मुख्य मुद्दा हा आहे की बँका आता सरकारला पैसे देत आहेत. त्या सरकारकडून पैसे घेत नाहीत. बँकांनी ही सरकारी भांडवलाची केलेली परतफेड महत्त्वाची आहे कारण अनेकांनी त्यांच्यावर यापूर्वी टीका केलेली होती आणि आता बँका आणि सरकार यांचे समीकरण बदललेले आहे.

बँका त्यांच्या मालकीमध्ये सरकारी इक्विटीचा जो भाग होता त्याची किंमत कशी करतात हे बघण्यासारखे आहे. बँका सरकारला त्यांच्या इक्विटीचे पुस्तकी मूल्य (बुक व्हॅल्यू) आणि जादा दिलेल्या भांडवली रोख्यावरचे व्याज देणार आहे. त्यातून मधल्या काळात बँकांनी सरकारला तो लाभांश दिलेला आहे तो वजा होणार आहे. याचा अर्थ असा की सरकारने बँकांना जे भांडवल दिले आणि त्यात काही इक्विटी म्हणून दिले तरी परिणामत: ही सर्व रक्कम कर्जाच्या स्वरूपात आहे असा अर्थ होतो. ही काही खऱ्या अर्थाने इक्विटी म्हणता येणार नाही.

एकूणच बँकांना हे मूल्यांकन मान्य आहे आणि योग्य आहे असे वाटते असे दिसते. एका अर्थाने बँकांनी जो निधी नव्या भांडवली रोख्यात गुंतवला कारण त्यांना असा आदेश होता. सरकार आपल्यापुरते असे म्हणू शकते की अशा मार्गाने भांडवल उपलब्ध झाले म्हणूनच बँकांनी अडचणी असतानाही तग धरला. त्यामुळे आता बँका अतिरिक्त उत्पन्न मिळवत असल्या तर सरकारचाही त्यात काही वाटा आहे. यात काहीच गैर नाही.

बँका आज जे करत आहेत ते बरोबर आहे किंवा नाही हे ठरवायचे असल्यास खाजगी क्षेत्रात कंपन्या आपली इक्विटी बाजारातून का विकत घेतात याच्याशी तुलना करता येईल. स्वत:च्याच भांडवलाची बाजारातून खरेदी दोन कारणांसाठी करण्यात

येते. एक म्हणजे कंपन्यांच्या जवळ इक्विटीच्या रूपाने काही निधी उपलब्ध असतो आणि त्या निधीचा दुसऱ्या कोणत्याही मार्गाने उपयोग करणे फायद्याचे होईल असे कंपनीला वाटत नाही. अधिक महत्त्वाचे म्हणजे कंपनीला असे वाटते की त्यांच्या शेअर्सचे बाजारातील प्रचलित मूल्य अधोमूल्यन (अंडर व्हॅल्यू) दर्शवते आणि बाजारभावापेक्षा अधिक भावाने आपले शेअर खरेदी करून कंपनीचे व्यवस्थापन आपला आत्मविश्वास दाखवते. सध्याच्या परिस्थितीत बँकांना आपल्या शेअरचे मूल्य वाढले तर हवेच आहे परंतु त्याचा अर्थ या शेअर्सचे अधोमूल्यन झाले आहे असे नाही.

ज्यावेळी बाजारातून इक्विटी शेअर्स परत विकत घेतले जातात त्यावेळी त्यांच्या किमतीवर काही परिणाम होत नाही. परंतु जेव्हा ही खरेदी बाजारातल्या भावापेक्षा कमी किमतीला झाली तर त्यानंतर अशा शेअर्सची किंमत वाढत असते. बँका आता जेव्हा सरकारचे भांडवल परत करणार आहे त्यावेळी ही परिस्थिती निर्माण होईल. बँकांना अर्थातच असे घडले तर आवडेल. त्यासाठी शेअर बाजारात वेगवेगळ्या हिकमती करून बाजारातला भाव चढा राहील असे प्रयत्न करता येतात. अशा इक्विटीच्या खरेदीमध्ये ज्या संस्थांनी आणि व्यक्तींनी भाग घेतला नाही त्यांचा फायदा होतो परंतु सरकारला मात्र तो फायदा मिळवता येत नाही. जर सरकारने आपल्या सगळ्या इक्विटीच्या खरेदीविक्रीत हे तत्त्व स्वीकारले तर खरोखरी सरकारचे एकूणात बरेच नुकसान होणार आहे.

सरकारला आज निधीची गरज आहे म्हणून बँकांनी ही इक्विटी प्रचलित बाजारभावाप्रमाणे करावी हे काही फारसे व्यावहारिक नाही. असे केल्यामुळे बँकांना लोकांकडून परत भांडवल उभारावेच लागणार. बहुधा अशी वेळ आली तर बाजार भावापेक्षा कमी किंमतीला भांडवल उभे करावे लागेल कारण तसे झाले तरच गुंतवणुकदार काही रस घेतील. त्याचबरोबर अशा भांडवल उभारणीत बँकांना काही खर्चही करावा लागेल.

सरकारला आपल्या बँकेतल्या इक्विटीची योग्य किंमत मिळावी आणि त्याचवेळी बँकांना त्यातून काही नुकसान होऊ नये असे वाटत असले, तर त्यांनी आपली इक्विटी सर्वसाधारण गुंतवणूकदारांना प्रत्यक्षपणे विकावी. आजच्या कायद्याप्रमाणे हे करता येईल की नाही या विषयी काही शंका आहेत. परंतु समजा जर ते शक्य होत नसले तर बँकिंग कंपनीज (अॅमेंडमेंट) बिल यात सुधारणा करून अशी निर्गुंतवणूक शक्य होईल. दुर्दैवाने हे बिल सध्या पार्लमेंटमध्ये पडून आहे कारण राजकीय पक्षांना आणि कर्मचाऱ्यांच्या नेत्यांना या बिलाविषयी काही संशय आहे. मुख्य म्हणजे त्यातून बँकांचे खाजगीकरण होणार आहे अशी सर्वांना भीती आहे.

वास्तविक सरकारने योग्य स्पष्टीकरण देऊन या बिलाविषयीचे गैरसमज दूर

केले पाहिजेत. देशामध्ये बॅांकिंग क्षेत्रात जो निर्गुंतवणुकीचा प्रयोग झाला आहे त्यातून मोठे लक्षणीय यश मिळालेले आहे. इतर निर्गुंतवणुकीच्या व्यवहारात सरकारी मालकी जाऊन काही खाजगी मालकांनी व्यवस्थापन ताब्यात घेतलेले आहे, परंतु बँकिंग क्षेत्रात जर सर्वसाधारण जनतेला आणि गुंतवणूकदाराला इक्विटी विकली तर तो एक नवा प्रयोग होणार आहे. त्यामध्ये सध्याच्या व्यवस्थापनावर फार मोठा परिणाम होणार नाही आणि या अर्थाने खाजगीकरणाची भीती बाळगण्याचे कारण नाही. सरकार अशा प्रकारची ग्वाही सर्वसाधारण जनतेला देऊ शकते. यातून आज जे बँकिंग क्षेत्रात यश मिळाले आहे आणि शक्ती मिळाली आहे त्यात काही बाधा येणार नाही.

■

२.९ बँकांनी धर्मादाय करायचा का?

भारतासारख्या मोठ्या खंडप्राय देशात सगळेच पक्ष नवीन प्रश्नांना सामोरे जाताना गांगरून जातात. अशा वेळी एक सोपा मार्ग म्हणजे सरकार आपली जबाबदारी टाळून दुसऱ्या कोणावर तरी दोष ठेवण्याचा प्रयत्न करते. नुकतेच पावसाळ्यात महाराष्ट्रात दुर्गम आदिवासी विभागात बालमृत्यू झाले आणि हा प्रकार नित्यनेमाने मागच्या दहा वर्षांहून अधिक काळ चालू आहे. तसाच प्रकार अनेक राज्यात शेतकऱ्यांनी आत्महत्या केल्यामुळे निर्माण झाला आहे. सगळ्यांनी सोपे कारण शोधले आहे आणि ते म्हणजे बँका शेतकऱ्यांना कर्ज देत नसल्यामुळे आणि दिलेले कर्ज वसूल करण्याचा प्रयत्न केल्यामुळे शेतकरी आत्महत्या करतात. अर्थात शेतकरी वर्गात जेव्हा इतक्या मोठ्या संख्येने आत्महत्या होतात तेव्हा त्याची दखल सरकारने आणि समाजाने घेणे ही तर एक किमान नैतिक जबाबदारी आहे. परंतु त्यामागे जी गुंतागुंत आहे तीही चुटकीसरशी सोपी करणे बरोबर नाही.

देशामध्ये ग्रामीण भागात मोठ्या संख्येने दारिद्र्य आहे आणि त्याची कारणे अनेक आहेत. तसेच त्याला इतिहास आहे. त्यामुळे या गरिबातले शेतकरी आत्महत्या करतात म्हणून बँकांना दोष देणे तर्काला आणि न्यायाला धरून नाही. बँकांनी कोणत्याही शेतकऱ्याला विनातारण, विनाचौकशी शिवाय कर्जे वाटावीत तसेच कोणत्याही विद्यार्थ्याला शिक्षणाच्या नावाखाली मुक्तपणे कर्जे द्यावीत असा कोणाचा आग्रह असला, तर ती आत्मवंचना आहे.

अशा पद्धतीने उदारपणे शेतकऱ्याला जरी बँकांनी कर्जे दिली तरीही त्याचे दारिद्र्य संपेल असा भ्रम बाळगण्याचे कारण नाही. पावसावर जी शेती अवलंबून आहे त्यावर त्याचे परावलंबन आहे आणि त्यातला धोका कमी करायचा असला तर त्याला सिंचनाची सुविधा उपलब्ध करून देण्याची गरज आहे. त्यासाठी सरकारने सिंचन, वीज, बारमाही रस्ते आणि पूल अशा सुविधा निर्माण करण्यासाठी विकास कार्यक्रमात मोठी गुंतवणूक करण्याची गरज आहे. या नंतर कृषी उत्पादन वाढल्यावर शेतमालाची साठवणूक आणि त्यावरचे प्रकिया उद्योग, विकी व्यवस्था आणि संघटित बाजारपेठ अशा सर्व सुविधांची गरज आहे.

अशी सर्व बाजूंनी साधने आणि सुविधा यांची जुळवणूक झाल्यावरच शेतकरी दारिद्र्यावर मात करू शकतो. यामध्ये बँकांची भूमिकाही महत्त्वाची आहे परंतु मर्यादित आहे. वर उल्लेखिलेल्या सर्व बाबींची तरतूद बँका केवळ आपल्या जबाबदारीवर करू शकत नाही. बँका पीक कर्जे देऊ शकतात आणि साठवणूक, प्रकियाउद्योग, विक्रीव्यवस्था अशा अनेक बाबींची पूर्तता करण्यासाठी खाजगी क्षेत्राला पत पुरवठा करू शकतात.

बँकांचे एक वित्त संस्था म्हणून काय स्वरूप आहे हे नीट समजून घेतले पाहिजे. बँका या सार्वजनिक हिताचा सांभाळ करणाऱ्या संस्था आहेत आणि त्यांच्याकडे सर्वसामान्य जनतेने मोठ्या विश्वासाने आपली कष्टाने मिळवलेली बचत वेगवेगळ्या मुदतीच्या ठेवींमध्ये गुंतवलेली असते. हा जनतेचा विश्वास ही एक सर्वात नाजुक आणि जोखमीची जबाबदारी असते. किंबहुना बँकिंग संस्थेचा तो प्राणच असतो. त्यामुळे जेव्हा वेळोवेळी अडचणी निर्माण होतात आणि साधनांची कमतरता भासू लागते तेव्हा प्रामुख्याने सरकारला प्रथम बँकांची आठवण होते आणि बँकांनी आपल्याकडचा ठेवींमधला निधी समाजातल्या अनेक रास्त कारणांसाठी खर्ची घालावा अशा प्रकारची चर्चा सुरू होते. दारिद्र्य असो अगर समाजातल्या इतर घटकांच्या रास्त गरजा असोत, त्यावर बँकांनी पुरेशी काळजी न घेता कर्जाचे वाटप करावे हा काही सगळ्या प्रश्नांवरचा तोडगा नाही.

देशामध्ये सत्तरीच्या सुरुवातीला सत्ताधारी कॉंग्रेस पक्षाच्या अंतर्गत असलेल्या व्यक्तीगत राजकारणातून खाजगी बँकांचे राष्ट्रीयीकरण करण्याचा निर्णय घेण्यात आला. नियोजनाच्या कालखंडात या निर्णयाचा मोठा गवगवा झाला कारण सत्तरीच्या सुरुवातीलाच बांगला देशाचे युद्ध आणि देशात पडलेला दुष्काळ अशा संकटांना तोंड देण्यासाठी केंद्र सरकार तुटीच्या वित्तव्यवस्थेचा अवलंब करत होते आणि त्यातून मोठी भाववाढ होत होती. साहजिकच जनतेमध्ये असंतोषही शिगेला पोहोचलेला होता. अशा अडचणीच्या काळात केंद्र सरकारला दारिद्र्यावर मात करण्यासाठी बँकांच्या राष्ट्रीयीकरणाने मोठी सोय झाली. तेव्हा पासून वेगवेगळ्या अडचणींना तोंड देण्यासाठी बँकांचा निधी वापरावा असा एक पायंडा सरकारने अनुसरला आहे.

मधल्या काळात सगळे ऐतिहासिक संदर्भ बदललेले आहेत. एक म्हणजे नव्वदीच्या सुरुवातीपासून उदारीकरण स्वीकारल्याबरोबर वित्त संस्थांची पुनर्मांडणी आवश्यक झाली होती आणि त्याप्रमाणे सरकारची या क्षेत्रावरची मालकी एकमुखी राहील अशी गरज नव्हती. बँकांचे राष्ट्रीयीकरण झाले त्याच्या फायद्यातोट्याची चर्चा स्वतंत्रपणे होऊ शकते. परंतु नव्या आर्थिक व्यवस्थेमध्ये सरकारची मूळ आणि किमान भूमिका आणि जबाबदारी काय असावी? या प्रश्नाला धरून सरकारची या क्षेत्रातील मालकी कमी होणे आवश्यकच होते. तसेच या संस्था अधिक बळकट

करण्याच्या दृष्टीने सरकारचे नियंत्रण कमी होणे आणि सरकारचा हस्तक्षेप कमी होणे ही तातडीची गरज होती. या बदलत्या परिस्थितीत मागच्या काही वर्षात सार्वजनिक क्षेत्रातल्या अनेक बँकांनी आपले स्वास्थ्य सुधारले आहे आणि आपल्या नव्या अवतारात बँकांनी देशाच्या आर्थिक वाढीमध्ये भरीव योगदान दिलेले आहे.

देशातल्या अनेक टीकाकारांना आणि त्यातूनही डाव्या पक्षाच्या विचारवंतांना बँकांनी जी शक्ती मिळवली आहे आणि आपले पुनर्वसन करून घेतले आहे याचे भान नाही. त्याचे कारण म्हणजे त्यांच्या नेतृत्वाखाली बँका आणि विमा संस्थांचे कर्मचारी संघटित आहेत. वास्तविक पाहता जगातल्या काही देशांचा या विषयातला आलेख बघितला तर भारतीय बँकांचे यश किती लक्षणीय आहे हे कळू शकेल.

आजच्या जागतिक अर्थव्यवस्थेमध्ये बँकिंग, विमा आणि इतर वित्तसंस्थांचे स्पर्धेच्या बाजारपेठेमध्ये विशेष महत्त्व आहे. या देशांमध्ये या वित्तसंस्था बळकट असतील तेथे वाढीला वेग येईल. या उलट जेथे या संस्था दुबळ्या असतील तेथे अडचणी तर येतीलच. शिवाय त्या देशाच्या विश्वासार्हतेचाही प्रश्न उभा राहील. विदेशी भांडवल गुंतवणूक कोणत्याही देशाला अधिक हवी असेल तर आपल्या बँका आणि इतर वित्तसंस्था सुदृढ आणि विश्वासार्ह असणे हा एक मोठा फायदा आहे.

रशिया आणि चीन या दोन्ही देशात बँकांची व्यवस्था पुरेशा प्रगल्भ अवस्थेत नाही. तेथे शेअरबाजारही आपल्या स्वत:च्या बळावर उभा राहिलेला नाही. रशियामध्ये सोव्हिएट युनियनचे विघटन झाल्यावर जे उदारीकरण झाले आणि जी निर्गुंतवणूक झाली त्यात अनेक आक्षेपार्ह गोष्टी घडल्या. मुख्य म्हणजे देशातून संपत्ती बाहेर नेण्यात आली. आता मागच्या काही वर्षात हे भांडवल परत रशियामध्ये येत आहे, परंतु आजही त्या अर्थ व्यवस्थेवर थोड्या भांडवलदारांचे वर्चस्व आहे. युकोस या खनिज तेलाच्या खाजगी कंपनीच्या व्यवस्थापनाचा तर शासनाबरोबर उघड संघर्ष चालू आहे. या अशा अनेक घटनांमुळे रशियाची आर्थिक वाढ ही अनेक संशयांच्या घोटाळ्यात सापडलेली आहे.

याचबरोबर जपानमध्येही बँकांची थकीत देणी प्रमाणाबाहेर गेल्यामुळे मागची तेरा वर्षे त्या देशाची संपूर्ण अर्थव्यवस्था रखडलेली आहे. वास्तविक पाहता या काळात जपानमध्ये निवडणुका झाल्या आणि त्यामध्ये बँकिंगक्षेत्र सुधारणे ही एक आवश्यक बाब मानण्यात आली. किंबहुना सध्याचे पंतप्रधान कोईझुमी यांनी या विषयात कठोर निर्णय घेण्याचे कबूल केले आणि त्यासाठीच लोकांनी त्यांना निवडून दिले. असे असूनही या पंतप्रधानांनीही बँकांच्या बाबत अजून ठोस पावले उचललेली नाहीत आणि त्यामुळे जपानची अर्थव्यवस्था काही प्रमाणात दुबळी बनलेली आहे.

या सर्व अनुभवांच्या पार्श्वभूमीवर भारतामधल्या बँकिंग आणि विमा क्षेत्राचा विचार करण्याची गरज आहे. या क्षेत्रात पूर्वी जी सरकारची मालकी होती आणि

त्यातून जो हस्तक्षेप होत होता तो आता मागे पडला आहे. तसेच सरकारने बराच कालहरण करून शेवटी सिक्युरिटायझेशन विधेयक पास केले आणि बँकांना आपली जुनी देणी वसूल करण्याचे अधिकार दिले. या क्षेत्रात खाजगी बँकांनी प्रवेश केल्यामुळेही स्पर्धेचे वातावरण निर्माण झाले आहे आणि ग्राहकांना दर्जेदार सेवा मिळू लागली आहे. तसेच आता माहिती तंत्रज्ञानाचा विस्तृत वापर होऊ लागल्यामुळे बँकिंग क्षेत्रात उत्पादकताही वाढली आहे. ही प्रगतीची वाटचाल अशीच चालू राहिली तर बँकांचे क्षेत्र या देशातच नव्हे तर परदेशातही आपले स्थान निर्माण करू शकेल. आजही जगभरातल्या बँकिंग क्षेत्रात तज्ज्ञ आणि अनुभवी भारतीय अधिकाऱ्यांनी मोक्याच्या जागा मिळवलेल्या आहेत. देशामध्ये जे अनुभवी आणि प्रशिक्षित कर्मचारी बँकिंग क्षेत्रात आहेत त्यांचा उपयोग इतर देशांमध्येही होऊ शकेल. मागच्या काही काळात विकसित देशातील वित्त संस्थांची अनेक कामे भारतामध्ये बीपीओच्या माध्यमातून करण्याची सुरुवात झालेली आहे. या क्षेत्राची वाढ झाली तर त्यातून शहरामध्ये रोजगारही वाढू शकेल.

अशा सर्व फायद्यांचा विचार केला तर या पुढे राज्यकर्त्यांनी बँकिंग क्षेत्राला आपल्या बळावर वाढू देण्याची गरज आहे आणि त्या क्षेत्राच्या स्वायत्ततेला अधिक बळ मिळण्याची गरज आहे. यासाठी सरकारची या क्षेत्रातील मालकी कमी होऊन निर्गुंतवणुकीच्या मार्गाने खाजगी क्षेत्राचे व्यवस्थापन यापुढे वाढण्याची गरज आहे. केंद्र सरकारने परदेशी भांडवलाची गुंतवणूक जी सध्या ४९ टक्क्यांपर्यंत होऊ शकते ती मर्यादा ७५ टक्क्यांपर्यंत वाढू देण्याची घोषणा केलेली आहे आणि त्याला केंद्रातल्या डाव्या पक्षांचा विरोध आहे. निदान या पुढे देशातल्या सर्व पक्षांनी आणि त्यातूनही डाव्या पक्षांनी काही विवेक दाखवला तर बँकिंग क्षेत्राचा प्रगतीचा आलेख आणखी उजळून येण्याची शक्यता आहे. परंतु त्यासाठी राज्यकर्त्यांनी देशातल्या प्रत्येक अडचणीवर मात करण्यासाठी बँकिंग क्षेत्राला वेठीला धरण्याची सवय सोडून दिली पाहिजे.

■

२.१० बँकांचे विलीनीकरण

मागच्या काही वर्षात बँकिंग क्षेत्राने आपली पुनर्रचना करून त्यातून बरीच शक्ती मिळवली आहे. या सर्वच सुधारणा अनेक अंगांनी झालेल्या आहेत. परंतु सर्वात ठळक बाब म्हणजे या क्षेत्रातील सरकारचा हस्तक्षेप बऱ्यापैकी कमी झालेला आहे आणि बँकांची स्वायत्तता वाढलेली आहे. सरकारने कायद्यात योग्य सुधारणा करून बँकांच्या थकित कर्जाच्या प्रश्नावरही मार्ग काढलेला आहे. बँकांच्या व्यवस्थापनानेही आपले अतिरिक्त मनुष्यबळ कमी करून खर्चामध्ये कपात केली आहे. या सर्व बदलांमध्ये एक नवी जाणीव बँका दाखवत आहेत. ती म्हणजे यापुढे बँकांना स्पर्धेमध्ये भाग घेऊन आपले खर्च कमी करावे लागतील, कार्यक्षमता वाढवावी लागेल आणि ग्राहकांना उत्तम दर्जाची सेवा पुरवावी लागेल. बँकिंग क्षेत्रातील व्यवस्थापनाने ही सर्व मूल्ये मनापासून स्वीकारलेली आहेत. खरेतर नव्वदीमध्ये ज्या आर्थिक सुधारणा कार्यक्रमाची सुरुवात झाली त्यामध्ये बँकिंग क्षेत्राची पुनर्रचना हे एक सरकारचे श्रेय आहे.

या सगळ्या विषयात बँकांचे विलिनीकरण याची एक गंभीर चर्चा चालू आहे. याचे उदाहरण म्हणजे आयडीबीआय या वित्तसंस्थेचे आयडीबीआय बँकेबरोबर विलिनीकरण प्रस्तावित आहे. असे झाल्यावर एका सार्वजनिक वित्तसंस्थेचा शेवट होईल. आयडीबीआय ही संस्था सरकारी मालकीची आहे आणि तिला आपल्या अंतर्गत एका बँकेची गरज आहे. तसेच आयडीबीआय बँकेला एका पालकाची गरज आहे कारण आयडीबीआय संस्थेचा आकार मोठा आहे. आयडीबीआय बँक ही जरी एक नवी खाजगी क्षेत्रातील बँक म्हणून संबोधण्यात येत असले तरीही त्यावर सरकारचे नियंत्रण आहे.

ही सर्व चर्चा गहन झाली आहे त्याचे कारण म्हणजे काही काळापूर्वी ग्लोबल ट्रस्ट बँक (जीटीबी) या खाजगी क्षेत्रातील बँकेची बुडायची वेळ आली होती आणि त्या बँकेचे जे प्रायोजक संस्थापक होते त्यांच्या गैरव्यवहारातून अशी अनावस्था निर्माण झाली होती. अर्थात जीटीबीबरोबर तुलना करावी अशी काही आयडीबीआय बँकेची आज परिस्थिती नाही हे मान्य करावयास हवे. परंतु एखादी बँक अचानक

वादळात सापडेपर्यंत सगळ्याच गोष्टी ठीक आहेत असे चित्र असते. तसा विचार केला तर ज्या नव्या खाजगी क्षेत्रात बँका सुरू होतात तेव्हा काही काळ त्यांचा वित्तीय आधार किती शाश्वत आहे? हा प्रश्न सगळ्यांच्याच मनात असतो. या अर्थाने आयडीबीआय बँक ही सुद्धा अपवाद नाही.

मागच्या काही वर्षातला अनुभव बघण्यासारखा आहे. ज्या खाजगी क्षेत्रात बँका सुरू करण्यात आल्या त्यांनी सार्वजनिक क्षेत्रातील बँकांच्या (पीएसबी) पुढे आघाडी घेतली. या नव्या खाजगी बँकांनी सरकारी क्षेत्रातल्या बँका तोंड देऊ शकणार नाहीत असा एक समज पसरला. बँकांची मालकी सरकारच्या हातात आहे हाच एक अडथळा होईल असे काहींना वाटले. शिवाय ज्या नवीन बँका आल्या त्यांना नवीन तंत्रज्ञानाचा फायदा मिळाला आणि त्यांचा मनुष्यबळाचा खर्चही कमी होता. अशा परिस्थितीत वेगवेगळ्या बँकांचे एकमेकात विलिनीकरण होईल आणि त्यातूनही ज्या दुबळ्या पीएसबीज आहेत त्यांचा ताबा सशक्त खाजगी बँका घेतील असा अनेकांचा कयास होता.

प्रत्यक्षात असे काही घडलेले नाही. बँकांचे विलिनीकरण होत आहे ही गोष्ट खरी आहे परंतु नव्या आणि जुन्या खाजगी बँका यांनाच वाचवण्याची वेळ आली आहे. पीएसबीज आपल्या परीने स्थिर आहेत. आता जी सार्वजनिक चर्चा होत आहे त्यात खाजगी क्षेत्रातल्या बँकांचे जे प्रायोजक आहेत त्यांच्यावर टीकेचा झोत आहे. म्हणजे सरकारची मालकी हा अडथळा म्हणण्यापेक्षा जे खाजगी गुंतवणूकदार बँकर आहेत त्यांची बेजबाबदारी आणि गैर व्यवहार हा प्रश्न बनला आहे. एचडीएफसी बँक आणि आयसीआयसीआय बँक या दोन नव्या बँका सर्वात अधिक बळ मिळवून प्रतिष्ठित झाल्या आहेत आणि या दोन्हीमध्ये सरकारची काही प्रमाणात मालकी आहे.

या सर्व अनुभवातून एक मुद्दा पुढे आला आहे. तो म्हणजे मालकी कोणाकडे आहे आणि काही खाजगी बँका त्यामुळे अडचणीत आल्या आहेत हा खरा मुख्य मुद्दा नाही. आज पीएसबीज आपले स्थान टिकवून आहेत आणि शिवाय नवी शक्ती मिळवत आहेत याचे कारण म्हणजे त्या व्यवहारात अधिक यशस्वी झाल्या आहेत. त्यांची मालकी सरकारकडे आहे ही खरोखरी अडचण नाही. बँकेच्या व्यवहारात त्यांचा आकार, क्षेत्रीय वाढ आणि त्यांच्याजवळ असलेली कमी खर्चाची बचत यावर त्यांचे यश अवलंबून आहे. पीएसबीज या तिन्हीही निकषांवर आपले स्थान टिकवून आहे.

बँकेचा आकार मोठा आहे याचे महत्त्व म्हणजे मोठ्या कंपन्यांनाच लागणारा पतपुरवठा मोठ्या प्रमाणावर असावा लागतो. त्यासाठी बँकेची ताकद मोठी असण्याचा फायदा असतो. बँकेच्या व्यवहाराचा भौगोलिक विस्तार व्यापक असला तर कर्जपुरवठ्यात वैविध्य ठेवता येते आणि त्यातून धोका कमी होतो. त्यातून एक अधिक फायदा

मिळतो म्हणजे बचतदारांची संख्या मोठी असली तर त्यावरचा खर्चही कमी होतो. अशी बचत मोठ्या प्रमाणावर झाली म्हणजे बँकेची कर्जपुरवठ्याची क्षमताही वाढते. बचत मिळवण्यावर कमीतकमी खर्च झाला तर बँकेला मोठ्या कंपन्यांना पतपुरवठा करणे सोपे जाते. भारतातल्या ग्रामीण शाखांच्या विस्तारामुळे पीएसबींच्या नफ्यावर मर्यादा आल्या असा सगळ्या टीकाकारांचा सूर असे. परंतु सरकारी क्षेत्रातील बँका मोठ्या संख्येने ग्रामीण भागात पसरल्यामुळे त्यांना कमी खर्चाची बचत आपल्याकडे वळवता आली. इतक्या वर्षांनंतर पीएसबींची ही एक खास शक्ती आहे हे आता मान्य होत आहे.

मागच्या काही वर्षात ज्या खाजगी क्षेत्रात नव्या बँका आल्या त्यांना हे फायदे नसल्यामुळे त्यांच्या धंद्याचा विकास वेगळ्या पद्धतीने करावा लागला. या नव्या बँकांना मोठ्या कंपन्यांची खाती मिळणे मुळातच अवघड आहे असा त्यांचा रास्त समज झाला. या बँका पीएसबीजबरोबर स्पर्धा करू शकत नव्हत्या कारण पीएसबींचा बचतीचा खर्च कमी होता. शिवाय परदेशी बँका उत्तम सेवा देत असल्यामुळे त्यांच्याशीही स्पर्धा अवघड होती. अशा परिस्थितीत या नव्या बँकांनी लहान आणि मध्यम खाजगी कंपन्यांना पतपुरवठा करण्याचा निर्णय घेतला. अर्थात या वर्गातच धोक्याचे प्रमाण सर्वात अधिक होते. नव्या बँकांना या सर्वाचा नीट अंदाज आला नाही कारण नव्वदीच्या मध्याला सुधारणा कार्यक्रमाशी निगडित असलेले धोके काय आहेत याचा कोणाला अंदाज आलेला नव्हता. आणि समजा जरी हा अंदाज आला असता तरीही अशा कठीण क्षेत्रात कोणत्या अटींवर कर्ज पुरवठा करायचा हे ठरवणे एकूणच अवघड होते. नेमक्या या कारणामुळे या नव्या खाजगी बँका संकटात सापडल्या.

एचडीएफसी बँक आणि आयसीआयसीआय बँक यांनी आपला मार्ग कसा शोधला आणि या अडचणींवर कशी मात केली हे बघण्यासारखे आहे. एचडीएफसी बँकेने ज्या यशस्वी आणि प्रतिष्ठित कंपन्या आहेत त्यांचीच निवड केली आणि लघु आणि मध्यम उद्योगांना पूर्णपणे टाळले. यासाठी एचडीएफसी बँकेने आपल्या पतपुरवठ्याचा खर्च कमी करण्यासाठी अनेक कल्पना लढवल्या. त्या बँकेने अशा उद्योगांवर लक्ष केंद्रित केले ज्यांच्याजवळ मोठ्या प्रमाणावर निधी गोळा होतो. अशी क्षेत्रे म्हणजे भांडवली बाजारातील निधीची उलाढाल, करसंकलन, पगारदारांची खाती इत्यादी. त्यामुळे या मुद्यावर एचडीएफसी बँक, पीएसबीबरोबर स्पर्धा करू शकते. यासाठी चालू आणि बचत खात्याचे एकूण दायित्त्व रकमेशी गुणोत्तर हे सर्वात अधिक असणे म्हणजे निधीचा पुरवठा सर्वात कमी खर्चाचा असतो. त्याचप्रमाणे त्या बँकेने परदेशी बँकांसारखीच उच्च दर्जाची सेवा पुरवलेली आहे.

आयसीआयसीआय बँकेनेही आपला वित्त पुरवठा किती कमी खर्चात करता

येईल यासाठी अनेक कल्पक योजना अंमलात आणलेल्या आहेत. त्यासाठी त्यांनी स्वयंचलित वाहनांच्या विकेत्यांबरोबर आपला वित्तपुरवठा जोडून घेतला आहे. तसेच जो अनिवासी भारतीयांचा (एनआरआय) कमी खर्चाचा बचत निधी आहे, तोही त्यांनी मिळवला आहे.

थोडक्यात म्हणजे बँकिंग क्षेत्राच्या पुनर्रचनेमध्ये सहज सोप्या गोष्टी घडण्याला फारसा वाव नाही. या क्षेत्रात ज्या सरकारी मालकीच्या बँका आहेत त्यांची स्वत:ची एक मोठी शक्ती आहे. मुळात राष्ट्रीयीकरण होण्यापूर्वी या बँकाही खाजगी क्षेत्रात दीर्घकाळ पर्यंत यशस्वीपणे काम करत होत्या. त्यामुळे त्यांच्या परंपराही भक्कम आहेत. बँकिंग क्षेत्रात परंपरा, प्रतिष्ठा, विश्वासार्हता आणि क्षेत्रीय विस्तार आणि आकार या सर्वांचे आपले एक महत्त्व आहे.

मागच्या दहा वर्षात या पीएसबीजनी वेगवेगळ्या मार्गांनी सुधारणा करून आपली एक पुनर्रचना केली आहे आणि जागतिकीकरणामधल्या स्पर्धेला तोंड देण्याची क्षमता मिळवलेली आहे. आता ज्या नव्या बँका खाजगी क्षेत्रात येतील त्यांना या प्रतिष्ठित पीएसबीजना सामोरे जावे लागेल. इतर सार्वजनिक उद्योगांत निर्गुंतवणूक करताना जी परिस्थिती असते तशी बँकिंग क्षेत्राची गोष्ट नाही. त्यामुळे नव्या खाजगी बँकांचे प्रवर्तक किती विश्वासार्ह आहेत हे प्रश्न तर विचारले जातीलच. परंतु त्यांना बँकिंग क्षेत्रात आपले स्वत:चे स्थान मिळविण्यासाठी जी उद्योजकता लागते त्यावरही त्यांची तपासणी होईल. असा हा खडतर मार्ग आहे.

■

२.११ बँकिंग क्षेत्रातल्या सुधारणा

देशाच्या आर्थिक प्रगतीमध्ये वित्त संस्था आणि बँका यांचे स्थान मोक्याचे आहे. नियोजनाच्या आणि आता उदारीकरणाच्या एकूण सुमारे सत्तावन्न वर्षात अर्थव्यवस्थेने अनेक स्थित्यंतरे बघितली आणि आर्थिक विकासाचे टप्पे ओलांडले. या ऐतिहासिक प्रक्रियेमध्ये वित्तसंस्थाही बदलल्या आणि त्यांनी सगळी व्यवस्था बदलण्याच्या प्रक्रियेमध्ये आपले योगदान दिले. यासाठी देशाच्या एकूण अर्थव्यवस्थेमध्ये वित्त संस्थांनी आपले एक स्वत:चे वेगळे स्थान निर्माण केले आहे. अनेकदा त्यांचे अस्तित्त्व आणि कर्तृत्त्व गृहित धरले जाते परंतु बाहेरच्या अनेक देशात वित्तसंस्था किती अपुऱ्या आहेत आणि दुबळ्या आहेत हे पाहिले म्हणजे आपल्या संस्थांचे खरे मोल कळते.

देशात रिझर्व्ह बँक ही प्रमुख आहे आणि या संस्थेच्या घडणीमध्ये अनेक नामवंतांनी आपले योगदान दिलेले आहे. कोणत्याही देशात तेथल्या सेंट्रल बँकेला खूप नाजूक आणि महत्त्वाची जबाबदारी सांभाळावी लागते. ही संस्था स्वायत्त असणे आणि तिचे नेर्तृत्त्व अबाधित आणि विश्वासार्ह असणे हे तिचे मुख्य भांडवल असते. आपल्या देशात रिझर्व्ह बँकेने असे अपूर्व स्थान मिळवलेले आहे. देशात सरकारच्या वित्त विभागाला आर्थिक वाढीचा विचार करावा लागतो आणि रिझर्व्ह बँकेला मुद्राधोरणाची जबाबदारी सांभाळावी लागते. यातूनच किंमती आटोक्यात ठेवण्यात येतात आणि चलनवाढीचे नियंत्रण केले जाते. लोकशाहीत कोणत्याही सरकारला आर्थिक वाढ कशी होईल याला प्राधान्य द्यावे लागते आणि त्याचबरोबर चलनवाढीच्या धोक्यापासून जनतेला अभय द्यावे लागते.

याशिवाय रिझर्व्ह बँकेला सगळ्या बँकिंग क्षेत्राचा नियमनासाठी विचार करावा लागतो. देशातल्या बँकिंग क्षेत्राला दीर्घ इतिहास आहे. स्वातंत्र्यापूर्वीही पन्नास वर्षे येथे खाजगी क्षेत्रात बँकांचा पुरेसा विकास झाला होता. नंतर नियोजनाच्या काळात सरकारने प्रमुख खाजगी बँकांचे राष्ट्रीयीकरण केले आणि त्या सार्वजनिक क्षेत्रात सरकारच्या काही जबाबदाऱ्या सांभाळू लागल्या. यातूनच बँकांचा ग्रामीण भागात मोठा विस्तार झाला. नंतर मागच्या नव्वदीच्या दशकापासून उदारीकरणाचा

भाग म्हणून आर्थिक सुधारणांची सुरुवात झाली आणि परत एकदा बँकिंग क्षेत्राच्या पुनर्रचनेची सुरुवात झाली. या मागच्या सुमारे सोळा वर्षात बँकांनी आपले स्वरुप बदललेले आहे आणि यापुढेही त्यात अनेक सुधारणांना वाव आहे. परंतु यातले खरे वैशिष्ट्य म्हणजे बँकिंग क्षेत्राने आपल्यात लक्षणीय बदल करून दाखवला आणि त्याचबरोबर स्थैर्य आणि वाढ करून दाखवली. कोणत्याही संस्थांची खरी परीक्षा त्या बदलांना कसे सामोरे जातात आणि या प्रक्रियेत आपली क्षमता कशी टिकवून ठेवतात आणि वाढवतात यावर असते. सगळ्या टीकाकारांनी बँकिंग क्षेत्राला यासाठी नावाजलेले आहे.

आपल्या बँकिंग क्षेत्राची तुलना प्रथम इतर विकसनशील देशांबरोबर करता येईल. यामध्ये सेवा क्षेत्र आणि औद्योगिक उत्पादनाचे क्षेत्र यात बँकांनी सरस कामगिरी बजावलेली आहे. त्याचबरोबर आता पायाभूत सुविधांच्या क्षेत्रात भरीव भांडवल गुंतवणूक व्हायची आहे आणि त्यातही बँकांना प्रमुख भूमिका बजावावी लागणार आहे. त्याचबरोबर इतर वित्त संस्थाही विकसित होत आहेत आणि त्यात बँकांचा सहभाग मोलाचा आहे.

भारतात बँकिंग क्षेत्रात भरीव सुधारणा करण्यात आल्या आणि जगाने त्याची दखल घेतली आहे. येथे बँकांमध्ये मूळापासून बदल झाले आणि त्यातून त्या स्पर्धेला सामोऱ्या गेल्या आणि अधिक नियमनाच्या शिस्तीला तयार झाल्या. शिवाय त्यांच्या मालकी हक्काच्या आणि व्यवस्थापनाच्या रचनेमध्ये मूळापासून बदल झाले. या सगळ्या लक्षणीय बदलाचे वैशिष्ट्य म्हणजे त्यातून बँकांची गाडी कधीही रुळावरून घसरली नाही आणि त्या आपले खर्च कमी करून काटकसर करायला शिकल्या. एका अर्थाने सार्वजनिक क्षेत्रात बँका आपल्या स्वत:मध्ये कसे बदल करून घेऊ शकतात आणि त्यातून अधिक आव्हानांना कसे तोंड देऊ शकतात याचे आपण चांगले उदाहरण घालून दाखवले आहे. तसेच देशांतर्गत आणि बाहेर खाजगी क्षेत्राशी कशी स्पर्धा करायची आणि त्यातूनही आपला प्रभाव कसा वाढवायचा हे आपण सार्वजनिक क्षेत्रात सिद्ध करून दाखवले आहे. जगात दुसऱ्या कोणत्याही देशात अशा मूलगामी बदलांचा प्रयोग सांगता येणार नाही.

त्याचप्रमाणे देशातल्या वित्त क्षेत्राने आपले चैतन्य आणि बदलाची क्षमता प्रत्यक्षात आणली आहे. भारताच्या अर्थव्यवस्थेचे एक स्वत:चे वेगळेपण आहे. येथे सुमारे चाळीस वर्षे केंद्रीय नियोजनाचा वावर होता आणि त्यानंतर अर्थव्यवस्था अधिकाधिक खुली करण्याचा सुधारणा कार्यक्रम अंमलात येऊ लागला. या परिवर्तनाच्या काळात सरकारचे रोखे, मुद्रा आणि परदेशी चलनाच्या बाजारात अनेक मूलभूत बदल घडून आले. परंतु या स्थित्यंतरामध्ये सार्वजनिक हिताची धोरणे यांनाच प्राधान्य आहे. यातून आपली अर्थव्यवस्था टप्प्याटप्प्याने मुक्त होत आहे आणि

बाहेरच्या व्यवस्थेशी सुनियोजित पद्धतीने जोडली जात आहे. आपली ही मुक्त अर्थव्यवस्थेकडची वाटचाल अतिशय काळजीपूर्वक आखली जाते आणि त्यावर अंमल केला जातो. तसेच या प्रक्रियेचे वेळोवेळी अभ्यास आणि मूल्यांकन करून त्यावर देखरेख ठेवली जाते. रिझर्व्ह बँकेने आपले हे कर्तृत्व दाखवलेले आहे. विशेष म्हणजे या सगळ्या संकल्पना सुधारणा कार्यक्रमाच्या अंमलबजावणीतच नियोजन करणाऱ्यांनी शिकून घेतल्या आणि गरजेप्रमाणे त्यातून संस्था आणि भागीदार निवडले.

देशातल्या वित्त क्षेत्रात आणि विशेषत: बँकिंग क्षेत्रात जे दूरगामी बदल झाले त्या तीन बाबी होत्या. एक बाब होती संस्थात्मक मांडणीची. दुसरी होती तांत्रिक आणि तिसरी व्यवस्थेमधल्या तपशीलाची. हे सगळे बदल करताना कोणत्याही कारणासाठी दर्जा कमी करण्यात आला नाही आणि जगामध्ये जे मानक समजले जाते तेच येथे स्वीकारण्यात आले. याचे महत्त्व आहे कारण वित्त संस्था आणि बँका यांच्यातले बदल फक्त देशांतर्गत गरजेला डोळ्यापुढे ठेवून करता येत नाहीत. या संस्था जगातल्या इतर संस्थांनी स्वीकारल्या जाव्या लागतात आणि त्यांच्या विश्वासार्हतेवर जगातले आर्थिक व्यवहार होत असतात. आपल्या संस्थांनी ही दर्जात्मक पातळी सांभाळलेली आहे.

येत्या काळात अनेक बदल व्हायचे आहेत आणि ते कोणते आहेत? बँकिंग क्षेत्रात आजही ज्या बँकांचा भांडवलाचा आधार अपुरा आहे त्यांना शक्ती देण्याची अधिक गरज आहे. त्याचप्रमाणे ग्रामीण क्षेत्रात सहकारी पत पुरवठा करणाऱ्या संस्थांची व्यवस्था बळकट करण्याची तातडी आहे. कृषीक्षेत्रात अनेक प्रश्न आहेत आणि त्यापैकी एक म्हणजे अपुरा पतपुरवठा. या क्षेत्रात भांडवल गुंतवणूक अगदी अपुरी आहे. त्यातही खाजगी भांडवल अगदीच कमी आहे. मूळात सिंचनाच्या सुविधा कमी असल्यामुळे कृषी पावसावर अवलंबून आहे आणि त्यामुळे त्यातला धोका वाढलेला आहे. कृषीमध्ये काय घडते याचा उरलेल्या सगळ्या क्षेत्रावर परिणाम होतो आणि त्यामुळे पतपुरवठ्याचा प्रश्न बिकट झालेला आहे. तसेच पीकरचनेमध्ये जसे वैविध्य येऊ लागेल त्याबरोबरच तेथे कृषीमालाच्या प्रक्रिया उद्योगांचे महत्त्व वाढेल आणि त्यासाठी बँकांना काही विशेष प्रयत्न करावे लागतील. देशातल्या सहकारी पतपुरठ्याच्या व्यवस्थेमध्ये व्यवस्थापनावर अधिक भर देण्याची गरज आहे आणि त्याचबरोबर त्यातले राजकारण कसे कमी करता येईल याचेही महत्त्व आहे. किंबहुना व्यवस्थापनाची शिस्त आणि राजकारणापासून अंतर या एकाच नाण्याच्या दोन बाजू आहेत.

या तुलनेने देशातल्या खाजगी क्षेत्राने बरीच शक्ती मिळवलेली आहे आणि ते आपल्या गरजा अनेक मार्गांनी भागवू शकतात. त्यांना आता निधी उभा करण्यात अडचणी येत नाहीत कारण त्यांना बँका, बिगर बँकिंग संस्था, भांडवली बाजार

आणि परदेशातल्या बँका यांच्यापैकी कोणाकडूनही कर्ज उभारता येते. याव्यतिरिक्त लहान आणि मध्यम आकाराचे उद्योग आणि उद्योजक, कृषी क्षेत्र, कारागीरांचा वर्ग आणि असंघटित क्षेत्रातील स्वयंरोजगारात गुंतलेला वर्ग यांना मात्र बँकिंग क्षेत्राचाच आधार घ्यावा लागतो आणि या क्षेत्राच्या गरजा भागवण्यात बँकिंग क्षेत्र पुरे पडलेले नाही. यासाठी बँकिंग क्षेत्राला प्रगती करून दाखवण्यास अमर्याद वाव आहे.

येत्या काळात बँकिंग क्षेत्र ही आव्हाने जरुर पेलू शकते. यापूर्वी या क्षेत्राने जे कर्तृत्व आणि कर्तबगारी दाखवली आहे त्यावरून हे सहज शक्य आहे. आता अर्थव्यवस्थेमध्ये मागची चार वर्षे आर्थिक वाढीची पातळी उंचावली आहे आणि तेथे ती स्थिर होईल असा अनेकांना भरवसा वाटत आहे. याचा अर्थ हीच आर्थिक वाढीची प्रक्रिया चालूच ठेवण्यासाठी अर्थव्यवस्था अधिकाधिक मुक्त होणार आहे आणि त्यातूनच उद्योजकांना अधिक स्वातंत्र्य मिळणार आहे. त्यामुळे या बदलाच्या काळात जी प्रगती होणार आहे त्याला स्वयंशिस्तीची जोड द्यावी लागेल आणि त्यात रिझर्व्ह बँकेसारख्या नियमन करणाऱ्या संस्थांना अधिक जबाबदारी घ्यावी लागेल. तसेच वित्त बाजार आणि परदेशी चलनाचे बाजार यात अधिक सुधारणा होणार आहेत आणि त्यातूनही वाढीची प्रकिया पुढे जाणार आहे. याचा अर्थ देशांतर्गत आणि बाहेर आर्थिक वाढ होत असताना बँकिंग क्षेत्राला अनेक संधी मिळणार आहेत. या अर्थाने आपल्या सेवांचा विस्तार होत असतानाही कोणत्याही प्रकारे दर्जाची पातळी खाली येऊ देता येणार नाही. अशा पद्धतीने बँकिंगच्या व्यवसायात दर्जा आणि नैपुण्य हे एकाचवेळी मिळवावे लागणार आहे. रिझर्व्ह बँकेने आजपर्यंत यात कधीही तडजोड केलेली नाही. मागच्या काही काळात शेअर बाजारात अगर इतर वित्त संस्थांमध्ये जेव्हा काही गोंधळ झाले त्यावेळी त्यातून मार्ग काढण्यात आलेला आहे आणि नियमनाच्या शिस्तीतही सुधारणा झालेल्या आहेत. हा इतिहास लक्षात घेता देशातील वित्तीय आणि बँकिंगचे क्षेत्र नव्या आव्हानांना आत्मविश्वासाने सामोरे जाईल असे दिसते.

■

२.१२ बँकांची भरीव कामगिरी

देशात आर्थिक वाढीने दमदार प्रगती करून दाखवल्यावर त्याचे काही परिणामही दिसत आहेत. एक म्हणजे अर्थव्यवस्थेमधली अतिरिक्त उत्पादनाची क्षमता वापरात आल्यावर हळुहळू ही व्यवस्था तापू लागली आहे. त्याचा अनुभव म्हणजे चलनवाढ आणि त्याबरोबर येणारा ग्राहकांचा क्षोभ. साहजिकच रिझर्व्ह बँक मागची दोन वर्षे आपल्यापरीने मुद्रा व्यवस्थेचे जागरूकपणे व्यवस्थापन करत आहे आणि त्यासाठी मुद्रा पुरवठा कठीण करत आहे. तसेच व्याजदरही वाढवण्यात आलेले आहेत. सरकार आणि रिझर्व्ह बँक हे आपापल्या जबाबदाऱ्या सांभाळताना धोरणांमध्ये बारकावे आणत असले तरीही बँकांच्याकडून होणारा कर्ज पुरवठा अजून आटोक्यात आलेला नाही. फक्त बँकिंग क्षेत्रापुरता मर्यादित विचार केला तर आता २००७ सालातही त्या कर्जपुरवठा करतील आणि आपल्या नफ्यात भर घालतील अशी खात्रीची परिस्थिती आज दिसत आहे.

आता जून २००७ मध्ये आणि मागचे अनेक महिने रिझर्व्ह बँकेने मुद्रा पुरवठा कसा आटोक्यात ठेवता येईल यावर आपले लक्ष केंद्रित केले आहे. चलनवाढीचा दर सरासरी सहा टक्क्यांच्या पलिकडे गेला होता तो पहिल्या टप्प्यात निदान पाच टक्क्यांवर आणायचा आणि मग येत्या काही वर्षात साडेचार टक्क्यांच्या दरम्यान सांभाळायचा असा बँकेने वायदा केलेला आहे. जून २००७च्या सुरुवातीलाच हा दर पाच टक्क्यांच्या मर्यादेत आलेला आहे. म्हणजे सरकारातले वित्तमंत्रालय आणि रिझर्व्ह बँक यांना प्रथमच सुस्कारा सोडायला आता हरकत नाही.

बँकांनी व्याजदर वाढवल्यामुळे किरकोळ कर्जवाटपामध्ये (रिटेल लोन) होणारी वाढ थोडीशी मंदावेल असा काहींचा अंदाज आहे. मुळात बँकांच्या एकूण कर्जपुरवठ्यामध्ये जी वाढ दिसत आहे त्यात किरकोळ कर्जाचा वाटा फार नाही हे लक्षात ठेवले पाहिजे. मागच्या २००३-०४ सालापासून दोन वर्षात कर्जवाटपात किती वाढ झाली याचे आकडे बघण्यासारखे आहेत. यात किरकोळ कर्जाच्या क्षेत्रात ३४.७ टक्क्यांनी वाढ झाली. म्हणजे २००३-०४ वर्षात हा आकडा रु. १,८९,०४१ कोटी होता आणि तो ऑक्टोबर २००६मध्ये रु. ३,९८,०५५ कोटी झाला. याच काळात

बिगर अन्नाच्या कर्ज पुरवठ्यात (नॉन फूड क्रेडिट) रु. ८,०४,८२४ कोटी वरून रु. १५,३७,९७८ कोटी पर्यंत वाढ झाली. हे प्रमाण २९.६ टक्के होते. म्हणजे एकूण व्यापारी कर्जपुरवठ्यामध्ये वाढ झाली असली तरीही त्यामध्ये किरकोळ कर्जामधली वाढ अधिक आहे. त्यातही आयसीआयसीआय बँकेने किरकोळ कर्जाच्या विषयात सर्वात लक्षणीय कामगिरी करून दाखवलेली आहे. या बँकेने किरकोळ कर्जामध्ये ५९.७ टक्क्यांनी वाढ करून दाखवली. याचा अर्थ एकूण किरकोळ कर्जपुरवठ्याच्या आकडेवारीतून आयसीआयसीआय बँकेचा वाटा वजा केला तर उरलेल्या बँकांनी किरकोळ कर्जासाठी २८.३ टक्क्यांनी अधिक कर्ज वाटप केले. म्हणजे आयसीआयसीआय बँकेची कामगिरी बाजूला ठेवली तर उरलेल्या क्षेत्रात जी कर्ज पुरवठ्यात २७.९ टक्क्यांनी वाढ झाली त्याबरोबर किरकोळ कर्जामधली २८.३ टक्क्यांची वाढ जवळपास सारखीच होती. यासाठी एकूण किरकोळ कर्जपुरवठ्यामध्ये जी ३४.७ टक्क्यांची वाढ दिसते ती वरकरणी आहे आणि त्याचा तपशील बघता फक्त आयसीआयसीआय या एका खाजगी क्षेत्रातील बँकेमुळे ही सरासरी पातळीच्या वरची वाढ दिसते.

एक आयसीआयसीआय बँकेचा अपवाद सोडला तर उरलेल्या सगळ्याच बँकांचा किरकोळ कर्ज वाटपामधला अनुभव मागच्या काही वर्षातील सरासरी इतकाच असेल असे म्हणता येईल. असे समजण्याचे कारण म्हणजे कर्ज परवडते म्हणजे काय? या संकल्पनेचा बदललेला संदर्भ लक्षात घेतला पाहिजे. कर्जदाराला जो परतफेडीचा मासिक हप्ता असतो त्याचे महिन्यामध्ये जे वेतन मिळते याच्याशी गुणोत्तर पाहिले म्हणजे कर्ज परवडते का? याचा खुलासा होतो. मागच्या काही वर्षात आर्थिक वाढीमुळे कर्मचाऱ्यांच्या वेतनामध्ये सतत वाढ होत आहे आणि त्यामुळे त्यातून जी कर्जाची परतफेड करायची असते ती कर्जदाराला सहज शक्य होत आहे. एकूण किरकोळ कर्जवाटपामध्ये सुमारे ५० टक्के वाटा हा घर कर्जाचा आहे. यामध्ये कर्जदारांनी चलत व्याजदराचा (फ्लोटिंग रेट) पर्याय कर्जासाठी निवडलेला आहे. त्यांनी असे करण्याचे कारण म्हणजे कर्जाचे दर अगदी उंच पातळीवर पोहोचलेले आहेत आणि यापुढच्या कर्जफेडीमध्ये हे दर खालीच येण्याची शक्यता आहे, असा त्यांचा समज आहे.

आपल्या बँकांच्या क्षेत्रात काय घडत आहे याचा चांगला अंदाज येण्यासाठी अमेरिकेतल्या बाजारपेठेशी तुलना करता येईल. तेथे बँका आणि गुंतवणूकदार संस्था यांना एका काळजीने घेरले आहे. तेथे गृहकर्जामध्ये काही कर्जदार असे असतात ज्यांना नेहमीच्या प्रतिष्ठित बँका असे कर्ज देत नाहीत. मग असे कर्जदार दुसरीकडून कर्ज मिळवतात आणि त्यांना सबप्राइम मार्केट असे म्हणतात. म्हणजे अशी गृह कर्जे नेहमीच्या बाजारपेठेतून देण्यात आलेली नसतात. अमेरिकेत काही बँकांनी आपली

हुशारी दाखवण्यासाठी या अशा अनियमित कर्जदारांसाठी गृहकर्जाचा पुरवठा केलेला आहे. त्यासाठी त्यांनी गुंतागुंतीची आकडेवारी वापरून अशा कर्जदारांना कर्ज देताना किती धोका पत्करावा लागेल याचा विचार केलेला आहे. आता या बँका अडचणीत आल्या आहेत कारण त्यांची हुशारी फसलेली आहे. हे असे का झाले? ज्या बँकांनी विशेष अक्कल हुशारी वापरून प्रतिमाने (मॉडेल्स्) बनवली त्यांनी फेड व्याजदरात सतत वाढ करेल ही शक्यता लक्षातच घेतली नाही. मागच्या काही काळात फेडने व्याजदर वाढवले ते दोन वर्षात प्रथमच घडले. यावरचा एक सविस्तर अहवाल फिनॅन्शिअल टाइम्स्च्या १५ मार्च २००७ च्या अंकात आलेला आहे. त्यामध्ये बँकांनी सबप्राइम मॉर्टगेज् लोन्स कशी दिली याचा तपशील दिला आहे. बॉस्टनमधल्या एका पंगू स्त्रीला सुमारे ९ मिलियन डॉलरचे कर्ज मिळाले. ती गरीब स्त्री आपल्या तीन मुलांना वाढवत आहे आणि तिला सरकारकडून कुटुंब उदरनिर्वाहासाठी दर महिन्याला १८०० डॉलरचा निर्वाह भत्ता मिळत आहे. अमेरिकेत आपल्या मालकीचे घर असणे याला एक सामाजिक मान्यता आहे. त्यामुळे तेथे अशा घरासाठी कर्ज काढणे आणि बँकांनी अशी कर्जे देणे ही एक स्वाभाविक बाब समजली जाते. परंतु भारतात अशी अजिबात परिस्थिती नाही. आपल्याकडे अनेक कुटुंबे अशी आहेत जी आपल्या आयुष्यात प्रथमच आपल्या मालकीचे घर घेत आहेत आणि त्यासाठी ते पुढच्या काळात मिळणाऱ्या उत्पन्नावर अवलंबून आहे. त्यामुळे आपल्याकडे अशा घर निर्माणाच्या बाजारपेठा फार विस्तृत प्रमाणावर विकसित झालेल्या नाहीत. त्याचा एक फायदा म्हणजे आपल्याकडे अशा घर कर्जासाठी घेतलेली रक्कम बुडण्याचे प्रमाण एक टक्क्यापेक्षा कमी आहे. त्यामुळेच आपल्या बँका तुलनेने अमेरिकेपेक्षा अधिक सुरक्षित आहेत.

याबरोबर बँका कंपन्यांना मागच्या तीन वर्षाच्या तुलनेने अधिक वेगाने कर्जपुरवठा करतील असे दिसते. कंपन्यांनी मागच्या तीन वर्षात भरपूर नफे मिळवले आहेत आणि त्यांनी ते आपल्या कंपन्यातच गुंतवलेले आहेत. त्यामुळे त्यांना बँकांची तितकीशी मदत लागली नाही. या कंपन्यांनी १९९८ ते २००२ या काळात आपल्यासाठी बँकांकडून ६९ टक्के कर्ज मिळवले होते. नंतर २००४-०५ सालात हे प्रमाण ५३ टक्क्यांपर्यंत खाली आले. या मधल्या काळात औद्योगिक कंपन्यांनी अधिक प्रमाणात आपलीच साधने वापरली आणि आपल्याकडे उपलब्ध असलेली उत्पादन क्षमता पूर्णपणे वापरात आणली. परंतु आता २००७ सालामध्ये औद्योगिक क्षेत्रात नवीन उत्पादन क्षमता निर्माण करण्यासाठी भांडवल गुंतवणुकीवर भर देण्यात येत आहे. किंबहुना मागच्या काळात उत्पादन क्षमता वापरण्यात आली आणि नवी क्षमता करण्यासाठी भांडवल गुंतवणुकीचा पर्याय चोखाळण्यात आला नाही. त्यामुळेच कच्च्या मालाच्या किंमतींवर दबाव आला आणि चलन फुगवट्याचा प्रश्न राज्यकर्त्यांपुढे

उभा राहिला. परंतु आता कंपन्या भांडवल गुंतवणूक वाढवणार आहेत आणि त्यामुळे त्या कर्जाची मागणी घेऊन बँकांकडे येणार आहेत. आता बँकांनी कर्जावरचे व्याजदर वाढवले आहेत म्हणून त्यांची मागणी कमी होईल असे काही जणांचे मत आहे. परंतु असे काही घडणार नाही कारण आजही कंपन्यांना जे कर्ज मिळते त्यातला सुमारे ७० टक्के वाटा हा मूळ व्याजदरापेक्षा कमी दराने मिळत आहे. त्यामुळे आजच्या मूळ दरांची मागच्या काळातल्या मूळ दरांबरोबर तुलना करणे फारसे व्यावहारिक नाही.

आता २००७च्या मध्याला बँकांचे कर्ज वितरण कसे असणार आहे? काही प्रमाणात किरकोळ कर्जाच्या क्षेत्रात वाढ मंदगतीने होईल ही शक्यता दिसते. परंतु त्याबरोबर कंपन्यांना देण्यात येणाऱ्या कर्जामध्ये पूर्वीच्या तुलनेने वाढ होईल असेही दिसते. त्यामुळे साहजिकच रिझर्व्ह बँक अशी कर्जातली वाढ कोणत्या स्वरूपात होणार आहे याची काळजी करत आहे. एका बाजूने बँकांकडे जमा होणाऱ्या एकूण बचतीमध्ये जवळपास निम्मा वाटा अल्प मुदतीच्या ठेवींचा असतो. त्यामुळे कर्जावरचे व्याजदर वाढले तर बँकांच्या आपल्या साधनसामुग्रीवर दडपण येते. याचे कारण म्हणजे कंपन्यांना वाढीव प्रमाणात कर्ज वितरण झाले तर त्यातल्या काही क्षेत्रांमध्ये बँकांना अधिक जोखीम घ्यावी लागते. मग बँकांची निम्मी साधने अल्प मुदतीच्या ठेवींमधून आली असली तर कर्ज पुरवठ्यामधले धोके वाढतात. रिझर्व्ह बँक आणि व्यापारी बँका यांना खरी काळजी असते ती स्थावर मालमत्ता, विक्रेय वस्तू (कमॉडिटी) आणि शेअर बाजार यांना दिलेल्या कर्जाबाबत असते. एकूण कर्जवाटपामध्ये या अधिक जोखीम असणाऱ्या क्षेत्रांना २००४-०५ मध्ये ३.५ टक्के कर्ज देण्यात आले आणि हा वाटा २००५-०६ मध्ये १९ टक्क्यांवर पोहोचला. साहजिकच स्थावर मालमत्ता, विक्रेय वस्तू आणि शेअर बाजार यात अनेक गोष्टी घडत असतात आणि अनिश्चिततेचे प्रमाणही फार मोठे असते. त्यामुळे या क्षेत्रांना दिलेल्या कर्जात पाचपटीपेक्षा अधिक प्रमाणात वाढ झाली तर बँकांचा धोका वाढला हे उघड आहे. त्यामुळेच रिझर्व्ह बँक या क्षेत्रांवर नजर ठेवून आहे.

आता बँकांना यापुढे व्याजदरात वाढ झाली म्हणजे त्याच्याशी संबंधित असलेली जोखीम कशी हाताळायची याचा काही विचार करावा लागेल. सध्या रिझर्व्ह बँकेच्या दक्षतेमुळे काही नाजुक क्षेत्रांना कर्ज पुरवठा करताना पुरेसा चौकसपणा दाखवण्यात येत आहे. परंतु जेव्हा अर्थव्यवस्था वेगाने आर्थिक वाढ करून दाखवत असते त्यावेळी कर्जपुरवठ्यामध्ये वाढ होणार आहे हे नक्की. आपली अर्थव्यवस्था मागच्या चार वर्षात वर्षाला सरासरी आठ टक्क्यांपेक्षा अधिक वेगाने वाढत आहे ही तर उघड वस्तु:स्थिती आहे. परंतु त्याचबरोबर आपल्या अर्थव्यवस्थेमध्ये अजूनही बँकेची व्यवस्था पुरेशी विकसित झालेली नाही हेही सत्य आहे. आपल्याकडे बँकांकडून देण्यात येणाऱ्या व्यापारी कर्जाचे जीडीपीशी गुणोत्तर फक्त ४८ टक्के आहे. विकसित

औद्योगिक देशांमध्ये अर्थातच बँकिंगचे क्षेत्र पूर्ण विकसित झालेले असते परंतु अगदी आशियातल्या अनेक विकसनशील अर्थव्यवस्थांच्या तुलनेनेही आपल्याकडे बँकिंगचे क्षेत्र कमी विकसित झालेले आहे. त्यामुळे येत्या काळातही बँकिंग क्षेत्राचा विकास आणि कर्ज पुरवठ्यामध्ये वाढ यांचा पाठपुरावा करावाच लागणार आहे.

या काळात रिझर्व्ह बँकेची जबाबदारी खूपच वाढलेली आहे कारण मुळात बँकिंग क्षेत्राची व्याप्ती शिस्तबद्ध पद्धतीने वाढू द्यायची आहे आणि त्याचबरोबर आर्थिक वाढीला पूरक म्हणून कर्ज पुरवठ्यामध्येही वाढ करावी लागणार आहे. त्यामुळे बँकांनी वेगवेगळ्या क्षेत्रांना दिलेल्या कर्जामध्ये जोखीम किती आहे याची रिझर्व्ह बँकेला सतत मोजणी करावी लागणार आहे. असे हे नियमनाचे काम नेहमीच अवघड असते कारण कर्ज वाटपामध्ये कोणत्या वेगाने वाढ होणार आहे या विषयीची गृहीते उपयोगी पडत नाहीत. त्याचबरोबर रिझर्व्ह बँकेला चलनवाढीच्या प्रश्नाला तोंड देताना मुद्रा पुरवठ्याचाही कठोरपणे विचार करावा लागत आहे. त्यामुळे येत्या काळात बँकिंग क्षेत्राची परीक्षा आहे. आजपर्यंत मागच्या पंधरा वर्षात देशातल्या व्यापारी आणि खाजगी बँकांनी सरस कामगिरी करून दाखवलेली आहे. त्यात त्यांना सातत्य ठेवता येते का याचे उत्तर मिळायचे आहे.

■

२.१३ भारतात मुदतठेवींवर परतावा आजही अधिकच

जगभरात व्याजदर कमी आहेत आणि त्या तुलने भारतात ते बऱ्याच वरच्या पातळीवर आहेत. गेल्या दोन वर्षांत रिझर्व्ह बँके मूळ व्याजदर कमी करत आणला आहे आणि त्यामुळ बँका देत असलेल्या कर्जावरचा व्याजदर कमी होत आहे. याला धरून ठेवीदारांच्या ठेवींवरही बँक देत असल्ला दर कमी होत आहे. मध्यम वर्गातली मोठी संख्या बँकांमध्ये आपल्या ठेवी ठेवते आणि त्यामुळ त्यांच्या निवृत्तीकाळात यामार्गाने मिळणारे उत्पन्न आता कमी होत आहे. याची तीव पतिक्रिया सार्वजनिक जीवनात उमटली आहे. हे असे का घडत आहे हे एका व्यापक संदर्भात समजून घेणे आवश्यक आहे. एक तर जे घडत आहे ते अपरिहार्य आहे आणि जगातल्या सर्वच देशात असे घडलेले आहे हे समजून घ्यावे लागेल. तसेच येत्या काळात कर्जांवरचे व्याज आणि ठेवींवरचे व्याज आणखी कमी होणार आहे याचीही मानसिकता समाजात तयार करावी लागेल. एका परीने हे समाज पबोधनच आहे.

सध्या दोन वर्षे आणि अधिक या काळासाठी राष्ट्रीयीकृत बँकांमध्ये बचतीवर सुमारे ७.५ टक्के व्याज मिळते. सहकारी बँकामध्ये यापेक्षा एखादा टक्का अधिक मिळतो. काही सहकारी बँका चढाओढीपोटी अधिकही व्याज देतात परंतु अशा बँकात ठेवीदाराला अधिक धोका पत्करावा लागतो. गेल्या काही वर्षांत प्रतिष्ठित सहकारी बँकामध्ये मोठ्या प्रमाणावर घोटाळे झालेले आहेत आणि त्यामुळ एकूणच सहकारी बँकांची विश्वासार्हता शंकास्पद आहे. गुजरात राज्यातील माधवपुरा सहकारी बँकेत गैरव्यवहार झाल्यापासून अशी अनेक प्रकरणे लोकांपुढे आली आहेत. केंद्र सरकार आणि रिझर्व्ह बँक यांच्यापुढे हा एक चिंतेचा विषय आहे. नजिकच्या काळात सहकारी बँकांच्या नियमनाविषयी काही कडक कायदेशीर उपाययोजना सुचविली जाईल आणि एक यंत्रणा उभी राहील हे निश्चित. तोपर्यंत तरी बचतीसाठी राष्ट्रीयकृत बँका हाच भरवशाचा मार्ग दिसतो.

हा बँकांचा पर्याय सोडला तर सरकारच्या अंतर्गत पब्लिक पॉव्हिडंट फंड (पीपीएफ) आणि पोस्टऑफिसातील बचत योजना हे पर्याय आहेत. तसेच रिझर्व्ह बँकेचे व्याजमुक्त रोखे आहेत आणि त्यावर आज ८ टक्के व्याज दिले जाते. अर्थात

गेल्या काही महिन्यात हे व्याजदरसुध्दा कमी करावेत असा विचार चालू आहे. नाबार्ड आणि इतर काही संस्था भांडवली नफा गुंतवणुकीवर तीन वर्षासाठी कमी दराने व्याज देतात आणि हा दरही ७ टक्क्यांपेक्षा कमी देण्याचा पयत्न चालू आहे.

सध्या गेली दोन वर्षे जगभरच आणि भारतातही मंदीची लाट पसरली आहे. ही मंदी कधी हटेल याचाही कोणी अंदाज सांगू शकत नाही. सन २००० पासून जागतिक व्यापार परिषदेच्या नियमनानुसार उदारीकरणाचे युग सुरू झालेले आहे. अशा संदर्भात कर्जावर द्यावे लागणारे व्याज किती आहे हा काही एका देशाचा अंतर्गत प्रश्न उरत नाही. जागतिक बाजारपेठेत उत्तम दर्जा आणि कमीतकमी खर्च अशा तीव्र स्पर्धेच्या आधारावरच आंतरराष्ट्रीय व्यापार होणार आहे. आपल्या देशात गेली पन्नास वर्षे नियोजनाचा अंमल चालू आहे आणि त्यातील पहिली चाळीस वर्षे नियंत्रणे हाच अर्थव्यवस्थेचा आधार होता. त्यामुळे येथील व्यापार आणि उद्योगधंदे यांना चढे व्याजदर देऊनच कर्जे मिळत होती. आता नव्या स्पर्धेच्या युगात असा खर्चिक उत्पादन खर्च देशाला परवडणार नाही आणि त्यामुळे कर्जाचे व्याजदर कमी होणे यातच देशाचे हित आहे आणि त्याला पर्यायही नाही. आज कर्जावरचे व्याजदर झपाट्याने कमी होत असूनही कर्जाचे वितरण होऊ शकत नाही अशी मंदीची परिस्थिती आहे. राष्ट्रीयकृत बँका या कठीण परिस्थितीला तोंड देत आहे. यावर एक उपाय म्हणून बँकांनी आपल्या कर्मचाऱ्यांच्या संख्येत कपात केलेली आहे. तसेच संगणकीकरणावर भर देऊन सेवांचा दर्जा सुधारलेला आहे. एका बाजूला ठेवीत वाढ आणि दुसऱ्या बाजूला कर्जवितरणात मंदी अशा संदर्भात ठेवींवरचे व्याजदर कमी होणार हे उघड आहे.

जगभरात मुदत ठेवींवर किती व्याज मिळते हे बघण्यासारखे आहे. तैवान, मलेशिया आणि थायलंड या देशात हा व्याजदर २ ते ३ टक्के या दरम्यान आहे. दुसऱ्या टोकाला इंडोनेशिया, साऊथ अफिका, श्रीलंका या देशात १० ते १२ टक्क्यांच्या दरम्यान व्याज मिळते. या देशांमध्ये चलनवाढ अधिक वेगाने होत असते हे लक्षात ठेवले पाहिजे. याहीपेक्षा चढे व्याजदर काही देशात आहेत. तुर्कस्थानमध्ये ५३ टक्के, झिंबाब्वेमध्ये ३२ टक्के आणि रुमानियात २७ टक्के व्याज मिळते. हे देश साधारणपणे मागासलेले आणि राजकीय अस्थिरतेने ग्रासलेले आहेत. तुर्कस्थानमध्ये तर चलनवाढ ५० टक्क्यांपेक्षा अधिक आहे.

आपल्या देशाशी तुलना करता येईल हे देश म्हणजे पाकिस्तान, नेपाळ, न्यूझिलंड आणि फिलिपाईन्स. या देशात सुमारे ६ टक्क्यापेक्षा थोडे अधिक व्याज मिळते. या यादीत रशियाचा अपवाद करावा लागेल कारण येथे ठेवींवर सुमारे १० टक्के व्याज मिळते. नव्वदीत रशियामध्ये मोठ्या प्रमाणावर राजकीय फेरबदल झालेले आहेत आणि आर्थिक व्यवस्था अजूनही भक्कम आधारावर स्थिर झालेली नाही.

येथील राजकीय आणि आर्थिक अस्थैर्याचेच हे प्रतिबिंब आहे.

जगामध्ये अमेरिका ही महासत्ता आहे आणि तेथे ठेवींवर २.१ टक्का व्याज मिळते. तुलनेने हाँगकाँगमध्ये २००१ मध्ये १.६ टक्क्यांनी चलनसंकोच (डिफ्लेशन) झाला. तेथे व्याजदर अर्धा टक्क्यापेक्षा कमी आहे. त्याचपमाणे जपानमध्ये ०.७ टक्क्यांनी चलनसंकोच झाला तेथेही ठेवींवर काही व्याज मिळत नाही.

थोडक्यात म्हणजे जेथे वाढीची प्रक्रिया स्थिर आहे आणि त्याबरोबरच राजकीय स्थैर्यही आहे अशा देशांमध्ये बँकांच्या मुदत ठेवींवर जेमतेम २ ते ३ टक्के व्याज मिळते. या देशांमध्ये चलनवाढीचा दरही अगदी मामुली असतो. या उलट ज्या देशांमध्ये विकासाची प्रक्रिया अनेक अडथळ्यांना तोंड देत पुढे जात असते तेथे व्याजदर ६ ते ८ टक्क्यांच्या दरम्यान असतात. भारत या वर्गात येतो. येथे चलन वाढीचा दरही लोकांना सह्य होईल असा सुमारे ३ टक्क्यांच्या भोवती आहे. या उलट ज्या देशांमध्ये राजकीय स्थैर्य नाही अशा ठिकाणी ठेवींवरचे व्याज दर वरच्या पातळीवर आहेत. अर्थात येथील आर्थिक व्यवस्थाही काही प्रमाणात डळमळीत झालेली असते आणि त्याचे प्रतिबिंब ठेवींवरच्या व्याजदरांवर उमटते.

भारतामध्ये नियोजनाच्या दीर्घ काळात वित्तीय तुटीचे अर्थकारण चालू होते आणि चलन वाढीचा वेगही बहुतेकवेळा १० टक्क्यांच्या पुढे नांदत होता. आता गेल्या दोन-तीन वर्षात चलनवाढ आटोक्यात आली आहे आणि त्याच्याशी सुसंगत म्हणून ठेवींवरचे व्याजही झपाटयाने कमी होत आहे. याचा चांगला परिणाम म्हणजे धंदे, व्यापार आणि उद्योग यांना कमी दराने कर्ज उपलब्ध होईल आणि जागतिक बाजारात आपला उत्पादन खर्च कमी होईल आणि स्पर्धेला तोंड देता येईल.

■

विभाग ३ : भांडवलबाजार

Capital Market

३.१ रोखे बाजारातील नवीन अध्याय

नुकतेच ऑगस्ट १, २००५ या दिवशी रोखे बाजारात एक महत्त्वाची घटना झाली. देशाच्या वित्तबाजाराच्या इतिहासात ही एका नव्या अध्याचाची सुरुवात झाली असे म्हणण्यात येईल. खरे म्हणजे मुंबईतल्या मुद्रा बाजारातील माणसे सोडली तर त्या पलिकडे इतरांना कोणाला त्यात काही गम्य नव्हते. मुंबई देशाच्या वित्त बाजाराची राजधानी आहे. या दिवशी प्रथमच रोख्यांमधली उलाढाल ही टेलिफोनच्या माध्यमातून पडद्यावर हस्तांतरित झाली. आता त्यात व्यवहार करणारे जे बँकर आहेत त्यांना रोख्याची खरेदी अगर विक्री करणारा दुसरा साथीदार फोनवर शोधण्याची गरज पडणार नाही. ते आता पडद्याकडे बघून ही उलाढाल पुरी करू शकतात. जसा शेअरच्या खरेदी आणि विक्रीचा व्यवहार होतो तसाच रोख्यांमधला व्यवहार होईल. बँकांच्या कोषागारात जे व्यापारी हे व्यवहार करतात त्यांनी एका नवीन पद्धतीने सुरुवात केली.

मुंबईतल्या मिंट स्ट्रीटवर रिझर्व्ह बँक ऑफ इंडियाचे मुख्य कार्यालय आहे तेथे आरबीआयचे सगळे उच्चाधिकारी उत्सुकतेने दरतासाला या पडद्यावर होणाऱ्या व्यवहारांवर लक्ष ठेवून होते. जेव्हा पहिला दिवस सुरळित पार पडला तेव्हा सगळ्यांनीच समाधानाने श्वास घेतला. हा सगळा प्रसंग म्हणजे एका नव्या तंत्रज्ञानाचा प्रयोग नव्हता. रिझर्व्ह बँकेला एका कटू अनुभवाला विसरून जायचे होते. मागच्या दशकात हर्षद मेहता अशा एका सामान्य दलालाने देशाच्या सगळ्यात महत्त्वाच्या केंद्रीय बँकेची तिजोरी ताब्यात घेतली होती, आपली खाजगी पेढी असल्यासारखी वापरली होती आणि त्यातूनच पुढे सगळ्यात मोठा रोख्यांचा घोटाळा देशात निर्माण केला होता. देशाच्या सगळ्या वित्तव्यवस्थेला त्यातून हादरे बसले होते. मुख्य म्हणजे या एका सामान्य दलालाने सगळ्या रिझर्व्ह बँकेची पत शून्यावर आणली होती. त्यानंतर बँकेला ही सगळी मानहानी पचवायला अनेक वर्षे लागली.

आता हर्षद मेहतांच्या घोटाळ्यानंतर दशक उलटून गेले आहे. रिझर्व्ह बँक सरकारी रोख्यांच्या बाजाराचे नियमन करते आणि तिच्या हातात आता असे एक नवे तंत्रज्ञान आहे त्यातून कदाचित असे व्यक्तिगत दलाल रोखे बाजारातून नामशेषच

होतील. आताही बँकांना एखाद्या व्यक्तिगत दलालाबरोबर व्यवहार करण्याचा पर्याय जरूर आहे परंतु हा सगळा प्रत्यक्ष व्यवहार पडद्यावर दिसतो. त्यामुळे कोणत्याही अनामिक व्यक्तीने अगर संस्थेने जी एखादी किंमत देऊ केली असेल त्याबरोबरच व्यापाऱ्याने देऊ केलेली किंमत सारखी असावी लागेल. बँकेला अपेक्षा होती त्यापेक्षा या नव्या पद्धतीने शिस्तशीर उलाढाल होऊ लागली आहे. सुमारे ५० ते ६० टक्के उलाढाल ही पडद्यावर आधारलेली आहे. अगदी १ ऑगस्ट ०५ या पहिल्या दिवशीही असे पडद्यावरचे ४३ व्यवहार झाले. रिझर्व्ह बँक या व्यवस्थेमागे उभी आहे त्यामुळे बहुधा सगळ्यांनी हा पर्याय स्वीकारला असावा. शिवाय त्यातून दलालीचा खर्च कमी होतो अशीही भावना असावी. तसेच जेव्हा बाजारपेठेत स्वास्थ्य आणि शांतता आहे तेव्हा नवीन तंत्रज्ञानाचा प्रयोग कसा चालतो अशी सगळ्यांची दृष्टी असणार. या पडद्यावरच्या उलाढालीला निगोशिएटेड डीलिंग सिस्टिम असे म्हणतात. याचेच दुसरे नाव ओएमएस म्हणजे ऑर्डर मॅचिंग सिस्टिम असेही आहे. खरे म्हणजे जेव्हा बाजार अस्थिर झालेला असेल आणि उलाढाली वाढलेल्या असतील त्यावेळी या नव्या पडद्याच्या माध्यमाची खरी परीक्षा होणार आहे. याचे कारण म्हणजे नेमके अशा अस्थिर बाजारात व्यवहार करणाऱ्यांना अगदी काटेकोरपणे ठरलेल्या किंमती हव्या असतात. त्याचवेळी त्यांना अधिक फायदा मिळवता येतो.

शेअरबाजारात आणि परदेशी चलनाच्या बाजारातही आर्थिक उलाढाली पडद्यावर होत असतात. परंतु रोखे बाजारात पडद्यावर जे व्यवहार होणार आहेत त्यात एक फरक आहे. येथे जो दलाल आहे त्याला ओएमएसच्या पडद्यावर प्रत्यक्ष प्रवेश करता येत नाही. रिझर्व्ह बँकेने बँका आणि रोख्याचा व्यापार करणाऱ्या पेढ्या (बॉन्ड हाउसेस) यांची नोंदणी करून मान्यता दिलेली असते. यांनाच प्रायमरी डीलर्स म्हणजे प्राथमिक व्यापारी असे म्हणतात. या सगळ्यांचे नियमन रिझर्व्ह बँक दक्षतेने करत असते. फक्त या प्रायमरी डीलर्सनाच रोख्याच्या बाजारात व्यवहार करण्याची परवानगी असते. त्यामुळे जो सर्वसाधारण दलाल आहे त्याला यात भाग घेता येत नाही. बहुधा आणखी काही काळानंतर रिझर्व्ह बँक ही म्युच्युअल फंड आणि विमा कंपन्यांना असे व्यवहार करण्याची परवानगी देईल कारण या संस्था मोठ्या प्रमाणात सरकारी रोख्यांमध्ये गुंतवणूक करत असतात. काही काळानंतर त्यांना ओएमएसवर प्रवेश करता येईल.

या सगळ्या नव्या पद्धतीमुळे दलालांचा वर्ग अगदी अस्वस्थ झालेला आहे. त्यांच्या टीकेनुसार रिझर्व्ह बँक स्वत:च एक बाजारपेठ चालवत आहे आणि सध्याच्या प्रचलित कायद्यानुसार जो दलाल किमान अटी पुऱ्या करतो त्याला अशा बाजारात भाग घ्यायचा पूर्ण अधिकार आहे. परंतु रिझर्व्ह बँकेने ही व्यवस्था म्हणजे बाजारपेठ नसून ही एक निगोशिएटेड डीलिंग सिस्टिम (एनडीएस) आहे अशी भूमिका

घेतलेली आहे. म्हणजे बँकेच्या म्हणण्यानुसार सरकारी रोख्यांमधले व्यवहार करता यावेत म्हणून फक्त एक फलाट (प्लॅटफॉर्म) अगर सुविधा निर्माण करून देण्यात आलेली आहे. ही काही बाजारपेठ नाही. आता जर दलालांच्या समुदायाने हा सगळा विषय कोर्टात न्यायचे ठरवले तरच कायद्याचा अर्थ काय लावायचा याची परीक्षा होईल.

दलाल कोर्टकचेऱ्या करण्याची फारशी शक्यता नाही. एकतर या दलालांची संख्या लहान आहे. शिवाय त्यांचा सगळा इतिहासच असा आहे ज्यामुळे त्यांना सरकारचा आणि गुंतवणूकदारांचा कधीही पाठिंबा मिळालेला नाही. ही रोख्यांची बाजारपेठ जसजशी विकसित होईल त्याप्रमाणे त्यांना मूल्यवर्धित सेवा पुरवण्याची संधी मिळू लागेल. त्यांना अशा प्रकारचे जे इतर व्यवहार डेरिव्हेटिव्ह्ज आणि कमॉडिटी फ्युचर्स अशा बाजारात होतात त्यामध्ये आपला शिरकाव करून घ्यावा लागेल. अर्थात कंपन्या रोखे उभारतात तसेच राज्यसरकारांच्या सार्वजनिक क्षेत्रातील कंपन्या कर्जाची उभारणी करतात आणि अशा उलाढालींमध्ये दलालांना अजूनही बराच वाव आहे. परंतु ज्या नामांकित पेढ्या आहेत त्या बँकांमधल्या व्यवहारात बराच भाग घेत असतात आणि या पेढ्या सरकारी रोख्यांच्या बाजारपेठेत नक्कीच भाग घेतील. याचे कारण म्हणजे अशा उलाढालींचा आकार खूपच वाढलेला आहे. एप्रिल २००५ मध्ये ही पातळी रु. २००० कोटी होती आणि १ ऑगस्ट २००५ रोजी हा आकडा रु. ३५०० कोटींवर पोहोचला. यापुढेही या उलाढालींचा वेग वाढणार आहे. कारण आज मितीला दलालांना पडद्यावरच्या व्यवहारात भाग घेता येत नसला तरीही बाजारात ज्याला शॉर्ट सेलिंग म्हणतात त्यांची परवानगी बँक देण्याची शक्यता आहे.

याहीपेक्षा ज्या बँका आहेत त्यांना मोठी भूमिका बजावायची आहे आणि त्यांनाच अनेक बदलांना तोंड द्यावे लागणार आहे. आजपर्यंत बँकांना व्यक्तिगत दलालांवर अवलंबून राहण्याची सवय झाली होती. सरकारी रोख्यांच्या सध्या खुल्या बाजारात कोणत्या किंमती आहेत, प्रत्यक्षात व्यवहार कधी करावा आणि किती प्रमाणात गुंतून रहावे आणि किती प्रमाणात मागच्या गुंतवणुकीतून बाहेर पडावे अशा अनेक नाजुक बाबींमध्ये या बँका दलालांवर विसंबून राहत होत्या. आता बँकांना हे सगळे बारकावे शिकावे लागतील आणि रोख्यांच्या बाजारपेठेत महत्त्वाचे निर्णय कसे घ्यायचे याचा आत्मविश्वास मिळवावा लागेल. सगळ्यात महत्त्वाची गोष्ट म्हणजे रिझर्व्ह बँक परत दुसरा हर्षद मेहता निर्माण होऊ देणार नाही. त्यामुळे बँकांना, तसेच म्युच्युअल फंड, विमा कंपन्या यांना पुढे यावे लागेल.

■

३.२ इक्विटीचे मूल्यांकन वाढेल काय?

देशाच्या वित्तबाजारात उत्साह भरभरून वाहत आहे आणि त्याचबरोबर अनेक विसंगतीही सुखाने बरोबर नांदत आहे. अभ्यासकांना अनेकांचा अर्थ लावता येत नाही आणि काही तर त्यांना गोंधळात पाडणाऱ्या बाबी आहेत. याचे उदाहरण म्हणजे रोखे (बॉन्डस्) आणि भाग भांडवल यांचा बाजार. या दोन्हीमध्ये विसंगती दिसत आहे. रोख्यांवरचा खरा परतावा अगदी कमीतकमी पातळीवर वावरत आहे आणि इक्विटीच्या बाजारात दररोज नवी वरची पातळी पोहोचत आहे. रोख्यांवरचा परतावा हा आर्थिक मागणीला काही प्रतिसाद देताना दिसत नाही. दुसऱ्या पातळीवर शेअर बाजारात जगातल्या बाजारपेठेत जो उत्साह दिसत आहे त्याचे आपल्याकडे प्रतिबिंब पडले आहे.

दीर्घ काळातील व्याजदर इतक्या खालच्या पातळीवर का आहेत? याची अनेकांनी उत्तरे दिलेली आहेत परंतु काळाच्या कसाटीवर ती काही टिकलेली नाहीत. यामध्ये सगळ्यांच्या आवडीचे एक स्पष्टीकरण होते. ते म्हणजे जगातल्या सगळ्याच देशांमधल्या सेंट्रल बँका त्यांची मुद्राधोरणे अधिकाधिक वाढीला अनुकूल राहतील अशी आखत आहेत आणि त्यामुळे बाजारात एक अतिरिक्त तरलता वावरत आहे. परंतु आता हे काही खरे नाही. सेंट्रल बँका आपले नजिकच्या काळातले व्याजदर टप्प्याटप्प्याने वाढवत आहे आणि ही पातळी नाममात्र जीडीपीतल्या वाढीशी (नॉमिनल जीडीपी ग्रोथ) सुसंगत झाली आहे. यात अमेरिकेच्या फेडरल रिझर्व्हचा पुढाकार आहे.

याबरोबर आणखीही काही स्पष्टीकरणे देण्यात आलेली आहेत. ही साधारणपणे निधीच्या हालचालींशी निगडित आहेत. एक म्हणजे तेलाच्या वाढलेल्या किंमती आणि अधिक महसूल यामुळे गुंतवणूक निधीच्या उपलब्धीमध्ये बरीच वाढ झालेली आहे. तसेच आशियातल्या देशांमध्ये वाढत्या प्रमाणात बचत होत आहे. एका अर्थाने ही एक तांत्रिक सफाई आहे कारण यामध्ये काही मर्यादित तथ्य असले तरीही त्यातून एका मोठ्या सत्याचा खुलासा होत नाही. दीर्घ काळातले व्याजदर इतके खाली का आले आहेत हे काही अशा तांत्रिक मुद्यातून स्पष्ट होत नाही. शिवाय आता डिसेंबर

२००६ आणि जानेवारी २००७ सालात खनिज तेलाच्या किंमती तर अगदीच खालच्या पातळीवर आल्या आहेत. आणि खाजगी कॉर्पोरेट कंपन्यांनी बाहेरून कर्जेही उभारली आहेत. असे सगळे असूनही रोख्यांवरचा परतावा मात्र थोडाही वरच्या पातळीवर हललेला नाही.

मग रोखे बाजार हळूहळू जागृत होत आहे आणि गुंतवणूकदार त्याकडे दुर्लक्ष करत आहेत का? मागच्या चार वर्षात व्यापार चक्रामधील वाढीची अवस्था सतत चालू आहे आणि त्यातून एक लक्षणीय बाब म्हणजे चलनवाढीचे एकूण वर्तन एका दृष्टीने जगाच्या अर्थव्यवस्थेमध्ये मागची सतत चार वर्षे वाढीची प्रक्रिया चालू असताना एकूणात चलनवाढ इतकी नगण्य कशी राहिली हीच एक आश्चर्याची बाब आहे. सन २००६ सालात जगातला चलनवाढीचा दर जेमतेम सरासरी ५.२ टक्क्यांवर होता. यातली लक्षात घेण्यासारखी बाब म्हणजे सगळ्याच देशांच्या चलनवाढीच्या दरात एक मिळतीजुळती सुसंगती होती. आयएमएफच्या अभ्यासानुसार एकूणातल्या १८१ देशांपैकी फक्त सात देशांमध्ये चलनवाढीचा दर पंधरा टक्क्यांपेक्षा वर होता. यापूर्वी जेव्हा भरभराट नांदत होती त्यावेळी विकसनशील बाजारपेठांमध्ये अधिक प्रमाणावर चलनवाढीचा दर होता. यापैकी एक तृतीयांश देशांमध्ये चलनवाढ पंधरा टक्क्यांपेक्षा वरची होती. या चलनवाढीच्या विषयात एका देशाचे उदाहरण सगळ्यांचे डोळे उघडणारे आहेत. ब्राझील या देशाची ख्याती तेथे नेहमी भरमसाठ चलनवाढ असते अशी आहे. आश्चर्य म्हणजे आता तेथे शेजारच्या अमेरिकेइतकीच फक्त पाच टक्क्यांनी चलनवाढ होत आहे.

चलनवाढीचे हे वेगळे वर्तन जगातल्या वित्त बाजारांच्या दृष्टीने महत्त्वाचे आहे. याचा एक अर्थ असा की सगळीकडे उत्पादकतेमध्ये भरीव वाढ होत आहे. यामुळेच बहुधा विकसनशील देशातील बाजारपेठा फुलल्या आहेत आणि शेअर बाजार उसळत आहे. शिवाय ही तेजी अशीच चालू राहील अशी लक्षणे दिसत आहेत. मागे मे आणि जून २००५ मध्ये शेअरबाजारातील तेजीला अचानकपणे धक्का बसला कारण जगातील अर्थव्यवस्थेमध्ये जी भरभराट दिसत होती त्याचा अर्थ चलनवाढ नक्की होणार आहे असा गुंतवणुकदारांनी अचानक धसका घेतला होता. परंतु या अपवादात्मक धक्क्यानंतर परत शेअरबाजार तेजीकडे वळला. खरे म्हणजे काही प्रमाणात आर्थिक वाढीचा दर थोडा धीमा झाला आहे आणि त्यामुळे त्याबरोबरच चलनवाढीची भीतीही कमी झाली आहे. याचा एकत्रित परिणाम म्हणून मागच्या काही काळात सेंट्रल बँका हलके हलके मुद्रा धोरण कठीण करत होत्या आणि व्याजदर वाढवत होत्या त्या आता थोडी उसंत घेत आहेत असे दिसते. या सेंट्रल बँका व्याजदराबाबत काही हालचाल करताना दिसत नाही.

सेंट्रल बँका आपला श्वास रोखून काय घडत आहे यावर काटेकोरपणे लक्ष

ठेवून असल्या तरीही वस्तु:स्थिती मात्र चलनवाढीच्या धोक्यावरच अडून राहिली आहे. त्यामुळे दीर्घकाळातील खरे व्याजदर अगदी खालच्या पातळीवर पोहोचले आहेत. असे यापूर्वी १९६० मध्ये विकसित देशांमध्ये घडले होते. अभ्यासकांच्या मते तो प्रसंग आणि सध्याची स्थिती यात बरेच साधर्म्य आहे. त्यावेळी कंपन्यांची नफ्याची पातळी खूप उंचावली होती. आजही तेच चित्र दिसत आहे. त्या साठीच्या दशकात जपान आणि जर्मनी या मागच्या दुसऱ्या महायुद्धात पराभूत झालेल्या देशांच्या अर्थव्यवस्था वेगाने औद्योगिकीकरण करून दाखवत होत्या आणि त्यातूनच जगाच्या अर्थव्यवस्थेला एक चैतन्य मिळाले होते. नेमके त्याचप्रमाणे आता चीन आणि भारत या देशांमधले वेगाचे औद्योगिकीकरण आणि आर्थिक वाढीची गती यामुळे इतर देशांना ऊर्जा मिळालेली आहे. याचा परिणाम आफ्रिकेतल्या देशांमध्ये विशेष दिसून येत आहे कारण चीन तेथे मोठ्या प्रमाणावर नैसर्गिक साधनसामुग्रीची खरेदी करत आहे. त्यातूनच आफ्रिकेतल्या गरीब देशांचे उत्पन्न भरीव प्रमाणात वाढले आहे.

मागच्या साठीच्या अनुभवात तुलनेने चलनवाढीची पातळी खूप खाली होती. आज तसे नाही. चीन आणि भारतामुळे मागणीवरचा दबाव खूपच अधिक आहे. शिवाय गुंतवणूकदारांना पुढच्या काळात मिळणाऱ्या चढ्या भावाची फारशी कल्पना नव्हती. परंतु नंतर सत्तरीच्या दशकात चलनवाढीचा अनुभव दारुण होता कारण त्यातून भांडवलाचा नाश झाला. त्यामुळे गुंतवणूकदारांची दृष्टी बदलली. त्यानंतर सेंट्रल बँकांनी खूप दक्षता घेतली आणि त्यावर गुंतवणूकदारांचा भरवसा वाढत गेला. मग गुंतवणूकदार त्याअगोदरच्या पन्नाशीच्या आणि साठीच्या दशकात माफक चलनवाढ असताना ज्या प्रकारे मत्तांचे मूल्यमापन करत होते तसा विचार परत करू लागले.

सध्या साधारणपणे सुमारे पाच टक्क्यांच्या सरासरी पातळीवर चलनवाढ स्थिरावली असल्यामुळे गुंतवणूकदारांचा विश्वास वाढलेला आहे. याचा विशेष अनुभव विकसनशील देशात आणि त्यातही भारतात येतो. त्यामुळे आता इक्विटीमधल्या गुंतवणुकीमध्ये पीई रेषो म्हणजे किंमत आणि उपार्जन (कि/उ) जरी अधिक असला तरी गुंतवणूकदार त्याला तयार होतील ही शक्यता अधिक दिसते. गुंतवणूकदारांच्या अपेक्षेनुसार सेंट्रल बँका अशाच दक्ष राहिल्या आणि चलनवाढ अगदी आटोक्यात राहली तर सध्याची भरभराट अशीच काही वर्षे चालू राहू शकते. पीई रेषो वरच्या पातळीवर असणे याचा अर्थ मूळात येत्या काळात होणारी आर्थिक वाढ भरवशाने होणार आहे असा आहे. अमेरिकेसारख्या विकसित देशांमध्ये गुंतवणूकदारांच्या या अपेक्षा व्याजदराची पातळी कोणती असेल या विषयी खूपच संवेदनाक्षम असतात. त्यामुळे पुढच्या काळातील वाढीच्या अपेक्षा ही एक प्रतिबिंबित होणारी मानसिकता असते.

अमेरिकेमध्ये इक्विटीच्या बाबत दीर्घ काळातील आकडेवारी उपलब्ध आहे आणि त्यावर अनेक गहन अभ्यास झालेले आहेत. तेथे साधारणपणे इक्विटीच्या बाजारात चांगले दिवस आले त्यावेळी साधारणपणे चलनवाढ चार टक्क्यांच्या आत होती. नंतर ऐंशीच्या आणि नव्वदीच्या दशकात अमेरिकेतल्या बाजारात जे तेजीचे उधाण आले त्याचे कारण म्हणजे चलनवाढ आटोक्यात होती. त्यामुळे पीई रेषोच्या पातळीमध्ये वाढ झाली आणि त्याबरोबरच जीडीपीच्या वाढीतही भर पडली. याचा एकत्रित परिणाम होऊन इक्विटीवरच्या उपार्जनात (अर्निंग्ज) भरपूर वाढ झाली. या अर्थाने इक्विटीची किंमत, माफक चलनवाढ, अधिक गुंतवणूक आणि अधिक आर्थिक वाढ आणि अखेरीस त्याचा परिणाम म्हणून इक्विटीच्या उपार्जनात वाढ होणे ही एक एकमेकांवर अवलंबून असणारी प्रक्रिया दिसते. यातले विशेष म्हणजे गुंतवणूकदाराच्या चलनवाढीविषयीच्या भावना आणि त्याचा सेंट्रल बँकेवरचा भरवसा या मानसिकतेचे एक खास मोल आहे आणि त्याचे आर्थिक पडसाद आहेत.

सध्या इक्विटीच्या बाजारात तेजीचे वारे वाहत आहेत आणि त्याची सुरुवात मागच्या २००३ सालापासून झाली आहे. त्यामागे उपार्जनात झालेली भरपूर वाढ याचेच बळ अधिक आहे. या तुलनेने पीई रेशोमध्ये फार काही वाढ झालेली नाही आणि शेअर बाजारात तेजी आहे हे लक्षात घेता ही एक विशेष बाब आहे. याचा अर्थ गुंतवणुकदार मत्तांच्या मूल्यामध्ये फार फरक करायला फारसे तयार झालेले नसावेत कारण त्यांच्या मनात अजूनही व्यापारचक्राची (बिझनेस सायकल) भीती असावी. त्यामुळे सध्याची भरभराट ही जर थोड्या काळाची असली आणि नंतर मंदी येणार असे वाटत असले तर गुंतवणूकदार मत्तांचे मूल्य बदलणार नाही. याच बरोबर सध्या मागची सुमारे चार वर्षे चालू असलेली भरभराट थोड्या काळासाठी नाही याचेही भान गुंतवणूकदारांना येऊ लागले आहे. यामुळे यापुढे आता गुंतवणूकदार ही बाजारातली तेजी बऱ्यापैकी दीर्घकाळ चालू राहील असे मानू लागेल असे दिसते. तसे झाले तर विकसनशील देशातील पीई गुणक आणखी वरच्या पातळीवर जाईल अशी अपेक्षा करता येईल.

भारतामध्ये ही पीई गुणकामधील वाढ आर्थिक वाढीची पातळी उंचावल्यामुळे दिसू लागली आहे. येथले आणि बाहेरचे गुंतवणूकदार भारताच्या इक्विटीबाजारामधल्या उपार्जनावर अधिकाधिक विश्वास ठेवू लागले आहेत. त्यामागे सध्याची तेजी ही व्यापारचक्राचा भाग म्हणून तात्पुरती नाही अशीही भावना आहे. अर्थात या पीई गुणकावरचा विश्वास केवळ आर्थिक वाढीची पातळी आठ अगा नऊ टक्क्यांवर आहे यावर फक्त अवलंबून राहू शकत नाही. अधिक महत्त्वाचे म्हणजे इक्विटीवरचे उपार्जन वाढणार आहे आणि त्याचबरोबर चलनवाढ भरवशाने आटोक्यात राहणार आहे याचे एक विशेष महत्त्व आहे. सध्या जानेवारी २००७ मध्ये चलनवाढीचा दर

सहा टक्क्यांवर पोहोचल्याबरोबर वित्तमंत्र्यांनी ताबडतोब पावले टाकायला सुरुवात केली आणि आयातीवरची शुल्के कमी केली. याचा अर्थ भारत सरकार काय आणि रिझर्व्ह बँक काय यांना चलनवाढीबाबत कोणताच धोका पत्करण्याची सोय राहिलेली नाही. इतर विकसनशील देशांमध्ये जवळपास भारतासारखीच परिस्थिती आहे. चीन आणि अशा इतर देशांमध्ये आर्थिक वाढीची पातळी उंचावू लागली म्हणजे लगेचच चलनवाढीचे संकेत मिळू लागतात आणि मग गुंतवणूकदारांचा आत्मविश्वास डळमळू लागतो. अशावेळी इक्विटी बाजारातील उपार्जनाची पातळी वाढण्यासाठी चलनवाढीवर ताबडतोबीने कठोर उपाय योजावे लागतात. भारतात त्याचा प्रत्यय येऊ लागला आहे.

■

३.३ शेअर बाजारातील तारतम्य

शेअर बाजार भावांची चढउतार अपेक्षितच असते. मागच्या सप्टेंबर २००४ पासून शेअर बाजार सतत वरच्या पातळीवर झेप घेत आहे. त्या अगोदर मे १७, २००४ मध्ये सेन्सेक्स या निर्देशांकाची पातळी सगळ्यात कमी होती आणि आता ती ५७५०च्या जवळपास घोटाळत आहे. ही सुमारे १५०० बिंदूंची म्हणजे मे मधल्या पातळीपासून ३६ टक्क्यांची वाढ आहे. सध्याच्या या पातळीवर मागच्या किमतींचा विचार केला तर हे उत्पन्न सतरा पटीने अधिक आहे. तसेच चालू २००४ -०५ चा विचार केला तर हे उत्पन्न १४ पटीने अधिक आहे.

विकसनशील देशांतील शेअर बाजारांचा विचार केला तर भारतातल्या शेअर-बाजाराचे आकर्षण वाढलेले आहे. त्याचे एक कारण म्हणजे परदेशी गुंतवणूकदार संस्थांकडून (एफआयआय) भारतात अधिकाधिक निधी गुंतवण्यात येत आहे.

या मागच्या काही काळात चलनवाढीचा वेग बराच वाढला आहे. भाववाढ सुमारे आठ टक्क्यांची आहे आणि वार्षिक वाढीचा दरही त्याच दरम्यान आहे. गुंतवणुकदारांना मिळणारा परतावा उण्या दराचा आहे. अनेक वर्षाच्या मध्यंतरानंतर उद्योजक आणि उत्पादक उत्साहाने नव्या गुंतवणुकीच्या योजना बनवत आहेत. सुमारे सुमारे १५० अब्ज (सुमारे १५० बिलियन डॉलरची) नवी गुंतवणूक भारतीय कंपन्यांच्या विचाराधीन आहे. त्यामध्ये नवीन समभागांची विकी आणि कर्जउभारणी अपेक्षित आहे. तसेच या कंपन्या आपण मिळवलेला नफाही पुन्हा गुंतवीत आहेत. शेअरबाजारात येत्या काळात मोठ्या प्रमाणावर भांडवल गुंतवणूक होईल अशी स्पष्ट चिन्हे दिसत आहेत. याला मॅसिव्ह कॅपिटल एस्पेंडिचर म्हणजे कॅपेक्स असे म्हणतात. या नव्या टप्प्याचा गंभीर विचार केला पाहिजे.

जो सर्वसाधारण गुंतवणूकदार आहे त्याला भांडवल गुंतवणूक म्हणजे कॅपेक्स वाढली तर मूल्यवृद्धी होते असे वाटते. कॅपेक्स वाढल्यावर रोजगार वाढतो आणि देशाची आर्थिक वाढ होते हे खरे. परंतु अनेकदा जो गुंतवणूकदार आहे त्याच्या मूल्याला थोडा धोका निर्माण होतो हे लक्षात घेतले पाहिजे. याची कारणे अनेक आहेत. जर कॅपेक्समधून उत्पादनक्षमतेमध्ये वाढ झाली आणि त्यातून पुढच्या

काळातील गरज भागणार असली आणि ही गरज आजमितीला प्रत्यक्षात नसली तर भांडवलावरचा परतावा कमी होतो. त्याचे कारण म्हणजे उद्योजकाची किंमत ठरविण्याची शक्ती कमी होते. बऱ्याचदा व्यापारचक्रात (बिझनेस सायकल) जेव्हा भरभराटीची अवस्था असते त्यावेळी उद्योजक अती उत्साहाने ही भरभराट किती काळ टिकेल याचा काळजीपूर्वक विचार करीत नाहीत आणि भांडवल गुंतवणूक नेटाने करतात. यामुळे व्यापारचक्रातल्या अडचणींमध्येच भर पडते.

तसेच उद्योग गटातल्या अनेक कंपन्या एकाचवेळी उत्पादनक्षमतेमध्ये वाढ करतात आणि जी मागणी वाढणार आहे त्यापेक्षा कितीतरी अधिक पुरवठा होईल अशी परिस्थिती आपणच निर्माण करतात. म्हणून व्यापारचक्राचे पूर्ण आवर्तन होण्यासाठी जो काळ लागतो तो लक्षात घेतला तरच कॅपेक्सवर योग्य परतावा मिळाला का याचा विचार करता येतो. मागे जपानमध्ये ऐंशीच्या अखेरीला, तसेच आशिया खंडात नव्वदीच्या सुरुवातीला आणि नव्वदीच्या दशकात औद्योगिक देशात तंत्रज्ञानात मोठ्या प्रमाणावर भांडवल गुंतवणूक (कॅपेक्स) झाली आणि त्यानंतर लगेचच शेअरबाजारात विक्रीचा झंझावात आला आणि शेअर बाजारातल्या गुंतवणूकदारांचे समभागाचे मूल्य बऱ्याच प्रमाणात घटले. ही उदाहरणे बाजारपेठेच्या अर्थशास्त्रात जेव्हा भरभराटीच्या काळात भरमसाठ भांडवल गुंतवणूक होते आणि नंतर लगेचच जेव्हा व्यापारचक्राचा उतरणीचा प्रवास सुरू होतो त्यावेळी काय घडते याचा पुरावा आहे.

या तुलनेने जेव्हा नव्या मालाच्या उत्पादनात आणि बाजारपेठेत गुंतवणूक होते त्यावेळी तुलनेने शेअर बाजरतल्या गुंतवणूकदाराला बरा फायदा मिळतो असे म्हणता येईल. परंतु या सर्वांपेक्षा अधिक चांगली भांडवल गुंतवणूक म्हणजे ज्यातून उत्पादकतेमध्ये वाढ होते ती असे म्हणावे लागेल.

अर्थात शेअर बाजारात अल्पकाळाचा विचार केला तर चालू कंपन्या आपला नक्त नफा कसा आणि किती वाढवतील या विचाराने किंमती वाढत असतात. अशी जी शेअरची किंमत असते ती पुढच्या काळात कंपनी किती महसूल मिळवणार याची गुंतवणूकदाराने आजच्या घडीला एक समजूत करून घेतलेली असते त्यावर उभी असते. त्यामुळे असा समभाग आपल्याजवळ ठेवून गुंतवणूकदार आपल्या भांडवलाची जी किंमत (कॉस्ट) आहे तितका परतावा आपल्याला मिळेल अशी आशा करत असतो. म्हणून दीर्घ काळात जर समभागाच्या मूल्यात वाढ मिळायची असली तर यापेक्षा अधिक परतावा भांडवलावर मिळाला पाहिजे आणि अशा जो वाढीव परतावा आहे तो टिकूनही राहिला पाहिजे.

शेअर बाजारात मागच्या दीर्घकाळात काय घडले आहे त्याचा वस्तुनिष्ठ अभ्यास केला तर कोणत्या कंपन्यांनी आपले नाव अग्रक्रमांवर टिकवून धरले आहे

आणि त्यांचे बाजारमूल्य कसे वरच्या पातळीवर स्थिरावले आहे याचा अंदाज येतो. त्याचबरोबर अशा काही कंपन्या असतात ज्यांना मागे अडचणींशी सामना करावा लागला, परंतु येत्या काळात त्या चांगले उत्पन्न मिळवतील यांचाही शोध लागतो. फक्त काही वेळा अभ्यासक या आकडेवारीमध्ये सोयीस्करपणे मांडणी करून काही कंपन्यांच्या बाबत डावेउजवे करत असतात.

आता वित्तबाजारात अनेक प्रकारचे अभ्यासक निर्माण झाले आहेत आणि त्यांच्या संशोधनाविषयी आणि शिफारशींविषयी काही सावधपणा दाखवण्याची गरज निर्माण झालेली आहे. याचे कारण म्हणजे काही मोठ्या कंपन्या वेगवेगळ्या प्रकारच्या लोकांना हाताशी धरून आपल्या कंपनीची प्रतिमा आपल्याला हव्यातशा पद्धतीने मांडायचा प्रयत्न करीत असतात. अमेरिकेमध्ये एन्रॉन कंपनीच्या गैरव्यवहारातून नंतर अनेक कंपन्यांचे व्यवहार लोकांपुढे आले आणि त्यामध्ये अभ्यासक, लेखापरीक्षक, प्रसिद्धिमाध्यमे किती प्रकारांनी लोकांचे मत वळवण्याचा प्रयत्न करत असतात याचे प्रसंग उघडकीला आलेले आहेत. औद्योगिक देशांमध्ये शेअर बाजारात गुंतवणूक करणाऱ्या लोकांचे प्रमाण मागच्या दहा वर्षांत अनेक पटींनी वाढलेले आहे आणि त्यामुळे कंपन्या या नव्या गुंतवणूकदार वर्गाला आपल्याकडे वळवण्यासाठी सर्व प्रयत्नांची शिकस्त करीत आहेत. त्यामध्ये काही कंपन्या गैरमार्गही अवलंबत आहेत आणि त्यामुळे गुंतवणुकदारांना सावध राहण्याची गरज आहे.

शेअर बाजारात आता गुंतवणुकीविषयी संशोधन करणे आणि गुंतवणूकदारांसाठी बँकिंग करणे यात अंतर ठेवण्यात आले आहे. परंतु जर अशा बँकेची संलग्न संशोधन संस्था एखाद्या कंपनीचा शेअर विकण्याची शिफारस करत असेल तर अशा बँकेची निवड ती कंपनी करणार नाही. त्यामुळे गुंतवणूकदार बँका अनेकदा शेअर बाजारात काय खरेदी करावे आणि काय विकावे याचे जे सल्ले देतात ते बऱ्याचदा त्यांच्या स्वत:च्या स्वार्थामध्ये गुरफटलेले असतात असे अनेक प्रसंग सार्वजनिक चर्चेमध्ये आलेले आहेत. विशेषत: काही कंपन्या जेव्हा प्रथमच भांडवल उभारणीसाठी (इनिशियल पब्लिक ऑफरिंग) बाजारात उतरतात तेव्हा त्यांच्याविषयी फार थोडी माहिती असते आणि ही इक्विटी लोकांना विकण्यासाठी जी संस्था नेमलेली असते तिला गुंतवणूकदार बँक सोयीस्कर माहिती देत असते. त्यामुळे जेव्हा शेअरबाजार भरभराटीत असतो तेव्हाच असे अनेक आयपीओ बाजारात येतात आणि गुंतवणूकदारांची सहजपणे फसवणूक होते.

शेअर बाजारच्या संशोधनात मीन रिव्हर्शन अशी एक संकल्पना आहे. त्यानुसार कोणत्याही मत्तेची किंमत ही तिच्या समतोल मूल्यपातळीवर परत येऊन स्थिरावतील असे या संशोधनात अनेकदा दिसून आले आहे. या उलट जेव्हा एखाद्या भांडवलावर सतत उच्च पातळीवरचा परतावा मिळत असला तर तो एक अपवाद समजला

पाहिजे. अनेकदा संशोधनात मागच्या काळात जो चांगला परतावा मिळाला आहे तोच येत्या काळात मिळेल असे दाखवण्याची धडपड असते आणि त्यामुळे अशा कंपन्यांविषयी बाजारात आकर्षण वाढवले जाते. त्याबरोबर या कंपन्यांनी मागच्या काळात जर पुरेसा परतावा दिला नसला तर त्यांच्याकडे दुर्लक्ष होण्याची शक्यताही वाढते.

अशा इक्विटीवरच्या संशोधनाचे अनेक अभ्यास झालेले आहेत त्यांपैकी एक प्रसिद्ध नाव जे लॅकिनशॉक यांचे आहे. त्यांच्यामते अशा संशोधनात वर उल्लेखलेल्या आवडीनिवडी दिसतात कारण मुळात बाजारात जी मीन रिव्हर्शनची कल्पना आहे याची पुरेशी दखल घेतली जात नाही. जेव्हा काही कंपन्यांचे परतावे फार वरच्या पातळीवरचे दाखवले जातात तेव्हा काही काळानंतर तशी परिस्थिती राहात नाही कारण त्यात स्पर्धा येते आणि काहीवेळा त्या उद्योगाचे मूळ स्वरूपही बदलते. शिवाय जेव्हा एखादी कंपनी सतत यशस्वी होत असते आणि भरमसाठ नफा मिळवते त्यातूनच त्या कंपनीचा शेवट होत असतो. त्याचे एक कारण म्हणजे अशा कंपन्यांचे व्यवस्थापन हे स्वत:ला अपराजित समजतात आणि उर्मट आणि गाफील रहातात. त्यामुळे दीर्घकाळात नफ्यात बदल होतात की नाही यावर लक्ष ठेवणे आवश्यक आहे.

अशा पार्श्वभूमीवर गुंतवणूकदाराने खूप सावध राहण्याची गरज आहे. आता तंत्रज्ञानामुळे जगात होणारे बदल मोठे आहेत आणि वेगवेगळ्या काळात घडणाऱ्या गोष्टी नेमक्या तशाच येत्या काळात घडतील याची शक्यता कमी आहे. म्हणून गुंतवणूकदार बँक काय सल्ला देते याविषयी अधिक सावधगिरी बाळगण्याची गरज आहे. गुंतवणूकदाराच्या दृष्टीने ज्या कंपनीने आपली वाढीव भांडवल गुंतवणूक पुरी केली आहे आणि आपले क्षमता वाढवली आहे ती कंपनी लवकर अधिक परतावा देईल. म्हणून गुंतवणूकदाराने अशी कंपनी प्रथम निवडावी.

आणि ही गरज आजमितीला प्रत्यक्षात नसली तर भांडवलावरचा परतावा कमी होतो. त्याचे कारण म्हणजे उद्योजकाची किंमत ठरविण्याची शक्ती कमी होते. बऱ्याचदा व्यापारचक्रात (बिझनेस सायकल) जेव्हा भरभराटीची अवस्था असते त्यावेळी उद्योजक अती उत्साहाने ही भरभराट किती काळ टिकेल याचा काळजीपूर्वक विचार करीत नाहीत आणि भांडवल गुंतवणूक नेटाने करतात. यामुळे व्यापारचक्रातल्या अडचणींमध्येच भर पडते.

तसेच उद्योगगटातल्या अनेक कंपन्या एकाचवेळी उत्पादनक्षमतेमध्ये वाढ करतात आणि जी मागणी वाढणार आहे त्यापेक्षा कितीतरी अधिक पुरवठा होईल अशी परिस्थिती आपणच निर्माण करतात. म्हणून व्यापारचक्राचे पूर्ण आवर्तन होण्यासाठी जो काळ लागतो तो लक्षात घेतला तरच कॅपेक्सवर योग्य परतावा

मिळाला का याचा विचार करता येतो. मागे जपानमध्ये ऐंशीच्या अखेरीला, तसेच आशिया खंडात नव्वदीच्या सुरुवातीला आणि नव्वदीच्या दशकात औद्योगिक देशात तंत्रज्ञानात मोठ्या प्रमाणावर भांडवलगुंतवणूक (कॅपेक्स) झाली आणि त्यानंतर लगेचच शेअर बाजारात विकीचा झंझावात आला आणि शेअर बाजारातल्या गुंतवणूकदारांचे समभागाचे मूल्य बऱ्याच प्रमाणात घटले. ही उदाहरणे बाजारपेठेच्या अर्थशास्त्रात जेव्हा भरभराटीच्या काळात भरमसाठ भांडवलगुंतवणूक होते आणि नंतर लगेचच जेव्हा व्यापारचक्राचा उतरणीचा प्रवास सुरू होतो त्यावेळी काय घडते, याचा पुरावा आहे.

या तुलनेने जेव्हा नव्या मालाच्या उत्पादनात आणि बाजारपेठेत गुंतवणूक होते त्यावेळी तुलनेने शेअर बाजारतल्या गुंतवणूकदाराला बरा फायदा मिळतो असे म्हणता येईल. परंतु या सर्वांपेक्षा अधिक चांगली भांडवल गुंतवणूक म्हणजे ज्यातून उत्पादकतेमध्ये वाढ होते ती असे म्हणावे लागेल.

अर्थात शेअरबाजारात अल्पकाळाचा विचार केला तर चालू कंपन्या आपला नफा कसा आणि किती वाढवतील या विचाराने किंमती वाढत असतात. अशी जी शेअरची किंमत असते ती पुढच्या काळात कंपनी किती महसूल मिळवणार याची गुंतवणूकदाराने आजच्या घडीला एक समजूत करून घेतलेली असते, त्यावर उभी असते. त्यामुळे असा समभाग आपल्याजवळ ठेवून गुंतवणूकदार आपल्या भांडवलाची जी किंमत (कॉस्ट) आहे तितका परतावा आपल्याला मिळेल अशी आशा करत असतो. म्हणून दीर्घ काळात जर समभागाच्या मूल्यात वाढ मिळायची असली तर यापेक्षा अधिक परतावा भांडवलावर मिळाला पाहिजे आणि अशा जो वाढीव परतावा आहे तो टिकूनही राहिला पाहिजे.

■

३.४ शेअर बाजारातल्या भांडवलावर परतावा

देशातल्या शेअरबाजारात गेल्या दशकात अनेक चढउतार झाले आहेत तसेच या व्यवस्थेला अनेक धक्केही बसलेले आहेत. सर्वसाधारण गुंतवणूकदाराच्या विश्वासाला तडे जावेत अशा घटना वारंवार घडताना दिसतात. असे असूनही एक संस्था म्हणून शेअरबाजार अजूनही भक्कमपणे उभा आहे आणि जोमाने कार्यरत आहे ही एक देशाच्या अर्थव्यवस्थेची जमेची बाजू समजली पाहिजे. जागतिकीकरणाची प्रक्रिया आता जगातल्या सर्वच देशांनी स्वीकारली आहे आणि त्यामध्ये शेअरबाजार हे महत्त्वाचे साधन स्थिर, प्रतिष्ठित आणि विश्वासार्ह असणे महत्त्वाचे आहे. रशिया आणि चीन यांच्या अर्थव्यवस्थेत शेअर बाजारासारखी संस्था अगदी नव्याने अस्तित्वात आल्यामुळे येथील जागतिकीकरणाच्या प्रक्रियेवर मर्यादा आलेल्या आहेत. त्या तुलनेने भारताची बाजू सरस आहे.

नव्वदीच्या मध्याला शेअर बाजारातील भावांची पातळी अगदी वरच्या पातळीवर पोचली होती. आणि त्यानंतर या भावांच्या पातळीत एक घसरण आणि चढउतार सतत दिसत आहे. अनेक प्रतिष्ठित कंपन्यांच्या भांडवल मूल्यात बऱ्यापैकी घट झालेली आहे. यामुळे अनेकदा सर्वसाधारण बचत करणाऱ्या गुंतवणूकदारापुढे प्रश्न उभे राहतात. यांतला मुख्य प्रश्न असतो की जी गुंतवणूक कंपन्यांच्या समभागात केली आहे त्यावर पुरेसा परतावा मिळतो का नाही. जर ही गुंतवणूक दुसऱ्या एखाद्या पर्यायावर केली असती तर त्यातून मिळणाऱ्या फायद्याची तुलना कशी होईल. एखाद्या कंपनीच्या भांडवलावर जो सरासरी दराने परतावा मिळतो त्याची तुलना त्या कंपनीच्या इतर स्पर्धकांबरोबर अगर उद्योगाबरोबर करता येते. अर्थात या मार्गाने विशिष्ट कंपनीने किती परतावा दिला याची तुलना होते. परंतु कंपनीचा जो भागधारक आहे त्याच्या अशा गुंतवणुकीबाबत किमान अपेक्षा काय आहेत हे लक्षात घेतले जात नाही.

स्टर्न स्टुअर्ट या आंतरराष्ट्रीय सल्लागार कंपनीने वेल्थ ॲडेड इंडेक्स (डब्ल्यूएआय) एक निर्देशांक तयार केला आहे आणि त्यामध्ये भागधारकाच्या किमान अपेक्षा काय आहेत याचा अंतर्भाव केला आहे. सोप्या शब्दात सांगायचे म्हणजे डब्ल्यूएआय या निर्देशांकाने जी कंपनी भागधारकाच्या किमान अपेक्षांपेक्षा अधिक परतावा मिळवते त्याचे मोजमाप करते. संख्याशास्त्राच्या पध्दतीने डब्ल्यूएआयमध्ये पुढील बाबींचा

समावेश होतो : बाजारातल्या मूल्यांकनातला बदल, अधिक गुंतवणूकदाराला मिळालेला लाभांश, यातून उणे भागधारकाने गुंतवलेल्या भांडवलावर केलेल्या किमान परताव्याची अपेक्षा.

साधारणपणे आपल्या परिस्थितीत भागधारकाची किमान अपेक्षा आपल्या भांडवलावर सरासरी वर्षाला १० टक्के परतावा मिळावा असे गृहीत धरण्यास हरकत नाही. बँकेच्या अल्पकाळातल्या ठेवींवर सरासरी इतकाच परतावा मिळतो. या आधाराने देशातल्या भागधारकाला किती फायदा मिळाला याची आकडेमोड करता येते.

अशा अभ्यासातून निघणारा निष्कर्ष खरोखरी आश्चर्यकारक आहे. सध्या पचलित असणाऱ्या समजूतीपेक्षा हा निष्कर्ष पूर्णपणे वेगळा आहे. अनेक कंपन्यांनी मार्च ३१, १९९७ ते मार्च ३१, २००१ या काळात भागधारकांना त्यांनी गुंतवलेल्या भांडवलावर अनेक पटीने जास्त संपत्ती निर्माण करून दिलेली आहे. यासाठी २५० सर्वात मोठया कंपन्यांचे मार्च ३१, २००१ रोजी असलेले बाजारमूल्य लक्षात घेतले होते. या चार वर्षाच्या काळात भागधारकाच्या १० टक्याच्या किमान परताव्याच्यापेक्षा १, ६१, १४० कोटी रु. अधिक संपत्ती निर्माण करण्यात आली. भागधारकाला दरवर्षी त्याच्या किमान अपेक्षेपेक्षा पंचवीस टक्के अधिक परतावा मिळाला.

नमुना पाहणीतल्या २५० कंपन्यांपैकी १६४ कंपन्यांनी भागधारकाच्या अपेक्षेपेक्षा अधिक परतावा दिला. भागधारकाचे भांडवल जर कोणत्याही धोका नसलेल्या गुंतवणूकीत ठेवले असते तर जेवढा परतावा मिळाला असता त्याहीपेक्षा अधिक लाभांश लाभधारकाच्या हातात पडला.

या कंपन्यांची निवडक नावे पुढील पमाणे - सर्वात पहिला क्रमांक हिंदुस्थान लिव्हरचा आहे आणि तिच्या बाजारमूल्यात ३७२७७ कोटी रु. वाढले. दुसरा क्रमांक रिलायन्स उद्योगाचा आहे आणि त्यांचे बाजारमूल्य ३०८७० कोटी रु. ने वाढले. विप्रो कंपनीचा तिसरा क्रमांक असून तिने ३० हजार कोटी रु. पेक्षा संपत्ती वाढवली. इनफोसिस टेक्नॉलॉजीज, रिलायन्स पेट्रोलियिम आणि आयटीसी या कंपन्यांनी त्यांच्या भागधारकांना पत्येकी १० हजार कोटीपेक्षा अधिक परतावा दिला.

अर्थात ज्या कंपन्यांनी भागधारकांच्या अपेक्षांची पूर्ती केली नाही अशांचीही संख्या मोठी आहे. उदा. इंडियन ऑईल कॉर्पोरेशनने चार वर्षाच्या काळात सुमारे ९६५८ कोटी रु.ची संपत्ती घालवली. आणखीन दोन सार्वजनिक क्षेत्रातील उद्योग ओएनजीसी आणि एसएआयएल या कंपन्यांनी पत्येकी सुमारे ७५००कोटी रु.पेक्षा अधिक संपत्ती घालवली.

थोडक्यात म्हणजे भारतातल्या कंपन्यांनी शेअर बाजारात अधिक संपत्ती निर्माण केली आणि लाभधारकाने जेवढी गुंतवणूक केली आणि त्यावर ज्या किमान परताव्याची अपेक्षा केली त्यापेक्षा कितीतरी अधिक पटीने परतफेड केली.

■

३.५. शेअर बाजारातील नेहमीची फसगत

विकसनशील देशात जसजसे औद्योगिकीकरण वाढते त्याबरोबर गुंतवणूकदार अधिक संख्येने शेअर बाजाराकडे वळतात. पारंपरिक समाजात आपली बचत गुंतवण्याचे नेहमीचे मार्ग म्हणजे सोने आणि जमीनजुमला. याचे आकर्षण कमी होत आहे कारण तुलनेने अधिक चांगले पर्याय उपलब्ध होत आहेत. त्यापैकी एक म्हणजे शेअरबाजार.

शेअरबाजारात समभागात गुंतवणूक करणाऱ्यांचे प्रमाण फक्त विकसनशील देशात नाही तर औद्योगिक देशातही वाढलेले आहे. मागच्या दशकातल्या माहिती तंत्रज्ञानाच्या क्रांतीतून अमेरिकेमधल्या शेअर बाजाराचे संपूर्ण रुपच बदलून गेले. तेथे हा इक्विटी कल्ट मध्यमवर्गात दूरवर पसरलेला आहे. शिवाय शेअर बाजाराच्या कामकाजात संगणकाचा उपयोग रूढ झाल्यामुळे अनेक व्यक्ती आता स्वत:हून प्रत्यक्ष समभागाच्या खरेदीविकीचा व्यवहार करू शकतात. हे व्यवहार ताबडतोब होतात आणि शेअरदलाल अगर त्यांचे सहयोगी यांच्याशिवाय हे व्यवहार करता येतात.

शेअरबाजार ही शंभर वर्षांपेक्षा लांबचा इतिहास असलेली भांडवलशाही व्यवस्थेमधील सर्वात मूलभूत आणि नाजुक संस्था आहे. तिच्या मूळ स्वरूपात आणि रचनेत आणि कामकाजात इतके क्रांतिकारी बदल झाले असले तरीही तिच्या मूळच्या मनोरचनेत बदल झालेला नाही. सगळ्या जगभर शेअर बाजारातल्या निर्णयांचे मनोव्यापार एकच असतात. लोकांच्या आठवणी अल्पकाळाच्या असतात आणि ते जो ताजा अनुभव असतो तोच डोळ्यापुढे ठेवून खरेदी विक्रीचे निर्णय घेत असतात. याला एक हर्ड मेंटॅलिटी म्हणजे कळपाची मानसिकता म्हणतात. त्यामुळे कोणत्याही एका वातावरणात जो मतप्रवाह बळ धरत असतो त्यावरच सगळ्यांची सहमती होते. त्याचे एक कारण म्हणजे जे सगळे इतर मानतात अगर करतात तेच आपण केले तर त्यात माणसाला अधिक सुरक्षितता वाटते. तसेच जे चालू आहे आणि मार्गी लागलेले आहे ते सहजपणे स्वीकारण्याची माणसाची मानसिकता असते. याला प्रा. गालब्रेथ यांनी कन्व्हेंशनल विज्डम असे म्हटले होते. शेअर बाजारात हा अनुभव नेहमीचाच आहे.

मागच्या सत्तरीच्या दशकात जपान हे जगातले एक प्रमुख औद्योगिक राष्ट्र बनेल

असे भविष्य कोणीच सांगितले नव्हते. तसेच ऐंशीच्या दशकात जपानची घसरण सुरू होईल त्या देशाची आर्थिक वाढीची प्रकिया अनेक वर्षे रखडली जाईल याचाही कोणी अंदाज बांधला नव्हता. भारतातही नव्वदीच्या सुरुवातीनंतर जेव्हा हर्षद मेहताच्या घोटाळ्यांमुळे शेअर बाजार कोसळला होता तेव्हा आणि बराच काळ नंतरही बाजार भावांच्या निर्देशांकाची पातळी फक्त सुमारे ३००० बिंदूंच्या आसपास होती. परंतु नंतरच्या काळात हा सेन्सेक्सचा निर्देशांक ५,५०० बिंदूंच्या पातळीवर पोहोचणार आहे असेही कोणी भाकीत केले नव्हते. विशेष म्हणजे आता सप्टेंबर ऑक्टोबर २००४च्या सुमारास हा निर्देशांक ज्या वेगाने वाढत आहे तेव्हा सगळ्यांचाच सूर आहे की आता ही पातळी ७००० बिंदूपर्यंत जाणार आहे. थोडक्यात म्हणजे हे सगळेच अंदाज भुसभुशीत आधारावर असतात आणि एका दिशेने वारे वाहू लागले म्हणजे सगळ्यांनाच एकसारखे वाटू लागते. शेअर बाजाराची ही मूळ मानसिकता आहे आणि जगभरात त्याला अपवाद नाही.

औद्योगिक देशांच्या अनुभवात प्रथम जपानने सगळ्यांच्या अपेक्षेपलीकडे जाऊन यश मिळवले आणि नंतर कोणालाही कल्पना नसताना अपयशाची वाट धरली. तीच गोष्ट शेअर बाजारातल्या सेन्सेक्स निर्देशांकाची आहे. खरे म्हणजे हा प्रश्न जपान अगर निर्देशांकापुरता मर्यादित नाही. लोकांच्या अपेक्षांमध्ये विवेक रहात नाही ही खरी अडचण आहे. जी वाईट बातमी असते आणि जी चांगली बातमी असते त्या दोन्ही विषयी लोकांच्या प्रतिकिया टोकाच्या असतात. त्यामुळे अपेक्षांची पातळीही विनाकारण उंचावलेली असते. चांगली बातमी आली की अपेक्षा उसळू लागतात आणि वाईट बातमी आली की अपेक्षा गर्तेत जातात. खरे म्हणजे यात जो अपेक्षाभंग होणार असतो त्याची चिन्हे दिसतच असतात परंतु आपली मानसिकताच अशी बनते की त्याकडे दुर्लक्ष होते. त्याचे कारण म्हणजे जो अनुभव नुकताच आलेला असतो तोच मनात ठसलेला असतो.

मुंबईच्या शेअर बाजारात बँकांविषयीची प्रतिकिया बघण्यासारखी आहे. सन २००३च्या सुरुवातीला बँकांचे समभाग सगळ्यांना आवडू लागले. त्यासुमारास व्याजदर भराभरा खाली येऊ लागले होते आणि रोखे म्हणजे बाँड यांच्या वरचा परतावा वाढलेला असतो. त्यातून बँकांसकट सगळ्यांनाच भरपूर व्याजाचे उत्पन्न मिळाले. हा मिळालेला फायदा तात्पुरता होता हे अभ्यासकांना कळणे अवघड नव्हते. त्याऐवजी त्यांनी मागच्या दोन वर्षाचा विचार केला आणि तीच गोष्ट पुढेही घडेल असे उत्साहाने गृहीत धरले. आता व्याजदर बरेचसे कठीण झाले आहेत आणि बँकिंग क्षेत्राचा जो निर्देशांक आहे तो मागच्या सहा महिन्यात म्हणजे २००४च्या सुरुवातीनंतर २५ टक्क्यांनी घसरला आहे. त्याउलट त्याअगोदरच्या वर्षभरात हा निर्देशांक १२० टक्क्यांनी वाढला होता. त्यातली एक नामांकित बँक पंजाब नॅशनल

हिने जून २००४ च्या अखेरीच्या तिमाहीत प्रत्यक्षात सत्तर कोटी रुपयांचा तोटा केला. या तुलनेने मागच्या २००३च्या जूनच्या तिमाहीत पीएनबीने चाळीस कोटींचा नफा मिळवला होता. वास्तविक असे नफ्यातोट्याचे गणित उलटे सुलटे होणार आहे याचा अंदाज येणे फारसे कठीण नव्हते.

अमेरिकेत नव्वदीच्या अखेरीला इंटरनेट कंपन्यांचे बुडबुडे फुटले. त्यावेळी शेअर बाजाराला मोठाच धक्का बसला. एकापरीने सगळे जगच मंदीच्या लाटेत गुदमरले. त्यावेळी गुंतवणूकदार विषयातले तज्ज्ञ योग्य सावधगिरीचे प्रश्न विचारत होते परंतु त्याकडे कोणी लक्ष दिले नाही. यातले एक नामांकित तज्ज्ञ वॉरन बुफे यांनी इशारा दिलेला होता. इंटरनेटमुळे सगळ्या जगातले दळणवळण क्रांतिकारक मार्गाने बदलेल हे बरोबर आहे. परंतु ते घडवून आणणाऱ्या इंटरनेट कंपन्या आपला स्वत:चा धंदा कसा करणार आणि त्या किती नफा मिळवणार याचे उत्तर आपोआप मिळत नव्हते. त्यांनी औद्योगिकीकरणाच्या इतिहासातल्या स्वयंचलित वाहन आणि विमान कंपन्या यांचे उदाहरण दिले होते. या दोन्हींमुळे जगामध्ये खरोखरीच दूरगामी बदल झाले. परंतु या दोन्ही क्षेत्रामधील कंपन्या मात्र फारच कमी नफा मिळवतात. जेव्हा इंटरनेट कंपन्यांचा बुडबुडा फुटला तेव्हाही लोकांनी स्वत:ची फसवणूक करून घेतली. त्यांना बुफेचा प्रश्न ऐकायचा नव्हता.

काही प्रमाणात राजकारणातही लोकांच्या या उथळ मनोव्यापाराची उदाहरणे मागे १९९८ मध्ये भाजपाची आघाडी केंद्रात निवडून आली तेव्हा उद्योगक्षेत्राला काळजी पडली होती. हा पक्ष राष्ट्रवाद, स्वदेशी यांच्या गोष्टी करणारा होता. आणि तुलनेने काँग्रेस पक्ष हा मवाळ आणि स्वीकारण्याजोगा वाटत होता. त्याचे कारण म्हणजे तोपर्यंत देशाला फक्त काँगेसचाच अनुभव होता. नंतर २००४ सालात जेव्हा काँग्रेसच्या आघाडीने केंद्रात सत्ता मिळवली तेव्हा उद्योग क्षेत्राला भाजपाची आघाडी ही खाजगी उद्योगक्षेत्राला अधिक फायद्याची होती असे वाटू लागले. परत त्याचे कारण म्हणजे लोकांच्या मनात तो अनुभव ताजा होता. आता भाजपा आघाडी हरल्यानंतर त्यांच्यात सगळे म्हातारे आहेत आणि तरुण नेतृत्त्वाची उणीव आहे असे सगळे एकमेकाला सांगत असतात. गंमत म्हणजे सहा वर्षांपूर्वी नेमके काँग्रेस विषयीही लोक हेच उदगार काढत होते.

थोडक्यात म्हणजे बऱ्याच सार्वजनिक चर्चांमध्ये सुसंगती ही अपवादानेच असते. बऱ्याचदा लोकांना जी वरवरची उत्तरे आहेत आणि पुरावे आहेत त्याच्या आधारेच त्यांचे तर्क आणि निष्कर्ष सर्वमान्य होत असतात. सगळ्या जगामध्ये आता असा अनेकदा अनुभव येत आहे कारण प्रसिद्धिमाध्यमांनी जनमानसावर अनेक परीने आपली पकड बसवलेली आहे. त्यातच माहिती तंत्रज्ञानाच्या क्रांतीची भर पडलेली आहे. त्यामुळे अनेक मूलभूत प्रश्नांमध्ये लोकांची फसगत होण्याचे प्रसंग वाढत

चालले आहेत.

मागच्या दोन वर्षात अमेरिकेने इराकवर लष्करी कारवाई केली आणि त्यावेळी जी काही कारणमीमांसा करण्यात आली ती पूर्णपणे अपुऱ्या आणि चुकीच्या आणि खोट्या पुराव्यांवर आधारलेली होती असे जगाने पाहिले आहे. विशेष म्हणजे अमेरिका आणि ब्रिटन या दोन देशांच्या राष्ट्र प्रमुखांनी ही फसवणूक जाणूनबुजून केली याचीही लोकांना खात्री पटलेली आहे. याच अनुभवाला धरून शेअर बाजारातही अशा प्रकारच्या अपुऱ्या समजुती आणि चुकीची तर्कसंगती यांचे धोके वाढलेले आहेत. अशा परिस्थितीत गुंतवणूकदारांनी सतत जागरूक राहणे आणि सतर्क राहणे याचे महत्त्व सर्वाधिक आहे.

■

३.६ शेअर बाजारातून बाहेर पडणाऱ्या कंपन्या

आपल्या शेअर बाजारात जवळपास १०००० कंपन्यांची नोंदणी झालेली आहे. जगात हा सर्वात मोठा आकडा आहे. असे असले तरी प्रत्यक्षात फारच थोड्या कंपन्यांच्या शेअर्सची खरेदी विक्री होत असते. यामुळे आपल्या शेअर बाजाराची व्याप्ती मर्यादित आहे आणि त्यात सट्टेबाजीचेच प्रमाण अधिक असते. आता अनेक बहुराष्ट्रीय कंपन्या आपल्या शेअर बाजारातून नोंदणी रद्द करून बाहेर पडत आहेत त्यांची संख्या ३० आहे आणि त्यामुळे या बाजारावर अधिकच मर्यादा पडणार आहेत.

या नोंदणीबाबतच्या मार्गदर्शक तत्त्वांत काही त्रुटी आहेत. एक म्हणजे जे भागधारक अल्पमतात आहेत त्यांच्या बाबत थोडासा अन्याय झालेला आहे. त्यांना आपला मालकी हक्क सोडण्याची सक्ती करण्यात आलेली आहे. याचे एक कारण म्हणजे त्यांची नोंदणी रद्द झाल्यावर त्यांच्या शेअर्समध्ये व्यवहार होणार नाहीत. याहून अधिक अन्यायाचे म्हणजे त्यांनी कोणत्या किंमतीला हे शेअर विकायचे हेसुध्दा ठरवून देण्यात येत आहे. याबाबतची नियमन करणारी सेबी संस्था आहे आणि त्यांनी याबाबत मार्गदर्शक तत्त्वे घालून दिली आहेत. त्यानुसार कंपनीची मागच्या सहा महिन्यांतील किंमत लक्षात घ्यावी असे ठरवून देण्यात आले आहे. वास्तविक पाहता ही सहा महिन्यांतील किंमत कंपनीची जी खरीखुरी मूळ आर्थिक शक्ती आहे त्याचे खऱ्या अर्थाने प्रतिनिधित्व करते असे दरवेळी म्हणता येणार नाही.

असे प्रसंग निर्माण होण्याची अनेक कारणे आहेत. पहिली गोष्ट म्हणजे कोणतीही कंपनी शेअर बाजारात नोंदणीसाठी येते कारण तिला बाजारातून भांडवल उभे करायचे असते. याउलट या बहुराष्ट्रीय कंपन्यांना आपल्या भांडवलाची गरज नसते. मुख्य म्हणजे या दृष्टीने त्यांची आपल्या शेअर बाजारात नोंदणी झालेली नसते. त्यांना फेराच्या अंतर्गत ही नोंदणी करून घ्यावी लागते. हे करत असताना मुळात असलेल्या समभागांची (इक्विटी) मालकी विस्तृत व्हावी अशी अपेक्षा आहे आणि त्यांनी नवीन भागभांडवल बाजारात आणावे असे नाही.

बहुतेक बहुराष्ट्रीय कंपन्या आपल्या मुख्य कंपनीचीच नोंदणी करतात. अनेक

देशांत अनेक कंपन्यांची नोंदणी या बहुराष्ट्रीय कंपन्यांनी करायची म्हटले तर त्याचे व्यवस्थापन अतिशय किचकट आणि त्रासदायक बनते.

आपल्या देशात नियमनाचे अनेकविध नियम आहेत आणि या कंपन्यांना ते जाचक वाटते. आता सेबीने आणखी मार्गदर्शक तत्त्वे घालून दिल्यामुळ या कंपन्यांची सहनशीलता संपलेली आहे. उदा.या कंपन्यांनी समप्रमाणात स्वतंत्र संचालक नेमावेत असा एक नियम करण्यात आला आहे आणि तो जाचक आहे. याचबरोबर सध्या शेअर बाजारात मोठ्या प्रमाणावर मंदीची लाट आहे आणि अशा अनेक कंपन्यांच्या शेअर्सच्या किंमती पार कोसळलेल्या आहेत. वास्तविक पाहता त्यांचे खरे मूल्य जास्त आहे.

या बहुराष्ट्रीय कंपन्यांच्या ज्या दुय्यम शाखा असतात त्यांच्यावर पालक कंपनीचा पूर्ण ताबा असतो. त्या माध्यमातून आपल्या मालकीचे नवीन तंत्रज्ञान आणणे किंवा नवीन उत्पादने आणणे किंवा संशोधन आणि विकासावर खर्च करणे हे सहज शक्य असते.

मागील सहा महिन्यांतील किंमती अगदी खालच्या पातळीवर असल्या तर त्या किंमतीला शेअर परत विकत घेणे हे मूळच्या पालक कंपनीला सोपे असते. काही बहुराष्ट्रीय कंपन्यांनी सेबीने नियमित केलेल्या किंमतीपेक्षा वरची किंमत ठरवून आपल्या शेअर्सची खरेदी केली आहे. सध्याच्या सेबीच्या मागदर्शक तत्त्वानुसार बहुराष्ट्रीय कंपन्यांना आपल्या पूर्णपणे स्वत:च्या मालकीच्या दुय्यम कंपन्यांना देशात काम करण्याची पूर्ण मोकळीक दिलेली आहे आणि एकूणच शेअर बाजारातून आपली नोंदणी रद्द करून घेण्याचा पर्याय सोपा केला आहे. यात एक विचार करण्यासारखा मुद्दा आहे. बहुराष्ट्रीय कंपन्या या आपल्या भांडवलबाजारातून बाहेर पडत आहेत पण त्यांचा कारभार देशात चालूच रहाणार आहे. अशा कंपन्यांना आता जनतेपुढे आवश्यक माहिती प्रसिद्ध करण्याची गरज राहणार नाही आणि त्यांची पारदर्शकता काही प्रमाणात कमी होणार आहे. त्याचबरोबर भांडवलगुंतवणूक करणारे, विश्लेषण करणारे, स्पर्धा करणारे आणि प्रसिद्धिमाध्यमे यांना अशा कंपन्यांचे आर्थिक व्यवहार कसे चालले आहेत याचा पाठपुरावा करता येणार नाही.

एकुणात असे दिसते की अशा बहुराष्ट्रीय कंपन्यांनी आपल्या शेअर बाजारातून बाहेर पडू नये म्हणून रोखण्याची गरज आहे. ज्यांना हा पर्याय हवा आहे त्यांनी आपल्या अल्पमतातल्या भागधारकांना योग्य मूल्य चुकते करावे असा नियम आहे. जर कंपनी नोंदणी रद्द करून घेणार असली तर तो एक अंतिम आणि कायमचाच निर्णय आहे. म्हणजे अशा कंपन्यांनी आपण सोडून देत असलेल्या भागधारकांबरोबर अधिक उदार व्यवहार केला पाहिजे. म्हणजे दुसरी कंपनी ताब्यात घ्यायची अगर बळकावयाची असल्यास जी किंमत दिली जाते तशीही परिस्थिती नाही. सध्या जे

सेबीने ठरवून दिले आहे की अलीकडच्या सहा महिन्यांतील किमतींच्या सरासरी किमतीवर प्रस्ताव द्यावा. त्याऐवजी शेअरच्या पुस्तकी मूल्यावर हा प्रस्ताव देण्यात यावा. आजही शेअर बाजारातल्या सर्वच नोंदणीकृत कंपन्या शेअर विकताना कंपनीची मिळकत, पुस्तकी मूल्य, आणि इतर अनेक परिमाणांचा विचार करतात. त्या काही फक्त शेअर बाजारातल्या किंमतीचा आधार घेत नाहीत.

त्याचप्रमाणे सरकार अशा बहुराष्ट्रीय कंपन्या ज्या आपली नोंदणी रद्द करून घेत आहेत त्यांच्यावर काही खास करभार लादू शकते. हा जादा करभार एकचवेळी अगर सततच्या आधारावर लादण्याचा विचार होऊ शकतो.

फेरा कायदा लवचिक बनवला आणि त्यातून अनेक मध्यमवर्गीय कुटुंबांनी भांडवली बाजारात भाग घ्यायला सुरुवात केली. आता बहुराष्ट्रीय कंपन्यांनी जर आपली नोंदणी रद्द करून घ्यायला सुरुवात केली आणि आपण कायद्याने ते सोपे केले तर भागधारकांच्या उत्साहावर पाणी फिरेल. यात कोणाचेच हित नाही.

■

३.७ शेअर बाजारातले धक्के

आपल्याकडे शेअर बाजारात उत्साह असला म्हणजे सगळेच खुष असतात. सगळ्यात अधिक राज्यकर्ते. कारण आपल्याच धोरणातून हे साधले आहे असा त्यांचा दावा असतो. शेअर बाजार उसळला म्हणजे समाजातले अनेक घटक आपल्या भविष्याचा सकारात्मक विचार करू लागतात आणि त्यामुळेच एक आनंदाचे वातावरण पसरते आणि ते साहजिकच आहे असे म्हटले पाहिजे. परंतु याचबरोबर शेअरबाजार खाली आला म्हणजे सगळे निराश होतात आणि हातपाय गाळून बसतात. आपल्याकडे शेअरबाजार ही संस्था म्हणून मागची शंभर वर्षे काम करत आहे आणि इतक्या दीर्घ अनुभवातूनही आपण या बाजारातल्या आशानिराशेच्या लाटांनी कसे सामोरे जायचे हे नीट शिकून घेतलेले नाही.

जेव्हा आकातून वीज कोसळते तेव्हा दुसऱ्यांदा ती त्याच जागी कोसळत नाही असा जनमानसात प्रवाद आहे. याला शेअरबाजार अपवाद आहे असे दिसते. बाजारात एक पारंपरिक समज असतो. त्यात तेजीवाल्यांचा एक गट असतो आणि त्याला बुल्स म्हणतात. दुसरा गट असतो त्यांच्या विरोधात मंदीवाल्यांचा आणि त्यांना बेअर्स म्हणतात. जेव्हा बाजार सतत चढत असतो तेव्हा अधूनमधून त्यात उतार येतात आणि त्याला बाजार दुरुस्त होणे म्हणजे करेक्शन असे म्हणतात. अशी दुरुस्ती वेळोवेळी होत राहणे यात वित्त बाजाराचे स्वास्थ्य असते आणि अशा प्रसंगी वेगवेगळ्या प्रकारच्या गुंतवणुकदारांना बाजारात प्रवेश करण्याची आणि त्यातून बाहेर पडण्याची संधी मिळत असते. शेअर बाजाराच्या रचनेत आणि कार्यपद्धतीत हे सगळ्यात नैसर्गिक आणि व्यावहारिक समजण्यात येते. चढत्या बाजारात वेळोवेळी दुरुस्त्या होताना काही प्रसंगी त्या माफक असतात अगर काहीवेळा त्या कठोर असतात. त्यांच्या येण्याच्या वेळाही बऱ्याचदा अपेक्षित असतात. या बारकाव्यांचा अभ्यास करणाऱ्यांचा एक वेगळा वर्ग आहे.

मागच्या २००३ सालापासून जगभरातल्या इक्विटीच्या बाजारात एक सतत वाढ होताना दिसत आहे. याला आता चार वर्षे उलटली आहेत आणि साधारणपणे दरवर्षी मार्च आणि मे या दरम्यान बाजारातल्या मत्तांच्या किंमती बऱ्यापैकी खाली

आलेल्या आहेत. आपल्याकडे मार्च २००७ पासूनच शेअर बाजाराचा सेन्सेक्स हा निर्देशांक सुमारे १४,५०० बिंदूंवरून १२,५००च्या पातळीवर आलेला आहे. असाच काहीसा प्रकार मागच्या मे-जून २००६ मध्येही दिसून आला होता. या वर्षी शेअर बाजारातील घट काही बाहेरच्या घडामोडींशी निगडित आहे असे सांगण्यात येत आहे. अमेरिकेमध्ये गृह निर्माणाच्या क्षेत्रात नकारात्मक संकेत मिळत आहे आणि त्याचा अमेरिकेच्या वाढीच्या दरावरही परिणाम होण्याच्या शक्यता दिसत आहेत. तेथे फेड कोणती भूमिका घेते यावर जगातल्या इतर सेंट्रल बँका लक्ष ठेवून आहेत. फेडने तेथला मूळ व्याजदर सव्वापाच टक्क्यांपर्यंत नेऊन सोडलेला आहे आणि मागचे काही महिने त्यात कोणताच हस्तक्षेप केलेला नाही. फेडचे प्रमुख बर्नानके यात कोणते पुढचे पाऊल टाकतात यावर अमेरिकेच्या वाढीचे भविष्य अवलंबून आहे. नंतर इतर देशांनाही आपल्यापुरता विचार करावा लागेल. याचबरोबर दुसरी घटना म्हणजे जपानमधली आहे. तेथे एक येन कॅरी ट्रेड असा प्रकार चालतो. यात बँकेचा निधी वापरून परदेशी चलनाच्या बाजारात व्यापार केला जातो आणि याचा परिणाम म्हणून चलन बाजारातही काही घडामोडी होत आहेत. याला जोडून चीनच्या युआन या चलनाच्या मूल्याचाही प्रश्न आहे. ज्यातून चलनबाजार अस्वस्थ बनलेला आहे. मुख्य म्हणजे अमेरिकेच्या परदेशातील राजकीय घडामोडींमुळे त्या देशाच्या कर्जामध्ये आणि तुटीमध्ये सतत वाढ होत आहे आणि डॉलर सतत दुबळा होत आहे. अशा अनेक घटनाक्रमांमुळे जगातल्या सगळ्याच शेअर बाजारात एक अचानक घसरण आली आहे. साहजिकच आपल्यावरही हा परिणाम झाला आहे.

काहींच्या मते इक्विटीच्या बाजारपेठेत एका ठराविक वेळेला दरवर्षी किंमती खाली येत असल्या तर मग बाजारपेठेमधून उत्तम नियमन होते असे का समजायचे? शेअर बाजारातल्या व्यापाऱ्यांना वर्षात ठराविक वेळेला भाव खाली येणार आहेत हे माहीत असताना ते वेळेवरच बाजारातून बाहेर पडणार नाहीत का? यावर्षी २७ फेब्रुवारी २००७ला किंमती झपाट्याने खाली येऊ लागल्या आणि मार्च २००७ या वित्त वर्षाची अखेरही खालच्या पातळीवरच झाली. आता एप्रिल २००७ मध्येही हीच ओहोटी दिसत आहे. अर्थात लांबच्या काळाचा विचार करून ज्यांनी भांडवल गुंतवले आहे त्यांच्या विश्वासाला आजही धक्का बसलेला नाही. यावेळचे वैशिष्ट्य म्हणजे इतर देशातल्या बाजारात ज्या चलनवाढीच्या काळज्या आहेत आणि असंतुलनाचे प्रश्न आहेत त्याचा आपल्यावर परिणाम होत आहे. ही काही विशेष बाब नाही. नेमक्या याच वेळेला केंद्र सरकार अर्थव्यवस्था तापल्यामुळे वेगळ्या प्रकारच्या चलनवाढीला तोंड देत आहे आणि साहजिकच रिझर्व्ह बँक त्याप्रमाणे मुद्रा धोरण कठोर करत आहे.

या पूर्वीही बाजारात दुरुस्त्या झाल्या याच्या आठवणी लोक सांगत आहेत.

मागच्या मार्च २००३ सालापासून चार वर्षात सगळ्यात मोठी दुरुस्ती झाली त्यातून सुमारे १५ ते २५ टक्क्यांची शेअर बाजाराच्या निर्देशांकात घट झाली. हे लक्षात घेता आता एप्रिल २००७ मधल्या प्रसंगीही काही अभ्यासक सेन्सेक्स अजून खालची पातळी गाठणार आहे असे सांगत आहेत. याचा अर्थ अजूनही अधिक विक्री होईल, बाजार खाली जाईल आणि हा तळ गाठल्या नंतरच परत एकदा खरेदीची लाट येईल. या शक्यतांची चर्चा करताना आजचा शेअर बाजार खूपच गुंतागुंतीचा झाला आहे याचे भान ठेवले पाहिजे. मुळातच शेअर बाजारच्या व्यवस्थेमध्ये अशी कार्यरचना आहे ज्यातून कोणालाच फारसा नेमका अंदाज सांगता येत नाही. काहीतरी अनपेक्षित घडणे हेच या बाजाराच्या मूळ प्रकृतीत आहे. याचा अर्थ आज आणि यापुढे बाजार काहीतरी वेगळे करून दाखवेल हे नक्की. हे किती वेगळे असेल इतकाच प्रश्न आहे.

दोन शक्यता आहेत. त्यातून काय घडेल ते अगदी वेगळे असेल. अर्थात दोन्ही शक्यता वरकरणी तितक्याच खऱ्या ठरू शकतात. एक म्हणजे अगदी पंधरा ते पंचवीस टक्क्यांपर्यंतची दुरुस्तीची वेळ येणारच नाही आणि जी सुमारे २००० बिंदूंची घट झाली आहे त्यावर आता पडदा पडेल आणि बाजारात एक शांतता नांदू लागेल. जगाच्या इतर शेअर बाजारांमध्ये सुमारे सहा ते सात टक्क्यांची घट आलेली आहे आणि आपल्याकडेही बहुदा इथपर्यंतच डागडुजी करावी लागेल.

या तुलनेने दुसरी शक्यता आहे त्यामागे एक मोठी भीती दडलेली आहे. मागच्या चार वर्षात बाजारपेठेत सतत भरभराट दिसत आहे आणि सगळ्यांच्या मते ही तेजीची लाट पूर्वीच्या अनुभवांपेक्षा अगदी वेगळी आहे. २००२ सालच्या अगोदरच्या काळात अमेरिकेच्या अर्थव्यवस्थेमध्ये काय घडते यावरच इतर देशातले शेअर बाजार अवलंबून होते. त्यामुळे कोणत्याही घडामोडींमध्ये कारणे आणि त्याचे परिणाम यातला कार्यकारण भाव सांगणे नेहमीच सोपे होते. परंतु मागच्या दहा वर्षात बघता बघता प्रथम चीनने आणि नंतर भारताने जगाच्या अर्थव्यवस्थेमध्ये आपले स्वत:चे वेगळे स्थान निर्माण केले आणि मग फक्त अमेरिकेमध्ये काय घडते यावरून जगाचे भवितव्य ठरवण्याचा काळ मागे पडला. जगात मागच्या चार वर्षात जे घडत आहे तो एक नवीन अध्याय आहे आणि त्यासाठी या काळातले चढे बाजार हा एक नवीन अनुभव आहे. याचाच अर्थ आणखी काय नवीन घडू शकते यामध्ये भीतीचे प्रमाणही अधिक आहे. ही भीती मोजण्याचे एक प्रमाण आहे आणि त्याला व्होलटॅलिटी इंडेक्स म्हणजे व्हीआयएक्स इंडेक्स असे म्हणतात. यावेळी जगामधल्या इक्विटीमध्ये जेव्हा सुमारे पाच टक्क्यांची घट झाली त्यावेळी या भीतीच्या निर्देशांकात ९ वरून १८ अशी वाढ झाली.

गुंतवणूकदार या मार्च ते महिन्यात इक्विटीच्या किमतींमध्ये घट होण्याच्या

अनुभवाला धरून काही प्रमाणात संरक्षण मिळवण्याचे प्रयत्न करत आहेत. मागे मे २००६ मध्ये जेव्हा बाजारात दुरुस्ती झाली तेव्हा पासूनच गुंतवणूकदारांच्या मनातली भीती वाढती होती. जेव्हा बाजारात चढे भाव दीर्घ काळ वावरत असतात त्यावेळी काही काळानंतर जेव्हा मोठी दुरुस्ती करण्याची वेळ येते त्यावेळी गुंतवणुकदारांना अधिक खोलवर धसका बसतो. यालाच बाजार ढवळून निघणे (शेकआउट) असे म्हणतात आणि बाजारातले गुंतवणूकदार आणि खरेदी विक्री करणारे दलाल यांना भानावर येण्यासाठी असा झटका उपयोगी पडतो.

बाजारात दुरुस्ती होते म्हणजे काय? खरे म्हणजे ही दुरुस्ती गुंतवणूकदारांच्या अपेक्षांच्याबाबत घडत असते. इक्विटीचे भाव झपाट्याने खाली येतात आणि तरीही बाजारात मंदीची लाट पसरत नाही यात त्याचे उत्तर आहे. गुंतवणूकदारांच्या अपेक्षा माफक प्रमाणात खालच्या पातळीवर येतात परंतु त्यातून लगेचच मंदीची वाटचाल सुरू होत नाही. याचे कारण म्हणजे गुंतवणूकदारांना एकूण अर्थव्यवस्थेमध्ये काय घडत आहे आणि आर्थिक वाढ आणि गुंतवणूक यांना किती अधिक संधी अजूनही टिकून आहेत याचा भरवसा वाटत असतो. यामुळे त्यांच्या फायद्याविषयीच्या अपेक्षा व्यवहाराच्या कसोटीवर उतरणे इतकेच बाजारातल्या दुरुस्तीमधून (करेक्शन) अपेक्षित असते.

साधारणपणे गुंतवणूकदार वेगवेगळ्या देशातल्या शेअर बाजारांकडे पाहत असतो आणि तेथील प्राईस अर्निंग्ज (पीई) रेषो कसे आहेत यांची तुलना करत असतो. तसेच यावरून वेगवेगळे बाजार किती खर्चिक झाले आहेत याचा अंदाज घेत असतो. मागच्या काही वर्षात अनेक विकसनशील देशांच्या शेअरबाजारातही भरपूर उत्साह पसरलेला आहे आणि तुलनेने भारतातला इक्विटीचा बाजार महाग झाला आहे असे सगळे समजतात. जेव्हा गुंतवणुकदारांच्या मनात भीती घर करू लागते तेव्हा बाजारात अधूनमधून येणाऱ्या अडचणींच्या निमित्ताने अचानक एखादे वादळ निर्माण होते. त्यातूनच चढउतार होण्याचे प्रसंग वाढू लागतात आणि अस्थिरतेमध्ये भरच पडते. काही वेळा दुसऱ्या एखाद्या देशात काही घडले तरीही त्याचा अतिशयोक्त परिणाम आपल्याकडे दिसून येतो. जणूकाही बाजार कोणत्यातरी निमित्ताची वाटच पाहात असतो. काही महिन्यांपूर्वी थायलंडमध्ये एक वित्तीय अडचण झाली आणि त्याचा प्रभाव येथे पडला. आताही जपानमधला येन कॅरी ट्रेडचा मामला असाच आहे. त्याचा येथे फार मोठा परिणाम व्हायचे कारणच नव्हते. परंतु शेअर बाजारात अशी कारणमीमांसा कोणी करत नाही.

मग आता एप्रिल २००७ पासूनच्या नव्या वित्त वर्षात शेअर बाजारात काय घडेल? जगातल्या नेहमीच्या घडामोडी चालूच राहतील. मध्यपूर्व आशिया आणि इराक आणि इराण येथले समर प्रसंग चालूच राहतील. तेलाच्या किंमतीही चढउतार

दाखवतील. मग वेगळे काय घडेल? अमेरिकेची अर्थव्यवस्था थोडी मंदावली आणि डॉलरचे मूल्य ढासळले तर त्याचे सावट आपल्यावर पडेलच. अशा काही उणे बाबी लक्षात घेऊनही देशाची आर्थिक वाढीची प्रक्रिया एकदम काही उताराला लागेल असे नाही. सध्या आणि येत्या काळात आर्थिक वाढीचा दर आठ आणि नऊ टक्क्यांच्या पातळीवरची भाषा आहे तो सूर थोडा खालच्या पट्टीत आणावा लागेल. तरीही आपण सरासरी सात टक्क्यांची पातळी सांभाळू शकू. आत्ता नियोजन आयोगाला अकराव्या पंचवार्षिक योजनेची लगबग आहे परंतु सरकारच्या वित्त विभागाला आणि रिझर्व्ह बँकेला सध्याच्या चलनवाढीला कशी वेसण घालायची याची चिंता पडलेली आहे. हा नाजुक विषय आहे कारण त्यात यश आणि अपयश मिळाले तर त्याचे राज्यकर्त्यांना गंभीर परिणाम भोगावे लागणार आहेत. येथून आणखी दोन वर्षांनी देशात सार्वत्रिक निवडणूका व्हायच्या आहेत आणि त्यावेळी सध्याच्या सरकारला सत्ता गमावणे अजिबात आवडणार नाही. शिवाय यश म्हणजे काय आणि अपयश म्हणजे काय याचाही वेगळा वाद होऊ शकतो. जर चलनवाढ हाताबाहेर गेली तर जनतेच्या क्षोभाला तोंड द्यावे लागेल. त्यावर मात केली आणि आर्थिक वाढीची प्रक्रियाच अडचणीत आली तर अर्थव्यवस्थेमधली आणि शेअर बाजारातली भरभराट मागे पडेल. राज्यकर्त्यांना यातले काहीच परवडणार नाही. गंमत म्हणजे नियोजन आयोगाला याची काळजी करण्याचे काहीच कारण नाही.

■

३.८ खाजगी क्षेत्रात रोखे बाजार

आजच्या जगात अर्थव्यवस्थेला आधुनिक वित्तव्यवस्थेची गरज असते. भारतात मागच्या पंधरा वर्षात वित्तसंस्था आणि व्यवस्था आधुनिक आणि विकसित करण्याचे अनेक उपक्रम घेण्यात आलेले आहेत. आपण यात प्रगतीही करून दाखवलेली आहे पण त्याला एक अपवाद आहे. तो म्हणजे कॉर्पोरेट बॉन्ड मार्केटचा. म्हणजे मोठ्या कंपन्यांच्या रोख्यांच्या बाजाराचा. यासाठी सरकारने एक पाटील समिती वर्षापूर्वी २००५ सालात नेमली आहे आणि त्याचा अहवाल अजून यायचा आहे. यातूनच कोणत्या वाटेने जायचे याचा निर्णय होणार आहे.

आता २००७ सालात मागे जवळपास दहा वर्षांपूर्वी पूर्व आशियातील देशांमध्ये वित्तीय पेचप्रसंग निर्माण झाला होता आणि त्यातून मोठे हादरे बसले होते. त्या अनुभवातून शिकून त्या देशांनी भांडवलाच्या निधीच्या आयातीनिर्यातीमधल्या अस्थिरतेला तोंड देण्यासाठी कॉर्पोरेट बॉन्ड मार्केट विकसित करण्याचा निश्चय केला होता. यात फक्त जपानने प्रगती केली आणि भारतासकट इतर कोणत्याच देशाने काही भरीव पावले टाकलेली नाहीत. ब्राझील, रशिया, भारत आणि चीन या विकसित होणाऱ्या जगातल्या चार प्रमुख अर्थव्यवस्था समजल्या जातात. या गटाचे नाव आहे ब्रिक (बीआरआयसी). या गटात आपला शेवटचा क्रमांक आहे. आयएमएफने २००४ सालात या देशांचे खाजगी क्षेत्राचे कर्ज किती आहे याचे अंदाज दिलेले आहेत. त्यानुसार ब्राझीलचे चार अब्ज (बिलियन) डॉलर, रशियाचे दहा अब्ज (बिलियन) डॉलर आणि चीनचे बारा अब्ज (बिलियन) डॉलर कॉर्पोरेट डेट आहे. यात भारताचा आकडा दोन अब्ज (बिलियन) डॉलर आहे.

अभ्यासकांच्या मते हे एक आश्चर्याचे आहे. याचे कारण म्हणजे सरकार आणि वित्त बाजाराचे अभ्यासक या सगळ्यांनीच येथे कॉर्पोरेट डेट मार्केट नीट काम करणारे असावे याची गरज मानली आहे. मग यात काही प्रगती का दिसत नाही? किंबहुना याच्याशी निगडित असलेल्या वेगवेगळ्या बाबी एकत्रित आणल्या तर त्यातून काही अर्थ लावता येईल का?

अनेक सभासमारंभांमध्ये यावर विचार झालेला आहे. या विषयात अडचणीच

अधिक आहेत असे दिसते. या राजकीय आहेत, कायद्याच्या आहेत आणि धोरणाशी संबंधित आहेत. त्यामुळेच एक स्वत:च्या बळावर उभे राहिलेले कॉर्पोरेट बॉन्ड मार्केट येथे दिसत नाही. याच्याशी निगडित किती प्रश्न आहेत? सुरुवात करायची म्हणजे आपल्याकडे यावर ७८ कायदे आहेत. यात कॉर्पोरेट बॉन्डची व्याख्या आहे आणि ती दुरुस्त करण्यापासूनच सुरुवात करावी लागेल. आपल्याकडच्या लोकप्रतिनिधींच्या चर्चेची आणि वादविवादाची पातळी पाहिली तर आपल्याकडे या कायद्यातील सुधारणा व्हायला किती दीर्घ काळ जाऊ द्यावा लागेल याचा अंदाज येतो. अर्थात काही बदल लगेच होऊ शकतात. सध्या नवीन कंपनी विधेयक बनत आहे आणि त्यात हे जोडून घेता येतील. परंतु असे अनेक बदल आहेत ज्यासाठी सध्याच्या कायद्यांमध्ये सुधारणा कराव्या लागतील आणि त्यासाठी काही संस्थांही निर्माण कराव्या लागतील. उदाहरणार्थ, आज ज्यांच्या हातात कॉर्पोरेट बॉन्डस् आहेत त्यांना बॉन्ड देणाऱ्याने दगा दिला तर आपला हक्क कोठे बजावायचा हे सांगता येणार नाही. त्यामुळे ऋणपत्राच्या विश्वस्तांची जबाबदारी आणि भूमिका यांची पुनर्मांडणी करण्याची गरज आहे तसेच दिवाळखोरीचे कायदेही बदलण्याची गरज आहे.

देशाची अकरावी पंचवार्षिक योजना एप्रिल २००७ पासून सुरू होणार आहे आणि त्यात मोठ्या प्रमाणावर साधनसामुग्री लागणार आहे. एक तर आर्थिक वाढीचा दरच आठ टक्क्यांच्या पुढे स्थिरावला आहे आणि अगदी ही पातळी टिकवून धरण्यासाठीही फक्त एका पायाभूत सुविधांच्या गुंतवणुकीसाठी सुमारे ३२० अब्ज (३२० बिलियन डॉलर) लागणार आहेत. याचा अर्थ उघड आहे. आपले दुबळे बॉन्ड मार्केट अधिक सशक्त केले तरच साधनसामग्रीची इतकी मोठी उभारणी शक्य आहे. ही भांडवल गुंतवणुकीची जबाबदारी बॉन्ड मार्केटवरच का? याची तीन कारणे आहेत. सरकारजवळ या प्रमाणावर भांडवल गुंतवणुकीसाठी पुरेसा निधी नाही. तसेच विकासाच्यासाठी निर्माण केलेल्या वित्त संस्था या निर्जीव झाल्या आहेत. पूर्वी या संस्था दीर्घकाळासाठी वित्त पुरवठा करत होत्या. याबरोबर आजच्या व्यापारी बँका इतक्या लांबच्या काळासाठी वित्त पुरवठा करू शकत नाहीत. त्याचे कारण म्हणजे त्यांच्याजवळ असलेला बचतदारांचा निधी अगदी मर्यादित काळासाठीच असतो. अशा या कारणांमुळे पायाभूत सुविधांच्यासाठी निधीचा पुरवठा कॉर्पोरेट बॉन्ड मार्केटमधूनच करण्याचा पर्याय उपलब्ध आहे.

अशा परिस्थितीत सरकारसमोर दोन पर्याय आहेत. एक म्हणजे या विषयातली सगळी वैधानिक प्रक्रिया पुरी होईपर्यंत वाट बघणे. अगर सरळ कार्यवाहीला सुरुवात करणे. नाहीतरी आपल्याकडे अनेक नवे उपक्रम काही वैधानिक उपचार पुरे झाले नाहीत म्हणून थांबत नाहीत. सरकारला काहीतरी कृती करून दाखवण्याची तातडी असते आणि सरकार त्यात पुढे जाते. म्हणजे जो प्रश्न समोर असेल त्याला

व्यवहारात प्रतिसाद दिला आणि त्यानंतर परिस्थितीप्रमाणे कारवाई बदलत नेली तरी चालू शकते. त्याचे उदाहरण म्हणजे व्हॅल्यू ॲडेड टॅक्स (व्हीएटी) म्हणजे मूल्य वर्धित कर. यात सरकारने अगदी सर्व अंगांनी व्हॅटचा कायदा परिपूर्ण करत न बसता एकदम प्रत्यक्षात कृती केली. आणि आता त्यातला एकूण अनुभव पाहता आपली कामगिरी समाधानकारक म्हणण्यासारखी आहे. अर्थात या पर्यायात धाडसाने निर्णय घेऊन व्यवहारात उडी घेतली म्हणजे ही प्रक्रिया काही वेळा गढूळ होऊ शकते. त्यात काही चुकाही होतात आणि काही वेळा निर्णय हे परस्पर विसंगत असू शकतात. परंतु जोपर्यंत राज्यकर्ते प्रत्यक्षात घडणाऱ्या कृतीचे परिणाम काळजीपूर्वक लक्षात घेतात आणि त्या आधारे आपल्या अगोदरच्या निर्णयात बदल करत राहतात तोपर्यंत कोणत्याही प्रश्नाचे उत्तर अधिकाधिक पूर्णत्त्वाला नेता येते. जर यातले काही करायचे नसले तर मग सगळा वेळ आणि शक्ती ही परिपूर्ण विचार करण्यावरच खर्च करावी लागेल. आणि नंतरच कृतीला सुरुवात होईल. अनेकदा प्रश्न असे असतात ज्यांच्यावर लगेचच कारवाई करावी लागते. लोकशाहीमध्ये सगळ्या सरकारांवर हे दबाव असतात. याशिवाय आपल्या देशात कोणत्याही गोष्टीची अखंड चर्चा करायला लोकांनाही आवडतेच.

याचा अर्थ नजिकच्या काळात बॉन्ड मार्केटला कोणती चालना देता येईल? यातले पहिले पाऊल म्हणजे सरकारने अधिकांना यात भाग घेण्यासाठी प्रवृत्त केले पाहिजे. याचबरोबर या बाजारात तरलता आणि पारदर्शकता कशी वाढेल यासाठीही पावले टाकली पाहिजेत. देशाच्या शेअर बाजारात अशी क्रांती अगोदरच झालेली आहे. आता देशभरात इक्विटीच्या बाजारात स्वयंचलित पद्धतीने खरेदी विक्री होते. समभागांच्या हाताळणीसाठी आणि साठवणुकीसाठी डिपॉझिटरीज्‌ची वेगळी संस्था आहे आणि या सगळ्या व्यवहारांचे नियमन करण्यासाठी एक स्वायत्त सेबीसारखी उच्चाधिकार समिती आहे. आता याच प्रकारच्या संस्था कार्पोरेट बॉन्ड मार्केटसाठीही निर्माण करण्याची गरज आहे. जर या अटींची पूर्तता झाली तर बॉन्ड मार्केटचे नव्याने पुनर्निमाण होऊ शकते.

सुदैवाने असे काही घडण्याची चिन्हे व्यवहारात दिसत आहेत. वित्त मंत्र्यांनी मत्तांवर आधारलेली प्रतिभूतीबाबत (ॲसेट बॅकड्‌ सिक्युरिटायझेशन) कायदेशीर स्पष्टता आणण्यासाठी मंत्री मंडळाचा पाठिंबा मिळवला आहे. यामुळे खास निर्माण केलेल्या कंपन्यांना अशा प्रतिभूतींची विक्री करणे शक्य होईल. काही प्रमाणात सध्या बॉन्ड मार्केटमध्ये जो कमी पुरवठा आहे त्यात भर पडेल. तसेच यात होणाऱ्या व्यवहारांचा दर्जाही सुधारेल. सध्या रिझर्व्ह बँकेच्या अशा कर्जांच्या प्रतिभूतींवर काही मार्गदर्शक तत्त्वांच्या मर्यादा आहेत आणि त्यात काही प्रमाणात सूट देता येईल. तसेच मोठ्या कंपन्यांना त्यांनी बँकांच्याकडून पतकर्जाच्या सुविधा घेण्यापेक्षा बॉन्डस्‌

घ्यावेत यासाठीही प्रयत्न करता येतील. त्यांना प्रोत्साहन देण्यासाठी बँका बॉन्डवरचे व्याजदर थोडे कमी ठेवू शकतात.

दुसरी बाजू आहे मागणीची. यामध्ये निवृत्तिवेतन आणि विमाक्षेत्रात सुधारणा झाल्याशिवाय पुढचे पाऊल टाकता येणार नाही कारण या संस्थांना लांबच्या काळासाठी गुंतवणूक करायची असते. यामध्येच सार्वजनिक भविष्य निर्वाहनिधी येतो. यांच्यावर सध्या अनेक बंधने आहेत आणि त्यात बदल झाल्याशिवाय हे निधी बॉन्ड मार्केटमध्ये भाग घेऊ शकणार नाहीत. याचबरोबर परदेशी गुंतवणूकदारनिधी (एफआयआय) यांनाही कार्पोरेट बॉन्डमध्ये गुंतवण्यासाठी अधिक सवलत द्यायचा विचार करावा लागेल.

सध्या अनेक राज्ये वेगवेगळ्या दराने मुद्रांक शुल्के लावतात. यामुळे यातला व्यापार अडचणीचा झालेला आहे. यात सेबी एक निर्णय घेऊ शकते. त्यानुसार जेव्हा रोखे बाजारात आणले जातील आणि त्यात खरेदी विक्रीचे व्यवहार होतील ते सगळे डिमॅट पद्धतीने करण्याचे बंधने घालता येईल. सध्या इक्विटीच्या बाजारात असे बंधन आहे. खरे म्हणजे इंडियन स्टँप ॲक्टच्या (१८९९) कलम ८ अे अंतर्गत असे करण्याची सुविधा आहे. त्याचप्रमाणे प्राप्तीकरांतर्गत उत्पन्नाचा उगम होतो तेथे कर कापून घेण्याची सोय (टीडीएस्) ही सुद्धा एक अडचणीची बाब आहे ती दूर करता येईल. अगोदरच सरकारी रोख्यांच्या बाबत अशी तरतूद करण्यात आलेली आहे. एकूणात सेबी सध्याच्या अनेक तरतुदींचा पुनर्विचार करून बॉन्ड मार्केटच्या निर्मितीमध्ये भरीव मदत करू शकेल. यामध्ये सेबी आणि रिझर्व्ह बँक यांनाही आपापसातले मतभेद आणि अधिकार क्षेत्रातल्या जबाबदाऱ्या यावर विचारविनिमय करावा लागेल. अर्थात यातल्या अनेक बाबींवर नंतरही निर्णय होऊ शकतो. आजच सगळ्यांचे निराकरण झाले पाहिजे अशी तातडी नाही. फारपूर्वी राष्ट्रीय काँग्रेसचे के कामराज हे एक अध्यक्ष होते आणि त्यांनी खूप मान्यता मिळवली होती. त्यांना कोणताही अवघड प्रश्न विचारला म्हणजे ते एकच शब्द पार्कलम उच्चारत असत. याचा अर्थ अगदी साधा होता. तो म्हणजे वाट पाहू या. आता त्यांच्याच परंपरेतले पी चिदंबरम् देशाचे वित्त मंत्री आहेत आणि तेही बॉन्ड मार्केटला प्रोत्साहन देताना हेच म्हणू शकतात.

■

३.९ खाजगी इक्विटीला प्रोत्साहन

जगातल्या खाजगी इक्विटीच्या गुंतवणूकदारांना भारतातल्या बाजाराचे मोठे आकर्षण वाटत आहे. येथे जशी मोठी संधी आहे त्याचबरोबर बरीच गुंतागुंतही आहे. सध्या तीस म्युच्युअल फंडापेक्षा अधिक गुंतवणूकदार सुमारे चार अब्ज (बिलियन) डॉलरची गुंतवणूक करण्यासाठी वेगवेगळ्या संधी शोधत असतात. मागच्या १९९८ पासून देशातल्या खाजगी इक्विटीच्या गुंतवणुकीमध्ये दरवर्षाला सुमारे ५१ टक्क्यांनी वाढ होत आहे. सगळ्या आशियामध्ये हा वेग अधिक आहे. बेन आणि कंपनी यांनी अशा गुंतवणुकीच्या मूल्याचे जीडीपीशी गुणोत्तर असा निकष वापरून काही अंदाज दिलेले आहेत. त्यांच्या मते भारतात खाजगी इक्विटीचा बाजार सुमारे चार पटीने यापुढे वाढू शकतो.

अर्थात यामागचे अर्थशास्त्र कळायला सोपे असले तरीही हे प्रत्यक्षात व्यवहारात घडून यायला अनेक अडचणी आहेत. खरे म्हणजे देशात मागच्या २००५ सालाच्या अखेरीला असे इक्विटीमधले व्यवहार थंडावले होते. याचे कारण म्हणजे ज्या कंपन्यांचे समभाग बहुचर्चित होते त्यांच्या किंमती भडकलेल्या होत्या आणि त्यामुळे बाजारात एक सुस्ती होती. शिवाय सेबीची काही बंधने आहेत. बाजारात काही वेळा काही कंपन्यांवर त्यांचे व्यवस्थापन आपल्याकडे घेता येईल या दृष्टीने व्यवहार केले जातात. जे परदेशातले इक्विटीमध्ये निधी घालणारे गुंतवणूकदार आहेत त्यांना या कंपन्यांचा ताबा घेता येईल इतकी इक्विटी विकत घेता येत नाही. त्याऐवजी ज्यांना अशा कंपन्या ताब्यात घ्यायच्या असतील त्यांना आपल्या स्वत:च्या भांडवलातून अशा खरेदी किंमतीमधील सुमारे ७५ ते ९० टक्के रक्कम भरावी लागते.

सध्या बाजारात तुलनेने नामांकित आणि यशस्वी कंपन्यांची संख्या लहान आहे आणि बाजारात खरेदीसाठी भरपूर निधी संधी शोधत आहे. त्यामुळे इक्विटीमध्ये गुंतवणूक करणाऱ्या ज्या लहान चतुर कंपन्या आहेत त्या काही नक्की लक्ष्ये समोर ठेवून खरेदी करत आहेत. या त्यांच्या हुशारीचे चार प्रकारात वर्णन करता येईल.

निवडताना काळजी घेणे. जे खाजगी इक्विटीमध्ये गुंतवणूक करतात त्यांना प्रथमपासूनच मूल्यवाढ कशी होते हे स्पष्टपणे माहीत असते. भारतात आजच्या

परिस्थितीत गुंतवणुकीविषयी तीन दृष्टिकोन आहेत ज्यातून मूल्यवाढ होऊ शकते पहिली बाब म्हणजे जगातले श्रीमंत औद्योगिक देश आपली कामे बाहेर भारतासारख्या देशांकडून करून घेत आहेत. याचा फायदा घेऊन भारताने माहिती तंत्रज्ञान आणि सेवाक्षेत्रात उच्च दर्जाची कामगिरी करून दाखवलेली आहे. दुसरी बाब म्हणजे जो ग्राहकांचा नवा आणि मोठा वर्ग निर्माण होत आहे त्याच्या गरजा भागवणारे नवे उद्योग आणि सेवाक्षेत्रे यशस्वी होत आहेत. यातच आरोग्याची काळजी घेणारे उद्योग आणि वित्तसेवा यांचा समावेश होतो. तिसरी बाब म्हणजे देशातल्या काही निवडक उद्योगांनी जगामध्ये स्पर्धेच्या बाजारात आपले वेगळे स्थान निर्माण करून दाखवलेले आहे. याची उदाहरणे म्हणजे औषध कंपन्या, स्वयंचलित वाहनांचे सुटे भाग आणि धातूशास्त्रीय उद्योग. या तीन ठोस बाबींचा विचार केला तर देशातल्या शेअर बाजारातल्या काही निवडक कंपन्या इक्विटीच्या गुंतवणुकीसाठी खास करून निवडल्या जात आहेत.

जनरल अटलांटिक पार्टनर्स आणि ओक हिल कॅपिटल पार्टनर्स या कंपन्यांनी भारतात २००४ मध्ये ५० कोटी (५०० मिलियन डॉलर)ची गुंतवणूक केली. त्यातून त्यांनी जनरल इलेक्ट्रिक कॅपिटल इंटरनॅशनल सर्व्हिसेस (जीईसीआयएस) या कंपनीत साठ टक्क्यांची इक्विटी खरेदी केली. ही जीईसीआयएस कंपनी जीई कंपनीने १९९७ मध्ये सुरू केली होती आणि जगातल्या जीईच्या सुमारे हजार कामांना त्यातून सेवा पुरवण्यात येते. यासाठी या कंपनीत १७,००० कर्मचारी काम करत आहेत. या व्यवहारातून जीईकंपनीने आपण गुंतवलेल्या मूळ किमतीवर भरपूर फायदा मिळवला आणि त्याचबरोबर आपली जी कामे जीईसीआयएस पार पाडत होती ती व्यवस्थाही चालू ठेवली. यामध्ये जीईची आयटी आणि कामे बाहेर देण्याची गरज पूर्णपणे भागत आहे. आता नव्या मालकांनी या कंपनीचे नाव बदलून जेनपॅक्ट असे ठेवले आहे आणि त्यातून त्यांनी नव्या कामाचे करारही केलेले आहेत. या वाढलेल्या कामाच्या व्यापामुळे ही कंपनी आज देशामध्ये बिझनेस प्रोसेस आऊट सोर्सिंग (बीपीओ) मध्ये सगळ्यात मोठी कंपनी बनली आहे.

आपला प्रभाव सूक्ष्मपणे वाढवणे. मागच्या २००५ सालात जे सगळ्यात मोठे पंचवीस व्यवहार झाले त्यातल्या ऐंशी टक्क्यांमध्ये जी इक्विटीमध्ये गुंतवणूक करण्यात आली तो एकूणात लहान वाटाच होता. यातून या गुंतवणूकदारांना कंपन्यांचे व्यवस्थापन आपल्या हातात जरी घेता आले नाही तरी प्रत्यक्ष व्यवहारात त्या आपला प्रभाव पाडू शकतात. बेअरिंग प्रायव्हेट इक्विटी पार्टनर्स ही एक अशी कंपन्या विकत घेणारी गुंतवणूकदार संस्था आहे आणि त्यांच्याकडे अनेक प्रकारची कौशल्ये आहेत. तसेच त्यांचे अनेक कंपन्यांबरोबर संबंध आहेत. त्यामुळे ही कंपनी कोणत्याही एका उद्योगात जेव्हा इक्विटीची गुंतवणूक करते तेव्हा तिच्याकडे कंपनी ताब्यात घेण्याइतपत

भांडवलाचा वाटा आहे का या प्रश्नाला महत्त्व नसते. त्यांची गुंतवणूक माफक असली तरीही ती आपले ज्ञान आणि सल्ला अशा गुंतवणूक केलेल्या कंपनीला उपलब्ध करून देऊन तिला अधिक फायदा मिळवून देऊ शकते.

या बेअरिंग इंडिया कंपनीने जेव्हा ज्योथी लॅबॉरेटरीज लिमिटेडमध्ये इक्विटी विकत घेतली तेव्हा त्यांनी बाहेरच्या सल्लागारांचा वापर करून या मुंबईतल्या ग्राहकोपयोगी वस्तूंच्या कंपनीचा जो जाहिरातीवर खर्च होतो त्याचे मूल्यमापन करून घेतले. या अभ्यासातून असे आढळून आले की जरी ज्योथी कंपनी ही देशाच्या पातळीवरील प्रसार माध्यमे परिणामकारकरीत्या वापरत असली तरीही जे सध्याचे विक्रीचे मार्ग आहेत त्यातून या कंपनीच्या क्षमतेइतकी विक्री होत नाही. बेअरिंगने अशा विवेकपूर्ण पद्धतीने ज्योथीला प्रवृत्त केल्यामुळे त्या व्यवस्थापनाने आपले वाटपाचे जाळे वाढवण्याचे ठरवले. त्यातूनच नंतर कंपनीची विक्री वाढली आणि नफा वाढला.

योग्य माणसांवर भर देणे. भारताच्या अर्थव्यवस्थेमध्ये खाजगी क्षेत्राचा वाटा मोठा आहे आणि त्यातही कुटुंबाभोवती ही उद्योजकता वाढलेली आहे. त्यामुळे जे खाजगी इक्विटीमध्ये गुंतवणूक करणारे आहेत त्यांना आपल्या स्वत:च्या आधुनिक पद्धतीने व्यवस्थापनाच्या व्यवस्था उभ्या करणे अवघड आहे. त्यामुळे अशा गुंतवणुकदार संस्था जमेल तेथे उद्योजकांबरोबर भागीदारीमध्ये आपले संघटन वाढवत आहेत. अशा उद्योजकांना सतत बदलणाऱ्या बाजारपेठांमध्ये कोणते निर्णय घ्यावेत याचे एक उपजत ज्ञान असते आणि त्यावरच या गुंतवणुकदार संस्था भर देत आहेत.

वॉरबर्ग पिंकस वित्तसंस्थेने राधाकृष्ण ग्रुप या मुंबईतल्या अन्नपदार्थ वितरण करणाऱ्या कंपनीची क्षमता वाढविण्यासाठी जागतिक पातळीवरच्या व्यवस्थापनातील तज्ज्ञांना शोधले. त्यासाठी त्यांनी त्या कंपनीचे प्रमुख राजू शेटे यांचे हात बळकट करण्याचे ठरविले. या राजू शेटे यांनी राधाकृष्ण ग्रुपच्या सुरुवातीपासून काम केले होते आणि कंपनीची वाढ करत ती देशातील सगळ्यात मोठी अन्नपदार्थांचे वितरण करणारी कंपनी बनवली होती. त्यासाठी वॉरबर्ग पिंकस कंपनीने राधाकृष्णमध्ये २००३ च्या मध्याला ५ कोटी (पन्नास मिलियन डॉलर)ची गुंतवणूक केली आणि आपल्याकडे पंचवीस टक्क्यांची मालकी घेतली. तेव्हापासून ही कंपनी शेतकऱ्यापासून ग्राहकापर्यंत पोहोचण्यासाठी एक पुरवठ्याची पुनर्रचना करत आहे. तसेच परदेशातही या कंपनीचे जाळे उभे करण्याचे प्रयत्न जोमाने चालू आहेत.

हे उदाहरण बोलके आहे कारण परदेशातल्या तज्ज्ञांचे ज्ञान आणि कौशल्य तसेच आधुनिक व्यवस्थापनातील आणि तंत्रज्ञानातील नव्या कल्पना यांचा उपयोग करून देशातील औद्योगिक आणि व्यापारी कंपन्या आपली क्षमता आणि दर्जा कसा वाढवू शकतात हे दिसते. म्हणजे परदेशी वित्तसंस्था आणि इक्विटीतले गुंतवणूकदार जेव्हा येथल्या कंपन्यांमध्ये इक्विटीतला वाटा खरेदी करतात त्यातून स्थानिक उद्योजकांच्या

हातातील मालकी आणि व्यवस्थापनाचा ताबा हिसकावून घेतला जाईल ही भीती निराधार आहे. या बाहेरच्या गुंतवणूकदारांना येथे येऊन त्यांच्या तुलनेने लहान लहान कंपन्या प्रत्यक्षात ताब्यात घेऊन चालविण्यात रस नाही आणि त्यांच्याजवळ तितक्या संख्येने उच्चशिक्षित मनुष्यबळही नाही. त्यापेक्षा आपल्या गुंतवणुकीवर अधिक परतावा मिळविण्यासाठी स्थानिक कंपन्यांची उत्पादन क्षमता आणि नफा वाढवण्यामध्ये त्यांना रस आहे. याचा स्थानिक उद्योजकांना फायदाच होणार आहे.

चपळ आणि चटपटीत असणे अमेरिकेतल्या खाजगी इक्विटीमध्ये गुंतवणूक करणाऱ्या कंपन्या आपले पैसे गुंतवताना सुमारे तीन ते पाच वर्षे आपल्याला गुंतून पडावे लागेल अशा तयारीने निर्णय घेतात. परंतु भारतामधल्या शेअर बाजारात तुलनेने चंचलता अधिक असल्यामुळे गुंतवणूकदाराला नेमक्यावेळी विकण्याची संधी मिळणे अवघडच जाते. आता जेव्हा मे २००६ मध्ये बाजारभाव एकदम अडीचहजार बिंदूंनी खाली आले तेव्हा एक सत्य पुढे आले. परदेशातल्या ज्यांनी इक्विटीमध्ये पैसे गुंतवले आहेत त्यांना येथल्या बाजारात खूपच सावधपणे वावरावे लागते. त्यांना चपळता हवी आणि निर्णयही चटपटीतपणे वेगाने बदलणाऱ्या परिस्थितीत घेता आले पाहिजेत. नाहीतर त्यांनी गुंतवलेल्या पैशाचे मोल बघता बघता धुक्यासारखे विरळ होऊ शकेल.

बेअरी या कंपनीने संयमाने कसे वागायचे हे शिकून घेतले. या कंपनीने मेंफीस कंपनीमध्ये १९९८ मध्ये इक्विटीची खरेदी केली होती. मेंफीस ही नामांकित कंपनी बीपीओचे काम करते. या कंपनीला आपल्या २००४ सालच्या अपेक्षित उत्पन्नात जेव्हा घट दाखवावी लागली त्यावेळी त्यात गुंतवणूक करणाऱ्या सगळ्यांचाच उत्साह भंग झाला आणि रसही कमी झाला. त्यामुळे बेअरिंग कंपनीला आपला इक्विटीतला ३५ टक्के वाटा विकण्याचा निर्णय लांबणीवर टाकावा लागला. अर्थात बेअरिंग आणि मेंफीस कंपनीच्या धुरीणांना आपले उत्पन्न आणि नफा २००५ आणि २००६ सालात वाढणार आहे याचा पूर्ण भरवसा होता. नंतर जून २००६ मध्ये बेअरिंग कंपनीने आपला मेंफीसमधला वाटा इडीएस या मोठ्या नामांकित अमेरिकन कंपनीला विकला आणि त्यातून २५.५ कोटी (२५५ मिलियन डॉलर) मिळवले. बेअरिंग कंपनीने मुळात जी गुंतवणूक केली होती त्याच्या ही पंचवीस पटीने रक्कम होती.

परदेशातल्या ज्या इक्विटीमध्ये गुंतवणूक करणाऱ्या वित्तसंस्था आणि गुंतवणूकदार आहेत ते बऱ्याचदा हे निर्णय खूप विवेकाने आणि विचार करून घेतात. त्यांना त्यातून काय मिळवायचे आहे याची स्पष्टता त्यांच्याजवळ असते. त्यांना आपले पैसे गुंतवताना येथल्या कंपन्यांबरोबर एक टिकणारे नाते निर्माण करायचे असते. त्यात स्वार्थच असतो कारण त्यांना येथल्या कंपन्यांचे व्यवस्थापन ताब्यात घेण्यापेक्षा त्या

कंपन्यांची नफा मिळविण्याची क्षमता वाढवायची असते आणि म्हणून या कंपन्या आपल्या पैशाव्यतिरिक्त आपला अनुभव, ज्ञान आणि तंत्रज्ञान हेसुद्धा येथल्या स्थानिक कंपन्यांना उपलब्ध करून देण्याचा कसोशीने प्रयत्न करतात. हे सगळे करताना काळजी घ्यावी लागते कारण कोणत्याही व्यवस्थापनामध्ये कल्पनांइतकेच व्यक्तींच्या आवडीनिवडी आणि अहंकार यांचेही भान ठेवावे लागते. म्हणून पैशातल्या गुंतवणुकीपेक्षाही हे असे नवे नाते जोपासणे एक नाजुक जबाबदारीचे काम असते. परदेशी गुंतवणूकदार याकडे अधिक लक्ष पुरवत आहेत.

■

३.१० वित्तबाजारातल्या घडामोडींचा अर्थ

गेल्या काही महिन्यात भारतात अनेक उत्साह वाढवणाऱ्या गोष्टी घडत आहेत. एकूण जगातही अनेक सकारात्मक गोष्टी घडत आहेत. मागच्या तीन वर्षात जगाची अर्थव्यवस्था मंदीच्या लाटेत घुसमटली होती आणि त्याचा फटका बहुतेक सगळ्यांनाच बसला. अर्थात त्यात कमी जास्त प्रमाण होते तसा विचार केला तर भारताचे तुलनेने कमी नुकसान झाले. आता मात्र सगळेच संदर्भ बदलले आहेत.

एकदा चांगल्या गोष्टी घडायला लागल्या की त्यांना एक वेग येतो. आणि बघता बघता डोळ्यापुढचे वास्तव इतक्या झपाट्याने बदलते की हा वेग असाच चालू राहिला तर काय होणार याची काळजीही करावी लागते. आत्ता शेअरबाजार उसळला आहे आणि चैतन्य ओसंडून जात आहे. मुंबईच्या शेअर बाजाराचा निर्देशांक सेन्सेक्स फक्त २८०० ते ३२०० या दरम्यान घोटाळत होता तो एकदम बघता बघता ४००० बिंदूंच्या पलीकडे गेला. नंतर त्याने ५००० बिंदूंची पातळी गाठली आणि फक्त एका डिसेंबर महिन्यात ती पातळी ६००० बिंदूंवर पोहोचली. येणाऱ्या काही महिन्यात सार्वत्रिक निवडणुकांचे वारे वाहणार आहेत आणि त्यामुळे अर्थसंकल्पही सर्वांना सुखावणारा असेल अशी सर्वांची खात्री आहे. म्हणजे सेन्सेक्स हा आणखी भरमसाठ वाढणार याची जवळपास निश्चिती दिसते. सध्या ही पातळी ८००० बिंदूवर जाईल का? याची भाकिते करण्यात येत आहेत. साहजिकच हे सर्व टिकणारे आहे का आणि शेअर बाजाराला पेलवणार आहे का? असा रास्त प्रश्न सर्वांच्या पुढे आहे.

वर उल्लेखलेले शेअर बाजारातले चैतन्य निर्माण होण्यामागे परदेशातल्या गुंतवणूकदार संस्था (फॉरिन इन्स्टिट्यूशनल इन्व्हेस्टर्स) आहेत कारण त्यांनी परदेशातून मोठ्या प्रमाणावर निधी आणला आहे आणि समभागांच्या बाजारात (इक्विटी मार्केट्स) त्याची गुंतवणूक होत आहे. त्याचबरोबर भारतीय चलन डॉलरच्या नात्यात बळकट होत आहे. यासर्व घडामोडीतून वाढलेली भांडवलाची आवक ही एक भारताच्या अर्थव्यवस्थेवर जो विश्वास वाढला आहे त्याची खूण आहे. या भांडवली निधीचे प्रमाण आणि आकार आश्चर्यकारक आहे. मागच्या २००३ सालात सुमारे विदेशी

गुंतवणूकदार संस्थांकडून ५ अब्ज (पाच बिलियन डॉलर) भारतात आणण्यात आले. त्यापैकी ४.२ अब्ज (४.२ बिलियन डॉलर) समभागात आणि ८० कोटी (८०० मिलियन डॉलर) कर्जरोख्यात गुंतवण्यात आले. त्या अगोदरच्या २००२ सालात या निधीची आवक फक्त ७४ कोटी (७४० मिलियन डॉलर) होती. म्हणजे एका वर्षात सुमारे सातपटीने निधीची आवक वाढली.

साहजिकच सर्वांच्यापुढे एकच प्रश्न आहे. या गुंतवणुकदार संस्था खरोखरी या प्रमाणावर यापुढेही अशी गुंतवणूक करू शकतील का? हे परदेशी निधी सांभाळणारे व्यवस्थापक उत्साहात आहेत कारण येत्या काळातही भारतातली परिस्थिती सुधारणार आहे असा त्यांचा दाट विश्वास दिसतो. बिझनेस प्रोसेस आऊटसोर्सिंग (बीपीओ) अशा सारखे नवीन फायदेशीर पर्याय देशाला उपलब्ध झाले आहेत. तसेच माहिती तंत्रज्ञान क्षेत्राने आपले आघाडीचे स्थान सुरक्षित ठेवले आहे. मधल्या मंदीच्या काळातही या क्षेत्राने आपले योगदान दिले. त्यामुळे व्यापाराच्या चालू खात्यात शिल्लक वाढत आहे. आणि परदेशातून भारतीय कामगार अधिक निधी देशात परत पाठवत आहेत. त्याच बरोबर निर्यात व्यापारात भर पडत आहे आणि त्यामध्ये पारंपरिक यंत्रनिर्मित मालाची निर्यातही अधिक वेगाने होत आहे.

या सर्व तुलनेने भरवशाच्या बाबी येत्या काळातही शाबूत राहतील असे मानणे व्यवहाराला धरून आहे. यात काही वेगळे घडेल ही शक्यता फार कमी आहे. असे असूनही मग काळजीचे कारण काय? जे शंकेखोर आहेत त्यांना नेहमी विदेशी प्रत्यक्ष गुंतवणुकीत (एफडीआय) जे खाजगी भांडवल येते ते नेहमी चंचल असते असे वाटते. तसेच त्या भांडवलाची मर्जी फिरली तर अनेक देशांच्या अर्थव्यवस्था बघताबघता अस्थिर झाल्याची अनेक उदाहरणे सांगण्यात येतात. ही सर्व टीका एका अर्थाने रास्त आहे हे मान्य करावे लागेल. जे विदेशी भांडवल देशात येते ते फायदा मिळविण्यासाठीच असते आणि अल्पकाळात तो मिळाला तर ते देश सोडूनही जाते. त्यामुळे जसे विदेशी भांडवल आले त्याबरोबरच ते किती स्थिर आहे याचाही बरोबरच विचार करावा लागतो.

अर्थव्यवस्थेची जी बृहद् परिमाणे आहेत ती सारी सुस्थितीत आहेत. यामध्ये जीडीपीच्या वाढीचा दर, परदेशी चलनांचा साठा, चलन फुगवट्याचा दर, मुद्रा पुरवठा, आयात आणि निर्यातीतली वाढ, चालू खात्यातील तूट आणि औद्योगिक उत्पादन या सगळ्यांचीच सुसंगती आजच्या भारतीय अर्थव्यवस्थेत दिसत आहे. यातला एक महत्त्वाचा भाग म्हणजे कृषी क्षेत्रामध्ये वाढीव उत्पादन याचाही आहे कारण ग्रामीण अर्थव्यवस्थेमध्ये उत्पादन वाढले आणि उत्पन्न वाढले म्हणजे एकूणच संपूर्ण अर्थव्यवस्था चैतन्याने बहरून येते. यावर्षी नेमक्या या सगळया गोष्टी जुळून आल्या आहेत. या वस्तुस्थितीमध्ये फारसा मतभेद व्हायला जागा नाही आणि या

संदर्भात परदेशातल्या गुंतवणुकदार संस्था येथे गुंतवणूक करण्यासाठी का उत्सुक आहेत हे समजून घेणेही सोपे आहे.

अर्थात या गुंतवणूकदार संस्था कोणते डावपेच आखत आहेत आणि कोणती पावले टाकत आहेत याचा तपशिलात विचार केला तर त्यांच्या त्यांच्यातच काही विसंगती आहे असे दृष्टीला पडते. येथे एक लक्षात घेण्यासारखी नोंद म्हणजे मागच्या वर्षापूर्वी आंतरराष्ट्रीत पतनिर्धारण करणाऱ्या संस्थांनी देशाच्या वित्त व्यवस्थेच्या सार्वभौम दर्जा (सॉव्हरीन स्टेट्स) हा कचऱ्यासमान अगर अडगळीचा आहे (जन्क) असे सांगितले होते. आता हा देशाचा दर्जा गुंतवणूक करण्यास अनुरुप आहे असे ठरविण्यात आले आहे. विशेष म्हणजे जेव्हा देशाचे पतनिर्धारण सुमार होते तेव्हाही भांडवलाची आवक भरपूरच होती. ज्यावेळी पतनिर्धारण संस्थांनी देशाला कचऱ्याचा दर्जा दिला त्यावेळी त्यांच्यासमोर देशातले वाढते सार्वजनिक कर्ज आणि वित्तीय तूट या बाबी डोळ्यासमोर होत्या. दीर्घकाळात अशी तूट आणि कर्जे देशाला परवडणार नाहीत असा या मागचा दावा होता. आताही जर हा तर्क बरोबर असला तर सर्वच अर्थव्यवस्था त्याची किंमत चुकती करेल असे म्हणावे लागेल. परंतु मधल्या काळात भांडवलाची आवक तर थांबलेली नाही किंवा कमी झालेली नाही. उलट ती अधिक जोमाने वाढतच आहे.

या विषयावर आणखी एक दृष्टिकोन मांडता येतो. ज्या अर्थी डॉलरच्या संदर्भात रुपयाची शक्ती वाढत आहे त्याचा अर्थ जगातल्या गुंतवणूकदारांचा भारतीय अर्थव्यवस्थेवरचा विश्वास वाढत आहे असा होतो. ही प्रकिया एका अर्थाने स्वयंचलित आहे. रुपया सशक्त होत आहे त्यामुळे अधिकच भांडवलाची आवक होते आणि त्यामुळे एकूण चलनाचा साठाही वाढत रहातो. म्हणजे एका गोष्टीतून दुसरी गोष्ट वाढते आणि त्यातून परत पहिली गोष्ट वाढण्याचा दर उंचावतो. याचा दुसराही एक अर्थ आहे. जशी ही गती वाढते तशीच ती त्याच वेगाने कोसळूनही पडू शकते. नुकत्याच संपलेल्या २००३ सालात विदेशी गुंतवणूकदार संस्थांनी चलनाच्या साठ्यात बरीच भर घातली. जानेवारी३, २००३ ते ऑक्टोबर १०, २००३ या काळात देशाचा विदेशी चलनाचा साठा २० अब्ज (२० बिलियन डॉलर)नी वाढला. यामध्ये परदेशी गुंतवणुकदार संस्थांचा वाटा २५ टक्के होता.

रुपयाच्या वाढत्या मूल्याला दुसरी एक बाजू आहे. जगामध्ये डॉलरचे मूल्य कमी होत आहे. अमेरिकेची व्यापारातली तूट आणि अर्थसंकल्पीय तूट सतत वाढत आहे. त्यामुळे जे जगभरात गुंतवणूक करणारे भांडवलदार आहेत त्यांना ज्या देशातल्या समभागांचे अधोमूल्य (अंडर व्हॅल्यूड) आहे आणि जेथे स्थानिक चलनाचे मूल्य वाढत आहे त्या देशांमध्ये गुंतवणूक करून त्याचा फायदा मिळवता येतो. याला वित्त बाजारात आर्बीट्रेज म्हणतात. भारतातल्या वित्त बाजारात सरासरी पीई गुणोत्तर हे १७

बिंदूंच्या जवळपास आहे. या उलट पाश्चिमात्य देशांच्या शेअर बाजारात हे पीई गुणोत्तर २२ ते २५ बिंदूंच्या दरम्यान आहे. यामुळे भारत आणि चीन या देशांमधल्या विकसित होणाऱ्या वित्तबाजारात गुंतवणूक केली तर सहजपणे अधिक फायदा मिळतो. अर्थात त्याबरोबरच या विकसनशील देशामध्ये स्थैर्य असणे आणि भांडवलाची सुरक्षा असणे या मूळ अटी देशाने पुऱ्या कराव्या लागतात. त्यादृष्टीने भारत हा देश चीनपेक्षाही सरस आहे कारण येथे शेअरबाजार ही संस्था दीर्घकाळ स्थिरावलेली आहे. तसेच तुलनेने न्याय व्यवस्थाही बऱ्यापैकी आपले स्थान टिकवून आहे. या दृष्टीने चीनमधला शेअरबाजार हा अजूनही खूपच लहान प्रमाणात आहे. थोडक्यात म्हणजे आर्बीट्रेजचा फायदा मिळविण्यासाठी पाश्चिमात्य देशातला गुंतवणुकदारांचा निधी येत्या काळातही भारतात वेगाने येणार अशी दाट शक्यता आहे.

आता जर अमेरिकेची अर्थव्यवस्था मंदीतून बाहेर पडत आहे आणि तेथला शेअर बाजार परत उत्साहाने आपली उलाढाल वाढवत आहे तर भारतात काय घडू शकते असा प्रश्न उभा राहतो. म्हणजे अमेरिकेच्या शेअर बाजारात गुंतवणुकीवर अधिक परतावा मिळू लागला तर असा निधी भारतात कशासाठी येईल? या मुद्याचे महत्त्व फारसे नाही याच्या समर्थनार्थ एक मुद्दा मांडला जातो. काहींच्या मते ज्या परदेशी भांडवल गुंतवणूदार संस्था आहेत त्यांनी भारता सारख्या देशात जो निधी गुंतवला आहे त्याचे प्रमाण अगदीच अल्प आहे. एका अंदाजानुसार हे फक्त ०.२५ ते ०.५ टक्के या दरम्यानच आहे. त्यामुळे इतक्या लहान प्रमाणावरच्या निधीवर किती फायदा होतो आणि किती तोटा होतो हे एकूणात फारसे महत्त्वाचे नाही. जर भारतात तोटा झाला आणि पाश्चिमात्य बाजारात फायदा झाला तर हा फायद्या तोट्याचा विचार परस्पर निकालात निघेल. थोडक्यात म्हणजे या दृष्टिकोनानुसार भारतात जरी परिस्थिती पूर्णपणे बदलली तरीही परदेशी संस्था फार अडचणीत येतील किंवा त्या ताबडतोब आपला निधी काढून घेतील असे समजायचे कारण नाही.

विदेशी गुंतवणुकदार संस्थांचा वित्त बाजारावरचा परिणाम लक्षात घेता येईल. एमएससीआय या निर्देशांकात ज्या दहा कंपन्यांचा समावेश आहे त्यांच्यावर या विदेशी निधीचा काय परिणाम होतो? या समभागांच्या किंमतीत जी चढउतार होते त्यातली ६९ टक्के हालचाल या निधीमुळे होते. बीएससी या निर्देशांकात जी भावांची चढउतार होते त्यात या निधीचा वाटा सुमारे ४५ टक्के असतो. जर सर्वात अधिक खरेदी विक्री होणाऱ्या शंभर कंपन्यांचा विचार केला तर त्यामध्ये होणाऱ्या उलाढालीत विदेशी निधीचा वाटा सुमारे ४० टक्के असतो. या आकड्यांवरून एक गोष्ट उघड आहे. आता भारतातला भांडवलबाजार प्रौढ होत आहे आणि जगाच्या पातळीवर त्याने आपले स्वत:चे स्थान मिळवले आहे. त्यामध्ये अर्थातच काही फायदे आहेत आणि काही तोटे आहेत. यामुळेच जर एकदा बाहेरचा संसर्ग झाला तर कोणत्याही

वेळी वित्तबाजार अडचणीत येऊ शकतो आणि प्रसंगी कोलमडूही शकतो. कोणत्याही अडचणीला अगर संकटाला अगर पेचप्रसंगाला सामोरे जाण्याची प्रत्येक देशाच्या वित्त बाजाराची क्षमता वेगळी असते. जी गोष्ट दक्षिण कोरिया अगर थायलंड अगर सिंगापूर याबाबत खरी आहे. तीच गोष्ट भारताला लागू पडते असे म्हणता येणार नाही. देशाच्या वित्त बाजाराची संकटाला तोंड देण्याची क्षमता बरीच मोठी आहे परंतु त्याचबरोबर वेळोवेळी येणाऱ्या वादळाची दखल घेण्याची सावधगिरी बाळगणे हे तितकेच शहाणपणाला धरून आहे. त्यामुळेच आता शेअरबाजार जो उसळला आहे त्याचवेळी आनंदात मशगुल न राहता सतर्क राहणे ही सुद्धा शेअरबाजाराच्या स्वास्थ्याची खूण आहे.

जर विदेशी संस्थांनी पाश्चिमात्य देशात होणारे बदल लक्षात घेऊन आपल्या भारतातल्या गुंतवणुकीबाबत धोरण बदलले तर येथे शेअरबाजाराला मोठे धक्के बसू शकतात. अमेरिकेची आणि युरोपची सेंट्रल बँक आपल्या परीने व्याजदराचा विचार करू लागली आहे. जर तेथे दीर्घकाळातले व्याजदर वाढतील अशी शक्यता उभी राहिली तर येथे गुंतवणूक करताना द्विधा मन:स्थिती निर्माण होऊ शकते. अशी जर कधी वेळ आलीच तर त्याचा मुकाबला कसा करायचा याचा रिझर्व्ह बँक आणि संबंधितांनी आत्ताच विचार करून ठेवलेला बरा. वित्त बाजाराला परदेशी निधी आवश्यक तर आहेच परंतु तो परत फिरण्याची वेळ आली तर अर्थव्यवस्थेला किती कमीतकमी धक्के बसतील याचाही विचार होऊ शकतो. सुदैवाने यावेळी सगळेच जण अधिक जागरूक आहेत.

■

३.११ युनिट ट्रस्टचा गोंधळ

बोफोर्स तोफांच्या प्रकरणापासून गेल्या दहा वर्षात देशातले जनमानस मोठ्या घोटाळ्यांना परिचित झाले आहे. या वेगवेगळ्या भ्रष्टाचारांच्या प्रकरणांना घोटाळे म्हणणे फारसे बरोबर नाही.मूळ गुन्हा आणि त्यातील भागीदारांची राजकीय प्रतिष्ठा लक्षात घेता या सर्व दुष्कृत्यांना घोटाळा म्हणणे अगदीच चुकीचे आहे. मूळ स्कॅम या इंगजी शब्दाचे भाषांतर करताना अशा प्रकरणांना घोटाळे म्हणणे ही काही मामुली भूलचूक ठरणार नाही.या पार्श्वभूमीवर सध्या युनिट ट्रस्टच्या एका लोकप्रिय योजनेची चर्चा सुरू आहे. या योजनेचे नाव आहे युनिट स्कीम ६४. खरे तर याला अजून देशाला परिचित असलेला घोटाळा म्हणणे बरोबर होणार नाही. आणि सध्या तरी त्याला गोंधळ म्हणणे अधिक उचित होईल. इतके मात्र खरे की कदाचित यातून एक मोठे वादळ अगर झंझावात सुरू होऊ शकेल आणि या संकटाची नांदी सुरू झालेली दिसते. या वादळातून अनेक गोष्टी संभवतात. परंतु त्यातली कोणतीही शक्यता नकारात्मकच आहे. हे घोंगावणारे वादळ पुढे सरकले तरी युनिट ट्रस्टच्या मूळ विश्वासार्हतेला बसलेला धक्का विरून जाणार नाही. मूळच्या चिरेबंदी वाड्याला कायमचा धोका निर्माण झाला आहे ही वास्तवता आहे. काही चमत्कार झाला तरी पूर्वीचे दिवस येणार नाहीत हे नक्की.

हा जो युनिट स्कीम ६४ चा गोंधळ सुरू झाला याचा काही क्रम आहे. सध्याच्या घाबरलेल्या मन:स्थितीत राज्यकर्त्यांना आत्मसंशोधन करायला फुरसत नाही हे एका परीने समजण्यासारखे आहे. ताबडतोबीने ही युनिट स्कीम ६४ घसरणीला लागलेली आहे. यातून सर्व युनिट ट्रस्ट ही संस्था धारेला लागू शकते. आणि तसे झाले तर भारत सरकार काय आणि रिझर्व्ह बँक ऑफ इंडिया काय कोणीच पुरे पडणार नाही. अशा बिकट परिस्थितीत काही गोष्टी ताबडतोबीने कराव्या लागतात हे समजण्यासारखे आहे. परंतु या अडचणीच्या प्रसंगी परत जुन्याच चुका करण्याची सुरुवात झाली तर यातून फक्त चुकाच अधिक होतील आणि म्हणून याच कठीण प्रसंगी पूर्वी कोणत्या चुका झाल्या याचा आढावा घ्यावा लागेल. यासाठी युनिट ट्रस्टचा थोडासा इतिहास येथे उगाळावा लागेल.

युनिट ट्रस्टच्या जन्मापासूनच रिझर्व्ह बँक आणि शासन यांची जवळीक उघड आहे. याचा संदर्भ रिझर्व्ह बँकेचे माजी गव्हर्नर श्री. व्यंकटीरामन यांच्या लेखात आहे. युनिट ६४ ही योजना १९६४ मध्ये सुरू करताना तेव्हाचे अर्थमंत्री टी.टी. कृष्णम्माचारी यांनी ही योजना म्हणजे भांडवल गुंतवणुकीचे सामाजिकीकरण असे वर्णन केले होते. ही योजना १९६४ पूर्वीसुध्दा लहान प्रमाणात चालू होती आणि तिचा मुख्य हेतू असा होता की छोटी बचत करणा-या गुंतवणूकदारांना बँकांपासून परावृत्त करून शेअर बाजारात गुंतवायचे. यासाठी वित्तमंत्री श्री. टी.टी. कृष्णम्माचारी हे रिझर्व्ह बँकेकडे उत्साहाने सारखा पाठपुरावा करीत होते. युनिट ट्रस्टच्या सुरुवातीचे विश्वस्त श्री. पेंढारकर हेही मुळात रिझर्व्ह बँकेतून आले होते. त्यावेळी कृष्णम्माचारींच्या मनात श्री. आर. एस. भट्ट आणि एच. टी. पारीख यापैकी कोणाला तरी नेमायचे होते, आणि श्री. जी. एल. मेहता याला तयार होत नव्हते. अखेर श्री. भट्ट हे युनिट ट्रस्टमध्ये आले आणि त्यांनी आठ वर्षे प्रभावी नेतृत्व दिले.

सुरुवातीलाच १९६६मध्ये युनिट स्कीम ६४ ही अडचणीत आली, शेअर बाजार कोसळला, गुंतवणूकदारांचा विश्वास टिकावा म्हणून युनिट ट्रस्टच्या विश्वस्तांनी पुनर्ख़रेदीची किंमत खाली न आणण्याचे ठरविले. निव्वळ मालमत्ता मूल्य (नेट ॲसेट व्हॅल्यू / एनएव्ही) यावर या योजनेची पुनर्खरेदी किंमत ठरवायची नाही हा निर्णय तसा धोक्याचा नव्हता. याचे कारण म्हणजे युनिटस्कीम ६४ ची गुंतवणूक ही बहुतांशी सुरक्षित कर्जरोख्यांमध्ये (डिबेंचर्स) असल्यामुळे शेअर्सच्या किंमतीतील उलथापालथ लक्षात घेण्याची गरज नव्हती. त्या सुमारास मुंदडा यांचे भ्रष्टाचाराचे प्रकरण गाजत होते. त्यामुळे युनिट ट्रस्टचे विश्वस्त हे शेअर्समधल्या गुंतवणुकीला फारसे राजी नव्हते. अशा रीतीने सुरुवातीपासूनच युनिट ट्रस्टने निव्वळ मालमत्ता मूल्यचा (नेट ॲसेट व्हॅल्यू) संदर्भ सोडून दिला. युनिट ट्रस्ट ही एक खास आणि वेगळी संस्था आहे आणि आपल्या पाठीशी रिझर्व्ह बँक आणि भारत सरकार ठामपणे उभी आहे अशा प्रकारची एक मानसिकता निर्माण झाली. त्याबरोबरच युनिट ट्रस्टची अशी स्वयंप्रतिमा निर्माण झाली की, आपण कोणी विशेष असल्यामुळे आपले व्यवहार पूर्णपणे पारदर्शक असले पाहिजेत अशी काही गरज नाही. हा एक खास प्रकारचा अहंकार आहे आणि अशी प्रतिमा निर्माण झाल्यावर याच्यापुढे होणारे घोटाळे हे अपरिहार्यच होते असे म्हणता येईल. सार्वजनिक क्षेत्रातील उपक्रम यांना एक स्वयंसिद्ध नैतिक स्थान स्वाभाविकपणे मिळत राहिले, कारण पंडित नेहरूंनी जी समाजवादी आर्थिक नीतींची मांडणी केली त्याचा तो अंगभूत भाग होता. या सार्वजनिक क्षेत्रातील संस्था मग त्या युनिट ट्रस्ट असो अथवा आयुर्विमा महामंडळ असो अथवा राष्ट्रीयीकृत बँका असोत यांचे अवमूल्यन किती वेगाने होत गेले ते आज आपण पाहतच आहोत. गेली आठ वर्षे मुक्त अर्थव्यवस्थेचे धोरण स्वीकारल्यानंतरही

त्यात खरी पगती दिसत नाही याचे मुख्य कारण म्हणजे वित्तीय संस्थांची पुनर्मांडणी आणि सुधारणा अजून शक्य झालेली नाही. ही सर्व प्रक्रिया अर्थातच वेदनामय आहे कारण आर्थिक क्षेत्रात जो अनाचार आणि दुर्दशा आलेली आहे त्यावर दुसरा काही सोपा मार्ग नाही.

युनिट ट्रस्ट आणि भारत सरकार हे नाते जसे जन्मापासून सुरु झाले ते नंतरही वाढतच गेले. शासनाने हे जे ममत्व दाखविले त्यातूनच आज युनिट ट्रस्ट ही संस्था धोक्यात आली आहे. सुरुवातीचे अध्यक्ष श्री. भट्ट यांना रिझर्व्ह बँकेचा आधार ही एक शक्तिदायी बाब वाटत होती. नंतरच्या काळात ही जागा आय. डी. बी. आय. या संस्थेने घेतली. तरी आजही रिझर्व्ह बँकेचा एक प्रतिनिधी म्युच्युअल फंडाच्या व्यवस्थापनेवर असणे हीच एक खास आणि नवलाईची बाब आहे. मुळात रिझर्व्ह बँक ही सर्व वित्त संस्थांवर देखरेख आणि नियंत्रण ठेवण्याचे महत्त्वाचे काम करते. या संदर्भात एका संस्थेत आपला प्रतिनिधी नेमणे यातून काही खास नाते दर्शविले जाते. हे ममत्त्व विवादास्पद आहे. अशा सर्व घटनाक्रमातून युनिट ट्रस्ट ही स्वत:ला वेगळी संस्था समजू लागली आणि इतरांनीही त्याला मान्यता दिली. एका अर्थाने तत्त्वत: देशातील इतर म्युच्युअल फंड आणि युनिट ट्रस्ट यांच्यात असे डावे-उजवे करण्याची गरज नव्हती. या तर्कसंगतीतून पुढे युनिट ट्रस्टने आपले व्यवहार वेगळे असणार अशी भूमिका घेतली. आणि यातच आपले वैशिष्ट्य आहे अशी प्रौढीही मिरवली. आजमितीला इतर म्युच्युअल फंडासारखे आपण निव्वळ मालमत्ता मूल्याला (नेट ॲसेट व्हॅल्यू) बांधील नाही असे मानले. या भूमिकेचा उगम वरील मानसिकतेत आहे.

हा घटनाक्रम पुढे अधिक मनोरंजक आहे. हर्षद मेहताच्या शेअर बाजारातील उलथापालथींनंतर एका उच्च पातळीवरच्या संघटनेची गरज होती. यासाठी केंद्र सरकार सेबी (सिक्युरिटीज अँड एक्स्चेंज बोर्ड ऑफ इंडिया) या संस्थेची निर्मिती केली. याचे पहिले अध्यक्ष श्री.एस. ए. दवे यांनी युनिट ट्रस्टच्या कामावर सेबीने देखरेख ठेवावी असे म्हटले होते. त्यावेळी युनिट ट्रस्टच्या अध्यक्षपदी कै. मनोहर फेरवानी होते. यांच्याविषयी लिहिण्यासारखे बरेच आहे पण या संदर्भात नमूद करण्यासारखे म्हणजे फेरवानी यांनी भूमिका घेतली की युनिट ट्रस्ट ही एक वेगळी संस्था आहे आणि तिच्या वेगळेपणामुळे तिच्यावर सेबीची देखरेख असू नये. विशेष म्हणजे हे श्री. दवे पुढे युनिट ट्रस्टचे अध्यक्ष झाल्यावर असे म्हणू लागले की युनिट ट्रस्टवर सेबीची देखरेख नको. अर्थात या श्री. दवे यांना एक श्रेय द्यायला हवे. त्यांनी स्वत:हून असे मान्य केले की यापुढे ज्या युनिट ट्रस्टच्या नव्या योजना बनतील त्यांच्यावर सेबी देखरेख ठेवू शकेल. हे मान्य करूनही आजही वस्तुस्थिती अशी राहतेच की युनिट ट्रस्टची सगळयात मोठी योजना युनिट स्कीम ६४ ही

सेबीच्या अधिकाराबाहेर आहे.

युनिट ट्रस्टशी संबंधित असलेल्या व्यक्तींनी सध्याच्या पेचपसंगावर आपली मते व्यक्त केली आहेत. याचा आढावा घेणे उपयुक्त आहे. युनिट स्कीम ६४ मध्ये खाजगी कंपन्यांच्या भागभांडवलात अधिक गुंतवणूक झालेली आहे. श्री. दवे यांच्या मते याच्या मुळाशी रिझर्व्ह बँक ऑफ इंडिया कारणीभूत आहे. १९९४-९५ मध्ये बाजारात जादा पैसे खेळत होते आणि त्यातून भाववाढीचा धोका होता अशी रिझर्व्ह बँकेला काळजी वाटत होती आणि या अवास्तव भीतीपोटी युनिट ट्रस्टने आपल्याकडील कर्जरोख्यातील (डिबेंचर्स) निधी काढून घेतला आणि त्या प्रमाणात समभागातील गुंतवणुकीचे प्रमाण वाढले. श्री. दवे असे सांगतात की युनिट स्कीम ६४ च्या १९९४ मधील हक्काच्या समभागास (राइट्स.इश्यू) युनिट ट्रस्टला मोठा प्रतिसाद मिळाला. इतका की त्या दिवसात रोज माझ्याजवळ १००००/- कोटी रुपये रोख हातात असायचे असे ते म्हणतात. त्यावेळी आम्ही कंपन्यांना एक कोटी रुपयापेक्षा अधिक रक्कम गुंतवू दिली नाही. त्यापेक्षा खाजगी व्यक्तिगत गुंतवणुकदाराने आपले पैसे आमच्याकडे गुंतवावेत असे आमचे धोरण होते. अशा परिस्थितीत काय करायचे हा युनिट ट्रस्टपुढे प्रश्नच होता. एका बाजूने शेअर बाजारात भाव इतके उसळले होते की आम्हाला त्या पातळीचा भरवसा नव्हता आणि जादा निधी समभागात गुंतवायचा नव्हता. दुसऱ्या बाजूने कर्जरोख्यांची उपलब्धता (डेट इन्स्टुमेंट्स) फारशी मुबलक प्रमाणात नव्हती असा अनुभव श्री. दवे यांनी सांगितला. या संदर्भात युनिट ट्रस्टने ७७२ कोटी रुपये रिलायन्स या खाजगी कंपनीत गुंतविले आणि तो पुढे टीकेचा विषय झाला. परंतु श्री. दवे यांच्या मते तो निर्णय योग्य होता.

हे दिवस सगळ्यांना भरवशाचे होते. १२ सप्टेंबर १९९४ मध्ये मुंबई शेअर बाजाराचा निर्देशांक ४६३० बिंदूवर पोहोचला. हर्षद मेहतालासुध्दा शेअर बाजारात या पातळीवर निर्देशांक नेता आला नव्हता. याबरोबर इतर बाजारही उसळत होते. जमिनी आणि स्थावर मालमत्तेच्या किंमती वाढत होत्या. आणि परदेशी वित्तीय संस्था एकामागोमाग पैसे गुंतवण्यासाठी रांगा लावत होत्या. अशी ही अभूतपूर्व भरभराटीची कहाणी होती.

हे दिवाळीचे दिवस कायम टिकणारे नव्हते हे उघड होते. रिझर्व्ह बँकेच्या धुरिणांनी असे ठरविले की या परिस्थितीवर आपला काबू असला पाहिजे. नोव्हेंबर १९९४ च्या सुमारास या उसळत्या बाजारातून भाववाढीचा धोका दिसत होता. आणि मग रिझर्व्ह बँकेने काही पावले टाकायला सुरुवात केली. यातून तीव्र प्रतिक्रिया उमटल्या. काही टीकाकारांना असे वाटले की रिझर्व्ह बँकेने चढे बाजार दर आणि पैशाच्या पुरवठ्यावर बंधने यात विवेकाने संगम साधायला पाहिजे होता. परंतु रिझर्व्ह बँक यात अपुरी पडली. रिझर्व्ह बँकेच्या सावध धोरणांचा बाजारावर विपरीत परिणाम

झाला. जणू काही रिझर्व्ह बँके एक चांगला रंगलेला डाव धसमुसळेपणाने उधळला. याचा परिणाम म्हणजे युनिट स्कीम ६४ मधून कंपन्यांनी पैसे काढून घ्यायला सुरुवात केली आणि १९९५ च्या सुरुवातीला सुमारे दहा हजार कोटी युनिट स्कीम ६४ मधून वजा झाले. हे दिवस असे होते की ज्यात युनिट ट्रस्टला पर्याय नव्हता असे श्री. दवे, पूर्वीचे अध्यक्ष म्हणतात. ज्या प्रमाणात कर्जरोखे (डिबेंचर्स) कमी झाले त्या प्रमाणात कंपन्यांच्या समभागातून (शेअर्स) पैसे काढून घेता येत नव्हते. श्री. दवे म्हणतात की १९९४-९५ च्या पेचपसंगात कंपन्यांनी युनिट ट्रस्टला सहकार्य केले. या कंपन्यांची अशी भावना होती की यापूर्वी युनिट ट्रस्टमुळे आपला फायदा झालेला आहे तेव्हा आता युनिट ट्रस्टच्या अडचणीच्यावेळी आपणही समजूतदारपणा दाखविला पाहिजे. म्हणून युनिट ट्रस्ट पुनर्खरेदी टप्प्याटप्प्याने करू शकली. श्री. दवे म्हणतात रिझर्व्ह बँकेने माझ्यासाठी आपली दारे बंद केली होती. त्यांनी मला वर्षाच्या अखेरीस जूनमध्ये यावे असे सांगितले होते. अशा परिस्थितीत दवे यांनी जूनमध्ये रिझर्व्ह बँकेकडे मदत मागायला जायचे नाकारले. हा त्यांचा अहंकार होता आणि त्या मोक्याच्यावेळी युनिट ट्रस्टने पेचपसंगातून आपली सन्मानाने सोडवणूक करून घेतली. इतके सगळे रामायण घडले तरी युनिट स्कीम ६४ मध्ये जून अखेरीस ९५ च्या सुमारास भागभांडवल गुंतवणूक फक्त एक्कावन्न टक्केच होती.

श्री. दवे यांनी त्या दिवसांच्या आठवणी सांगितल्या आहेत. त्या दिवसात शेअरबाजारात फार चढउतार होत नव्हते. परदेशी वित्तसंस्था मोठ्या प्रमाणावर खरेदी करत होत्या. परंतु युनिट ट्रस्टचे व्यवस्थापक त्याचा फायदा घेऊ शकले नाहीत. श्री.दवे म्हणतात की शेअरबाजारात शंभर कोटी रुपयांचे व्यवहार झाले तरी युनिट ट्रस्टला जेमतेम पाच कोटी रुपयांचे व्यवहार जमत होते. अशावेळी श्री.दवे युनिट ट्रस्टच्या व्यवस्थापकांवर नाराज होते. परंतु वस्तुस्थिती अशी होती की शेअर बाजारात फारशी घडामोड होत नव्हती. आणि चांगला व्यवस्थापक असतो त्याला शेअरबाजारात काहीतरी सारखी घडामोड हवी असते आणि परिणामी भावांचे चढउतार झालेले हवे असतात. ही शेअरबाजारातील चलबिचल जाणत्या व्यवस्थापकाला सतर्क करून प्रवृत्त करत असते. श्री. दवे यांनी काही आकडे सांगितले आहेत. ते म्हणतात की १९९२-९३ मध्ये हे प्रमाण चौतीस टक्क्यांवर गेले आणि तरीही युनिट ट्रस्टने सव्वीस टक्के लाभांश जाहीर केला.

श्री. दवे यांनी आणखी एक बारकावा सांगितला आहे. ते म्हणतात की युनिट धारकांना एकूण उत्पन्नातील पासष्ट टक्के रक्कम लाभांश म्हणून वाटता येत होती. साधारणपणे हे प्रमाण ८० ते ९० टक्क्यांपर्यंत असते. थोडक्यात म्हणजे युनिट ट्रस्ट मुबलक प्रमाणावर इतर उत्पन्न मिळवीत होते. सुरुवातीच्या वर्षात युनिट ट्रस्टने एकूण उत्पन्नाच्या नव्वद टक्के रक्कम युनिट धारकांना वाटावी अशी कायद्यात तरतूद

होती. परंतु नंतर ही तरतूद वगळण्यात आली.

युनिट ट्रस्टच्या वेगवेगळ्या स्कीमच्या अंतर्गत एकमेकांत विक्रीचे व्यवहार करण्याची प्रथा होती. श्री. दवे युनिट ट्रस्टचे अध्यक्ष १९९० मध्ये झाले. आणि त्या जागेवरून ते जानेवारी ९६ मध्ये निवृत्त झाले. या मध्यंतरात हे युनिट ट्रस्टचे वेगवेगळया योजनांचे एकमेकांबरोबर विक्री व्यवहार अठ्ठ्याण्णव टक्क्यांवरून एकसष्ट टक्क्यांवर आले. हे करणे आवश्यक होते कारण त्यामुळे युनिट ट्रस्टच्या वेगवेगळ्या योजनांमध्ये अधिक शिस्त आणि पारदर्शकता आणता आली. इतके असूनही आजही या दिशेने ट्रस्टचा बराच प्रवास व्हायचा होता.

आता आजमितीला एक प्रश्न शिल्लक राहतो. जर सेबीने आपले देखरेखीचे काम चोखपणे बजावले असते तर आज जी युनिट स्कीम ६४ योजना वादळात सापडली आहे तशी परिस्थिती आली असती का? हा प्रश्न बिकट आहे. हे खरे की सेबीच्या आदेशानुसार युनिट ट्रस्टला निव्वळ मालमत्ता मूल्य (नेट ॲसेट व्हॅल्यू) च्या आधारावर काम करता आले असते. परंतु एकदा निव्वळ मालमत्ता मूल्य (नेट ॲसेट व्हॅल्यू) हा आधार पकडल्यावर शेअर बाजारातील भावांच्या चढ उताराप्रमाणे निव्वळ मालमत्ता मूल्यचे (एन.ए.व्ही.) मूल्य वरखाली बदलत राहणार हे अपरिहार्य होते. सेबीने देखरेख केली म्हणून हे (एन.ए.व्ही./नवचे) चढउतार टळले नसते. परंतु या मार्गाने युनिट स्कीम ६४ च्या भागधारकांना निव्वळ मालमत्ता मूल्य (नेट ॲसेट व्हॅल्यू) चा चढउतार हा कसा अपरिहार्य आहे हे मान्य करणे सोपे गेले असते. या मर्यादित अर्थाने युनिट ट्रस्टला सेबीच्या संरक्षणाखाली आपली सुटका करून घेणे शक्य होते. परंतु हे करायचे म्हटले तर सर्वच व्यवहारात पारदर्शकता स्वीकारावी लागली असती. युनिट ट्रस्ट ही एक वेगळी संस्था आहे असा ज्यांचा अहंभाव पोसला होता त्यांना ही पारदर्शकता रुचली नसती.

युनिट ट्रस्टचे विश्वस्त अर्थातच घाबरलेले आहेत. म्हणून भारत सरकारच्या गळी पडून काहीतरी सवलती मिळवाव्यात असे प्रयत्न चालू आहेत. हा जुन्या सवयींचा परिणाम आहे. शासनाच्या सावलीत कायम राहण्याची सवय झाल्यावर बाजारात वस्तुस्थितीला सामोरे जाण्याची युनिट ट्रस्टची मानसिकताच नाही. या संकटाच्या निमित्ताने तरी या दुबळ्या मनोवृत्तीमध्ये फरक होणे आवश्यक आहे. म्हणून या आपत्तीतून बाहेर पडायचा कोणताही पर्याय पुढे आला की या शासनाबरोबरच्या जवळीकतेची पुनर्मांडणी ही एक आवश्यक पूर्वअट बनते. युनिट ट्रस्ट सध्याच्या पेचपसंगातून बाहेर पडली तरी यापुढे शासनाबरोबरचे संबंध हे पूर्वीसारखे कधीही असणार नाहीत असा एक नवीन निश्चय सर्वांना करावा लागेल. या संदर्भात आता युनिट ट्रस्टने जो निर्णय घेतला आहे तो बघण्यासारखा आहे.

युनिट स्कीम ६४ च्या पुनर्खरेदीची किंमत आता वाढविण्यात आली आहे.

ऑक्टोबरमध्ये ती रु. १४.२५ होती ती किंमत नोव्हेंबरमध्ये रु. १४.४० आणि डिसेंबरमध्ये ती रु. १४.५० करण्यात आलेली आहे. युनिट ट्रस्टने आपला आत्मविश्वास दाखविण्यासाठी हा आव आणला आहे. परंतु मुळात त्याच्यापोटी मानसिक आणि वैचारिक गोंधळ आहेत. बाजारात अशा वल्गना आणि असे अविर्भाव करून कोणी फसत नाही. किंबहुना युनिट ट्रस्टला जे नको आहे तेच यातून लवकर घडण्याची शक्यता आहे. ही पुनर्खरेदीची किंमत वाढविण्याचे तर्क आणि अंकगणित तपासण्यासारखे आहे.

सध्या असे मानले जाते की युनिट स्कीम६४ ची निव्वळ मालमत्ता मूल्य (नि.मा.मू.) ही सुमारे नऊ रुपये युनिटला आहे. साधारणपणे पंधराशे कोटी युनिटस खरेदी करावे लागले तर या फरकामळे सुमारे आठ हजार कोटी रुपये युनिट ट्रस्टला लाभधारकांना जादा द्यावे लागतील. आणि जर लाभधारक याहीपेक्षा घाबरले तर युनिट ट्रस्टला सहज सुमारे दहा हजार कोटी रुपयांचा बोजा सहन करावा लागेल. आताच्या परिस्थितीत युनिट ट्रस्टच काय परंतु भारत सरकारलाही एवढया मोठ्या रकमेचा बोजा पेलवणार नाही. आत्ताच भारत सरकारची वित्तीय तूट (फिस्कल डेफिसिट) ही हाताबाहेर गेली आहे. त्यामध्ये ही रु. दहा हजार कोटींची तूट कोणाला परवडणार नाही.

मग दुसरा मार्ग म्हणजे शेअरबाजारच मोठ्या प्रमाणावर सुधारला तर युनिट स्कीम६४ चा धोका टळू शकतो. सध्या युनिट स्कीम ६४ चा सुमारे दोन तृतीयांश निधी हा औद्योगिक कंपन्यांच्या समभागात (शेअर्समध्ये) गुंतलेला आहे. म्हणजे सध्या एकूण नऊ रुपयांपैकी सहा रुपये असे गुंतलेले आहेत. आताची पुनर्खरेदीची किंमत आणि नि.मा.मू. यातला फरक सुमारे रु. ५.४० इतका आहे. हा फरक भरून काढायचा असेल तर युनिट स्कीम ६४ चा निधी ज्या कंपन्यांच्या समभागात गुंतलेला आहे त्यांचीच शेअर बाजारातील किंमत साधारणपणे ९० टक्के वाढावी लागेल. अधिक ढोबळपणे असे म्हणता येईल की सध्या शेअर बाजारातली भावांची पातळी २८०० ते ३०००च्या दरम्यान आहे आणि ही पातळी जवळपास दुप्पट म्हणजे ६००० पॉईंटच्या जवळ पोचावी लागेल. सध्या जगभरातली मंदी आणि देशातील राजकीय आणि आर्थिक परिस्थिती लक्षात घेता अशी शेअर बाजारातील पातळी वाढेल हा निव्वळ कल्पनाविलास आहे.

युनिट ट्रस्टच्या आजच्या संकटकाळात एकच मुख्य मुद्दा परत परत उगाळावा लागतो. युनिट स्कीम६४ च्या जन्मापासून शासना बरोबरचे असलेले घरोब्याचे संबंध हे मुळात आजच्या संघर्षाचे उगम आहे. आज युनिट स्कीम ६४ वादळात सापडल्यावर परत शासनाच्याच सावलीत जाऊन बसण्याची उपाययोजना चर्चेमध्ये आहे. सध्या जे अंदाज वर्तवले जात आहेत त्यामध्ये शासनाने आपण युनिट स्कीम६४ चे तारणहार

आहोत असे घोषित करावे असा प्रस्ताव आहे. म्हणजे युनिट स्कीम६४ ला यापुढेही वीस टक्के डिव्हिडंड देता येईल. थोडक्यात म्हणजे शासनाने यापुढे कमी पडले की आपल्या निधीतून काही हजार कोटी रुपयांची रक्कम युनिट ट्रस्टला उचलून द्यावी असा हा प्रस्ताव आहे. काही शहाण्यांची सूचना आहे की लाभधारकांना करांमध्ये सवलती द्याव्या. आणखी काही तज्ज्ञांनी असे सुचविले आहे की जशी जशी गरज पडेल तशी शासनाने उचल द्यावी. थोडक्यात म्हणजे आजपर्यंत विचारांच्या ज्या सवयी जडल्या आहेत त्याच्या आधारे काही प्रतिष्ठेचे प्रश्न युनिट ट्रस्टने निर्माण केले आहेत. मुळात सध्या केंद्रशासनाचीच आर्थिक परिस्थिती इतकी नाजूक आहे की युनिट ट्रस्ट या संस्थेला जीवदान देणे हे काही एकच काम शासनापुढे नाही. शासनाची स्वत:ची वित्तीय तूट ही गेल्या काही वर्षात हाताबाहेर गेली आहे आणि त्यावर ताबा मिळविणे आजही अवघड बनले आहे. अशा संदर्भात शासनाने युनिट ट्रस्टला वेळोवेळी निधी उचलून द्यावा यात कोणताच शहाणपणा नाही आणि ते शक्यही नाही.

■

३.१२ प्राथमिक भांडवली बाजाराचे योगदान

देशाच्या शेअर बाजारात भरपूर वाढ झालेली आहे. त्यात अधूनमधून मोठमोठ्या लाटा उसळतात आणि काही वेळा वादळाचीही चिन्हे दिसतात. या मे २००६च्या महिन्याभरात असेच घडले कारण बाजार सुमारे २५०० बिंदूंनी एकदम खाली आला. अशा लाटा आणि चक्रीवादळे येत असली तरीही देशातल्या खाजगी क्षेत्रातल्या मोठ्या कंपन्यांनी किती संपत्ती वाढवली आहे याचेच प्रतिबिंब या शेअर बाजारातून दिसत आहे.

ही भरभराट २००४ आणि २००५ सालात आणि पुढच्या एप्रिल २००६च्या चार महिन्यात घडून आलेली आहे. याचाच पुरावा म्हणजे प्राथमिक बाजारात उतरून कंपन्यांनी उत्साहाने भांडवल उभारणी केलेली आहे. मागच्या २००५-०६च्या अकरा महिन्यात विक्रीस काढलेल्या भांडवलाची रक्कम रु. २५,९६४ कोटी होती. तुलनेने त्या अगोदरच्या २००४-०५च्या अकरा महिन्यात ही रक्कम रु. २२,९१६ कोटी होती. याच २००३-०४ काळात हा आकडा रु. २३,२७२ कोटी होता. या मागच्या तीन वर्षात नव्याने विक्री केलेल्या भांडवलाच्या या मोठ्या रकमा लक्षात घेतल्या तर खाजगी क्षेत्राने १९९९-२००० ते २००२-०३ या काळात सरासरी वर्षाला फक्त सुमारे सहा ते सात हजार कोटींच्या भांडवलाची बाजारात उतरून विक्री केली होती.

प्राथमिक बाजारात ही जी लक्षणीय कामगिरी खाजगी उद्योग क्षेत्राने दाखवली आहे त्यामागे अनेक कारणे आहेत. मागच्या दोन वर्षापेक्षा अधिक काळात दुय्यम बाजारात कंपन्यांच्या समभागांच्या किंमतीत जी भरपूर वाढ झाली त्यातून मोठ्या कंपन्यांच्या व्यवस्थापन वर्गाला नव्याने भांडवल विक्री करण्याची सुवर्णसंधी आली आहे हे पटले. तसेच बाजारातल्या उत्साहामुळे गुंतवणूकदारांचा विश्वासही वाढला. सगळ्या देशातच जो उद्योजकांचा वर्ग पसरलेला आहे त्यांना औद्योगिक उत्पादनात उतरून आपली क्षमता वाढवावी आणि आधुनिकीकरण करून घ्यावे याचा ध्यास लागलेला आहे. याचे एक कारण म्हणजे देशांतर्गत आणि परदेशात अशा औद्योगिक मालासाठी मागणी वाढलेली आहे. तुलनेने इक्विटीमध्ये जी गुंतवणूक आहे त्यावर

मिळणारा परतावा हा ठेवींवर मिळणाऱ्या व्याजापेक्षा कितीतरी अधिक आकर्षक आहे. साहजिकच ही अर्थव्यवस्थेमधली बदललेली परिमाणे शेअर बाजारात प्रतिबिंबित झाली आहेत. शिवाय त्यात गुंतवणूकदाराची उत्साहाची मानसिकताही भर घालत आहे.

या मागच्या तीन वर्षात परदेशी गुंतवणूकदार संस्था (एफआयआय) आणि म्युच्युअल फंडस् यांच्या मार्गाने निधीची आवक वाढलेली आहे. तसेच अर्थव्यवस्थेची खरी शक्ती दाखवणारी परिमाणेही बदललेली आहेत. जीडीपीतला वाढीचा दर सात टक्क्यांच्या पातळीच्या वर आहे आणि खनिज तेलाच्या किंमतीशी निगडित असलेल्या अडचणी येऊनही हा वाढीचा दर आठ टक्क्यांच्या जवळ आहे. तुलनेने चलनवाढ आटोक्यात आहे आणि देशांतर्गत बचतीचा दर २९ टक्क्यांपर्यंत चढला आहे. यात भर म्हणून सरकारही कार्पोरेटस्नी बाजारात उतरून भांडवल उभारणी करावी यासाठी प्रोत्साहन देत आहे. या सगळ्या उत्साहाच्या पार्श्वभूमीवर शेअर बाजाराचे नियमन करणाऱ्या ज्या संस्था आहेत त्यांनी अशा फुललेल्या बाजारावर दक्ष राहून गुंतवणूकदारांना विश्वास दिला पाहिजे. विशेषत: जेव्हा नवे उद्योजक भांडवल विक्रीसाठी प्राथमिक बाजारात उतरतात तेव्हा त्यांच्यावर विशेष नजर ठेवण्याची गरज आहे.

आजच्या नव्या संदर्भात गुंतवणूकदाराचे संरक्षण हेच नियमन करणाऱ्या संस्थांचे प्रमुख उद्दिष्ट असले पाहिजे. त्यातही जे लक्षात गुंतवणूकदार आहेत आणि जे ग्रामीण आणि दूरवरच्या लहान शहरामधले गुंतवणूकदार आहेत त्यांना अशा भरवशाची सगळ्यात अधिक गरज आहे. यासाठी गुंतवणूकदारांचे प्रबोधन याचे एक वेगळे महत्त्व आहे. सेबी या नियमन करणाऱ्या संस्थेने मागच्या २००४आणि २००५ सालात १०५ नव्याने भांडवल विक्री करणाऱ्या (आयपीओ) कंपन्यांची तपशिलात उतरून खास तपासणी केलेली आहे आणि त्याच्या आधारे सुमारे २४ मध्यस्थांना शिक्षाही केलेल्या आहेत. हे कौतुकास्पद असले तरीही पुरेसे नाही आणि सेबीला आपली शक्ती अधिक दाखवावी लागेल.

प्राथमिक बाजारात भांडवल उभारण्यासाठी अधिकाधिक कंपन्या उतरत आहेत. यात काही नवे प्रकारही आहेत. करमणूक क्षेत्र, आरोग्य आणि स्वास्थ्य आणि जाहिरात उद्योग असे काही नवे उमेदवार बाजारात भांडवल उभारत आहेत. बँका, वित्त संस्था आणि वित्त कंपन्या यांनी २००४-०५ आणि २००५-०६ या वर्षात एकूण उभारणीतले निम्मे भांडवल उभारले. तसेच २००५-०६ सालात इलेक्ट्रॉनिक्स, अभियांत्रिकी, करमणूक, माहिती तंत्रज्ञान, आरोग्य आणि स्वास्थ्य, वस्त्रोद्योग आणि वीज उद्योग यातल्या कंपन्यांनी तीस टक्क्यांपेक्षा अधिक भांडवल उभारणीतला वाटा मिळवला.

माहिती तंत्रज्ञान आणि वीज उत्पादन करणाऱ्या कंपन्यांनी मागच्या दोन वर्षात

अनुक्रमे रु. ७०००कोटी आणि रु. ८०००कोटी भांडवलाची विक्री करून उभे केले. तसेच बँका आणि वित्त संस्थांनी आपल्या किमान भांडवलाच्या गरज भागविण्यासाठी भांडवल विक्री केली. त्याचप्रमाणे औद्योगिक उत्पादनातल्या इलेक्ट्रॉनिक्स, अभियांत्रिकी, रासायनिक, अन्न प्रक्रिया, वीज, वस्त्रोद्योग अशा अनेक प्रकारच्या उद्योगांनी बाजारात प्रत्यक्षपणे उतरून आपल्याला भांडवल उभारता येते याचा पुरावा दिला.

सरकारला आर्थिक वाढीचा स्तर उंचावायचा आहे आणि त्यासाठी भांडवल गुंतवणुकीची गरज वाढती आहे. त्यासाठीच इक्विटीमध्ये विदेशी गुंतवणूक कशी वाढेल याला प्रोत्साहन देण्याची गरज आहे. हा उदार दृष्टीकोन सगळ्याच उद्योगांसाठी लागू करता येईल. विशेषत: देशात ज्या कंपन्या पायाभूत सोयीसुविधांमधली गुंतवणूक वाढवतील त्यांना प्राधान्य देता येईल. त्यात ७५ टक्क्यांपर्यंत परदेशी गुंतवणुकीला परवानगी देणे रास्त होईल.

देशात अगोदरच किरकोळ विक्रीच्या (रिटेल) क्षेत्रात परदेशी गुंतवणूक वाढावी असे प्रोत्साहन देण्यात येत आहे. त्यावरच डाव्या पक्षांनी मोठा वादंग निर्माण केलेला आहे. त्यांच्या भूमिकेत अंतर्विरोध आहे परंतु त्यांना त्याचे भान नाही आणि फिकीर नाही. या पक्षांचा परदेशी गुंतवणुकीला विरोध आहे कारण येथे जो व्यापार आणि विक्री करणारा स्वयंरोजगारात गुंतलेला मोठा वर्ग आहे तो बेरोजगार होईल अशी त्यांना भीती वाटते. जर हे खरे असले तर मग त्यांचा देशांतर्गत जे मोठे उद्योग समूह आहेत त्यांनी किरकोळ विक्रीमध्ये प्रवेश करण्याला त्यांचा कसा विरोध नाही? या मोठ्या उद्योग समूहांना बाहेरच्या वॉलमार्ट सारख्या नामांकित विक्री भांडारांची स्पर्धा नको आहे आणि डाव्या पक्षांच्या भूमिकेचा त्यांना फायदा मिळत आहे.

या किरकोळ विक्रीतल्या भांडवल गुंतवणुकीपेक्षा इतर अनेक क्षेत्रे अधिक महत्त्वाची आहेत. बंदरे, विमानतळ, वीज निर्मिती, रुग्णालये, व्यापारी वाहतुकीसाठी रस्ते असे अनेक विषय आहेत ज्यात मोठ्या भांडवल गुंतवणुकीला आजही भरपूर वाव आहे. असा निधी आणण्यासाठी परदेशातले गुंतवणूकदार आणि देशातल्या खाजगी कंपन्या यांची इक्विटीमध्ये भागीदारी सगळ्यांच्याच फायद्याची आहे. परंतु अशा इक्विटीमधल्या गुंतवणुकीला भरपूर प्रोत्साहन देण्यासाठी योग्य धोरणे आणि सहानुभूतीचे आर्थिक वातावरण गरजेचे आहे.

याचबरोबर प्राथमिक भांडवल बाजारात ज्या अनेक मध्यस्थ संस्था काम करतात त्यांच्यात लगेचच सुधारणा आणि शिस्त आणावी लागेल. यात मर्चंट बँकर्स, डिपॉझिटरीज्, ब्रोकिंग सर्व्हिसेस असे अनेक वेगवेगळ्या मोजक्या विशिष्ट सेवा देणाऱ्या संस्थांचा समावेश होतो. अनेकदा या कंपन्या मर्यादित आकाराच्या असतात आणि त्यांच्या परत अनेक उपशाखा असतात. त्या वेगवेगळ्या लहानमोठ्या शहरामध्ये विखुरलेल्या असतात. यातल्या कोणत्याही काही थोड्या मंडळींनी कार्यक्षमता

कमी दाखवली अगर लबाडी केली अगर काही उपद्व्यापी दलालांबरोबर हात मिळवणी करून भ्रष्टाचार केला तर त्यातून सगळ्याच व्यवस्थेवर मोठा परिणाम होऊ शकतो. मागच्या २००६च्या पहिल्या सहा महिन्यात काही कंपन्यांच्या भांडवल विक्रीच्यावेळी (आयपीओ) डिमॅट करणाऱ्या डिपॉझिटरीच्या कामात भ्रष्टाचार झाला होता आणि सेबीने त्यावर तत्काळ कडक कारवाई केली होती. अशा प्रकारचे प्रसंग सहजासहजी आणि परत परत होणार नाहीत यासाठी प्रयत्न करावे लागतील. या कामामध्ये आजपर्यंत सेबीने आपली जबाबदारी अगदी कार्यक्षमतेने पार पाडलेली आहे आणि गुंतवणूकदारांचा विश्वास मिळवलेला आहे ही यातली जमेची बाजू आहे.

मागच्या तीन वर्षात प्राथमिक भांडवली बाजार बळकट झाला आहे याचा पुरावा म्हणजे इक्विटीच्या भांडवलाची विक्री चढ्या भावाने होत आहे. मागच्या २००४-०५ आणि २००५-०६ या वर्षात जी बाजारात भांडवल विक्री झाली त्यातली ९९ टक्के विक्री ही चढ्या भावाने (प्रिमियम इश्युज) झाली. त्या अगोदरच्या २०००-०१ वर्षात हे प्रमाण फक्त ७४ टक्के होते. या वरून गुंतवणूकदाराच्या विश्वासात भर पडत आहे आणि म्हणून चढ्या भावाने इक्विटी करणे सगळ्यांनाच मानवत आहे असे दिसते.

हे जे वाढत्या विश्वासाचे प्रतिबिंब दिसत आहे त्यामागे कोणती कारणे आहेत? एफआयआय, म्युच्युअल फंडस्, काही प्रमाणात बँका आणि वित्तीय संस्था या अशा चढ्या भावाने होणाऱ्या इक्विटीच्या विक्रीत प्रमुख वाटा उचलत आहेत. त्यात मदत म्हणून वित्तीय बाजारातही मोठ्या प्रमाणावर एफआयआयच्या निधीची मुबलक आवक होत असल्यामुळे तरलता वाढलेली आहे. शिवाय देशांतर्गत बचतीचा दरही वाढलेला आहे. अशा सगळ्या सकारात्मक घडामोडींमुळे चढ्या भावाने इक्विटीची विक्री सहजपणे सगळ्यांनी स्वीकारली आहे.

या संदर्भात भांडवल गुंतवणुकीची आकडेवारी बघण्यासारखी आहे. यात मोठा वाटा इनिशिअल पब्लिक ऑफर्स (आयपीओ) म्हणजे लोकांना देऊ केलेली इक्विटीचा आहे. मागे २००३-०४ वर्षात एकूण उभ्या केलेल्या भांडवलात आयपीओचा वाटा फक्त १५ टक्के होता. तो २००४-०५ मध्ये ५६ टक्क्यांपर्यंत वाढला आणि नंतर २००५-०६ मध्ये थोडासा घटून ४० टक्क्यांवर आला.

याचबरोबर दुसरे वैशिष्ट्य म्हणजे या आयपीओचा जो सरासरी आकार आहे त्यातही वाढ झालेली आहे. मागे १९९९-२००० मध्ये आयपीओचा सरासरी आकार फक्त रु. १०० कोटी होता. नंतर तो २००० ते ०६ या काळात वर्षाला सरासरी ७०० कोटी झाला. तसेच जे भांडवल विक्रीला काढण्यात आले त्याचा सरासरी आकार रु. ९४ कोटी वरून रु. ४९७ कोटी झाला. यातच आयपीओज्‌चाही समावेश होता.

थोडक्यात म्हणजे कंपन्या जेव्हा बाजारात उतरल्या तेव्हा त्यांनी मोठ्या प्रमाणावर भांडवलाची विक्री करण्याचा निर्णय घेतलेला होता. विशेषत: नव्या आणि तरुण उद्योजकांनी आयपीओज्‌चा मार्ग पत्करला आणि त्यातून आपल्या आत्मविश्वासाचे दर्शन घडवले. तसेच हे नवे उद्योजक आपण येत्या काळात स्पर्धेला समर्थपणे तोंड देऊ शकू असेही गुंतवणूकदारांना आश्वासन देत आहेत. देशामध्ये मागच्या शंभर वर्षांत जे खाजगी मालकीचे क्षेत्र होते त्याची मानसिकता बऱ्याच प्रमाणात पारंपरिक आणि कमी धोका पत्करणारी होती. परंतु मागच्या २५ वर्षांत उद्योजकांची एक नवी पिढी पुढे आलेली आहे आणि त्यांनी आपल्या आत्मविश्वासावर आपली आक्रमक उद्योजकता सिद्ध केलेली आहे. याचे एक खास महत्त्व आहे कारण या नव्या उद्योजकांच्या पिढीने आपण जगातल्या वाढत्या स्पर्धेला अजिबात भीत नाही असा आत्मविश्वास दाखवलेला आहे. नियोजनाच्या काळात आणि त्या अगोदर स्वातंत्र्यपूर्व काळातही बऱ्याच प्रमाणात देशातल्या खाजगी उद्योजक वर्गाला संरक्षणाची सवय झाली होती आणि त्यांची स्पर्धेला तोंड देण्याची फारशी तयारी नव्हती. परंतु आता जागतिकीकरणाच्या व्यापक संदर्भात नियोजनातल्या प्रवृत्ती आणि मानसिकता अजिबात पुरे पडणाऱ्या नाहीत आणि त्यामुळे मागच्या काही वर्षांत उद्योजकांनी जो आत्मविश्वास दाखवला आहे त्याचे वेगळे स्थान आहे.

या नव्या मानसिकतेला धरूनच देशातले मोठे उद्योग समूह बाहेरच्या अनेक देशात जाऊन परदेशातल्या कंपन्या विकत घेत आहेत आणि त्या आपल्यात सामील करून घेत आहेत. अमेरिका, जर्मनी, ब्रिटन, ऑस्ट्रिया अशा अनेक देशात जाऊन आपल्या उद्योजकांनी आपल्या सामर्थ्याची ओळख करून दिलेली आहे. भारताचे हे नवीन रूप जगातल्या बाजारात दिसत आहे आणि जग त्याचा स्वीकार करत आहे. त्यामुळेच परदेशातल्या गुंतवणूकदार संस्था आपले लक्ष आणि निधी देशाकडे वळवत आहेत. यासगळ्याचा फायदा प्राथमिक भांडवल बाजारातल्या इक्विटीमधल्या वाढत्या गुंतवणुकीमुळे दिसत आहे.

■

३.१३ शेअर बाजारात खरे काय घडले?

मुंबईच्या शेअर बाजारात मे आणि जून २००६च्या सुरुवातीला जे घडले त्यातून अनेकजण चिंतित झाले. त्याचे एक कारण म्हणजे सगळेजण बाजारात कोणी मंदीवाले असतात हे विसरून गेले आहेत. सतत बाजार चढत असला म्हणजे त्याची एक चटक लागते आणि जे मंदीचे अनुभव असतात ते कोणाला आठवत नाहीत.

देशात शेअरबाजारावर नियंत्रण ठेवण्यासाठी सेबी (सिक्युरिटीज ॲन्ड एक्सचेंज बोर्ड ऑफ इंडिया) ही संस्था खूप दक्ष आहे आणि बाजाराला शिस्त लावण्यामध्ये बऱ्यापैकी यशस्वी झालेली आहे. सेबीनेही काही सुरुवातीला अधूनमधून चुका केल्या. त्याची खूप चर्चा झाली आणि सेबीला दोषही देण्यात आला. परंतु एकूणात मागच्या काही वर्षात सेबीने आपली पकड बसवलेली आहे आणि सेबीचे हे योगदान भरीव आहे. त्यामुळेच दहा वर्षांपूर्वी जसे हर्षद मेहता आणि नंतर केतन पारीख अशा काही व्यक्तींनी काही संस्थांच्या मदतीने जे घोटाळे आणि अनाचार केले ते आता गुंतवणूकदाराला भीती दाखवत नाहीत.

हे सगळे खरे असले तरीही कोणत्याही शेअर बाजारात त्यात भाग घेणाऱ्यांचे दोन प्रकारचे गट नेहमी ओळखले जातात. एकाला तेजीवाले (बुल्स) आणि दुसऱ्याला मंदीवाले (बेअर्स) म्हटले जाते. या दोन्ही गटांमध्ये नेहमी चढाओढ आणि रस्सीखेच चालू असते आणि त्यातूनच बाजारात एक प्रकारचे संतुलन वावरत असते. बाजाराच्या स्वास्थ्यासाठी या दोन्हींना तितकेच वजन आहे आणि महत्त्व आहे. हर्षद मेहता आणि केतन पारीख सारख्या गुन्हेगार प्रवृत्तीच्या व्यक्ती ज्या गोष्टी करतात त्यातून बाजारात उलथापालथी करण्याचा डाव असतो. या उलट तेजीवाले आणि मंदीवाले जेव्हा एकमेकाशी भिडत असतात त्यावेळी असे कोणतेच कूट कारस्थान आहे असे कोणी मानत नाही. त्यामुळे यावेळी बाजारात जो मंदीचा झटका आला त्यामागची काही प्रासंगिक कारणे सांगण्यात येत आहेत. त्यांचा सारांश पुढील प्रमाणे.

विदेशी गुंतवणूकदार संस्था (एफआयआय) या मोठ्या प्रमाणात विक्री करत आहेत. त्याला जोडून देशातल्या म्युच्युअल संस्थाही विक्री करत आहेत. काहींच्या मते बाजार जो कोसळला आहे त्याचे हे प्रमुख कारण आहे. सेबीनेही असेच आपले

अधिकृत मत सांगितले आहे. त्यांच्या मते आशियातल्या इतर बाजारांमध्ये विक्रीची लाट आल्यामुळे सगळ्याच गुंतवणूकदार संस्थांवर पैसे काढून घेण्यासाठी दबाव आला होता. त्यातच भारतासाठी जे विशिष्ट खास निधी निर्माण करण्यात आले होते त्यांनाही याला तोंड द्यावे लागले. सेबीने पुढे म्हटले आहे की लोकांना शेअर बाजाराचे चलनवलन कळत नाही. त्यामुळे त्यांना आता बाजार मंदीच्या लाटेत गुरफटणार आहे असे लगेचच वाटू लागते.

सेबीने आपली काही मते याबरोबर जोडली आहेत त्यांच्यामते भारतात जी सरकारची वित्तीय तूट वाढत आहे आणि त्याची काही चिंता वाटतच राहणार. शिवाय सगळ्या जगातच वस्तूंच्या किंमती बऱ्यापैकी वाढल्या होत्या. त्याला वस्तु:स्थितीचे समर्थन फारसे नव्हते. त्यात सट्ट्याचा भाग अधिक होता. त्यामुळे जेव्हा लंडनच्या धातू बाजारात किंमती कोसळल्या त्याचे निमित्त होऊन बाजारात आवश्यक ती दुरुस्ती होण्याची प्रक्रिया सुरू झाली. बाजारात नेहमीच एक पारंपरिक सल्ला असतो. मे मध्ये विकायचे आणि जुलै ऑगस्टमध्ये परत खरेदीसाठी बाजारात यायचे. भारतातल्या बाजारातले भाव थोड्या काळात भराभर चढले होते असे देशात आणि बाहेर सगळ्यांनाच वाटत होते. त्यामुळे बाजारात दुरुस्ती होण्याची सगळ्यांना गरज वाटत होती. आता जी २५०० बिंदूंची सेन्सेक्समध्ये भरीव घट झाल्यावर भारतातल्या कंपन्यांचे समभागांचे मूल्यांकन व्यवहाराला धरून झालेले आहे असे परत सगळ्यांना वाटू लागले आहे.

मागच्या ३१ ऑक्टोबर ०५ या तारखेपासून बाजार भराभरा वाढू लागला. त्यामुळे ही तारीख तुलनेसाठी समोर ठेवता येईल. त्यादिवशी सेन्सेक्स ७,८९२.३ बिंदू होता. तेथून जी वाढ सुरू झाली ती ११ मे २००६ या दिवशी ही बाजारभावांची पातळी १२,६७१.१ बिंदूपर्यंत पोहोचली. या सहा महिने आणि दहा दिवसांच्या काळात एकूणात ४,७७९ बिंदूंनी बाजारभावात सतत अखंडपणे वाढ होत राहिली. यातून जी भरभराट दिसू लागली त्यामुळे सगळेच हरखून गेले. हे असे का होत आहे हा कोणालाच प्रश्न पडला नाही.

जेव्हा एखादा शेअर बाजार अल्पकाळात भरमसाठ वेगाने चढतो त्यातून जी ऊर्जा निर्माण होते त्याचे तापमान फारच वाढलेले असते. ते तसे टिकून राहण्यासारखे कधी नसतेच. मग जेव्हा बाजार खाली येतो आणि दुरुस्तीची प्रक्रिया सुरू होते त्यातून अनेकदा सुमारे एक तृतीयांश प्रमाणात किंमती खाली येऊ शकतात. आणि काही वेळा जी भाववाढ झालेली असते त्याच्या दोन तृतीयांश प्रमाणातही ही घट येऊ शकते.

मागच्या ११ मे २००६च्या दिवशी जी १२,४३५ बिंदूंच्या पातळीवर बाजारभाव बंद झालेला होता. जर समजा यामध्ये दोन तृतीयांश प्रमाणात घट झाली

तर ती पातळी ९,२८१ बिंदूंच्या आसपास राहिली असती. आता मे, जून २००६च्या काळात सेन्सेक्सचा निर्देशांक हा हळूहळू खालच्या पातळीवर स्थिरावत आहे आणि बुधवार १४ जून २००६च्या दिवस अखेरीला ही पातळी सगळ्यात कमी ८,९२९.४ या बिंदूंवर पोहोचली होती. ही किमान ९,००० बिंदूंची पातळी प्रथमच इतकी कमी झाली.

असे सगळे आकडे पाहिले म्हणजे सध्या जी भयभीत मानसिकता आहे ती किती अतिरेकी आहे हे लक्षात येते. आताही जरी सेन्सेक्स निर्देशांक हा सुमारे नऊ हजार ते दहा हजार बिंदूंच्या दरम्यान स्थिरावला तर त्यातून बाजाराचे स्वास्थ्य सुधारणारच आहे आणि मूल्यांकनांची पातळीही व्यावहारिक आहे असे गुंतवणूकदार समजू लागतील.

■

३.१४ शेअर बाजारातून काय शिकायचे?

सध्या जून २००६च्या अखेरीला शेअर बाजारातला सेन्सेक्स निर्देशांक दहाहजार बिंदूंच्या भोवती घुटमळत आहे. ११ मे २००६ पासून महिन्याभरात हा निर्देशांक सुमारे अडीच ते तीन हजार बिंदूंनी खाली आलेला आहे. यावर अनेकांच्या भिन्न प्रतिक्रिया आहेत. बऱ्याच लोकांना धक्का बसलेला आहे. शेअर बाजारातल्या भावांच्या चढउतारांचा काय अर्थ लावायचा हा एक नेहमीचा अभ्यासाचा विषय आहे. जेव्हा भरभराट असते आणि भाव चढत असतात तेव्हा असा अभ्यास कोणाला लागत नाही. परंतु जेव्हा बाजार कोसळतो तेव्हा मात्र सगळेच भानावर येतात आणि एकमेकाला अर्थ सांगू लागतात. सध्या मुंबईच्या शेअर बाजारात जे काही आकस्मिक आणि अकल्पित घडले आहे त्यातून काय शिकायचे?

जेव्हा या मे २००६ महिन्यात हा बाजार झपाट्याने खाली येत होता तेव्हा त्याचे नियमन आणि निरीक्षण करण्यासाठी जी यंत्रणा केली होती तिने आपले काम चोखपणे केले. त्यामुळे इतकी अकल्पित घटना घडत असतानाही शेअर बाजारातल्या भाग घेणाऱ्या सगळ्या घटकांना योग्य माहिती वेळोवेळी मिळत राहिली. शेअर बाजार व्यवस्थेचे जे व्यवस्थापन करणारे प्रशासन होते त्यांचे यासाठी कौतुक केले पाहिजे. शिवाय सेबी या बाजाराचे नियमन करणाऱ्या सर्वाधिकारी संस्थेलाही योग्य श्रेय दिले पाहिजे कारण त्यांनी जागरूकता ठेवून बाजारात गोंधळ आणि कोलाहल पसरू दिला नाही. हे जरी आपल्या जागी रास्त असले तरीही मुळात बाजारात इतकी अस्थिरता निर्माण करणारी चंचलता (व्होलटॅलिटी) कशी कमी करायची याचा जरूर विचार करता येईल.

बाजार कोसळला त्याला एक निमित्त झाले. सेंट्रल बोर्ड ऑफ डायरेक्ट टॅक्सेस (सीबीडीटी) यांनी अचानक एक मार्गदर्शक मसुदा जाहीर केला. जे समभाग त्याच्या खरेदी विक्रीत धंदेमाल म्हणून आणि गुंतवणूक म्हणून वापरले जातात त्यावर कर बसवण्याचा सीबीडीटीचा प्रस्ताव होता. परंतु बाजारभाव एकदम घटले याचे कारण म्हणजे एफआयआयने मोठ्या प्रमाणावर नक्त विक्री केलेली होती. ११ मे ते २२ मे २००६ या छोट्या काळात त्यांनी रु. ५,०३७.७० कोटींची विक्री

केली. खरे म्हणजे यातून परिस्थिती आणखीनच बिघडली असती परंतु स्थानिक म्युच्युअल फंडांनी या काळात नक्त खरेदी रु. ३,६९१.८० कोटींची खरेदी केली आणि त्यातून थोडी स्थिरता आली.

हे असे का घडत होते? एफआयआय या भक्कमपणे बाजारात उतरून खरेदी करत होत्या आणि त्यामुळे बाजारभाव अगोदरच्या काळात झपाट्याने चढत होते. सेन्सेक्स निर्देशांकातली जवळपास दुप्पट वाढ डोळ्यात भरणारी होती. ३१ मे २००५ रोजी निर्देशांक ६,७१५.११ बिंदू होता. तो ११ मे २००६ रोजी १२,६७१.११ बिंदूंवर पोहोचला. तसेच जो पीई (प्राइस अर्निंग्ज रेशो) मुळात १५.२८ होता तो २२.७१ पट झाला. एफआयआयनी निधीची नक्त गुंतवणूक केली तो आकडा १०.६ अब्ज (बिलियन) डॉलर होता. बाजारभाव भडकण्याचे हेच कारण होते. या सगळ्या घडामोडीतून देशातला शेअरबाजार बराच चंचल झालेला आहे. या चंचल चढउताराचे एक मोजमाप आहे. त्यानुसार २००५-०६ मध्ये हे सेन्सेक्सच्या चंचलतेचे गुणोत्तर १.०२ होते. याच काळात अमेरिकेत हे प्रमाण ०.६३ आणि ब्रिटनमध्ये हे ०.५८ होते. तसेच हाँगकाँगमध्ये ०.७२, सिंगापूरमध्ये ०.६० आणि मलेशियामध्ये ०.४७ असे हे प्रमाण होते. थोडक्यात म्हणजे मुंबईच्या शेअर बाजारात जे घडत होते ते जगातल्या इतर प्रमुख बाजारांपेक्षा काहीतरी वेगळे आणि बहुधा विपरित होते.

देशामध्ये मागच्या शंभर वर्षात शेअरबाजार एक वित्तसंस्था म्हणून चांगली विकसित झालेली आहे आणि त्याचा पायाही भक्कम आहे. शिवाय या संस्थेला शिस्त लावण्यासाठी आणि तिची विश्वासार्हता वाढवण्यासाठी सेबी या स्वायत्त संस्थेने खूप कष्ट घेतलेले आहेत. त्यामुळे आता पूर्वीसारखे एखादा हर्षद मेहता आणि केतन पारेख अशा व्यक्तींच्या दुराचारातून सगळा बाजार बुडण्याची वेळ येत नाही. यातून बाजारात होणाऱ्या व्यवहारांची सुरक्षितता, शुद्धता आणि विश्वासार्हता खूपच वाढलेली आहे. परंतु हे इतके पुरेसे नाही. याहीपेक्षा या बाजारातील उलाढालींमधली अस्थिरता आणि चंचलता मर्यादित करण्याची तितकीच निकड आहे. जेव्हा बाजार झपाट्याने खाली येतो आणि तो भराभरा चढू लागतो तेव्हा अशा व्यवहारात एक्स्पोजर मार्जिन अनुक्रमे कमी आणि जास्ती ठेवून काही तांत्रिक गोष्टीतून अशी चंचलता कमी करता येईल. त्याचप्रमाणे जेव्हा अल्प आणि दीर्घ काळासाठी दलालांनी खरेदी केलेली असते त्यांच्या बाबतही लवचिक नियमन करून त्यातले धोके कमी करता येतील.

शेअर बाजारात जेव्हा अचानक घडामोडी होऊन भाव वेगाने चढतात आणि उतरतात तेव्हा काही प्रकारच्या तांत्रिक नियमनातून त्यावर मात करता येते. याचे एक उदाहरण म्हणजे १९ ऑक्टोबर १९८७ रोजी न्यूयॉर्कच्या बाजारात जे घडले त्याचे देता येईल. या दिवशी बाजाराचा डाऊ जोन्स निर्देशांक ५०७ बिंदूंनी म्हणजे

२२.६ टक्क्यांनी एकदम घटला. यातून एका दिवसात ५०० अब्ज (बिलियन) डॉलरचे शेअर मूल्य पाण्यात गेले. त्यावेळचे यूएस फेडचे चेअरमन ॲलन ग्रीनस्पॅन यांनी लगेचच हालचाली केल्या आणि दुसऱ्या दिवशी बाजार उघडण्यापूर्वी आपला निर्णय जाहीर केला. त्यांनी बाजारात फेड पुरेशी तरलता (लिक्विडिटी) उपलब्ध करून देईल असे आश्वासन दिले. शिवाय प्रत्यक्षात बाजारात भरपूर तरलता उपलब्ध होईल याची निश्चिती केली. अपेक्षेप्रमाणे परिणाम झाला आणि सगळा बाजार लगेच पूर्वस्थानावर स्थिरावला.

एका दृष्टीने सध्याच्या बाजारात एफआयआय यांचे प्रस्थ फारच वाढलेले आहे आणि त्यांच्या हातात सूत्रे गेलेली आहेत. त्यावर उपाय म्हणून हा बाजार अधिक विस्तृत व्हावा आणि खोलवर व्हावा म्हणून पावले टाकण्याची गरज आहे. सध्या एकूणात एफआयआयनी बाजारात ४५ अब्ज (पंचेचाळीस बिलियन डॉलर)पेक्षा अधिक नक्त गुंतवणूक केलेली आहे. बाजारातल्या उपलब्ध चलत्या समभागांच्या मूल्याच्या २५ टक्के वाटा एफआयआयच्या हातात आहे. तसेच अनेक कंपन्यांच्या इक्विटीच्या भांडवलामध्ये त्यांचा वाटा पन्नास टक्क्यांपेक्षा अधिक आहे. जे म्युच्युअल फंड कार्यरत आहेत त्यांच्या इक्विटीमधील गुंतवणूक केलेल्या मत्तांचे मूल्य सुमारे रु. ९०,००० कोटी आहे. यातला एफआयआयचा वाटा सुमारे ४५ टक्के आहे. थोडक्यात म्हणजे या एफआयआच्या व्यतिरिक्त इतर घटकांचे वजनही वाढले तर बाजारात अधिक संतुलन येईल. त्यातूनच एफआयआच्या अचानक घेतलेल्या निर्णयातून निर्माण होणारी चंचलता कमी होईल.

बाजारात ज्या कंपन्या आहेत त्यात अर्थातच प्रवर्तक उद्योजकांचा वाटा असतो. त्याबरोबर जो व्यक्तीगत समभागांच्या मालकीचा वाटा आहे तो हळूहळू कमी होत चालला आहे. अशा अनेक यशस्वी कंपन्या आहेत ज्यांच्या इक्विटीमधला व्यक्तीगत शेअर धारकांचा वाटा अगदी पाच टक्क्यांपेक्षाही कमी झालेला आहे. तसेच जे समभाग व्यवहारातून प्रत्यक्ष हस्तांतरित होतात त्यामध्ये एफआयआयचा वाटा सुमारे तीस ते चाळीस टक्के असतो. अशा काही तपशिलांमुळे देशातल्या शेअर बाजारात एफआयआय जे करतात त्यातूनच घडामोडींना वळण मिळते. यावर मध्यम ते दीर्घकाळात मार्ग काढता येईल. तो म्हणजे जे व्यक्तीगत किरकोळीने व्यवहार करणारे गुंतवणूकदार आहेत त्यांची शक्ती वाढवणे. अशा व्यक्तिगत शेअर धारकांची संख्या देशात जेमतेम २ कोटी (वीस मिलियन) आहे. यावर उपाय म्हणजे येत्या २०१० सालापर्यंत हा शेअर धारकांचा आकडा ५ कोटी (पन्नास मिलियन) पर्यंत नेण्याचे लक्ष्य निर्धारित करणे. हे साधण्यासाठी अनेक बाबींचा पाठपुरावा करता येईल.

सध्या कंपन्या जेव्हा बाजारात भांडवल उभारणीसाठी प्रवेश करतात तेव्हा

सर्वसाधारण गुंतवणूकदारासाठी काही किमान प्रमाणात शेअर राखून ठेवावे लागतात. हे प्रमाण वितरित केलेल्या भांडवलाच्या सध्याच्या पंचवीस टक्क्यांवरून किमान चाळीस टक्क्यांपर्यंत वाढवून देता येईल. तसेच जेव्हा समभागांची विक्री जनतेला खुली करण्यात येते तेव्हा किरकोळ गुंतवणूकदार व्यक्तींचा वाटा ३५ टक्क्यांवरून ४५ टक्क्यांपर्यंत वाढवता येईल. असे जे किरकोळ गुंतवणूकदार असतात त्यांना सध्या ज्या विशिष्ट पद्धतीने भांडवल उभारणी केली जाते (बुक बिल्डिंग प्रोसेस) त्यातली गुंतागुंत कळत नाही. त्यामुळे कंपन्यांनी ही उभारणी केल्यावरच एक किंमत निश्चित करावी आणि ती किरकोळ गुंतवणूकदारांना जाहीर करावी. त्याप्रमाणे ज्या कंपन्या अगोदरच कार्यरत आहेत आणि त्या जेव्हा अधिक भांडवल उभे करण्याचा प्रयत्न करतात तेव्हा त्यांनी नव्या कंपन्यांसारखा भांडवल उभारणीची पद्धत अनुसरण्याचे कारण नाही.

या तांत्रिक बाबीव्यतिरिक्त आणखी काही सकारात्मक पावले टाकता येतील. देशातल्या ग्रामीण आणि निमशहरी भागातून बचतीची अधिक गुंतवणूक इक्विटीमध्ये करण्यासाठी प्रोत्साहन दिले पाहिजे. अनेक मध्यम आकाराच्या शहरांमध्येही रोखे बाजार काही प्रमाणात काम करत आहेत. परंतु आता माहिती तंत्रज्ञान आणि संगणक व्यवस्थापन यामुळे शेअर बाजार फक्त मुंबईत केंद्रीभूत होत आहेत. त्यासाठी मागच्या काळात जेथे लहान प्रमाणात रोखे बाजार भरत होते ते मोडीत काढण्याची गरज नाही. या लहान लहान बाजारातून इक्विटीमध्ये गुंतवणूक वाढविण्यासाठी गुंतवणूकदारांचे प्रबोधन करण्याचे प्रयत्न वाढविण्याची गरज आहे.

सध्या सेबीच्या मार्गदर्शक तत्त्वानुसार ज्या कंपन्यांनी आपली नोंदणी रोखे बाजारात केली आहे त्यांना वाटप केलेल्या भांडवलाच्या किमान दहा टक्के वाटा सर्वसाधारण गुंतवणूकदाराला द्यावा लागतो. यातच ज्यांचे समभाग दोन कोटीपेक्षा अधिक संख्येने आहेत त्यांचाही समावेश होतो. याशिवाय ज्या कंपन्यांचे बाजारभावाचे मूल्यांकन रुपये १,००० कोटी आहे त्यांनाही हा वितरित भांडवलातला दहा टक्के वाटा किरकोळ गुंतवणूकदारांना देण्याचे बंधन लागू पडते. आता सेबीने ही मर्यादा वितरण केलेल्या समभागाच्या किमान पंचवीस टक्के वाटा किरकोळ गुंतवणूकदारांना देण्याची अट लागू केली पाहिजे. यासाठी फारतर आणखी दोन वर्षांची मुदत कंपन्यांना देता येईल.

आणखी एका पर्यायाचा विचार होऊ शकतो. सध्या एफआयआय जी इक्विटीमध्ये गुंतवणूक करतात तिच्यावर ४९ टक्क्यांची मर्यादा घालावी का? एफआयआय या नेहमीच आपल्या डोळ्यासमोर असलेल्या जागतिक परिस्थितीचा आणि पर्यायांचा विचार करणार. परंतु जेव्हा एफआयआय हे एखाद्या देशात आणखी एका कंपनीमध्ये निधी गुंतवतात आणि तो अचानकपणे काढून घेतात त्याचे स्थानिक रोखे बाजारावर

गंभीर परिणाम होत असतात. अनेकदा यातून दलाल आणि प्रस्थापित पेढ्या या संकटात येतात. जेव्हा असे प्रसंग वारंवार घडतात तेव्हा त्यातून किरकोळ गुंतवणूकदाराला मोठा धक्का बसतो.

मुळात जेथे इक्विटीमधल्या गुंतवणूकीचे संस्कार व्यापक प्रमाणात होण्याची गरज आहे त्या देशाला दलालांची संस्था जर सहजासहजी वादळात सापडणार असली तर अशा गुंतवणुकीमध्ये आपली बचत गुंतवावी असा विचार सर्वसाधारण जनता करणार नाही. त्यामुळे एफआयआयची जी इक्विटीमध्ये गुंतवणूक होते तिच्यावरच जर एक ४९ टक्क्यांची मर्यादा आणली तर त्यांच्या निर्णयातून निर्माण होणारे दुष्परिणाम मर्यादित ठेवता येतील. अर्थात देशाला एका बाजूने एफआयआयची अधिकाधिक गुंतवणूक हवी आहे आणि बाजारातली चंचलता कमी करण्यासाठी त्यावर कमाल मर्यादेची बंधने लादण्याची गरज आहे या विचारात काही अंतर्विरोध आहे हे मान्य करावे लागेल. परंतु आता जेव्हा शेअर बाजारात इतकी मोठी पडझड होते तेव्हा त्यातून गुंतवणूकदाराच्या आत्मविश्वासाला जो धक्का बसतो त्याचाही स्वतंत्रपणे विचार करावा लागेल.

■

३.१५ शेअर बाजारातले चढउतार

अर्थशास्त्रामध्ये माणसांचे आर्थिक व्यवहार हे तर्कसंगत आणि बुद्धीसंमत (रॅशनल) असतात असे मानलेले आहे. परंतु जेव्हा शेअर बाजारात चढउतार होतात तेव्हा मात्र माणसांच्या प्रतिक्रिया सगळ्यात भावनिक आणि अस्थिर असतात. जेव्हा शेअर बाजार चढतो तेव्हा सगळे उल्हसित होतात आणि विवेक हरवून बसतात. जेव्हा बाजार कोसळतो तेव्हा सगळे हताश होतात आणि पळवाटा शोधू लागतात. त्यामुळे मुंबईच्या शेअर बाजारात जेव्हा ११ मे२००६ पासून १३जून २००६ पर्यंत सेन्सेक्स सुमारे २,५०० बिंदूंनी म्हणजे २९ टक्क्यांनी कोसळला. ही घसरण झाली त्यातून सगळेच भयभीत झाले आहेत. खरे म्हणजे ही सगळी मानसिकता पूर्णपणे अविवेकी आणि अतिरेकी आहे.

शेअर बाजार जेव्हा कोसळतो तेव्हा यामागे कोण खलनायक आहे याची गहन चर्चा सुरू होते. गंमत म्हणजे जेव्हा बाजार उसळत असतो आणि नवीन नवीन उंचीवर पोहोचतो तेव्हा मात्र यामागे कोणी दुष्ट बुद्धीचा सूत्रधार आहे असे वाटत नाही. मुंबईच्या शेअर बाजारात मागच्या काळात जेव्हा किंमती भरमसाठ प्रमाणात चढत होत्या तेव्हा असे काही प्रसंग होते की ज्यामागे काही व्यक्ती करामती करत होत्या. हर्षद मेहता आणि केतन पारेख अशी काही नावे आहेत ज्यांनी बाजारात गोंधळ घातले आणि किंमती उंचावर नेल्या. परंतु अशा व्यक्ती मोठ्या नामांकित आणि प्रतिष्ठित समजण्यात आल्या. किंबहुना काहींनी तर यांची संभावना प्रतिभावंत म्हणूनही केली.

असे सगळे बाजारात अकल्पित घडत असताना काही अभ्यासकांनी सावधगिरीचा इशारा दिलेला होता. बाजारात भाग घेणाऱ्या व्यापाऱ्यांनी आणि गुंतवणूकदारांनी दक्षता घ्यावी, पुरेशी चौकशी करावी आणि मगच निर्णय घ्यावेत असे परोपरीने सुचवले होते. परंतु याची कोणीच दखल घेतली नाही. असा विवेकाचा सल्ला लोकांनी आचरटपणाचा मानला. अगदी सर्वसाधारण गृहिणी, कॉलेजचे विद्यार्थी आणि साधेसुधे व्यावसायिक यांनी अशी सोयीस्कर समजूत करून घेतली की शेअर बाजारात भाव हे केवळ वरच चढतात.

मात्र जेव्हा बाजार कोसळला तेव्हा जे कालपर्यंत नायक होते ते एकदम खलनायक झाले. यांनी संगनमताने बाजार चढवला आणि लहान गुंतवणुकदारांना बुडवले असे आरोप झाले. आश्चर्य म्हणजे जोपर्यंत किंमती चढ्या होत्या तोपर्यंत यातल्या कोणीच नाराजी दाखवली नाही आणि आपल्याला फसवल्याचे आरोप केले नाहीत. म्हणजे जेव्हा काही उपद्व्यापी लोकांना आणखी वर भाव चढवता आले नाहीत तेव्हा ते कोसळले हा खरा तक्रारीचा मुद्दा होता. मागेही जेव्हा हर्षद मेहता आणि केतन पारेख अशा गुन्हेगारांनी बाजारभाव चढवले तेव्हा कोणाचीच तक्रार नव्हती. फक्त जेव्हा ते आणखी वर नेऊ शकले नाहीत तेव्हा बाजार कोसळला आणि म्हणून गुंतवणुकदार रागवले. शेअर बाजारात गुंतवणूकदाराच्या दृष्टीने याला न्याय आणि अन्याय म्हणतात.

या मागची मानसिकता बघण्यासारखी आहे. शेअर बाजारात सतत भाव वाढत रहावे असे लहान गुंतवणूकदाराला वाटत असते. जर तांदूळ, साखर, वीज आणि पेट्रोल यांच्या किंमती वाढत राहिल्या तर हाच माणूस तक्रारी करेल. पण शेअरच्या किंमती मात्र वाढत राहिल्या पाहिजेत हे त्याला नैसर्गिक वाटते आणि न्यायाचे वाटते. त्यामुळे किंमती खाली आल्या तर आपली फसवणूक झाली असा तो कांगावा करतो. यापेक्षा माणसाचा आपमतलबीपणा काय असू शकतो?

आता ११ मे ते १३ जून २००६च्या महिन्याभरात बाजार १२,६२४ वरून ९,०६३ बिंदूंवर आला आहे. एका दृष्टीने ही घसरण भरीव आहे हे बरोबर आहे. परंतु २००६ साल सुरू झाले तेव्हा सेन्सेक्स फक्त ९,३९० बिंदू इतकाच होता याची थोड्यांना आठवण आहे. सर्वसाधारण माणसाने जर रोख्यात अगर मुदत ठेवीमध्ये गुंतवणूक केली तर त्यावर जो परतावा मिळतो त्यापेक्षा कितीतरी अधिक परतावा शेअर बाजारातल्या गुंतवणुकीवर मिळतो. राजकीय पक्षांना हे साधे गणित कळत नाही म्हणून मार्क्सवादी कम्युनिस्ट पार्टीने निवृत्तिवेतनाचा निधी इक्विटीज्‌मध्ये गुंतवू नये असे म्हटले आहे.

हाच सेन्सेक्स मागची जेव्हा लोकसभेची सार्वत्रिक निवडणूक २००४ सालात झाली तेव्हा ५००० बिंदूंवर होता निवडणूक झाली आणि निकाल आल्यावर बाजारात घबराट पसरली आणि हा निर्देशांक ४,२८२ बिंदूंवर कोसळला. या पातळीवरून पुढच्या दोन वर्षात हा निर्देशांक १२,६२४ बिंदूंवर १०मे २००६ मध्ये पोहोचला. म्हणजे ही वाढ तिप्पटीने झाली. म्हणजे ही एक भेटच गुंतवणूकदारांना मिळाली होती. त्यातूनच सट्टेबाजीला उधाण आले. त्यामुळे आता जो शेअरबाजार सुमारे २५ ते ३० टक्क्यांनी खाली आलेला आहे ती एक दुरुस्तीच समजली पाहिजे. याचे स्वागत करायला हवे कारण बाजाराचे स्वास्थ्य आणि स्थैर्य सुधारण्याला त्याची मदत होणार आहे. मागच्या काही वर्षात शेअर बाजारात जी वाढ होत आहे

त्याची गती आटोक्यात राहण्याचे एक स्वतंत्र महत्त्व आहे. अगदी २००४ साल आणि मे २००६ साल असा विचार केला तरीही शेअर बाजारातले गुंतवणुकीचे मोल भरपूर वाढलेले आहे आणि गुंतवणूकदाराच्या दृष्टीने हे मोल सुरक्षित राहणे याला महत्त्व आहे.

या शेअर बाजारातल्या अमर्याद चढउताराचा थोडा शांतपणे विचार करायला हवा. केवळ बाजाराचा निर्देशांक रोजच्यारोज किती चढतो आणि किती उतरतो असा मर्यादित विचार केला तर त्यामागे जे अर्थकारणाचे व्यापक चित्र आहे त्याकडे दुर्लक्ष होते. सर्वसाधारण गुंतवणूकदारही अर्थव्यवस्थेची मुख्य परिमाणे कशी काम करत आहेत या तपशिलांशी परिचित नसतो. त्यामुळे थोड्या अनभिज्ञ व्यक्तींनी बाजारात अतिउत्साहाने काही निर्णय घेतले तर ते समजण्यासारखे आहे. परंतु अशा बाजारातही वेळोवेळी काही काळानंतर दुरुस्ती होत राहणे (करेक्शन) ही बाजाराच्या शक्तीची खूण आहे.

सर्वसाधारण माणसाच्या जीवनात आणि व्यवहारात असे अनेक शब्दप्रयोग आहेत ज्यातून हा विवेक काही नवी गोष्ट नाही. जे सगळे चकाकते ते सोने नसते. उडी मारण्यापूर्वी नीट बघितले पाहिजे. जगात फुकट जेवण कधी मिळत नाही. असे अनेक शब्द प्रयोग आहेत ज्यातून रोजच्या जगण्यातले शहाणपण व्यक्त होत असते. पण आश्चर्य म्हणजे फक्त शेअर बाजारात उतरताना यातले काहीच आठवत नाही.

शेअर बाजारात वावरताना काही गोष्टींचे भान ठेवावे लागते. कोणत्याही निर्णयात जेव्हा धोका असतो त्याचबरोबर बक्षीसही असते. जर कोणताच धोका अगर अनिश्चितता नसली तर मग बाजारात फायदाही मिळणार नाही. शेअर बाजारात ज्या किंमती दिसतात त्या व्यक्तींच्या समजुतींवर आधारलेल्या असतात. त्यामुळे माणसाला कधी उल्हसित वाटते आणि कधी उदास वाटते आणि त्याचे प्रतिबिंब शेअर बाजारातही दिसते. अर्थात हा मनाचा खेळ काही सगळा शेअर बाजार नियंत्रित करत नाही. शेअर बाजारात ज्या कंपन्या असतात त्यांचे अर्थकारण आणि या कंपन्या ज्या अर्थव्यवस्थेचा एक भाग असतात त्यातल्या घडामोडी यांचा परिणाम बाजारात सतत दिसत असतो. तसेच शेअर बाजार ही एक पूर्णपणे मुक्त प्रक्रिया असल्यामुळे त्यात हजारोंनी आणि लाखांनी अनेक व्यक्ती भाग घेत असतात. त्यामुळे त्यातून रोज बनणारे रसायन हे कोणत्याही भविष्यवाणीच्या पलीकडचे असते.

जे साम्यवादी विचाराचे पक्ष आहेत त्यांना हे सगळे समजून घेणे कठीण जाते त्यांना शेअर बाजारातल्या घडामोडी या एक बनवाबनवीचा भाग वाटतात. शिवाय ते परदेशी गुंतवणूकदार संस्थांना (एफआयआय) यासाठी चोर समजतात. खरे म्हणजे या एफआयआयच्या आग्रहामुळेच देशात भांडवल बाजारात सुधारणा झालेल्या आहेत आणि सगळ्या विकसनशील देशात त्यांचे कौतुक केले जात आहे. या

सुधारणा दक्षिण कोरिया आणि चीन यांच्यापेक्षाही पुढे आहेत. मार्क्सवादी पक्षाला मात्र हे कबूल करणे जमत नाही. मागच्या काळात येथल्या शेअर बाजारात अनेक खोटे व्यवहार होत होते. एकूण शेअर सर्टिफिकिटांपैकी एक दशांश खोटी होती. तसेच महिनोन्महिने सौदे पुरे होत नव्हते आणि उलाढाल लहान प्रमाणात होत होती. तसेच जे मोठे दलाल होते ते नव्या कंपन्यांचे शेअर बाजारात येताना अनेक कृत्रिम प्रकारे भावात चढउतार करत असत. परंतु एकदा भांडवल बाजारात सुधारणा झाल्यावर या सगळ्या गैरप्रकारांना आळा बसला. त्यामुळे एफआयआय हे मोठ्या प्रमाणावर निधी घेऊन देशात गुंतवणूक करू लागले. हे जे गुंतवणूकदार आहेत त्यांनी जगातल्या सगळ्याच विकसनशील देशात गुंतवणूक केलेली आहे. परंतु त्यातही तुलनेने भारतातली गुंतवणूक अधिक आहे.

हा परदेशातल्या निधीचा ओघ देशातल्या शेअर बाजारात आल्यामुळे अनेक गोष्टी घडल्या आहेत. या परदेशी गुंतवणूकदारांनी ज्या कंपन्यांचे नाव चांगले आहे, ज्यांचा व्यवहार चोख आहे आणि ज्यांच्या कामामध्ये पारदर्शकता आहे अशा कंपन्यांमध्ये आपली गुंतवणूक केलेली आहे. यामुळे शेअर बाजारातल्या सुधारणा आणि एफआयआयच्या निधीची वाढती आवक यामुळे भारतीय कंपन्या बाजारात उतरून इक्विटीच्या मार्गाने निधी उभारत आहेत आणि त्यातून आपल्या उद्योगाची क्षमता वाढवत आहेत. यातूनच त्यांनी आपले कर्जावरचे परावलंबन कमी केले आहे आणि आपल्यावरचा व्याजदराचा बोजाही कमी केलेला आहे. या सगळ्याचा परिणाम या कंपन्यांच्या वार्षिक ताळेबंदामध्ये दिसून येत आहे. खाजगी कंपन्यांनी आपल्या उद्योगात अशा पद्धतीने खर्च कमी केलेले आहेत आणि उत्पादकता वाढवली आहे आणि त्यातूनच आपले नफे वाढवले आहेत. यामुळे या कंपन्यांचे भागधारक आणि पर्यायाने शेअर बाजारातल्या या कंपन्यांच्या किंमती यांच्यात ही प्रगती दिसून येत आहे.

येथल्या मार्क्सवादी पक्षाला यातले काहीच कळत नाही. आणि त्यांना ते कळूनही घ्यायचे नाही. चीनने ते मागेच स्वीकारले. या पक्षाच्या मते फक्त परदेशातले सैतान येथे कोट्यावधी रुपये मिळवत आहेत आणि ते कोणताच कर भरत नाहीत. त्यामुळे यापक्षाने भांडवली फायद्यावर कर बसवावा असा आग्रह धरला आहे. तसेच देशाचा मॉरिशसबरोबर एक करार झालेला आहे त्याचा फायदा घेत एफआयआय कर चुकवतात असा पक्षाचा समज आहे. त्यामुळे हा करही रद्द करावा अशी पक्षाची मागणी आहे. खरे म्हणजे वित्तमंत्री चिदंबरम यांनी शेअर बाजारातल्या लाभांशावर आणि भांडवली नफ्यावर अगोदरच कर बसवलेला आहे. त्यामुळे मॉरिशस बरोबरचा करार याचे काही महत्त्व नाही. एफआयआय अगोदरच कर देत आहेत ते मार्क्सवाद्यांना वित्तमंत्र्यांकडून कळून घेता आले असते.

सध्याच्या कर पद्धतीनुसार लाभांशावर कर देण्यात येतो. तो कोणी व्यक्ती न देता कंपन्या परस्पर सरकारला देतात. त्यामुळे एफआयआय हा कर टाळू शकत नाही. भांडवली फायद्यावर कर देण्याच्या जागी आता एक शेअर बाजारातल्या होणाऱ्या व्यवहाराच्या उलाढालीवर एक कर बसवलेला आहे. त्यामुळे एफआयआय सकट सगळेच गुंतवणूकदार कराच्या जाळ्यात आणलेले आहेत. त्यामुळे मॉरिशसच्या मार्गाने येथे गुंतवणूक करून कर चुकवता येईल अशी परिस्थिती अजिबात राहिलेली नाही. बाजारामध्ये काही लबाड लोक दुसऱ्यांच्या नावे छोटे छोटे व्यवहार करत असत आणि भांडवली नफ्यामागचा कर टाळत असत. परंतु वित्तमंत्र्यांनी अशी कराची चोरी आणि टाळाटाळ बंद केली आहे. त्यांनी अप्रत्यक्षपणे सगळ्यांनाच या कराच्या जाळ्यात ओढले आहे. यातून देशातले आणि विदेशी गुंतवणूकदार यांना कराच्या एका पातळीवर आणण्यात आलेले आहे. ही एक सरकारच्या अभिनंदनाची बाब आहे.

याचा अर्थ आज देशापुढे एफआयआय या कर भरत नाहीत आणि मार्क्सवादी म्हणतात त्याप्रमाणे त्यांच्यावर भांडवली नफ्याचा कर बसवणे हा अजिबात प्रश्न नाही. जो प्रश्न आहे तो म्हणजे शेअरबाजार सतत चढत राहावा ही अपेक्षा. बाजारातले भाव असे सारखे चढणार नाहीत. आणि ते असे चढूही नाहीत. या शेअर बाजारात अधूनमधून आणि वेळोवेळी भाव खाली येणे आवश्यकच आहे. काही वेळा ही घट भरीवही असू शकते. त्यांनी काही शेअर बाजाराचे स्वास्थ्य बिघडणार नाही. त्यातूनच गुंतवणूकदार शेअरबाजारात गुंतवणूक करताना धोक्यांना सामोरे जावे लागते आणि त्यातूनच बक्षीसही मिळते हे शहाणपण शिकतील. मार्क्सवादी पक्ष या बाजारावर जी नियंत्रणे घालावीत आणि जे हस्तक्षेप करावेत असे सांगत आहेत त्याची मात्र अजिबात गरज नाही.

■

३.१६ प्रायव्हेट इक्विटी फंड आणि पायाभूत सोयी

भारताने प्रथमच चीनच्यापुढे एका विषयात आघाडी घेतली आहे. चालू २००७च्या पहिल्या सहा महिन्यात भारतात चीनपेक्षा पीई गुंतवणूक अधिक झाली आहे. सेंटर फॉर एशिया प्रायव्हेट इक्विटी रिसर्च या संस्थेने याची आकडेवारी दिली आहे. यानुसार जपानमध्ये सगळ्यात अधिक म्हणजे ४.९१ अब्ज (बिलियन) प्रायव्हेट इक्विटीची (पीई) गुंतवणूक झाली आहे. त्यानंतर भारतात ३.७ अब्ज (बिलियन) आणि चीनमध्ये २.६ अब्ज (बिलियन) डॉलरची अशी गुंतवणूक आहे. आपल्याकडे अभियांत्रिकी आणि बांधकाम कंपन्यांमध्ये अकरा प्रकल्पांच्या माध्यमातून जानेवारी ते मे २००७ मध्ये २९ कोटी (२९० मिलियन डॉलर)ची गुंतवणूक झाली आहे. याच क्षेत्रात २००६ सालात २३ प्रकल्पांमध्ये एकूणात ६० कोटी (६०० मिलियन डॉलर)ची गुंतवणूक झाली होती. ही माहिती व्हेंचर इंटलिजन्स या संशोधन संस्थेने दिली आहे. आपल्या अर्थव्यवस्थेमध्ये पायाभूत सुविधांच्या क्षेत्रात खूप मोठी मागणी आहे आणि तुलनेने अगदी कमी गुंतवणूक आहे. त्यामुळे प्रत्यक्ष आणि अप्रत्यक्ष मार्गाने या क्षेत्रात पीई गुंतवणूक वाढेल अशी नियोजनकर्त्यांना आशा आहे.

पायाभूत क्षेत्रामध्ये पीई गुंतवणूक करणे हे एक मोठे आव्हान आहे. या क्षेत्रात मोठ्या आकाराचे आणि मोठ्या गुंतवणुकीचे प्रकल्प असतात आणि त्यांच्यावर सुरुवातीच्या काळात बराच खर्च करावा लागतो. तसेच हे प्रकल्प पुरे व्हायला तुलनेने अधिक काळ जातो आणि साहजिकच यावर मिळणारा परतावा दीर्घ काळावर वाटला जातो. मुख्य म्हणजे कोणत्याही नेहमीच्या पीई गुंतवणुकीपेक्षा अशी पायाभूत सुविधांमधील गुंतवणूक मुळात अगदी वेगळी असते. शिवाय अशा प्रकल्पातून गुंतवणूकदाराला कोणत्याही वेळी आपले भांडवल काढून घेणे सहज सोपे नसते. आपल्याकडची एक अडचण म्हणजे असे मोठ्या मत्ता असलेले प्रकल्प शेअर बाजारात उतरलेले नाहीत आणि त्यामुळे एखाद्या पीई गुंतवणूकदाराची इक्विटी दुसरा कोणी बाजारात विकत घेऊ शकत नाही. साधारणपणे जेव्हा पीई फंड अशा प्रकल्पांमध्ये निधी पुरवतात तेव्हा त्यासाठी बांधकाम अगर विकास करणाऱ्या कंपन्यांच्या अप्रत्यक्ष माध्यमाचा वापर करतात. म्हणजे पीई निधी प्रत्यक्ष प्रकल्पामध्ये गुंतवावा लागत नाही. याचे

उदाहरण म्हणजे पीई कंपन्यांनी पुंज लॉईड, गायत्री प्रोजेक्टस् अशा बांधकाम करणाऱ्या कंपन्यांमध्ये गुंतवणूक केलेली आहे.

काही पीई फंडांनी एका मध्यवर्ती गुंतवणूक कंपनीमध्ये गुंतवणूक करून नंतर प्रकल्प राबवणाऱ्या कंपन्यांना निधी उपलब्ध करून दिला आहे. या मार्गाने फक्त एका प्रकल्पात गुंतवणूक न करता एकाचवेळी अधिक प्रकल्प निवडले जातात. असे करण्याचा फायदा म्हणजे यातून गुंतवणूकदार आपली जोखीम वाटू शकतो. शिवाय अशा प्रकल्पातून बाहेर पडणे शक्य होते कारण अशा कंपन्या शेअर बाजारात सुलभपणे नोंदवता येतात. अशा पद्धतीने पीई गुंतवणूकीचा वापर करून वाढीसाठी भांडवल पुरवता येते. या कंपन्या बाजारात नोंदल्या गेल्यावर त्यातून अधिक प्रकल्पांसाठी भांडवल देणे शक्य होते. या मार्गाला दुसरा पर्याय म्हणजे काही विशिष्ट क्षेत्रांसाठी मत्ता असलेल्या कंपन्या निर्माण करणे आणि त्यात गुंतवणूक करणे. याचा एक फायदा म्हणजे यातून इक्विटीसाठी बाजारातून निधी उभारता येतो आणि जगातला इतर ठिकाणचा अनुभव या पीई फंडांच्यामुळे येथे उपयोगास येतो.

आपल्याकडे काही पीई फंडांनी इनिशियल पब्लिक ऑफरिंगचा (आयपीओ) मार्ग स्वीकारला आहे. यातून या फंडांनी आपले भांडवल बाहेर काढून घेतले आहे. याचे उदाहरण म्हणजे नॉयडा टोल ब्रिजचा आयपीओ आणि सुझलॉन एनर्जीचा आयपीओ. या सुझलॉन एनर्जीच्या बाबतीत सीटीग्रुप व्हेंचर कॅपिटल (सीव्हीसी) यांनी आपला इक्विटीचा वाटा २००६ सालात विकून टाकला आणि त्यातून भरपूर नफा मिळवला. या सीव्हीसीकडे एकूणात ५७.७ कोटी (५७७ मिलियन डॉलर)चा निधी आता उपलब्ध आहे. त्यांनी सुझलॉन एनर्जीमध्ये प्रथम जी गुंतवणूक केली होती त्याच्या हा सव्वीस पट आकडा आहे.

अर्थात या आयपीओच्या मार्गाने आजही थोडेच प्रयत्न झालेले आहेत. परंतु पीई कंपन्या गुंतवणूक करत आहेत कारण त्यांच्या डोळ्यापुढे शेअरबाजारात उतरल्यावर आपल्याला मुळच्या गुंतवणुकीवर भरपूर परतावा मिळतो हे नीट कळलेले आहे. याचे एक उदाहरण म्हणजे एका पीई कंपनीने पायाभूत सुविधांच्या गुंतवणुकीसाठी १० कोटी (१०० मिलियन डॉलर)पेक्षा अधिक गुंतवणूक एका सूत्रधारी कंपनीमध्ये (होल्डिंग कंपनी) केलेली आहे. यात पीईची गुंतवणूक सुमारे २० टक्के आहे आणि येथून सुमारे पाच ते सहा वर्षांनी याचा आयपीओ बाजारात आणण्याची कल्पना आहे. म्हणजे असे १० कोटी (१०० मिलियन डॉलर) सुमारे पाच ते सहा वर्षे एक जोखीम पत्करून गुंतवते आणि त्यातून अनेक पायाभूत सुविधांचे प्रकल्प राबवले तर त्यावर कितीतरी पटीने परतावा मिळेल हे उघड आहे. अर्थात यासाठी पाच वर्षे थांबावे लागेल आणि मोठी जोखीम पत्करावी लागेल. नंतर मिळणारा परतावा हा त्यासाठीच आहे.

आणखी एका मार्गाने पीईचा निधी वेळप्रसंगी काढून घेता येतो. ही वेळ म्हणजे जेव्हा प्रकल्प मार्गी लागला आहे आणि त्यातून स्थिर पद्धतीने रोख महसूल जमा होत आहे त्यावेळी पीई गुंतवणूकदार आपला हिस्सा दुसऱ्या गुंतवणूकदाराला विकू शकतो. जगात साधारणपणे विमा कंपन्या अशा स्थिरावलेल्या प्रकल्पांमध्ये आपला निधी गुंतवण्यास उत्सुक असतात कारण हे प्रकल्प दीर्घकाळासाठी चालू राहणार असतात. म्हणजे पीई कंपन्या पायाभूत सुविधांच्या कंपन्यात मोठी गुंतवणूक प्रथम करतात आणि नंतर हे प्रकल्प मार्गी लागल्यावर आपली गुंतवणूक काढून घेतात आणि त्याजागी विमा कंपन्या अगर दुसरे म्युच्युअल फंड पैसे गुंतवतात. शिवाय एक पीई फंड दुसऱ्या पीई फंडालाही आपला हिस्सा विकू शकतो अगर अशा प्रकल्पात ज्याने अगोदरच गुंतवणूक केली आहे आणि त्याला आपला वाटा वाढवायचा आहे तो अशी खरेदी करू शकतो. भारतात ही पीई निधीची बाजारपेठ अजूनही बाल्यावस्थेत आहे आणि त्यामुळे येथे फारसे काही घडताना आपण पाहिलेले नाही. परंतु येत्या काळात गुंतवणूकदारांना असे अनेक पर्याय उपलब्ध होतील असे दिसते.

बांधकाम व्यावसायिक आणि स्थावर मालमत्तेचे गुंतवणूकदार यांनी अशा पद्धतीने प्रकल्प पुरे करून त्यावर कर्जे उभारली आहेत आणि आपला वाटा काढून घेतला आहे. आपल्याकडे रस्ते बांधणीचे मोठे प्रकल्प अंमलात येत आहेत आणि त्या प्रकल्पांच्या अर्थ पुरवठ्यामध्ये हा पर्याय सगळे गुंतवणूकदार गृहीत धरत आहेत. किंबहुना जेव्हा या प्रकल्पांच्या बोलीची वेळ येते तेव्हाच ही शक्यता जाहीर करण्याची प्रथा सुरू झाली आहे. अशा पद्धतीने काही विकसक आपल्या प्रकल्पांच्या अंमलबजावणीची सुरुवात करतानाच आपल्या इक्विटीचा काही भाग काढून घेतात आणि त्यामुळे एकूण उरलेल्या इक्विटीवरचा परतावा वाढतो.

येत्या काळात देशातल्या पायाभूत सुविधांच्या मोठ्या प्रकल्पांमध्ये अधिक प्रमाणात पीई फंडाची गुंतवणूक होणार आहे. त्याचे प्रकार अनेक असतील. काही वेळेला काही ठराविक मत्तांच्या पातळीवर असा निधी दिला जाईल आणि काही वेळा एखाद्या क्षेत्रातील प्रकल्पांसाठी निधी मिळेल. तसेच यामध्ये पीईची गुंतवणूक झाल्यानंतरही इक्विटींची खरेदी विक्री होऊ शकेल. अशा अनेक शक्यता आणि अनेक पर्याय यांच्या पार्श्वभूमीवर आपल्याकडे पीई निधीची गुंतवणूक पायाभूत सुविधांच्या क्षेत्रात मोठ्या प्रमाणावर होणार आहे. आपल्या वित्त व्यवस्थेमध्ये हा एक नवीन अनुभव असणार आहे. यातून मोठ्या आकाराचे आणि दीर्घ काळासाठी जे प्रकल्प आवश्यक असतात त्यांच्यासाठी वित्त पुरवठा करण्याचा एक नवीन मार्ग खुला होणार आहे.

■

३.१७ भांडवल गुंतवणूक का वाढत नाही?

मागच्या काही वर्षात भारतातले व्याजदर कमी होत आहेत. हे एक सुचिन्ह आहे. परंतु खाजगी गुंतवणूक कुंठित का झालेली आहे हा काळजीचा प्रश्न बनला आहे. या कात्रीतून कसे बाहेर पडायचे याचे उत्तर शोधावे लागेल. या एकूण प्रश्नात थोडीशी तांत्रिक गुंतागुंत आहे परंतु ती सोपी करून मांडली तर प्रश्नाचे स्वरुप समजून घेता येईल. या चर्चेची सुरुवात होते बचत आणि गुंतवणूक या महत्त्वाच्या नात्यापासून. म्हणजे अर्थव्यवस्थेमध्ये जेवढी बचत उपलब्ध आहे त्याच्या इतकी गुंतवणूक झाली म्हणजे देशापुढच्या प्रश्नाचे स्वरुप उघड होईल.

तत्त्वत: कोणत्याही खुल्या अर्थव्यवस्थेमधून बचतीचे तीन मार्ग असतात. खाजगी, सरकारी आणि विदेशी. त्याप्रमाणे गुंतवणुकीचे दोन प्रकार असतात. खाजगी आणि सरकारी किंवा सार्वजनिक. थोडक्यात याचे सूत्र पुढीलप्रमाणे मांडता येते. खाजगी गुंतवणूक अधिक सरकारी गुंतवणूक याच्याबरोबर खाजगी बचत अधिक सरकारी बचत अधिक विदेशी बचत. अशा सूत्राच्या दोन बाजू एकमेकाबरोबर असतात.

सरकारी गुंतवणुकीमध्ये पायाभूत सोयी सवलती निर्माण करण्यासाठी जी गुंतवणूक करावी लागते ती अंतर्भूत आहे. शिवाय त्यातच आरोग्य आणि शिक्षण यावरचा खर्च येतो. खाजगी गुंतवणुकीमध्ये कारखाना, यंत्रसामुग्री आणि इमारतींवरचा खर्च येतो. खाजगी गुंतवणुकीमध्ये कुटुंब आणि कंपन्या यांनी केलेली बचत अभिप्रेत आहे. कुटुंबाने केलेली बचत म्हणजे एकूण उत्पन्नातून चालू खर्च भागवून जी रक्कम वाचविण्यात येते ती बचतीसाठी उपलब्ध असते. त्याचप्रमाणे कंपन्या आपला चालू खर्च भागवून एकूण महसूलातून जी रक्कम शिल्लक ठेवतात ती बचतीसाठी वापरली जाते. सरकारी बचत ही सरकारचा चालू खर्च एकूण महसुली उत्पन्नातून भागवून जी महसुली शिल्लक राहते ती असते.

परदेशी बचत हा प्रकार थोडासा गुंतागुंतीचा आहे. यामध्ये दोन संकल्पना आहेत. एक म्हणजे एक्स्टर्नल करंट अकाऊंट डेफिसिट म्हणजे विदेशी चालू खात्यात तूट आणि एक्टर्नल कॅपिटल अकाऊंट सरप्लस म्हणजे विदेशी भांडवली खात्यात शिल्लक. जेव्हा विदेशी चालू खात्यातील तूट सकारात्मक असते तेव्हा त्याचा

अर्थ असा की चालू मालाच्या आणि सेवांच्या निर्यातीच्या उत्पन्नातून एकूण आयातीचा खर्च भरून येत नाही. ही घट भरून काढण्यासाठी कारखाने आणि यंत्रसामुग्री अशा मत्ता विकून परतफेड करता येते. शिवाय कंपन्यांचे भाग भांडवल आणि देशांतर्गत कर्ज यामध्येही विदेशी गुंतवणूकदार भाग घेऊ शकतात. म्हणजे जेव्हा चालू खात्यातील तूट ही विदेशी भांडवली खात्यातील शिलकीबरोबर असते तेव्हा ही परदेशी गुंतवणूक आपल्या अर्थव्यवस्थेमध्ये झाली आहे असे समजायचे.

जेव्हा विदेशी चालू खात्यातील तूट ही विदेशी भांडवल खात्यातील शिल्लकीएवढी असते त्याचा धोरणाच्या दृष्टीने काय अर्थ आहे हे पाहिले पाहिजे. जेव्हा या सूत्राचे दोन भाग सारखे असतात तेव्हा सरकार चालू खात्यातील तुटीवर ताबा ठेवू शकते आणि पर्यायाने विदेशी भांडवली खात्यातल्या शिलकीवर नियंत्रण ठेवू शकते. म्हणजेच परदेशी गुंतवणूक निधी देशात किती येऊ द्यावा यावरही सरकार नियंत्रण ठेवू शकते. हे करायचा सोपा मार्ग म्हणजे परदेशी चलनाच्या साठ्यात वाढ करू द्यायची. ज्या प्रमाणात रिझर्व्ह बँक परदेशी चलनांच्या साठ्यात खरेदी करते त्यामार्गाने बँक देशात येणारे परदेशी भांडवल हे बाहेरच्या निधी इतके ठेवत असते.

चालू खात्यातील तूट (करंट अकाऊंट डेफिसीट)याचे जीडीपीबरोबरचे गुणोत्तर याला सीएडी म्हणजे कॅड असे म्हणतात. आणि भांडवली खात्यातील शिल्लक याचे जीडीपीबरोबरचे गुणोत्तर याला सीएपीएस म्हणजे कॅप्स (कॅपिटल अकाऊंट सरप्लस) असे म्हणतात. या दोन्हीही मार्गांनी परदेशी बचत होत असते. त्यामुळे बचत आणि गुंतवणूक यांचे नाते वेगळ्या पद्धतीनेही मांडता येईल. त्यानुसार त्यामध्ये एकूण गुंतवणूक आणि बचत यामध्ये जी कमतरता असते, आणि त्यात सार्वजनिक आणि खाजगी ही दोन्ही क्षेत्रे येतात, ती परदेशातल्या बचतीतून भरून काढता येते.

सरकारी बचत दिसते ती महसुली शिल्लकीच्या स्वरूपात असते. म्हणजे सरकारी क्षेत्रातील गुंतवणूक आणि बचत यांच्यामध्ये जी कमतरता असते ती वित्तीय तुटीच्या स्वरुपात असते. म्हणजेच जेव्हा वित्तीय तूट खाजगी बचतीपेक्षा अधिक वाढते तेव्हा चालू खात्यातील तूट वाढली पाहिजे. कारण त्यातूनच अतिरिक्त विदेशी बचत अर्थव्यवस्थेमध्ये येऊ शकते. किंवा दुसरा पर्याय म्हणजे खाजगी गुंतवणूक कमी व्हावी लागते. जर खाजगी बचत पुरेशा वेगाने वाढली नाही तर भरमसाठ खर्च करणारे बेजबाबदार सरकार दोन्ही पैकी फक्त एकच गोष्ट पत्करू शकते. या दोन गोष्टी म्हणजे खाजगी गुंतवणुकीमध्ये घट होणे किंवा चालू खात्यातील तूट वाढू देणे.

आज देशामध्ये बचत आणि गुंतवणूक यांचे नाते खरोखरी काय आहे हे वर केलेल्या विश्लेषणातून उघड होते. ते पूर्णपणे समजून घेणे महत्त्वाचे आहे कारण त्याच्याशी धोरणाचे अनेक गंभीर प्रश्न निगडित आहेत. सर्वसाधारण जनता, लोकप्रतिनिधी आणि बऱ्याचदा वृत्तपत्रे आणि प्रसार माध्यमे अशा गुंतागुंतीच्या प्रश्नाविषयी पुरेशा माहीतगार नसतात आणि जागरूकही नसतात. त्यामुळे या प्रश्नाचे गांभीर्य अधिकच

वाढते कारण या विषयातली देशाच्या हिताची धोरणे ठरविणे अधिकच बिकट होते. तसेच सरकारच्या वित्त खात्यातील नोकरशाहीवरच या सर्व धोरणांचे नशीब अवलंबून असते. रिझर्व्ह बँक या विषयी जी काळजी करत आहे ती रास्तच आहे. जर रुपयाच्या चलनाचे मूल्य असेच वाढत राहिले तर भारतीय मालाच्या निर्यातीवर तिचा नक्कीच नकारात्मक परिणाम होणार. सध्या देशामध्ये परदेशी गुंतवणूक आणि अनिवासी भारतीय जो मोठ्या प्रमाणावर निधी पाठवत आहे त्यावर उपाय म्हणून रिझर्व्ह बँक परदेशी चलनाची खरेदी करत आहे आणि त्यातून सतत परदेशी चलनाचा साठा वाढत आहे. तो आता ११७ अब्ज (११७ बिलियन डॉलर)वर पोहोचला आहे. परंतु रिझर्व्ह बँकेच्या या कृतीमुळे भांडवली खात्यातील शिल्लक आपोआपच कमी होत आहे आणि त्यामुळेच चालू खात्यातील तूट सुद्धा कमी राहिली आहे. थोडक्यात म्हणजे परदेशी बचतीचा निधी जो देशात येत होता तोच एकपरीने रोखला जात आहे.

मागच्या काही महिन्यात चालू खात्यातील तूट संपली असून त्यात शिल्लक निर्माण झाली आहे. याचा अर्थ नीट समजून घेतला पाहिजे. आता भारत आपल्या देशांतर्गत बचतीपैकी काही नक्त रक्कम परदेशामध्ये गुंतवत आहे. विशेष म्हणजे यावर मिळणारा परतावा अगदीच कमी आहे. म्हणजे काही प्रमाणात खाजगी बचत वाढली असली तरीही त्यातला काही भाग परदेशातल्या बचतीमध्ये गुंतवला जात असल्यामुळे देशाच्या दृष्टीने कमी बचतीची रक्कम उपलब्ध होते. याशिवाय जी बचत शिल्लक राहते ती वित्तीय तूट वाढली असल्यामुळे त्यातच जिरवली जाते. या सर्वांचा परिणाम म्हणजे देशामध्ये खाजगी गुंतवणूक वाढण्यासाठी जागा उरलेली नाही.

अशा परिस्थितीत आणखी काही प्रश्न उपस्थित होतात. जर सरकार अगदी कमी व्याजावर बचत आपल्याकडे वळवून घेत असेल तर त्यात खाजगी क्षेत्र का स्पर्धा करू शकत नाही? याची दोन उत्तरे असू शकतात. एक म्हणजे अर्थव्यवस्था मंदीच्या सावटात असल्यामुळे भांडवल गुंतवणुकीसाठी मागणी कमी असू शकते. दुसरी शक्यता म्हणजे जे कंपन्यांव्यतिरिक्त कर्ज मागणारे आहेत त्यांना बँका सरकारी कर्जरोख्यांवर जो परतावा मिळतो त्या दराने कर्ज देण्यास तयार नसाव्यात. एकतर असे कर्ज मागणाऱ्या व्यक्ती यांच्याविषयी बँकांना भरवसा वाटत नाही किंवा एकूणच राष्ट्रीयीकृत बँकांमध्ये कोणतेही धाडसाचे निर्णय घ्यावेत अशी त्यांच्या प्रशासनात मानसिकता नसावी.

मागे दहा वर्षांपूर्वी जेव्हा हर्षद मेहता यांनी शेअरबाजारात गोंधळ घातला त्यावेळी अनेक बँकांमधील उच्च अधिकारी त्याचे सहकारी आणि हस्तक होते असे नंतर उघडकीस आले. त्यावेळेपासून जरी अपराधी अधिकाऱ्यांना योग्य शिक्षा झाल्या तरीही बँकांमध्ये एकूणच काही प्रमाणात निष्क्रियता आली होती. अशा वातावरणात बँकांचे अधिकारी कोणतेही नवे धोके पत्करण्याच्या मानसिकतेमध्ये नाहीत. परंतु सर्व

जगात बँकांना काही प्रमाणात धोका पत्करल्याशिवाय आणि काही उपक्रमशीलता दाखविल्याशिवाय आपला वित्तव्यवसाय वाढवता येणार नाही हे सिद्ध झालेले आहे. केवळ काही कर्जे बुडतात अगर थकीत राहतात म्हणून कर्ज वितरण करायचे नाही हा पर्याय बँकिंग क्षेत्रामध्ये उपलब्ध नाही. अर्थात ज्या खाजगी क्षेत्रातील प्रस्थापित कंपन्या आहेत त्यांची गुंतवणूक त्यांनी किती उत्पन्न मिळवले याच्याशी निगडित असते. म्हणजे येथेही मंदीचा प्रभाव दिसतोच.

म्हणजे खाजगी क्षेत्राची भांडवल गुंतवणूक करण्याची मागणी इतकी मर्यादित का आहे हा प्रश्न शिल्लक राहतोच. अर्थात मागच्या मंदीचा काही परिणाम रेंगाळताना दिसू शकतो. परंतु गुंतवणुकीमध्ये आता बराच काळ निरुत्साह वावरत आहे आणि त्याची आणखी काही कारणे शोधली पाहिजेत. यामध्ये नमूद करण्यासारखी मर्यादा म्हणजे लघुउद्योग क्षेत्राला अजूनही संरक्षण देण्यात येत आहे. आणि त्यात बदल करायला राज्यकर्त्यांची तयारी नाही. याच्याशी निगडित जे हितसंबंधी आहेत त्यांचा अजून प्रभाव आहे. शिवाय मजूर विषयक कायदे हे कालबाह्य झालेले आहेत आणि त्यातही आवश्यक ते बदल झालेले नाहीत. परत यामध्ये राजकारण आहे कारण सर्वच राजकीय पक्षांना यात स्पर्धा करून लोकानुनय करायचा आहे. परंतु याचा दुष्परिणाम म्हणजे ज्या क्षेत्रांमध्ये अधिक श्रमप्रधान रोजगार निर्माण करता येईल तो पर्याय खाजगी उद्योग क्षेत्राला आजही उपलब्ध नाही.

वास्तविक पाहता जगामध्ये आता भारत आणि चीन या दोन देशांना आपल्या मुबलक मजूर पुरवठ्याचा आधार घेत औद्योगिकीकरणाची पारंपरिक क्षेत्रे काबीज करता येतील. शिवाय आधुनिक तंत्रज्ञान सहजपणे देशात आणून वापरता येण्यासारखी परिस्थिती असल्यामुळे मालाचा दर्जा सुधारणे आणि कमी उत्पादन खर्चात औद्योगिकीकरण करणे भारताला सहज शक्य आहे. काही प्रमाणात खाजगी औद्योगिक क्षेत्र औषध निर्माण उद्योग आणि वाहन निर्मिती यात वेगाने पुढे जात आहे. परंतु जर पूर्वीचे कालबाह्य कामगार विषयक कायदे पूर्णपणे बदलले तर श्रमप्रधान उद्योगांचा मोठ्या प्रमाणावर विकास होऊ शकतो.

लघुउद्योग क्षेत्राचे संरक्षण काढले आणि मजूर विषयक कायद्यात सुधारणा केल्या तर निश्चितच भांडवल गुंतवणुकीसाठी मागणी वाढेल. हे एका मर्यादेपर्यंत खरे आहे. मुख्य अडचण आहे बचत आणि गुंतवणूक हे नाते वरच्या पातळीवर कसे न्यायचे. जोपर्यंत खाजगी गुंतवणूक वाढत नाही तोपर्यंत सरकारला दोन पर्याय आहेत आणि त्यापैकी एक निवडावा लागेल. वित्तीय तूट कमी करणे किंवा चालू खात्यातील तूट वाढू देणे. जर खाजगी गुंतवणूक वाढायची असेल तर यापैकी एक पर्याय निवडावा लागेल. जर यापैकी काही घडले नाही तर येत्या काळात जरी भांडवल गुंतवणुकीसाठी मागणी वाढली तरीही ती चढ्या व्याजदरात हरवून जाईल. ■

३.१८ खाजगी इक्विटी आणि सार्वजनिक फायदा

श्रीमंत औद्योगिक देशात खरे म्हणजे फारसे वेगवेगळे आर्थिक प्रश्न उरलेले नाहीत. अर्थव्यवस्थेच्या इतिहास आणि व्यवस्था म्हणून आपापली काही खास वैशिष्ट्ये आहेत आणि त्याचे प्रश्न जरूर आहेत. परंतु एकूण भांडवलशाही व्यवस्थेचा विचार केला तर त्यांच्यामध्ये मुळात फार मूलगामी फरक नाहीत. परंतु जेव्हा या लोकशाही देशांमध्ये निवडणुकीचे पडघम वाजू लागतात तेव्हा देशातील प्रमुख राजकीय पक्षांना आपले वेगळेपण दाखविण्यासाठी तरी काही नवीन मतभेदाचे मुद्दे शोधून काढावे लागतात. सर्वसाधारण जनमत अशा तपशिलात किती रस घेते हा एक प्रश्नच आहे. परंतु पक्षापक्षांमधले काही मोठे फरक न उरल्यामुळे पक्षनेत्यांना आपल्या प्रतिभेला आणि अहंकाराला धरून कशाचे तरी भांडवल करावे लागते. ब्रिटनमध्ये ब्लेअर यांनी ते दाखवले आहे.

त्याचप्रमाणे जर्मनीमध्ये सोशल डेमोक्रॅट पार्टी हा धडा गिरवित आहे. जर्मनीची अर्थव्यवस्था जोमदारपणे वाढत नाही आणि त्याचा सगळ्यांनाच प्रश्न पडला आहे. विशेषत: मागची जगातली मंदी संपल्यावर या दोन वर्षातही जर्मनीची वाढ जेमतेमच आहे. या पक्षाच्या अध्यक्षांनी देशाच्या निरुत्साहित झालेल्या अर्थव्यवस्थेचे खापर खाजगी समभागांच्या निधीवर (प्रायव्हेट इक्विटी फंडस्) फोडले आहे. जशी टोळधाड येते आणि पिके फस्त करते त्याप्रमाणे हे इक्विटी फंडस् जर्मन कंपन्या संपवत आहेत असे त्यांनी वर्णन केले.

जगामध्ये मुक्तपणे हिंडणाऱ्या या टोळ्या आता भारताकडे वळल्या आहेत असा येथल्या अभ्यासकांचा समज झाला आहे. यात बरेच फरक आहेत. काही बलाढ्य परदेशी निधी भारतातल्या मोठ्या सार्वजनिक कंपन्यांमध्ये समभागांची खरेदी करत आहेत. तर काही भारतीय उद्योजक हे अमेरिकेतल्या सिलिकॉन व्हॅलीमधून मोठे यश आणि भरपूर पैसे मिळवून भारतात येत आहेत आणि येथल्या उच्च तंत्रज्ञानावर आधारलेल्या नव्या कंपन्यांमध्ये गुंतवणूक करत आहेत. भारत हा जगातल्या थोड्या देशांपैकी एक आहे जेथे मोठ्या प्रमाणावर प्रायव्हेट इक्विटी (पीई) फंडांची गुंतवणूक करता येईल असा जागतिक बाजारपेठेमध्ये पक्का समज पसरलेला आहे.

टीएसजे मिडिया या नावाची संस्था भारतात नव्या कंपन्यांमध्ये साहस भांडवलाची (व्हेंचर कॅपिटल) जी गुंतवणूक होत आहे त्याचा पाठपुरावा करते. मागच्या २००४ सालात या पीई फंडांनी ६६ भारतीय कंपन्यांमध्ये १.१ अब्ज (१.१ बिलियन डॉलर)ची गुंतवणूक केली. चालू २००५ सालात हा आकडा जवळपास तिप्पट होईल असा एक अंदाज आहे. यापैकी सुमारे ८५ टक्के गुंतवणूक परदेशी पीई फंडांची असेल आणि उरलेला निधी भारतातून गोळा होईल अशी अपेक्षा आहे.

प्रायव्हेट इक्विटी याची एक स्थूल व्याख्या आहे. जी इक्विटी (समभाग) सार्वजनिक विनिमय बाजारातून गुंतवली जात नाही त्याला प्रायव्हेट इक्विटी असे समजतात. ही जी पीई कंपन्यांची खाजगी कंपन्यात गुंतवणूक असते त्यातून त्यांना व्यवस्थापनामध्ये काही खास अधिकार मिळतात. ते कंपनीमधले व्यवस्थापक काढून टाकू शकते अगर बदलू शकते आणि त्यातून त्यांना व्यवस्थापनाचा दर्जा सुधारण्याचा प्रयत्न करता येतो. त्यांनी अशा इक्विटीच्या खरेदीमध्ये भरीव गुंतवणूक केलेली असते आणि त्यावर अधिक परतावा मिळविणे हे अशा सुधारित दर्जेदार व्यवस्थापनातून शक्य होते.

मागे १९८० मध्ये जगामध्ये सगळ्यात मोठा फंड हा कोलबर्ग, क्रेव्हीस आणि रॉबर्टस् या नावाचा होता आणि त्यांच्याकडे १३.५ कोटी (१३५ मिलियन डॉलर)चे मूल्य असलेल्या मत्तांची मालकी होती. त्यानंतर आजच्या काळात असे कितीतरी फंडस् आहेत ज्यांच्या मत्ता एक अब्ज (एक बिलियन डॉलर)पेक्षा अधिक आहेत. ब्रिटनमध्ये त्यांच्या औद्योगिक कामगारांपैकी एक पंचमांश वर्ग अशा सार्वजनिक क्षेत्रात रोजगार मिळवत आहे ज्यातली गुंतवणूक ही पीई फंडाने केलेली आहे. मागच्या २००० सालात गुंतवणुकदारांनी सुमारे १६० अब्ज (१६० बिलियन डॉलर) हे पीई फंडांमध्ये घातलेले होते. या २००० सालात सर्वात अशी अधिक गुंतवणूक झालेली होती. या पीई फंडांच्या निधीतला बराचसा भाग हा साहस भांडवल म्हणून वापरण्यात आला. मागे १९९१ मध्ये अशा भांडवलाची गुंतवणूक फक्त सुमारे दहा अब्ज (दहा बिलियन डॉलर) होती. अमेरिकेमध्ये सध्या ज्या अगदी नामांकित कंपन्या आहेत त्यामध्ये फेडरल एक्सप्रेस, ओरॅकल, ॲपल कॉम्प्युटर, इन्टेल अशी नावे आहेत. या यशस्वी कंपन्यांमध्ये सुरुवातीला पीई फंडांमधूनच गुंतवणूक झाली होती आणि त्यातूनच त्या यशस्वी झाल्या.

मागच्या ऐंशीच्या मध्यापासून मधल्या काळात पीई उद्योग बरीच प्रगती करून आजची प्रतिष्ठा मिळवून राहिला आहे. या फंडांच्या माध्यमातून काही कंपन्यांवर लक्ष केंद्रित करण्यात आले आणि त्यांची खरेदी करण्यात आली. जेव्हा असे हस्तांतर झाले तेव्हा या कंपन्यातल्या मूळ व्यवस्थापनाचा अतिशय नाराजीचा दृष्टीकोन होता. किंबहुना त्यांचा विरोधच अधिक होता. सध्याच्या काळात अशा प्रकारे धसमुसळ्या

पद्धतीने कंपन्या गिळंकृत करण्याचे प्रमाण तुलनेने बरेच कमी झालेले आहे.

हल्लीच्या दिवसात पीई फंडस् हे सुस्थितीत असलेल्या कंपन्यांमध्ये राजीखुशीने गुंतवणूक करतात आणि व्यवस्थापनात सहभागी होतात. यातून सगळ्या कंपनीचा फायदाच होतो कारण कंपनीचे मूल्य वाढते अशी सगळ्यांची धारणा असते. ज्या मोठ्या वित्त संस्था आहेत त्यामध्ये निवृत्तिवेतनाचे निधी सार्वजनिक आणि खाजगी न्यासाचे निधी आणि विमा कंपन्या यांचे प्राधान्य जास्त आहे आणि त्यांच्याकडे जो मोठ्या प्रमाणावर निधी गोळा होतो तो या प्रायव्हेट इक्विटी फंडांमध्ये गुंतवला जातो. त्यामुळेच मागच्या दशकात या पीई उद्योगाची लक्षणीय वाढ झालेली आहे.

या पीई फंडांची आता प्रतिमा आणि शैली बदललेली आहे. पूर्वी या माध्यमातून कंपन्या गिळंकृत केल्या जात होत्या आणि त्यांची मोडतोड करून परत विक्रीही केली जात होती. या उलट आता कंपन्यांना या पीई फंडांकडून आश्वासन आणि भरवसा मिळत आहे. त्याच्या आधारावर या कंपन्या दीर्घ काळातल्या स्वास्थ्याचा विचार करू शकतात. तसेच शेअर बाजारात जी अल्प काळातली वादळे असतात त्याचीही काळजी त्यांना करावी लागत नाही. यापैकी बरेचसे फंडस् असे आहेत ज्यांची गुंतवणूक सुमारे तीन ते दहा वर्षांच्या काळासाठी होते आणि पहिल्या पाच वर्षांत काही परतावाही अपेक्षित नसतो. या फंडांचा विशेष फायदा म्हणजे त्यांचा मुळातच भर दीर्घ काळाच्या गुंतवणुकीवर असतो.

आज जगात असे जे सगळ्यात मोठे पीई फंडस् आहेत त्यांनी शेअर बाजारात जितका परतावा मिळतो त्यापेक्षा अधिक परतावा आपल्या गुंतवणूकदारांना मिळवून दिला आहे. अर्थात असेही काही साधारण पीई फंडस् आहेत ज्यांचा आकार लहान आहे आणि त्यांची कामगिरी शेअर बाजारच्या तुलनेने कमी आहे. या विषयात जगभरात जी चर्चा सुरू असते त्यामध्ये हेज फंडांची चर्चा जास्त होते आणि त्यांना प्रसिद्धी मिळते. खरे म्हणजे जे पीई फंडस् आहेत ते अधिक मोठा निधी ताब्यात ठेवतात आणि त्यांचा प्रभावही मोठा आहे.

भारतामध्ये नियोजनाच्या काळात सुरुवातीपासून अशा निधीच्या माध्यमातून कंपन्यांची खरेदी करणे आणि त्यांचा ताबा घेणे याला विरोधच होता. त्यामुळे गुंतवणूकदारांचे नुकसान होते आणि ते देशहिताला धरून नाही असा समज होता. सुदैवाने सगळेच संदर्भ बदललेले आहेत आणि या मानसिकतेमध्येही बदल झालेला आहे. येत्या काळात प्रायव्हेट इक्विटी कंपन्यांच्या मार्गाने देशातल्या खाजगी कंपन्यांच्या रचनेमध्ये सुधारणा होणार आहेत. त्यांना जगातल्या स्पर्धेला तोंड देता येईल. तसेच त्यांची उत्पादन व्यवस्था वाढेल आणि मूल्यवृद्धी होण्यासाठी व्यवस्थापकीय कौशल्याचे महत्त्व वाढेल. शिवाय अशा प्रकारची गुंतवणूक करणाऱ्या कंपन्या दीर्घ काळासाठी विचार करत असल्यामुळे शेअर बाजारात कोणतीही उलथापालथ झाली म्हणून

देशातून भराभरा भांडवल काढून घेण्यात येणार नाही. सगळ्याच अभ्यासकांच्या मनात १९९७-९८ मध्ये पूर्व आशियातील देशांमधून ज्या पद्धतीने भांडवल देशाबाहेर नेण्यात आले त्याचा त्यांना जबरदस्त झटका बसला. साहजिकच भारतालाही अशा प्रसंगांपासून नेहमीच सावध राहण्याची गरज आहे.

भारताच्या अर्थव्यवस्थेची क्षमता मागच्या पन्नास वर्षांत प्रचंड प्रमाणावर वाढली आहे. त्यामुळे त्यात अनेक उत्पादनाची क्षेत्रे अशी आहेत ज्यात भरपूर भांडवल गुंतवणूक झाली, तर लगेचच उत्पादन होऊ शकेल आणि आर्थिक वाढीचा दरही उंचावेल. अशी क्षेत्रे म्हणजे वस्त्रोद्योग, बीपीओ, औषध उद्योग, जैविक तंत्रज्ञान इत्यादी. खरे म्हणजे ही यादी संपण्यासारखी नाही. ही सगळी शक्यता फक्त खाजगी क्षेत्रापुरतीच मर्यादित नाही. सार्वजनिक उद्योगातून ती निर्गुंतवणूक होणार आहे त्यातही अशा पीई फंडांची गुंतवणूक झाली तर त्यांची उत्पादकता आणि व्यवस्थापकीय कौशल्ये यात भरीव सुधारणा होऊ शकेल. अर्थात या सगळ्या प्रक्रियेमध्ये स्वायत्ततेचे मोल विशेष आहे. जर सरकार निर्गुंतवणूक एका प्रमाणापर्यंतच करणार असेल तर पीई फंडांचा गुंतवणूक निधी आला म्हणून हे स्वायत्ततेशी निगडित असलेले प्रश्न मिटणार नाहीत. सरकारची मालकी अल्पमतात आली तरीही सरकार बिगर वित्तीय मार्गांनी आपले अधिकार कायम ठेवणार असले तर पीई फंडही काही साधू शकणार नाही.

बऱ्याचदा जेव्हा पीई फंड्स गुंतवणूक करतात तेव्हा त्या एका पद्धतीने नफा मिळवतात. तो म्हणजे ज्या किंमतीला एखादी कंपनी विकत घेतली असेल त्यापेक्षा अधिक किंमतीला ती विकणे आणि त्यातून पूर्णपणे बाहेर पडणे. भारतात पीई कंपन्यांनी जी कामगिरी बजावलेली आहे ती समाधानकारक आहे. बऱ्याचदा पीई कंपन्यांनी नुसती गुंतवणूक केली त्याहीपेक्षा काही इतर फायदेही बरोबर आणले. आधुनिक व्यवस्थापनाचे कौशल्य आणि नवे नवे तंत्रज्ञान यांचीसुद्धा पीई कंपन्यांनी भारतात ओळख करून दिलेली आहे. एका परीने येथल्या खाजगी क्षेत्राला त्यातून चैतन्य मिळालेले आहे. जर्मनीमध्ये भले या पीई कंपन्यांची संभावना टोळधाड म्हणून केली असेल. परंतु भारतात या पीई कंपन्यांच्या गुंतवणुकीला नक्कीच मोठा वाव आहे. देशाचे त्यातून भलेच होणार आहे.

■

३.१९ गुंतवणुकीत वाढ

देशाच्या राष्ट्रीय उत्पन्नाचे २००३ -०४ वर्षासाठी जलद अंदाज अधिकृतपणे प्रसिद्ध करण्यात आले आहेत. त्यानुसार देशातला बचतीचा दर जीडीपीच्या २८.१ टक्के आहे. हा आजपर्यंतचा सर्वात अधिक दर आहे. त्याबरोबर गुंतवणुकीचा दरही उंचावला आहे आणि तो जीडीपीच्या २६.३ टक्के आहे. हा अगोदरच्या दरापेक्षा १.५ टक्क्यांनी अधिक आहे. अर्थात बचतीचा सर्वात अधिक दर जीडीपीच्या २६.९ टक्के १९९५-९६ मध्ये होता. खरे तर गुंतवणुकीचा दरही सर्वाधिक झाला असता परंतु सुमारे रु. ४९,५५२ कोटी भांडवलाची निर्यात झाली आणि हे प्रमाण जीडीपीच्या १.८ टक्के होते. अशी गोष्ट सतत तिसऱ्या वर्षी घडली आहे जेव्हा देशातून नक्त भांडवल बाहेर गेले आहे आणि त्यामुळे गुंतवणुकीचा दर हा बचतीच्या दरापेक्षा कमी राहिला आहे.

सन २००३-०४ मध्ये जी गुंतवणूक झाली तिचा दर्जाही सरस होता. ही भांडवल गुंतवणूक देशभरात संतुलित प्रमाणात झाली या आकड्यांमधून चलनवाढीचा दर वजा केला तर खऱ्या भांडवल गुंतवणुकीची पातळी मिळते. ही कृषीच्या निगडित क्षेत्राशी १२.५ टक्क्यांनी, उद्योगात १९.९ टक्क्यांनी आणि सेवाक्षेत्रात २१.८ टक्क्यांनी वाढलेली होती.

एकूण गुंतवणुकीत जवळपास निम्मी उद्योग क्षेत्रात झाली. उद्योग क्षेत्राच्या अंतर्गत विविध गटांमध्ये गुंतवणूक भिन्न दराने झाली. उदाहरणार्थ २००३ -०४ सालात औद्योगिक उत्पादनाच्या क्षेत्रात जी गुंतवणुकीत १७.३ टक्क्यांची वाढ झाली ती बरीचशी असंघटित वर्गात झाली. येथे वाढीचा दर ५६ टक्क्यांपर्यंत वर गेला. म्हणजे नव्वदीच्या मध्यापासून ही सगळ्यात मोठी वाढ होती. तुलनेने नोंदणीकृत औद्योगिक क्षेत्रामध्ये गुंतवणूक फक्त ४.८ टक्क्यांनी वाढली. त्या अगोदच्या वर्षात हा दर अधिक म्हणजे १४.७ टक्के होता.

विशेष म्हणजे बांधकाम क्षेत्रात गुंतवणुकीचा दर भरीव म्हणजे ५२.२ टक्के होता. त्या अगोदरच्या वर्षात या क्षेत्रात प्रत्यक्षात ४६.७ टक्क्यांची घट झालेली होती. याबरोबर वीज, वायू आणि पाणीपुरवठा गटात गुंतवणूक ८.८ टक्क्यांनी वाढली. ही

वाढ सुद्धा २००३ -०४ वर्षाच्या अगोदरच्या पाच वर्षात सर्वात अधिक होती. त्याचप्रमाणे खनिज क्षेत्रात जी गुंतवणूक झाली ती जवळपास दुप्पटीने वाढली.

या तुलनेने खऱ्या अर्थाने साठवणूक आणि संचार या गटात गुंतवणूक मंदावली. परंतु उपहारगृहात ५३.७ टक्क्यांनी गुंतवणूक वाढली. त्याचप्रमाणे व्यापारात रु. ३,२६९ कोटींनी अधिक गुंतवणूक झाली. त्याअगोदरच्या २००२-०३ वर्षात यातली गुंतवणूक रु. १,४७० कोटींनी घटलेली होती.

वित्त क्षेत्रात बँका आणि विमा व्यवसाय यामध्ये १९.५ टक्क्यांनी गुंतवणूक वाढली. तसेच स्थावर संपदा, राहण्याच्या घरांची मालकी आणि व्यापार सेवांमध्ये फक्त ४.३ टक्क्यांची वाढ झाली. विशेष म्हणजे सार्वजनिक प्रशासन आणि संरक्षण यातली गुंतवणूक २००३-०४ मध्ये १७.४ टक्क्यांनी वाढली.

ही जी सगळी गुंतवणुकीत वाढ झाली ती कोणत्या परिस्थितीत झाली ही पार्श्वभूमी बघण्यासारखी आहे. या वाढीमध्ये खाजगी क्षेत्र आणि सार्वजनिक क्षेत्र या दोन्हींचे योगदान भरपूर होते. जसा सरसकट बचतीचा दर दोन टक्क्यांनी वाढून २८.१ टक्क्यांपर्यंत पोहोचला तसा कौटुंबिक बचतीचा दर एक टक्क्यांनी वाढला आणि तो जीडीपीच्या २४.३ टक्के झाला. परंतु कॉर्पोरेट क्षेत्रातला बचतीचा दर माफक ४.१ टक्के झाला आणि ही वाढ फक्त ०.३ टक्क्यांची होती. सार्वजनिक क्षेत्रात सगळ्यात अधिक दराने बचत झाली.

सार्वजनिक क्षेत्रात बचत दर का वाढला?या क्षेत्राचा एकूण बचतीचा दर काढताना सार्वजनिक क्षेत्रातील बचत आणि बिगर विभागीय कंपन्या यांचा एकत्रित विचार होतो. यातल्या सार्वजनिक बचतीमध्ये सरकारी प्रशासनाने केलेली बचत आणि बिगर विभागीय उद्योगांची बचत यांचा समावेष होतो.

सरकारी बचतीमध्ये लक्षात ठेवण्याची गोष्ट म्हणजे सरकारी प्रशासनाचा खर्च काही प्रमाणात आटोक्यात येत आहे. मागच्या २००१-०२ वर्षात हे खर्चाचे जीडीपीशी प्रमाण ६.१ टक्का होते आणि ते पुढच्या वर्षात ५.१ टक्के झाले आणि २००३-०४ वर्षात ते आणखी घटून ४.३ टक्के झाले. या खर्चातल्या बचतीबरोबरच जे सरकारी उद्योग आहेत त्यांच्या बचतीचे जीडीपीशी प्रमाण ३.९ टक्के इतके होते. त्या अगोदरच्या वर्षात ते ३.३ टक्के होते. अर्थात जे सरकारी विभागांनी चालवलेले उद्योग आहेत त्यांच्या बचतीच्या दरात फार सुधारणा झालेली नाही.

खरा प्रश्न पुढे आहे. ही बचत आणि गुंतवणुकीच्या दरात जी वाढ झाली आहे ती आणखी किती काळ टिकून राहील? मूळात हे वाढीचे दुसरे वर्ष आहे यापूर्वीच्या तीन दशकांचा विचार केला तर दोन वर्षांपेक्षा अधिक काळ गुंतवणूक झाली असे दोनदाच प्रसंग आले. त्यापैकी एक म्हणजे सत्तरीच्या दुसऱ्या मध्यामध्ये चार वर्षांचे चक्र होते आणि ऐंशीच्या अखेरीला असे दुसऱ्या चार वर्षांचे चक्र

अनुभवास आले.

अर्थव्यवस्थेमधल्या भांडवली मालाच्या उत्पादनाचे क्षेत्र आणि भांडवली मालाच्या आयातीची आकडेवारी ही लक्षात घेतली तर २००४-०५ वर्षात सुद्धा हा वाढत्या गुंतवणुकीचा प्रवाह चालू आहे असे दिसते. याला खरोखरी जर योग्य धोरणांची चौकट मिळाली तर ही गुंतवणुकीतील वाढ या पुढेही चालू ठेवणे शक्य आहे. तसे झाले तर आणखीन एक दोन वर्षे गुंतवणुकीचा दर वरच्या पातळीवर स्थिरावता येईल. परंतु सरकार आवश्यक ते धोरणात बदल करू शकते का नाही हाच सगळ्यात कठीण प्रश्न आहे. या आघाडीच्या केंद्र सरकारमध्ये डाव्या पक्षांचा पाठिंबा आहे आणि ते एक लोढणे म्हणून काम करत आहे. म्हणजे प्रमुख सत्ताधारी पक्ष ज्या काळी आर्थिक सुधारणांचा वेग वाढविण्याचा प्रयत्न करेल त्यामध्ये किती जास्तीतजास्त अडथळे आणता येतील अशी भूमिका डावे पक्ष बजावत आहेत. जेव्हा गुंतवणुकीचा दर वाढता राहणार नाही तेव्हा आर्थिक वाढीवरही मर्यादा येतील हे उघड आहे. अशा मार्गाने जो आर्थिक वाढीचा दर प्रत्यक्षात उतरणार नाही ती डाव्या पक्षांची किंमत देशाने चुकती केली आहे असे समजावे लागेल.

त्याचबरोबर बचतीच्या दरापेक्षा गुंतवणुकीचा दर कमी आहे याचाही नीट विचार करावा लागेल. देशामधल्या गुंतवणुकीच्या संधी कमी पडत असल्यामुळे देशातील बचत ही चालू खात्यातल्या शिल्लकीतून दिसत आहे. ही शिल्लक अमेरिकन सरकारच्या ट्रेझरी बिलामध्ये गुंतवली जाते आणि त्यावर जेमतेम दोन टक्के व्याज मिळते. म्हणजे अमेरिकेसारख्या बलाढ्य महासत्तेने आपल्या आर्थिक व्यवहारात ६०० अब्ज (६०० बिलियनची) तूट दाखवायची आणि भारतासारख्या गरीब देशाने आपली बचत अमेरिकेत गुंतवून त्या सरकारला अनुदान द्यायचे असा हा विपरित न्याय आहे. देशातल्या राज्यकर्त्यांना येथेच बचतीबरोबर गुंतवणुकीच्या संधी कशा वाढवता येतील याचा तातडीने विचार करावा लागेल.

■

३.२० कालबाह्य विकास वित्त संस्था

भारताने केंद्रीय नियोजनाचा चाळीस वर्षे पाठपुरावा केल्यावर जेव्हा नव्वदीच्या सुरुवातीला उदारीकरण स्वीकारले, तेव्हा एक स्थित्यंतर सुरू झाले. यामध्ये नियोजनातल्या अनेक संकल्पना आणि संस्था कालबाह्य झाल्या. अशा परिस्थितीत त्यांना तिलांजली देणे हा एकच शहाणपणाचा मार्ग. परंतु लोकशाहीमध्ये तो तितका सोपा नसतो. जी धोरणे अनेक वर्षे राबवली जातात त्यांना बदलायचे म्हटले तर अनेक हितसंबंधी जागे होतात आणि कालानुसार बदलणे हेही अवघड होते. याचे एक चांगले उदाहरण म्हणजे विकास वित्त संस्था (डेव्हलपमेंट फिनान्स इन्स्टिट्यूशन्स/डीएफआय). मागच्या काही वर्षात अर्थव्यवस्थेमध्ये जे अनेक बदल झाले आहेत त्यामुळे ही संस्था आता कालबाह्य झाली आहे. परंतु अनेक प्रसंगी वेगवेगळे गट त्याची गरज आहे, अशी उजळणी करत असतात.

याची सुरुवात झाली फिक्की या भारतीय उत्पादकांच्या शिखर संघटनेकडून. तिच्या अध्यक्षांनी पंतप्रधान आणि वित्तमंत्री यांच्याकडे उद्योजकांना दीर्घकाळासाठी वित्त पुरवठा बँका आणि तत्सम संस्थांकडून होत नाही असा तकारीचा सूर लावला. त्यांच्या मते अनेक मध्यम आकाराच्या कंपन्यांना गुंतवणूक करायची असते परंतु त्यांना कमी खर्चाचा दीर्घकाळासाठी निधी मिळत नाही आणि त्याचा उद्योगाच्या विकासात अडसर बनतो. ही तकार बघण्यासारखी आहे म्हणजे उद्योजकांना निधी मिळत नाही असे नसून तो स्वस्तामध्ये मिळत नाही असा सूर आहे. एकूणच देशामध्ये नियोजनाच्या दीर्घ काळात उद्योजकांची चंगळ होती आणि त्यांचे कोडकौतुक पुरवले जात होते. त्यांना आता या नव्या काळात व्याजाचे दर खुल्या बाजारपेठेत ठरतात हे समजून घेण्यातच अडचणी आहेत. जेव्हा असा व्याजदर ठरतो त्यामध्ये ज्या कारणासाठी कर्ज दिले जाते त्यातल्या धोक्यावर व्याजदर अवलंबून असतो. कर्जदार कोण आहे याचे महत्त्व नसते.

वित्त मंत्र्यांनीही याच सुरात सूर मिसळला आहे. त्यांच्या मते डीएफआय आवश्यक आहेत आणि अशा विकासासाठी आवश्यक असलेल्या वित्ताला पर्याय नाही. विशेष म्हणजे आयडीबीआय ही संस्था अशा डीएफआयचे नेतृत्व करणे

चालूच ठेवेल, असेही त्यांनी जाहीर केले. वास्तविक पाहता आयडीबीआयच्या कायद्यात बदल करण्यात आलेला आहे कारण ती संस्था बँकेमध्ये रुपांतरित करण्यात आलेली आहे. हा सगळा बोलायचाच भाग आहे कारण व्यवहारात आता डीएफआय या संस्थाच राहिलेल्या नाहीत आणि त्यामुळे आयडीबीआयने नेतृत्व करण्याचा फारसा प्रश्नही उरलेला नाही.

उदाहरण म्हणून आयसीआयसीआयचा विचार करता येईल. ही संस्था दीर्घकाळ पर्यंत आयडीबीआय प्रमाणेच खाजगी उद्योग क्षेत्राला निधी मंजूर करण्यात आणि वाटप करण्यात अग्रेसर होती. परंतु आपली ही मूळची भूमिका सोडून या संस्थेने आयसीआयसीआय बँकेत रुपांतर केले आहे. अगदी २००१-०२ मध्येही सर्व वित्त संस्थांच्या निधी वाटपात आयसीआयसीआयचा वाटा पन्नास टक्क्यांहून अधिक होता. परंतु आता ही संस्था एचडीएफसी बँकेबरोबर स्पर्धा करीत आहे आणि किरकोळीत कर्ज देण्याच्या कामात गढलेली आहे. म्हणजे ही संस्था मूळ भूमिकेपासून इतकी दूर गेलेली आहे आणि त्याचे कारण म्हणजे बदललेल्या परिस्थितीबरोबर तिने जुळवून घेतलेले आहे.

डीएफआयच्या संदर्भात सर्वात जुनी संस्था म्हणजे इंडस्ट्रिअल फायनान्स कॉर्पोरेशन ऑफ इंडिया (आयएफसीआय). मागची अनेक वर्षे ही संस्था आजारी आहे आणि केवळ सरकारच्या पाठिंब्यामुळे श्वास घेत आहे. ही संस्था पंजाब नॅशनल बँक या राष्ट्रीयकृत बँकेत सामील करावी असा सरकारचा प्रयत्न चालू आहे आणि बँकेची नाखुशी आहे. आणखीन एक इंडस्ट्रिअल रिकन्स्ट्रक्शन बँक ऑफ इंडिया अशी संस्था आहे जी वाचवणेसुद्धा अवघड आहे. या आयआरबीआयला आता आयआयबीआय असे नाव आहे, परंतु फारशी कोणालाच त्याची माहिती नाही.

याचप्रमाणे आणखी एक विकास संस्था आहे आणि तिचे नाव आहे इन्फास्ट्रक्चर डेव्हलपमेंट फायनान्स कॉर्पोरेशन (आयडीएफसी) जिने औद्योगिक प्रकल्पांना निधी पुरवावा अशी अपेक्षा होती, परंतु तेही काम नीट झालेले नाही. आणखीन एक स्मॉल इंडस्ट्रिज डेव्हलपमेंट बँक ऑफ इंडिया म्हणजे सीडबी सुरू करण्यात आली होती आणि तिने लहान उद्योगांना निधी पुरवायचा होता. ही संस्था आयडीबीआय पासून वेगळी करण्यात आली होती. शिवाय एक्झिम बँक, नाबार्ड, नॅशनल हाऊसिंग बँक, पॉवर फायनान्स कॉर्पोरेशन अशा अनेक वेगवेगळ्या संस्था काढण्यात आलेल्या आहेत. तुलनेने सीडबी संस्थेने आपले कार्यक्षेत्र बऱ्यापैकी वाढवलेले आहे परंतु इतर संस्थांचे काम फारसे लक्षणीय नाही. त्यातूनही नाबार्ड आणि एनएचबी या संस्थातर फक्त पुनर्वित्त (रिफायनान्स) पुरविण्याचे काम करतात.

या मागच्या काळातल्या आढाव्यावरून एक निष्कर्ष उघड आहे. नेतृत्व

करणारी विकास वित्त संस्था ही सगळी संकल्पनाच कालबाह्य झालेली आहे. व्यवहारात अशा संस्था जवळपास उरलेल्याच नाहीत आणि त्यामुळे त्यांचे नेतृत्व करण्याचा प्रश्नही नाही. अर्थात अशा वित्तसंस्था नावापुरत्या राहिल्या आहेत म्हणून आयडीबीआयने आपली मूळ जबाबदारी टाळावी का, हा प्रश्न रास्त आहे.

याचे उत्तर होय हेच आहे. याची काही ठळक कारणे आहेत. मागच्या काळात प्रकल्पासाठी वित्त देण्याची संकल्पनाच व्यवहारात आता राहिली नाही कारण सगळे आर्थिक वातावरणच खूप बदलले आहे. त्याचे एक कारण म्हणजे आता भांडवल बाजार सुदृढ झाला आहे. त्यावरची बंधनेही हटलेली आहेत. अगदी मध्यम आकाराच्या कंपन्याही परदेशात जाऊन ५० कोटी (५०० मिलियन डॉलर)च्या मर्यादेत कर्ज उभारणी करू शकतात. त्यासाठी कोणाची परवानगी घ्यावी लागत नाही. तसेच वित्त संस्थांना रिझर्व्ह बँकेकडून कमी दराने वित्त पुरवठा करण्याची आता सवलत उरलेली नाही. पूर्वी हे शक्य होते. शिवाय बँका मोठ्या प्रमाणावर निधीची पुरवठा करण्यासाठी समर्थ आहेत आणि सज्ज आहेत. रिझर्व्ह बँकेच्या रिपोर्ट ऑन ट्रेन्डज् ॲन्ड प्रोग्रेस इन बँकिंगच्या अहवालानुसार व्यापारी बँकांनी मूलभूत सोयीसुविधांच्या प्रकल्पांसाठी सुमारे रु. २६,८८० कोटी कर्जापोटी दिलेले आहेत.

बँकांची यात एक अडचण असते कारण त्यांच्याकडे ज्या ठेवी असतात त्यातला मोठा भाग अल्पकाळासाठी असतो. आणि पायाभूत सुविधांसाठी जी कर्जे द्यावी लागतात ती दीर्घकाळासाठी असतात. परंतु बँका आपल्या व्यवहाराला धरून दीर्घकाळातल्या मत्तांमध्ये आपल्यापरीने गुंतवणूक करतच असतात. किंबहुना अशा व्यावहारिक कौशल्यातूनच बँकेचे यश बाजारात मोजले जात असते. बँकेच्या ज्या मत्ता असतात आणि जे दायित्व असते यांचे संतुलन कसे साधायचे हीच खरोखरी बँकेची परीक्षा असते.

मागच्या काळात पूर्वी जेव्हा डीएफआय स्थापन करण्यात आल्या त्यावेळच्या परिस्थितीत एक कमतरता होती. दीर्घकाळाच्या गुंतवणुकीसाठी भांडवल कमी होते. त्यावेळी जो वर्ग बचत करणारा होता आणि कर्ज देणारा होता त्यांची दीर्घ काळातला धोका पत्करावा अशी मानसिकता नव्हती. आता एका नव्या आर्थिक वातावरणात ही कमतरता भरून आली आहे. याचे एक कारण म्हणजे निवृत्ती वेतन आणि विमा या मार्गाने मिळणारा निधीची पुरवठा दीर्घ काळाच्या गुंतवणुकीसाठी सहजपणे उपलब्ध होत आहे. तसेच दक्षिण कोरिया, जपान, जर्मनी, चीन आणि भारत या अनेक देशांच्या अनुभवावरून असे सिद्ध झाले आहे की विकासासाठी जो वित्त पुरवठा होतो त्याची समाज एक किंमत देतच असतो आणि बऱ्याचदा ती चढी असते.

भारतातच मागच्या काही काळात सरकारने वारंवार आयडीबीआय आणि आयएफसीआय या विकास संस्थांना भांडवलाचे अनुदान दिलेले आहे. सरकार असा

निधी उचलून देते आणि त्याची तरतूद करदात्यांनी जो कर दिला आहे त्यातून करते. त्यापेक्षा दीर्घ काळाच्या भांडवलाच्या गरजा भागविण्यासाठी योग्य प्रकारचा रोख्यांचा बाजार विकसित करणे हाच कमी खर्चाचा पर्याय आहे. कधीकाळी डीएफआयच्या संकल्पनेतून ही गरज भागली असेल परंतु आता भांडवल बाजार या गरजा पुरवू शकतो. या सर्वच व्यवहारात बाजारपेठेचे नियमन आणि शिस्त हाच एकूण समाजाच्यासाठी कमी खर्चाचा मार्ग आहे.

■

३.२१ सार्वजनिक क्षेत्रात अधिक बचत

सेंट्रल स्टॅटेस्टिकल ऑर्गनायझेशनने (सीएसओ) देशातील बचत आणि गुंतवणूक यात कोणते प्रवाह वाहत आहेत याची आकडेवारी सादर केली आहे. याचे एक वैशिष्ट्य म्हणजे सार्वजनिक क्षेत्रातील वित्तव्यवस्थेमध्ये लक्षणीय सुधारणा झालेल्या आहेत. सार्वजनिक क्षेत्रातील बचतीचे प्रमाण २००४-०५ सालात जीडीपीच्या २.२ टक्के होते आणि ही पातळी ऐंशीच्या दशकाच्या उत्तरार्धानंतर सर्वात अधिक आहे. देशाच्या अर्थव्यवस्थेने ही एक मोठी कामगिरी करून दाखवली आहे. असे म्हणण्याचे कारण म्हणजे सुमारे तीन वर्षांपूर्वी २००१-०२ सालात हा बचतीचा दर जीडीपीच्या उणे दोन टक्के होता आणि तो सर्वात अधिक होता. आता मागच्या तीन वर्षात अर्थव्यवस्थेने समाधान वाटावे अशी प्रगती करून दाखवली आहे आणि त्यामध्ये केंद्र आणि राज्यसरकारांची वित्त व्यवस्थेमधली भरीव सुधारणा याचे योगदान विशेष आहे. किंबहुना या वित्तीय सुधारणामुळेच आर्थिक विकासाला बळ मिळाले असे म्हणता येईल.

नव्वदीच्या अखेरीला सार्वजनिक क्षेत्रातील बचत ही उणे झाली आणि २००१-०२ सालात ही उणे पातळी रु. ४६,३७७ कोटी झाली. परंतु नंतरच्या काळात बचतीमध्ये लक्षणीय प्रगती झाली आणि ती २००३-०४ सालाच्या अगोदरच्या वर्षात ही बचत रक्कम सर्वात अधिक होती. आता २००४-०५ सालात ही बचतीची पातळी आणखी उंचावली आहे आणि ही रक्कम आहे रु. ६९,३९० कोटी आहे. मागच्या कोणत्याही वर्षापेक्षा बचतीची ही सर्वाधिक पातळी आहे.

साध्या बेरजेतून सार्वजनिक क्षेत्रातील बचत मागच्या चार वर्षात ही रु. १,१५,७६७ कोटींनी वाढलेली आहे. साधारणपणे याच आकारात खाजगी क्षेत्रातील गुंतवणुकीसाठी वित्तीय निधी वाढलेला आहे असे म्हणता येईल. अर्थात सार्वजनिक क्षेत्रातील सगळ्याच मार्गातून नक्त बचत वाढलेली आहे अशी परिस्थिती नाही. साधारणपणे बचतीचा सरसकट दर काढण्यासाठी सरकारी प्रशासन, सरकारी विभागाअंतर्गत येणारे उद्योग आणि बिगर विभागातले उद्योग यांच्या बचतीचा एकत्रित विचार करण्यात येतो.

मागच्या काही वर्षातील आकडेवारी बघण्यासारखी आहे. मागच्या चार वर्षात सरकारी प्रशासनाची उणे बचत ही निम्म्याने घटली आहे आणि त्याचे प्रमाण आता जीडीपीच्या २.७ टक्के आहे. या काळात जे सरकारी विभागाअंतर्गत उद्योग होते त्यांची बचत बरीचशी कुंठित आहे आणि हे प्रमाण जीडीपीच्या ०.५ टक्के आहे. यामध्ये मुख्यत: रेल्वे आणि दूरसंचार हे उद्योग येतात. सगळ्यात मोठी सुधारणा जी झाली आहे ती बिगर विभागीय उद्योगांच्या बचतीमध्ये दिसून येते. सार्वजनिक क्षेत्रातील उद्योगांपेक्षा हे उद्योग वेगळे आहेत. यांच्या बचतीत १.५ टक्क्यांची वाढ होऊन मागच्या चार वर्षात याचे जीडीपीशी गुणोत्तर ४.४ टक्के आहे.

एकूणात हे सगळे चित्र उत्साह वाढवणारे आहे. परंतु येत्या काळात सार्वजनिक क्षेत्रातील बचत वाढण्याचे प्रमाण टिकवता येईल का असा खरा प्रश्न आहे. जे बिगर विभागीय उद्योग आहेत त्यात सरकारी मालकीच्या तेल कंपन्यांचा वाटा मोठा आहे आणि २००५-०६ वर्षातील तेलाच्या भडकलेल्या किंमतींमुळे या तेल कंपन्यांचे नफे बऱ्यापैकी घटलेले आहेत. तसेच अनेक वर्षाच्या धोरणांमुळे जेव्हा जगामध्ये तेलाची किंमत वाढते त्याचा बोजा देशातल्या ग्राहकांवर पूर्णपणे हस्तांतरित होत नाही. अशा दोषास्पद किंमती ठरविण्याची प्रक्रिया लक्षात घेता या कंपन्यांचे नफे अडचणीत येणार हे उघड आहे. परंतु याचबरोबर केंद्र सरकारने आणि आणखी १६ राज्यांनी फिस्कल रिस्पॉंसिबिलिटी ॲक्ट म्हणजे वित्तीय जबाबदारीचा कायदा संमत केलेला आहे आणि त्यामुळे अर्थसंकल्पीय तूट आणि महसुली तूट कमी करण्याची जी लक्ष्ये ठरवून देण्यात आली आहेत ती साधण्याचे सरकारवर कायदेशीर बंधन आहे. त्यामुळे मागच्या काळात तेल, केरोसीन आणि नैसर्गिक वायू यावर ग्राहकांना कोणतीही अनुदाने मिळत होती म्हणून त्याच आधारावर ती येत्या काळात चालू ठेवण्यात येतील याची शक्यता नाही. असा सगळा एकूणात विचार केला तर सरकारच्या प्रशासनातून अधिक बचत होण्याची शक्यता जरूर आहे.

खाजगी बचतीमध्ये मात्र काही उलटसुलट प्रवाह आहेत आणि त्याबाबत सावधगिरी बाळगावी लागेल. विशेषत: खाजगी कुटुंबांची जी वित्तीय बचत होते त्यावर लक्ष ठेवण्याची गरज आहे. खरे म्हणजे मागच्या काही वर्षात दरडोई उत्पन्नात बऱ्यापैकी वाढ झालेली आहे आणि तरीही या विषयी सावधगिरी बाळगण्याची वेळ आली आहे. मागच्या २००४-०५ वर्षात खाजगी कुटुंबांची वित्तीय बचत एक टक्क्यापेक्षा अधिक प्रमाणात घटलेली आहे. आता हे बचतीचे प्रमाण जीडीपीच्या १०.३ टक्के आहे. मागच्या नव्वदीच्या मध्यापासून दहा वर्षांचा विचार केला तर कुटुंबांच्या बचतीमधील प्रमाणात ही सर्वात मोठी घट आहे.

खाजगी बचतीचे प्रमाण घटले आहे याचे कारण म्हणजे उपभोगावरचा खर्च वाढला आहे. यामध्ये मागच्या दोनच वर्षात ग्राहकाच्या कौटुंबिक खर्चात दोन अंकी

वाढ झालेली आहे. मागच्या पाच वर्षात कुटुंबांनी जी भौतिक मत्तांमध्ये बचत केली आहे त्याचे प्रमाण ११ ते १२ टक्क्यांच्या दरम्यान घोटाळत आहे. याचा एक अर्थ म्हणजे लघु उद्योगांच्या वाढीवर आणि कुटुंबाच्या उत्पादनावर अजूनही काही मर्यादांचा परिणाम दिसत आहे.

खाजगी कंपन्यांच्या क्षेत्रात बचतीमध्ये वाढ होऊ शकते आणि ती अनेक गोष्टींवर अवलंबून आहे. त्यातील एक म्हणजे देशांतर्गत बाजारपेठेमध्ये मागणी कशी होईल आणि निर्यातीच्या बाजारपेठेत कोणत्या संधी मिळतील यांचे महत्त्व आहे. तसेच व्याजदर आणि करांची रचना आणि पातळी यांचेही महत्त्व आहे. मागच्या काही वर्षात जशी खाजगी मागणीमध्ये भरीव वाढ झाली आहे त्याचप्रमाणे निर्यातीच्या क्षेत्रातही भरपूर संधी वाढलेली आहे. या दोन्हीचा विचार करता खाजगी क्षेत्रातील कंपन्यांचे नफे आणि उत्पादकता वाढलेली आहे आणि त्यामुळे या क्षेत्रातून अधिक बचत होईल असे समजता येईल.

मागचे २००४-०५ साल धरून दोन वर्षात खाजगी उपभोगावरच्या खर्चात झालेली वाढ दोन आकड्यांमध्ये दिसत आहे. टिकावू ग्राहकोपयोगी वस्तू, आरोग्य, शिक्षण, वाहतूक आणि दूरसंचार अशा क्षेत्रांमध्ये दमदारपणे होणारी वाढ ही सरासरी वाढीच्या दरापेक्षा अधिक आहे. व्यक्तीगत उत्पन्नात वाढ झाल्यामुळे ग्राहकांच्या अपेक्षात आणि उत्साहात वाढ झालेली आहे आणि त्याबरोबर कर्ज पुरवठाही मुबलक प्रमाणावर होऊ लागला आहे. याचा एकत्रित परिणाम होऊन कुटुंबाच्या खर्चाचे प्रमाण वाढलेले आहे. देशांतर्गत खाजगी क्षेत्राच्या उत्पादनात उत्साहाचे वातावरण असल्यामुळे, उत्पन्नात वाढ होऊन ग्राहकाची मागणी सतत वाढत आहे. बरोबरच निर्यातीमध्येही जोमाने वाढ झाल्यामुळे या एकूण वाढीच्या प्रक्रियेला भरपूर बळ मिळालेले आहे. याबरोबरच सरकारने व्याजदर हलके ठेवणे आणि कर पातळी माफक ठेवणे यावर भर दिलेला आहे. या सगळ्या सकारात्मक बाबींमुळे आर्थिक वाढीचा दर मागची तीन वर्षे उंचावलेला आहे आणि येत्या काळात तो अधिक वर जाईल अशी चिन्हे आहेत.

जेव्हा बचतीमध्ये वाढ होईल त्याचे एकूण गुंतवणुकीतवर काय परिणाम होतील? तसेच भिन्न क्षेत्रात काय फरक पडेल? एकूण बचतीमध्ये जरी फक्त ०.२ टक्क्यांची वाढ दिसत आहे आणि हे प्रमाण २००४-०५ वर्षात जीडीपीच्या २९.१ टक्के झाले आहे. मात्र गुंतवणुकीमध्ये जवळपास तीन टक्क्यांची वाढ झाली आहे आणि याचे जीडीपीशी गुणोत्तर ३०.१ टक्के आहे. या आकड्यात बचतीपेक्षा अधिक गुंतवणूक दिसत आहे कारण परदेशातून भांडवलाची नक्त आयात होत आहे. खरे म्हणजे २००३-०४ सालात हा आकडा उणे होता कारण जीडीपीच्या १.६ टक्के भांडवली निधी देशाबाहेर जात होता. परंतु २००४-०५ सालात ही भांडवली

निधीची आयात सकारात्मक झाली आणि याचे जीडीपीशी प्रमाण एक टक्का होते.

ही जी गुंतवणुकीमध्ये बऱ्यापैकी वाढ दिसत आहे त्याचा पुरावा अनेक क्षेत्रात दिसतो कारण हा भांडवली निधी स्थिर भांडवलातल्या गुंतवणुकीत केलेला दिसतो. स्थिर भांडवलातील गुंतवणूक एक टक्क्यापेक्षा अधिक प्रमाणात वाढली आणि हे प्रमाण आता २५.९ टक्के आहे. या पूर्वीच्या तुलनात्मक परिस्थितीचा विचार करता नव्वदीच्या मध्याला ही सर्वाधिक पातळी होती आणि त्यानंतर २००४-०५ मध्ये ती आणखी वर गेली. याचा दृश्य परिणाम म्हणजे खाजगी क्षेत्राची यंत्रसामुग्रीवरची आणि इतर गुंतवणूक वाढलेली आहे. हे प्रमाण जीडीपीच्या ६.३ टक्के आहे.

हीच आकडेवारी थोडी तपशिलात पाहता येईल. सार्वजनिक क्षेत्रातील गुंतवणूक जीडीपीच्या ७.२ टक्के आहे आणि ही ०.७ टक्क्यांची वाढ आहे. मागच्या पाच वर्षात ही सर्वात वरची पातळी आहे. याहीपेक्षा खाजगी क्षेत्रात ज्या मोठ्या कंपन्या आहेत त्यांच्या गुंतवणुकीत भरीव वाढ (१.४ टक्के) झाली आहे आणि हे प्रमाण जीडीपीच्या ८.२ टक्के आहे. याचा अर्थ म्हणजे सतत दुसऱ्या वर्षी खाजगी कॉर्पोरेट क्षेत्रातील गुंतवणूक सार्वजनिक क्षेत्रातील गुंतवणुकीपेक्षा अधिक झालेली आहे. मागच्या नव्वदीच्या मध्याला जेव्हा आर्थिक वाढीचा दर वर झेप घेत होता तेव्हा गुंतवणुकीच्या बाबत अशीच परिस्थिती दिसत होती.

देशातील बचत आणि गुंतवणूक यातले हे जे अनेक तपशील आहेत त्याचे महत्त्व आहे. जेव्हा अधिदान शेषात चालू खात्यामध्ये (करंट अकाऊंट) सतत शिल्लक दिसत होती तेव्हा भारतासारखा गरीब देश आपली कष्टाने मिळवलेली बचत परदेशात गुंतवत होता. विशेष म्हणजे अमेरिकेच्या डॉलरमध्ये आणि त्या सरकारच्या ट्रेझरी बिलात केवळ दोन टक्क्याच्या परताव्यावर आपण आपली बचत गुंतवत होतो. नंतर आता २००५-०६ सालापासून या चालू खात्यात तूट दिसू लागली आहे याचे कारण म्हणजे देशातच गुंतवणुकीच्या संधी वाढल्या आहेत. साहजिकच शेअर बाजारामध्ये जो उत्साह आणि चैतन्य दिसत आहे त्यामागे या सगळ्या सकारात्मक घडामोडींचे बळ आहे. मुंबई शेअर बाजाराच्या सेन्सेक्समध्ये दहा हजार बिंदूंच्या पलिकडे प्रगती होत आहे यामागे हे अर्थकारण आहे.

■

विभाग ४ : विदेशी भांडवल

Foreign Capital

४.१ भांडवल आयातीचे दोन प्रकार

देशाला वेगाने आर्थिक वाढ करून दाखवायची आहे. त्यातून अनेक प्रश्न सुटणार आहेत आणि म्हणूनच हा नियोजनाचा केंद्रबिंदू मानण्यात आलेला आहे. अर्थात त्यावर भर देताना अनेक बाबी जोडून घेतल्या जातात. उदाहरण म्हणजे आर्थिक वाढ हवी परंतु त्यातून अधिकाधिक दुबळ्या आणि दुर्लक्षित वर्गांचा समावेश व्हावा. हे सामाजिक वर्ग आणि गट आणि क्षेत्रीय स्तरांवरचे संतुलन सामाजिक स्थैर्यासाठीही अग्रक्रमाचेच आहे. या वेगाच्या आर्थिक वाढीसाठी अधिक भांडवलाची गरज आहे आणि यात धोरणांची पुनर्मांडणी अभिप्रेत आहे. या परदेशी भांडवलाच्या आयातीमध्ये दोन प्रकार आहेत. एक फॉरिन डिरेक्ट इन्व्हेस्टमेंट (एफडीआय) म्हणजे विदेशी प्रत्यक्ष गुंतवणूक आणि दुसरी फॉरिन इन्स्टिट्युशनल इन्व्हेस्टमेंट (एफआयआय) म्हणजे परदेशी गुंतवणूकदार संस्थांची गुंतवणूक. हे दोन प्रकार वेगळे समजून आपण सध्या काही धोरणे राबवत आहोत. आता हा फरक चालू ठेवावा का असा अभ्यासक प्रश्न विचारत आहेत. काहींच्या मते या परदेशी भांडवलाच्या आयातीमध्ये असे काही खास फरक आहेत असे समजण्याची आवश्यकता नाही. अर्थातच यात अनेक मते आहेत.

हा प्रश्न कोणत्या संदर्भात निर्माण झाला? मागच्या २००६ सालातल्या दुसऱ्या मध्यात आणि चालू २००७ सालातल्या मार्च अखेरीपर्यंत काही आर्थिक उलाढाली चालू होत्या. त्यावर नियोजन आयोग, केंद्राचे वित्त मंत्रालय, शेअर बाजाराचे नियामक मंडळ आणि रिझर्व्ह बँक यांनी दक्ष राहावे अशा या घटना होत्या. शेअर बाजार सतत वरच्या पातळीवर चढत होता आणि त्याच्या स्वास्थ्यासाठी वेळोवेळी आवश्यक असलेल्या निर्देशांकातल्या दुरुस्त्या (करेक्शन) होत नव्हत्या. अभ्यासकांना यात धोक्याचे संकेत मिळत होते. अर्थव्यवस्था हळूहळू तापत होती आणि शेअर बाजारात त्याचे प्रतिबिंब दिसत होते. रिझर्व्ह बँकेला मुद्रा धोरणाची जबाबदारी हाताळायची असल्यामुळे चलनवाढ हळूहळू होत आहे याची चिन्हे दिसत होती. साधारणपणे असे वरकरणी स्थैर्य आणि भरभराट दिसू लागली म्हणजे वित्त मंत्रालय आणि रिझर्व्ह बँक यांना जागरूक राहावे लागते आणि नको त्या चिंतांचा

विचार करावा लागतो. बहुतेकवेळी स्थावर मालमत्तेच्या क्षेत्रात काहीतरी वेगळे घडू लागते. परदेशातून येणारा निधी अनेकदा या क्षेत्राकडे प्रथम आकर्षित होतो. त्यातूनच बांधकाम व्यवसायातील कंपन्या आणि उद्योजक यांच्या हातातील निधीची उलाढाल वाढू लागते. मध्यमवर्ग आणि उच्च उत्पन्न गटातील नोकरदार यांच्याकडून राहण्यासाठी घरांची मागणी वाढू लागते आणि घरबांधणी क्षेत्रामध्ये अधिक उत्साह दिसू लागतो. हे सगळे जेव्हा घडू लागले तेव्हा वित्त मंत्रालयाची आणि रिझर्व्ह बँकेची परदेशी भांडवलाच्या आयातीकडे नजर वळली. यातूनच पुढे एफडीआय आणि एफआयआय या दोन पर्यायांमधून येणारा निधी वेगवेगळा समजावा का? असा प्रश्न उभा राहिला.

काही अभ्यासकांना आपल्या धोरणात हा फरक दूर करण्याची गरज वाटत नाही. म्हणून त्यांनी हा प्रश्न वेगळ्या पद्धतीने मांडला आहे. त्यांच्या मते समजा एखाद्या कंपनीमध्ये परदेशी भांडवलाची गुंतवणूक केलेली असली तर ती एफडीआयची आहे की एफआयआयची आहे हे विसरून जायचे का? या दोन्ही पर्यायातून परदेशी भांडवल गुंतवले जात असले आणि कंपनीची एकूण गरज भागत असली तरीही या दोन्ही पर्यायांमध्ये काही खास वैशिष्ट्ये आहेत आणि त्याकडे का दुर्लक्ष करायचे? साधारणपणे एफडीआयची गुंतवणूक ही लांबचा विचार करून केलेली असते. शिवाय गुंतवणूकदाराला काही व्यवस्थापनामध्ये अधिकारही मिळालेले असतात. बऱ्याचदा अशी गुंतवणूक करणाऱ्या कंपन्या आपापल्या देशात अशाच प्रकारच्या व्यावसायिक अगर औद्योगिक कामामध्ये गुंतलेल्या असतात. या तुलनेने एफआयआयच्या वाटेने आलेली गुंतवणूक ही आपल्यापुरती हे काम मर्यादित हेतूने झालेली असते आणि तिला फारसा आगापीछा नसतो. म्हणजे ही गुंतवणूक करण्याचा निर्णय अल्पकाळात अचानकपणे घेतला जाऊ शकतो आणि लहानमोठ्या अडचणी आल्या तर हा निधी लगेचच बाहेरही काढला जाऊ शकतो. थोडक्यात म्हणजे या एफआयआयच्या निधीला आपल्या स्वहिताशिवाय दुसरा कोणताच विचार महत्त्वाचा नसतो. या अर्थाने एफडीआयमधले गुंतवणुकदार हे लांबचा विचार करत असल्यामुळे कंपनीच्या स्वास्थ्याबरोबर आपले हित जोडले गेलेले आहे असे मानत असतात.

भारतात एफडीआयच्याबाबत बंधने आहेत आणि ती क्षेत्रनिहाय आहेत. असा फरक का करायचा? याचे समर्थन देता येईल. मात्र ही बाब एफआयआयच्या निधीच्या नियमनाबाबत खरी नाही. कारण हे निधी विशिष्ट कंपनीचा विचार समोर ठेवून अल्पकाळासाठी गुंतवलेले असतात.

या पार्श्वभूमीवर रिझर्व्ह बँक सरकारला वेळोवेळी जागे करत आहे. बँकेच्या मते सरकारने एफडीआयची आवक स्थावर मालमत्तेच्या क्षेत्रात अशा भरमसाठ प्रमाणावर होत असताना दक्ष राहण्याची नितांत गरज आहे. या क्षेत्रामध्ये होणारी परदेशी निधीची गुंतवणूक प्रमाणाबाहेर वाढली आहे आणि त्यातून स्थावर मालमत्तांच्या

किमती भडकलेल्या आहेत. यालाच या मत्तांच्या किमतींचा बुडबुडा (ॲसेट बबल्) असे म्हणतात. आणि हा बुडबुडा कधीतरी लवकर फुटणार हे अपरिहार्यच असते. जेव्हा कधी असा भ्रमनिरास होतो तेव्हा शेअर बाजारात घबराट पसरते आणि सगळा बाजारच कोसळून पडायची वेळ येते. अशा प्रकारच्या मानसिक धक्यांपासून शेअर बाजाराची आणि अर्थव्यवस्थेची सुरक्षितता ठेवणे सरकारची जबाबदारी बनते. रिझर्व्ह बँकेच्या मते जेव्हा स्थावर मालमत्तेच्या कंपन्यांच्या अतिशयोक्त व्यवहारांमुळे जमिनीच्या आणि घरांच्या किंमती वाढतात तेव्हा सर्वसाधारण मध्यमवर्गापुढे अनेक अडचणी उभ्या राहतात. शहरातल्या जमिनींच्या किमती प्रमाणाबाहेर वाढणे ही साधारण बाब समजता येत नाही कारण अशा जमिनी मर्यादित असतात आणि त्यांच्यात मागणीप्रमाणे हवी तितकी वाढ करता येत नाही. नगर नियोजनात जमिनीच्या पुरवठ्यात वाढ करायची असली तर अनेक नागरी सुविधा पुरवता येतील किंवा नाही याचा प्रथम विचार करावा लागतो. त्यामुळे फक्त जमिनींच्या किमती वाढल्या म्हणून अधिकाधिक गावांचा समावेश नगर प्रशासनात करून घेता येत नाही.

आपल्याकडे आर्थिक वाढ वेगाने होत आहे आणि त्याचा एक चेहरा म्हणजे शहरीकरण. वेड्यावाकड्या दिशेने आणि वेगाने होत आहे. आत्ताच नगर नियोजनाचे प्रश्न हाताबाहेर गेलेले आहेत, कारण ग्रामीण भागातून रोजगाराच्या संधी शोधत लोकांचा लोंढा शहरांकडे येत आहे आणि त्यातून मोठ्या प्रमाणावर झोपडपट्टया वाढत आहेत. प्रस्थापित नगर प्रशासन इतक्या मोठ्या प्रमाणावर आवक झालेल्या गरीब कुटुंबांसाठी अगदी किमान नागरी सुविधाही पुरवू शकत नाही आणि नजिकच्या काळात ही नागरी प्रशासनाची व्यवस्था कोलमडून पडली, तर कोणाला आश्चर्य वाटणार नाही. त्यामुळे देशात होणारी आर्थिक वाढ ही अधिकाधिक गरीब आणि गरजू गटांना सामावून घेऊ शकत नाही असे आजच्या उदारीकरणाच्या धोरणाविषयी अनेकांना वाटत आहे. त्यामुळे रिझर्व्ह बँकेने स्थावर मालमत्तांच्या किमतींचा बुडबुडा फुटू नये आणि त्याचा शेअर बाजारावर आणि अर्थव्यवस्थेवर नकारात्मक परिणाम होऊ नये यासाठी मुद्रा धोरण कठीण करण्याचे ठरवले आहे आणि त्यातून चलनवाढ रोखण्याचे प्रयत्नही चालू आहेत. अशा एका मर्यादित संदर्भात एफडीआय आणि एफआयआय यातला फरक आपण विसरून जावा असे म्हणता येणार नाही. तसेच या एफडीआयच्या आयातीतून जर स्थावर मालमत्ता आणि घरबांधणी क्षेत्रात एक अस्वाभाविक परिस्थिती निर्माण होणार असेल, तर अशा भांडवलाच्या आयातीवरही मर्यादा ठेवाव्या लागतील.

आपल्याकडे एफडीआय आणि एफआयआय यामध्ये फरक करण्याची गरज धोरणातून निर्माण झाली. आपण औद्योगिकीकरण स्वीकारल्यावर देशामध्ये भांडवलाची आयात दीर्घ काळाच्या गुंतवणुकीसाठी व्हावी यावर भर होता. एफआयआयच्या

मार्गाने आलेला निधी हा वेळोवेळच्या तात्पुरत्या कारणांचा विचार करून गुंतवलेला असतो आणि जरी त्यातून काही खाजगी कंपन्यांची भांडवलाची गरज भागली तरीही एकूण अर्थव्यवस्थेच्या आर्थिक विकासाच्या प्रक्रियेमध्ये त्याला फार महत्त्व नाही असे मानण्यात आले. नव्वदी नंतरच्या सोळा वर्षात एफडीआय आणि एफआयआय यांचा अनेक देशात वेगवेगळा अनुभव आला आणि त्यातून विकसनशील देशांनी आपापले धडे शिकून घेतले.

अभ्यासकांच्या मते आता इतका भरीव अनुभव आपल्या जमेला असल्यामुळे उदारीकरणाच्या सुरुवातीला जे समज आणि अपेक्षा होत्या त्यापेक्षा आता एक पूर्णपणे वेगळी परिस्थिती आहे. देशात अर्थव्यवस्थेने आपला पाया भक्कम केला आहे आणि त्यातून आर्थिक वाढीला बळ मिळालेले आहे. यातली बरीचशी शक्ती देशांतर्गत असलेल्या मोठ्या आकाराच्या मध्यमवर्गातील ग्राहक वर्गातून निर्माण झालेली आहे. याचे श्रेय काही बाहेरून आलेल्या भांडवल आयातीला देण्याचे कारण नाही. यातच एफडीआय आणि एफआयआय हे दोन्ही पर्याय आले. देशामध्येच ग्राहकांची बाजारपेठ आणि त्यातून निर्माण होणारी मागणी ही दमदार आर्थिक वाढीच्या मागे उभी असल्यामुळेच खरे म्हणजे बाहरचे भांडवल येथे चांगला परतावा मिळतो म्हणून आपणहून येत आहे. परदेशातून येणाऱ्या निधीमध्ये सगळ्यात महत्त्वाचा स्त्रोत आहे तो म्हणजे भारतीय कामगारांनी परदेशात रोजगार मिळवून मायदेशात पाठवलेला निधी.

या मधल्या काळात परदेशातील यंत्रमालाच्या उद्योजकांचीही विचारसरणी बदललेली आहे. त्यामुळे भारतात अनेक मोठ्या यांत्रिक मालाच्या उत्पादकांनी लांबचा विचार करून गुंतवणूक सुरू केलेली आहे. ही गुंतवणूक फक्त वित्तीय स्वरूपाची नसून नव्या उत्पादन क्षमताही निर्माण करण्यात येत आहेत. येथे आधुनिक ज्ञान आणि तंत्रज्ञान यात कौशल्य मिळवलेले मनुष्यबळ आहे आणि आपल्याकडे सुमारे शंभर वर्षाच्या औद्योगिक उत्पादनाच्या परंपरा आहेत. साहजिकच परदेशातील औद्योगिक मालाचे उत्पादन आपले खर्च कमी करण्यासाठी आणि आपली मनुष्यबळाची कमतरता भरून काढण्यासाठी भारतात यांत्रिक मालाच्या उत्पादनाचे कारखाने सुरू करत आहेत.

थोडक्यात म्हणजे आता एप्रिल २००७ पासून अकरावी पंचवार्षिक योजना सुरू होणार आहे आणि हा एक नवा टप्पा आहे. अशा प्रसंगी नेहमीच काही नवीन निर्णय घेतले जातात त्यामध्येच एफडीआय आणि एफआयआय यांचा वेगळा विचार या पूर्वीप्रमाणेच केला जावा का यावर राज्यकर्त्यांना निर्णय घ्यावा लागणार आहे. याचे पूर्वीचे संदर्भ पूर्णपणे बदलले आहेत आणि मधल्या काळात आपली आर्थिक क्षमताही भरपूर वाढली आहे. त्यामुळे बाजारपेठांमधल्या तात्पुरत्या अडचणी आणि

अनिश्चितता यांना आपण अधिक विश्वासाने सामोरे जाऊ शकतो. आपल्याजवळ परदेशी चलनाचा साठा पुरेसा आहे आणि देशातून रोजगारासाठी बाहेर जाणाऱ्या कामगारांची संख्याही वाढती आहे. त्यामुळे त्यांच्याकडून येत्या काळातही मायदेशाला अधिक निधी पाठवला जाणार आहे. याचा अर्थ आपल्याला फक्त एफडीआय आणि एफआयआय यावरच अवलंबून राहण्याची गरज त्याप्रमाणात कमी आहे. तसेच आपल्या चलनाचे पूर्ण परिवर्तन कधी होऊ द्यायचे याचाही निर्णय आणि वेळापत्रक आपल्याला निश्चित करावे लागेल. यासाठी रिझर्व्ह बँक आपला गृहपाठ चोखपणे तयार करत आहे. आपला रुपया किती लवकर बंधनातून मुक्त होईल आणि परिवर्तनीय होईल यावरही भांडवलाच्या आयातीच्या शक्यता अवलंबून आहेत. एकूणात पाहता राज्यकर्त्यांना अनेक कठीण प्रश्नावर सावधपणे आणि विवेकाने येत्या काळात निर्णय घ्यावे लागणार आहेत. सध्याच्या देशातल्या राजकीय वातावरणामध्ये हे कसे आणि किती प्रमाणात शक्य आहे एवढाच प्रश्न उरतो.

■

४.२ विदेशी प्रत्यक्ष गुंतवणुकीची गरज

देशाच्या आर्थिक वाढीचा दर मागच्या पंधरा वर्षात सुधारला आहे. ही सुधारणा आहे तरीही त्याची गती मंद आहे अशीही एक टीका आहे. एका अर्थाने ही टीका रास्तच आहे कारण स्वातंत्र्यानंतरच्या नियोजनाच्या पहिल्या चाळीस वर्षात जी भक्कम पायाभरणी झाली त्यातून विकासाची आणि वाढीची क्षमता नक्कीच भरीव आहे. त्यामुळे विकासदर वाढत आहे ही जरी समाधानाची बाब असली तरीही त्यात अल्पसंतुष्ट आहे. दुसऱ्या बाजूने वाढ मंद आहे परंतु तिच्यात अस्थिरता म्हणजे टोकाचे चढउतार नाहीत असाही एक दृष्टीकोन आहे. जेव्हा मुक्त अर्थव्यवस्था स्वीकारण्यात येते तेव्हा पारंपरिक व्यापारचक्राच्या (ट्रेड सायकल) एकदा भरभराट आणि एकदा मंदी अशा दुष्ट चक्रातही सापडणे धोक्याचे असते.

आर्थिक वाढीचा दर मंद का या मागे एक कारण आहे आणि ते म्हणजे भांडवल गुंतवणुकीचा दर वाढत नाही आणि त्यासाठी परदेशी भांडवलाची आवक गरजेची आहे. त्यामध्ये विदेशी प्रत्यक्ष गुंतवणुकीचे म्हणजे एफडीआयचे विशेष स्थान आहे. याबरोबरच परदेशी गुंतवणुकदार संस्था (एफआयआय) याही परदेशी निधी देशात आणत असतात आणि त्यातून शेअर बाजारातले समभाग आणि रोखे यामध्ये गुंतवणूक करत असतात. साधारणपणे डावे पक्ष आणि डाव्या विचारसरणीचे विचारवंत यांचा अशा भांडवलाच्या आयातीला नेहमी विरोध असतो. त्याचे एक कारण म्हणजे एफआयआय जसा बाहेरून निधी आणतात तसाच तो कोणत्याही क्षणी देशाबाहेर नेतात.

मागे १९९८ मध्ये पूर्व आशियातल्या देशांना असे भांडवल अचानक काढून घेण्याचा अनुभव घ्यावा लागला आणि तेथे वित्तीय आणीबाणीची परिस्थिती निर्माण झाली. या आशियातल्या देशांना वाघाची उपमा देण्यात आली होती कारण त्यांनी आर्थिक चमत्कार वाटेल अशा वेगाने आपला विकास करून घेतला होता. हे देश होते दक्षिण कोरिया, सिंगापूर, मलेशिया, थायलंड, इंडोनेशिया, तैवान आणि हाँगकाँग. अर्थात या अनुभवाची दखल घेऊनही त्याची अतिशयोक्ती करण्याची गरज नाही. या सर्वच देशात चलनबाजार मुक्त होता आणि भांडवलाच्या हालचालींवर

अजिबात बंधने नव्हती. भारतात अशी अजिबात परिस्थिती नाही. येथे रुपयाचे मर्यादित अर्थाने परिवर्तन (लिमिटेड कन्व्हर्टेबिलिटी) होऊ शकते. तसेच रिझर्व्ह बँक ही संस्था सर्व अधिकार आपल्या हातात राखून आहे. मागे जेव्हा पूर्व आशियातल्या देशात पेचप्रसंग निर्माण झाला त्या अगोदरच्या काळात जागतिक बँक आणि नाणेनिधी भारताला रुपया पूर्णपणे परिवर्तनीय करण्याचे सल्ले देत असत. नंतर मात्र भारताच्या सावधगिरीच्या धोरणाचे शहाणपण सगळ्यांना पटले. अशी जमेची बाजू असूनही डाव्या पक्षांनी मात्र यावर नेहमी एक बागुलबुवा निर्माण केलेला आहे.

मागच्या २००४ सालात एफआयआयनी भरीव प्रमाणात बाहेरून निधी आणून देशातल्या शेअर बाजारात गुंतवणूक केलेली आहे. शेअर बाजारात उत्साह वाढल्यामुळे एकूणच गुंतवणुकीचे वातावरण उजळले आहे आणि त्यामुळे एफडीआयची आवकही वरच्या पातळीवर पोचली आहे. याची ठळक उदाहरणे म्हणजे नोकिया आणि एलजी या सेलफोन कंपन्यांनी आता भारतातच त्यांची उत्पादन केंद्रे सुरू करण्याचे जाहीर केले आहे. इन्टेल या जगप्रसिद्ध कंपनीने भारतात मायकोप्रोसेसरचे उत्पादन करण्याचे ठरवले आहे. काही वर्षांपूर्वी नेमक्या याच नामांकित कंपन्यांनी भारतात गुंतवणूक करण्याचे नाकारले होते.

या जागतिक कंपन्या हा नव्याने का विचार करत आहेत? देशामध्ये मोबाईल फोन आणि संगणक यांच्या बाजारपेठा मोठ्या वेगाने वाढत आहेत आणि म्हणून अशा नामांकित कंपन्या आपले विचार बदलत आहेत. देशात मागची काही वर्षे वर्षाला सरासरी तीन ते पाच अब्ज (तीन ते पाच बिलियन डॉलर)ची एफडीआयची आयात होते. आता ही मर्यादा ओलांडून एफडीआयची आयात एकदम वर्षाला दहा ते बारा अब्ज (दहा ते बारा बिलियन डॉलर)च्या घरात जाऊ शकते. ब्राझील देशात अशी गुंतवणुकीची पातळी आहे. होल्सिम या जागतिक कंपनीने भारतातली सिमेंटचे उत्पादन करणारी सर्वात नामांकित कंपनी एसीसी ही विकत घेण्यासाठी सुमारे ६० कोटी (सहाशे मिलियन डॉलर)ची गुंतवणूक करण्याचे ठरवले आहे. जगातल्या गुंतवणुकदारांच्या दृष्टीने भारतातील उत्पादन प्रकिया किती आकर्षक होत आहे याचे हे निदर्शक आहे. अशा पार्श्वभूमीवर एक संरक्षण आणि अणू ऊर्जा यांचा अपवाद सोडून उरलेल्या सगळ्या क्षेत्रात एफडीआयची शंभर टक्के आयात करू देण्याचे धोरण भारत ठरवू शकतो. तसे झाले तर सगळ्याच एफडीआयच्या आयातीला एक विलक्षण गती मिळेल. एकूणच भारतात जे पोलाद, धातू, स्वयंचलित वाहने, खनिज तेल आणि रासायनिक उद्योग आणि तेल शुद्धीकरण अशा अधिक भांडवल लागणारे उद्योग आहेत त्यामध्ये मोठ्या प्रमाणावर एफडीआयची गुंतवणूक होऊ शकेल, अशी आज परिस्थिती आहे.

देशात एफडीआयची आवक का वाढू शकत नाही? एक म्हणजे अर्थव्यवस्थेमध्ये

पायाभूत सुविधा अपुऱ्या आहेत आणि मुख्य म्हणजे धोरण बदलात सातत्य नाही आणि दिशा नाही. देशाच्या राज्यकर्त्यांचे खरे वैशिष्ट्य म्हणजे जेथे प्रश्न नाही तेथे तो प्रथम निर्माण केला जातो. लोकशाही व्यवस्थेची ही देणगी आहे. याचे उत्तम उदाहरण म्हणजे डावे पक्ष आणि त्यांचा हटवादीपणा यात भर घालणारे आणखीही काही गट आहेत. ज्या सुरक्षितता राखणाऱ्या संस्था आहेत त्याही सगळीकडे धोका आहे असे सांगत असतात. याच मंडळींनी एफडीआयची दूरसंचार क्षेत्रात ७४ टक्क्यांपर्यंत गुंतवणूक वाढविण्यात दीर्घ काळ यश मिळवले होते. डाव्या पक्षांचे समाधान करण्यासाठी काही मोक्याच्या नेमणूका फक्त भारतीयांच्याच करता येतील अशा जाचक अटी घालण्यात आल्या. अर्थात दूरसंचार क्षेत्रात या अडचणींच्या पलीकडे जाऊन विकास होतो हे खरे आहे. परंतु जगभर औद्योगिक व्यवस्थापनात जी संस्कृती नांदते ती फक्त आम्हाला मानवत नाही असे आपण जगाला संकेत देतो.

एफडीआयच्या विषयात देशाच्या सुरक्षिततेला धोका हा एक नेहमीचा गूढ विषय बनलेला आहे. खरोखरीच जर एखादी कंपनी हिचा देशहिताला धोका असला तर तिचा परवाना लगेचच रद्द करता येतो. परंतु गुप्तहर संघटनांचे मनोव्यापार कळणे अवघड आहे. त्यांच्यामुळे जम्मू आणि काश्मीर आणि उत्तरपूर्व प्रदेशात सेल्युलर फोनचा प्रसार दीर्घकाळ होऊ शकला नाही. एक म्हणजे या प्रदेशातले जनहित दुर्लक्षित राहिले आणि लोकमानस दुखावले. म्हणजे देशाच्या मुख्य प्रवाहापासून या जनतेचे जे अंतर होते ते अधिकच वाढले. डाव्या पक्षांची वेगळीच टीका होती. त्यांच्या मते एफडीआयची मर्यादा वाढवली तर भारती, हच आणि आयडीया या तीनच कंपन्यांचा फायदा होईल. हे सगळे तर्कशास्त्र अजब आहे. यातल्या दोन विदेशी गुंतवणुकदार संस्था म्हणजे भारती आणि आयडीया या आहेत. त्या सिंगापूर मधल्या आहेत आणि त्यांना भारतात गुंतवणूक वाढवण्याची प्रबळ इच्छा आहे.

मागच्या दहा वर्षात चीनची जी लक्षणीय आर्थिक प्रगती झाली आहे त्याचे एक कारण म्हणजे तैवान आणि हाँगकाँग येथून चीनमध्ये एफडीआयची प्रचंड आयात झालेली आहे. भारतातही हे सगळे घडू शकते. सिंगापूर येथे तोमासेक ही संस्था त्या देशाच्या वित्त मंत्रालयाच्या गुंतवणुकीचे काम बघते. जर एफडीआय वरची मर्यादा हटवली तर या कंपनीकडून सिंगापूरमधल्या एफडीआयची भरपूर गुंतवणूक येथे होऊ शकेल. या गुंतवणुकीला आक्षेप घेण्याचे खरोखरी काही कारण नाही. परंतु डाव्या पक्षांना आपल्या हटवादीपणामुळे आपण आशियातल्या एका मित्रदेशाला दुखावत आहोत याची अजिबात फिकीर नाही. अशा पूर्वग्रहदूषित राजकीय भूमिकांमुळे देशात एफडीआयचा सगळाच विषय गढूळ झालेला आहे. त्यामुळे लोकांचे प्रबोधन होत नाही, वेगवेगळे उद्योजकांचे हितसंबंधी गट वाढत्या स्पर्धेला सामोरे जात नाहीत आणि अखेरीस आर्थिक वाढीचा दर मुंगीच्या गतीने पुढे सरकतो, असे आज चित्र आहे.

अशा आशंकांनी घेरलेला दुसरा एक विषय म्हणजे बँका. परदेशी बँकांना चीनच्या तुलनेने भारतात विनाकारण अधिक सवलती मिळतात असा एक टीकेचा सूर आहे. त्यामुळे भारताने एफडीआयची बँकांमधली गुंतवणूक याचा काही खास विचार करण्याचे कारण नाही. वास्तविक पाहता भारताने याची जगभर जाहिरात करून आपण परदेशी बँकांना कसे स्वातंत्र्य देतो हे गुंतवणूकदारांना पटवले पाहिजे. त्यासाठी एफडीआयवरची बंधने हटवली तर भारत चीनच्या तुलनेने सरस दिसेल.

एका दृष्टीने भारतात प्रत्यक्षात एफडीआयविषयी अधिक उदार दृष्टीकोन आहे हे खरे आहे. चीनच्या तुलनेने अनेक क्षेत्रात ही वस्तुस्थिती आहे. म्युच्युअल फंड, विमा आणि दूरसंचार ही त्याची उदाहरणे आहेत. याची जाहिरात करून उदारीकरण अधिक पुढे नेता येईल. ही अशी वस्तुस्थिती आहे म्हणून या विषयात देशाने मागे राहण्याचे कारण नाही. चीनमध्ये आत्ताच दूरसंचार, बँका, विमा आणि किरकोळ ग्राहकोपयोगी वस्तूंची विकी या क्षेत्रात एफडीआयचे प्रमाण वाढवण्याचा जोमाने प्रयत्न करत आहे. अशा परिस्थितीत भारताला अधिक प्रयत्न करावे लागतील. त्याचे एक कारण म्हणजे चीन देशाच्या बाहेर चिनी व्यापाऱ्यांची लोकसंख्या बरीच आहे आणि त्यांच्याकडून चीनमध्ये एफडीआयची गुंतवणूक भरीव होते. पूर्व आशियातल्या सगळ्याच देशात चिनी व्यापाऱ्यांचे प्राबल्य आहे. भारताला हा फायदा नाही. चीनमध्ये २००४ सालात ६० अब्ज (साठ बिलियन डॉलर)ची एफडीआयची गुंतवणूक झाली आणि या आकड्यांवर काही मतभेद असू शकतात. परंतु चीनची वर्षाला ५०० अब्ज (पाचशे बिलियन डॉलर)ची निर्यात आहे हा वादाचा विषय नाही. त्यातली चाळीस टक्के निर्यात अशा कंपन्यांची आहे ज्यात परदेशी गुंतवणूक भरपूर आहे. थोडक्यात म्हणजे भारताला एफडीआयच्या विषयात अधिक उदार धोरण राबवता आले तरच चीनबरोबर थोडीतरी स्पर्धा करता येईल. अन्यथा भारत आणि चीन या दोन देशांच्या आर्थिक विकासाच्या कामगिरीमध्ये किती तफावत आहे याचीच फक्त चर्चा होत राहील.

■

४.३ एफडीआयला परवानगी

देशामध्ये फॉरिन डिरेक्ट इन्व्हेस्टमेंट (एफडीआय) म्हणजे विदेशी प्रत्यक्ष गुंतवणूक हा सगळा विषय अनेक अंगांनी वादाचा बनलेला आहे. देशातले सगळेच प्रमुख पक्ष आपण सत्तेवर आहोत किंवा नाही या सोयीला धरून आपल्या भूमिका बनवत आहे. या डावे पक्ष मात्र सुसंगतीने वागत आहेत. त्यांना हे सोपे आहे कारण त्यांना सत्तेत प्रत्यक्ष भागीदारी स्वीकारून कोणतीच जबाबदारी घ्यायची नाही. ते सध्याच्या केंद्रातल्या युपीए आघाडीला सत्तेबाहेर राहून पाठिंबा देत आहेत. त्यामध्ये त्यांनी वेळोवेळी सरकारला या एफडीआयच्या विषयात सतत विरोध करायचे धोरण अवलंबिलेले आहे.

परंतु जे केंद्र सरकार आहे त्याला अनेक जबाबदाऱ्या पार पाडायच्या आहेत. त्यातली प्रमुख म्हणजे देशाच्या आर्थिक वाढीचा वेग उंचावायचा आहे आणि दारिद्र्य कमी करायचे आहे. तसेच सरकारची वित्तव्यवस्था सुस्थितीत आणणे तातडीचे आहे आणि त्यासाठी सरकारची तूट कमी करणे आणि कर्जाचा बोजा कमी करणे याला प्राधान्य आहे. या सगळ्या अनेक अंगी कारणांमुळे देशाला अधिकाधिक एफडीआयची गरज आहे. त्यातही पायाभूत सुविधांमधली गुंतवणूक याचा क्रमांक वरचा आहे.

शिवाय जगामध्ये डब्ल्यूटीओ बरोबरची बोलणी एका मोक्याच्या वळणावर खोळंबलेली आहे. जे विकसित औद्योगिक देश आहेत त्यांनी भारताने आपले वित्तीय क्षेत्र परदेशी गुंतवणुकीसाठी खुले करावे असा दबाव आणलेला आहे. या उलट भारताने आणि आणखी काही प्रमुख विकसनशील देशांनी औद्योगिक देशांनी आपल्या देशातील शेतकऱ्यांना जी भरमसाठ अनुदाने आणि संरक्षण दिले आहे ते संपवावे असा आग्रह धरलेला आहे. त्यामुळे एफडीआयचा विषय दिसतो तितका सोपा नाही.

अशा परिस्थितीत केंद्र सरकारने डाव्या पक्षांना चुचकारत एफडीआयला वेगवेगळ्या क्षेत्रात निवडकपणे प्रवेश दिलेला आहे. यासाठी वेगवेगळ्या क्षेत्रात किती मर्यादेपर्यंत भांडवल गुंतवता येईल याचे प्रमाण ठरवून देण्यात आलेले आहे. तसेच ते वेळोवेळी अधिक उदारपणे बदलण्याचेही धोरण सरकारने चालू ठेवले आहे. नुकतीच सरकारने दूरसंचार क्षेत्रात एफडीआयची मर्यादा ७४ टक्क्यांपर्यंत वाढवून

दिलेली आहे. शिवाय अशी काही क्षेत्रे आहेत ज्यामध्ये सध्यातरी एफडीआयला परवानगी देण्यात आलेली नाही. याची उदाहरणे म्हणजे किरकोळ विक्री, अणु ऊर्जा, जुगार, लॉटरी, चिट फंड, निधी कंपन्या, कृषी आणि मळे यातली गुंतवणूक. तसेच गृहनिर्माण क्षेत्रातही एफडीआयला मुभा नाही परंतु त्यात फक्त अपवाद आहे तो गृहसंकुले उभारण्याचा.

आता आणखीन एका महत्त्वाच्या क्षेत्रात एफडीआयला ४९ टक्क्यांपर्यंत गुंतवणूक करण्याची परवानगी देण्यात येणार आहे. हे क्षेत्र म्हणजे मत्ता पुनर्रचना कंपन्यांचे (ॲसेट रिकन्स्ट्रक्शन कंपन्या /एआरसी). ज्या भारतीय बँका आणि वित्त संस्था आहेत त्यांच्याकडे थकित कर्जांची अनेक प्रकरण पडून राहिलेली आहेत. एकूण बँकिंग आणि वित्तक्षेत्राच्या पुनर्रचनेमध्ये या थकित कर्जाचे फार महत्त्व आहे. ही थकित कर्जे किंवा अनुत्पादक मत्ता यांचे एकूण मूल्य अंदाजे एक लाख कोटी रुपयांपर्यंत आहे असा एक अंदाज आहे. साहजिकच हा बिकट प्रश्न सोडविल्याशिवाय वित्त संस्था आपल्या पायावर उभ्या राहू शकणार नाहीत.

सरकारच्या या नव्या धोरणाप्रमाणे बँका आणि वित्त संस्थांच्या ज्या अनुत्पादक मत्ता आहेत आणि जी बुडालेली कर्जे आहेत त्यामध्ये परदेशी भांडवलदारांना गुंतवणूक करता येणार आहे. अशा प्रकारचे व्यवहार मलेशिया, कोरिया, तैवान आणि चीन इत्यादी देशांमध्ये जोरदारपणे होत असतात आणि बहुधा भारतात त्याची लहान प्रमाणात सुरुवात होईल. ज्या मत्ता पुनर्रचना कंपन्या (एआरसी) आहेत त्यांच्या भाग भांडवलात एफडीआय ४९ टक्क्यांपर्यंत गुंतवता येईल.

एआरसी काय करतात? त्या बँकांच्याकडे असलेल्या बुडालेल्या अगर थकीत कर्जाच्या अनुत्पादक मत्ता (नॉन परफॉमिंग ॲसेटस् /एनपीए) विकत घेतात. त्यांची खरेदी अगदी स्वस्त किंमतीला होते. एखाद्या थकित कर्ज असलेल्या कंपनीच्या कर्जातला ७५ टक्के वाटा एआरसीने आपल्याकडे घेतला तर त्यातून त्या कंपनीचे व्यवस्थापनही एआरसीला ताब्यात घेता येते. बँका हे करू शकत नव्हत्या. सध्या ज्या एआरसी आहेत त्यामध्ये काही विदेशी कंपन्यांनी रस दाखवला आहे.

आयएनजी ही वित्तीय सेवा देणारी डच कंपनी आहे. ॲक्टीज ही दुसरी कंपनी खाजगी इक्विटीमध्ये भाग घेते. तसेच स्टँनचार्ट ही ब्रिटनमधली बँक आहे. यांना एआरसीमध्ये भाग घ्यायचा आहे. अशारीतीने जर आणखीन काही विदेशी कंपन्या पुढे आल्या तर त्यातून एआरसींचे ताळेबंद सुधारतील. परंतु अजून सरकारने एफआयआयना एआरसीमध्ये भाग घेण्याला परवानगी दिलेली नाही. त्यासाठी फॉरिन इनव्हेसमेंट प्रमोशन बोर्ड (एफआयपीबी) यांच्यापुढे असे गुंतवणुकीचे सर्व प्रस्ताव जातील आणि त्यांच्या मान्यतेनेच एआरसीमध्ये इक्विटीतील गुंतवणूक करता येईल. शिवाय कोणत्याही एफआयआयला कोणत्याही एका एआरसीमध्ये १० टक्क्यांपेक्षा

अधिक गुंतवणूक करता येणार नाही. त्याशिवाय त्याची व्यक्तिगत मर्यादा ४९ टक्के चालूच राहील.

सरकारने हा निर्णय ९ नोव्हेंबर २००५ रोजी मंत्रिमंडळाच्या बैठकीत घेतलेला आहे. ही एक सुरुवात आहे आणि एक लहान पाऊल आहे. यातूनच पुढे जंक बॉन्ड मार्केट विकसित होईल असे दिसते. पाश्चात्य देशात जे रोखे अगदी कचऱ्याच्या किंमतीचे असतात त्याला जंक बॉन्ड असे म्हणतात. भारतात हे कसे घडेल एआरसी ज्या बँकांच्या आणि वित्त संस्थांच्या बुडालेल्या कर्जाच्या मत्ता जेव्हा विकत घेतील त्यांनी बुडालेली कर्जे आपल्याकडे घेतलेली असतात. त्यापोटी या एआरसी बँकांना सिक्युरिटी रिसिटस् (एसआर) देतील. मग बँकांच्या हिशोबात या एसआर एक गुंतवणूक म्हणून दाखविण्यात येतील. याची तुलना म्युच्युअल फंडाच्या युनिटस् बरोबर करता येईल. याचे मूल्य जे थकित कर्ज असेल त्याच्या किंमतीशी जोडलेले असेल.

एआरसी आणि बँक यांच्यामध्ये हा जो व्यवहार होईल त्यात काहीच रोख रक्कम लागणार नाही. जेव्हा एस आरचे विमोचन (रिडीम) होईल तेव्हाच बँकांना प्रत्यक्षात पैसे मिळतील. एआरसी किती प्रमाणात कर्जदाराकडून पैशाची वसुली करू शकते यावर बँकांना काय मिळेल हे अवलंबून आहे. आजमितीला ज्या एसआर दिल्या जातात त्यांची काही नोंदणी करण्यात येत नाही आणि त्यांची कोणत्याही बाजारपेठेत खरेदी विक्रीही होत नाही. परंतु सरकारने येत्या काळात जर एसआर यांची शेअर बाजारात नोंदणी करू दिली तर मग या एसआरना जंक बॉन्ड म्हणून संबोधता येईल. एका अंदाजानुसार वित्त संस्थांच्या एकूण थकित कर्जाचा आकडा एक लाख कोटी रुपयांपेक्षा अधिक आहे. यावरून जंग बॉन्डसूची बाजारपेठ सुमारे तीस हजार कोटींच्या आसपास होईल असा अंदाज करण्यात येतो.

सध्या आरसील ही एकच काम करणारी एआरसी देशात आहे. यामागे स्टेट बँक, आयसीआयसीआय बँक आणि आयडीबीआय यांचा मुख्य पाठिंबा आहे. सरकारने आता जो एफडीआयला ४९ टक्क्यांपर्यंत गुंतवणूक करण्याला जी परवानगी दिली आहे त्यामुळे आरसील कंपनीला फायदा मिळेल. ही कंपनी बहुधा आपल्याबरोबर एखादा विदेशी भागीदार घेण्याचा विचार करेल. या आरसील कंपनीने सध्या बँकांच्याकडून ज्या अनुत्पादक मत्ता आपल्याकडे घेतल्या आहेत त्याचे एकूण मूल्य सुमारे रु. ४०६२ कोटी आहे. आश्चर्य म्हणजे काही बँकांनी आणि गुंतवणूकदारांनी आरसीलकडून थकित कर्जांच्या मत्ता लिलावातून विकत घेतलेल्या आहेत.

सरकारचा हा निर्णय धाडसी आहे आणि देशामधला वित्त बाजार विकसित होण्याच्या दृष्टीने यातून प्रगती होणार आहे. मागच्या काही वर्षात बँकांना आपली थकित कर्जे वसूल करता यावीत म्हणून सरकारने डेट रिकव्हरी ट्रायब्युनल उभी करू

दिली आहेत आणि त्यामागे योग्य तो कायद्याचा आधारही पुरवलेला आहे. सुदैवाने मागच्या दोन वर्षात आर्थिक वाढीची प्रक्रिया जोमदार झाल्यामुळेही शेअर बाजारात चैतन्य आलेले आहे आणि त्यातून आजारी पडलेल्या कंपन्यांची खरेदी आणि विक्री करणे सोपे झाले आहे. यामुळे बँकांचे अनुत्पादक कर्जाचे प्रमाण खाली आलेले आहे आणि बँकांनी आपले स्वास्थ्य सुधारलेले आहे.

या तुलनेने जपान, चीन आणि रशिया असे काही देश आहेत ज्यांच्या अर्थव्यवस्था बळकट असूनही त्यांच्या बँकिंग व्यवस्थेमध्ये अनेक त्रुटी आणि दुर्बलता आहे. या दृष्टीने भारताने मागच्या पंधरा वर्षात सगळ्या बँकिंग क्षेत्राची पुनर्मांडणी करून आपली स्पर्धेला तोंड देण्याची क्षमता सिद्ध केलेली आहे. विशेष म्हणजे देशातला राष्ट्रीयीकृत बँकांचा गटही यात मागे नाही. देशाने उदारीकरण स्वीकारल्यापासून जी प्रगती करून दाखवली आहे त्यामध्ये बँकिंग क्षेत्राची कामगिरी अगदी सरस आहे. सार्वजनिक चर्चेमध्ये नेहमी सरकारचे अपयश कोणते याची चर्चा होते परंतु ज्या क्षेत्रात आपण काही प्रगती केली आहे त्याची मात्र दखल घेतली जात नाही. यासाठी सरकारने जो आता मत्ता पुनर्रचना कंपन्यांमध्ये एफडीआयची गुंतवणूक ४९ टक्क्यांपर्यंत करू देण्याची परवानगी घेतली आहे तिचे स्वागत करायला पाहिजे.

■

४.४ परदेशी भांडवल निधी

देशाला विकासासाठी आर्थिक वाढीचा वेग वाढविण्याची गरज आहे आणि त्यासाठी अधिक भांडवल गुंतवणूक आवश्यक आहे. मागे १९९१ मध्ये देशात आर्थिक पेचप्रसंग निर्माण झाला आणि त्यातून बाहेर पडण्यासाठी उदारीकरणाची दिशा स्वीकारण्यात आली. तेव्हापासून परदेशी भांडवलाची गरज मान्य झाली आणि त्याप्रमाणे प्रोत्साहनाची धोरणे आखण्यात आली.

हा जो परदेशी भांडवलाचा निधी देशात येतो त्याचे दोन प्रकार आहेत. एक फॉरिन डिरेक्ट इन्व्हेस्टमेंट (एफडीआय) म्हणजे विदेशी प्रत्यक्ष गुंतवणूक. दुसरा म्हणजे फॉरिन इन्स्टिट्युशनल इनव्हेस्टमेंट (एफआयआय) म्हणजे परदेशी संस्थांची गुंतवणूक. हा फरक करण्याचे कारण मुळात या दोन प्रकारच्या निधींमध्ये काही ठोस फरक आहेत आणि त्याचे दृश्य परिणामही वेगळे आहेत. सध्या भारत सरकार हा फरक करण्याचे सोडून द्यावे अशा विचारात आहे. परंतु यावर विवेकानेच सावकाशपणे निर्णय घ्यावा लागेल कारण याचे अर्थव्यवस्थेवर आणि शेअर बाजारावर दूरगामी परिणाम होणार आहेत.

एफडीआय ही एक लांब पल्ल्याची गुंतवणूक असते आणि या मार्गाने जो निधी येतो त्यातून भौतिक मत्तांमध्ये गुंतवणूक होते आणि त्याबरोबर रोजगार निर्मिती होते. या तुलनेने एफआयआय त्या मार्गाने जो निधी येतो तो अल्पकाळाचा विचार करून वित्त बाजारात गुंतवणूक करण्यासाठी असतो. साहजिकच एफडीआयच्या गुंतवणुकीमधून अर्थव्यवस्थेमध्ये एका मागोमाग एक अशा परिणामांची मालिका सुरू होते. या मर्यादित अर्थाने एफआयआयचे परिणाम मोजके असतात. एफडीआयच्या निधीची आवक आणि जावक तातडीने होत नाही. या उलट एफआयआयच्या गुंतवणुकीचे निर्णय आणि भांडवल देशाबाहेर नेण्याचे निर्णय अकस्मात होऊ शकतात. याच सगळ्या किचकट कारणांसाठी एफडीआय आणि एफआयआय यात फरक करावा किंवा नाही याचा निर्णय खूप सावधानपूर्वक घ्यावा लागेल. या दृष्टीने वेगवेगळ्या अंगांचा येथे विचार केला आहे.

एफडीआय एफआयआय या दोन प्रकारच्या निधींचे अल्पकाळातील आणि दीर्घ काळातील असे वैशिष्ट्य लक्षात घेतले पाहिजे. एखादी कंपनी असो अगर

एखादा देश असो, जर अल्पकाळातल्या निधीवरचे परावलंबन वाढले तर त्यातून नेहमी एक धोका असतो. एफआयआय मधला निधी हा गतीमान आणि लवचिक असतो आणि त्याचे परिणाम देशातल्या मुद्रा पुरवठा, परदेशी चलनाचा साठा आणि व्याजदर यावर होत असतात. विकसनशील देशांच्या अर्थव्यवस्था जर अशा मोठ्या आणि अचानक आवक आणि जावक होणाऱ्या निधीवर अवलंबून असल्या तर त्यातूनच एक अस्थिर आणि दोलायमान परिस्थिती निर्माण होऊ शकते. जी नियमन करणारी रिझर्व्ह बँकेसारखी संस्था असते तिच्याही दृष्टीने अशा निधीचे अंदाज बांधणे फार अवघड असते.

या विषयात सरकारच्या वित्तविभागातला विचार आणि रिझर्व्ह बँकेचा विचार यात अंतर आहे. एका अर्थाने हे साहजिक आहे. सरकारच्या दृष्टीने उदारीकरणाच्या वाटेवर मागची पंधरा वर्षे वाटचाल केल्यावर एफआयआयच्या शेअर बाजारातल्या गुंतवणुकीत सतत वाढ झालेली आहे. याला अपवाद फक्त वित्त वर्ष १९९९ आहे. या काळात एफआयआयचा निधी जो देशाबाहेर गेला त्यातून कोणताही कडवट अनुभव शेअर बाजारात दिसलेला नाही. अर्थात यापुढे असे कधी घडणारच नाही असे कोणताच अभ्यासक म्हणणार नाही. सगळ्यांच्याच मनात दक्षिण पूर्व आशियातील देशांना १९९८ मध्ये ज्या पेचप्रसंगाला तोंड द्यावे लागले त्याची आठवण आहे. परंतु भारताला असा काही अनुभव मागच्या पंधरा वर्षात आला नाही हीही वस्तुस्थिती नोंदवावी लागेल.

भारतात एफआयआच्या गुंतवणुकीमुळे शेअर बाजारात खूपच चांगला प्रभाव पडला. त्यातून खाजगी औद्योगिक क्षेत्रातील कंपन्यांच्या आर्थिक व्यवहारात खूपच पारदर्शकता आली आणि कंपन्यांचे व्यवस्थापनही अधिक जबाबदार झाले. या व्यवस्थापनांची सर्वसाधारण गुंतवणुकदाराबद्दलची आस्था आणि दायित्त्व वाढले. अनेक वित्त संस्थांनी गुंतवणूक करताना शेअर बाजारातील कंपन्यांच्या इक्विटीमध्ये संशोधन करण्याची आता एक परंपरा दृढ झाली आहे. यापूर्वीच्या काळात अशा प्रकारचे अभ्यास करून गुंतवणूक करण्याची प्रथा नव्हती. या अर्थाने एफआयआयचा निधी हा तुलनेने अल्प काळासाठी असतो आणि जरी तो आजपर्यंत नियमितपणे देशात येत असला तरीही त्याच्यावर लक्ष ठेवून आणि अभ्यास करून त्याचा पाठपुरावा करण्याची गरज आहे. या अर्थाने ही सगळी गुंतवणूक एफडीआयपेक्षा वेगळी समजून त्यावर नियमन करणाऱ्या संस्थांना लक्ष केंद्रित करणे सोपे जाईल. एफडीआय आणि एफआयआय यातला फरक विसरून जायचे म्हटले तर अशा प्रकारच्या अभ्यासाची आणि पाठपुराव्याची शक्यता अडगळीत पडेल. देशाच्या व्यापक हिताच्या दृष्टीने सरकारला हे सगळे श्लेष लक्षात घ्यावे लागतील.

■

४.५ परदेशी भांडवलाची गरज

मागे १९९१ मध्ये आर्थिक पेचप्रसंग निर्माण झाल्यानंतर जे धोरणात बदल होत गेले त्यातूनच आर्थिक विकासाचा वेग वाढविण्यासाठी अधिक भांडवल गुंतवणूक हवी आणि त्यासाठी अधिक परदेशी भांडवलाची आवक हवी हे मान्य झाले. त्यातूनच एफडीआय आणि एफआयआय असा फरक करण्याची सुरुवात झाली. देशामध्ये राज्यकर्ते आणि अभ्यासक यांच्या मनात एफआयआयच्या निधीपेक्षा एफडीआयचा निधी अधिक आकर्षक आणि अधिक फायद्याचा समजला जातो. आता असा काही फरक करण्याची मुळात गरज आहे का? असा प्रश्न उपस्थित झाला आहे.

एफडीआयचा पर्याय अधिक पसंत कारण त्यातून रोजगार निर्माण होतो, यंत्रे आणि भौतिक मत्तांमध्ये वाढीव गुंतवणूक होते आणि खऱ्या अर्थाने वाढीचा दर उंचावतो. या तुलनेने एफआयआयच्या पर्यायातून निधी फक्त शेअर बाजारात आणि वित्तीय साधनात गुंतवला जातो.

एका अंदाजानुसार देशाला पुढच्या दहा वर्षात १५० अब्ज (१५० बिलियन डॉलर)पेक्षा अधिक भांडवलाची गरज आहे. एफआयआयचा निधी आला म्हणजे भांडवलाचा खर्च कमी होतो आणि सगळ्याच अर्थव्यवस्थेला फायदा मिळतो. भारतातल्या कंपन्यांनी आपल्या भांडवल गुंतवणुकीसाठी या मार्गाने स्वस्तात निधी मिळवला आहे आणि उत्पादनाच्या क्षमतेत आणि प्रक्रियेत भर घातली आहे. एफआयआयचा आणखीन एक मोठा फायदा होतो त्यातून औद्योगिक जगातल्या कंपन्यांचे व्यवहार अधिक पारदर्शी आणि चोख होऊ लागतात. एकूणच कंपन्यांमध्ये सर्वसाधारण गुंतवणुकदारांशिवाय इतर वित्त संस्थांनी जी गुंतवणूक केली आहे त्याला एक बळकट आधार मिळतो. जितका औद्योगिक जगतातल्या व्यवस्थापनावर लोकांचा विश्वास वाढतो तितक्या प्रमाणात औद्योगिक संस्कृती वाढीला लागते. उदाहरणार्थ भारतासारख्या गरीब देशात ग्रामीण भागातील काही वर्गांकडे चांगली बचत झाली तरीही त्यातून गुंतवणूक होण्याऐवजी अधिक सोन्याचांदीची खरेदी होऊ शकते. किंवा लग्नसमारंभांसारख्या प्रसंगांवर पैसा विनाकारण खर्च होऊ शकतो. परंतु

एकदा शेअर बाजारातल्या गुंतवणुकीचा पर्याय उपलब्ध झाला तर ही ग्रामीण भागातील बचत उत्पादक बनू शकते. यावेळी औद्योगिक जगातील व्यवहार आणि गुंतवणूक या विषयी अधिक भरवसा वाटणे महत्त्वाचे ठरते.

त्यामुळे एफआयआयच्या निधीतून सगळ्या औद्योगिक जगाच्या व्यवहाराचा दर्जा सुधारला तर सगळ्यांचाच फायदा होतो. सरतेशेवटी ज्यांना उद्योग, धंदे आणि व्यापार याच्या वाढीसाठी भांडवल हवे आहे त्यांना ते मिळणे याचे महत्त्व आहे. एफआयआयमधून ते शक्य होते. शिवाय देशात जे भांडवल येते त्याची व्याख्या कोणतीही केली तरीही ते देशाबाहेरही जाऊ शकते ही वस्तुस्थिती उरतेच. जर एकूण अर्थव्यवस्थेची मूळ चौकट डळमळीत असली, अगर सामाजिक आणि राजकीय पार्श्वभूमी अनिश्चित असली आणि एकूण आर्थिक धोरणे अनुकूल नसली, तर परदेशी भांडवल देशाबाहेर नेले जाईल हे उघड आहे. त्याचबरोबर जर असे भांडवल देशात येऊ द्यावे किंवा नाही यावरच जर राज्यकर्त्यात आणि राजकीय पक्षांमध्ये मतभेद असले, तर परदेशी भांडवलाच्या स्थैर्यावर काही परिणाम तर होईलच.

देशाच्या अर्थकारणात देशहिताचा विचार सगळ्यांच्याच मनात प्रमुख असतो. त्यामुळे एफआयआयच्या निधीविषयी नेहमीच एक काही प्रमाणात साशंकता असते. या तुलनेने विदेशी प्रत्यक्ष गुंतवणूक म्हणजे एफडीआय ही जास्त भरवशाची असे म्हणण्यातही फार तथ्य नाही. एक कारण म्हणजे जोपर्यंत अर्थव्यवस्था वाढत आहे. आणि या अर्थव्यवस्थेची मूळ परिमाणे सुस्थितीत आहेत आणि उद्योगधंद्यासाठी योग्य धोरणे आहेत तोपर्यंत एफडीआय आणि एफआयआय यांच्या प्रत्यक्ष व्यवहारात फारसा फरक होणार नाही. आपल्या भोवतालच्या सिंगापूर, हाँगकाँग आणि तैवान या देशांकडे पाहिले म्हणजे हा मुद्दा स्पष्ट होतो. हाँगकाँगमध्ये ब्रिटिशांचा ताबा गेला आणि चिनी राजवट आली परंतु हाँगकाँगच्या आर्थिक भरभराटीत फरक पडला नाही. तैवानमध्येही समोरच्या चीन देशाबरोबर युद्धजन्य परिस्थिती असूनही दोन्ही देशांच्या आर्थिक उलाढालीत आणि उत्कर्षात खंड पडलेला नाही. सिंगापूर आणि मलेशियामध्ये अनेक वंशाचे जनसमूह असूनही तेथे कोणताही सामाजिक तणाव नाही आणि आर्थिक प्रगतीमध्ये अडचण आलेली नाही.

दीर्घकाळाचा विचार केला तर जगामध्ये एकूणातच भांडवल हे अपुरे आहे. त्यामुळे भारताला हे भांडवल अधिक प्रमाणात देशामध्ये आणावयाचे असले तर त्यासाठी इतर देशांबरोबर स्पर्धा करावी लागणार आहे. त्यामुळे एफडीआय आणि एफआयआय असे फरक न करता भारताने परदेशी भांडवलाला मुक्तद्वार द्यावे असा आग्रह धरणारा एक गट आहे. देशाने उदारीकरण स्वीकारले आहे आणि जागतिकीकरणाच्या प्रक्रियेतही उडी मारलेली आहे त्यामुळे आता राज्यकर्त्यांनी परकीय गुंतवणुकदार वर्गाला गोंधळात टाकतील असे विसंवादी संकेत देऊ नयेत

असा या गटाचा आग्रह आहे.

देशातले एक नामांकित उद्योगपती कुमार मंगलम बिर्ला यांनी यावर एक विधान केले आहे. आता भारताला जगात नेण्याची गरज आहे असे ते म्हणतात. मागच्या शतकातल्या केंद्रीय नियोजनाच्या चाळीस वर्षांच्या दीर्घ काळात देशातल्या राज्यकर्त्यांची आणि सगळ्याच पक्षांची एक प्रकारची मानसिकता बनलेली आहे. त्यामध्ये आपण जगापासून वेगळे आहोत आणि अलग आहोत अशी ही भावना आहे. शिवाय ही अलगता अशीच चालू रहावी म्हणजे आपल्या जुन्या सांस्कृतिक मूल्यांना धक्का लागणार नाही असेही ठामपणे मांडणाऱ्यांचा एक वर्ग आहे. आश्चर्य म्हणजे अशा वर्गात धर्माचे अधिष्ठान मानणारेच आहेत असे नाही. तर गांधीवादी, सर्वोदयवादी, समाजवादी आणि साम्यवादी अशा आधुनिक विचारसरणीला बांधिलकी असणारेही भारताने जगापासून अलग राहावे असे पसंत करतात. हा एक इतिहासात रमणारा आणि दिवास्वप्न बघणाऱ्यांचा वर्ग आहे. कोणत्याही देशाच्या औद्योगिकीकरणाच्या प्रक्रियेमध्ये आधुनिकीकरणाचेही अनेक प्रश्न उभे राहतात. त्याचेच हे सगळे प्रतिसाद आहेत. या व्यापक संदर्भात परदेशी भांडवलामध्ये एफडीआय आणि एफआयआय यात फरक करावा किंवा नाही याचा विचार करावा लागेल.

■

४.६ परदेशी भांडवल आणि पायाभूत सुविधा

नुकताच डिसेंबर २००४ मध्ये वृत्तपत्र माध्यमातून एक समज पसरला होता. रिझर्व्ह बँक आणि केंद्र सरकारमधला वित्त विभाग यांचा एका विषयावर प्रामाणिक मदभेद असावा असे दिसते. सरकारला परदेशी गुंतवणुकीवर काही क्षेत्रात असलेली मर्यादा हटवावी असे वाटत आहे. त्याला अनुसरून काही प्रस्तावांची चर्चा शेवटच्या टप्प्यात आलेली आहे. यावर रिझर्व्ह बँकेच्या मनात काही आशंका असाव्यात. यावर दवडायला फार वेळ नाही कारण वित्त मंत्र्यांनी मागच्या अर्थसंकल्पात लवकरच निर्णय घेऊ असे कबूल केले होते आणि आता फेब्रुवारी २००५ मध्ये अर्थसंकल्प सादर करताना त्याचा जाब द्यावा लागेल.

जर ही गुंतवणुकीवरची बंधने हटविण्याचा पर्याय सोडून दिला तर केंद्रातल्या आघाडी सरकारमधल्या डाव्या पक्षांना आनंद होईल आणि आपण जनहिताचे कसे तारणहार आहोत याची शेखी मिरवता येईल. रिझर्व्ह बँकेच्या मर्यादित दृष्टीला धरून जर येथल्या शेअर बाजारात होणारी परदेशी निधीची गुंतवणूक आटोक्यात राहिली तर परदेशी चलनाचे साठे जे भरमसाठपणे वाढत आहेत तो प्रश्न हाताबाहेर जाणार नाही. या सर्व उलटसुलट विचारांच्या पार्श्वभूमीवर परदेशी गुंतवणुकीचा एक व्यापक विचार करावा लागेल.

तसा विचार केला तर मागच्या सुमारे साठ वर्षात जगात आणि देशातही नियोजनाचे आणि समाजवादाचे अनेक प्रयोग झालेले आहेत आणि त्यातून अनेक शिकण्यासारख्या गोष्टींचा अनुभव मिळालेला आहे. भारतासारख्या विकसनशील देशात दारिद्र्याचा प्रश्न सगळ्यात तातडीचा आणि अग्रक्रमाचा आहे आणि सगळी विकासाची प्रकिया त्याच्याशीच निगडित आहे. समाजवादाच्या विचारधारेत समाजात समन्यायाने कसे वाटप होईल हा विचार प्रधान होता. तो पूर्णपणे रास्त असला तरीही त्यातून विकास प्रक्रिया वाढीव दराने होईल याचा भरवसा नव्हता आणि प्रत्यक्षात तसा अनुभवही आला. हे सगळे जमेला धरून आर्थिक वाढीची प्रकिया मार्गी लागण्यासाठी विकासामध्ये अधिक भांडवल गुंतवणूक झाली पाहिजे हे आता जगभरात मान्य झालेले आहे. या मार्गाने जो वाढीव दराने विकास होईल त्यातूनच दारिद्र्याचेही

प्रश्न प्रथम सुटतील यावर बरीचशी सहमती निर्माण झालेली आहे.

भारतामध्ये सध्या जी गुंतवणूक होत आहे त्यातून आर्थिक वाढीचा दर जेमतेम सहा टक्क्यांपर्यंत वाढू शकतो यावर सगळ्या अभ्यासकांचे एकमत दिसते. आता जर उरलेल्या दारिद्र्याचा प्रश्न सोडवायचा असला तर हा आर्थिक वाढीचा दर आणखी वाढला पाहिजे आणि ते पूर्णपणे शक्य आहे. परंतु त्यासाठी सध्या जो देशांतर्गत बचतीचा दर आहे आणि भांडवल आणि उत्पादनाचे गुणोत्तर आहे यात सुधारणा होण्याची गरज आहे . त्यातूनच वाढीचा दर उंचावू शकतो. परंतु यातून जो दारिद्र्याचा प्रश्न हाताळायचा आहे त्याला दीर्घकाळ द्यावा लागेल. जर नजीकच्या अल्पकाळात हा आर्थिक वाढीचा दर सध्याच्या सहा टक्क्यांवरून आठ ते दहा टक्क्यांपर्यंत न्यायचा असेल तर परदेशी भांडवलाची गरज आहे. या पर्यायातूनच बचत आणि गुंतवणूक यातली दरी कमी होईल.

देश स्वतंत्र झाला त्यानंतर पहिल्या काही दशकात तो आंतरराष्ट्रीय मदतीवर बराच अवलंबून होता. पण मागच्या अनेक वर्षात ही परिस्थिती बदलली आहे. भारत आता स्वत:च जगातल्या इतर गरीब देशांना संकट काळात मदत देतो. या नव्या संदर्भात बचत आणि गुंतवणूक यातली दरी कमी करायची असली तर दोनच मार्ग आहेत. एक म्हणजे आंतरराष्ट्रीय बाजारात कर्ज उभारणे. दुसरा म्हणजे विदेशी प्रत्यक्ष गुंतवणुकीला (एफडीआय) प्रोत्साहन देणे आणि एफआयआयच्या निधीला येथल्या शेअर बाजारात वाव देणे. नव्वदीच्या सुरुवातीला देशाची वित्तीय परिस्थिती हाताबाहेर गेली आणि परदेशी कर्ज बुडवावे लागेल काय असा प्रसंग उभा राहिला. त्यामुळे आताही हा पर्याय काही फारसा आकर्षक नाही. म्हणजे तुलनेने कर्ज न काढता दुसऱ्या पर्यायाने परदेशी भांडवल गुंतवणूक वाढवता आली तर त्यात फायदाच आहे. म्हणून एफडीआय आणि एफआयआय यांच्या शेअर बाजारातल्या गुंतवणुकीला स्वीकारावे लागेल.

साधारणपणे एफडीआयची पहिली निवड करण्यात येते कारण त्यातून होणारे फायदे उघड असतात. त्यातून आधुनिक तंत्रज्ञान मिळवता येते आणि परदेशी बाजार पेठांमध्ये सहज प्रवेश मिळतो. बरोबर देशात नवे कारखाने सुरू करता येतात आणि रोजगार वाढतो. यामध्ये प्रत्यक्ष आणि अप्रत्यक्ष असा दोन्हीही प्रकारचा रोजगार वाढतो. या पर्यायाची एक मर्यादा म्हणजे विदेशी प्रत्यक्ष गुंतवणुकीमुळे देशांतर्गत उद्योगाला कमी वाव राहतो. हे टाळण्यासाठी बऱ्याचदा एफडीआयच्या आयातीवर काही अटी घालण्यात येतात. त्या पाळल्या तर काही किमान प्रमाणात स्थानिक उत्पादनाला संधी मिळते, काही निर्यात करण्याची जबाबदारी येते, नवीन तंत्रज्ञान आणावे लागते आणि अशा कंपन्यांना देशातल्या शेअर बाजारात नोंदणी करून घ्यावी लागते. त्यामुळे स्थानिक गुंतवणुकदारांना अशा परदेशी भांडवलाच्या कंपन्यात

गुंतवण्याची संधी मिळते.

भारताला एफडीआयचा दीर्घ अनुभव आहे. देशामध्ये अनेक बहुराष्ट्रीय कंपन्यांनी बऱ्याच क्षेत्रांमध्ये पूर्वीच प्रवेश केलेला आहे. औषध कंपन्या, वित्तीय संस्था, ग्राहकोपयोगी माल, अधिक उठावाच्या ग्राहकोपयोगी वस्तू (एफएमसीजी), अभियांत्रिकी मालाचे उत्पादन अशा क्षेत्रांचा सहज उल्लेख करता येईल. ही जरी समाधानाची गोष्ट असली तरीही देशाला आज पायाभूत सुविधांच्या निर्मितीमध्ये गुंतवणूक हवी आहे. ऊर्जा, वाहतूक, सिंचन, बंदरे, रस्ते, गृहसंकुले अशी अनेक क्षेत्रे आहेत ज्यात ज्या पायाभूत सुविधा आहेत त्यांचे नूतनीकरण करण्याची गरज आहे आणि या सुविधांमध्ये भरही घालण्याची गरज आहे. मागच्या नियोजनाच्या काळात या विषयातली गुंतवणूक मुख्यत: सार्वजनिक क्षेत्रात झाली. आता ही क्षेत्रे खाजगी गुंतवणुकीला खुली करायची असली तर या सगळ्याच क्षेत्रामध्ये नियमन करणाऱ्या संस्था उभ्या कराव्या लागतील. या दिशेने थोडी प्रगती झाली आहे परंतु अजून बराच पल्ला ओलांडावा लागेल. हे झाल्या शिवाय मोठ्या प्रमाणावर खाजगी गुंतवणूक होणे आज तरी कठीण दिसते. नियोजन आयोग अशा गरजे विषयी बोलू लागले आहेत. मागच्या काही वर्षात काही प्रमाणात दूरसंचार क्षेत्रात बरीच भरीव परदेशी भांडवलाची गुंतवणूक होत आहे आणि येथेही अजून भक्कम नियमन करणारी संस्था कामाला लागलेली नाही. परंतु हा एक अपवादच समजावा लागेल. इतर क्षेत्रांसाठी नियमन लागेलच.

एफडीआयबरोबर दुसरा पूरक पर्याय म्हणजे विदेशी गुंतवणूकदार संस्थांनी (एफआयआय) केलेली निधीची शेअर बाजारातली गुंतवणूक. अल्प काळात हाच पर्याय आकर्षक आहे कारण त्यातून विनाअडचण बचत आणि गुंतवणूक यातली तफावत कमी करता येईल. एका दृष्टीने एफआयआयच्या गुंतवणुकीतून होणारे फायदे अप्रत्यक्ष आहेत आणि एफडीआयसारखे ते दृश्य नाहीत. तसा विचार केला तर एफआयआयच्या निधीतूनही जोखमीचे भांडवल (व्हेंचर कॅपिटल)उपलब्ध होत असते आणि गुंतवणूक वाढत असते. कंपन्या जेव्हा प्रथम जनतेला विकीसाठी भांडवल खुले करतात तेव्हा एफआयआय आपला निधी त्यात गुंतवू शकतात. त्यामुळे उद्योजकांचे पहिले गुंतवलेले भांडवल मुक्त होऊ शकते. त्यातून उद्योगाची वाढ करता येते.

या अशा प्रकारच्या गुंतवणुकीविषयी टीकाकारांना एकच काळजी असते. त्यांच्या मते जसे एफआयआय शेअर बाजारातल्या गुंतवणुकीसाठी विनासायास भराभरा निधी आणू शकतात त्याच सहजतेने आणि वेगाने ते या शेअर बाजारातून बाहेरही पडू शकतात. हा धोका तर खरा आहे. पण याचा एक फायदा म्हणजे साधारणपणे या विषयात योग्य धोरणे राबविण्यात यावी हाही दबाव सरकारवर वाढता असतो. परदेशी काय आणि देशातले काय भांडवल हे नेहमीच त्यावर किती

परतावा मिळतो या आधारे संधी शोधत असते. अशा भांडवलाला जे दारिद्र्य निर्मूलनाचे कार्यकम असतात त्यात नक्कीच अजिबात रस नसतो. या विषयात सरकारने जबाबदारी घ्यायची आहे आणि हे निकष खाजगी भांडवलाच्या गुंतवणुकीला लावता येणार नाहीत. अशा परिस्थितीत सरकारने जी नफा मिळविणारी उत्पादन अगर सेवाक्षेत्रे आहेत त्यातून बाहेर पडून आपली मर्यादित साधने दारिद्र्य निर्मूलनाच्या कार्यकमात अगर दुबळ्या वर्गाच्या कल्याणात वापरण्याची गरज आहे.

ज्या टीकाकारांचा उदारीकरणाला विरोध आहे त्यांनी देशाची सुरक्षितता, संस्कृती, मक्तेदारी आणि नैसर्गिक साधनांवरचा ताबा अशा काही बाबींवर नेहमी भर दिलेला आहे. परंतु याही विषयांमध्ये सरकारी क्षेत्रापेक्षा इतर काही उपाय योजणे शक्य आहे. नियमन करणाऱ्या स्वायत्त संस्था, स्पर्धेला उत्तेजन देणारे कायदे आणि नैसर्गिक संपत्तीच्या वापरामध्ये योग्य पद्धतीने किंमती आकारणे अशा काही शक्यता व्यवहारात राबवता येतील.

या विषयातल्या देशहिताच्या बाबी आणि त्यासाठी आवश्यक ती जागरूकता हे जरी मान्य केले तरीही तुलनेने देशाच्या आजच्या परिस्थितीत परदेशी भांडवलाची गरज मोठी आहे आणि निकडीची आहे. त्यातूनच आर्थिक वाढीचा दर उंचावता येईल आणि भूक आणि दारिद्र्य यांच्याशी निगडित असलेले प्रश्न सोडवता येतील. अर्थातच परदेशी चलनाचे साठे वाढत आहेत आणि जगाचा इतका विश्वास संपादन करण्यासाठी दहा वर्षाहून अधिक काळ लागलेला आहे.

एका टोकाला सरकारवरचा तुटीचा आणि कर्जाचा बोजा जीडीपीच्या दहा टक्क्यांवर गेलेला आहे आणि फक्त ही पातळी लक्षात घेतली तर यातून दिवाळखोरी जाहीर करण्याची वेळ आली असती. लॅटिन अमेरिकेतल्या इतर देशांनी हे अनुभवले आहे. भारताच्या बाबत मात्र सुदैवाने हे घडलेले नाही कारण परदेशातून भारतीय कामगारांनी मोठ्या प्रमाणावर मायदेशी निधी पाठवण्याचे चालू ठेवले आहे. वाढते साठे आणि भारतीय कामगारांनी परत पाठवलेला निधी यामुळे जगाच्या बाजारात भारताला प्रतिष्ठा आहे आणि त्याचेच प्रतिक म्हणून भारताचे चलन हे डॉलरच्या तुलनेने मागची काही वर्षे सतत बलवान होत आहे. त्यामुळे तुलनात्मक विचार करून भारतामध्ये अधिकाधिक परदेशी भांडवलाची आयात कशी होईल यासाठी प्रोत्साहनात्मक धोरणे आखली पाहिजेत आणि अंमला आणली पाहिजेत. ■

४.७ देशामध्ये डॉलरची आयात

भारतामध्ये जगातल्या वित्त बाजारातून अनेक मार्गांनी सतत निधी येत आहे. विशेष म्हणजे अमेरिकन डॉलरची भरमसाठ आवक होत आहे. तसेच देशाच्या परदेशी चलनाचा साठा वाढत आहे. या सगळ्या बाजूंनी सकारात्मक दृष्टी अशा वेगाने घडत आहेत की कोणतेही सरकार भांबावून जाईल. ही सगळी संधी मोक्याची आहे आणि ती प्रथमच आलेली आहे. देशामध्ये केंद्रस्थानी आघाडीचे नवीन सरकार निवडून आलेले आहे आणि अशी सुवर्णसंधी सोडून देता येणार नाही.

देशामध्ये जो निधी येत आहे त्याचा कसा वापर होतो हा सगळ्यात महत्त्वाचा प्रश्न आहे. नेमका तोच वादाचा विषय आहे. जर परदेशातला पैसा विदेशी प्रत्यक्ष गुंतवणूक (एफडीआय) म्हणून आत आला आणि त्याची गुंतवणूक जर नव्या प्रकल्पात झाली आणि त्यातून विदेशी विनिमय मिळवता आले तर अर्थातच ते सगळ्यांना हवे आहे आणि त्यावर वाद होणार नाही. परंतु सध्या देशाच्या तिजोरीत जी परदेशी निधीची (फोरेक्स) भरमसाठ आवक होत आहे त्यातला मुख्य भाग जे भारतीय मनुष्यबळ परदेशात काम करत आहे ते देशात परत पैसे पाठवत आहे याचा आहे. तसेच परदेशी गुंतवणूकदार संस्था (एफआयआय) या भारतात गुंतवणुकीसाठी मोठ्या प्रमाणावर निधी आणत आहेत. काही अभ्यासक या विषयी सावध आहेत कारण त्यांच्या मते अशा गुंतवणूक निधीमध्ये काही धोके आहेत. ही भीती सार्थ आहे कारण पूर्वी १९९७ मध्ये पूर्व आशियातल्या देशांनी त्याची किंमत चुकती केलेली आहे.

देशामध्ये जो सर्व प्रकारचा निधी येतो त्याला व्यापक संदर्भात मुद्रा वित्तीय भांडवल असेही म्हणतात. अशा निधीचे जे टीकाकार आहेत त्यांचा एक ठराविक दृष्टीकोन आहे. त्यांच्या मते असा निधी जेव्हा शेअर बाजारात येतो त्यातून खरोखरी देशात उत्पादन अगर सेवा क्षेत्रात वाढ होते असे नाही. अर्थात परदेशी गुंतवणूकदार संस्था (एफआयआय) यांची सगळीच गुंतवणूक समभागाच्या दुय्यम बाजारात होत असते असे नाही. या संस्था अनेकदा जेव्हा नव्या कंपन्यांच्या समभागांची खरेदी करतात तेव्हा त्यातून भांडवल उभारणी होत असते.

काही वेळा काही निधी जोखमीच्या भांडवलातही (व्हेंचर कॅपिटल) गुंतवतात. म्हणजे एखाद्या उद्योजकाकडे चांगली कल्पना असली परंतु त्याच्या कुटुंबात पुरेसे भांडवल नसले तरीही अशा उपक्रमाला पूर्ण पाठिंबा आज बाजारात मिळू शकतो. सगळ्यात महत्त्व आहे ते उद्योजकतेला आणि कोणतीही नवीन कल्पना जर गुंतवणूकदारांना व्यवस्थितपणे पटवून देता आली तर त्यासाठी काही धोका पत्करणाऱ्या गुंतवणूदार संस्था आहेत. या बरोबरच आणखीन एक एफआयआयच्या निधीची आवक होण्याचा मार्ग आहे. त्यातून सरकार आणि खाजगी कंपन्या यांच्या रोख्यांमध्ये गुंतवणूक केली जाते.

असे भांडवलाची आवक होण्याचे काही ठोस मार्ग असले तरीही बराचसा निधी हा समभागांच्या दुय्यम बाजारात गुंतवला जातो हे म्हणणे खरे आहे. शेअर बाजारातल्या या खरेदी आणि विकीतून उत्पादन व्यवस्थेमध्ये खरी वाढ कशी होते हे बघण्यासारखे आहे.

जेव्हा कंपनी आपले समभाग गुंतवणूकदारांना विकते तेव्हा ती आपल्यासाठी भांडवल जमा करते. जेव्हा एफआयआय अशा समभागांची खरेदी करते तेव्हा तो निधी प्रत्यक्ष कंपनीला जात नाही हे उघड आहे. परंतु जेव्हा ही प्रकिया सुरू होते आणि त्यातून जी समभागांची उलाढाल होते त्यातून त्या कंपनीच्या समभागांची किंमत वाढते. एकदा असे झाले म्हणजे कंपनीसुद्धा आपल्या परीने आणखीन अधिक निधी उभा करू शकते. त्यातला एक मार्ग म्हणजे बाजारात नवीन भांडवल आणणे आणि ते वरच्या किंमतीला विकणे. जेव्हा अशा उच्च मूल्याच्या समभागांची बाजारात किंमत होते त्यावेळी अशी कंपनी समभागांचे तारण ठेवून अधिक कर्ज उभारू शकते. जे धनको अशी कर्जे उपलब्ध करून देतात त्यांना स्वाभाविकच ज्यांचे समभाग बाजारात चढ्या भावाला विकले जातात अशांना कर्जे देणे सुरक्षित वाटते.

जेव्हा एखादी कंपनी आपले समभाग विकते त्यावेळी त्याची किंमत आणि त्यावर मिळणारा परतावा याचे गुणोत्तर बाजारात बघितले जाते. हे डोळ्यापुढे ठेवून इतर कंपन्याही नवीन भांडवल उभारण्याचा प्रयत्न करतात. अशा पद्धतीने जेव्हा समभागांच्या दुय्यम बाजारात भरभराट येते त्यातूनच नव्या समभागातील निधीच्या गुंतवणुकीलाही मोठे प्रोत्साहन मिळते.

जर मुद्रा धोरणाचा विचार केला तर एफआयआयच्या निधीमधून पैशाचा पुरवठा अर्थव्यवस्थेमध्ये वाढतो. त्यातून उत्पादन व्यवस्थेमध्ये अधिक तरलता उपलब्ध होते आणि तिचा उपयोग होतो. अर्थात यालाच बाजारात हॉट मनी म्हणजे चंचल पैसा असेही म्हणतात. असा पैसा देशात किती काळ थांबणार असा प्रश्न शंकेखोर टीकाकार विचारत असतात. हा निधी डॉलरमध्ये असो अगर रुपयात असो, त्याची काही आवक देशात येत असते आणि त्यातला काही भाग बाहेर जात असतो. म्हणून

या एफआयआयच्या आवक आणि जावक निधीतून किती नक्त निधी गुंतवणुकीसाठी उपलब्ध होतो ते बघणे महत्त्वाचे आहे.

मागे १९९२ पासून अशा निधीची उलाढाल सुरू झाली आणि त्यातून मागच्या तेरा वर्षात सुमारे ३२ अब्ज (३२ बिलियन डॉलर)ची एफआयआयची नक्त गुंतवणूक देशात झाली. साधारणपणे हा आकडा ठोस विदेशी प्रत्यक्ष गुंतवणूक (एफडीआय) झाली इतका आहे. जर अशा एफआयआयचा सगळा निधी एकाच वेळी देशाबाहेर काढून घेण्यात आला तर शेअर बाजाराच्या किंमती कोसळतील. परंतु असे झाले तर सगळ्यात अधिक नुकसान या एफआयआय यांचेच होईल आणि अशी परिस्थिती या एफआयआयचे परदेशातले व्यवस्थापन आहे ती येऊ देणार नाही.

जर अर्थव्यवस्थेमधला मुद्रा पुरवठा वाढला आणि त्याला धरून मालाचा आणि सेवांचा पुरवठा वाढला नाही तर त्याचा परिणाम म्हणून लगेच चलनवाढ होईल. देशाची रिझर्व्ह बँक अशा एफआयआयच्या निधीची आवक बघून त्याचा दुष्परिणाम होऊ नये म्हणून प्रयत्न करत असते. त्यासाठी आरबीआय जनतेला सार्वजनिक रोखे विकते, म्हणजे जनतेला पैसे हाताळावे लागत नाहीत. यालाच स्टेरिलायझेशन असे संबोधतात. जेव्हा अशा रोख्यांचा पुरवठा वाढतो तेव्हा या रोख्यांच्या किंमती कमी होतात आणि त्यातून व्याजदर वाढण्याचे दडपण येते. अशा परिस्थितीत रिझर्व्ह बँक एकूण अर्थव्यवस्थेमधील खरी उत्पादक पातळी कशी आहे याचा अंदाज घेऊन किती प्रमाणात स्टेरिलायझेशन करायचे याचे निर्णय घेत असते. यातून अर्थव्यवस्थेमधली उत्पादनाची प्रक्रिया चालू राहण्यासाठी योग्य प्रमाणात तरलता उपलब्ध राहावी हाच हेतू साधण्याचा बँकेचा प्रयत्न असतो.

अशा पार्श्वभूमीवर सरकारला दोन पर्याय उपलब्ध होतात. एक म्हणजे पायाभूत सोयीसुविधांच्या निर्मितीमध्ये मोठी भांडवल गुंतवणूक करणे. दुसरा मार्ग म्हणजे ज्यातून अशा सोयीसुविधांसाठी खाजगी गुंतवणूक कशी अधिक होईल याची धोरणे अवलंबणे. जरी समजा शेअर बाजारात पडझड झाली आणि अर्थव्यवस्था अस्थिर झाली तरीही ज्या पायाभूत सोयीसुविधा आहेत त्यांना कोणताच धोका पोचणार नाही आणि अशी गुंतवणूकही बऱ्याच प्रमाणात सुरक्षित राहील.

कोणत्या प्रकारची सार्वजनिक गुंतवणूक करता येईल? ग्रामीण भागात बारमाही रस्ते आले आणि आंतरराज्य महामार्ग बांधण्यात आले तर त्यातून बाजारपेठेची निर्मिती भक्कम होईल. जरी सरकारने कृषी मालाच्या विकीसाठी बाजारसमिती निर्माण केली तरीही जोपर्यंत बारमाही रस्त्यांची सुविधा नाही तोपर्यंत शेतकऱ्याला त्याचा काही फायदा करून घेता येणार नाही. त्याचप्रमाणे जोपर्यंत ग्राहकाने वापरलेल्या विजेचा योग्य करभार वसूल करता येणार नाही तोपर्यंत खाजगी क्षेत्राची वीज

निर्मितीमध्ये गुंतवणूक होणार नाही.

हे शक्य होण्याच्या दृष्टीने जितकी वीज वापरली जाते त्याची व्यवस्थित मोजणी होण्यासाठी जी यांत्रिक व्यवस्था लागेल त्यामध्ये सार्वजनिक गुंतवणूक होऊ शकते. अशा विजेच्या वापराची नोंद करणारी यंत्रे नुसती किती वीज वापरली याची नोंद करतानाच ती वीज कोणत्यावेळी वापरली याचाही तपशील ठेवू शकेल.

जेव्हा विजेच्या वापरात इतके बारकावे आणणे शक्य होईल त्यावेळी शेतकरी वर्गाला जेव्हा विजेला कमी मागणी असते त्यावेळी स्वस्त दराने ती उपलब्ध करून देता येईल. जेव्हा हे शक्य होईल तेव्हा उरलेल्या औद्योगिक आणि शहरातल्या विजेच्या गाहकांना योग्य व्यावसायिक दराने वीज पुरवठा करता येईल. म्हणजे आज ही सत्ताधारी पक्षांची शेतकऱ्याला मोफत वीज देण्याची स्पर्धा सुरू आहे त्याची गरज उरणार नाही. परंतु विजेच्या उत्पादनात आणि वितरणात इतके बारकावे प्रत्यक्ष व्यवहारात उतरायचे असले तर एक राजकीय धैर्य आणि इच्छाशक्ती यांची गरज आहे. कारण जो वीज वापरणारा आहे त्याला ती फुकट न देता तिच्या वापराप्रमाणे सोयीस्कर दर बसवण्याची तयारी राजकीय पक्ष दाखवतील का हा प्रश्न आहे.

यासाठी सरकार निधी कसा गोळा करणार? अर्थात सरकारला कर्ज उभारावे लागेल. सध्याच वित्तीय तूट इतकी मोठी आहे त्यामुळे अनेकांना हा मार्ग मान्य होणार नाही. परंतु जर आणखी कर्ज काढले आणि त्यातून उत्पादक भांडवल गुंतवणूक झाली तर त्यातून आर्थिक वाढीचाच वेग वाढणार आहे आणि त्यासाठी हा धोका पत्करणे योग्य होईल. या बरोबरच आयातीचे धोरण अधिक उदार केले तर देशांतर्गत मालाचा आणि सेवांचा पुरवठा वाढेल आणि त्यातून जी वाढलेली मागणी आहे ती पुरी करता येईल. शिवाय त्यातूनच अधिक सार्वजनिक आणि खाजगी गुंतवणूक आकर्षक होईल असे वातावरण निर्माण होईल. परदेशातून जे निधी देशात येतील त्यातूनच देशामधली गुंतवणूक अधिक सुलभ होईल. म्हणजे देशात होणारी आयात आणि गुंतवणूक या दोन्ही बाबी एफआयआयच्या निधीतून शक्य होतील. थोडक्यात म्हणजे परदेशातून निधीची आवक वाढली आहे आणि परदेशी चलनाचे साठे सतत वाढत आहेत यामुळे गांगरून न जाता नवा मार्ग शोधता येईल. त्यातूनच आर्थिक वाढीचा वेगही आठ टक्क्यांपर्यंत नेता येईल इतकी आज देशामध्ये आर्थिक क्षमता आहे. खरा प्रश्न आहे तो म्हणजे राजकीय इच्छाशक्तीचाच. त्याला काही बाजारात उत्तर नाही.

■

४.८ परदेशी भांडवल : गरज आणि धोरणे

आघाडीच्या नव्या केंद्र सरकारने पहिला अर्थसंकल्प सादर केला आणि त्यात नागरी विमान वाहतूक, दूरसंचार आणि विमा या क्षेत्रात विदेशी प्रत्यक्ष गुंतवणुकीवरची (एफडीआय) मर्यादा कमी करण्याचा निर्णय घेतला आणि त्यातून एक घनघोर राजकीय चर्चा सुरू झाली आहे. त्याचे मुख्य कारण म्हणजे आघाडीच्या सरकारमध्ये डावे पक्ष आणि त्यातूनही मार्क्सवादी पक्ष यांचा पाठिंबा प्रमुख आहे आणि त्यांचा या निर्णयाला पूर्ण विरोध आहे. शिवाय समाजवादी पक्षानेही आपला विरोध घोषित केला आहे. बरोबरच विरोधातल्या भाजपासारख्या उजव्या पक्षानेही आपला सूर त्यात जोडला आहे.

विशेष म्हणजे या सर्वच पक्षांनी पूर्वी वेगवेगळ्या प्रसंगी एफडीआय अधिक यावा म्हणून प्रयत्न केलेले आहेत. अगदी पश्चिम बंगाल मधल्या डाव्या आघाडीच्या सरकारनेही या मार्गाने आपल्या राज्यात पेट्रोकेमिकलचा सर्वात मोठा प्रकल्प राबवलेला आहे. थोडक्यात म्हणजे या विषयात विरोधकांना फक्त सवंग राजकारण करायचे आहे आणि लोकांना फसवायचे आहे हे तर उघड दिसते. तसेच लोकशाही आणि उदारीकरण हे एकत्र नांदू शकत नाहीत असेही आपण जगाला दाखवून देत आहोत.

यातल्या राजकारणाची दखल घ्यावी असे त्यात काही नाही. परंतु असा एफडीआयला विरोध करण्यासाठी जी दोन कारणे सांगितली जातात त्याची चर्चा करता येईल. त्यांच्या मते अशी क्षेत्रे मोक्याची असतात आणि म्हणून देशाच्या सुरक्षिततेसाठी त्यांचा ताबा परदेशी गुंतवणूकदारांच्या हातात असता कामा नये. दुसरी बाब म्हणजे बहुराष्ट्रीय कंपन्या या देशाच्या गरजेचा अगर सार्वजनिक हिताचा विचार करण्याइतपत सहिष्णू नसतात. त्यामुळे जर काही मोक्याच्या सार्वजनिक उद्योगांची मालकी परकीयांच्या हातात गेली तर देशाच्या निवडून आलेल्या सरकारवर मर्यादा येतात आणि त्यांना आपल्या सामाजिक जबाबदाऱ्या पुऱ्या करता येत नाहीत.

या चर्चेमध्ये उद्योगाच्या क्षेत्रात ज्याला मोक्याचा जागा (स्ट्रॅटेजिक) म्हटल्या जातात त्याला एक देशाच्या सार्वभौमत्वाच्या दृष्टीने संदर्भ आहे. सर्वात प्रथम लेनिनने बोल्शेविक कॉंग्रेसच्या १९२२ च्या बैठकीत याचा उल्लेख केला. त्याने जे

नवीन आर्थिक धोरण (न्यू इकॉनॉमिक पॉलिसी) आखले होते त्यावर त्याच्या समाजवादी सहकाऱ्यांची टीका होती. या धोरणानुसार कृषी आणि व्यापार या क्षेत्रात खाजगी उद्योगाला परवानगी देण्यात आली होती. लेनिनने या टीकेची दखल घेत एक गोष्ट कबूल केली. बाजारपेठेची संकल्पना एका मर्यादेत स्वीकारण्यात आली होती, परंतु सरकार एकूण अर्थव्यवस्थेवर आपले पूर्ण नियंत्रण ठेवेल असा त्याचा दावा होता. यासाठी त्याने कमांडिंग हाईटस् म्हणजे मोक्याच्या स्थानावरून सरकारचेच वर्चस्व असेल असा शब्द प्रयोग केला होता.

त्यानंतर हा शब्दप्रयोग ब्रिटनमधल्या फेबियन या समाजवादी गटाने केला. तसेच पंडित नेहरू यांनी देशाच्या नियोजनात तो वापरला. त्यांनी १९५६ मध्ये औद्योगिक धोरणाचा ठराव केला आणि त्यामध्ये हे एक गृहीतकृत्य होते. त्यांच्या दृष्टीनुसार देशामध्ये जे खाजगी उद्योगाचे क्षेत्र होते त्यावर विसंबून राहण्यासारखी परिस्थिती नव्हती. विशेषत: जर आर्थिक वाढ आणि सामाजिक न्याय यांचे भान ठेवून देशाचे औद्योगिकीकरण करायचे असले तर त्यासाठी सार्वजनिक क्षेत्राची गरज आहे आणि त्यातूनच अधिक भांडवल गुंतवणूक करावी लागेल असे नियोजनकर्त्यांना अभिप्रेत होते.

या सर्व तर्कसंगतीतून देशात सार्वजनिक क्षेत्राची उभारणी करण्यात आली. हे सर्व जे औद्योगिकीकरणाचे आणि आधुनिकीकरणाचे ध्येय होते ते पंचवार्षिक योजनांच्या माध्यमातून साध्य करण्याची संकल्पना होती आणि यामागे जी विचारसरणी होती त्याला महालनोबिस प्रतिमान (मॉडेल) असे संबोधले जाते. प्रा. महालनोबिस यांची डाव्या विचारसरणीला बांधिलकी होती आणि त्यांच्यावर सोव्हिएट रशियातल्या नियोजनाचा प्रभाव होता.

मूळात रशियामध्ये १९१७ मध्ये जी राज्यकांती झाली आणि त्यातून साम्यवादाची सत्ता आली त्यानंतर तेथे मार्क्सवादी विचारवंतांमध्ये एका गहन विषयाचा विचारविनिमय झाला होता. ती सर्व तात्त्विक चर्चा प्रियोब्राझस्की आणि बुखारीन यांचा वाद म्हणून प्रसिद्ध आहे. त्यामध्ये औद्योगिकीकरणासाठी जे भारी आणि अवजड यंत्रोद्योगाचे क्षेत्र लागते ते पायाभूत मानले होते आणि गुंतवणुकीमध्ये त्याला सर्वात अधिक प्राधान्य देण्यात आले होते. यालाच नंतर मशिन्स दॅट बिल्ड मशिन्स म्हणजे यंत्रोत्पादन करणारी यंत्रे असे म्हणण्यात येऊ लागले. या व्यूहनीतीनुसार भारी आणि अवजड उद्योगधंदे यांची पायाभूत उभारणी सार्वजनिक क्षेत्राच्या माध्यमातून आणि मालकीतून करायची आणि त्यासाठी गुंतवणूकही त्या माध्यमातून करायची अशी सगळी संकल्पना होती.

साहजिकच या विचारसरणीमध्ये कृषीचे महत्त्व दुय्यम होते. किंबहुना रशियामध्ये राज्यकांती होण्यापूर्वी एका प्रमाणापर्यंत औद्योगिक कांतीने पाय रोवलेला होता आणि

रशियातल्या विचारवंतामध्ये जो वादविवाद झाला त्यामागे रशियाची त्यावेळची एक विशिष्ट ऐतिहासिक परिस्थिती गृहीत धरलेली होती. लेनिन आणि ट्रॉट्स्की या साम्यवादी नेत्यांची वैचारिक निष्ठा कडवी असली तरीही प्रत्यक्ष क्रांतीनंतरचे शासन चालवताना अनेक समझोते करावे लागतात यांचीही त्यांना जाणीव होती. त्यामुळे वेळेप्रसंगी आपल्या निष्ठेला आवर घालून त्यांनी व्यवहाराला धरून काही पावले टाकली. त्यातूनच एनीपी म्हणजे न्यू इकॉनॉमिक पॉलिसी लेनिनने स्वीकारली होती. याला साम्यवाद्यांच्या भाषेत दोन पावले पुढे आणि एक पाऊल मागे असे म्हणण्यात येत असे.

रशियामध्ये जेव्हा १९१७ मध्ये साम्यवादाची कांती झाली त्यावेळी पहिले महायुद्ध चालू होते आणि त्यामध्ये रशियातला संपूर्ण समाज ढवळून गेला होता. तसेच युरोपातल्या पुराण मतवाद्यांना साम्यवाद नको होता आणि त्यामुळे त्यांच्या पाठिंब्यावर व्हाईट रशियन्स यांची एक प्रतिक्रांतीही चालू होती. या सर्व ऐतिहासिक गोष्टींचा सोव्हिएट रशियाचा नियोजनावर प्रभाव पडणे स्वाभाविक होते. याचे चांगले उदाहरण म्हणजे रशियाला औद्योगिकीकरणासाठी मजूरवर्गाची म्हणजे प्रौढ मनुष्यबळाची गरज होती आणि त्यासाठी मोठ्या प्रमाणावर मनुष्यबळ कृषी आणि ग्रामीण क्षेत्रातून बाहेर पडून शहरांकडे वळवणे ही त्या नियोजनाची एक पायरी होती. त्यातूनच नंतर रशियामध्ये सामुदायिक शेतीचे युग आले आणि त्याची एक फार मोठी किंमत त्या देशाने चुकती केली.

रशियातल्या सत्ताधीशांनी जरी कृषीच्या धोरणात चुकीची धोरणे आखली तरीही त्यांनी जी मुळात औद्योगिकीकरणाची नीती अवलंबिली होती ती यशस्वी झाली असाच इतिहासाचा निष्कर्ष मानावा लागेल. याचे कारण म्हणजे जेव्हा परत एकदा दुसऱ्या महायुद्धाला सामोरे जायची वेळ आली त्यावेळी रशियाने जर्मनीच्या विरोधात फार मोठा कडवा लढा दिला. ज्या विचारवंतांचा साम्यवादाला विरोध होता त्यांनीही रशियाने आपल्या देशाची औद्योगिकीकरणातून जी शक्ती मिळवली आणि ती दुसऱ्या महायुद्धात कामी आली त्यामुळे पाश्चिमात्य देशांना फार मोठा आधार मिळाला हे मान्य केलेले आहे.

हा सर्व इतिहास येथे उगाळण्याचे एकच कारण आहे आणि ते म्हणजे भारत स्वतंत्र झाल्यावर १९५० नंतर जे पंचवार्षिक नियोजनाचे युग सुरू झाले त्यावर यासर्व विचारसरणीचा प्रभाव पडलेला होता. प्राध्यापक महालनोबिस यांची मांडणी हे त्याचे प्रतिबिंब होते आणि पंडित नेहरूंसारखे जे राष्ट्रीय नेते होते त्यांच्यावरही ब्रिटनमधल्या फेबियन सोशालिस्टांचा प्रभाव होता.

या इतिहासाची दखल घेतली तरीही मागच्या पन्नास वर्षात अनेक बदल झालेले आहेत. किंबहुना त्यातले काही बदल नियोजनाच्या यशातूनही झालेले

आहेत. ज्याला राजकीय आणि आर्थिक वातावरणात मोक्याच्या जागा असे मानता येईल त्यातही मुळापासून बदल झालेला आहे. मुख्य म्हणजे जागतिकीकरण हे एक नवीन वास्तव आहे आणि त्याचा स्वीकार करायचा किंवा नाही असा पर्यायच उरलेला नाही.

याचे एक मूलभूत कारण म्हणजे तंत्रज्ञानाच्या क्रांतीतून हे नवीन जग एकत्र झालेले आहे. याला एक इंटरनेटची क्रांती असेच म्हणावे लागेल कारण त्यातून हे जग एकत्र गुंतले गेलेले आहे. त्यात कच्च्या मालाची साधने, निधी आणि तंत्रज्ञान सगळ्यांना उपलब्ध झालेले आहे. हे एक असे खुले आणि परस्परावलंबी जग आहे ज्यामध्ये भांडवल कोणत्याच देशाच्या मर्यादा मानत नाहीत. तसेच जगभरात दूरसंचारचे माध्यम पसरल्यामुळे कोणत्याही देशाच्या भाषा, संस्कृती आणि परंपरा यांच्या मर्यादा आणि बंधने उरलेली नाहीत.

अशा या नव्या जगात सार्वभौमत्वाची कल्पनाच मर्यादित झाली आहे आणि असे हितसंबंध राखण्यासाठी सार्वजनिक क्षेत्रातून मोठ्या उद्योगांवर शासनाचे नियंत्रण ठेवता येईल ही समजूतही कालबाह्य झालेली आहे. आता कोणी काय करावे आणि कोणासाठी करावे या प्रश्नाचे उत्तर फक्त देशाचे सरकार अगर शासन देऊ शकेल अशी परिस्थिती उरलेली नाही. अर्थात आजही कोणत्याही देशाच्या व्यवहारात संरक्षण आणि अणू ऊर्जा क्षेत्र शासनाच्या ताब्यात असावे याला कोणी आक्षेप घेणार नाही.

जरी आज ही वस्तु:स्थिती असली तरी आणखी पन्नास वर्षांनी या क्षेत्रांचा असाच विचार सर्वमान्य असेल असेही समजण्याची गरज नाही. याचे आजच दिसणारे उदाहरण म्हणजे युरोपमधले अनेक देश जसजसे युरोपियन युनियनमध्ये एकत्र येत आहेत तसतसे त्यांचे पूर्वीचे आग्रह आणि हट्ट मागे पडत आहेत. युरोपियन युनियनने युरो हे नवे चलन स्वीकारले त्याचे हे निदर्शक आहे.

आजही ब्रिटनसारख्या देशाला आपले पौंडाचे चलन सोडून युरोचा स्वीकार करावा हे पटलेले नाही. असे असले तरीही युरोपमधल्या लोकमताचा जो कौल आहे त्यांच्या दृष्टीने ब्रिटनचा पौंडाविषयीचा दुराग्रह हा एक अपवाद आहे आणि इतिहासाच्या विरोधात आहे. त्याचप्रमाणे पूर्वीच्या शीतयुद्धाच्या काळात जी नाटो या संरक्षण संस्थेची कल्पना होती तीही आता कालबाह्य झालेली आहे. त्याजागी आता सगळ्या युरोपचे मिळून एक सैन्य असू शकते याची चर्चा सुरू झालेली आहे. थोडक्यात म्हणजे येणाऱ्या नव्या जगाच्या मांडणीमध्ये आज ज्या संकल्पना स्वयंसिद्ध वाटतात त्याच पुढच्या पन्नास वर्षात बदलल्या जाणार नाहीत असा भरवसा कोणी देणार नाही.

संरक्षण आणि अणुऊर्जा हे देशाच्या सुरक्षिततेच्या दृष्टीने महत्त्वाच्या बाबी आहेत हे मान्य केल्यावर उरलेल्या अनेक क्षेत्रात शासन आणि खाजगी उद्योग क्षेत्र

यांची भागीदारी असू शकते आणि त्याचे अनेक ठिकाणी प्रयोग झालेले आहेत. नागरी वाहतूक, विमा आणि दूरसंचार क्षेत्र तसेच खनिज तेलाचे उत्पादन आणि वितरण अशा अनेक क्षेत्रात खाजगी मालकीचे क्षेत्र महत्त्वाची भूमिका बजावू शकते. बऱ्याचदा या विषयात भावनेला हात घालून आणि देशाच्या सुरक्षिततेचा प्रश्न आहे असे सांगून या विषयावरची चर्चा टाळण्यात येते. आता शासन आपल्या जबाबदाऱ्या आणि भूमिका यांची पुनर्मांडणी करत असल्यामुळे सगळ्याच विषयांचा व्यवहाराच्या कसोटीवर विचार करता येईल.

दुसरी टीकेची बाब म्हणजे परदेशी भांडवलदार आणि कंपन्या यांना फक्त नफ्यात रस असतो आणि त्यामुळे एकूण समाजाच्या गरजांबाबत ते तटस्थ असतात असा आहे. बहुराष्ट्रीय कंपन्या या धर्मादाय संस्था करणाऱ्या नक्कीच नाहीत. त्याविषयी काही शंका अगर शब्दच्छल यांना वाव नाही. त्यांच्या गुंतवणूकदारांच्या भांडवलावर अधिकाधिक परतावा मिळवणे हेच त्यांचे मुख्य ध्येय असते. फक्त स्वत:चा विचार करण्याची संधी मिळाली तर ते या पलीकडे जाणार नाहीत. परंतु वस्तु:स्थिती काय आहे हे या बहुराष्ट्रीय कंपन्यांनाही माहीत आहे. या कंपन्या ज्या देशात काम करतात तिथल्या समाज घटकांवर त्यांचे काही नक्की परिणाम होत असतात आणि त्यामुळे त्यांना फक्त आपल्या गुंतवणूकदारांचा विचार करण्याचे मुळात आज स्वातंत्र्य नाही. हा त्यांच्या आवडीनिवडीचा प्रश्न नाही. त्यामुळेपरदेशी गुंतवणूकदारांना कोणत्याही देशात उत्पादनाची अगर विकीची परवानगी मिळवायची असेल तर एक किमान व्यावसायिक नीतीमत्ता आणि काही सामाजिक मूल्यांची जाण त्यांना ठेवावीच लागते.

या बहुराष्ट्रीय कंपन्यांची एक खास प्रतिमा म्हणजे ब्रँन्ड इमेज असली, तसेच त्यांच्याकडे काही खास आधुनिक तंत्रज्ञान असले तरीही आम्ही केवळ नफा मिळवू याच्या आधारावर त्यांना कोणी परवानगी देणार नाही. आता जगभरातल्या खाजगी क्षेत्रात कॉर्पोरेट सोशल रिस्पाँसिबिलिटी म्हणजे कंपन्यांची सामाजिक जबाबदारी हे एक नवे मूल्य सर्वमान्य झालेले आहे. तो काही फक्त एक जनमताला भुलवण्यासाठी केलेला शब्दप्रयोग नाही. या विषयातले जे संशयी टीकाकार आहेत त्यांना असा खाजगी उद्योग क्षेत्राचा उदार चेहरा कदाचित मान्य होणार नाही. परंतु पाश्चिमात्य देशात मागची अनेक शतके जे एक सांस्कृतिक पुनरुथ्थान (एन्लायटन्मेंट) झालेले आहे त्याचा त्या देशातल्या खाजगी उद्योग क्षेत्रावरही नक्की प्रभाव पडलेला आहे.

अगोदरच्या शीतयुद्धाच्या आणि त्या अगोदरच्या साम्राज्यशाही काळात बहुराष्ट्रीय कंपन्या आणि औद्योगिक देशाचे राज्यकर्ते यांनी संगनमत करून अनेक ठिकाणी अविकसित आणि मागासलेल्या देशांमध्ये प्रचंड नफे मिळवले आणि अनंत जुलूम केले हा इतिहास कोणीच नाकारणार नाही. विशेषत: लॅटिन अमेरिकेमध्ये अमेरिकेने अनेक ठिकाणी आपल्या देशातल्या बहुराष्ट्रीय कंपन्यांच्या हिताकडे बघून जुलमी

हुकूमशहा आणि अन्याय करणाऱ्या लष्करी नेत्यांच्या राजवटीत पोसल्या. परंतु अखेरीस एका जागतिक दडपणाखाली या सर्व धोरणांचा पराभव झाला आणि लॅटिन अमेरिकेतही अनेक देशात जनमताच्या आधारावर लोकप्रिय लोकशाही नेतृत्त्व निवडून आले. त्यामुळे येत्या काळात तरी पूर्वीसारख्या जुलमी राजवटी बहुराष्ट्रीय कंपन्यांच्या फायद्यासाठी टिकू शकणार नाहीत.

आणखीन एक प्रश्न म्हणजे गुंतवणूकदारांचे हित कोणी ठरवायचे? आज जगामध्ये जो एकूण एफडीआयचा निधी वापरात आहे त्यापैकी त्याचे भारतात फक्त ०.४ टक्के इतके क्षुल्लक प्रमाण आहे. भारतात एफडीआय किती आणायची यावर जी बंधने आहेत त्यामुळे हे प्रमाण इतके कमी आहे का असा प्रश्न पडू शकतो. परंतु खरोखरी ही काही अडचण नाही. जगातल्या कोणत्याही मोठ्या कंपन्यांच्या प्रमुखांची मते लक्षात घेतली तर भारतात तुलनेने गुंतवणुकीच्या अनेक आकर्षक संधी आहेत असाच निष्कर्ष निघेल.

देशात विदेशी भांडवल आणताना ज्या नोकरशाहीला तोंड द्यावे लागते आणि त्याबरोबर जो भ्रष्टाचार असतो तोही एक प्रमुख अडथळा आहे. त्याचबरोबर देशामध्ये पायाभूत सोयीसुविधांच्या क्षेत्रात अनेक अनेक त्रुटी आहेत आणि त्यामुळे बाजारपेठा नीट काम करू शकत नाहीत असेही परदेशी उत्पादकांना वाटते. थोडक्यात म्हणजे देशात अधिक एफडीआय येण्यामध्ये ज्या व्यावहारिक अडचणींना तोंड द्यावे लागते त्याचेच प्रतिबिंब वर दिसते. एफडीआय येऊ शकत नाही कारण कोणाची मालकी असावी आणि कोणाचे नियंत्रण असावे हा खरोखरी मुख्य प्रश्न दिसत नाही. आजही परदेशी उद्योजक इतर व्यावहारिक अडचणींचीच अधिक चर्चा करताना दिसतात.

अशा परिस्थितीत नव्या केंद्र सरकारचे वित्त मंत्री आणि स्वत: पंतप्रधान कोणते संकेत देतात हा खरा प्रश्न आहे. आणि हा फक्त एफडीआयवर किती मर्यादा असावी याच्याशी निगडित नाही. मागच्या दहा वर्षांहून अधिक काळ देशाने उदारीकरणाची दिशा स्वीकारली असली तरीही प्रत्यक्षात जी पावले पडतात ती अडखळणारी आहेत असे एक चित्र आपण जगापुढे उभे केले आहे. एकूणातच जी लोकशाही व्यवस्था ही या अर्थव्यवस्थेचे शक्तीस्थान आहे तीच आता एक गंभीर मर्यादा बनत आहे. त्यामुळे राज्यकर्त्यांच्या विश्वासार्हतेचा प्रश्न प्रमुख बनला आहे.

नवीन केंद्र सरकार नव्वदीच्या सुरुवातीपासून जो सुधारणा कार्यक्रम सुरू आहे त्याला भक्कमपणे धरून आहे हे लोकांना दिसत आहे. परंतु त्यात काही ठोस बदलही आवश्यक आहे. उदाहरणार्थ ग्रामीण भागातले दारिद्र्य कमी करणे आणि कृषीमधली गुंतवणूक वाढवणे यावरचा भर आश्वासक आहे. तसेच देशांतर्गत जो बचत दर आहे तो अधिक आर्थिक वाढीच्या दृष्टीने पुरेसा नाही आणि त्यामुळे विदेशी भांडवल

गरजेचे आहे तसेच जर फक्त लोकानुनय करायचा असला तर सुधारणा कार्यक्रम रखडणार आहे हा आजपर्यंतचा अनुभव आहे.

उदाहरणार्थ पब्लिक प्रॉव्हिडंट फंडावर किती व्याज द्यावे यावर सरकारने तीन महिने घालवले. यावर फक्त मध्यम वर्गातल्या गुंतवणूकदारांचा विचार करणे योग्य होणार नाही कारण व्याजदर कमी होत असताना अशा पद्धतीने अनुदानाच्या तरतुदी करणे न्यायाला धरून होणार नाही. याविषयात डाव्या पक्षांनी आपल्या मतदार संघांपुरताच विचार केलेला आहे आणि सगळा देश चालविण्याची त्यांनी कोणतीच जबाबदारी उचललेली नाही. दुसरे उदाहरण म्हणजे विजेच्या क्षेत्रात राज्य विद्युत मंडळाची पुनर्रचना करण्याचे प्रयत्नही लांबणीवर टाकण्यात आलेले आहेत त्यालाही परत डाव्या पक्षांचे दुराग्रह कारणीभूत आहेत. अशा पद्धतीने जर केंद्र सरकार चालणार असले तर कालहरण तर होईलच परंतु आर्थिक वाढही मंदावेल. त्यामुळे हा सगळा प्रश्न फक्त विदेशी प्रत्यक्ष गुंतवणुकीपुरता मर्यादित नाही. सगळ्या सरकारच्या इभ्रतीचाच हा प्रश्न आहे.

■

४.९ देशाला विदेशी प्रत्यक्ष गुंतवणूक हवी आहे,

भारताच्या अर्थव्यवस्थेची क्षमता आणि विकास यांचा विचार केला तर आज होणारी विदेशी प्रत्यक्ष गुंतवणूक (एफडीआय) समाधानकारक नाही असे अनेकांचे मत आहे. साहजिकच या आकड्यांची तुलना चीनबरोबर केली जाते. अर्थात या तुलना करताना दोन देशातील साधर्म्य आणि फरक यांचे भान ठेवावे लागते. विदेशी प्रत्यक्ष गुंतवणूक खरोखरी किती होते याचा अभ्यास करण्यासाठी सरकारने एक समिती नेमली होती. त्यांच्या शिफारशींनुसार जगामध्ये ही आकडेवारी व्यवस्थित मांडण्याची जी पद्धत आहे त्याप्रमाणे आता नोव्हेंबर २००२ पासून एफडीआयची माहिती ठेवण्यात येते.

खाजगी भांडवलाची आवक आणि जावक यावरच्या आकडेवारीची नव्याने मांडणी करताना शेअर बाजारात येणाऱ्या कर्जरोखे आणि समभागांच्या भांडवलाची अधिक चांगली माहिती मिळावी हा प्रमुख हेतू डोळ्यापुढे होता. अशा कारणासाठी येणाऱ्या इक्विटी कॅपिटलमध्ये कायद्याने संस्थापित केलेल्या कंपन्यांच्या व्यतिरिक्त इतरांनी आणलेले भांडवल तसेच पुनर्गुंतवणूक केलेले उत्पन्न अशा अनेक गोष्टींचा समावेश करण्यात आलेला आहे. तसेच भांडवलाचे आणखी काही प्रकार लक्षात घेण्यात आलेले आहेत. यामध्ये कंपन्यांनी अल्प आणि दीर्घ मुदतीसाठी एकमेकांकडून केलेली उसनवारी, व्यापारातली उधारी तसेच पुरवठादार करणाऱ्यांना दिलेली पतसवलत, आर्थिक उधारी, कर्ज रोख्यांची सुरक्षा अशा अनेक गोष्टी विचारात घेण्यात आलेल्या आहेत. आता सरकारच्या अधिकृत अहवालात या सर्व एफडीआयच्या तपशिलांची माहिती देण्यात येते.

एफडीआयची देशात होणारी आवक आणि देशाबाहेर होणारी जावक या दोन्ही मध्ये नव्याने मांडणी झालेली असली तरी तुलनेने जी जावक होत आहे त्याचे नवे आकडे वरच्या पातळीवर आहेत. साहजिकच सर्वांनी या गोष्टीचे स्वागत केले आहे. मुख्य म्हणजे एफडीआयची आकडेवारी आंतरराष्ट्रीय तुलनेमध्ये विश्वासार्ह असली पाहिजे या दृष्टीने या विषयात पारदर्शकता आवश्यक होती आणि त्यादृष्टीने आपण प्रयत्न केले. अर्थात या नव्या आधारावर मांडणी करूनही भारताची एफडीआय

बाबतची आकडेवारी चीनपेक्षा बरीच कमी आहे. या सर्व तपशीलांचा नेमका काय अर्थ लावायचा याचा अभ्यासक विचार करत आहेत.

काहींच्या मते याचा गंभीरपणे विचार करावा असा हा विषय आहे. भारतात एफडीआयची आवक कशी अधिक करता येईल याचे बरेच अभ्यास आहेत. फिक्की या शिखर संघटनेने एफडीआय सर्व्हे २००३ या नावाचा एक संदर्भ लेख प्रसिद्ध केला आहे त्यात या अभ्यासांचा समावेश आहे. हा सर्व विचार करताना एफडीआयची आवक वाढली म्हणजे देशाचा विकास अधिक चांगला झाला अशी समजून करून घेणे बरोबर होणार नाही. ही एफडीआयची आवक किती झाली याहीपेक्षा तिचा दर्जा काय आहे हे अधिक महत्त्वाचे आहे. भारतात यापूर्वी नेहमीच वरच्या पातळीवरचे प्रशुल्क (टारिफ) राहिलेले आहे आणि देशांतर्गत बाजारपेठही मोठी आहे. याचा फायदा घेण्यासाठी एफडीआय देशात येऊन देशातली बाजारपेठ काबीज करू शकते.

अशा प्रकारची गुंतवणूक ही स्वकीयांनी केलेल्या गुंतवणुकीपेक्षा वेगळी दिसत नाही आणि भारतातल्या सामाजिक परिस्थितीचा फायदा घेत स्वकीयांशी हातमिळवणी करत संरक्षणाची मागणीही करण्याची शक्यता असते. जेव्हा एफडीआयची आवक होते आणि त्यामुळे नक्त निर्यातीत वाढ होते किंवा उत्पादकता वाढवण्यात मदत होते त्या परिस्थितीत एफडीआयचे विनातकार स्वागत करता येते. यासाठी फक्त कोणतीही एफडीआय असा विचार न करता निर्यात वाढ आणि उत्पादकतेमध्ये वाढ अशा दृष्टीने एफडीआय कशी फायदेशीर होईल असा विचार करणे चांगले. असे साधण्याचा एक मार्ग म्हणजे प्रशुल्कांमध्ये अधिकाधिक कपात करणे आणि संरक्षणाविना उत्पादन होईल अशी परिस्थिती निर्माण करणे त्याचबरोबर एखादी एफडीआयची आवक झाली आणि त्यामुळे देशांतर्गत जे खाजगीकरण व्हायला हवे होते त्याची जागा अशा भांडवल गुंतवणुकीमुळे झाली तर हेसुद्धा खऱ्या अर्थाने देशाच्या हिताचे नाही असेच समजले पाहिजे. थोडक्यात म्हणजे एफडीआयच्या संबंधात जे धोरण आखायचे ते व्यापार विषयक सुधारणा आणि खऱ्या अर्थाचे खाजगीकरण याच्याशी सुसंगत आणि जोडून घेतलेले असले पाहिजे.

चीनमध्येही गेली अनेक वर्षे एफडीआयची आवक मोठ्या प्रमाणावर होत आहे त्यामुळे त्याचा इतर क्षेत्रांवर काय परिणाम होत आहे याविषयी आता तेथे मंथन चालू झाले आहे. हारवर्ड विद्यापीठाच्या याशेंग हुआँग यांनी सेलिंग चायना : फॉरिन डायरेक्ट इन्व्हेस्टमेंट ड्युरिंग रिफॉर्म ईरा असा एक ग्रंथ लिहिला आहे. त्यात असे म्हटले आहे की चीनमध्ये जी मोठ्या प्रमाणावर एफडीआयची आवक झाली त्याचे एक कारण म्हणजे त्या देशांतर्गत ज्या सुधारणा करणे आवश्यक होत्या त्या करण्यात दिरंगाई झाली. त्याच्या मते चीनमध्ये जी एफडीआयची आवक झाली तिचा

आकार जरी मोठा होता तरी एफडीआयचे देशांतर्गत गुंतवणुकीचे प्रमाणही वाढत होते. विशेषत: १९९७ पूर्वी हे लक्षात येण्याइतके ठळक होते.

अमेरिकेमध्ये नव्वदीच्या दशकात जी भरभराट झाली त्यामध्ये देशांतर्गत कंपन्यांनी केलेल्या गुंतवणुकीचे प्रमाणही मोठे होते. विशेषत: बाजारपेठेचा आकार मोठा असल्यामुळे असे घडणे महत्त्वाचे होते. अशा परिस्थितीत एफडीआयचे देशांतर्गत गुंतवणुकीशी जे प्रमाण असेल ते साधारणपणे स्थिर असावे अशी अपेक्षा करता येते. हुआँग यांनी आपल्या गंथात असे म्हटले आहे की परदेशी कंपन्यांना मालकीचे अधिकार१९८२ मध्येच मिळाले. या उलट चिनी उत्पादकांना असे हक्क मिळायला १९९९ साल उजाडले. केवळ या एका महत्त्वाच्या कारणामुळे चीनमध्ये १९९७ पूर्वी परदेशातून आणलेल्या एफडीआयचे प्रमाण सतत मोठे होते आणि त्याचे कौतुकही अधिक झाले. परंतु या घटनाकमात चीनमधल्या संस्था दुबळ्या राहिल्या. मात्र १९९७ नंतर चीनमध्ये देशांतर्गत सुधारणा कार्यकम वेगाने अंमलात येऊ लागला आणि त्याचा फायदा होऊन स्वकीयांनी केलेली गुंतवणूक ही महत्त्वाची ठरली. परिणामत: एफडीआयचे प्रमाण कमी होऊ लागले. भारताच्या बाबत मागच्या काही वर्षात एफडीआयचे एकूण गुंतवणुकीतील प्रमाण हे तुलनेने बरेच स्थिर राहिलेले आहे आणि चीनमध्ये जशा उलटसुलट घटना घडल्या तसे काही भारतात घडले नाही.

हुआँग यांनी आणखी एक मुद्दा मांडला आहे त्यांच्यामते चीनच्या अर्थव्यवस्थेमधली सर्वसाधारण परिमाणे योग्य पद्धतीने काम करत आहेत. परंतु एफडीआयचे प्रमाण एकूण गुंतवणुकीमध्ये मोठे आहे आणि परदेशी कंपन्यांपेक्षा चीनमधल्या कंपन्या यांची कार्यक्षमता तुलनेने कमी आहे. याचे एक कारण म्हणजे देशांतर्गत जी साधने आहेत आणि बाजारपेठ उपलब्ध आहे त्यांचा मोठा भाग सार्वजनिक क्षेत्रातल्या उद्योगांसाठी राखून ठेवलेला असतो. साधारणपणे अशा सरकारी मालकीच्या उद्योगात बरीच अकार्यक्षमता दिसून येते आणि सर्वच देशांचा हा अनुभव आहे. चीनमध्ये खाजगी क्षेत्रातल्या उद्योजकांना अजूनही आपल्या मालकीचे हक्क खरोखरी आपल्याला मिळाले आहेत याविषयी त्यांना भरवसा वाटत नाही. हुआँग यांच्या मते चीनच्या तुलनेने भारताचा विकासाचा दर कमी असला तरी भारतामध्ये ज्या पद्धतीने विकास प्रकियेत सुधारणा होत आहेत त्यामुळे तेथे एकूण अर्थव्यवस्थेची कार्यक्षमता सुधारलेली आहे. विशेषत: ज्या प्रकारे भांडवल गुंतवणूक होते त्यातून भारतातल्या काही कंपन्या या जागतिक स्पर्धेमध्ये टिकून राहिल्या आहेत. त्यामुळे फक्त एफडीआयची आवक सतत मोठी झाली आणि त्याबरोबरच आर्थिक विकासही वेगाने झाला असे आपोआप होत नाही. किंबहुना जर फक्त एफडीआयची आवक मोठी झाली आणि देशातल्या अर्थव्यस्थेमध्ये आवश्यक त्या इतर सुधारणा झाल्या नाहीत तर काही वेळा फक्त

डोळ्यासमोरचे प्रश्न दडवले जाण्याची शक्यता असते. निदान असे चीनच्या अनुभवावरून अभ्यासक म्हणत आहेत.

थोडक्यात म्हणजे भारतात अर्थातच एफडीआयची आवक कशी अधिक होईल याचा अवश्य विचार झाला पाहिजे. परंतु त्याचबरोबर या एफडीआयचा दर्जा कोणता आहे या विषयीही आत्ताच जागरूकता ठेवली पाहिजे. मुख्य म्हणजे देशांतर्गत प्रशुल्कात मोठ्या सुधारणा आणि खाजगीकरणाचा ठोस कार्यक्रम यांचेही तितकेच महत्त्व आहे. याबरोबर शासनाचा दर्जा सुधारणे, भ्रष्टाचार कमी होणे आणि नियमन करणाऱ्या संस्था अधिक प्रभावी बनणे यांचेही महत्त्व आहे. या सर्व बाबी देशाच्या अर्थव्यवस्थेमध्ये हजर असतील तर एफडीआयचा दर्जा चांगला राहील. चीनच्या तुलनेने भारतामध्ये बचत आणि गुंतवणूक यांचा दर बराच कमी आहे. या बाबींवर सरकारने लक्ष्य केंद्रित केले तर देशांतर्गत भांडवल गुंतवणुकीचे प्रमाण बऱ्यापैकी वाढू शकेल आणि खाजगी क्षेत्राचा विस्तारही होईल. जितक्या प्रमाणात देशांतर्गत उत्पादनाला संरक्षणाची गरज पडणार नाही आणि उत्पादन व्यवस्था निकोप स्पर्धेला तोंड देत जागतिक बाजारपेठेत उभी राहील त्या प्रमाणात एफडीआयची वेगळी जपवणूक आणि वेगळी काळजी करत बसण्याची वेळ येणार नाही. देशाची अर्थव्यवस्था मजबूत झाल्याची आणि तिच्या सामर्थ्याची ही खूण आहे.

४.१० उद्योगात वाढणारी विदेशी गुंतवणूक

जगामध्ये जागतिकीकरणाचे युग आल्यापासून सर्वच देशांचे अर्थ व्यवहार खुले झाले आणि एकमेकाशी जुळले जाऊ लागले. या सर्वांमध्ये विदेशी प्रत्यक्ष गुंतवणूक (एफडीआय) हे परिमाण आर्थिक वाढीची गती वाढविण्यासाठी सर्वात महत्त्वाचे आहे. त्याचबरोबर परदेशातल्या वित्त संस्था (एफआयआय) याही आपला निधी घेऊन वेगवेगळ्या देशांमधल्या खाजगी कंपन्यांमध्ये गुंतवणूक करू लागल्या. विशेष म्हणजे परदेशातल्या अनेक नामांकित वित्त संस्था अशा आहेत ज्यांच्याजवळ निवृत्तीवेतनाचे मोठ्या आकाराचे निधी आहेत आणि या निधीची सुरक्षित गुंतवणूक करण्यासाठी या संस्था अनेक देशातल्या शेअर बाजारात गुंतवणूक करीत असतात. अशा अनेक नव्या घटनांमुळे मागच्या सुमारे पंधरा वर्षात देशातल्या वित्त व्यवस्था आणि वित्त संस्था यांचे स्वरुप मूळापासून बदललेले आहे. भारताने या काळात हळूहळू विदेशी वित्त संस्थांना आपल्या निधीची वेगवेगळ्या क्षेत्रात गुंतवणूक करण्यास परवानगी दिली. याचबरोबर जगातला व्यापार वाढविण्याच्या दृष्टीने जागतिक व्यापार संघटना (डब्ल्यूटीओ) सतत प्रयत्न करीत आहेत आणि त्यातून सर्वच देशांना आपल्या देशांतर्गत बाजारपेठा खुल्या कराव्या लागत आहेत. भारतातही नेमके हेच घडले आहे.

भारतातला शेअर बाजार मागच्या आठ महिन्यात बराच सुधारला आहे त्या अगोदरही सुमारे तीनचार वर्षे जगामधल्या प्रमुख अर्थव्यवस्थांमध्ये मंदीची लाट होती आणि अशा परिस्थितीतही आश्चर्य म्हणजे भारताचा आर्थिक वाढीचा दर पाच टक्क्यांपेक्षा थोडा जास्तीच होता. त्यामुळे तुलनेने परदेशी गुंतवणूकदारांना मंदीच्या सावटातही भारतातला शेअर बाजार आकर्षक वाटत होता. या काळात सर्वच देशातले व्याजदर अतिशय खाली आले होते आणि काही प्रमुख देशांमध्ये तर व्याजदर शून्यच होता. जपान हे त्याचे उदाहरण.

अशा उलटसुलट कारणांमुळे परदेशी गुंतवणूकदारांनी भारतातल्या नामवंत आणि मोठ्या खाजगी कंपन्यांमधील गुंतवणूक वाढवली आहे. इकॉनॉमिक टाईम्स

या प्रतिष्ठित वृत्तपत्रांनी मार्च २००३ ते मार्च २००४ या सालात पन्नास मोठ्या कंपन्यांचा अभ्यास केला आणि त्यात परदेशी गुंतवणूक किती झाली आहे याचा शोध घेतला. आश्चर्य म्हणजे पन्नासपैकी एकेचाळीस कंपन्यांमध्ये परदेशी निधीची इक्विटीमधील गुंतवणूक वाढलेली होती. या एकेचाळीसपैकी एकोणचाळीस कंपन्यांमध्ये परदेशी गुंतवणूक प्रत्यक्ष आकड्यातही वाढलेली आहे.

परदेशी गुंतवणूकदारांनी ज्या कंपन्या निवडल्या त्यामध्ये ल्युपीन ही औषध उत्पादन करणारी कंपनी सर्वात अधिक पसंतीची होती. या कंपनीमध्ये मागच्या वर्षाच्या सुरुवातीला परदेशी गुंतवणूकीचे प्रमाण फक्त ०.४१ टक्के होते आणि वर्षाच्या अखेरीला या कंपनीच्या एकूण इक्विटीपैकी एकचतुर्थांश गुंतवणूक परदेशी भांडवलदारांची होती.

अर्थात ल्युपीन हा काही एकच अपवाद नाही. यासारख्या आणखी सात कंपन्या अशा आहेत ज्यामध्ये मागच्या वर्षी समभागातील परदेशी गुंतवणूक दहा टक्क्यांहून अधिक झाली. रिलायन्स एनर्जी आणि अरविंद मिल्स यामध्ये परदेशी गुंतवणूकीचे प्रमाण अठरा टक्क्यांनी वाढले. त्याचपमाणे सीइएसइ, एचसीएल इन्फोसिस्टिम आणि अरविंदो फार्मा या कंपनीत ही गुंतवणूक चौदा टक्क्यांनी वाढली. तसेच या सर्व कंपन्यांमध्ये परदेशी भांडवलाचा प्रत्यक्षातला आकारही बऱ्यापैकी वाढलेला आहे.

एचसीएल इंन्फोसिस्टिममध्ये परदेशी गुंतवणूक पंचवीस टक्क्यांनी वाढली. २००२-०३ सालाच्या अखेरीला परदेशी गुंतवणूक १.९१ लाख समभागामध्ये गुंतवणूक होती आणि मागच्या वित्त वर्षाअखेर हा आकडा ४९.३४ लाख इतका वाढला. अशा प्रमाणावर परदेशी निधीची गुंतवणूक झाल्यामुळे या कंपन्यांच्या समभागांच्या किंमतीतही भक्कम वाढ झाली. एचसीएल या कंपनीची समभागाची किंमत ३१ मार्च २००३ मध्ये रु. ८० होती आणि ही किंमत ३१ मार्च २००४ रोजी रु. ६८४.८० झाली. ही वाढ एका वर्षात साडेआठ पटींनी अधिक होती.

शेअर बाजारातल्या समभागांच्या किंमती अशा भरमसाठ वेगाने वाढल्यामुळे भारतातील गुंतवणूकदारांनी ही एक फायदा मिळविण्याची संधी आहे हे हेरले आणि आपले समभाग विकून टाकले. एचसीएल इन्फोसिस्टीम या कंपनीत मागच्या वर्षाच्या सुरुवातीला सार्वजनिक गुंतवणूक ७०.२९ लाख शेअर्समध्ये होती आणि ती वर्षाच्या अखेरीला ३८.८१ लाख शेअर्सपर्यंत खाली आली. हे कमी होण्याचे प्रमाण ४५ टक्के होते.

मागच्या वर्षभरात शेअर बाजार जसा उसळू लागला त्याबरोबर देशातल्या गुंतवणुकदारांनी ही योग्य संधी ओळखून नफा मिळवला. त्याचबरोबर याची जागा परदेशातल्या गुंतवणुकीने भरून काढण्यात आली. ज्या पन्नास सर्वात मोठ्या कंपन्यांचे

सर्वेक्षण करण्यात आले त्यापैकी एकेचाळीस कंपन्यांमधील भारतीय गुंतवणुकदारांचे प्रमाण २००३-२००४ मध्ये कमी झाले. अर्थात हा निष्कर्ष थोडा सावधपणे घेतला पाहिजे कारण मागच्या काही वर्षात शेअर बाजारात व्यक्तीगत गुंतवणूक करणाऱ्यांचे प्रमाण कमी झालेले आहे आणि त्यांची जागा म्युच्युअल फंडाने घेतलेली आहे. याचा अर्थ असा की आता लहानलहान गुंतवणुकदार आपण स्वत: प्रत्यक्ष समभागांची खरेदी करून गुंतवणूक करण्यापेक्षा खाजगी म्युच्युअल फंडांच्या वेगवेगळ्या योजनांमध्ये आपले पैसे गुंतवतात. आणि हे म्युच्युअल फंड गुंतवणुकदाराची व्यक्तीगत गरज लक्षात घेऊन त्याच्या निधीची गुंतवणूक डेट फंड (सरकारी कर्जे आणि कर्जरोखे), इक्विटी फंड आणि बॅलन्स्ड फंड यात करतात.

जसा देशातल्या गुंतवणूकदारांनी समभागांच्या उसळलेल्या किंमतींचा फायदा घेतला त्याचप्रमाणे बँका आणि इतर वित्त संस्था यांनीही याच पद्धतीने शेअर बाजारातून नफा मिळवला. आणि आपली आर्थिक शक्ती वाढवली. भारतामध्ये व्यापारी बँका आणि वित्त संस्था या मोठ्या कंपन्यांच्या समभागात गुंतवणूक करत असतात. अर्थात त्या मूळात कंपन्यांना वेगवेगळ्या मुदतीच्या कर्जाची सोय करण्याच्या निमित्ताने निधी देत असतात. परंतु या कंपन्या अडचणीत आल्या की अशा कर्जाचे रूपांतर इक्विटीमध्ये नाईलाज म्हणून करावे लागते. मागच्या वर्षात जेव्हा शेअर बाजारात चैतन्य आले त्याचा या संस्थांनी फायदा घेतला आणि समभागांच्या बाजारातून त्या बाहेर पडल्या. बँका आणि वित्त संस्था यांच्या इक्विटीमधल्या गुंतवणूकीत किती घट झाली त्याचे आकडे आहेत.

पन्नास पैकी अडतीस मोठ्या कंपन्या २००३-०४ मध्ये या संस्थांची गुंतवणूक कमी झाली. या संस्थांकडे खाजगी कंपन्यांचे असलेले भांडवल पस्तीस कंपन्यांमध्ये प्रत्यक्षात कमी झाले. यामध्ये अनेक फायद्याच्या प्रतिष्ठित (ब्ल्यू चिप) कंपन्या होत्या. त्यामध्ये टाटा स्टील, टाटा मोटर्स, हिरो होंडा, ग्रासीम आणि इन्फोसिस टेक्नॉलॉजी अशा नामवंत कंपन्यांचा समावेश होता. अर्थात या कंपन्यांमधून बँका बाहेर पडल्या तरीही या कंपन्यांच्या खाजगी उद्योजकांचा आत्मविश्वास वाढलेला आहे कारण एकूणच शेअर बाजारात त्यांच्या कंपन्यांमधील गुंतवणूक वाढलेली आहे. त्यामुळे या उद्योजकांनी आपल्या कंपनीमधील समभागांमध्ये स्वत:ची गुंतवणूक वाढवलेली आहे. टाटा उद्योग गटाने टाटा मोटर्स म्हणजे टेल्को मध्ये, अंबानी कुटुंबाने रिलायन्स इंडस्ट्रीजमध्ये आणि बिर्ला उद्योगसमूहाने ग्रासीममध्ये आपली स्वत:ची गुंतवणूक वाढवलेली आहे. एकूणात पन्नास पैकी तेवीस कंपन्यांमधील उद्योजकांनी आपल्या धंद्यातील स्वत:च्या नावावरची गुंतवणूक वाढवलेली आहे. तसेच आणखी सहा कंपन्यांमध्ये उद्योजकांनी आहे त्या पातळीवर आपली गुंतवणूक राखली आहे.

थोडक्यात म्हणजे शेअर बाजाराच्या माध्यमातून परदेशी गुंतवणुकदार, देशातले गुंतवणूकदार आणि बँका आणि वित्तसंस्था या सर्वांनीच आपल्यापुरता अधिक फायदा मिळवला आहे आणि गुंतवणुकीसाठी शेअर बाजारातल्या बाजारपेठा भरवशाच्या केल्या आहेत.

ज्या पन्नास सर्वात मोठ्या कंपन्यांचे सर्वेक्षण करण्यात आले त्यापैकी एकेचाळीस कंपन्यांमधील भारतीय गुंतवणुकदारांचे प्रमाण २००३-२००४ मध्ये कमी झाले. अर्थात हा निष्कर्ष थोडा सावधपणे घेतला पाहिजे कारण मागच्या काही वर्षात शेअर बाजारात व्यक्तीगत गुंतवणूक करणाऱ्यांचे प्रमाण कमी झालेले आहे आणि त्यांची जागा म्युच्युअल फंडाने घेतलेली आहे. याचा अर्थ असा की आता लहानलहान गुंतवणूकदार आपण स्वत: प्रत्यक्ष समभागांची खरेदी करून गुंतवणूक करण्यापेक्षा खाजगी म्युच्युअल फंडांच्या वेगवेगळ्या योजनांमध्ये आपले पैसे गुंतवतात. आणि हे म्युच्युअल फंड गुंतवणूकदाराची व्यक्तीगत गरज लक्षात घेऊन त्याच्या निधीची गुंतवणूक डेट फंड (सरकारी कर्जे आणि कर्जरोखे), इक्विटी फंड आणि बॅलन्स्ड फंड यात करतात.

जसा देशातल्या गुंतवणूकदारांनी समभागांच्या उसळलेल्या किंमतींचा फायदा घेतला त्याचप्रमाणे बँका आणि इतर वित्तसंस्था यांनीही याच पद्धतीने शेअर बाजारातून नफा मिळवला. आणि आपली आर्थिक शक्ती वाढवली. भारतामध्ये व्यापारी बँका आणि वित्तसंस्था या मोठ्या कंपन्यांच्या समभागात गुंतवणूक करत असतात. अर्थात त्या मुळात कंपन्यांना वेगवेगळ्या मुदतीच्या कर्जाची सोय करण्याच्या निमित्ताने निधी देत असतात. परंतु या कंपन्या अडचणीत आल्या की अशा कर्जाचे रूपांतर इक्विटीमध्ये नाइलाज म्हणून करावे लागते. मागच्या वर्षात जेव्हा शेअर बाजारात चैतन्य आले त्याचा या संस्थांनी फायदा घेतला आणि समभागांच्या बाजारातून त्या बाहेर पडल्या. बँका आणि वित्तसंस्था यांच्या इक्विटीमधल्या गुंतवणुकीत किती घट झाली त्याचे आकडे असे आहेत.

पन्नास पैकी अडतीस मोठ्या कंपन्या २००३-०४ मध्ये या संस्थांची गुंतवणूक कमी झाली. या संस्थांकडे खाजगी कंपन्यांचे असलेले भांडवल पस्तीस कंपन्यांमध्ये प्रत्यक्षात कमी झाले. यामध्ये अनेक फायद्याच्या प्रतिष्ठित (ब्ल्यू चिप) कंपन्या होत्या. त्यामध्ये टाटा स्टील, टाटा मोटर्स, हिरो होंडा, ग्रासीम आणि इन्फोसिस टेक्नॉलॉजिक अशा नामवंत कंपन्यांचा समावेश होता. अर्थात या कंपन्यांमधून बँका बाहेर पडल्या तरीही या कंपन्यांच्या खाजगी उद्योजकांचा आत्मविश्वास वाढलेला आहे कारण एकूणच शेअर बाजारात त्यांच्या कंपन्यांमधील गुंतवणूक वाढलेली आहे. त्यामुळे या उद्योजकांनी आपल्या कंपनीमधील समभागांमध्ये स्वत:ची गुंतवणूक वाढवलेली आहे.

टाटा उद्योगगटाने टाटा मोटर्स म्हणजे टेल्कोमध्ये, अंबानी कुटुंबाने रिलायन्स इंडस्ट्रीजमध्ये आणि बिर्ला उद्योगसमूहाने ग्रासीममध्ये आपली स्वत:ची गुंतवणूक वाढवलेली आहे. एकूणात पन्नास पैकी तेवीस कंपन्यांमदील उद्योजकांनी आपल्या धंद्यातील स्वत:च्या नावावरची गुंतवणूक वाढवलेली आहे. तसेच आणखी सहा कंपन्यांमध्ये उद्योजकांनी आहे त्या पातळीवर आपली गुंतवणूक राखली आहे. थोडक्यात म्हणजे शेअर बाजाराच्या माध्यमातून परदेशी गुंतवणूकदार, देशातले गुंतवणूकदार आणि बँका आणि वित्त संस्था या सर्वांनीच आपल्यापुरता अधिक फायदा मिळवला आहे आणि गुंतवणूकीसाठी शेअर बाजारातल्या बाजारपेठा भरवशाच्या केल्या आहेत.

■

४.११ विदेशी प्रत्यक्ष गुंतवणूक

भारतात विदेशी प्रत्यक्ष गुंतवणूक (एफ.डी.आय.) कशी होते हे पाहण्यासारखे आहे. उदारीकरणाची प्रक्रिया सुरू होण्यापूर्वी १९८५ - ९० या काळात दर वर्षी सुमारे २५ कोटी (२५० मिलियन डॉलर)ची गुंतवणूक झाली. त्यानंतर १९९१ पासून आर्थिक सुधारणा सुरू झाल्या आणि एफडीआयची आवक दरवर्षी वाढत राहिली. ती १९९७ मध्ये सर्वाधिक म्हणजे ३.६ अब्ज (३.६ बिलियन डॉलर) या पातळीवर गेली. नंतर त्यात उतार पडला आणि ती २००० मध्ये फक्त २.३ अब्ज (२.३ बिलियन डॉलर) झाली. अगदी सन १९९७ लक्षात घेतले तरी एकूण एफडीआय जितक्या विकसनशील देशांमध्ये गेला त्यापैकी फक्त २ टक्के भारतात आला आणि सन २०००च्या सुमारास हा भारताचा वाटा एक टक्क्याहून कमी झाला. यात आणखी विकसित राष्ट्रातील गुंतवणूक मिळवली तर भारताचा वाटा फक्त ०.२ इतका चिल्लर होता.

इतर विकसनशील देशांच्या तुलनेतही आपल्या देशात येणारी भांडवलाची आयात फारशी लक्षणीय नाही. गेल्या पाच वर्षात भारतात एकूण १३ अब्ज (१३ बिलियन डॉलर) परदेशी प्रत्यक्ष गुंतवणूक झाली. चीनमध्ये या काळात एकूण २०९ अब्ज (२०९ बिलियन डॉलर) आले. ब्राझीलमध्ये १२३ अब्ज (१२३ बिलियन डॉलर) आणि मलेशियासारख्या छोट्या देशात सुमारे २६ अब्ज (२६ बिलियन डॉलर) आले. एफडीआयचे प्रमाण इतके नगण्य असूनही स्वदेशीचे आंदोलन करणाऱ्यांची झोप उडाली आहे.

आपल्या देशात इतके थोडे परदेशी भांडवल का येते याची अनेक कारणे आहेत. महत्त्वाचे म्हणजे चीन आणि इतर पूर्व आशियातल्या विकसनशील देशात जी मोठ्या प्रमाणावर एफडीआयची आयात झाली ती मुख्यत: निर्यातक्षम औद्योगिक उत्पादनाच्या उद्योगात झाली. यातून जागतिक बाजारात पुरवठा होतो. भारतात अकुशल आणि अर्धकुशल मजूरवर्ग मोठ्या संख्येने आहे आणि तरीही अशा एफडीआयच्या आयातीमध्ये आपण अपयशी ठरलो. याचे मुख्य कारण म्हणजे आपल्या परदेश व्यापारात निर्यातीच्या विरोधात धोरणे आहेत. तसेच आपले मजूर

विषयक कायदे अतिशय कडक आहेत. त्याबरोबरच लघु उद्योगांना संरक्षण आहे आणि आपल्याकडच्या पायाभूत सुविधा अतिशय अपुऱ्या आहेत. यात विशेषत: ऊर्जा, बंदरे, रस्ते आणि रेल्वे यांचा उल्लेख करावा लागेल.

आपली आजपर्यंतची व्यापाराची धोरणे मुळात निर्यातीच्या विरोधात आहेत. त्यासाठी आपण आयातीवर भरपूर कर लादले आणि आयात परवान्यांवर कर निर्बंध घातले (मार्च २००१ पर्यंत). यामुळे उत्पादन देशांतर्गत बाजारपेठेसाठीच करण्याचे धोरण अंमलात आले. यामध्ये निर्यातीचा विचार झालाच नाही. नुकताच नियोजन आयोगाने एक अहवाल प्रसिध्द केला आहे. त्यात असे म्हटले आहे की आयातकर प्रथम पाच वर्षे उतरता होता परंतु सन १९९६ - ९७ ते २००० - २००१ या पाच वर्षात हा सरासरी आयात कर प्रत्यक्षात २५ टक्क्यांहून ३५ टक्क्यांपर्यंत गेला.

ज्या देशात मोठ्या प्रमाणावर एफडीआय पोचला तेथे तो पायाभूत उद्योगाच्या उभारणीत प्रामुख्याने गुंतवला गेला यातच ऊर्जाक्षेत्रही येते. आपल्याकडे या क्षेत्रात फार मर्यादा आहेत. आपली या बाबतची धोरणे दोषास्पद आहेत आणि नियमन करणारी यंत्रणा दुबळी आहे. विशेषत: पायाभूत क्षेत्रात गुंतवणुक आणि किंमत ठरविण्याबाबत आपल्याला यश मिळालेले नाही त्यामुळे एफडीआय बरोबरच खाजगी देशी गुंतवणूकही उपेक्षित राहिली आहे. याचे चांगले उदाहरण म्हणजे वीज उत्पादनाच्या क्षेत्राचे देता येईल. येथे सर्वात अधिक संख्येने ग्राहक हे मुळात विजेची वास्तविक किंमत चुकतीच करीत नाहीत. गेली काही वर्षे एन्रॉन या परदेशी कंपनीने दाभोळ येथे जो ऊर्जा प्रकल्प राबविण्याचा प्रयत्न केला तो पूर्णपणे असफल ठरला आणि त्यातून या विषयाच्या धोरणामध्येच किती कमतरता आहे याचे प्रदर्शन झाले. सरकारने नुसती हमी देऊनही पुरत नाही तर जे विजेचा वापर करतात त्या ग्राहकांनीही पूर्ण किंमत दिली पाहिजे असे म्हणता येईल. त्याचबरोबर ग्राहकांच्या दृष्टीने ही किंमत रास्त आणि परवडणारी असली पाहिजे याचाही विसर पडता कामा नये. इतर विकसनशील देशांच्या तुलनेने आपल्याला पायाभूत सेवा पुरवणाऱ्या सरकारी उद्योगांचे खाजगीकरण करण्यात फारसे यश मिळालेले नाही. तसेच या खाजगीकरणाच्या प्रयत्नात परदेशी खरीददार कंपन्यांना बाजूला ठेवण्यात आलेले आहे.

याबाबत आपल्या विमानसेवा आणि दूरसंचार सेवा यांची श्रीलंकेबरोबर तुलना करता येईल. त्यांनी या उद्योगांचा व्यवस्थापकीय ताबा परकीय कंपन्यांना कधीच विकून टाकला. आपल्याकडे सरकारी मालकीच्या विमानसेवा म्हणजे एअर इंडिया आणि इंडियन एअर लाईन्स तसेच दूरसंचार निगम (बीएसएनएल, एमटीएनएल आणि व्हीएसएनएल) यांच्या खाजगीकरणाची काय फरपट चालली आहे हे सर्वांना दिसतच आहे. वास्तविक पाहता दूरसंचार क्षेत्रात बऱ्यापैकी एफडीआयने जम बसविला

आहे; परंतु तरीही त्याचा फायदा खाजगीकरणाच्या दृष्टीने आपल्याला करून घेता आलेला नाही.

काही क्षेत्रात तर आपण अशी धोरणे राबवित आहोत की ज्यामुळे एफडीआय आपल्याकडे येणार नाही. काही उद्योगात किती परदेशी खाजगी भांडवल असावे यावर आपण मर्यादा घातल्या आहेत. यात दूरसंचार विमानसेवा, बँका आणि विमा क्षेत्रांचा समावेश आहे. याचबरोबर काही क्षेत्रात सरकारच्या धोरणांविषयीच संदेह असल्यामुळ एफडीआयची फारशी आवक होऊ शकली नाही. याची उदाहरणे म्हणजे टाटा सिंगापूर एअरलाईन उद्योग, बंगलोरचा आंतरराष्ट्रीय विमानतळ आणि दाभोळचा वीज प्रकल्प अशी देता येईल. शिवाय भारतात एफडीआयचा प्रवेश मोठ्या प्रमाणावर होत नाही याचे एक कारण म्हणजे आपल्याकडे अशा व्यवहारात मोठ्या प्रमाणावर लाच द्यावी लागते असा सर्वत्र समज आहे. एनॉनच्या वादविवादात हाच मुद्दा पुढे आला आहे. आपल्याकडे परदेशी प्रत्यक्ष भांडवलातून चालू कंपन्यांच्या शेअर्सची खरेदी करणे आणि व्यवस्थापकीय ताबा घेणे याला फार मोठा विरोध आहे आणि त्यामुळे एफडीआयच्या आयातीवर मर्यादा पडल्या आहेत. वाातविक पाहता जगभर ही पद्धत प्रचलित आहे.

भारतात विदेशी प्रत्यक्ष गुंतवणूक इतर अनेक देशांच्या तुलनेने फारशी जोमाने होत नाही याची इतरही काही सर्वसाधारण कारणे आहेत. एकूणच पंचवार्षिक योजनेच्या अंतर्गत सरकारची विकास कामातील भांडवल गुंतवणूक मंदावली आहे आणि त्याबरोबरच खाजगी भांडवल गुंतवणुक कमी झाली आहे. गेल्या दशकात जो आर्थिक सुधारणांचा कार्यक्रम राबवला जात होता त्यात लक्षणीय प्रगती होत नाही. सरकारी प्रशासनाचा खर्च प्रमाणाबाहेर वाढल्यामुळे आणि अंतर्गत कर्जाचे प्रमाण वाढल्यामुळे वित्तीय तूट सारखी वाढत आहे. यात भर म्हणून युतीची सरकारे केंद्रस्थानी असल्यामुळे अनेक तडजोडी कराव्या लागतात आणि निर्णयप्रक्रिया मंद होते. विकासप्रक्रियेचा विचार करता अजूनही पायाभूत सुविधा पुरेशा प्रमाणात उपलब्ध नाहीत आणि आता २००० सालापासून एकूण जगातच मंदीची लाट पसरत चाललेली आहे. साहजिकच या सर्वांचा एकत्रित परिणाम होऊन एफडीआयचा भारताला थोडा वाटा मिळत आहे.

अशा परिस्थितीत भारतात विदेशी प्रत्यक्ष गुंतवणूक कशी अधिक होईल याचा विचार करता येईल. वर मांडणी केली तर्क सुसंगत असेल तर त्यावरचे इलाजही उघड आहेत. प्रामुख्याने मजूर विषयक कायद्यात सुधारणा, लघु उद्योगांचे संरक्षण हटवणे, कस्टम्स डयूटी कमी करणे, सार्वजनिक मालकीच्या क्षेत्रातील उद्योग आणि सेवा यांचे यशस्वीपणे खाजगीकरण करणे, ऊर्जाक्षेत्राची भरीव पुनर्मांडणी करणे एफडीआयवर उद्योगनिहाय असलेली बंधने उठवणे आणि सरकारची वित्तीय

तूट कमी करणे असे काही उपाय सुचविण्यासारखे आहेत. याचबरोबर केंद्र सरकारने आपली राजकीय आणि प्रशासकीय इच्छाशक्ती पणाला लावून एफडीआयचा भारतात ओघ वाढविण्याच्या कामात जे अडथळे असतील ते दूर केले पाहिजेत.

एका अर्थाने या सर्वच गोष्टी आजच्या केंद्रसरकारला माहित आहेत आणि आर्थिक सुधारणांच्या विषय सूचीच्या केंद्रस्थानी आहेत. म्हणजे मूळ प्रश्न काय आहे आणि त्याचे स्वरूप काय आहे आणि तो सोडविण्यासाठी कोणते टप्पे आहेत या सर्वांविषयी वस्तुस्थिती स्पष्ट आहे. फक्त प्रश्न आहे तो इच्छाशक्तीचा आणि वेळेचा. साहजिकच अर्थशास्त्रात याचे उत्तर मिळणार नाही.

■

४.१२ प्रत्यक्ष विदेशी गुंतवणुकीस प्रोत्साहन

जगातल्या एकूण परदेशी गुंतवणुकीपैकी भारतात वर्षाला फक्त ०.४ टक्के म्हणजे २.७ अब्ज (२.७ बिलियन डॉलर) गुंतवणूक होते. दरडोई विचार करता हा सर्वात कमी आकडा आहे. सन १९९७ मध्ये देशात दर वर्षी निदान १० अब्ज (१० बिलियन डॉलर) गुंतवणूक व्हावी अशी अपेक्षा होती. अशा पार्श्वभूमीवर जपानमधले भांडवल आणि भारतातले प्रशिक्षित मनुष्यबळ यांचा संगम कसा होईल याचा विचार व्हायला हवा. सध्या जपानमध्ये गेली तेरा वर्षे तीव आर्थिक पेचप्रसंग नांदत आहे. आणि भारताची विदेशी गुंतवणुकीच्या दृष्टीने फारशी चांगली प्रतिमा नाही. अशा वेळी जपानमधले उद्योजक अशा गुंतवणुकीचा विचार खरोखरी करतील का हाही प्रश्नच आहे.

काही जपानी कंपन्या अशा आहेत की ज्यांच्याजवळ बऱ्यापैकी अतिरिक्त भांडवल आहे आणि ते चीनमधल्या बाजारपेठा शोधत आहेत. त्याचे एक सोपे कारण म्हणजे चीनमध्ये अगदी स्वस्त प्रशिक्षित मनुष्यबळ आहे आणि उत्तम दर्जाच्या पायाभूत सुविधा आहेत. सोनी, मित्सुबिशी, तोशिबा, मात्सुशिता अशा मोठ्या कंपन्या चीनकडे वळल्या आहेत आणि तेथे कमी खर्चात उत्पादन करीत आहेत. या संदर्भात भारतही जपानमधल्या उद्योजकांना असे काही फायदे मिळवून देऊ शकतो. याबाबत काही आंतरराष्ट्रीय अभ्यास झालेले आहेत आणि त्यातून विशिष्ट देशांकडे विदेशी भांडवल का आकर्षित होते यावर प्रकाश पडतो.

पहिली महत्त्वाची बाब म्हणजे भांडवल गुंतवणाऱ्या उद्योजकाविषयी मैत्रीची भावना. हारवर्ड विद्यापीठ आणि जागतिक बँक यांनी सुमारे ७५ देशांच्या बाबत माहिती गोळा करून एक अभ्यास केला आहे. यामध्ये या देशांत उद्योग व व्यापार कायदेशीरपणे सुरू करायचा असेल तर कोणत्या अटींची पूर्तता करावी लागते याची तुलना आहे. कॅनडामध्ये फक्त दोन बाबींची पूर्तता करावी लागते आणि बोलीव्हिया देशात २० पूर्वअटी पुऱ्या कराव्या लागतात. एकूणात साधारणपणे १० बाबींची कार्यवाही पुरी करावी लागते. वेळचा विचार करता कॅनडामध्ये त्यासाठी किमान दोन दिवस लागतात आणि मोझांबिकमध्ये १७४ दिवस लागतात. सर्व देशांचा विचार

करता किमान सरासरी कालावधी ६३ दिवसांचा आहे. असा प्रवेश करण्यासाठी न्यूझीलंडमध्ये फक्त दरडोई जीडीपीच्या ०.४ टक्के तर इजिप्तमध्ये २१६ टक्के खर्च करावा लागतो. एकुणात प्रवेशापोटी सरासरी खर्च ३४ टक्के होतो. सर्व देशांच्या क्रमवारीत भारताचा क्रमांक ३५ वा आहे आणि येथे किमान १० बाबींची कार्यवाही पुरी व्हावी लागते आणि सगळा मिळून सरासरी ६१ दिवसांचा कालावधी लागतो. तसेच अशा कायदेशीर प्रवेशासाठी १२.८ टक्के खर्च येतो. या अभ्यासात असे आढळून आले आहे की जसजशी कायदेशीर प्रवेश करण्यासाठी किती बाबींची कार्यवाही करावी लागते यांची संख्या वाढते तसतसा भष्टाचार वाढतो. यामुळे अर्थातच गुंतवणुकीवर नकारात्मक परिणाम होतो.

लंडनच्या इकॉनॉमिक इंटलिजिन्स युनिटने नुकताच एक ३१ देशांचा अभ्यास केला आहे. त्यामध्ये कोणत्याही देशात उद्योगधंदा सुरू करायला किती खर्च येतो याची क्रमवारी ठरविण्याचा प्रयत्न केला आहे. जर स्वस्त आणि सोयीची जागा धंद्यासाठी निवडायची असल्यास भारताचा क्रमांक पाचवा आहे. आपल्यापुढे हंगेरी, इंडोनेशिया, थायलंड आणि चायना यांचा क्रमांक आहे. भारतात प्रशिक्षित मनुष्यबळ कमी खर्चात मिळते हा जरी मोठा फायदा असला तरी कार्यालयासाठी जागा घेताना अधिक खर्च करावा लागतो. तसेच कराचे प्रमाण येथे अधिक आहे.

फोर्बस ग्लोबल या कंपनीने काही शहरांचा अभ्यास केला आहे आणि कोणत्या शहरात उद्योजकांना अधिक फायदा होतो याचा अंदाज घेतला आहे. यामध्ये अमेरिकेचा क्रमांक पहिला आहे आणि सिंगापूरचा दुसरा. भारताचा एकूण २५ देशात अगदी खाली म्हणजे विसावा नंबर आहे. तुलनेने जगात बंगलोर शहराची प्रसिद्धि झाली आहे आणि अनेक गुंतवणुकदारांना ते पसंत आहे. येथे अनेक संशोधन संस्था आहेत आणि नारायण मूर्ती अशा उद्योजकाची प्रतिमा या शहराला मिळाली आहे. असे असले तरी एकूण देशाविषयीची प्रतिमा नकारात्मक आहे.

कोणत्याही गुंतवणूक धोरणामध्ये जे उद्योजक नवीन उद्योग आणि व्यापार सुरू करतात आणि स्थानिक रोजगार वाढवतात त्यांना भांडवल बाजारातून सुलभपणे भांडवल उभे करता आले पाहिजे. अमेरिकेतल्या लॉस एंजलस येथील मिल्क इन्स्टिट्यूटने जगातल्या ८३ देशांचा अभ्यास केला आहे आणि त्यामध्ये भांडवल बाजारात कसा सुलभ प्रवेश मिळतो याचा एक निर्देशांक बनवला आहे. त्यामध्ये भारताचा क्रमांक पंचावन्नावा आहे.

अशा अनेक अंगांनी विचार केला की जगामध्ये तुलनात्मकदृष्ट्या भारताची प्रतिमा फारशी झळझळीत आहे असे म्हणता येत नाही. भारतामध्ये अधिकाधिक खाजगी परदेशी प्रत्यक्ष भांडवल गुंतवणूक व्हावी अशी नुसती इच्छा असणे पुरेसे नाही. आर्थिक वास्तव असे असले पाहिजे की तुलनात्मकदृष्ट्या खाजगी भांडवलदारांना

या देशात गुंतवणूक करणे आकर्षक आणि स्वहिताचे वाटले पाहिजे. या दृष्टीने अजून बऱ्याच गोष्टी करता येतील.

प्रथम म्हणजे स्वच्छता वाढली पाहिजे. ही नसली तर परकीयांची मानसिकता विरोधात जाते. अधिक महत्त्वाचे म्हणजे ऊर्जा, रस्ते,दळणवळण बंदरे या सर्व पायाभूत सुविधा सुधारण्याची आवश्यकता आहे आणि ही पूर्वअट कमीतकमी वेळात पुरी झाली पाहिजे. तसेच देशामध्ये कालबाह्य नियमनाचे कायदे कानून यांचे राज्य आहे ते पूर्णपणे बदलले पाहिजे. चीनसारख्या देशाबरोबर स्पर्धा करता येईल अशा दृष्टीने नियमन आणि व्यवस्थापन यामध्ये लवचिकता आणण्याची गरज आहे. देशातल्या बंगलोरसारख्या शहरांना विशेष महत्त्व देऊन तेथे गुंतवणूकदारांना आकर्षित केले पाहिजे. आपल्याकडे माहिती तंत्रज्ञान जैविक तंत्रज्ञान अशा सारख्या उच्च तंत्रज्ञानाच्या क्षेत्रात प्रथम दर्जाचे मनुष्यबळ आहे आणि भावी गुंतवणूकदारांच्या दृष्टीने हे फार महत्त्वाचे आहे. सर्वात महत्त्वाची बाब म्हणजे नोकरशाही बेसुमार वाढली आहे आणि आता शासन यंत्रणेचा आकार आणि खर्च कमी करणे अपरिहार्य बनले आहे. यापूर्वीच्या नियोजनाच्या काळात शासनामध्ये अनेक विभाग निर्माण करण्यात आले होते आणि आता नव्या सुधारणांच्या कार्यक्रमात या विभागांना काही स्थान उरलेले नाही. असे निवडक विभाग पूर्णपणे बंद करूनच भावी गुंतवणूकदारांना भरवसा देता येईल.

■

४.१३ परदेशी निधीची वाढती गुंतवणूक

मागच्या काही वर्षात परदेशी वित्त संस्थांची (फॉरिन इन्स्टिट्यूशनल इन्व्हेस्टमेंट/एफआयआय) भारतातली गुंतवणूक सतत वाढत आहे. यातूनच देशातल्या वित्त बाजारात महत्त्वाचे बदल होत आहेत कारण निधी गुंतवणुकीत ज्या देशांतर्गत वित्त संस्था भाग घेतात त्यांचा वाटा परिणामत: कमी होत आहे. जगातल्या नव्या व्यवस्थेमध्ये औद्योगिक देशातील गुंतवणूक करणाऱ्या एफआयआय यांचा भारताच्या अर्थव्यवस्थेवर विश्वास वाढत आहे याचे ते प्रतिबिंब आहे. देशाची अर्थव्यवस्था स्थिर आहे आणि वाढीच्या वाटेने भरवशाने वाटचाल करीत आहे याची ही पावती आहे. या संबंधातली आकडेवारी जून ०४ अखेरीपर्यंत उपलब्ध आहे. त्यानुसार मुंबईच्या शेअर बाजाराच्या निर्देशांकाच्या बीएसई ५०० कंपन्यांपैकी ३९४ खाजगी कंपन्यांमध्ये झालेल्या गुंतवणुकीचे भांडवली मूल्य एकूण सुमारे २२२ अब्ज (२२२ बिलियन डॉलर) आहे. त्यामध्ये एफआयआयचा वाटा सुमारे १३.९ टक्के आहे. या खाजगी कंपन्यांचे जे प्रवर्तक उद्योजक आहेत त्यांचा वाटा ५३.८ टक्के आहे आणि सर्वसाधारण गुंतवणूकदार व्यक्तींचा वाटा सुमारे १४.९ टक्के आहे.

या नंतर सार्वजनिक क्षेत्रातील वित्त संस्थांची गुंतवणूक आहे. त्यापैकी प्रमुख म्हणजे आयुर्विमा महामंडळचा वाटा ३.२ टक्के आणि युनिट ट्रस्टचा वाटा ०.८ टक्के आहे. शिवाय म्युच्युअल फंडांची एकूण गुंतवणूक २.९ टक्के आहे.

भारतातल्या खाजगी उद्योगाच्या मालकीबाबत ही जी आकडेवारी उपलब्ध आहे त्याचे महत्त्व आहे, कारण भारतीय उद्योजकांचे स्वत:चे भांडवल विचारात घेतल्यानंतर निधी गुंतवणुकीमध्ये एफआयआयचा वाटा दुसऱ्या कमांकावर आहे. शेअर बाजारातल्या ज्या सात प्रमुख भारतीय कंपन्या आहेत त्यामध्ये एकूण परदेशी निधीची गुंतवणूक एक अब्ज (एक बिलियन डॉलर)पेक्षा अधिक आहे. सगळ्यात पहिला क्रमांक इन्फोसिस टेकनॉलॉजीचा आहे आणि ही गुंतवणूक ३.८ अब्ज (३.८ बिलियन डॉलर) आहे. त्यानंतर रिलायन्समध्ये ३.७ अब्ज (३.७ बिलियन डॉलर), आयसीआयसीआय बँकेत २.७ अब्ज (२.७ बिलियन डॉलर) आणि एचडीएफसीमध्ये १.७ अब्ज (१.७ बिलियन डॉलर) अशी क्रमवारी आहे. ही जी एफआयआयच्या

निधी गुंतवणुकीविषयी माहिती आहे त्यामध्ये ज्या कंपन्यांनी एडीआर/जीडीआरच्या माध्यमातून पैसे उभे केले आहेत त्याचा समावेश केलेला नाही. हे प्रमाण सुमारे आणखी तीन टक्क्यांचे आहे.

शेअर बाजारात जी उलाढाल होत असते त्यामध्ये वर उल्लेखलेल्या ३९४ मोठ्या खाजगी क्षेत्रातील कंपन्यांच्या समभागांचे व्यवहार लक्षात घेतले तर त्यामध्ये एफआयआय यांच्या निधीचा ३७ टक्के वाटा आहे असे दिसते. म्हणजे या कंपन्यांचे खाजगी उद्योजक बाजूला ठेवले तर जे अनेक छोटे गुंतवणुकदारांचे गट आहेत त्यामध्ये एफआयआयचा वर्ग सर्वात मोठा आहे. ही जी एफआयआयची गुंतवणूक आहे ती मुख्यत: पाच उद्योग गटात आहे. ही क्षेत्रे म्हणजे तंत्रज्ञान, पेट्रो केमिकल, खनिज तेल आणि नैसर्गिक वायू, वित्त आणि औषधे आहेत. या पाचही प्रमुख उद्योग क्षेत्रात वित्त क्षेत्राचा क्रमांक पहिला आहे आणि त्यामध्ये परदेश निधीची गुंतवणूक २२.१ टक्के आहे. त्यानंतर तंत्रज्ञानात १८.७ टक्के पेट्रोकेमिकलमध्ये ११.१ टक्के खनिज तेल आणि वायूमध्ये ८.३ टक्के आणि औषध उद्योगात ८ टक्के अशी कमवारी आहे.

थोडक्यात म्हणजे येत्या काळात देशाच्या आर्थिक वाढीचा दर मागच्या वर्षाप्रमाणे असाच आठ टक्क्यांच्या आसपास राहिला तर ही एफआआयची गुंतवणूक भरवशाने वाढू शकेल असे दिसते. देशामध्ये वित्त क्षेत्र आणि त्यातही बँका हे अर्थव्यवस्थेमध्ये शक्ती देणारे आहे याची अभ्यासकांनी दखल घेण्याची गरज आहे. मागच्या दहा वर्षात राष्ट्रीयकृत बँकांमधून सरकारचा हस्तक्षेप कमी झालेला आहे आणि सरकारच्या मालकीचे प्रमाणही कमी करण्यात येत आहे. त्याचबरोबर बँकांनी आपल्या मनुष्यबळावरच्या खर्चात कपात केली असून सुमारे एक लाख कर्मचाऱ्यांनी स्वेच्छानिवृत्ती घेतलेली आहे. त्याबरोबर संसदेने थकीत कर्जांच्या वसुलीसाठी कायद्यात बदल करून कर्ज वसुली न्यायालये नेमली आहेत. अशा अनेक सुधारणांमुळे बँकिंग क्षेत्राने आपले स्वास्थ्य सुधारले आहे आणि बँकांमध्ये सर्वसाधारण गुंतवणूकदार शेअर बाजारातून अधिक गुंतवणूक करीत आहे. देशामध्ये निवडणुकांनंतर जे काँग्रेसचे नवे आघाडी सरकार सत्तेवर आले आहे त्यामध्ये डाव्या पक्षांची साथीदारी मोक्याची आहे आणि या डाव्या पक्षांनी वित्त संस्थांमधून सरकारची मालकी ४९ टक्क्यांच्या आत आणण्यास विरोध केला आहे. वित्त संस्थांच्या पुनर्बांधणीमध्ये हा एक मोठा अडथळा आहे कारण डब्ल्यूटीओच्या पातळीवर ज्या व्यापार विषयक बोलणी आणि वाटाघाटी चालू आहेत त्यामध्ये सरकारच्या या भूमिकेला विरोध होऊ शकतो. येत्या काळात देशाला विदेशी प्रत्यक्ष गुंतवणूक आणि एफआयआयच्या माध्यमातून येणारा परदेशी निधी अधिकाधिक प्रमाणात हवा आहे परंतु त्यासाठी वित्त क्षेत्रातून सरकारची मालकी आणि सरकारचा हस्तक्षेप कमी करावा लागेल.

■

४.१४ गुंतवणूक निधीची आवक

विकसनशील देशांना वेगाने आर्थिक विकास हवा असतो आणि म्हणून त्यांना अधिकाधिक गुंतवणूक निधीची आपल्या देशात आवक व्हावी याचा ध्यास लागलेला असतो. हे देश मुख्यत: गरीब असल्यामुळे आणि विकासात मागे असल्यामुळे त्यांना आपल्या देशांतर्गत किती बचत वाढवता येईल यावर व्यवहाराच्या मर्यादा असतात. त्यामुळे देशाबाहेरून गुंतवणूक निधी अधिक प्रमाणात यावा म्हणजे आपल्या विकासाचा दर उंचावता येईल अशी या देशातील राज्यकर्त्यांची अपेक्षा असते. या बाहेरून येणाऱ्या गुंतवणूक निधीमध्ये दोन मुख्य प्रकार असतात. एक फॉरेन डिरेक्ट इनव्हेस्टमेंट (एफडीआय) म्हणजे विदेशी प्रत्यक्ष गुंतवणूक. दुसरा फॉरेन इन्स्टिट्यूशनल इनव्हेस्टमेंट (एफआयआय) म्हणजे परदेशी गुंतवणूकदार संस्था. या एफडीआय आणि एफआयआय यात मूळात फरक कोणते आहेत? का यात फार भेदभाव करण्याची गरज नाही? या विषयाची येथे चर्चा आहे.

एकूण परदेशी गुंतवणूकीच्या विषयात एक सर्वसाधारण समज वावरताना दिसतो. तो म्हणजे एफआयआयच्या तुलनेने एफडीआय हा चांगला पर्याय आहे. याच एफआयआयला फॉरिन पोर्टफोलिओ इनव्हेस्टमेंट असेही म्हणतात. एफडीआयचे स्वागत करायचे कारण हे निधी दीर्घकाळ देशात टिकवून राहतात. एफआयआयचे पाहुणे आर्थिक अगर राजकीय हवामान बदलले की लगेचच देशातून पळ काढतात. देशामध्ये सरकारच्या प्राधान्यक्रमांवर मोठी टीका होत आहे. त्याचे कारण म्हणजे आपण एफआयआयच्या आवक निधीवर अधिक अवलंबून आहोत. तुलनेने चीनमध्ये एफडीआय निधीची आवक जास्त होत आहे आणि टीकाकारांच्या मते भारत सरकारनेही याचे अनुकरण केले पाहिजे. मागे नव्वदीच्या सुरुवातीला आर्थिक पेचप्रसंग उदभवला कारण परदेशी चलनाचा साठा फक्त दोन आठवड्याची आयातीची गरज भागवता येईल इतका रसातळाला गेला होता. त्यावेळी अधिक एफडीआय येईल अशा धोरणांचा विचार करायलाही वेळ नव्हता. आता सोळा वर्षांनी सरकारकडे परदेशी चलनाचा साठा १७५ अब्ज (१७५ बिलियन डॉलर)च्या पातळीवर पोहोचला आहे आणि त्यामुळे कोणत्याही अडचणींना तोंड देण्याची अर्थव्यवस्थेकडे क्षमता आलेली

आहे. म्हणजे आता नव्वदीच्या सुरुवातीला जे अनुभव आले त्याची काही पुनरावृत्ती होणार नाही. अशा संदर्भात एफडीआय आणि एफआयआय हे परदेश गुंतवणूक निधीचे दोन पर्याय म्हणून सावधपणे विचारात घेता येतील. सरकारही या दिशेने आपल्या धोरणांची जुळवणी करत आहे. याचे संकेत म्हणजे ज्या गुंतवणूकी एफडीआय आणि एफआयआयच्या मार्गाने आलेल्या निधीमधून होतात त्यांच्यावर विषयानुसार वेगवेगळ्या मर्यादा घालण्यात आलेल्या आहेत. या मर्यादांचा आढावा घेऊन त्या एकत्रित करण्याचा सरकारचा विचार आहे.

एफडीआयचा निधी का हवा? एफडीआयच्या मार्गाने आलेल्या निधीमधून आधुनिक तंत्रज्ञान हस्तगत करता येते आणि निर्यातीच्या बाजारपेठांमध्ये प्रवेश मिळवता येतो. कोणत्याही देशात एफडीआयची आवक झाली म्हणजे त्याचे दृश्य परिणाम अनेक प्रकारचे असतात. ती काही फक्त निधीची आयात नसते. उदाहरणार्थ उत्पादन व्यवस्थेमध्ये भर पडते. कारखाने, वीजनिर्मिती केंद्रे, दूरसंचार यंत्रणांची उभारणी अशा अनेक बाबी प्रत्यक्षात नव्याने दिसू लागतात. त्यातून डोळ्यांना दिसणारा रोजगार निर्माण होतो. अशा गुंतवणूकनिधीच्या आयातीमधून पुढे बहुगुणित परिणाम निर्माण होत असतात. कारण त्यातून उत्पादन व्यवस्थेमध्ये पुढची आणि मागची साखळी निर्माण होत असते. त्यासाठी काही संलग्न सेवाही पुरवाव्या लागतात आणि त्यातूनही रोजगार वाढत असतो.

भारताचा स्वयंचलित वाहनाच्या क्षेत्रातील अनुभव बघण्यासारखा आहे. येथे सुझुकी या नामांकित जपानी वाहन उत्पादकाबरोबर मारुती उद्योगाने सहकार्य केले आणि त्यातून देशामध्ये आधुनिक मोटार निर्मिती होऊ लागली. त्यानंतर या क्षेत्रात एका मागोमाग एक अशी गुंतवणुकीची आणि उत्पादनाची साखळीच निर्माण झाली आणि सगळ्या मोटार वाहन क्षेत्रामध्ये एक क्रांतीच झाली. त्यातून स्वयंचलित सहाय्यभूत उप उत्पादनाचे क्षेत्र वाढले. तसेच दुरुस्ती आणि देखभाली, वित्तपुरवठा अशा क्षेत्रांमध्येही मोठी गुंतवणूक झाली आणि रोजगार वाढला. एफडीआयच्या आयातीतून जी उत्पादने होतात त्यातून किती वेगवेगळ्या प्रकारची संलग्न फायदे होऊ लागतात याचे चांगले उदाहरण म्हणजे देशातल्या मारुतीच्या मोटार उत्पादनाचे देता येईल. परंतु एफडीआयचे फक्त फायदेच होतात असे समजता येणार नाही. काही वेळा एफडीआयचा येथे प्रवेश झाल्यामुळे देशातल्या खाजगी क्षेत्रातील उद्योजकाच्या काही संधी जाऊ शकतात. असे काही घडू नये म्हणून एफडीआयच्या आयातीमधून होणाऱ्या गुंतवणुकीमध्ये काही थोडा स्थानिक गुंतवणुकीचा भाग असावा अशी पूर्व अट घातली जाते. तसेच अशा उद्योगाने काही निर्यात करावी आणि काही तंत्रज्ञानाची आयात करावी अशाही अटी घातल्या जातात. शिवाय या उपक्रमात लाभांश कसा संतुलित राहील, परदेशी चलनाच्या साठ्यावर काही परिणाम होणार नाहीत अशा

दृष्टीने तपासणी केली जाते. तसेच या कंपन्यांना देशातल्या शेअर बाजारात नोंदणी करावी लागते आणि आपल्या शेअरचे वाटप येथल्या भागधारकांना करावे लागते.

एफआयआयच्या माध्यमातून परदेशी गुंतवणूक निधी येतो आणि त्यातून देशातल्या उद्योजकांना अधिक भांडवलही उपलब्ध होते. पण याबरोबर त्यांना अधिक पारदर्शकता स्वीकारावी लागते आणि आपल्या व्यवस्थापनाचा दर्जाही सुधारावा लागतो. अशा संगमातून काही अप्रत्यक्ष आणि मोलाचे फायदे होतात. हे फायदे सगळ्या बाजारपेठेला मिळतात. त्यापैकी एक म्हणजे उद्योजकांची जी खास स्वत:ची स्थानिक शैली असते ती आता जागतिक पातळीबरोबर आणावी लागते. यात व्यापार, जोखीम हाताळण्याचे कौशल्य, नवीन वित्त व्यवस्थापन आणि इक्विटीचे संशोधन अशा बाबींचा समावेश होतो. यातून बाजारपेठांची खोली वाढते, त्या प्रगल्भ होतात आणि त्यात तरलता आणि कार्यक्षमता वाढते. अशा पद्धतीने नवीन माहिती उपलब्ध झाली आणि त्यातून किंमती ठरवण्याची प्रक्रिया सक्षम झाली म्हणजे उपलब्ध भांडवल जगाच्या दृष्टीने स्पर्धेला तोंड देणाऱ्या कोणत्या क्षेत्रांमध्ये गुंतववायचे याचे निर्णय घेणे सोपे जाते. अर्थात अशा पद्धतीने एफआयआयच्या भांडवलाची शेअर बाजारात गुंतवणूक झाली तरीही तांत्रिकदृष्ट्या तिचा प्रवाह उलट्या दिशेने कधीही बदलू शकतो. ही शक्यता असली तरीही जगाच्या बाजारात भांडवल आर्थिक विकासाच्या संधी गुंतवणुकीसाठी शोधत आहे तसेच विकसनशील देशांना अशा गुंतवणूक निधीची आयात हवी आहे हे वास्तव लक्षात घेता एफआयआयचा गुंतवणूक निधी कोणत्याही क्षणाला देशाबाहेर नेला जाईल ही फार लांबची शक्यता आहे. यात भारताचा मागच्या पंधरा वर्षातला अनुभव लक्षात घेण्यासारखा आहे. येथे या काळात आर्थिक चढउतार झाले, युद्ध झाले, दुष्काळ पडला, पूर आले, एक अणुचाचणी झाली आणि राजकीयदृष्ट्या अनेक प्रसंगी अस्थिरता आली. इतक्या उलटसुलट घडामोडी होऊनही देशातून एफआयआयनी शेअर बाजारात गुंतवलेला निधी अचानकपणे देशाबाहेर नेण्यात आला असे काही अनुभव आले नाहीत. एफआयआयचा निधी आणि त्याची पोर्टफोलिओमध्ये गुंतवणूक ही नेहमी चंचल असते आणि अर्थव्यवस्थेला ती अचानकपणे धक्के देऊ शकते ही या पर्यायावरची नेहमीची टीका आहे. परंतु निदान भारतात तसा अनुभव आलेला नाही.

एफडीआय आणि एफआयआय या दोन्हीमधून परदेशी भांडवलाची आवक होते परंतु यापैकी एफडीआयचा पर्याय सरस समजला जातो कारण त्यातून बाहेरचे अद्यावत तंत्रज्ञान येथे आणता येते, बाहेरच्या बाजारपेठात प्रवेश मिळतो आणि आधुनिक व्यवस्थापनाच्या पद्धती येथे राबवता येतात. हा फरक सोडला तर भांडवलनिधीच्या आयातीमधल्या दोन पर्यायांमध्ये फार फरक करावा असे काही नाही. एफडीआयची आवक होते जेव्हा गुंतवणूकदाराला त्यावर चांगला परतावा

मिळेल असा भरवसा वाटतो. परंतु देशातल्या औद्योगिकीकरणाची प्रगल्भता लक्षात घेतली आणि काही क्षेत्रांमध्ये एफडीआयचे भांडवल आल्यामुळे येथल्या उद्योजकाच्या संधी कमी होणार असतील तर मग आपल्या देशहिताला धरून आपण एफआयआयचा पर्याय निवडणे योग्य होईल. मग स्थानिक उद्योजक एफआयआयमधून आलेल्या परदेशी भांडवलाची मदत घेऊन आपल्या मनासारखा स्वत:चा प्रकल्प उभा करू शकतो. एका दृष्टीने देशाची विशिष्ट परिस्थिती लक्षात घेऊन अशा प्रकारचे निर्णय घेणे समर्थनीय ठरू शकते.

काही प्रसंगी तंत्रज्ञानावर खाजगी मालकीची बंधने असतात किंवा काहीवेळा बाजारपेठेत विक्री करण्याचे खास हक्क असू शकतात. असे काही अपवाद सोडले तर साधारणपणे देशातील उद्योजक आपल्याला हवे ते तंत्रज्ञान निवडून प्रकल्पाची उभारणी करू शकतात. देशातच त्यासाठी अनुभवी व्यवस्थापन आणि विक्री करू शकेल असे कुशल मनुष्यबळ भरपूर प्रमाणात उपलब्ध आहे. या महत्त्वाच्या बाबी मिळविण्यासाठी उद्योजकाने परदेशातल्या भांडवलदाराबरोबर भागीदारीचा करार केलाच पाहिजे अशी आपली परिस्थिती नाही. त्यामुळे अर्थव्यवस्थेमधल्या नव्या नव्या क्षेत्रांमध्ये एफडीआयच्या पर्यायातून भांडवल गुंतवणुकीला प्रोत्साहन देता येईल परंतु हे सगळे घाईगर्दीत न करता आपल्या देशाची सोय बघून करता येईल. त्यामुळे उदारीकरणाचा आग्रह धरणाऱ्या गटामध्येही असा एक गट आहे ज्यांना विदेशी प्रत्यक्ष गुंतवणूक (एफडीआय) ही टप्प्याटप्प्याने होऊ द्यावी असे वाटते. यातून स्थानिक पातळीवर देशातल्या उद्योजकांना नव्या परिस्थितीशी जुळवून घेणे सोपे जाईल अशी यामागची भूमिका आहे. याचे चांगले उदाहरण म्हणजे देशात किरकोळ विक्रीच्या क्षेत्रात जगातल्या नामांकित वस्तूभांडारांना येथे एफडीआयच्या माध्यमातून प्रवेश करून द्यावा किंवा नाही यावर मोठा गहनवाद चालू आहे. याचे कारण म्हणजे देशात अगदी ग्रामीण भागातल्या दुर्गम वस्त्यांमध्येही धान्य आणि किराणामालाची विक्री करणारा एक व्यापारी वर्ग आहे. त्याची संख्याही मोठी आहे. आता शहरांमध्ये परदेशातील वस्तूभांडारे येथे सुरू करण्यात आली तर या पारंपरिक छोट्या छोट्या दुकानदारांवर एक संकट कोसळणार आहे. त्यामुळे अशा मोठ्या संख्येच्या लहान व्यापाराच्या रोजगाराचा विचार करून देशामध्ये नामांकित वस्तूभांडारे चालू करण्यात येऊ नये, असे म्हणणारा एक वर्ग आहे. म्हणजे नजिकच्या काळाचा विचार करून आणि समाजातील असंतुलन वाढू नये यासाठी काहीवेळा एफडीआयची गुंतवणूक आजच्या घडीला देशाला नको असे म्हणण्याचे प्रसंग येऊ शकतात. अर्थात दीर्घकाळाचा संदर्भ विचारात घेतला तर अर्थव्यवस्थेमध्ये स्पर्धेच्या माध्यमातून उद्योगधंदे आणि व्यापार यात सतत बदल होणार आहे याचेही भान ठेवले पाहिजे. याचे कारण म्हणजे देशातील असो अगर परदेशातील असो बाजारपेठेची व्यवस्था ही स्पर्धेवर उभी आहे

आणि त्यातूनच व्यवस्थेची उत्पादकता आणि कार्यक्षमता वाढणार आहे. तितकेच महत्त्वाचे म्हणजे मोठ्या ग्राहकवर्गालाही त्यातूनच न्याय मिळणार आहे आणि दर्जेदार सेवा मिळणार आहे.

भारतासारख्या विकसनशील देशाला विकासाच्या वेगवेगळ्या टप्प्यांवर भूमिका घ्याव्या लागतात आणि त्यात बदलही टाळता येत नाहीत. यापैकी एक विषय म्हणजे देशात विकासासाठी आणि आर्थिक वाढीसाठी अधिक भांडवल हवे आहे आणि म्हणून एफडीआय, एफआयआय आणि कर्ज या विविध पर्यायातून किती परदेशी भांडवल येऊ द्यायचे आणि त्यातून देशातल्या बचतीला जोड द्यायची याचा विचार करण्याची गरज आहे. विकासाच्या प्रक्रियेमध्ये सगळ्यात महत्त्वाची बाब म्हणजे बचत आहे. ही देशांतर्गत अगर परदेशातली अशी दोन्हीही प्रकारची असू शकते. आर्थिक वाढीसाठी या बचतीचीच गुंतवणूक महत्त्वाची आहे. परदेशातील गुंतवणूक निधीची आयात आणि त्यातून होणारे दायित्त्व ही विचारात घ्यायची एक बाजू झाली. याच्याशी तुलना करण्यासाठी दुसरी बाजू आहे ती परदेशी चलनाच्या साठ्याची. हे साठे देशातल्या सेंट्रल बँकेने आपल्या हातात गोळा करून ठेवलेले आहेत आणि त्यामागचा हेतू केवळ एकच आहे. तो म्हणजे देशाला कोणत्याही प्रसंगी अचानकपणे संकटाला तोंड देता यावे म्हणून परदेशी चलनाचा साठा तयार ठेवावा लागतो. परंतु त्यावर फारसा काही परतावा मिळत नाही. याचा अर्थ देशाच्या सुरक्षेसाठी परदेशी चलनाचे साठे तयार ठेवावे लागतात आणि त्यावर फारसा परतावा मिळत नाही आणि ती किंमत चुकती करावी लागते. दुसऱ्या बाजूने एफडीआय, एफआयआय आणि परदेशी कर्ज यातून गुंतवणूक निधी देशात आणता येतो आणि त्यातून काही दायित्त्व निर्माण होते. अशा एकूण व्यापक संदर्भात या दायित्त्वाची योग्य वाटणी कशी करायची आणि त्यात कसा समतोल राखायचा हे राज्यकर्त्यांना ठरवावे लागते. यातच त्यांची परीक्षा आहे.

आपल्याकडे भांडवल कर्जरूपात उभारण्याची एक खास पद्धत आहे त्याला एडीआर/जीडीआर असे म्हणतात आणि त्यांचा अंतर्भाव एफडीआयमध्येच केला जातो. खरे म्हणजे एफडीआयच्या गुंतवणुकीमध्ये ज्या बिगर वित्त बाबी संबंधित असतात त्या या एडीआर/जीडीआरमध्ये अजिबात नसतात. तसेच एफआयआयमधून आलेला निधी पोर्टफोलिओमध्ये गुंतवला जातो तेव्हा तो पूर्णपणे अचेतन असतो असे समजण्याचे कारण नाही. या प्रकारातही काही गुंतवणूकदार वेगळे असतात. उदाहरणार्थ खाजगी इक्विटीमध्ये सहभाग घेणारे, जोखीम असलेल्या भांडवलात वाटा उचलणारे असे काही प्रकार फक्त निधी गुंतवतात आणि शांत बसतात अशा प्रकारात मोडत नाहीत. बऱ्याचदा ते कंपनीच्या व्यवस्थापनात भाग घेतात आणि काही वेळा तंत्रज्ञानाचे हस्तांतर करण्यात मदतही करतात. शिवाय कंपनीला परदेशात

निर्यातीच्या बाजारपेठा शोधण्यात मदत करतात आणि काही वेळा कंपनीच्या व्यवस्थापनाची क्षमता आणि दर्जा आंतरराष्ट्रीय पातळीवर आणण्यासाठी आपले योगदान देतात. एफआयआयच्या पोर्टफोलिओच्या गुंतवणुकीत असेही काही अधिक उत्साहाने भाग घेणारे परदेशी गुंतवणूकदार असतात.

अशा पद्धतीचे अनेक तपशील आणि शक्यता लक्षात घेतल्या म्हणजे परदेश गुंतवणूक निधीची आवक करण्यामध्ये किती वेगवेगळ्या प्रकारचे नियम आणि बंधने कार्यरत आहेत याचा अंदाज येतो. ही तपशीलवार नियमावली वेगवेगळ्या प्रसंगी आणि संदर्भात बनलेली आहे त्यामुळे त्यात फार सुसंगती आहे असा दावा कोणी करणार नाही. काही वेळा तर त्यातून गोंधळच वाढलेला आहे. उदाहरणार्थ नागरी विमान वाहतुकीच्या महत्त्वाच्या क्षेत्रात परदेशी विमान कंपन्यांकडे ज्ञान आहे आणि अनुभवही आहे आणि तरीही त्यांना परवानगी नाकारण्यात आलेली आहे. यावर एक मार्ग म्हणजे या विषयात एफडीआय आणि एफआयआय यांच्यात ज्या मर्यादा घालण्यात आलेल्या आहेत त्या एकत्रित करणे आणि उद्योजकाला स्वत:चा निर्णय घेता येईल अशी परिस्थिती तयार करणे. म्हणजे उद्योजकवर्ग आपल्या विशिष्ट परिस्थितीनुसार आणि गरजेनुसार आपल्याला कोणत्या प्रकारचे भांडवल हवे आहे याचा स्वत:चा निर्णय घेऊ शकेल. अर्थात अशा परदेशी गुंतवणुकीमध्ये देशाची सुरक्षा आणि देशहिताला धरून मोक्याची गुंतवणूक कोणती याचा नेहमी विचार होईलच आणि तो एफडीआय आणि एफआयआय या दोन्ही प्रकारांना सारखाच लागू पडेल. त्यामुळे आता केंद्र सरकार एफडीआय आणि एफआयआय यात फारसा फरक न करता त्यांचा एकत्रित विचार करणार असेल तर ते समर्थनीय आहे.

■

४.१५ परदेशी भांडवल आणि व्यापार

विकसनशील देशाच्या अर्थव्यवस्थेमध्ये विदेशी प्रत्यक्ष गुंतवणूक (एफडीआय) आणि व्यापार यांचा परस्पर संबंध काय? हे एकमेकाला पर्याय समजायचे की पूरक समजायचे? हा प्रश्न महत्त्वाचा आहे आणि त्याचे उत्तरही. मागच्या नव्वदीच्या सुरुवातीपासून सगळ्याच विकसनशील देशांना एफडीआय आणि व्यापार यांचे महत्त्व वाटत आहे. याविषयाचे अभ्यासक मात्र जणुकाही या दोन्ही बाबी एकमेकापासून अलग आहेत असे समजतात. उदाहरणार्थ, भारतात मागच्या काही वर्षात चीनबरोबरचा व्यापार बऱ्यापैकी वाढला आहे आणि ते सुचिन्ह आहे असे मानले जाते. कारण त्यातून परदेशातला व्यापार विस्तृत होत आहे. मात्र याच चीनकडून जर विदेशी प्रत्यक्ष गुंतवणूक येथे होणार असेल तर त्यासाठी राष्ट्रीय सुरक्षेची बाब पुढे करते.

अर्थात चीनबरोबरचे आर्थिक आणि राजकीय संबंध वाढवताना देशाच्या सुरक्षिततेचा प्रश्न जरूर महत्त्वाचा आहे कारण मागचा दीर्घकाळ आणि आजही त्या देशाबरोबर आपले आपला सरहद्दीवरचा वाद मिटलेला नाही. मागे १९६२ मध्ये जेव्हा चीनबरोबर लष्करी संघर्ष झाला त्यावेळी भारताची फसवणूक झाली होती आणि ती सहज विसरता येण्यासारखी नाही. तसेच दक्षिण आशियामध्ये भारताच्या शेजारी देशांबरोबर चीनच्या सैनिकी कारवाया चालूच आहेत त्याचेही भान ठेवावे लागते. हा इतिहास काहीही असला तरी तो परत परत उगाळण्यामुळे प्रश्न मिटणार नाहीत. मागच्या पंधरा वर्षात सगळ्या जगातले राजकीय संदर्भ बदललेले आहेत आणि जगाचे नवीन अर्थकारण उभे राहत आहे. अशावेळी एफडीआय आणि व्यापार हे एकमेकांपासून अलग पर्याय आहेत असे समजता येणार नाही.

अर्थशास्त्राच्या पारंपरिक पाठ्यपुस्तकातून एफडीआय आणि व्यापार हे एकमेकाला पर्याय आहेत अशी मांडणी आहे. एफडीआयवर जे लिखाण झाले आहे आणि साठीच्या आणि सत्तरीच्या दशकात लॅटिन अमेरिका आणि दक्षिण पूर्व आशिया या देशांमध्ये एफडीआयचा जो अनुभव आला त्यातून अशी विचारसरणी बनली आहे. जी तात्त्विक मांडणी आहे आणि लॅटिन अमेरिकेतला अनुभव आहे त्याला धरून एफडीआयच्या मार्गाने गेले तर शुल्के टाळता येतात असा दृष्टीकोन पुढे आला. ज्या

देशांमध्ये व्यापारावर उच्च पातळीवरची शुल्के लादली जातात तेथे एफडीआयचा वापर अधिक होतो. विशेषत: ज्या देशांमध्ये अंतर्गत बाजारपेठा मोठ्या आकाराच्या असतात तेथे परदेशातल्या कंपन्या निर्यातीवर भर देण्यापेक्षा स्थानिक पातळीवर उत्पादन करण्याला प्राधान्य देतात आणि त्यासाठी एफडीआयमधून गुंतवणूक करतात. अशा देशांमध्ये जर शुल्के अधिक असली तर निर्यात करणे परवडत नाही आणि मग त्यापेक्षा तेथे एफडीआयची गुंतवणूक फायद्याची होते.

याच तर्काचा दुसरा भाग म्हणजे ज्या देशात बाजारपेठा लहान आहेत आणि जेथे शुल्के कमी आहेत तेथे एफडीआयच्या पर्यायाला प्रोत्साहन मिळत नाही. याचे उदाहरण म्हणजे लॅटिन अमेरिकेत चिली देशात सत्तरीच्या दशकात अध्यक्ष पिनोचे यांनी व्यापारावरची शुल्के अगदी कमी केली परंतु तरीही एफडीआयची गुंतवणूक वाढली नाही. परंतु याच काळात जेव्हा शेजारच्या ब्राझील देशात जरी शुल्के कमी करण्यात आली तरीही तेथे एफडीआयची गुंतवणूक वाढली. याचे कारण म्हणजे ब्राझीलची बाजारपेठ आकाराने मोठी होती.

हा अनुभव काही असला तरी मागच्या काही वर्षात एफडीआयच्या स्वरुपात खूपच बदल झालेले आहेत. एक म्हणजे आता एफडीआयमधून फक्त क्षेत्रीय पातळीवरच्या बाजारपेठा निवडण्याचे थांबले आहे. तसेच ज्या देशात नैसर्गिक साधनसामुग्री आहे त्याचा ताबा मिळविण्यासाठीही एफडीआयचा वापर आता होत नाही. याचे एक कारण म्हणजे अनेक मौल्यवान नैसर्गिक साधनसामुग्रीचे अगोदरच राष्ट्रीयीकरण झालेले आहे. मुख्य म्हणजे आता एफडीआयमधून फक्त नवीन यंत्रोत्पादनात गुंतवणूक होण्याचे थांबले आहे. आता उत्पादन, तंत्रज्ञान आणि विक्री व्यवस्था अशा अनेक बाबींची ज्यात साखळी आहे त्यात एफडीआयची गुंतवणूक होते. आजकाल सर्वात अधिक एफडीआयचा उपयोग कंपन्या संपादित करणे आणि एकमेकात विलीन करणे यासाठी केला जातो. ही नवी प्रक्रिया महत्त्वाची बनली आहे कारण आता जगाच्या पातळीवर उत्पादन व्यवस्था निर्माण करण्याचा विचार प्रथम होतो. हे महत्त्वाचे स्थित्यंतर घडून आलेले आहे आणि ते नैसर्गिक आहे कारण मागे साठीच्या आणि सत्तरीच्या दशकात औद्योगिक उत्पादनाच्या व्यवस्थांचे माहात्म्य होते. परंतु नंतर सेवा क्षेत्राचे महत्त्व सर्वात अधिक झाले. तसेच मागच्या काळात नैसर्गिक साधनसामुग्री आणि मजूर वर्ग यांच्या उपलब्धीतून खर्चाचे प्रमाण ठरत होते. परंतु आता तंत्रज्ञानाचे परिमाण सगळ्या जगाच्या व्यापारात सर्वात महत्त्वाचे बनले आहे.

हे जे एफडीआयच्या स्वरूपात आणि तोंडावळ्यात फरक घडून आले त्याचे प्रतिबिंब आजच्या जागतिक व्यापारात दिसून येते. सन २००४ मध्ये जगाच्या व्यापारातला सुमारे चाळीस टक्के वाटा हा कंपन्यांच्या अंतर्गत व्यवहाराचा होता. तसेच एकूणातली सुमारे दोन तृतीयांश निर्यात ही बहुराष्ट्रीय कंपन्यांच्या संलग्न

कंपन्यांकडून झाली होती. शिवाय जे जागतिक उत्पादन बनते ते मुख्यत: अशा कंपन्यांच्या मार्फत केले जाते ज्या बहुराष्ट्रीय कंपन्यांशी जुळलेल्या आहेत. थोडक्यात म्हणजे औद्योगिक कंपन्या ज्या पद्धतीने आंतरराष्ट्रीय प्रक्रियेमध्ये संलग्न झाल्या आहेत त्याचे एक सगळ्यात महत्त्वाचे कारण म्हणजे मागच्या तीन दशकांमध्ये दळणवळणाचा आणि संचाराचा वेग प्रचंड प्रमाणावर वाढलेला आहे. त्यातूनच उत्पादन प्रक्रियेचे स्वरुप आंतरराष्ट्रीय झाले आहे. हे स्थित्यंतर इतके नाट्यमय आहे की आता कोणत्याच बहुराष्ट्रीय कंपनीची ओळख एखाद्या राष्ट्रात करून घेता येणार नाही. या नव्या प्रक्रियेचे उत्तम उदाहरण म्हणजे जगात सध्या जी स्वयंचलित वाहनांची उत्पादन व्यवस्था आहे त्याचे देता येईल.

असे हे उत्पादन व्यवस्थेमध्ये घडून आलेले मूलभूत फरक लक्षात घेतले तर आजच्या काळात एफडीआय आणि व्यापार हे एकमेकाला पूरक आहेत असे समजण्याची वेळ आली आहे. जो व्यापार होत आहे त्यामध्ये एफडीआय हे एक माध्यम आहे असे समजता येईल. आजच्या जगाच्या व्यापारात जे परिमाण महत्त्वाचे आहे ते म्हणजे तंत्रज्ञानाचे. त्यामध्ये एफडीआयच्या माध्यमातून औद्योगिक कंपन्या आपला तंत्रज्ञानातला आणि विक्रीच्या क्षेत्रातला फायदा वाढविण्याचा प्रयत्न करतात. याचा प्रत्यक्ष पुरावाही भरपूर उपलब्ध आहे. उदाहरणार्थ, ज्या देशांमध्ये एफडीआयची आयात आणि निर्यात मोठ्या प्रमाणात होते त्याच देशांमध्ये व्यापाराची उलाढालही मोठी होते असे दिसते. मागच्या ऐंशीच्या सुरवातीपासून चीनमध्ये वेगाने आर्थिक वाढ होऊ लागली आणि त्यामध्ये एफडीआयची आवक मोठी होती आणि व्यापारातली वाढही मोठी होती. भारतातही काही क्षेत्रात हा अनुभव दिसतो. येथे औषध कंपन्या आणि माहिती तंत्रज्ञानाच्या कंपन्या या युरोपात आणि इतर देशात अधिकाधिक प्रमाणात तेथल्या कंपन्यांचा ताबा घेत आहेत आणि आपल्यात विलिनीकरण करत आहेत. त्याचबरोबर या दोन क्षेत्रात देशाची निर्यातही झपाट्याने वाढलेली आहे. या मार्गाने भारतातल्या या कंपन्या आपला तंत्रज्ञानातला फायदा एफडीआयच्या मार्गाने परदेशातल्या कंपन्या ताब्यात घेत आहेत. म्हणजे एखादी उत्पादन प्रक्रिया नव्याने निर्माण करायची आणि त्याच्या विक्रीची व्यवस्था उभी करायची यात वेळ घालवण्यापेक्षा परदेशातल्या कंपन्या ज्या कमी कार्यक्षम आहेत त्यांना आपल्यात सामावून घेणे भारतातल्या कंपन्यांना फायद्याचे वाटत आहे.

यातून एक निष्कर्ष निघतो. जर व्यापाराला सर्वात अधिक महत्त्व द्यायचे असले तर मग एफडीआयचा स्वतंत्र अगर अलग विचार करणे बरोबर होणार नाही. मागचे चीनचे उदाहरणे घ्यायचे म्हंटले तर पूर्वी कधीतरी चीनबरोबर सरहद्दीवरचा वाद झाला म्हणून आता देशाच्या आर्थिक हिताकडे दुर्लक्ष करण्याचे कारण नाही. तसेच आता जगामध्ये व्यापार करणाऱ्या कंपन्या भौगोलिक अगर देशांच्या सरहद्दींचा

विचार करत नाहीत. त्यामुळे देशात येणारा आणि देशाबाहेर जाणारा एफडीआय असा फरक करणे व्यवहाराला धरून नाही. सरतेशेवटी जसजसा व्यापार हा अधिकाधिक कंपन्यांच्या अंतर्गत व्यवहाराचा भाग बनेल तसतसा दोन देशांमधला पूर्वी होणारा व्यापार हा फरक निरर्थक होऊ लागेल. या अर्थाने सगळे जग लहान होत आहे आणि एफडीआयचे जुने ऐतिहासिक संदर्भ पूर्णपणे बदललेले आहेत. आता व्यापार वाढविणे हे एकच परिमाण आहे.

■

४.१६ देशात डॉलरचा पूर

गेल्या काही वर्षात भारतीय अर्थव्यवस्थेच्या व्यवस्थापनात अनेक नवे प्रश्न पुढे आले आहेत. पूर्वी असे प्रसंग येत नव्हते कारण देश नेहमीच अडचणीत होता. आता थोडीशी सुस्थिती आली आणि उसंत मिळाली. त्यामुळे हे नवे प्रश्न अनुभवास येतात. त्यामुळे राजकारण आणि समाजकारण करणाऱ्या अनेक मंडळींना भांबावून गेल्यासारखे वाटते आणि त्यांच्या प्रतिकियाही बऱ्याचदा प्रासंगिक असतात. वृत्तपत्र आणि प्रसार माध्यमे यांनी अशा तांत्रिक आणि किचकट प्रश्नात नेटाने लोकांना या नव्या प्रश्नांची ओळख करून देणे शक्य आहे. परंतु मुळातच आपल्या सार्वजनिक जीवनात राजकारणाने सर्व अंगात थैमान घातलेले आहे आणि त्यामुळे किचकट प्रश्नांसाठी कोणालाही वेळ नाही.

सध्या मागच्या दीडवर्षात देशामध्ये सारखी डॉलरची आवक होत आहे आणि अनेकांना त्यातून संभ्रम होत आहेत. मागच्या पंधरा महिन्यात आपल्या परदेशी हुंडणावळीत ३० टक्यांची भर पडली आहे. काहींच्या मते नेहमीच्या आर्थिक घडामोडीतून याचा उलगडा होत नाही. साधारणपणे विदेशी प्रत्यक्ष गुंतवणूक, शेअर बाजारातल्या कंपन्यांच्या समभागात गुंतवणूक, भारतीय कामगारांनी मायदेशात पाठवलेले पैसे आणि अनिवासी भारतीयांनी येथल्या बँकांच्या ठेवीत केलेली गुंतवणूक असे काही नेहमीचे डॉलरच्या आयातीचे मार्ग असू शकतात. अभ्यासकांच्या मते जी चलनाच्या साठ्यात तीस टक्याने भर पडली आहे ती या मार्गांनी आलेल्या निधीपेक्षा बरीच अधिक आहे. तेव्हा खरा प्रश्न आहे हे पैसे आले कोठून?

रिझर्व्ह बँकेनेही आपल्याकडून हा प्रश्न फारसा उलगडून दाखवलेला नाही. एक कारण म्हणजे त्यातून मिळणारे समाधान. देशाबरोबर व्यापार करणाऱ्या देशांच्या तुलनेने भारताची अर्थव्यवस्था मजबूत आणि स्थिर होत आहे आणि त्यामुळे खुल्या बाजारातल्या मार्गाने देशामध्ये आपोआप भांडवल येत आहे आणि देशावरचा विश्वास त्यातून दिसत आहे. बहुधा रिझर्व्ह बँकेला असे वाटत असावे की जोपर्यंत डॉलर देशामध्ये येत आहेत आणि त्यातून आपले चलनाचे साठे भक्कम होत आहेत तोपर्यंत ते का येतात आणि कोठून येतात याची फार काळजी करायचे कारण नाही. खरे तर

काळजीचा विषय आहे या गोळा होणाऱ्या साठ्यातून खर्च कसा करायचा. सध्या देशाकडे सुमारे ८५ अब्ज (८५ बिलियन डॉलर)चा साठा आहे आणि नजीकच्या काळात तो १०० अब्ज (शंभर बिलियन डॉलर) होईल असे अर्थमंत्री सांगतात.

देशातले जे सध्याचे युतीचे सरकार आहे तेही या परिस्थितीत खुश आहे. परंतु काही विरोधकांना मात्र यात काही गडबड आहे असे वाटते. त्यांनी देशामध्ये ज्या वाढत्या प्रमाणात डॉलर येत आहे त्याची चौकशी करावी अशी मागणी केली आहे. यापूर्वीच्या नियंत्रणाच्या काळात देशातल्या भांडवलदारांनी परदेशात संपत्ती दडवून ठेवली होती ती या मार्गाने बहुधा देशामध्ये परत आणली जात असावी असा काही संशय टीकाकारांच्या मनात असावा. जगामध्ये इतर देशांच्या बाबतीत असे काही वेळा घडलेले आहे. चीनमध्ये वर्षानुवर्षे परदेशी प्रत्यक्ष गुंतवणूक मोठ्या प्रमाणावर होत असते आणि त्यातला बराचसा भाग चीनच्या मालकीचाच असतो असा समज आहे. रशियामध्येही येल्सतिन यांच्या नंतर पुतीन अध्यक्ष झाले आणि देशात स्थैर्य नांदू लागले. त्याचा परिणाम म्हणून अगोदरच्या काळात जे रशियातले भांडवल परदेशी नेण्यात आले होते ते गेल्या काही वर्षात परत रशियामध्ये येऊ लागलेले आहे. भांडवलाचा असा हा उलटा प्रवास झाल्यामुळे अर्थातच चीन आणि रशिया यांच्या विकास प्रकियेत भर पडलेली आहे. आपल्याकडेही असे काही घडत आहे का? असा प्रश्न पडू शकतो.

आज देशात भांडवल गुंतवणुकीसाठी वेगवेगळ्या मार्गांनी जो निधी होतो त्याचा उपयोग आहे आणि त्याचे स्वागतही आहे. देशातल्या उद्योजकांनी यापूर्वी जी संपत्ती आपल्या उद्योगात गुंतवायला पाहिजे होती ती अनेक अवैध आणि अनधिकृत मार्गांनी परदेशी नेऊन दडवली होती. ती आता उघडपणे देशात परत येत आहे. याचा अर्थ स्पष्ट आहे. ज्या उद्योजकांना देशाच्या हितापेक्षा स्वत:चे हित अधिक प्रिय होते त्यांनाही आता देशात ही संपत्ती आणून उत्पादक कामात गुंतवावी असे वाटू लागले आहे. अर्थात यातही स्वार्थ आहे परंतु देशातल्या इतरांचाही त्यात फायदा आहे कारण त्यातून उत्पादन वाढणार आहे, उत्पन्न वाढणार आहे आणि रोजगार वाढणार आहे. येथपर्यंत गोष्टी ठीक असल्या तरी मागच्या नियोजनाच्या काळात भारतीय उद्योजकातल्या काहींनी कोणते व्यवहार केले हे सगळ्यांना कळणे महत्त्वाचे आहे. या उद्योगपतींनी अनेकदा कायद्यातल्या तरतुदींचा फायदा घेत हे उद्योग केले. त्यामध्ये त्यांना सरकारी क्षेत्रातील वित्त संस्थांचा उपयोग झाला. हे उद्योजक आपल्या प्रकल्पांसाठी मशीनरी आणि तंत्रज्ञान यांची जी आयात करत असत त्याची किंमत वाढवून दाखवत असत. अशी वाढीव किंमत कागदोपत्री दाखवून परदेशातल्या बँकात असा निधी बेनामी मार्गाने दडवून ठेवला जात होता. नियोजनाच्या काळात सार्वजनिक क्षेत्राचे आणि संस्थांचे महात्म्य मोठे होते कारण त्यात सरकारी मक्तेदारी

होती आणि सत्ताधारी पक्षाला त्यात हक्काने हस्तक्षेप करण्यास पूर्णपणे वाव होता. विशेष म्हणजे यामध्ये नोकरशाहीचाही मोठा फायदा होता कारण अशा भ्रष्टाचारांमध्ये त्यांनाही सामील करून घेण्यात येत असे किंबहुना त्यांच्याच मार्गाने हा गैरव्यवहार पुरा होत असे. तसेच सार्वजनिक संस्थांचा परेदशातल्या साम्यवादी राजवटींबरोबर मोठा व्यवहार होत असल्यामुळे या भ्रष्टाचाराला एक आकर्षक वैचारिक बैठक होती. देशाचा एकूण आंतरराष्ट्रीय व्यापार हा पूर्णपणे पाश्चिमात्य देशांवर अवलंबून ठेवण्यात देशाच्या सुरक्षिततेला धोका होता त्यामुळे सोव्हिएट युनियनबरोबरचा व्यापार आणि उद्योग वाढणे यात देशहित होते. परंतु साम्यवादी देशातील राज्यकर्तेपक्ष आणि नोकरशाही ही पूर्णपणे भ्रष्टाचारात गुंतलेली असल्यामुळे भारतातल्या राज्यकर्त्यांना आणि नोकरशाहीला यातून एक वरदान मिळाले. भारताच्या संरक्षणविषयक गरजांमध्ये पाश्चिमात्य देशांकडून मदत मिळणे यापेक्षा सोव्हिएट युनियनची मदत विनातक्रार आणि विना अट मिळत होती. ऐतिहासिकदृष्ट्या या सर्व संबंधांना अनेक समर्थनीय कारणे असली तरी त्यातून भ्रष्टाचार मोठ्या प्रमाणात वाढला हे मान्य करावे लागेल.

विशेष म्हणजे हे फक्त भारतातच घडत आहे असे नाही. आशिया खंडातल्या अनेक देशांमध्ये या गोष्टी घडत आहेत. एका अंदाजानुसार मागच्या एका वर्षात आशिया देशातील सेंट्रल बँकांच्या परदेशी चलनाच्या साठ्यात सुमारे ३०० अब्ज (तीनशे बिलियन डॉलर) गोळा झालेले आहेत. एकट्या चीनच्या परदेशी चलनाच्या साठ्यात २००२ सालात सुमारे नव्वद अब्ज (नव्वद बिलियन डॉलर) गोळा झालेले आहेत. चीनमध्ये ही चलनाची आवक इतकी वाढली होती की दरदिवसाला सरासरी ५० कोटी (५०० मिलियन डॉलर) गोळा होऊ लागले होते. या सर्वांचा एकत्रित परिणाम म्हणून चीनच्या चलनाचे आजच्या बाजारात अधोमूल्य (अंडरव्हॅल्यू) आहे असा सर्वांचा ठाम समज आहे. सोबत डॉलर हा दुबळा झाल्यामुळे चीनमध्ये मोठ्या प्रमाणावर भांडवलाची गुंतवणूक होत आहे आणि त्याचा फायदा चीन उठवत आहे. परंतु आता इतर श्रीमंत व्यापारी देश या विरोधात चीनकडे आपले असमाधान व्यक्त करत आहे. चीन डब्ल्यूटीओचा सदस्य आहे त्यामुळे इतर देशांच्या मताला काहीच किंमत न देणे चीनला परवडणार नाही. सर्वसाधारण परिस्थितीत जागतिक दडपणांना अजिबात भीक घालायची नाही ही चीनची मानसिकता आहे. जोपर्यंत जगात चीन अलग होता तोपर्यंत ही वृत्ती जोपासता आली. परंतु आता चीन युनोच्या सुरक्षा समितीत पाच बलाढ्य राष्ट्रांपैकी एक आहे. तसेच त्यांनी डब्ल्यूटीओचे सदस्यपद हट्टाने मिळवले आहे आणि २००८ साली त्यांना जागतिक ऑलिंपिक स्पर्धा देशात संघटित करायची आहे. नुकतेच अमेरिकेच्या व्यापार मंत्र्यांनी चीनने आपल्या चलनाचे बाजारात रास्त मूल्य ठरू द्यावे अशी मागणी केलेली आहे.

साधारणपणे अशाच प्रकारची समजूत रुपया आणि डॉलर यांच्या संबंधात

पसरत आहे. आयएमएफचे मुख्य इकॉनॉमिस्ट केनेथ रोगॉफ यांनी सुचविले आहे की खुल्या बाजारातल्या मार्गाने भारताने रुपयाचे अधिमूल्यन (ॲप्रिसिअेशन) होऊ द्यावे. सध्या सरकारच्या अधिकृत धोरणानुसार रुपया मर्यादित प्रमाणातच रूपांतरित (लिमिटेड कन्व्हर्टिबिलिटी) करता येतो. त्याचबरोबर हळूहळू एकेक पाऊल टाकत ही बंधने रिझर्व्ह बँक दूर करत आहे. उदा. नुकतेच रिझर्व्ह बँकेने देशातल्या कोणत्याही नागरिकाला विना परवाना दहा लाख रुपयांपर्यंत डॉलर आणता येतील आणि बाळगता येतील अशी सवलत दिलेली आहे. थोडक्यात म्हणजे आज भारतात अचानकपणे डॉलरची मोठया प्रमाणात आयात होत आहे म्हणून गडबडून जाण्याचे कारण नाही. आशियातल्या इतर देशातही कमीजास्त प्रमाणात असे घडत आहे. तसेच यातल्या बहुतेक देशात परत येणारे भांडवल हे पूर्वी अवैध मार्गाने बाहेर नेण्यात आले होते परंतु आता विश्वासार्हता वाढल्यामुळे ते परत मायदेशात येत आहे.

एका अर्थाने या परत येणाऱ्या निधीचा फार काटेकोरपणे शोध घेण्यात फारसे तथ्य नाही. यातला काही निधी जे अनिवासी भारतीय परदेशात आहेत त्यांच्याकडून चालू खात्यातून हस्तांतरित होत आहे. याला नक्त अप्रत्यक्ष आवक (नेट इनव्हिजिबल रिसिटस्) म्हणतात आणि चालू २००३-०४ वर्षात यात पन्नास टक्यांनी वाढ झाली आहे. जे भारतीय उद्योगपती आहेत त्यांच्यावतीनेच हे अनिवासी भारतीय पैशाची उलाढाल करत असतात हे सर्वांनाच माहिती आहे. रिझर्व्ह बँकेच्या आकडेवारीतही निर्यात केलेल्या मालाच्या उत्पन्नात अचानक उशीर झालेल्या महसूलाची नोंद दिसते. अभ्यासक नेहमी या प्रकारच्या व्यवहाराला व्यवहारात मागेपुढे होणारी तफावत समजतात. जेव्हा रुपया डॉलरच्या तुलनेन सतत हलका होता तेव्हा निर्यातदारांनी आपले निर्यातीचे उत्पन्न देशात आणायला विलंब लावला. आता रुपया बळकट होत असल्यामुळे हे निर्यातदार पूर्वी केलेली निर्यात आणि चालू निर्यात यांचे उत्पन्न एकत्रित करून देशात आणत आहेत. त्यामुळे आयात होणाऱ्या निधीमध्ये अचानक वाढ झालेली दिसते. म्हणजे आज जी निधीमध्ये अचानक वाढ दिसते ती सगळीच निर्यातीमधली खरी वाढ नसावी.

यावरून आणखीन एक प्रश्न पुढे येतो. सध्या जी डॉलरची देशात आवक वाढली आहे ती देशातच स्थिरावणार आहे असे म्हणता येईल. दुसऱ्या कोणत्या देशात थोडा फायदा दिसला तर लगेचच हा निधी देशातून दुसरीकडे वळवला जाईल अशी फारशी शक्यता नाही. भारतात जसे डॉलर येत आहेत तसे आशियातल्या इतर देशातही येत आहेत. त्यांच्याबाबतही तेच अनुमान काढावे लागेल. काही अभ्यासक म्हणतात की अमेरिका आणि भारत या देशात जे व्याजदर आहेत त्याचा फायदा उठवण्यासाठी ही डॉलरची उलाढाल होत असते आणि त्यामुळे कोणत्याही क्षणाला

हे पैसे देशाबाहेर जाऊ शकतात. या अनुमानात फारसे तथ्य नाही. किंबहुना असे म्हणता येईल की हे परदेशातून आलेले निधी आशियातल्या देशात भांडवल गुंतवणूक फायद्याची आहे म्हणून आलेले आहेत. गेल्या काही वर्षात आशियातल्या काही देशात आर्थिक सुधारणा जोमाने होत आहेत आणि परदेशातले भांडवलदार आता अधिक आत्मविश्वासाने आपल्या गुंतवणुकीसाठी नवीन संधी शोधत आहेत. त्यामुळेच भारत आणि चीन या देशांकडे भांडवलदारांनी आपले लक्ष देण्यास सुरू केले आहे. आश्चर्य म्हणजे अजून आपल्यालाच हे बदललेले वास्तव समजून घेण्यात अडचणी आहेत आणि वेळ लागत आहे.

■

४.१७ परदेशी गुंतवणुकदारांचा वाढता विश्वास

चालू २००४ सालाची सुरुवात मोठ्या उत्साहात झाली. अनेक चांगल्या गोष्टी घडत आहेत आणि मुख्य म्हणजे त्याचे प्रतिबिंब शेअर बाजारात दिसत आहे. मागच्या २००३ सालात विदेशी गुंतवणुकदार संस्थांनी(एफआयआय) सुमारे ६.७ अब्ज (६.७ बिलियन डॉलर) बाहेरून आणले आणि गुंतवले. त्यामुळे त्यावर ७३ टक्क्यांचा परतावा मिळाला. आता अनेकांचा विश्वास आहे की या २००४ सालातही ही घोडदौड चालू राहणार आहे. हे असे का घडले याची कारणे सर्वांनी मान्य केली आहेत. आज जगात भारताचा सगळ्यात अधिक जीडीपीचा वाढीचा दर आहे. तसेच विकासासाठी ज्या पायाभूत सोयीसुविधा लागतात त्याही तुलनेने येथे भरपूर आहेत. तसेच औद्योगिक देशातील अनेक श्रमाची कामे भारताकडे नेण्यात येत आहेत आणि त्यामुळे विदेशी व्यापारातही भारताने आघाडी मिळवली आहे. तसेच देशाचा परदेशी चलनाचा साठा वेगाने वाढत आहे आणि उरलेल्या जगाचा वाढता विश्वास त्यातून व्यक्त होत आहे. या आणि अशाच अनेक सकारात्मक कारणांमुळे अधिकाधिक विदेशी निधीची गुंतवणूक भारतात होत आहे.

या नव्या संदर्भात परदेशातले भांडवल गुंतविणाऱ्या संस्था आणि व्यक्ती कोणत्या नव्या दृष्टीतून भारताकडे बघतात? अमेरिकेमध्ये सध्या एक मोठा वादाचा विषय बनला आहे. अमेरिकेच्या चालू खात्यात प्रचंड मोठी म्हणजे सुमारे ५०० अब्ज (५०० बिलियन डॉलर)ची तूट निर्माण झालेली आहे आणि त्यामुळे डॉलरचे पुनर्मूल्यांकन होऊ द्यावे किंवा नाही असा वादाचा विषय आहे. अशा वादामध्ये नेहमीच अनेक अंगे असतात आणि त्यामुळे या प्रश्नावर नेमके कोणते एक उत्तर मिळेल हे सांगता येत नाही. काही असले तरी गुंतवणूकदार संस्थांचे व्यवस्थापन स्वाभाविकपणे एकच मार्ग अनुसरतील. ते आपल्या सर्व गुंतवणूकी वेगवेगळ्या चलनांमध्ये आणि वेगवेगळ्या देशांमध्ये वाटून टाकतील. त्यातून किमान धोका वाटला जातो. विशेषत: चलनाच्या बाजारात वेगवेगळ्या चलनांच्या नात्यात चढउतार होत असल्यामुळे असे धोक्याचे वाटप करणे सोपे असते. यापूर्वी सगळ्यांचाच ओढा अमेरिकेकडे होता आणि त्यामुळे डॉलरची प्रतिष्ठा अबाधित होती. आता तसे उरले

नाही. विशेषत: डॉलरच्या तुलनेने युरोपियन युनियनचा युरो, भारताचा रुपया आणि जपानचा येन हे नवी शक्ती मिळवून बळकट झालेले आहेत. तोच प्रकार चीनच्या युऑन चलनाबाबत खरा आहे. साहजिकच या नव्या वातावरणात परदेशातले गुंतवणुकदार काही प्रमाणात भारतात निधी गुंतवत आहेत.

मागच्या नव्वदीच्या मध्यामध्ये परदेशी गुंतवणुकदार एका परताव्याची अपेक्षा ठेवत असत. साधारणपणे जेव्हा डॉलरची कंपन्यांच्या समभागात गुंतवणूक केली जात असे तेव्हा रुपयामध्ये १८ ते २० टक्क्यांचा परतावा अपेक्षित होता. यामध्ये या देशात गुंतवण्याचा धोका, आणि रुपयाचे सुमारे सहा ते सात टक्क्यांनी अधोमूल्यन (डेप्रिसिएशन) गृहित धरले होते. आता हा अपेक्षित परताव्याचा दर खूपच खालच्या पातळीवर आला आहे कारण रुपया बलवान आणि स्थिर झाला आहे. औद्योगिक देशातल्या निवृत्तिधारकांच्या निधीचे अनेक बिकट प्रश्न निर्माण झालेले आहेत आणि त्यामुळे या निधीच्या गुंतवणुकीवर कोणत्या तरी मार्गाने वाढीव परतावा मिळविण्याची गरज आहे. त्यामुळे परदेशातल्या संस्था (एफआयआय) या आशियातल्या देशांमध्ये निवृत्तिधारकांचा निधी गुंतवत आहेत. त्याचे कारण म्हणजे या देशांमध्ये शेअर बाजार अधिक परतावा देत आहे.

औद्योगिक देशातून बरीच कामे भारताकडे वळविण्याचे प्रमाण खूपच वाढले आहे आणि त्यामुळेही विकसित देशातील गुंतवणुकदार भारतातकडे आकर्षित झालेले आहेत. म्हणजे अशा कामातून त्यांना दुहेरी फायदा मिळवता येतो. एक म्हणजे औद्योगिक देशात मनुष्यबळावरचा खर्च अतोनात वाढल्यामुळे त्यात कपात करून कंपनीचा नफा वाढवता येतो. शिवाय ही श्रमाची कामे भारतासारख्या देशात नेली तर तेथे ती अगदी कमी खर्चात आणि दर्जा राखून करता येतात. असे कामाचे आऊटसोर्सिंग करण्यासाठी ज्या नव्या कंपन्या निर्माण करण्यात येत आहे त्याही कंपन्यात परदेशातले भांडवलदार गुंतवणूक करत आहेत. म्हणजे अशा आऊटसोर्सिंगमधूनही त्यांना नफा मिळविणे शक्य होते. थोडक्यात म्हणजे एकेठिकाणी कामावरचा खर्च कमी करून आणि दुसऱ्या ठिकाणी कामे निर्माण करून दोन्ही मार्गांनी परदेशातले गुंतवणुकदार आपला नफा वाढवत आहे. भारताच्या दृष्टीने फायदा म्हणजे येथे गुंतवणुकीचा निधी येतो आणि त्यातून मोठ्या प्रमाणावर रोजगार निर्माण होतो. आणि असा रोजगार निर्माण झाला तर मागणी वाढून ग्राहकांची संख्या वाढते. यातून आर्थिक विकासाची व्याप्ती वाढते आणि वाढीचा दरही वाढतो.

जेव्हा अशी घटनाक्रमांची साखळी जुळून येते त्यातून शेअर बाजारातही अनेकांचा सहभाग वाढतो आणि शेअरबाजारात चैतन्य सळसळू लागते. मागच्या काही वर्षात भारतात नेमके हे घडत आहे आणि परदेशातले गुंतवणूकदार या सगळ्याची पाठराखण करत आहेत. त्यातूनच अनेक कंपन्यांमधून काही निवडक

कंपन्या निवडल्या जात आहेत आणि त्यामुळे खाजगी क्षेत्राची पुनर्रचना सुरू आहे. यामध्येच दुबळ्या कंपन्या सशक्त कंपन्यांनी विकत घेणे आणि त्यातून उत्पादन वाढीचे प्रयोग सुरू आहेत. त्याचबरोबर आयातीवरची बंधने उठल्यामुळे परदेशातूनही मालाची आवक मुक्तपणे होत आहे आणि त्यामुळे ग्राहकाला अधिक स्वातंत्र्य मिळत आहे. अशा अनेक कारणांमुळे उत्पादनाची प्रकिया सुधारत आहे आणि वाढत आहे. ही जी सर्व विचारसरणी आहे त्याला एक दुसरी बाजू आहे.

यावर्षी जीडीपीमध्ये सात टक्क्यांची वाढ होईल अशी सर्वांना अपेक्षा आहे. हा आकडा मोठा दिसतो त्याचे एक कारण म्हणजे मागच्या वर्षी कृषीची वाढ नकारात्मक होती. ही वस्तुस्थिती लक्षात घेतली तर या वर्षीची सात टक्क्यांची वाढ भरीव दिसते परंतु यापुढच्या २००५ सालामध्येही सात टक्क्याने जीडीपीत वाढ होईल ही शक्यता दिसत नाही. म्हणजे परत देशाचा वाढीचा दर पहिल्यासारखा पाच ते सहा टक्क्यांच्या दरम्यान स्थिरावेल. त्यामुळे येत्या काळात भारतातल्या जीडीपीतली वाढ सातत्याने सात टक्क्यांनी होईल ही थोडी अतिशयोक्ती होऊ शकते. तसेच जर अशा उच्च पातळीवर वाढीचा दर टिकवायचा असेल तर जी गुंतवणूक करावी लागेल त्याचे प्रमाणही मोठे असेल. अशी मोठी गुंतवणूक झाली तरच एकूण व्यवस्थेची पुनर्मांडणी होऊ शकेल आणि नवीन क्षमता निर्माण करता येईल. तसेच मूलभूत सुविधा निर्माण करण्यासाठी जी प्रचंड गुंतवणूक करावी लागेल ती अजूनही संकल्पनेच्या पातळीवरच आहे. त्यानंतर प्रत्यक्षात अंमलबजावणी होणार आहे. तसा विचार केला तर या सर्व लांबच्या गोष्टी आहेत.

भारताने मागच्या काही वर्षात सुधारणा कार्यकम स्वीकारल्यानंतर धोरण प्रकियेत एक प्रकारचे असंतुलन निर्माण झाले आहे. अनेक कारणांपैकी एक प्रमुख कारण म्हणजे येथल्या लोकशाही प्रकियेमध्ये सत्तास्पर्धा तीव्र झाली आहे आणि काही किमान मूलभूत धोरणांवर सहमती बनू शकलेली नाही. याचा परिणाम म्हणून पायाभूत सुविधांच्या क्षेत्रात काही गंभीर त्रुटी निर्माण झाल्या आहेत आणि त्यामुळे क्षमता असली तरीही आर्थिक वाढीचा दर अधिक वाढू शकत नाही. मुख्य म्हणजे उर्जा, सार्वजनिक वाहतूक, रस्ते, सिंचन, गृहनिर्माण आणि सार्वजनिक आरोग्य अशा अनेक क्षेत्रांमध्ये मूलभूत पाया बळकट करण्यासाठी सोयी सुविधा कमी पडत आहेत. याला फक्त अपवाद आहे दूरसंचार क्षेत्राचा. ही भांडवलगुंतवणुकीतली कमतरता नजिकच्या काळात भरून येण्याची शक्यता नाही कारण त्यासाठी अनेक धाडसीनिर्णय प्रत्यक्षात अंमलात आणावे लागतील. तसेच या गुंतवणुकींचा फायदा मिळण्यासाठी काही वेळ जाऊ द्यावा लागतो. थोडक्यात म्हणजे सध्या जो शेअर बाजार उसळला आहे त्यामध्ये आर्थिक वाढीविषयीची जी गृहीते आहेत त्याबाबत सावध राहण्याची आवश्यकता आहे. तसेच ही वाढ आणि मंदी यांचे एक नेहमी

येणारे चक्र असते त्याचाही फार विसर पडता कामा नये.

आता सार्वत्रिक निवडणुकीचे आणि काही राज्यात विधानसभांच्या निवडणुकीच पडघम वाजू लागले आहेत. अशा परिस्थितीत सुधारणा कार्यकमाच्या अंमलबजावणीचे प्रश्न अधिकच बिकट होणार आहेत. विशेष म्हणजे लोकप्रियता मिळविण्यासाठी केंद्रसरकार प्रत्यक्षात निवडणुकांचा कार्यकम औपचारिकपणे जाहीर करण्यापूर्वी अधिकाधिक आर्थिक सवलतींची खैरात करत आहे. विरोधीपक्षही आपल्या टीकेमध्ये मूळ प्रश्नाविषयी बोलत नाही कारण त्यांनाही मतदारांना दुखवायचे नाही. अशा अनेक सवलती जाहीर केल्यानंतर त्यांचा अंमल करण्यासाठी निधी कसा उपलब्ध करणार असा मूठभर अभ्यासक प्रश्न विचारत आहेत.

अशा निवडणुकांच्या प्रसंगांना धरून ज्या सवलती दिल्या जातात त्याचे काही ढोबळ प्रकार आहेत. एक म्हणजे जुनेच कार्यकम थोडेफार जुजबी बदल करून आणि वेगळी नावे देऊन जाहीर करण्यात येतात. दुसरा प्रकार म्हणजे आहे त्या कार्यकमातच वाढ करून त्यांचे प्रमाण वाढविण्यात येते. तिसरा प्रकार म्हणजे सवलती आज जाहीर करायच्या आणि त्याचा प्रत्यक्ष फायदा पुढच्या वर्षी मिळेल असे वायदे करायचे. शिवाय काही विशिष्ट घटकांसाठी सवलती आणि अनुदानांचे कार्यकम फक्त वर्षापुरते जाहीर करायचे. असे घटक म्हणजे ज्येष्ठ नागरिक, असुरक्षित मजूर, प्रकल्पग्रस्त इत्यादी.

अशा घोषणा करून सर्वसाधारण मतदाराला झुलवणे हा जरी एकमार्गी कार्यकम सगळ्या सरकारांचा असला तरी काही वेळा काही चांगले निर्णयही या गडबडीत घेतले जातात. सामान्यत: हे निर्णय यापूर्वीचे घेतले गेले असते परंतु त्यावर सार्वजनिक वाद निर्माण होतात आणि सरकार आपले निर्णय बदलते असा त्यापूर्वी अनुभव आलेला आहे. परंतु आत्ता हे निर्णय घेता येतात कारण संसदेची अधिवेशने भरत नाहीत आणि त्यातून पक्षीय राजकारण करण्याची कोणाला संधी मिळत नाही. विशेषत: डाव्या विचारसरणीचे नेते आपण अल्पमतात असूनही बऱ्याचदा व्यापक हिताचे निर्णय रद्द करून घेऊ शकते असे गेल्या काही वर्षात दिसून आले आहे. तसेच वेगवेगळे हितसंबंधी गटांचे नेते, आणि यात डावे पक्ष प्रमुख आहेत, यांना न्यायालयात जाऊन स्थगिती मिळवता येते आणि कोणतेही तातडीचे निर्णय लांबणीवर टाकता येतात. देशामध्ये न्यायव्यवस्था दिरंगाई यासाठी प्रसिद्ध असल्यामुळे अशा पद्धतीने कोणतीही धोरण प्रकिया उधळून लावता येते. आता निवडणुकांच्या धामधुमीत असे जरुरीचे निर्णय घेतले तर वादंग होत नाहीत आणि मुख्य म्हणजे विरोधी पक्षांना त्यात अजिबात रस नसतो. अशा कारणांसाठी सध्या केंद्रसरकार जे निर्णय घेत आहे त्यातले काही निर्णय योग्य आहेत आणि त्याचा सुधारण्याच्या दृष्टीने काही उपयोग होऊ शकतो. अर्थात हे मान्य केले तरीही त्यातून काही सुधारणा कार्यक्रम भरीव

प्रगती दाखवतो असे म्हणता येणार नाही.

या सर्व तर्कसंगतीमधून निवडणूकीत काय घडणार हा प्रश्न अपरिहार्यपणे पुढे येतोच. गेल्या काही वर्षात आणि येत्या वर्षात एकूण राजकारण हे अनिश्चित असेल हा तर सगळ्यात सोपा निष्कर्ष आहे. देशातले दोन प्रमुख पक्ष अशा परिस्थितीत आहेत की ज्यातून कोणत्याच एका पक्षाला आपल्या एका स्वबळावर सत्ता मिळवता येणार नाही. त्यामुळे कोणताही एक मोठा पक्ष आणि त्याबरोबर अनेक लहान फुटकळ पक्ष यांच्या आघाड्या बनूनच सरकार बनू शकते. विशेषत: राज्यपातळ्यांवरचे जे पक्ष आहेत त्यांनी राष्ट्रीय राजकारणात एक मोठे महत्त्व मिळवले आहे आणि या क्षेत्रीय पक्षांना जे हितसंबंध सांभाळायचे आहेत त्याच्या खूप मर्यादा आहेत. या नव्या राजकारणात नवी समीकरणे महत्त्वाची ठरणार आहेत आणि त्यामध्ये निधीची तरतूद कशी करणार याचा विचार करायला कोणालाच फुरसत नाही.

मागच्या आठ महिन्यात शेअरबाजाराचा निर्देशांक सेन्सेस जवळपास दुप्पट झाला आहे. हा निर्देशांक ७००० बिंदूपर्यंत चढेल अशा अनेकांच्या अपेक्षा आहेत. बहुदा हे घडेलही परंतु त्यापूर्वी काही उतार होतील आणि दुरुस्त्या होतील. सध्याचे केंद्र सरकार निवडणुकींपूर्वी वेगवेगळया गटांना सवलती जाहीर करत आहेत आणि त्यातून बाजारात एक मानसिकता बनत असते. अगदी आर्थिक वाढीच्या दराविषयीचा सर्व आशावाद खरा ठरेल असे मानले तरीही सध्याच्या समभागांच्या किंमतीमध्ये सुमारे १० टक्क्यांची वाढ रास्त होईल असे मानायला हरकत नाही. पूर्वी ज्या प्रसंगी शेअरबाजार उसळला होता तशी आज परिस्थिती नाही. त्यावेळी किंमती फार भरकटल्या होत्या आणि त्यांच्यामधले अंतरही फार होते. यावेळी प्रथमच नियमन करणाऱ्या संस्था जागरूकपणे बाजारातली उलाढाल आणि किंमती यावर तपशीलात लक्ष ठेवून आहेत आणि त्यामुळे पूर्वीसारखी फसवणूक आणि घोटाळे यांचा अनुभव गुंतवणूकदारांना येणार नाही. मुख्य म्हणजे समभागांच्या किंमतीत होणारी वाढ सरसकट आहे आणि कंपन्यांनी मिळवलेला नफा, त्यांच्या उत्पादनातील वाढ आणि वाढणारी निर्यात या सर्व बाबी एकमेकाला पुष्टी देणाऱ्या आहेत. पूर्वी जेव्हा बाजार चढे होते तेव्हा काही नेमक्या शेअर्समधल्या उलाढाली प्रचंड प्रमाणावर होत्या आणि त्यातून तेजीचे कृत्रिम वातावरण निर्माण करण्यात आले होते. त्यातूनच पुढे घोटाळे शोधण्यात आले. सुदैवाने यावेळी असा प्रसंग येणार नाही असा सगळ्यांनाच भरवसा आहे.

तसा विचार केला तर शेअर बाजार हा किंमतीवरच अवलंबून असतो आणि किंमती मागणी आणि पुरवठा या न्यायावर ठरत असतात. जगातल्या श्रीमंत औद्यागिक देशात गुंतवणुकीयोग्य निधी वाढला आहे आणि तेथे त्याची गुंतवणूक होत नाही. त्यामुळे असा निधी भारतासारख्या देशात वळत आहे. मागच्या अनेक वर्षांनंतर

भारतात व्यवस्था स्थिर आहे आणि बाजारपेठ मोठी आहे याचा बोलबाला जगात झाला आहे. इतर विकसनशील देशांच्या तुलनेने भारताचे स्थान अगदी वरचे आहे. आतापर्यंत सुमारे २२ अब्ज (२२ बिलियन) डॉलरची नक्त गुंतवणूक गुंतवणुकदार संस्थांनी भारतात केली आहे आणि सध्याचे बाजारभाव लक्षात घेता त्याचे मूल्य बरेच अधिक आहे. आता शेअर बाजारात मुक्तपणे वावरणाऱ्या निधीमध्ये या परदेशी संस्थांचा वाटा भरीव आहे.

येत्या काळात याच दिशेने आणखी सुमारे पाच ते सहा अब्ज (पाच ते सहा बिलियन) डॉलरची गुंतवणूक झाली तर मागणी आणि पुरवठ्यातील समतोल बऱ्यापैकी विस्कळीत होईल आणि बघता बघता शेअर बाजारातल्या किंमती उसळतील. या बरोबर शेअरबाजारात नव्या कंपन्या येऊन भांडवल उभारणी करतील आणि त्याचबरोबर अधिक खाजगीकरण झाले तर हा वाढीव निधी जिरवता येईल. चालू २००४ सालात एफआयआय मोठ्या पमाणावर विदेशी भांडवल भारतीय बाजारात आणणार आहेत हे उघड आहे. अशावेळी ज्यांचा आर्थिक उदारीकरणावर विश्वास आहे त्यांनी याची दखल घेऊन सगळ्यांचा उत्साह वाढणारी धोरणे अंमलात आणली पाहिजेत. आर्थिक वाढीच्या नव्या परिघात उडी मारण्यासाठी सध्याचा काळ ही एक सुवर्णसंधी आहे.

■

४.१८ हा पूर्णविराम नव्हे

२००७ साल संपताना सेबी आणि रिझर्व्ह बँक या दोन्ही संस्था एका वेगळ्याच प्रश्नाने चिंतीत आहेत. सेबी शेअर बाजाराचे दक्षपणे नियमन करत असते आणि रिझर्व्ह बँकेला मुद्रा धोरणातला पाठपुरावा करायचा असतो. या २००७ सालातल्या मध्याच्या अगोदर पासूनच बाहेरून गुंतवणूक निधीची भरमसाठ आवक होत असल्यामुळे हा काळजीचा विषय झाला आहे. अनेक अभ्यासकांच्या मते या काळज्या समर्थनीय आहेत कारण भारताला अचानकपणे भांडवलाची आवक थांबली आहे, अशा प्रसंगाला सामोरे जायचे नाही. आणखी अवघड म्हणजे अचानकपणे येथूनच आजपर्यंत आलेला निधी बाहेरही जाऊ लागला तर तेही परवडणार नाही. अभ्यासक अशा प्रसंगांना अर्थकारणातले अचानक आलेले पूर्णविराम (सडन् स्टॉपस्) असे म्हणतात. आपल्या नेहमीच्या आयुष्यातही असे अचानक पूर्णविराम आलेले कोणालाच नको असतात. ते धक्का देतात आणि अप्रिय असतात. मग आपले वित्त नियमन करणाऱ्या संस्था बाहेरचे येणारे भांडवल एकदम अचानक थांबेल अशा अप्रिय शक्यतेने का धास्तावले आहेत?

या संदर्भात येथे आणखी एक बाब लक्षात ठेवण्यासारखी आहे. नियोजनाच्या दीर्घ काळात देशाला बाहेरच्या भांडवलाची गरज होती कारण वेगाने भांडवल गुंतवणूक झाली तरच राष्ट्रीय उत्पन्नात भर पडणार होती. देशामध्ये दारिद्र्यामुळे बचत कमी होती आणि म्हणून बाहेरच्या भांडवलाची आणि आर्थिक मदतीची आपल्याला नेहमी ओढ लागलेली असे. मात्र मागच्या दशकात सगळे चित्र बदलले आणि आता बाहेरून धबधब्यासारखा येणारा भांडवल गुंतवणूक निधी कसा नियमित करायचा याची आपल्याला काळजी पडली आहे. म्हणजे एकूणातच विकास प्रक्रियेचे संदर्भ मुळापासून बदलले आहेत आणि ही एक ऐतिहासिक कामगिरी आहे.

२००७ च्या मध्यापासूनच भांडवलाची आवक खरोखरीच अचानकपणे वाढली आहे. ती प्रमाणाबाहेर आहे आणि अपेक्षेच्या पलिकडची आहे. त्यामुळे हा काहीतरी नवीन अनुभव आहे हे जरूर मान्य करावे लागेल. या गुंतवणूक निधीच्या आयातीमध्ये पोर्टफोलिओमधली गुंतवणूक सगळ्यात अधिक आहे. अभ्यासकांच्या

मते जर आयात होणाऱ्या भांडवलाची लाट ओहोटीच्या वाटेवर परतू लागली तर तुलनेने भारतावर त्याचा फार गंभीर परिणाम होणार नाही. या तुलनेमध्ये पूर्व आशियातले देश म्हणजे थायलंड, मलेशिया, फिलिपाईन्स आणि इंडोनेशिया यांचे १९९७ मध्ये काय झाले? आणि त्या अगोदर मेक्सिकोमध्ये १९९४मध्ये काय अनुभव आला याचा संदर्भ आहे. भारताविषयी असा समज करून घेण्याचे कारण काय? यामध्ये तीन बाबींचा विचार करता येईल. आपल्या देशाच्या अर्थव्यवस्थेचा आकार आणि त्यातले वैविध्य, निर्यातीवरचे कमी परावलंबन आणि आपल्या अर्थव्यवस्थेच्या विकासात असलेले विशिष्ट प्रकारचे वित्तीय निधी. या निधींमध्ये अल्पकाळासाठी घेतलेली कर्जे कमी आहेत आणि दीर्घ काळासाठी कर्जे आणि इक्विटी यातली गुंतवणूक सगळ्यात अधिक आहे. या तीन वैशिष्ट्यांमुळे भारताला वित्तीय अस्थिरतेपासून फारसा धोका नाही. यामध्ये मुख्यत: अचानकपणे परकीय गुंतवणुकदारांनी आणि संस्थांनी आपला भांडवली निधी काढून घेण्याचा प्रकार विचारात घेतला आहे.

जगातले अनेक अभ्यासक थायलंड, इंडोनेशिया आणि इतर काही दक्षिण पूर्व आशियातील देशांकडे मागच्या १९९७ सालातील पेचप्रसंगाकडे बोट दाखवतात. त्यांच्या मते या देशांनी मुळातच आपल्याकडे परदेशातील निधीची आवक करून योग्य प्रकारची गुंतवणूक केलेली नव्हती. हा भांडवली निधी गोल्फ कोर्स आणि इतर भपक्याच्या आणि निरर्थक बाबींमध्ये खर्च करण्यात आला होता. ही सगळी वाया जाणारी गुंतवणूक होती आणि त्यातून अर्थव्यवस्थेमध्ये कोणतीच उत्पादन क्षमता निर्माण होणारी नव्हती. या देशांच्या दृष्टीने त्यांनी भरपूर विकास करून दाखवला असला तरीही देशाचे अधिक औद्योगिकीकरण करण्याच्या दृष्टीने योग्य ती भांडवल गुंतवणूक केली नव्हती. त्यामुळे जेव्हा कधी अचानकपणे या देशांमधले बाहेरचे भांडवल काढून घेण्यात आले तेव्हा या अर्थव्यवस्था कोसळून पडण्याची वेळ आली. जागतिक बँक तर या देशांना आशियातले वाघ (एशियन टायगर्स) असे कौतुकाने म्हणत असत. आणि आशिया आणि आफ्रिकेतल्या देशांना त्यांचे उदाहरण समोर ठेवण्याचा उपदेश करत असे. नंतर १९९७ च्या पेचप्रसंगात याचे हसे झाले. या आशियातल्या वाघांना परत आपल्या पूर्व स्थितीवर यायला पुढची दहा वर्षे लागली आणि त्यातही त्यांना एकदा भरमसाठ चलनवाढ आणि नंतर आर्थिक मंदी अशा चढउतारांना सामोरे जावे लागले.

या विषयाची चर्चा करताना एक मोठी चौकट संदर्भासाठी आवश्यक आहे. त्यातील आकडे पुढीलप्रमाणे. भारताच्या चालू खात्यामध्ये असलेल्या तुटीचे जीडीपी बरोबर गुणोत्तर माफक म्हणजे उणे दोन टक्के आहे (२००७). मागे १९९७ मध्ये मलेशियाची ही तूट उणे सहा टक्के आणि फिलिपाईन्समध्ये उणे पाच टक्के होती.

तुलनेने इंडोनेशिया आणि थायलंड यांचे हे तुटीचे प्रमाण माफक म्हणजे फक्त उणे दोन होते. मात्र मेक्सिकोच्याबाबत १९९५मध्ये ही चालू खात्यातील तूट जीडीपीच्या उणे सात टक्के होती. आपली चालू खात्यातील माफक उणे दोन टक्क्यांची तूट पाहता आपल्याला बाहेरच्या धक्क्यांपासून किती संरक्षण आजही उपलब्ध आहे, याचा अंदाज येतो.

मग भारतालाही ही वाटचाल करावी लागेल का? येथून अचानक विदेशी भांडवल काढून घेण्यात आले तर कोणता प्रसंग ओढवेल? अभ्यासकांच्या मते देशाचा एकूण ताळेबंद पाहिला तर आपल्याला अशा प्रसंगाला सामोरे जावे लागणार नाही. पहिली गोष्ट म्हणजे भारत या आशियातल्या देशांपेक्षा खूपच मोठा आहे. तिची अर्थव्यवस्थाही मोठी आहे. अगदी मेक्सिकोच्या तुलनेतही आपण वेगळ्या वर्गात आहोत. मागे जेव्हा १९९७ मध्ये आर्थिक संकटे आली तेव्हा या देशांच्या जीडीपीचा सरासरी आकार १९७ अब्ज (१९७ बिलियन) डॉलर होता. चालू विनिमय दराने आता २००७ सालात भारताच्या जीडीपीचा आकार एक हजार अब्ज (एक ट्रिलियन) डॉलर आहे. साहजिकच आपण किती प्रमाणात भांडवली निधी येथे जिरवू शकतो तो आकडा खूपच मोठा आहे. आपल्या अर्थव्यवस्थेच्या संरचनेत खूपच विविधता आहे आणि खोली आहे. आपल्या निर्यातीमध्ये सेवाक्षेत्राचे आणि त्यातही माहिती तंत्रज्ञान आणि प्रशिक्षित मनुष्यबळ यांचे प्रमाण मोठे आहे. तसेच आपला यांत्रिक उत्पादनाचा आणि औद्योगिक मालाच्या उत्पादनाचा आधार व्यापक आहे. या अर्थाने आपण निर्यातीवर तितकेचे अवलंबून नाही आणि आपल्या आर्थिक वाढीमध्ये देशांतर्गत असलेल्या व्यापक बाजारपेठेचे योगदान भरीव आहे.

पूर्व आशियातील देशांच्याबाबत हे लागू पडत नव्हते. आपली निर्यात जीडीपीच्या गुणोत्तरात फक्त पंधरा टक्के आहे आणि पूर्व आशियातील देशात हे प्रमाण पन्नास टक्क्यांपेक्षा वरचे आहे. त्यामुळे आपली या देशांबरोबर तुलना करणे फारसे बरोबर नाही. अर्थात याचा अर्थ निर्यातीचे महत्त्व नाही आणि त्याचे प्रमाण किती आहे यानेही फरक पडत नाही, असे कोणी समजू नये. फक्त एक वस्तु:स्थिती म्हणून आपला देश निर्यातीवर फारसा अवलंबून नाही इतक्या पुरतेच हे विधान करता येईल.

पूर्व आशियातील देश इतक्या मोठ्या प्रमाणावर निर्यात तरी कोणाला करतात? हे देश अधिक प्रमाणात सेमी कंडक्टरच्या निर्यातीमध्ये आघाडीवर होते. सेमी कंडक्टर्स ही एक अशी वस्तू आहे ज्यात किंमतीमध्ये बरेच चढउतार होतात. शिवाय या तीव्र स्पर्धा असल्यामुळे किंमतींवरही खूप दबाव असतो. याचा अर्थ हे देश फक्त एका विशिष्ट मालाच्या निर्यातीवरच अवलंबून होते आणि जेव्हा यात मागणी आणि पुरवठा याचे नाते अस्थिर झाले तेव्हा या अर्थव्यवस्थाच फरपटत गेल्या. आपल्या

देशाच्या दृष्टीने निर्यातीचे मोठे आकडे कोणते आहेत? ते आहेत माहिती तंत्रज्ञान आणि हिरे आणि जडजवाहीर यांची निर्यात. या दोन्ही क्षेत्रात आपल्याकडे मोठा रोजगार दिला जातो आणि आपण देखभालीचीही अनेक कामे करतो. आता विकसनशील देशात एखादी मंदीची लाट आली तर नवीन मागणी कदाचित निर्माण होणार नाही परंतु जी देखभालीची चालू कामे आहेत त्यात फारसा खंड पडणार नाही. या अर्थाने आपल्या निर्यातीवर काही संकट लगेचच येईल असे समजण्याचे कारण नाही. पूर्व आशियातील देशांमध्ये मात्र असे काही घडले नाही.

जेव्हा कधी देशातून भांडवल बाहेर काढून घेतले जाते त्यावेळी परदेशी चलनाच्या साठ्यांना महत्त्व येते कारण त्यातूनच किती आयात करता येईल याचा भरवसा मिळत असतो. पूर्व आशियातील वाघांच्या अर्थव्यवस्थांमध्ये अशी आयात जेमतेम दोन ते चार महिन्यांच्या पुरतीच करता येईल इतकी क्षमता होती. मेक्सिको देशामध्ये तर ही आयातीची सुरक्षा जेमतेम एक महिन्यापुरतीच होती. भारताकडे अशी आयात निर्वेधपणे सुमारे पंधरा महिन्यांच्यापेक्षा अधिक काळ करता येईल इतकी चलनाची तरतूद आहे. आपल्या माहिती तंत्रज्ञानाची निर्यात लक्षात घेतली तर एकूण निर्यात सुमारे अठरा टक्क्यांची होते. मात्र त्याचबरोबर आपल्या देशांतर्गत बाजारपेठ मोठी आहे आणि यासाठी कसा निधी उपलब्ध होतो ते बघण्यासारखे आहे. यातला मुख्य वाटा देशांतर्गत निधी, विदेशी प्रत्यक्ष गुंतवणूक (एफडीआय) आणि खाजगी इक्विटी आणि परदेशातून उभ्या केलेल्या कर्जाचा आहे. याचा अर्थ आपल्याकडे लांबच्या गुंतवणुकीसाठी एफडीआय आणि खाजगी इक्विटी आहे आणि याचे स्वरूप जोखीम घेणाऱ्या भांडवलासारखे आहे. शिवाय परदेशात व्यापारी कर्जे (ईसीबी) उभारली जातात त्यांना पाच ते सात वर्षांचा कालावधी असतो. याचा अर्थ जर समजा परदेशात आता काही मंदीची परिस्थिती निर्माण झाली तरी आपल्याकडे वर उल्लेख केलेल्या गुंतवणुकीवर फारसा परिणाम होणार नाही. या भांडवलाचे स्वरूपच असे आहे ज्यातून ते लगेचच काढून घेता येणार नाही.

आपल्या या परिस्थितीची दहा वर्षांपूर्वीच्या पूर्व आशियातील देशांबरोबर तुलना करता येईल. या देशांमध्ये परदेशी भांडवलाच्या आयात आणि निर्यातीमध्ये खूपच चढउतार दिसून येतात. याच निधीमधून या देशांच्या अल्पकाळातली कर्जामधली गुंतवणूक झालेली होती. एकूण कर्जामध्ये अल्पकाळातील कर्जाचा वाटा पाहिला तर तो भारताच्या बाबत फक्त ७.७ टक्के होता. थायलंडमध्ये हे प्रमाण ३४ टक्के मलेशियात ३२ टक्के, इंडोनेशियात २४ टक्के आणि मेक्सिकोमध्ये (१९९४) ते २८ टक्के होते. फिलिपाईन्समध्ये (१९९७) ते २३ टक्के होते.

जेव्हा प्रत्यक्षात भांडवल देशाबाहेर नेले जाते तेव्हा काय घडते? अभ्यासकांच्या मते भांडवली निधीची आयात अगदी वीस टक्क्यांनी कमी झाली तरीही पुढच्या

२००८ सालात याचा परिणाम अगदी माफक असेल. असे समजण्याचे कारण काय? आपल्या देशाच्या अर्थव्यवस्थेमध्ये शेअर बाजाराचा वाटा फक्त १२ टक्के आहे. यात फक्त कॉर्पोरेट क्षेत्राच्या नफ्याचा विचार केला आहे. आपल्याकडच्या कोल इंडिया आणि भारतीय विमा कंपनी (एलआयसी) यांचे बाजारमूल्य सुमारे ५० अब्ज (५० बिलियन) डॉलर आहे आणि यांची शेअर बाजारातही नोंदणी झालेली नाही. म्हणजे तुलनेने शेअर बाजारचा विचार हा फक्त एक परिमाण इतकाच मर्यादित आहे. जी खरी अर्थव्यवस्था आहे ती त्याहीपेक्षा कितीतरी मोठी आहे. त्यामुळे जर या क्षेत्रामध्ये अचानकपणे भांडवलाची कमतरता जाणवू लागली तर आपली सेंट्रल बँक (आरबीआय) यावर उपाय योजू शकते. तो म्हणजे आपला एसएलआर (स्टॅट्युटरी लिक्विडिटी रेषो) कमी करणे आणि त्या मार्गाने व्यवस्थेमध्ये अधिक तरलता (लिक्विडिटी) उपलब्ध करून देणे. मागच्या २००६-०७ सालात रिझर्व्ह बँकेने जवळपास ४५ अब्ज (४५ बिलियन) डॉलर इतक्या रुपयांची तरलता बाजारातून कमी केलेली आहे. निदान इतका निधी तर आरबीआय कधीही परत बाजारात उपलब्ध करून देऊ शकते. याचा अर्थ पुढच्या तीन चार वर्षांचा काळ लक्षात घेतला तर आपली अर्थव्यवस्था आपली स्वत:ची भांडवलाची साधने उपलब्ध करून घेऊ शकते. परदेशातला निधी सांभाळणारे जे व्यवस्थापक आहेत त्यांना हे नक्की माहीत आहे. त्यामुळे असा परदेशी गुंतवणुकदारांचा निधी कोणी येथून अचानकपणे बाहेर काढून नेईल याची शक्यता नाही. त्यामुळे मागच्या काही वर्षात आपल्याकडे आर्थिक वाढीने जो वेग पकडला आहे त्यात फारसे काही अनपेक्षितपणे घडण्याची भीती बाळगण्याचे कारण नाही. अर्थात या प्रक्रियेमध्ये थोडे लहानसहान चढउतार जरूर येऊ शकतात आणि त्याला बाजारपेठेमध्ये दुरुस्ती होणे (करेक्शन) असेच म्हटले जाते. त्यातून काही मोठे संकट निर्माण होणार आहे असे कोणी समजत नाही. ■

विभाग ५ : चलनाचे मूल्य विदेश विनिमय

Foreign Exchange & Value of Curency

५.१ रुपयाच्या मूल्यावरची बंधने

भारताच्या चलनाचे मूल्य हा एक खास विषय आहे. राज्यकर्त्यांनी पंधरा वर्षांपूर्वी उदारीकरण स्वीकारले तरीही रुपयाचे मूल्य बाजारपेठेमध्ये मुक्तपणे ठरवू दिले नाही. ते साहजिक आहे कारण वित्त विभाग आणि रिझर्व्ह बँक यांनी देशाच्या चलनाची अहोरात्र काळजी करावी इतके त्याचे महत्त्व आहे. जागतिक बँक, नाणेनिधी आणि इतर तज्ज्ञांनी आपल्याला अनेक सल्ले दिले परंतु आपण त्याची फक्त दखल घेतली. जी वेळोवेळी कारवाई करायची त्याचा निर्णय आरबीआयच्या हातातच ठेवला.

मागच्या १९९०-९१ मध्ये डॉलरचे मूल्य फक्त रु. १९ होते. आता नोव्हेंबर २००५च्या अखेरीला ते रु. ४५ची सीमा ओलांडून रु. ४६च्या जवळ आले आहे. ही पातळी मागच्या महिनाभरातच ओलांडण्यात आली आहे परंतु दीर्घकाळ ती रु. ४४च्या आसपास होतीच. म्हणजे रुपयाचे भरीव प्रमाणात अधोमूल्यन (डेप्रिसिएशन) झालेले आहे हे खरे. परंतु दुसऱ्या अर्थाने विचार केला तर या सुमारे पंधरा वर्षात रुपयाचे अधिमूल्यन (ॲप्रिसिएशन) झालेले आहे. यासाठी रिझर्व्ह बँकेने एक खरा विनिमयाचा दर बनवलेला आहे त्यामध्ये एकूण ३६ प्रमुख चलनांचा विचार केलेला आहे. त्याला रिअल इफेक्टिव एक्सचेंज रेट म्हणजे आरईईआर असे संबोधण्यात येते. या सामाईक चलनाच्या दरानुसार १९९०-९१ मध्ये हे रुपयाचे मूल्य ७५.५८ होते. नंतर ते १९९२-९३ मध्ये खालावले आणि त्याची पातळी ५७.०८ होती. परंतु नंतर मात्र हा दर सतत वाढत राहिला आणि २००४-०५ मध्ये याची पातळी ७६.९५ इतकी होती. म्हणजे मागच्या १९९०-९१च्या पातळीपेक्षा हा दर वरचा होता. आणखी लक्षणीय म्हणजे या आरईईआरचा दर चालू २००५-०६ वर्षात आणखी वर गेला आणि तो जून २००५ मध्ये ८१.६५ वर पोहोचला.

जर रिझर्व्ह बँकेच्या ओईसीडी म्हणजे पश्चिम युरोपातल्या पाच प्रमुख चलनांचा सामाईक विचार केला तर या आरईईआरच्या दरापेक्षा एक वेगळे चित्र मिळते. यामध्ये मोठी घट झालेली दिसते. मागे १९९०-९१ मध्ये हा आकडा १४१.९९ होता तो १९९३-९४ मध्ये १००.४ झाला. तेव्हापासून रिझर्व्ह बँकेने हा पाच

युरोपातल्या देशांचा आईईआर दर शंभरच्या आसपास ठेवण्याचा प्रयत्न केलेला आहे. मागच्या २००४-०५ वर्षात आरईईआरचा हा दर या १०० आकड्याचा आसपासच राहिलेला आहे. त्याची सरासरीची पातळी १०२.३ होती. परंतु चालू २००५-०६ वर्षात मात्र ही पातळी हळूहळू वाढली आणि ती जुलै २००५ मध्ये ११०.८४ येथपर्यंत पोहोचली.

अर्थात हे सगळे आकडे झाले. या दोन प्रकारच्या संयुक्त चलनांच्या दरामधला कोणता पर्याय अर्थपूर्ण आहे? आरईईआरचा एक दर ३६ देशांच्या चलनांवर आहे आणि दुसरा दर युरोपातल्या पाच श्रीमंत देशांच्या चलनावर आधारित आहे. एका अर्थाने ३६ चलनांचा आधार असलेला आईईआर हा देशाच्या संदर्भात उपयोगी पर्याय आहे. त्याचे कारण म्हणजे त्यातून भारत जी तिसऱ्या जगातल्या अनेक देशांना निर्यात करतो ती विचारात घेतली जाते. भारतातून ज्या मालाची प्रमुख निर्यात होते त्याची अमेरिका, युरोप अगर जपान यांना करण्यात येणाऱ्या निर्यातीशी स्पर्धा नाही. या निर्यातीमध्ये जी स्पर्धा होते ती तिसऱ्या जगातील देशांकडून होणाऱ्या निर्यातीबरोबरच असते. यातही प्रमुख स्पर्धा चीनबरोबर आहे. या उलट चीनचे चलन युऑन हे मागची दहा वर्षे अमेरिकेच्या डॉलरबरोबर जोडले गेलेले आहे. तसेच रिझर्व्ह बँकेने जो युरोपातल्या पाच देशांच्या चलनाचा विचार केला आहे त्याचा आधार (२००३-०४) हा अद्ययावत आहे आणि जो ३६ देशांच्या चलनांचा आधार असलेला आईईआर आहे तो १९८५ मध्ये बनविण्यात आलेला आहे आणि काही प्रमाणात कालबाह्य आहे.

अर्थात खरोखरी आश्चर्याची गोष्ट म्हणजे कोणत्याही दृष्टीने वेगवेगळ्या चलनांचा आधार धरला तरीही मागच्या पंधरा वर्षाच्या तुलनेमध्ये सध्या रुपया बळकट झाला आहे. हे नवीन वास्तव कसे शक्य झाले? अनेक अभ्यासकांना आणि टीकाकारांना रुपयाने शक्ती मिळवली आहे हे मान्य करणे जड जाते. तसेच अशीही शक्ती देशाने कशी मिळवली याही प्रश्नाकडे फारसे कोणी वळले नाही. जेव्हा एखाद्या वास्तवात मुळापासून बदल होतो तेव्हा अनेकदा सार्वजनिक चर्चेमध्ये त्याची दखल घेतली जात नाही. जी चर्चेमध्ये जुनी परिमाणे आहेत आणि ज्या जुन्या समजुती आहेत त्याचभोवती चर्चा घोटाळत राहते.

याचमुळे देशाच्या मालाच्या निर्यातीमध्ये मागच्या काही काळात भरीव वाढ झालेली आहे या मुद्याची दखल घेतली पाहिजे. मागच्या काळात काही प्रसंगी निर्यातीमध्ये अचानक भरपूर वाढ झाली होती परंतु बहुतेकवेळा हे प्रसंग रुपयाच्या खालावलेल्या मूल्याशी निगडित होते. उदाहरणार्थ १९९१-९२ ते १९९६-९७ या पाच वर्षात निर्यातीमध्ये ८८ टक्क्यांनी वाढ झाली. परंतु नेमक्या या काळात रुपयाचे मूल्य बरेच खालावलेले होते.

परंतु आता दुसरा अनुभव येत आहे. पाच वर्षांच्या २००१-०२ ते २००५-०६ या मागच्या काही वर्षांत निर्यातीमध्ये भरीव वाढ झालेली आहे आणि आश्चर्य म्हणजे या काळात रुपयाचे मूल्य वाढलेले आहे. यापूर्वी रुपयाच्या मूल्यात वाढ होऊन आणि रुपया बलवान होऊनही निर्यातीमध्ये वाढ झाली असे कधी घडले नाही. एका खऱ्या अर्थाने देशाची आर्थिक शक्ती स्थायी प्रमाणात वाढल्याची ही खूण आहे. म्हणजे देशाच्या अर्थव्यवस्थेमधली उत्पादकता इतकी वाढली आहे की चलनाच विनिमयाचा दर वाढूनही निर्यातीवर दुष्परिणाम झालेला नाही. किंबहुना निर्यात वाढलीच आहे.

या सगळ्या चर्चेमध्ये सर्वसाधारण वाचकाने रिअल इफेक्टिव्ह एक्सचेंज रेट (आरईईआर) म्हणजे खरा परिणामकारक विनिमयाचा दर म्हणजे काय हे समजून घेतले पाहिजे. ढोबळमानाने विनिमयाचा दर म्हणजे रुपयाचे डॉलरच्या नात्यातले मूल्य असा सगळ्यांचा सोपा समज आहे. यातून काही आपली निर्यात किती स्पर्धेला सक्षम आहे याचा खरा अंदाज मिळत नाही. एक कारण म्हणजे अमेरिकेशिवाय इतर देशांनाही आपली निर्यात होत असते. तसेच डॉलरचे मूल्यच मुळात चढउतार दाखवत असते. शिवाय वेगवेगळ्या देशात चलनवाढीचे दरही अलग असतात. या सगळ्या बाबींमुळे रिझर्व्ह बँक एक नि:पक्षपाती निर्देशांक बनवते. त्याचेच नाव आरईईआर आहे. हा निर्देशांक भारतातल्या आणि भारताच्या निर्यातीतल्या सहयोगी देशांमध्ये जी चलनवाढ होत असते ते लक्षात घेऊन बनवला आहे. रिझर्व्ह बँक असे आरईईआरचे दोन प्रमारचे निर्देशांक प्रसिद्ध करते. त्यातला एक पश्चिम युरोपातल्या (ओईसीडी) पाच प्रमुख देशांच्या चलनावर आधारलेला आहे आणि दुसरा ३६ प्रातिनिधीत देशांच्या चलनावर आधारलेला आहे.

दुसरा एक प्रश्न उभा राहतो. आरबीआयने पाच देशांच्या चलनावर आधारलेला आईईआर हा १०० बिंदूंच्या भोवती ठेवण्याचा मागची दहा वर्षे का प्रयत्न चालवला आहे? याचे उत्तर एकच आहे. भारताची निर्यात स्पर्धेमध्ये टिकावी हा हेतू आहे. परंतु मागच्या काही वर्षांत परदेशात गेलेल्या भारतीय कामगारांनी मायदेशात भरीव निधी पाठविण्याचे सुरू केले आहे. त्यात विदेशी प्रत्यक्ष गुंतवणुकीची (एफडीआय) भर पडली आहे. त्यातून भारतामध्ये डॉलरचा महापूर आला आहे. ही डॉलरची आवक जी आयात होत आहे आणि जी परदेशांना परतफेड करायची आहे ती सगळी गरज भागवून भरपूर शिल्लक उरत आहे. जर परदेशी चलनाचा बााजार खुला असता तर डॉलरची अशी भरमसाठ आयात झाल्यावर रुपयाचे मूल्य वाढले (ॲप्रीसिएशन) असते. परंतु रिझर्व्ह बँक सतत अब्जावधी (बिलियन) डॉलरची बाजारात खरेदी करत असते आणि त्यातून रुपयाचे मूल्य वाढणार नाही याची काळजी घेते. या आरबीआयच्या हस्तक्षेपामुळे तिच्याकडे डॉलरचा प्रचंड मोठा साठा जमा झाला आहे. देशाच्या

गरजेचा कोणताही विचार केला तरी त्यापेक्षा कितीतरी अतिरिक्त प्रमाणात हा डॉलरचा साठा आहे. म्हणजे या सगळ्या उलाढालीतून रुपयाचा परदेशी विनिमयाचा दर स्पर्धेला तोंड देऊ शकेल हाच देशाचा मुख्य हेतू आहे.

या सगळ्या पार्श्वभूमीचा एकत्र विचार केला तर मागच्या दहा पंधरा वर्षात परदेशी विनिमयाचा दर देशातल्या निर्यातदारांच्या हितासाठी होता आणि हे उद्दिष्ट नक्की यशस्वीपणे गाठण्यात आले हे मान्य करावे लागेल. विशेषत: ९७-९८च्या सुमारास पूर्व आशियातल्या भरभराटीच्या देशांना वित्तीय आणीबाणीला जे तोंड द्यावे लागले त्यावेळी या देशांनी आपल्या चलनांचे भरीव अधोमूल्यन (डिव्हॅल्युएशन) केले होते आणि नेमके हे देश निर्यातीच्या बाजारपेठेत आपले स्पर्धक होते. या धडपडीत देशातल्या निर्यातदारांनी कष्ट घेतले आणि आपली उत्पादकता वाढवली. याची फळे आता देशाला चाखता येत आहेत. सध्या देशाची निर्यात भरीव प्रमाणात वाढत आहे त्यात माहिती तंत्रज्ञान आणि बीपीओ याचबरोबर मालाची निर्यातही जोमाने होत आहे. विशेष म्हणजे चालू २००५ वर्षात आईईआरच्या बिंदूंमध्ये वाढ होऊनही ही निर्यातीतील प्रगती साधण्यात आली आहे.

आता मागच्या सप्टेंबर ऑक्टोबर आणि नोव्हेंबर २००५ या काळात डॉलरच्या नात्यात रुपयाचे मूल्य खालावले आहे. दीर्घकाळानंतर हे प्रथमच घडत आहे. अर्थात रिझर्व्ह बँकेच्या हस्तक्षेपामुळे हे घडत आहे असे समजण्याचे कारण नाही. हे घडण्यामागचे एक कारण म्हणजे खनिज तेलाच्या किंमती परत ७० डॉलरच्या पुढे भडकल्या आहेत आणि त्याबरोबर तेलाव्यतिरिक्त इतर आयातही वाढलेली आहे. यातून सप्टेंबर २००५ मध्ये संपणाऱ्या दुसऱ्या तिमाहीच्या अखेरीस देशाची व्यापारातली तूट सहा मिलियन डॉलरच्या वर पोहोचली आहे. आजपर्यंत ही पातळी आपण गाठली नव्हती.

रिझर्व्ह बँकेच्या धोरणावर याचे कोणते परिणाम होऊ शकतात? जेव्हा आरबीआय डॉलरची खरेदी करत होती तेव्हा तो खर्च अर्थव्यवस्थेवर पडत होता. एक म्हणजे डॉलरची खरेदी रुपया खर्च करून होते. त्यातून मुद्रा पुरवठा प्रमाणाबाहेर वाढतो. मग यातून चलनवाढ होऊ नये म्हणून जो अतिरिक्त रुपयांचा पुरवठा बाजारात झालेला आहे त्यावर बँक एक उपाय योजते. याला स्टेरिलायझेशन असे म्हणतात. याचा अर्थ बँक उच्च व्याजदराच्या आपल्याकडच्या रोख्यांची विक्री करते. याचा परिणाम म्हणजे आरबीआय आपल्याकडच्या उच्चदराच्या सरकारी रोख्याच्या बदल्यात कमी व्याजदर असलेल्या परदेशी रोख्यांची (चलनांची) खरेदी करते. यातूनच दरवर्षाला काही अब्ज (बिलियन) डॉलरचा तोटा देश स्वीकारतो.

आता सगळेच संदर्भ मुळापासून बदलल्यामुळे रिझर्व्ह बँकेने आपला पारंपरिक दृष्टीकोन बदलायला हरकत नाही. तो म्हणजे आरईईआर हा निर्देशांक पाच देशांच्या

चलनाच्या संयुक्त मूल्याशी सुसंगत ठेवण्याचे आजपर्यंतचे धोरण बदलायची वेळ आली आहे. अर्थात मागच्या काळाच्या संदर्भात या धोरणाचा जरूर फायदा झाला. मुख्य म्हणजे पूर्वआशियातील वित्तीय पेचप्रसंगापासून देश सुरक्षित राहिला. तसेच जरी पाच देशांच्या चलनावर आधारलेला आईईआर हा स्थिर ठेवण्यात आला असला तरीही ३६ देशांच्या चलनावर आधारलेला आरईईआर हा हळूहळू वाढतच राहिलेला आहे. म्हणजे जुन्या संदर्भात रास्त असलेले आहे ती परिस्थिती टिकवून धरण्याचे धोरण आजही रिझर्व्ह बँक यशस्वीपणे राबवू शकली आहे असे काही म्हणता येणार नाही.

सगळ्यात लगेचच म्हणजे आरबीआय जी परदेशी चलनाच्या बाजारपेठेत हस्तक्षेप करत होती त्यातून तरी सुटका करून घेता येईल. भारतातले निर्यातदार हे आता अधिक यशस्वी, समर्थ आणि उत्पादक झालेले आहेत आणि ते काही प्रमाणात रुपयाचे मूल्य वाढले तरीही आपले निर्यातीतील स्थान टिकवू शकतात. म्हणून रुपयाचे मूल्य वाढू देण्यास हरकत नाही. यात सगळ्या देशाचा फायदा आहे कारण त्यातून चलनवाढ कमी होईल. अधिक स्वस्त आयात झाली म्हणजे किंमती खाली येतील. तसा विचार केला तर सेंट्रल बँकेचे मुख्य काम चलनवाढीवर रोख ठेवण्याचे आहे. या दृष्टीने परदेशी चलनाच्या व्यवस्थापनाचा प्रश्न दुय्यम महत्त्वाचा आहे. शिवाय त्यातूनही चलनवाढ कशी आटोक्यात ठेवता येईल याचा विचार झाला पाहिजे. त्यामुळे आता सगळ्या बदललेल्या संदर्भात देशाची सेंट्रल बँक म्हणून रिझर्व्ह बँकेने आपले प्राधान्यक्रम परत एकदा नव्याने मांडले पाहिजेत. बँकेने मागच्या दशकात आपली स्वायत्तता बऱ्यापैकी मिळवलेली आहे आणि त्यातून तिची विश्वासार्हता वाढणार आहे. यातच देशाचे हित आहे.

■

५.२ रुपयाच्या मूल्यात चढउतार

मागच्या काही वर्षात तुलनेने २००४ सालात रुपयाच्या मूल्यात बऱ्यापैकी चढउतार झालेले दिसले. विशेषत: अमेरिकेच्या डॉलरच्या आणि रुपयाच्या नात्यात. जेव्हा २००४ सालाची सुरुवात झाली तेव्हा जानेवारीमध्ये डॉलरची किंमत सुमारे रु. ४५.६० च्या आसपास होती. नंतर एप्रिल २००४ सालात डॉलरचे मूल्य अगदी खाली म्हणजे रु. ४३.३५ येथपर्यंत आले. नंतर परत ऑगस्ट ०४ मध्ये हे मूल्य रु. ४६.५० इतके वाढले. डिसेंबर २००४ मध्ये ही पातळी परत रु. ४४.००च्या भोवती वावरत होती. या पूर्वीच्या वर्षात डॉलर आणि रुपया यांचे मूल्य बहुतांशी एकाच दिशेने हलत असे. परंतु २००४ सालात मात्र हे चढउतार बरेच ठळक होते.

हे जे डॉलर आणि रुपयाच्या मूल्यात चढउतार झाले त्यामागे अनेक कारणे आहेत. जेव्हा २००४ सालाची सुरुवात झाली तेव्हा पहिल्या तिमाहीत चलनबाजार स्थिरावत होता आणि एका मर्यादेतच मूल्यांच्या हालचाली होत होत्या. परंतु मार्च २००४च्या अगदी अखेरीला डॉलरचे मूल्य एकदम रु. ४५.२५ वरून रु. ४३.३५ वर आले. हे रुपयाचे मूल्य वाढले कारण अनेक सार्वजनिक उद्योगांच्या समभागाची विक्री बाजारात झाली आणि त्यासाठी परदेशी भांडवलाचा भरीव निधी देशात आला. परंतु त्यानंतर एप्रिल २००४ पासून उलटा प्रवाह सुरू झाला आणि ऑगस्ट २००४ मध्ये हे मूल्य रु. ४६.५० इतके घटले. यातून निर्यातदारांचे बरेच नुकसान झाले कारण रुपयाचे मूल्य वाढेल या अपेक्षेने पुढचे करार केले होते.

या सुमारास जगातल्या सगळ्याच प्रमुख चलनांच्या तुलनेत डॉलर हलका झाला होता. तसेच देशात भांडवली निधी जोमाने येत होता त्यामुळे शेअर बाजाराचा निर्देशांक ६००० बिंदूंची मर्यादा ओलांडून पलिकडे गेला. त्यामुळे परत रुपया शक्ती मिळवू लागला आणि त्याचे मूल्य वाढू लागले. आता डिसेंबर ०२, २००४ ला रुपये ४४.०५ या पातळीवर आला. या सगळ्या मधल्या काळात रिझर्व्ह बँकेने दरवेळी डॉलरची खरेदी आणि विक्री करून हे रुपयाच्या मूल्यातले चढउतार एका मर्यादेत ठेवण्याचे जरूर प्रयत्न केले. परंतु हा सगळा हस्तक्षेप मर्यादित काळासाठीच होऊ शकतो. त्यांचा परिणाम फक्त रोधक (ब्रेक) इतकाच असतो.

रुपया आणि डॉलर यांचे नाते तपासताना रुपयाचा इतर चलनांशी (पौंड, युरो, येन आणि स्वीस फँक्स) संबंध पाहिला तर सुसंगती दिसत नाही. याचे एक कारण म्हणजे ही सर्व चलने डॉलरच्या तुलनेने महाग झालेली आहेत आणि रुपयाचे डॉलरच्या नात्यात जितके मूल्य वाढलेले आहे त्याहीपेक्षा पौंड, युरो, येन आणि स्वीस फँक्स यांचे मूल्य तुलनेने अधिक वाढलेले आहे. त्यामुळे पर्यायाने रुपयाचे या चारही चलनांबरोबरचे मूल्य त्याप्रमाणात वाढलेले नाही.

रुपया आणि ही विदेशी चलने यांचे नाते ऑगस्ट २००४ मध्ये कसे होते हे पाहता येईल. एका युरोमागे रुपयाचे मूल्य ५५.४०, पौंडामागे ८२.७०, आणि स्वीस फ्रँक्स मागे ३६.०० असे होते. पुढे रुपयाचे मूल्य खालावले आणि ते अनुक्रमे ५९.२०, ८६.०० आणि ३९.१० इतके झाले. या उलट या काळात डॉलरच्या नात्यात रुपयाचे मूल्य वाढलेले होते. शेवटी डॉलरच्या संदर्भात युरोचे मूल्य वाढून ते १.३४६० आणि ब्रिटिश पौंडाचे मूल्य १.९४४० इतके झाले. पौंडाचे हे मूल्य मागच्या बारा वर्षात सर्वात अधिक होते.

चलनाच्या मूल्यात हे जे उलटसुलट चढउतार झाले त्याचा साहजिकच परिणाम वायदे बाजारातही दिसून आला. साधारणपणे वायद्यातले विनिमयाचे दर जे असतात ते दोन चलनांच्यामध्ये जे व्याजदरात फरक असतात त्याचे प्रतिबिंब असते. भारतात जे चलनाचे व्याजदर आहेत ते डॉलरपेक्षा सतत वरचे राहिलेले आहेत. त्यामुळे डॉलरचे वायद्यातले भाव चढे राहिलेले आहेत. परंतु २००४ सालात हे वायद्यातले भाव व्याजदरात बदल न होताही चढे आणि कसर लावलेले राहिले आहेत.

अगदी २००४ सालच्या एप्रिल अखेरीपर्यंत वायद्यामध्ये डॉलरवर प्रिमियम होता आणि सगळ्या मे महिन्यात वायद्यात कसर (डिस्काऊंट) होती. त्यामुळे प्रत्यक्षात जो चालू दर होता त्यापेक्षा वायद्यात डॉलर स्वस्त होता. याचे मुख्य कारण म्हणजे मागणी आणि पुरवठ्यात विसंगती होती. परंतु ऑगस्ट २००४ मध्ये सगळी परिस्थिती बदलली आणि वायद्यात किंमतीत २.५ टक्क्यांनी वाढ झाली.

एकूणच २००४ सालात डॉलर आणि रुपयाच्या नात्यात जे उलटसुलट बदल झाले त्यातून बाजारातला गोंधळ वाढला. प्रत्यक्षातली खरेदी विक्री आणि वायद्याली खरेदी विक्री यामध्ये आयातदार आणि निर्यातदार यांना आपले नुकसान टाळण्यासाठी निर्णय घेणे अवघड झाले. याचे एक कारण म्हणजे अमेरिकेचा डॉलर सतत हलका होत आहे आणि काही प्रमाणात तेथल्या सरकारलाही ते मान्य होत असावे. याचे तात्पुरते परिणाम काही असले तरीही वाढती तूट अखेरीस अमेरिकेचा काय फायदा करून देणार हा प्रश्न आहे. जी गोष्ट खरोखरी परवडणार नाही ती केवळ चालू परिस्थितीत फायद्याची आहे म्हणून मान्य करणे याला धोरण ठरवणे

समजत नाहीत. त्यातून अमेरिका ही जगातली एकच महासत्ता आहे आणि त्यामुळे तेथले सरकार काय धोरणे ठरवते याविषयी जगभरात संभ्रम आहेत.

अशा परिस्थितीत मुख्य प्रश्न शिल्लक राहतोच. येथून येत्या काळात काय होणार? डॉलरचे एकदा मूल्य रु. ४३.३५ इतके खाली गेले होते आणि नंतर एकदा हे मूल्य रु. ४९.०५ इतके चढले होते. २००५ सालात डॉलरचे मूल्य घटण्याची शक्यता आहे आणि रुपयाचे मूल्य वाढण्याची शक्यता आहे. अर्थात जगाच्या चलन बाजारात आणखीन काय काय गोष्टी घडतात याच्या आधारेच डॉलर आणि रुपयातले नाते तपासावे लागेल. जसा रुपया बलवान आहे तीच गोष्ट चीनच्या युआॅनची आणि जपानच्या येनची आहे. याही देशांवर त्यांच्या चलनाचे मूल्य बाजाराप्रमाणे वाढू द्यावे असे जगाचे दडपण आहे. जेव्हा हे सगळेच बदल होतील तेव्हा रुपयाच्या मूल्यातली वाढ बहुधा भारत सरकार मान्य करेल. तोपर्यंत हा रडीचा डाव चालूच राहील असे दिसते.

■

५.३ जड रुपयाची काळजी

देशात आर्थिक भरभराटीबरोबर एक अनपेक्षित गोष्ट घडली. देशाचे रुपया हे चलन महाग झाले आहे. आपल्याला नियोजनाच्या पहिल्या चाळीस वर्षात आपल्या अधिदानशेषातील आणि व्यापारातील तुटीमुळे नेहमी जमाखर्चाची कशी जुळवणी करायची याची काळजी करावी लागत असे. तसेच परदेशातून आणि विशेषत: पाश्चिमात्य देशातून आर्थिक मदत, अनुदाने आणि कर्जे कशी मिळतील यामागे पळावे लागत असे. या परावलंबनाचा कडेलोट झाला तो १९९१मध्ये आणि त्यावेळच्या पेचप्रसंगातून देशाने आर्थिक सुधारणांचा कार्यक्रम स्वीकारला आणि उदारीकरणाची वाट पत्करली. अशा या अनेक प्रसंगी आपल्या चलनाचे वेळोवेळी अवमूल्यन (डीव्हॅल्युएशन) करावे लागत असे आणि राज्यकर्त्यांना हे प्रसंग मोठे मानहानीचे वाटत असे. देशामध्ये यावर राजकारणही घुसळून निघत असे. नंतर मागच्या सोळा वर्षात सगळेच चित्र बदलले. आर्थिक वाढीचा सरासरी दर सतत उंचावत राहिला आणि तो आता २००७च्या मध्याला नऊ टक्क्यांच्या पातळीवर पोहोचला आहे. ही पातळीही मागची चार वर्षे उंचावरच स्थिरावली आहे. राज्यकर्त्यांचे पुढचे लक्ष्य ही आर्थिक वाढ दहा टक्क्यांच्या पातळीवर किती लवकर न्यायची यावर टिकून आहे. बरोबर देशाच्या परदेशी चलनाचे साठे २०० अब्ज (२०० बिलियन) डॉलरच्या पातळीवर पोहोचले आहे. अर्थव्यवस्था तापली आहे आणि ती कशी आर्थिक वाढीला बाधा न आणता कशी जमिनीवर अलगदपणे उतरवायची याचा केंद्र सरकार आणि रिझर्व्ह बँक पाठपुरावा करत आहे. अशा या शुभचिन्हांच्या पार्श्वभूमीवर एक अनपेक्षित बाब म्हणजे देशाचे चलन रुपया हे महाग झाले आहे. म्हणजे दीर्घकाळ आपण आपल्या चलनाच्या अवमूल्यनाचे आणि मानहानीचे प्रसंग सहन केले आणि आता मात्र आपले चलन जड अगर महाग झाले आहे म्हणून आपण चिंतेत पडलो आहोत. देशाच्या दृष्टीने हा एक दीर्घ पल्ल्याचा प्रवास झाला असे म्हटले पाहिजे.

रुपया जड झाला म्हणजे काय झाले? डोळ्यांना दिसणारी गोष्ट म्हणजे निर्यात करणारे उद्योगधंदे आपली नाराजी व्यक्त करत आहेत. देशाचे व्यापार मंत्री

कमल नाथ त्यात आपला सूर मिसळत आहेत. परंतु वित्त मंत्रालय आणि रिझर्व्ह बँक यांनी याची फारशी दखल घेतलेली नाही. हे असे का? वित्त मंत्री या नव्या परिस्थितीत थोड्या नव्या बाबी चर्चेमध्ये आणत आहेत. सरकारला चलनवाढ आणि महागाई नको असली तरी त्यावर उपाय योजताना आर्थिक वाढीला नख लागू नये असे वाटते. त्यामुळे प्रथमच वित्त मंत्री आपल्या देशातूनही परदेशात गुंतवणूक निधीची निर्यात व्हावी अशी भाषा बोलू लागले आहेत. एका बाजूने काही केले तरी बाहेरून येणाऱ्या निधीची आवक थांबतच नाही आणि परदेशी चलनाचे साठेही वाढतच आहेत म्हणून त्यांनी आता आपल्या गुंतवणुकदारांनी बाहेर जाऊन गुंतवणूक करावी असा आपल्या धोरणाचा भाग करून घेतला आहे. मागच्या काही काळात देशातले उद्योजक परदेशात जाऊन तेथल्या सुस्थितीतल्या मोठ्या कंपन्या विकत घेतच आहेत. त्याला जोडून लहान गुंतवणुकदारांनीही परदेशातल्या वित्त बाजारात गुंतवणूक करावी असे आता सरकारला वाटत आहे. त्यासाठी आपल्या बाजारातल्या म्युच्युअल फंडांनीही गुंतवणुकदारांसाठी बाहेरच्या बाजारातल्या इक्विटीसाठी नवीन योजना चालू केल्या आहेत. वित्त मंत्री ही नवी भाषा करताना त्यांना दोन गोष्टी अभिप्रेत आहेत. त्यांना असे वाटते की बाहेरून इतका भरघोस गुंतवणूक निधी येत असला तर नियमाला धरून आणि अगदी पारदर्शी पद्धतीने याचे नियमन करण्यात काहीच वावगे नाही. दुसरी गोष्ट म्हणजे आपण परदेशात अधिक निधी नेण्याचा एक ठोस मार्ग म्हणजे आपण आपली आयात वाढवणे. आजच्या परिस्थितीमध्ये आपण पुरेशी आयात करत नाही ही बाब लक्षात घेतली पाहिजे.

मग परदेशातून देशात येणारा निधी थोडा जादा आहे असे कधी समजायचे? याला काही फूटपट्टी लावता येत नाही. परदेशी गुंतवणुकदार भारतात भांडवल आणतात कारण त्यांना त्यावर परतावा मिळवायचा असतो. म्हणजे बाहेरून आणलेल्या भांडवलातून मूल्यवृद्धी झाली आणि त्यातून त्यांना वाढीव मूल्य आणि परतावा मिळाला तर कोणाचीच तक्रार नाही. परंतु येथे बाहेरून भांडवल आणण्यात आले आणि त्याचा उत्पादनासाठी अजिबात वापर झाला नाही तर मग काय करायचे? तसेच अशा भांडवलाच्या आयातीतून येथे जे औद्योगिक उत्पादन होत आहे त्यात काही अडचणी येऊ लागल्या तर त्यावर उपाय कोणता? शिवाय असे भांडवल ज्यांनी आणले आहे त्यांनी आपल्याला परतावा मिळालाच पाहिजे असा आग्रह धरला तर काय करायचे? याचा अर्थ अशा काही प्रसंगांमध्ये कोणतेही भांडवल देशात आले तर आपल्याला ते हवे आहे असे म्हणता येणार नाही. अशा परिस्थितीमध्ये हे भांडवल अतिरिक्त आहे असे समजता येईल. अतिरिक्त याचा अर्थ आपल्या गरजेच्या संदर्भात ते थोडे जादा असा आहे. अर्थात अशा वर उल्लेख केलेल्या शक्यता या बऱ्याचशा काल्पनिक आहेत असे म्हणता येईल. खरोखरी जे कोणते

भांडवल उत्पादनात वापरले नाही अशी कोणती शक्यता प्रत्यक्षात असते का?

आपण सेंट्रल स्टॅटिस्टिकल ऑर्‌गनायझेशन (सीएसओ) आर्थिक वाढीची जी आकडेवारी सादर केली आहे ती पाहू शकतो. त्यानुसार मागच्या २००६-०७ वर्षात आपल्या जीडीपीमध्ये ९.४ टक्क्यांची वाढ झाली. यामुळे कोणीही उल्हसित होईल. शिवाय त्या अगोदरच्या वर्षात हा वाढीचा दर नऊ टक्के होता. तसेच या काळात बचत आणि गुंतवणूक यात दमदारपणे वाढ झाली. हे शुभचिन्हे असले तरीही आपल्या देशांतर्गत होणारी बचत आणि एकूण गुंतवणूक यातली तफावत किती माफक आहे हे सुद्धा लक्षात घेतले पाहिजे. हा फरक आपल्या जीडीपीच्या एक टक्का आहे. म्हणजे आकड्यात ही रक्कम दहा अब्ज (दहा बिलियन) डॉलर इतकी आहे. आपल्या अर्थव्यवस्थेचा एकूण आकार एक हजार अब्ज (एक ट्रिलियन) डॉलर आहे हे लक्षात घेता दहा बिलियन डॉलरचा आकडा नक्कीच चिल्लर समजता येईल.

आपण जी बचत करतो त्यापेक्षा थोडी अधिक गुंतवणूक करतो याचे कारण म्हणजे परदेशातले गुंतवणुकदार त्यांच्या बचतीचा थोडा वाटा आपल्याला गुंतवणुकीसाठी देतात. हीच बाब दुसऱ्या शब्दात मांडायची म्हणजे आपल्या बचतीमध्ये आणि एकूण गुंतवणुकीमध्ये जो फरक आहे तितक्या प्रमाणातच आपण परदेशातली गुंतवणूक येथे जिरवू शकतो असे म्हणता येईल. म्हणजे हा दहा अब्ज (दहा बिलियन) डॉलरचा परदेशी निधीचा येथल्या गुंतवणुकीचा आकडा त्याचे प्रतिक समजता येईल. याचा अर्थ या दहा अब्ज (दहा बिलियन) डॉलरपेक्षा जो अधिक भांडवली निधी देशात येतो तो अतिरिक्त समजायला हरकत नाही. हा निधी मात्र आपल्याकडच्या खऱ्या गुंतवणुकीमध्ये जिरवला जात नाही.

या तर्कसंगतीचे काही परिणाम शोधता येतील. एकदा भांडवलाची अशी आयात झाली म्हणजे परदेशी विनिमयाचा दर वर चढतो आणि त्यातून आपला रुपया महाग होतो आणि त्यातून निर्यातीवर बंधने येतात. म्हणजे देशात जो गुंतवणूक निधी येतो आणि जो आपल्याकडे प्रत्यक्षात वापरला जात नाही त्यातून आपल्या उत्पादनावर मर्यादा येतात. याचबरोबर आपल्या शेअर बाजारातही बाहेरून येणारा निधी गुंतवला जात असल्यामुळे त्यातूनही शेअर बाजारात थोडे अधिकच चढउतार होत असतात. मग अशा परिस्थितीत परदेशातले गुंतवणुकदार या मार्गाने आपल्या देशातील उत्पादनाची मालकी आपल्याकडे वळवून घेत आहेत अशा संशयाला बळकटी मिळू लागते. कारण अशा निधीमधून काही नवीन गुंतवणूक होताना दिसत नाही आणि ज्या अगोदरच अस्तित्वात असलेल्या कंपन्या आहेत त्यामध्ये अशा परदेशी निधीचा वाटा वाढताना दिसतो. मग अशा सगळ्या वातावरणात परदेशी निधीवरकाही प्रमाणात येथे बंधने घालावीत अशा प्रकारची मानसिकता हळुहळू बनू लागते. यावर एक मार्ग म्हणजे अशा भांडवली निधीच्या आयातीवर एक माफक

दराने कर बसवता येईल. परंतु अशा पद्धतीने आपण परदेशी भांडवलावर कर बसवावा अशी खरोखरीच आज काही परिस्थिती आलेली नाही.

आपल्या देशाचा आकार आणि समोरचे गंभीर प्रश्न लक्षात घेता आपल्याला खूप मोठ्या प्रमाणावर भांडवलाची गरज आहे हे कोणीही मान्य करेल. या भांडवलातूनच पायाभूत सुविधा निर्माण करण्यासाठी प्रचंड मोठी गुंतवणूक करणे शक्य होणार आहे. सोप्या शब्दात म्हणजे अशा पैशातूनच नवीन शहरे, रस्ते, वीज उत्पादन केंद्रे, रेल्वे मार्ग यांची उभारणी होणार आहे. आपल्या मोठ्या शहरांमध्ये मेट्रो, विमानतळ, विमाने अशा मोठ्या वाहतुकींच्या व्यवस्था निर्माण होणार आहेत. याचा अर्थ आपण सध्या जे दहा अब्ज (दहा बिलियन) डॉलरकचे परदेशातले भांडवल येथे वापरत आहोत त्याच्या कितीतरी अधिक पटीने आपल्याला भांडवल हवे आहे आणि त्यासाठी ते भांडवल वापरण्याची उत्पादक क्षमता आपल्याला निर्माण करायची आहे. यासाठी आपल्याला धोरणात अनेक बदल करावे लागतील आणि त्याचबरोबर अंमलबजावणीची प्रशासकीय यंत्रणा मुळापासून बदलावी लागेल. तरच अर्थव्यवस्थेच्या ज्या पायाभूत क्षेत्रांमध्ये भांडवल गुंतवणूक करण्याची गरज आहे ती गुंतवणूक व्यापारी पद्धतीने करणे आपल्याला शक्य होईल. याचा अर्थ अगदी सरकारबरोबर भागीदारी करून देशी आणि परदेशी खाजगी गुंतवणुकदारांनी येथे मोठ्या प्रमाणावर गुंतवणूक करायची असली तर त्यावर योग्य तो परतावा मिळेल याची आपल्याला हमी द्यावी लागेल. यासाठी आपल्या व्यवस्थेमध्ये जो भ्रष्टाचार आहे आणि ज्या प्रशासकीय पद्धतींमुळे प्रकल्प अंमलात येताना दिरंगाई होते या प्रश्नांची उत्तरे शोधावी लागतील.

आपल्याकडे परदेशातील बचत जेव्हा येथे गुंतवली जाते तेव्हा आपल्या राष्ट्रीय उत्पन्नात तिला चालू खात्यातील तूट (करंट अकाऊंट डेफिसिट) म्हणून दाखवतात. याचा अर्थ सद्य:परिस्थितीत आपण केलेलया मालाच्या आणि सेवांच्या निर्यातीपेक्षा आयात केलेला माल आणि सेवा अधिक असतात. म्हणजे चालू खात्यातील तूट जितकी अधिक असते तितक्या अधिक प्रमाणात आपण परदेशातली बचत येथे उत्पादनात वापरत असतो.

प्रत्यक्षात हे कसे घडते? जेव्हा रुपया जड किंवा बळकट होतो त्यावेळी परदेशातला माल स्वस्त होतो. आपल्या लोकांना परदेशी मालाचे नेहमीच आकर्षण असते. मग रुपया महाग झाल्यावर आपली आयात वाढेल आणि त्यातून येथे मालाचा आणि सेवांचा पुरवठा वाढेल. त्याचा एक परिणाम म्हणजे भाववाढ कमी होईल. शिवाय महाग रुपयातून भांडवली मालाची आणि नव्या तंत्रज्ञानाची आयात होईल. जेव्हा अशा पद्धतीने आपली आयात वाढेल त्यातून अर्थातच आपल्याकडून परदेशी चलनाचा अधिक खर्च होईल.

याचबरोबर रुपया महाग झाला म्हणजे त्यातून भारतीय गुंतवणुकदारांच्या मत्ता वाढतील. येथे आणि परदेशातही. याचे कारण म्हणजे परदेशी गुंतवणुकदारांच्या दृष्टीने येथल्या मत्ता त्याला महाग पडतील आणि भारतातला गुंतवणुकदार जेव्हा परदेशात जाईल तेव्हा त्याला तेथल्या मत्ता तुलनेने स्वस्त वाटतील. आपल्याकडे परदेशी भांडवलाविषयी अनेक अपसमज आहेत आणि काल्पनिक भीती आहे. परदेशातून गुंतवणुकदार येथे येतात म्हणजे ते कोणी लुटारू असतात आणि चोरट्या मार्गाने आपल्या मत्ता बळकावत असतात असा काहींनी समज करून घेतला आहे. खरे म्हणजे आता परदेशी गुंतवणुकदारांच्या मनाची इतकी तयारी झाली आहे की ते भारतातल्या उद्योजकांनाही परदेशात कंपन्या आपल्या ताब्यात घेण्यासाठी निधी पुरवत आहेत. शिवाय भारतातले उद्योजकही समर्थपणे आपल्या देशाच्या परदेशी चलनातून निधी उभारू शकतात. यामध्ये भारतातच मध्यस्थाची भूमिका बजावणाऱ्या अनेक वित्त संस्था आहेत. त्यामुळे फक्त परदेशातून येथे गुंतवणुकदार येतील आणि आपल्या कंपन्या ताब्यात घेतील अगर लुटून नेतील ही पूर्णपणे अनाठायी भीती आहे. थोडक्यात म्हणजे देशाचे चलन रुपया आता जगात प्रथमच महाग झाला आहे आणि आपल्या अर्थव्यवस्थेने नव्याने मिळवलेले सामर्थ्य दाखवत आहे. त्यामुळे आता देशाने हा काळजीचा आणि चिंतेचा विषय बनवू नये. खरे म्हणजे आता प्रथमच देशाला नवीन संधी उपलब्ध झालेली आहे. आपला रुपया बळकट झाल्यामुळे आता आपली अर्थव्यवस्था अधिक खर्च करू शकते आणि अधिक भांडवल गुंतवू शकते. यातूनच देशात आणि परदेशात आपल्या मालकीच्या मत्तांमध्ये वाढ होणार आहे. देश यातूनच धनवान आणि बळकट होत असतो. जगामध्ये अशा देशाला मान आणि प्रतिष्ठा मिळते. आपल्याला ती हवी आहे.

■

५.४ बळकट रुपया, भांडवल आणि वाढ

कोणत्याही देशात तेथल्या केंद्रीय बँकेचे काम नेहमीच कठीण आणि नाजुक असते. या बँकांच्या प्रमुखांवर काही महत्त्वाच्या जबाबदाऱ्या असतात आणि या संस्था स्वायत्तही असतात. त्यामुळे सेंट्रल बँकेच्या प्रमुखाने कोणतीही भूमिका घेतली तरी त्याचे काही टीकाकार असतातच. बँक सगळ्यांचे समाधान करू शकेल अशी परिस्थिती कधीही शक्य नसते. या रिवाजाला धरून २००७च्या सुरुवातीपासून रिझर्व्ह बँक ऑफ इंडियावरही (आरबीआय) काहीजण टीका करीत आहेत. मागच्या २००६ सालाच्या अखेरीच्या काही महिन्यात आणि २००७च्या पहिल्या चार महिन्यात आरबीआयने चलनवाढीच्या मुख्य धोक्याला लक्ष्य करून अर्थव्यवस्थेमधली रोकड सुलभता कमी करण्याचे जाहीर केले होते. त्यासाठी बँकेने रेपो रेट आणि कॅश रिझर्व्ह रेशो (सीआरआर) यात थोडीथोडी वाढ केली होती. परंतु प्रत्यक्षात काय घडले? उलट नोव्हेंबर २००६ ते मार्च २००७ या काळात बाजारातला मुद्रा पुरवठाच वाढला.

मग आरबीआय लोकांची आणि बाजारपेठेची दिशाभूल करत आहे का? बँक एका बाजूने मुद्रा पुरवठा आटोक्यात आणायचे म्हणते आणि दुसऱ्या बाजूने वस्तु:स्थिती तर वेगळेच चित्र दाखवते. असा अंतर्विरोध कसा शक्य आहे? खरे म्हणजे रिझर्व्ह बँक आपल्यापरीने देशांतर्गत बाजारातील रोकड सुलभता कमी करण्याचा सगळा प्रयत्न प्रामाणिकपणे करत आहे. परंतु देशात जर बाहेरून भांडवली निधीची आवक सतत होणार असली तर बँक काय करू शकते? भारताच्या आर्थिक वाढीच्या प्रक्रियेने २००३ सालापासून चार वर्षात सतत वार्षिक वाढीचा दर आठ टक्क्यांच्या पातळीवर नेऊन ठेवला आहे. आणि ही वाढीची पातळी आणखीही पुढे नऊ ते दहा टक्क्यांपर्यंत पोहोचू शकेल असे संकेत मिळत आहेत. त्यामुळे परदेशी गुंतवणुकदारही येथल्या वाढीच्या भवितव्याविषयी उत्साहित झालेले आहेत. मागच्या काही वर्षात रिझर्व्ह बँकेने पराकाष्ठा करून चलनबाजारात सतत हस्तक्षेप केला आणि डॉलरची खरेदी चालू ठेवली. यातून रुपया डॉलरच्या नात्यात अधिक बळकट होऊ नये आणि तो त्रेचाळीस रुपयांच्या पातळीवर स्थिर राहावा असे प्रयत्न करण्यात आले. हे जरी

साधले तरी देशात रुपयाचा पुरवठा वाढला आणि त्यातून तरलता वाढली. नंतर बँकेने रुपयाचे मूल्य वाढले तरीही ते रुपये ४२च्या पातळीवर जाऊ दिले. आरबीआयने २४ एप्रिल २००७ला वार्षिक पतधोरण जाहीर केल्यावर रुपया चाळीसच्या पातळीवर पोहोचला आहे. म्हणजे बँकेने यापुढे रुपयाचे मूल्य वाढणारच आहे हे जवळपास मान्य केले आहे आणि आपण त्याच्या विरोधात फारसे काही करू शकत नाही याचीही त्यात कबुली दिसते.

मार्च २००७ वर्षअखेरीपर्यंत एका डॉलरचे मूल्य त्रेचाळीस रुपयांच्या पातळीवरच टिकवून धरण्यामागे एक भरीव कारण होते. इतर काही जड चलनाचे मूल्य असलेल्या देशांच्या तुलनेने येथे चलनवाढीचा दर अधिक होता आणि त्याला धरून आपल्या रुपयाचे मूल्य कमी (अवमूल्यन) होणे अपेक्षित होते. हा चलनाच्या मूल्यातला फरक ज्या प्रमाणात चलनवाढीचा दर बदलत होता त्याच्याशी सुसंगत असणे आवश्यक होते. परंतु झाले ते मात्र नेमके उलटे होते. देशात परदेशातून भांडवल निधीची आयात जोरात चालूच राहिली आणि त्यामुळे चलनवाढीचा दर आणि चलनाचे मूल्य यांची सुसंगती राहिली नाही. म्हणजे साधारणपणे चलनाचे मूल्य वाढले म्हणजे देशातल्या मालाच्या आणि सेवांच्या किंमती देशाबाहेरच्या बाजारपेठांपेक्षा महाग व्हायला पाहिजेत. परंतु हा प्रभाव दिसला नाही कारण बाहेरून देशात अधिक प्रमाणात भांडवली निधी येतच राहिला.

अशा या द्वंद्वात आरबीआय एका कठीण प्रसंगात सापडली होती. एका बाजूने मुद्राधोरणाची प्रमुख जबाबदारी डोक्यावर असल्यामुळे किंमतींमधले स्थैर्य राखणे याला प्राथमिक महत्त्व होते. शिवाय २००६ साल संपण्याच्या अगोदरच चलनवाढीचा दर अपेक्षेप्रमाणे साडेपाच टक्क्यांच्या आत न राहता तो हळुहळू सहा टक्क्यांची मर्यादा पार करू लागला होता. साहजिकच भाववाढीमुळे लोकांच्यात क्षोभ होता आणि सरकार मोठ्या दडपणाखाली होते. त्यामुळे बँकेने बाजारातला मुद्रा पुरवठा कमी करणे अशी सगळ्यांची अपेक्षा होती. दुसऱ्या बाजूला देशाच्या निर्यातीला कोणते अडथळे येऊ नयेत म्हणून रुपयाचे मूल्य डॉलरच्या नात्यात स्थिर ठेवणे याचीही जबाबदारी आरबीआय हाताळत होती. रुपयाचे मूल्य स्थिर ठेवणे याचा अर्थ शक्यतोवर रुपया हलका ठेवणे असे आहे कारण परदेश व्यापारात स्पर्धेला टिकून राहण्यासाठी सगळेच निर्यातप्रधान देश ही काळजी घेत असतात. बँकेचे काम मुळातच अवघड होते कारण रुपया हलका ठेवण्याऐवजी तो सतत जड होत होता. शेवटी बँकेने आपले मन घट्ट केले आणि २४ एप्रिल २००७च्या पतपुरवठ्याच्या धोरणात आपली मूक संमत्ती जाहीर केली. बँकेच्या गव्हर्नरांनी यावर एक पूरक टिप्पणी केली आहे. त्यांच्या मते आता यापुढे चलनबाजारात रुपयाचे मूल्य मोकळेपणाने ठरू देण्यात काही हरकत नाही. अपवाद फक्त इतकाच की या बाजारातल्या प्रक्रियेत

फार टोकाचे चढउतार नसावेत.

आता मे २००७च्या सुरुवातीलाच रुपया अधिक बळकट झाला आहे आणि एका डॉलरचे मूल्य चाळीस रुपयांवर आले आहे. येत्या महिन्यांमध्ये रुपया याहीपेक्षा अधिक बळकट होईल असे संकेत मिळत आहेत. याचा एक परिणाम म्हणजे मागच्या प्रमाणेच भांडवली निधीची आयात अशीच वाढत राहील आणि त्यातून पर्यायाने मुद्रा व्यवस्थापनाचे आणि मुद्रा पुरवठ्याचे प्रश्न अधिकच गुंतागुंतीचे होतील. रिझर्व्ह बँकेने यावर एक उपाय म्हणून काही पावले टाकली आहेत. उदाहरणार्थ येथल्या गुंतवणुकदारांनी परदेशात जाऊन गुंतवणूक करावी यालाही मुभा द्यायला बँक तयार झाली आहे. परंतु ही सगळी लहान पावले आहेत आणि यातून मिळणारे यशही माफक असणार आहे. जर जगाच्या दृष्टीने भारतामध्ये उत्पादकता वाढणार आहे आणि आर्थिक वाढीचा दर उंचावणार आहे तर मग या समजुतीला धरून परदेशी गुंतवणुकदार येथे अधिकच गुंतवणूक करणार आहेत. मग अशा वेळी भारतीयांनी परदेशात जाऊन गुंतवणूक करावी या म्हणण्यात कितपत अर्थ आहे? याचा अर्थ केवळ परदेशात जाऊन उदारपणे गुंतवणूक करू द्यायला आरबीआय तयार झाली असली तरीही देशात ज्या श्रीमंत गुंतवणुकदार व्यक्ती आहेत त्या परदेशातल्या शेअर बाजारात मोठ्या संख्येने जाऊन उत्साहाने गुंतवणूक करतील अशी फार कमी शक्यता आहे. विशेषत: ओईसीडी संघटनेमधील म्हणजे युरोपातील देशांमध्ये अशी गुंतवणूक भारतीय व्यक्ती करतील असे आज म्हणता येणार नाही. या युरोपातल्या देशांमध्ये उत्पादकतेमधली वाढ कमी आहे आणि त्यामुळेच मागच्या अनेक वर्षात युरोपीयन युनियनचे युरो हे चलन फारशी शक्ती मिळवू शकलेले नाहीत.

भारतात परदेशातले गुंतवणुकदार इतक्या उत्साहाने का गुंतवणूक करत आहेत? खरे म्हणजे अर्थव्यवस्था तापत आहे आणि त्यामुळेच चलनवाढ अपेक्षेच्या पातळीच्या पलिकडे पोहोचली आहे. सरकारचा वित्त विभाग आणि रिझर्व्ह बँक या दोघांनाही वित्त आणि मुद्रा धोरणांचा मूळापासून विचार करावा लागत आहे. यातच काळजीचाही भाग मोठा आहे. या सगळ्या बाबी अर्थातच परदेशी गुंतवणूकदारांनाही माहीत आहेत. तरीही येथे भांडवली निधीचा ओघ कमी होत नाही तर तो वाढतच आहे. याचा एक अर्थ बहुधा असा असावा की या परदेशी गुंतवणुकदारांच्या दृष्टीने भारताची अर्थव्यवस्था अधिक तापली (ओव्हरहीटिंग) असली तरीही ही अवस्था तात्पुरती आहे. त्यावर मात करणे अगदी शक्य आहे आणि देशाचे राज्यकर्ते नेमके ते करण्यात गुंतलेले आहेत. ही तापलेली अवस्था तात्पुरती समजण्याचे कारण म्हणजे येथे उत्पादन क्षमतेमध्ये भरीव गुंतवणूक झाली आणि त्याला अनुसरून पायाभूत सोयीसुविधांमध्ये अधिक भांडवल आले तर अर्थव्यवस्था पुरवठ्याच्या

बाजूने (सप्लाय साईड) चलनवाढीवर उपाय शोधू शकेल. म्हणजे मग सध्याची चलनवाढीची गती परत आटोक्यात आणता येईल. रिझर्व्ह बँकेने आपल्या वार्षिक धोरणात ही चलनवाढीची पातळी साडेचार टक्क्यांपर्यंत आणण्याचे लक्ष्य डोळ्यापुढे ठेवले आहे.

अभ्यास करणारे तज्ज्ञ आपल्यापरीने विश्लेषण करत असतात आणि सल्ला देत असतात. त्यात नेहमी किती शहाणपण असते यावर प्रामाणिक मतभेद असू शकतात. त्याहीपेक्षा बाजारपेठेमध्ये जे एकत्रितपणे ठरते त्यात अधिक शहाणपण असते असे समजले पाहिजे. उदाहरणार्थ भारताचे चलन मागच्या सुमारे वर्षभरात (२००६ साल च्या मध्यापासून) हे जवळपास आठ ते नऊ टक्क्यांनी महाग झाले आहे. यालाच चलनाचे अधिमूल्यन (ॲप्रीसिएशन) असे म्हणतात. याचा धसका घेऊन अनेक अभ्यासकांनी आपल्या निर्यातीवर याचे दुष्परिणाम होतील असे म्हटले आहे. त्यातही माहिती तंत्रज्ञानाच्या सेवांच्या निर्यातीमधून मिळणारे भरीव उत्पन्न यामुळे कमी होऊ शकते. असे असले तरी देशातल्या नामांकित आयटी कंपन्यांनी आपल्या एकूण महसूलात आणि नक्त नफ्यामध्ये भरपूर वाढ करून दाखवलेली आहे. याचा एक अर्थ म्हणजे रुपया जड झाल्यामुळे निर्यातीच्या उत्पन्नावर काही परिणाम होईल कारण त्याप्रमाणात आपली स्पर्धेची क्षमता कमी होईल. परंतु या अडचणींवरही आपण मात करू शकतो असे आपल्या आयटी क्षेत्राने दाखवून दिले आहे. हे करण्याचा मार्ग म्हणजे आपल्या सेवांच्या निर्यातीमध्ये मूल्यवृद्धी करणे आणि आपली उत्पादकता वाढवणे. तसेच निर्यातीसाठी फक्त अमेरिकेवर अवलंबून न राहता इतर देशांकडेही वळले तर रुपया डॉलरच्या नात्यात जड झाला तरीही इतर देशांच्या चलनांकडे वळणे अगदी शक्य आहे.

२००७ सालच्या मध्याला आपला रुपया जड झाला आहे आणि तो आणखी जड होणार आहे हे वास्तव लक्षात घेतले तर आपल्या निर्यातीवर नजिकच्या काळात थोडा परिणाम होणार हे अटळ आहे. परंतु उत्पादकतेमध्ये वाढ झाली, उत्पादन क्षमतेमध्ये अधिक गुंतवणूक झाली आणि पायाभूत सुविधांचा दर्जा वाढला तर अगदी मध्यम काळातही आर्थिक वाढीची प्रक्रिया वरच्या पातळीवर स्थिरावू शकते आणि त्याचबरोबर पुरवठ्याच्या बाजूने मालाची आणि सेवांची उपलब्धता वाढली तर चलनवाढीचा दर अपेक्षित पातळीच्या आतच ठेवता येईल. असा एकूण चित्राचा येत्या काळातला विचार केला तर आपल्या देशात भांडवली निधीची आयात का सतत वाढत आहे, याचे उत्तर मिळते.

आपल्या देशातील राज्यकर्त्यांना येत्या काळात अधिक कल्पनाशक्ती वापरावी लागेल. आजच्या परिस्थितीत जगातले गुंतवणुकदार आपणहून अधिकाधिक प्रमाणात येथल्या अर्थव्यवस्थेमध्ये भांडवल ओतत आहेत. त्याचा पूर्ण वापर करण्यासाठी

आपल्याला अर्थव्यवस्थेमधली उत्पादनक्षमता वाढवावी लागेल आणि उत्पादकतेमध्येही भर टाकावी लागेल. अशा या ऐतिहासिक वेळी आपले सरकार आणि आपले उद्योजक यांना व्यापक क्षितीजाचा विचार करावा लागेल. यापूर्वीच्या नियोजनाच्या पहिल्या पन्नास वर्षात आपण फक्त देशापुरता विचार केला आणि त्यावेळी आपले सगळे लक्ष आत्मनिर्भरता (सेल्फ रिलायन्स) आणि स्वयंपूर्णता (सेल्फ सफिशअन्सी) यावर होते आणि आपण बाहेरच्या जगाचा फारसा विचारच केला नाही. आता या एकविसाव्या शतकात सगळ्या जगाचे चित्र डोळ्यापुढे ठेवून आपल्या उद्योजकांना नवीन आव्हाने स्वीकारावी लागतील. सरकारने आपल्यापुरता पायाभूत सुविधांच्या गुंतवणुकीचा विचार केला तरीही पुरेसे आहे. परंतु खाजगी उद्योग क्षेत्राला मात्र आता उत्पादन क्षमतेचे नियोजन करताना सगळ्या जगाचाच विचार करावा लागेल. या दृष्टीने चीन आपल्यापुढे आहे कारण त्या देशाने आपल्या अगोदर पंधरा वर्षे सगळ्या जगातल्या मागणीचा विचार केला आणि त्याप्रमाणे आपली देशातील उत्पादन व्यवस्था आणि क्षमता निर्माण केली. या परिवर्तनाच्या काळात उद्योजक वर्गाची मानसिकता महत्त्वाची आहे. आपल्याकडे २००३ सालापासून मागची सतत चार वर्षे आर्थिक वाढीचा सरासरी दर आठ टक्क्यांच्या वर पोहोचला आणि टिकून राहिला यावरच अजून सगळ्यांचा विश्वास बसायचा आहे. याचे कारण म्हणजे त्यामागच्या नव्वदीच्या काळात जेव्हा आर्थिक वाढ सरासरी सात टक्क्यांनी झाली त्यावेळी ती फक्त तीन वर्षे टिकून राहिली होती. त्यामुळे आपल्या उद्योजक वर्गाला यावेळी हा वाढीचा उंचावलेला दर चार वर्षे टिकून राहिला आहे आणि येत्या काळातही जवळपास ही पातळी स्थिरावेल यावर विश्वास बसायला वेळ लागत आहे.

खाजगी क्षेत्रातील उद्योजकांची ही दोलायमान मन:स्थिती का आहे? वास्तविक पाहता त्यांनी मागच्या नव्वदीच्या अनुभवावरून उत्पादन क्षमतेमध्ये भर टाकण्यासाठी वेळेवरच प्रयत्न केले असते तर कदाचित आजची वेळ आली नसती. सध्या जो चलनवाढीचा दबाव वाढला आहे त्याचे एक कारण म्हणजे जी काही पूर्वी निर्माण केलेली उत्पादन क्षमता होती ती पूर्णपणे वावरात आलेली आहे. परंतु त्याचबरोबर नवीन क्षमता निर्माण करण्यासाठी जी गुंतवणूक करणे आवश्यक होते त्यामध्ये आपले खाजगी क्षेत्र कमी पडले. अर्थात हा सगळा दोष काही खाजगी क्षेत्रावर देता येणार नाही कारण सरकारनेही पुरेसे दक्ष राहून पायाभूत सुविधांमध्ये गुंतवणूक केली असती तर उत्पादन प्रक्रिया अधिक सुरळितपणे वाढू शकली असती. आता मात्र खाजगी उद्योजक क्षेत्राने ग्राहकाची मागणी सतत वाढत आहे याचा अनुभव घेतल्यावर भांडवल गुंतवणुकीसाठी प्रयत्नांची पराकाष्ठा चालू ठेवली आहे. त्यामुळे आता आपण नव्या गुंतवणुकीच्या एका चक्रामध्ये पुरेसे गुंतलेलो आहोत. आता जून २००७ मध्ये मोसमी पाऊस वेळेवर आला तर अन्नधान्याचा पुरवठा पुरेसा भरवशाचा

होईल. हवामान तज्ज्ञांनी पुरेशा पावसाची भविष्यवाणी सांगितलेली आहे आणि त्यामुळे येत्या काळातील पुरवठ्याविषयी बाजारात तणाव नाही. याला धरून चलनवाढीचा दरही हळूहळू माफक होईल आणि आटोक्यात येईल अशा सगळ्यांच्या अपेक्षा आहेत. सध्याच्या चलन फुगवट्यामध्ये अन्नधान्याच्या किंमतींवरचा दबाव हेही एक कारण आहेच. बहुधा पावसाबरोबर हे दडपण हलके होईल.

अशा सगळ्या कारण मीमांसाचा सकारात्मक विचार केला तर सध्याचा देशाचा आर्थिक वाढीचा सरासरी आठ टक्क्यांचा दर कदाचित आणखीही पुढची चारपाच वर्षे चालू राहू शकेल अशा शक्यता आज क्षितिजावर दिसत आहेत. यापूर्वी असा योग कधी घडून आला नव्हता. परंतु येत्या काळातील सुचिन्हे वेगळी आहेत.

■

५.५ परदेशी चलन

देशाच्या वित्त मंत्र्यांनी ऑक्टोबर २००७ मध्ये आणि प्रथमच एक स्पष्ट कबुली दिली. आपल्या रुपयाचा विनिमय दर हा फारसा सुखकारक नाही असे ते म्हणाले. त्यांच्या या म्हणण्याला एक मागचा संदर्भ आहे तो येथे लक्षात ठेवला पाहिजे. २००७ सालाच्या सुरुवातीपासूनच चलनवाढीचा धोका समोर उभा राहिला होता आणि सगळेच सैरभैर झाले होते. विशेषत: राज्यकर्त्यांना किंमतवाढीच्या लोकक्षोभावर मार्ग काढणे आवश्यक होते कारण नाहीतर सरकारच वादळात सापडले असते. त्यामुळे मग प्रयत्नांची पराकाष्ठा करून हा धोका आटोक्यात आणण्यात आला आणि त्यात रिझर्व्ह बँकेने समर्थपणे कामगिरी करून दाखवली. म्हणजे सरकारला आणि वित्त व्यवस्थेला असलेला एक धोका टळला परंतु आणखी दुसऱ्या काही बाबींनी अस्वस्थता निर्माण झाली. ती म्हणजे रुपया डॉलरच्या नात्यात जड होत आहे आणि रिझर्व्ह बँकेचा चलनबाजारातला हस्तक्षेप अजिबात विफल ठरत आहे. त्यातच अमेरिकेच्या फेडने सप्टेंबर २००७ मध्ये मूळ व्याजदर अर्धाटक्क्याने कमी केल्यावर आणखी एक अकल्पित गोष्ट घडली. फेडच्या निर्णयाचा परिणाम म्हणून आपल्या देशात भांडवली निधीचा ओघ प्रचंड प्रमाणात वाढला. त्यामुळे परत एकदा वित्त मंत्रालय आणि रिझर्व्ह बँक यांच्यावर मोठा दबाव आला आहे. एक बाब म्हणजे प्रती डॉलरमागे रुपयाचा दर ३९च्या पातळीवर आला आहे. आणि शेअर बाजाराचा निर्देशांक १८००० बिंदूंच्या पलीकडे उसळला आहे. आश्चर्य म्हणजे नेमक्या ज्यावेळी केंद्र सरकारमध्ये अनिश्चितता आणि गोंधळ यांचे वातावरण आहे त्याचवेळी शेअर बाजार उत्साहाने सळसळत आहे.

यातून एक काळजीची परिस्थिती निर्माण झाली आहे. एक म्हणजे रुपया महाग झाल्यामुळे निर्यातदार धास्तावले आहेत कारण ते बाहेरच्या स्पर्धेत टिकू शकत नाहीत. दुसरे म्हणजे रिझर्व्ह बँकेला मुद्रा धोरणाचे प्रश्न भेडसावत आहेत. त्यातही चलनवाढीचा प्रश्न राजकीयदृष्ट्या सरकारला परवडणारा नाही. आपल्यासारखीच परिस्थिती युरोपियन युनियनमध्ये आहे. तेथे युरोच्या कार्यक्षेत्रात युरो डॉलरच्या नात्यात बळकट होत आहे. तुलनेने युरोपात याची फार चिंता नाही कारण तेथे

बाजारपेठा आणि चलनबाजार खुला आहे आणि त्यात असे चलनातले चढउतार स्वाभाविक समजले जातात. परंतु तिथल्या उत्पादकांनाही आपल्या निर्यातीत आपले नुकसान होत आहे हे जरूर समजते. म्हणजे भारत आणि युरोप यात आपले चलन जड झाल्यामुळे होणारे परिणाम जवळपास सारखेच आहेत.

मात्र आश्चर्य म्हणजे रुपया महाग झाला म्हणून आपली निर्यात लगेचच खालावली आहे असे नाही. आपल्या निर्यातीमध्ये वार्षिक वाढ सुमारे वीस टक्क्यांनी अजूनही चालू आहे. परंतु निर्यातदारांच्या मते निर्यातीमधली वाढ यापुढे टिकवून ठेवणे अवघड आहे कारण रुपयाचे मूल्य वाढल्यामुळे त्यांच्या नफ्यामध्ये घट होत आहे. निर्यातदार रुपया यापुढे महाग होणार आहे असे गृहीत धरून भावी वायद्याचे पर्याय शोधत आहे. आरबीआय आपल्याकडून बाजारात हस्तक्षेप करत आहे आणि रुपयाचे मूल्य फार वाढणार नाही यासाठी पराकाष्ठेचे प्रयत्न करीत आहे. परंतु त्यात तिला फारसे यश मिळालेले नाही. शिवाय आरबीआयच्या डॉलर खरेदीमुळे बाजारात मुद्रा पुरवठा अतिरिक्त प्रमाणात होतो आणि मुद्रा धोरणही डळमळीत होते. तरीही यावर उपाय म्हणून बँकेने नवीन रोखे बाजारात आणले आहेत. म्हणजे एक अडचण सोडविण्यासाठी जो उपाय योजावा त्यातून दुसरीच अडचण निर्माण होते आणि त्याचा पाठपुरावा करावा लागतो. या अर्थाने आरबीआयचे परिस्थितीवरचे नियंत्रण कमीच होत जाते.

या पार्श्वभूमीवर परदेशी चलनाच्या साठ्यांचा विनिमय दरावर आणि मुद्रा पुरवठ्यावर काय परिणाम होतो या आकडेवारीचा अभ्यास करता येईल. नॅशनल कमॉडिटी एक्सचेंजने हा प्रयत्न केला आहे. यातच विनिमय दराचा निर्यातीच्या वाढीवर काय परिणाम होतो त्याचाही समावेश करता येईल. या अभ्यासातून निर्यातदार आणि रिझर्व्ह बँक या दोन पक्षकारांपैकी कोणाला अधिक अडचणी आहेत याचा अंदाज बांधता येईल. या अभ्यासात ऑक्टोबर २००३ ते सप्टेंबर २००७ या काळातल्या चार वर्षांचा म्हणजे ४८ महिन्यांचा विचार केला आहे. यातही हा काळ दोन खंडात म्हणजे एक ३३ महिन्यांचा आणि दुसरा उरलेल्या १५ महिन्यांचा यात विभागला आहे. पहिला खंड ऑक्टोबर २००३ पासून जून २००६ असा आहे आणि दुसरा खंड जुलै २००६ ते सप्टेंबर २००७ असा आहे. या दुसऱ्या खंडात रुपयाचे डॉलरच्या नात्यात सतत मूल्य वाढू लागले आणि म्हणून हा काळ वेगळा करण्यात आला आहे. या अभ्यासात संख्याशास्त्रीय तंत्र वापरण्यात आली परंतु साधारण वाचकाला समजण्यासाठी याचे निष्कर्ष सोप्या शब्दात मांडण्यात आलेले आहे.

कोणत्याही नात्यात त्यातली परिमाणे किती जवळची आहेत हे मोजण्यासाठी को इफिशियंट ऑफ डिटर्‌मिनेशन ही सांख्यकीय कल्पना आहे. हे नाते मोजण्याच्या

तीन पातळ्या आहेत. त्या म्हणजे उच्च, मध्यम आणि कमी. या संकल्पनेत जे प्राथमिक परिणाम आहेत त्यावर इतरांचा किती परिणाम होतो याचे मोजमाप होते. या मोजणीमध्ये इतर परिमाणे असा एक घटकही वेगळा लक्षात घेतला जातो. उदाहरणार्थ जगातल्या मागणीमुळे निर्यातीवर परिणाम दिसत असला तर तो प्रभाव इतर परिमाणे या अंतर्गत विचारात घेतला जातो. या अभ्यासात लक्षात घेतलेली नाती पुढील प्रमाणे. परदेशी विनिमयाचा दर परदेशी चलनाच्या साठ्यावर अवलंबून असणे, मुद्रा पुरवठा परदेशी चलनाच्या साठ्यावर अवलंबून असणे आणि निर्यात विनिमय दरावर अवलंबून असणे.

वर उल्लेखलेले ४८ महिन्यातले दोन कालखंड वेगवेगळे चित्र दाखवतात. पहिली गोष्ट म्हणजे पहिला ३३ महिन्यांचा काळ (ऑक्टोबर २००३ ते जून २००६) असा आहे ज्यामध्ये विदेशी चलनाच्या दरांमध्ये होणारे बदल हे परदेशी निधीच्या आयातींमुळे होत होते असे दिसत नाही. असा निष्कर्ष काढण्याचे एक कारण म्हणजे रिझर्व्ह बँक आपल्यापरीने बाजारात उतरून तेथे ठरू शकणारी दराची पातळी प्रत्यक्षात येऊ देत नव्हती. तसेच ही दिशाही योग्य होती असे म्हणता येईल कारण अधिक परदेशी निधीची आवक झाल्यामुळे रुपया महाग होत होता असे फारसे दिसत नाही. शिवाय या काळात मुद्रा पुरवठा कोणता होता याचे समर्थन करता येत होते. या मुद्रा पुरवठ्याचा परिणामही दिसण्यासारखा होता. तिसरा निष्कर्ष म्हणजे निर्यात आणि चलनाच्या विनिमय दरात होणारे फेरबदल हे वेगवेगळी परिस्थिती दाखवत होते. चलनाच्या दरावरून निर्यातीमध्ये काय घडत आहे याचे फारसे उत्तर मिळत नाही कारण निर्यात वाढण्यामागे इतर अनेक कारणे संबंधित असतात. मुख्यत: मागणी वाढणे किंमतीमधले चढउतार आणि निर्यात करणारे उद्योग यांना काही खास सवलती अगर दर्जा आहे का? अशा इतर कारणांचा प्रभाव असतो.

जुलै २००६ ते सप्टेंबर २००७ या दुसऱ्या पंधरा महिन्यांच्या काळात सगळ्याच वैशिष्ट्यपूर्ण बाब म्हणजे रुपयाचे मूल्य सतत वाढत गेले. साहजिकच याच्या वेगळ्या आकडेवारीतून पहिल्या काळापेक्षा येथे वेगळे चित्र दिसते. मुख्य निष्कर्ष म्हणजे विचारात घेतलेली तिन्हीही नाती स्थिर होती असे दिसते. परदेश निधीच्या आयातीचा चलनाच्या दरावर परिणाम दिसत होता आणि मुद्रा पुरवठाही वाढत होता. तसेच निर्यातीमध्ये जे घडत होते त्याचा काही प्रमाणात विनिमय दरातल्या उलाढालीशी संबंध दिसत होता. याचा अर्थ तिन्हीही नात्यांमध्ये एकमेकांचा प्रभाव एकाच दिशेने होताना दिसत होता. यातच रुपयाच्या मूल्यातली वाढ आणि निर्यातीतली वाढ यांचा समावेश होता.

या अभ्यासातून काही संकेत मिळतात. एक म्हणजे रिझर्व्ह बँकेला येत्या

काळात अनेक मोठ्या प्रश्नांना सामोरे जावे लागणार आहे. रुपया महाग झाल्यामुळे निर्यातीवर होणाऱ्या परिणामापेक्षाही आरबीआयला देशात होणाऱ्या भांडवलाच्या वाढत्या आयातीला कसे तोंड द्यायचे हा खरा बिकट प्रश्न आहे. रुपयाचे मूल्य दृढ होण्याला सुरुवात झाल्यापासून आपली निर्यात अडचणीत आली आहे असा अजून अनुभव नाही. अर्थात निर्यातीच्या विषयात असा कोणता परिणाम दिसून येण्यासाठी सुमारे चार महिन्याचा कालावधी जावा लागतो. परंतु फक्त आकड्यांचा विचार केला तर आता २००७ सालाच्या दुसऱ्या मध्यातही निर्यातीचा दर मंदावला आहे असे म्हणता येणार नाही. मात्र काही ठराविक उद्योग क्षेत्रे या बाबत तक्रारी करू लागल्या आहेत. उदाहरणार्थ वस्त्रमालाची निर्यात करणाऱ्या उद्योजकांनी आपल्या मागणीवर परिणाम झाल्यामुळे येथे कामगार कपात करण्यास सुरुवात केली आहे. त्यामुळे अभ्यासकांचा एक सल्ला आहे. तो म्हणजे रुपयाचे मूल्य अगदी थोड्या थोड्या प्रमाणात वाढले तर निर्यातीमध्ये वाढ करून दाखवता येते. याचे कारण म्हणजे निर्यातदारांना पुरेसा वेळ मिळाला तर ते आपल्या उद्योगाच्या रचनेत आणि संघटनेत बदल करून काही प्रमाणात खर्च कमी करू शकतात. तसेच त्यांना आपली निर्यात वाढवता आली तर मग नफ्यामध्ये थोडी घट झाली तरीही ते पचवू शकतात.

याचा अर्थ बाहेरच्या स्पर्धेला तर तोंड द्यावे लागणारच आहे आणि त्यासाठी कमी किंमत आणि उच्च दर्जा याचाच आधार घ्यावा लागणार आहे. परंतु हे करत असताना आपल्या चलनाचे मूल्य भराभरा वाढत गेले तर विशिष्ट निर्यात उद्योगांचा दोष नसतानाही त्यांना स्पर्धेला तोंड देता येणार नाही. यामुळे वित्त मंत्रालयाला अशा उद्योगांना काही प्रमाणात सहानुभूती आणि मदत द्यावी लागेल. निर्यातीच्या तुलनेने रिझर्व्ह बँकेने परदेशी निधीच्या भरमसाठ आयातीमुळे निर्माण होणाऱ्या मुद्रा पुरवठ्याच्या आणि मुद्रा धोरणाच्या प्रश्नावर आपले लक्ष केंद्रित करण्याची गरज आहे. प्रत्यक्षात रिझर्व्ह बँकही परदेशी निधीच्या आयातीचे कसे नियमन करायचे याचे उत्तर शोधण्यात गुंतली आहे. वित्त मंत्री आणि बँकेचे गव्हर्नर दोघेही देशाला परदेशी निधीची आयात हवी आहे असे परत परत सांगत आहेत. परंतु अशा निधीची गुंतवणूक आणि व्यवहार अधिक चोख आणि पारदर्शी कसे होतील याकडे त्यांनी सगळे लक्ष दिलेले आहे.

■

५.६ रुपयाचे खरे मूल्य?

आता २००७ सालाच्या मध्याला आपल्या देशाचे चलन रुपया हे महाग झाले आहे अशी सगळे चर्चा करत आहेत. रुपया महाग अगर जड अगर बळकट होणे म्हणजे त्याचे मूल्य वाढणे. या उलट रुपया हलका अगर स्वस्त होणे म्हणजे त्याचे मूल्य कमी होणे. या चलन मूल्याच्या चर्चेमध्ये साधारणपणे नेहमी असे चलनाचे मूल्य डॉलरच्या नात्यामध्ये मोजले जाते. कारण म्हणजे जगभरात इतर चलनेही डॉलरबरोबर मोजली जातात आणि डॉलर चलनबाजारात सगळेच स्वीकारतात. डॉलरचा हा जसा विनिमयासाठी वापर होतो तसेच जगातले सगळेच देश डॉलरमध्ये गुंतवणूक करून ते साठे करण्याचे चलन (रिझर्व्ह करन्सी) म्हणूनही वापरतात. त्यामुळे यापुढच्या चर्चेत रुपयाचे मूल्य हे डॉलरच्या नात्यामध्ये अभिप्रेत आहे.

मागच्या सुमारे सात वर्षात आपल्या चलनाने बरेच चढउतार पाहिले आहेत. मागे २००२ सालात एका डॉलरचे रुपयातले मूल्य ४९ या पातळीवर पोहोचले होते. हा सगळ्यात हलका दर होता. नंतर मात्र आपल्या चलनाचे मूल्य सतत कमी होत गेले आणि आता ही पातळी ४१ रुपयांच्या आत पोहोचली आहे. विशेष म्हणजे मागच्या केवळ एप्रिलच्या एका महिन्यात ही पातळी रु. ४६ वरून रु. ४१ वर खाली आली. वाचकांनी लक्षात घ्यायची बाब म्हणजे जेव्हा एका डॉलरसाठी रुपयाची किंमत ४९ वरून ४१वर येते तेव्हा रुपया महाग झालेला असतो आणि डॉलर स्वस्त झालेला असतो.

या चलनाच्या दरामध्ये चढउतार होते याला अनेक कारणे असतात परंतु आपल्याकडे त्यातले एक कारण म्हणजे आपली रिझर्व्ह बँक बाजारात सतत हस्तक्षेप करत असते आणि त्यातून या दराच्या पातळीचे नियमन करत असते. हा हस्तक्षेप म्हणजे रिझर्व्ह बँक आपल्या हाताखाली असलेल्या राष्ट्रीयीकृत सार्वजनिक बँकांच्या मदतीने खुल्या बाजारात सतत डॉलरची खरेदी आणि विक्री करत असते आणि त्यातून या चढ उतारांचे नियमन होत असते. आरबीआय अशा पद्धतीने व्यवस्थापन करत असताना एक विनिमयाचा दर आपल्यापुढे ठेवून निर्णय घेत असते याला रियल इफेक्टिव्ह एक्सचेंज रेट म्हणजे थोडक्यात आरईईआर असे म्हणतात. बँकेने

यासाठी १९९३-९४ या वर्षातली चलनाच्या किंमतीची पातळी संदर्भासाठी गृहित धरलेली आहे. आरबीआय चलनबाजारात असा सतत हस्तक्षेप का करते? याचे कारण म्हणजे परदेशातून आपल्या देशात सतत निधीचा ओघ चालू आहे. त्यात आपल्या कामगारांनी आणि अनिवासी भारतीयांनी (एनआरआय) परदेशातून मायदेशात पाठवलेला निधी आहे आणि परदेशी गुंतवणुकदार आणि परदेशी गुंतवणुकदार संस्था (एफआयआय) यांनी येथे आणलेले भांडवल यांचा समावेश होतो. अशी ही जणू काही न थांबवता येणारी निधीची आवक असल्यामुळे रिझर्व्ह बँकेला अप्रत्यक्षपणे डॉलरची खरेदी आणि विक्री करून बाजारात रुपयाचे विनिमय मूल्य एका पातळीवर स्थिर ठेवण्यासाठी धडपड करावी लागत आहे. यासाठीच आरईईआर या सूत्राचे महत्त्व आहे.

या काही कारणांसाठी रुपया महाग झाला आहे आणि असा हा अभूतपूर्व प्रसंग देशापुढे आहे. निर्यात करणारे उद्योग काळजी करत आहेत कारण त्यांच्या निर्यातीमध्ये अडचणी येत आहेत. तसेच अशा उद्योगांमध्ये उत्पादन कमी झाले म्हणजे रोजगारही कमी होणार आहे आणि एकूण वाढीच्या दरावर उलटा परिणाम होणार आहे. असे झाले म्हणजे काही प्रमाणात शेअर बाजारही आपला उत्साह हरवू लागेल. दुसऱ्या काही टीकाकारांच्या मते रिझर्व्ह बँकेने मागच्या अनेक वर्षात बाजारात हस्तक्षेप करून रुपयाचे मूल्य एका ठराविक मर्यादेत ठेवण्याचे प्रयत्न केले, तीच एक चूक होती. त्याऐवजी बँकेने रुपया स्वाभाविक पद्धतीने महाग होत होता तेच चालू ठेवणे आवश्यक होते. असा रुपया बलवान होणे हे स्वाभाविक होते आणि एकापरीने आवश्यकही होते. ही बाजारातली नैसर्गिक मूल्यांकनाची प्रक्रिया आपण स्वीकारायला हवी होती कारण आपली अर्थव्यवस्था जर वेगाने वाढत आहे तर मग त्याचे प्रतिबिंब चलनामध्ये पडणेही स्वाभाविक आहे. अर्थव्यवस्था वाढत आहे आणि चलन फक्त हलके आहे ही तर्कसंगती चलनबाजारात बसणारी नाही.

टीकाकारांचा आणखी एक तिसरा गट आहे. त्यांच्या मते ही सगळी चर्चा मुळातच चुकीची आहे कारण तिचा माहितीचा आधार अपुरा आहे. या अभ्यासकांच्या मते जर या बदलांचे योग्य ते निर्देशांक बनवले तर त्यातून वेगळे उत्तर मिळते. मागची अनेक वर्षे रुपयाचे मूल्य वाढलेले नाही. ते वाढत आहे हा भ्रम आहे. अगदी काटेकोरपणाने म्हणायचे झाले तर रुपयाचे मूल्य खालावले (डेप्रिशिएट) आहे. यालाच अधोमूल्यन असेही म्हणता येईल. आता मागच्या २००७ सालातल्या सहा महिन्यात रुपया जड झाला आहे हे लक्षात घेऊनही आजच्या परिस्थितीमध्येही रुपयाच्या मूल्यात फारसा फरक झालेला नाही. या तर्कसंगतीवर आधारून काही अभ्यासक म्हणतात की आपल्या चलनाचे मूल्य हा काही खरा प्रश्न नाही.

अभ्यासकांनी वर रिझर्व्ह बँक वापरत असलेल्या आरईईआर या सूत्राचा एकूण

१९९३-९४ पासून तपास केला आहे. साधारणपणे हा सर्वांच्या चर्चेत असलेला आरईईआरचा निर्देशांक सहा चलनांच्या कोंडाळ्यावर बेतलेला आहे. ही चलने म्हणजे अमेरिकेचा डॉलर, युरोपचा युरो, जपानचा येन, ब्रिटनचा पौंड स्टर्लिंग, चीनचा युआन आणि हाँगकाँगचा डॉलर. परंतु याचबरोबर दुसरा एक निर्देशांक आहे ज्यात ३६ देशांच्या चलनांचा एकत्रित विचार केलेला आहे. आपल्या दृष्टीने हा निर्देशांक अधिक व्यावहारिक आहे. कारण तिसऱ्या जगातले आपले अनेक स्पर्धक देश यामध्ये विचारात घेतलेले आहेत.

रिझर्व्ह बँकेने सहा देशांच्या चलनावर आधारलेला आरईईआर हा निर्देशांक मागची तेरा वर्षे आपल्या नजरेखाली ठेवला. बँक या निर्देशांकात फक्त सहा टक्क्यांची चढउतार होऊ देत असे. आणि मग या दोन मर्यादा सांभाळण्यासाठी बँक बाजारात हस्तक्षेप करून डॉलरची आवश्यकतेप्रमाणे खरेदी अगर विक्री करत असे. बँकेने अशा पद्धतीने आपल्या चलनाचे मूल्य २००५-०६ सालापर्यंत व्यवस्थितपणे सांभाळले. परंतु मागच्या २००६-०७ सालात आरईईआर या निर्देशांकात भरपूर वाढ झाली आणि ही पातळी १०८.२ टक्क्यांवर पोहोचली. आता रिझर्व्ह बँक शक्यतोवर बाजारात हस्तक्षेप करत नाही असे चित्र दिसत आहे. जर हे नवे धोरण बँकेने असेच चालू ठेवले तर चालू २००७-०८ सालात आरईईआर हा निर्देशांक ११३ टक्क्यांपर्यंत वाढण्याचे संकेत मिळत आहेत. ही शक्यता डोळ्यापुढे ठेवून निर्यात करणारे उद्योग आणि व्यापारी याला आपण तोंड देऊ शकणार नाही असे म्हणत आहेत. त्यांच्या मते या पातळीवर त्यांच्या स्पर्धेची क्षमता तेरा टक्क्यांनी कमी होणार आहे.

साधारणपणे भारताची निर्यात ज्या देशांना होते तेथे आपल्याला सहा देशांच्या चलनावर आधारलेल्या व्यापाराशी स्पर्धा करावी लागत नाही. याला अपवाद फक्त चीनचा आहे. भारत जी निर्यात करतो ती अमेरिका, युरोप अगर जपान यांच्या निर्यातीपेक्षा वेगळी आहे. हाँगकाँग मधून उद्योग बाहेर गेलेले आहेत आणि तेथून चिनी उत्पादनाच्या मालाची निर्यात होते. युरो चलनाच्या अंतर्गत युरोपियन युनियनमधले बारा देश येतात म्हणजे आरईईआर या निर्देशांकात एकूणात सतरा देश समाविष्ट होतात असे दिसते. भारताची २००४-०५ वर्षात जी एकूण निर्यात झाली त्यातला फक्त चाळीस टक्के वाटा या सतरा देशांचा होता.

आता आपण तुलनेसाठी दुसरा ३६ देशांच्या चलनांचा निर्देशांक पाहू शकतो. यामध्ये अनेक मध्यम आणि कनिष्ठ उत्पन्नाची पातळी असलेले देश आहेत आणि आपल्या निर्यात व्यापारामध्ये या देशांकडून बाहेर स्पर्धा होत असते. आपल्या निर्यातीमध्येही आपण या देशांकडे माल पाठवत असतो. आपल्या एकूण परदेश व्यापारात या ३६ निवडक देशांचा वाटा २००४-०५ वर्षात ८९ टक्के होता. याचा

अर्थ चलनाच्या मूल्याचा परदेश व्यापारात काय परिणाम होतो हे मोजण्यासाठी ३६ चलनांचे कोंडाळे असलेला निर्देशांक व्यवहारात अधिक उपयोगाचा आहे.

याची २००६-०७ वर्षामधली परदेश व्यापाराची आकडेवारी बघता येईल. या संदर्भ वर्षात ३६ देशांच्या चलनांचा आरईईआर निर्देशांक ९८.०७ बिंदू होता. यात जितका व्यापार होतो तितके वजन त्या देशाला लावण्यात आले होते. दुसरा एक आधार म्हणजे या देशांबरोबर जी निर्यात होते त्याप्रमाणात वजन लावून आरईईआर निर्देशांक पाहिला तर हा आकडा ९७.०६ बिंदू आहे. याचा अर्थ १०० बिंदूंची पातळी हा निकष मानला तर असे व्यापार आणि निर्यात यांचे वजन लावून जे आरईईआरचे निर्देशांकाचे आकडे दिसत आहेत त्यावरून थोड्या प्रमाणात अवमूल्यन झाल्याचे दिसते. सध्याचा प्रचारात असलेला सहा देशांच्या चलनाचा आरईईआर निर्देशांक मात्र नेमक्या याच्या उलट्या दिशेने रुपयाचे मूल्य दाखवताना दिसतो. हा निर्देशांक शंभर बिंदूंच्या पातळीवर ८.२ टक्क्यांनी अधिक आहे. समजा चालू २००७ सालात रुपयाचे मूल्य डॉलरच्या नात्यात पाच टक्क्यांनी वाढले तर दुसरा ३६ देशांच्या चलनाचा निर्देशांक हा १०० बिंदूच्या पातळीच्या फार वर जाईल असे दिसत नाही. याचे कारण म्हणजे या ३६ देशांच्या चलनांचे मूल्यही रुपया प्रमाणेच डॉलरच्या नात्यात वाढत आहे. त्यामुळे तुलनेने फक्त रुपयाचे मूल्य वाढणार आहे अशी परिस्थिती नाही.

हा ३६ देशांच्या चलनाचा आरईईआरच्या निर्देशांकासाठी का आधार घ्यायचा? याचे एक कारण म्हणजे आज वापरात असलेल्या सहा देशांच्या चलनाच्या आधारावर जो व्यापार होतो त्यापेक्षा या नव्या आधारावर दुप्पट व्यापार होत आहे. या साठी काही अभ्यासकांनी रुपयाचे मूल्य अजिबात वाढलेले नाही अशी टोकाची भूमिका घेतलेली आहे. अर्थात या अभ्यासकांच्या मनात काही वेगळे अभिप्रेत आहे. त्यांच्या मते आपला रुपया डॉलरच्या नात्यात तुलनेने हलका अगर स्वस्त आहे म्हणून आपली निर्यात चांगली आहे हे म्हणणे बरोबर नाही. भारताची मागच्या पाच वर्षात निर्यात तीन पटीने वाढलेली आहे. मागे २००१-०२ वर्षात आपली निर्यात ४३.८ अब्ज (४३.८ बिलियन) डॉलर होती आणि ती २००६-०७ वर्षात १२९ अब्ज (१२९ बिलियन) डॉलरच्या पातळीवर पोहोचली. अनेक देशांच्या तुलनेने निर्यातीमध्ये ही खूप वेगाने वाढ झालेली आहे हे लक्षात घेतले पाहिजे. परंतु या तुलनेबरोबर सहा देशांच्या चलनावर आधारलेला आरईईआर निर्देशांक पाहिला तर तो ९७.४३ बिंदूंवरून फक्त १०८ बिंदूंवर पोहोचलेला दिसतो. याचा अर्थ जी मुळात निर्यातीमध्ये भरीव वाढ झालेली आहे तिचे खरे प्रतिबिंब सहा देशांच्या चलनाच्या एकत्रित मूल्यात पडलेले नाही असा निष्कर्ष काढावा लागेल.

मग जर रुपयाच्या मूल्यात इतका थोडा फरक दिसत आहे तर आपली इतकी

भरीव निर्यात कशी होऊ शकली? हे शक्य झाले याचे एक कारण म्हणजे आपल्या उत्पादन क्षमतेमध्ये वाढ झाली. दुसरे कारण म्हणजे मूळात ३६ देशांच्या चलनाच्या आईईआर या निर्देशांकावरून रुपयाचे मूल्य फारसे वाढले नाही असे दिसते. उलट या पाच वर्षांच्या काळात निर्यात मालाचे वजन वापरले तर त्यावरच्या निर्देशांकात ९८.५९ बिंदूंवरून ९७.०६ बिंदूंपर्यंत हे मूल्य थोडेसे घटले असेच म्हणावे लागते. याचा अर्थ भारताच्या परदेश व्यापाराला समोर ठेवून ज्या देशांबरोबरचा व्यापार महत्त्वाचा आहे ते लक्षात घेतले तर मागच्या पाच वर्षात रुपयाचे मूल्य फार काही वाढले आहे अगर रुपया महाग झाला आहे असा निष्कर्ष निघत नाही. खरे म्हणजे थोडा बारकावा लक्षात घेतला तर रुपयाचे मूल्य थोडेसे कमीच झालेले आहे. अर्थात येथे जी तर्कसंगती मांडली आहे आणि त्यावर आधारून जो निष्कर्ष काढला आहे त्याचे अनेकांना आश्चर्य वाटेल. मागे म्हटल्याप्रमाणे काही थोड्या अभ्यासकांनी ही भूमिका घेतलेली आहे. आश्चर्य यासाठी कारण सर्वसाधारण वाचकाला डॉलरच्या नात्यात रुपयाचे मूल्य २००२ सालात रु. ४९ होते आणि ते आता २००७ सालाच्या मध्याला रु. ४१ झाले हे सहज समजते. त्याच्या दृष्टीने हे रुपयाचे अधिमूल्यन (ॲप्रिसिएशन) सुमारे १६ टक्क्यांनी झालेले असताना रुपयाचे मूल्य फारसे बदललेले नाही हे कसे म्हणायचे? या गुंतागुंतीच्या तांत्रिक परिभाषेमध्ये काही व्यापक संदर्भ लक्षात ठेवण्याची गरज आहे. एक म्हणजे डॉलरचे नाममात्र मूल्य मागच्या २००६ सालापासूनच कमी झालेले आहे. आणि ही बाब डॉलर आणि जगातली इतर सगळी चलने यांच्या नात्यामध्ये खरी आहे. विशेष म्हणजे डॉलरचे मूल्य आशियातल्या इतर चलनांच्या नात्यामध्ये तुलनेने अधिक ढासळलेले आहे. त्यामानाने डॉलर रुपयाच्या नात्यात तितका खालावलेला नाही.

याचा पुरावा पाहण्यासाठी आपण थायलंडच्या बाट या चलनाचे उदाहरण घेऊ शकतो. मागे जुलै १९९७ मध्ये आशियातल्या देशात चलनबाजारात पेचप्रसंग आल्यावर थायलंडच्या चलनाचे मूल्य डॉलरमागे फक्त ५५ बाट होते. आता सुमारे दहा वर्षांनी हे मूल्य ३४ बाट झाले आहे. म्हणजे एका अर्थाने ही खूपच मोठी चलनाच्या किंमतीमधली वाढ अगर अधिमूल्यन (ॲप्रिसिएशन) असे म्हणता येईल. याचप्रमाणे इंडोनेशियाच्या रुपय्याचे मूल्य दुप्पट झालेले आहे. डॉलरमागे हे मूल्य १८००० रुपय्या होते. ते आता ९००० रुपय्यावर आले आहे. तसेच कोरियाचे चलन वॉन याचे डॉलरमागे मूल्य १७०० होते ते आता ९३१ झाले आहे. म्हणजे हा रुपय्यासुद्धा जवळपास दुप्पटीने महाग झाला आहे.

आशियातल्या अनेक देशांची चलनांच्या मूल्यामधली वृद्धी लक्षात घेता भारताचा रुपया डॉलरच्या नात्यात तितक्या प्रमाणात बळकट झालेला नाही. तसेच आपल्या निर्यात व्यापारात ज्या देशांशी आपली स्पर्धा असते त्या देशांच्या चलनाच्या

मूल्यामध्ये आपला रुपया तुलनेने दुबळाच राहिलेला आहे. अभ्यासकांच्या मते चालू २००७-०८ सालातही अशीच परिस्थिती राहील असे समजायला हरकत नाही. याला अपवाद फक्त चीनचा आहे. अनेक वर्षे डॉलरच्या नात्यात युआनचे मूल्य ८.२८ इतके स्थिर ठेवण्यात आलेले आहे. मात्र मागच्या दोन वर्षात अगदी हलक्या प्रमाणात हे मूल्य वाढू देण्यात आले आहे आणि आता एका डॉलरमागे ७.७० युआन अशी पातळी आहे. यामुळे आपला रुपया युआनच्या नात्यात महाग झालेला आहे. त्याचा परिणाम म्हणून आपले निर्यातदार अस्वस्थ झालेले आहेत. चीनच्या युआन बाबतच्या चलनाच्या धोरणात काही गोष्टी लक्षात घेतल्या पाहिजेत. एक म्हणजे जेव्हा दशकापूर्वी चलनबाजारात संकट आले तेव्हा चीनने आपला विनिमयाचा दर स्थिर ठेवला होता. याकाळात इंडोनेशियाचा रुपया डॉलरमागे २५०० वरून १८०००च्या पातळीवर पोहोचला होता. थायलंडचा बाट डॉलरमागे ३० वरून ५५ झाला होता. म्हणजे या काळात चीनच्या युआन या चलनाचे अधिमूल्यन (ॲप्रिसिएशन) भरपूर झाले होते आणि तरीही चीनने काही तक्रार न करता त्याला तोंड दिले. चीन असे धैर्य दाखवू शकला कारण त्यांच्या अर्थव्यवस्थेची उत्पादकता वाढली होती आणि त्यामुळे त्यांची क्षमता अधिक होती. आता भारतही या मार्गाने जात आहे. आपली आर्थिक वाढ जोमाने होत आहे आणि आपली बचत आणि गुंतवणूक यातही दमदारपणे वाढ झालेली आहे. शिवाय आपली मागच्या काळात वापरात न आलेली उत्पादकताही आता आपण पूर्णपणे वापरत आहोत. म्हणजे चीन हा चलनमूल्याच्या विषयात अपवाद असला तरी आपण त्याच्या बरोबर आहोत.

भारत पाश्चिमात्य देशांबरोबर एका विषयात स्पर्धा करतो आणि तो म्हणजे माहिती तंत्रज्ञान. आपल्या या क्षेत्रातल्या कंपन्यांचा निर्यातीमध्ये मोठा वाटा आहे आणि त्यामुळे रुपयाचे डॉलरच्या नात्यात मूल्य वाढल्यावर आपल्या नफ्यावरही त्याचा परिणाम होणार आहे. असे असले तरीही आपल्या माहिती तंत्रज्ञानाच्या क्षेत्रात काम करणाऱ्या कंपन्यांचे खर्च तुलनेने कमी आहेत आणि फायदे अधिक आहेत. त्यामुळे या स्पर्धेमध्ये आपण टिकून राहू शकतो. शिवाय आपल्या या कंपन्यांचे अमेरिकेमध्ये कोण स्पर्धक आहेत? या कंपन्या म्हणजे आयबीएम, एक्सेंच्युअर, ईडीएस इत्यादी. या कंपन्यासुद्धा आपल्या मनुष्यबळावर अवलंबून आहेत आणि या कंपन्यांनी भारतात आपल्या उपशाखा निर्माण केलेल्या आहेत. त्यातूनच या कंपन्या आपले मनुष्यबळावरचे खर्च आटोक्यात ठेवत असतात. त्यामुळे रुपया महाग होण्याची किंमत या अमेरिकेतल्या कंपन्यांनाही तितक्याच प्रमाणात द्यावी लागेल असे म्हणता येईल.

थोडक्यात म्हणजे काही अभ्यासकांच्या मते रिझर्व्ह बँकेने आपल्या रुपयाचे मूल्य डॉलरच्या नात्यात खुशाल वाढू द्यावे. यातच आपले हित आहे आणि आपल्याला

त्यामुळे फार मोठे नुकसान सोसावे लागणार आहे अशी वस्तु:स्थिती नाही. आपल्या निर्यातीवरही त्याचा फार मोठा परिणाम होईल असे नाही. या उलट आपल्या उद्योगांना बाहेरच्या बाजारातील स्पर्धेला तोंड देण्याची स्वाभाविक क्षमता याच्यातून निर्माण होणार आहे. काही प्रमाणात निर्यात अवघड झाली तरी त्याच प्रमाणात आयात स्वस्त होणार आहे आणि त्यातूनच आपला औद्योगिकीकरणाचा वेग वाढणार आहे. त्यामुळे रुपया महाग झाला आणि त्याचा निर्यातीवर परिणाम झाला इतकाच मर्यादित विचार करण्याची गरज नाही.

■

५.७ चलनाचे साठे

मागच्या काही वर्षात देशाचे चलनाचे साठे भरपूर वाढले आहेत आणि त्यातून आपल्याला बाहेरच्या आर्थिक चढउतारांपासून संरक्षण मिळालेले आहे. तसेच जगातल्या स्पर्धेला तोंड देण्याची आपली क्षमताही वाढलेली आहे. याचा एक साहजिक परिणाम म्हणजे परदेशातून येणारा गुंतवणूक निधी अधिक प्रमाणात येथे येत आहे. मागे १९९१मध्ये आपल्याला परदेशी चलनाची टंचाई भासत होती आणि त्यातूनच एक वित्तीय संकट उभे राहिले. त्यानंतर आपण आर्थिक धोरणात अनेक ठोस बदल केले आणि आर्थिक वाढीची प्रक्रिया नेटाने पुढे नेली. यातूनच आता देशाकडे चलनाचा इतका पुरेसा आणि भरीव साठा आहे की त्याचा प्रश्न बनला आहे. एका अर्थाने हे यश आहे आणि या मुळापासून बदललेल्या संदर्भात आपण आपल्या जगातल्या वित्तीय स्थानाचा विचार केला पाहिजे. देशाच्या परदेशातल्या मत्ता कशा वाढत आहेत आणि या तुलनेने आपले दायित्त्वही (लायबिलिटीज) कसे वाढत आहे? या दोन्हीमध्ये जो फरक असेल त्यावरून आपल्या देशाच्या मत्ता किती आहेत आणि आपण कोणते देणे लागतो याचे उत्तर मिळते. म्हणजे जगामध्ये आपल्या देशाच्या वित्तीय स्थानाचा क्रमांक कोणता आहे हे त्यातून कळते.

याची अधिकृत आकडेवारी रिझर्व्ह बँकेने (आरबीआय) गोळा केलेली आहे. याचा विषय आहे इंटरनॅशनल इनव्हेस्टमेंट पोझिशन (आयएनआयपी) म्हणजे आंतरराष्ट्रीय गुंतवणुकीची परिस्थिती. या आकडेवारीनुसार मागच्या २००५-०६ सालात अगोदरच्या वर्षापेक्षा आपल्या देशाची नक्त परिस्थिती थोडी बिघडली होती. याचे कारण म्हणजे करंट अकाऊंट डेफिसिट म्हणजे चालू खात्यातील तूट वाढली आणि परिस्थिती बिघडल्याचे हे लक्षण समजले पाहिजे. निदान रिझर्व्ह बँकेने असे विश्लेषण केले आहे.

हे लक्षात घेऊनही जर थोडा लांबच्या काळाचा विचार केला तर भारताची वित्तीय परिस्थिती बऱ्यापैकी सुधारलेली आहे असा निष्कर्ष काढता येतो. उपलब्ध आकडेवारीवरून असे म्हणता येईल. खरे म्हणजे २००२-०३ आणि २००५-०६ या चार वर्षांच्या काळात देशाच्या परदेशातील मत्ता आणि दायित्त्व यातली तूट सुमारे

१४.४ अब्ज (१४.४ बिलियन) डॉलरने कमी झाली आणि याचे एक कारण म्हणजे आपल्या परदेशी चलनाच्या साठ्यात भरीव वाढ झाली.

भारताच्या परदेशी दायित्त्वामध्ये मागच्या २००५-०६ मध्ये वाढ झाली हे खरे आहे. परंतु याचे एक मुख्य कारण म्हणजे देशामध्ये प्रत्यक्ष विदेशी गुंतवणूक (एफडीआय) आणि परदेशी वित्त संस्थांनी (एफआयआय) केलेली पोर्टफोलिओ गुंतवणूक यात भरपूर वाढ झाली. या बाहेरून आलेल्या भांडवलाच्या गुंतवणुकीमुळे आपल्या अर्थव्यवस्थेमध्ये अधिक संपत्ती निर्माण होणार आहे हे लक्षात ठेवले पाहिजे. त्यामुळे जरी आपल्या परदेशी दायित्त्वामध्ये वाढ झाली असली तरीही ती समर्थनीय आहे आणि स्वागत करण्याची बाब आहे. केवळ हा काळजी करण्याचा मुद्दा असू शकत नाही.

देशात परदेशी भांडवलाची आयात वाढली आहे त्यात एक हिस्सा आहे प्रत्यक्ष गुंतवणुकीचा. ही गुंतवणूक येथल्या खाजगी क्षेत्राच्या इक्विटीमध्ये करण्यात आलेली आहे. मागच्या २००५-०६ वर्षात यात १५.३ टक्क्यांनी भर पडली. या गुंतवणुकीचा देशाच्या एकूण परदेशी दायित्त्वात किती वाटा आहे? सन २००४-०५ मध्ये तो २०.८ टक्के होता आणि २००४-०५ मध्ये हा वाटा २१.९ टक्के झाला. म्हणजे सुमारे एक टक्याने इक्विटीमधली गुंतवणूक वाढली.

याचबरोबर इक्विटीमधल्या गुंतवणुकीचा एकूण परदेशी दायित्त्वामध्ये किती वाटा आहे? हा वाटा २६.४ टक्क्यांवरून २००५-०६ मध्ये २७.६ टक्के झाला. आपल्या शेअर बाजारात जो उत्साह सळसळत आहे त्यामुळे प्रत्यक्षात पोर्टफोलिओ गुंतवणुकीमध्ये १४.६ टक्क्यांची वाढ झाली. अर्थात ही पोर्टफोलिओमधली गुंतवणूक मागची काही वर्षे सातत्याने वाढत आहे. मागच्या चार वर्षात तर ही वाढ दरवर्षाला २० टक्क्यांनी अधिक होत आहे.

याचबरोबर पोर्टफोलिओ इक्विटीमधली गुंतवणूक आणि तिचे जीडीपीशी नाते बघण्यासारखे आहे. हे गुणोत्तरही वाढत आहे. सन २००२-०३ मध्ये हे प्रमाण ६.८ टक्के होते आणि ते २००५-०६ मध्ये ८.८ टक्के झाले. त्याचप्रमाणे विदेशी प्रत्यक्ष गुंतवणुकीचा (एफडीआय) जीडीपीतला वाटा या काळात ६.५ टक्क्यांवरून सात टक्के झाला आहे. एफडीआय आणि इक्विटी पोर्टफोलिओ मधली गुंतवणूक जशी वाढलेली दिसते त्या प्रमाणात कर्ज वाढल्याचे दिसत नाही. मागच्या २००५-०६ मध्ये यात फक्त ३.१ टक्क्यांची वाढ झाली. तसेच याचा आपल्या परदेशी दायित्त्वामधला वाटा मागच्या चार वर्षात सुमारे १० टक्क्यांनी कमी झाला आहे. सन २००२-०३ मध्ये हे प्रमाण ३९.१ टक्के होते आणि ते २००५-०६ मध्ये २९.५ टक्क्यांपर्यंत खाली आले.

यात सरकारने घेतलेले कर्ज हे सुमारे ०.९ टक्क्यांनी कमी झाले आणि याचा

एकूण परदेशी दायित्त्वातला वाटा मागच्या चार वर्षात २७.४ टक्क्यांवरून १९.३ टक्क्यांपर्यंत खाली आला. याचा अर्थ जी काही परदेशी दायित्त्वामध्ये वाढ झाली त्यातला अधिक तर हिस्सा सरकारच्या नैमित्तिक खर्चासाठी वापरण्यात आल्या नाहीत आणि या गुंतवणुकीमधून अधिक संपत्ती निर्माण करण्यात आली. तसेच आपल्या देशाच्या ज्या एकूण परदेशी मत्ता आहेत त्यातला मोठा वाटा आपण गोळा केलेल्या परदेशी चलनांच्या मत्तांच्या स्वरुपात आहे. मागच्या २००५-०६ मध्ये या राखीव मत्तांचा वाटा सुमारे ८० टक्क्यांच्यापेक्षा अधिक होता. अर्थातच त्या अगोदरच्या तीन वर्षांमध्येही हीच परिस्थिती होती. देशाच्या परदेशी मत्तांमध्ये परदेशी चलनांच्या साठ्यांमध्ये सतत भर पडत असल्यामुळे आता हा वाटा २००५-०६ मध्ये जवळपास ९६ टक्के झाला आहे.

साहजिकच याचा परिणाम म्हणजे भारताच्या परदेशी मत्ता आणि परदेशातले दायित्त्व यातला फरक मागच्या काही वर्षात सतत कमी झालेला आहे. अर्थात फक्त २००५-०६ या वर्षाचा विचार केला तर हा फरक वाढलेला दिसतो परंतु २००२-०३ काळापासून चार वर्षांचा विचार केला तर हा फरक १४.४ अब्ज (१४.४ बिलियन) डॉलरनी कमी झालेला आहे. या चार वर्षात परदेशी चलनाचे साठे दुप्पटीपेक्षा थोडे अधिक वाढले आहे. थोडक्यात म्हणजे देशाच्या परदेशी मत्ता आणि परदेशी दायित्त्व यातला फरक २००२-०३ सालापासून सतत कमी होत आहे. आपल्या परदेशी मत्ता वाढत असल्यामुळे आपल्या वित्त व्यवस्थेचे स्थैर्य आणि प्रतिष्ठाही जगाच्या बाजारात वाढत आहे.

याचाच परिणाम म्हणून काही प्रमाणात आपले परदेशी दायित्त्व वाढत आहे कारण आता मागच्या काही वर्षात परदेशी गुंतवणुकदारांना येथे निधी गुंतवताना अधिक भरवसा आणि विश्‍वास वाटू लागला आहे. एका अर्थाने फक्त परदेशी चलनाच्या साठ्यांचा अलग विचार केला तर यातून काही व्यवस्थापनाचे प्रश्‍न जरूर विचारता येतील. परंतु त्याच बरोबर आपल्या परदेशी मत्ता जेव्हा वाढतात तेव्हा त्यातून अर्थव्यवस्थेच्या वाढत्या बळाचे प्रतिबिंब दिसत असते आणि त्यातूनच एफडीआय आणि एफआयआय या येथे अधिक गुंतवणूक करण्यास प्रवृत्त होत असतात. जगाच्या बाजारात विश्‍वासार्हता, स्थैर्य आणि भरवसा याचे मोठे महत्त्व असते. इतर अनेक विकसनशील देशांच्या तुलनेने भारताने यात अगदी सरस कामगिरी करून दाखवलेली आहे.

■

५.८ रुपयाची वाढती कमान

सध्या रुपया सतत चर्चेच्या परिघात आहे. विशेष म्हणजे रुपया बळकट होत आहे याची ही चर्चा आहे आणि काळजी आहे. पूर्वी देशाला रुपया दुबळा होता आणि वेळोवेळी त्याचे अवमूल्यन करायचे की नाही याची चिंता केली जात असे. आता अर्थव्यवस्थेमध्ये अनेक टीका करण्यासारख्या गोष्टी आहेत आणि सर्वात महत्त्वाची बाब म्हणजे आर्थिक सुधारणा कार्यक्रम रखडला आहे आणि प्रगल्भ राजकीय नेतृत्त्वाची उणीव आहे. परंतु सगळ्या टीका आपापल्या जागी तर्काला धरून असल्या तरी देशाची परदेशी हुंडणावळ सतत वाढत आहे. ती आता ८५ अब्ज (८५ बिलियन) डॉलरच्या पुढे आहे आणि लवकरच १०० अब्ज (१०० बिलियन) डॉलर होईल याची निश्चिती दिसते. त्यामुळे देशाच्या चलनाचे बळ वाढत आहे आणि अमेरिकेचा डॉलर दुबळा होत आहे. साहजिकच राज्यकर्ते खुश आहेत आणि ज्यांचे सर्व राजकारण अमेरिकेच्या विरोधात बेतलेले आहे त्यांना काही सुचेनासे झाले आहे.

आश्चर्य म्हणजे नेमके एक वर्षापूर्वी मागच्या जुलै ऑगस्टच्या सुमारास रुपयाचे मोठे अधोमूल्यन (अंडर व्हॅल्यू) झालेले दिसत होते. त्यावेळी एका डॉलरची किंमत सुमारे एकोण पन्नास रुपये होती आणि ती पन्नास रुपये पार करेल असे दिसत होते. तेव्हापासून आता वर्षाभरात सगळ्या गोष्टी उलट्या झाल्या आहेत आणि डॉलरमागे रुपयाचे मूल्य सेहेचाळीस झाले आहे आणि ते आणखी वाढून पंचेचाळीस रुपयांपर्यंत येऊ शकते. येत्या एक ऑक्टोबर नंतर रिसर्जंट इंडिया बॉन्डस् (आरआयबी) यांची डॉलरमध्ये परतफेड व्हायची आहे आणि त्यासाठी सुमारे ५.५ अब्ज (५.५ बिलियन) डॉलर खर्ची पडतील. मागे १९९८ मध्ये देशाने आण्विक शस्त्रांची चाचणी केली म्हणून जगातल्या औद्योगिक देशांनी आर्थिक बंधने घातली आणि अडचणी निर्माण केल्या. त्यावर मात करण्यासाठी स्टेट बँक ऑफ इंडियाच्या माध्यमातून हे बॉन्डस् काढण्यात आले होते. आताही ही सर्वच रक्कम देशाबाहेर जाईल असे कोणाला वाटत नाही. थोडक्यात म्हणजे देशाची अर्थव्यवस्था धीम्यागतीने का होईना पुढे जात आहे. जगभरात गेल्या काही वर्षात मंदीची लाट पसरलेली

असल्यामुळे भारताचा विकासाचा दर मंदावला तरी तो सुमारे पाच टक्क्यांपेक्षा अधिक आहे याचे बहुधा जगामध्ये कौतुक होत असावे.

आश्चर्य म्हणजे रुपयाच्या तुलनेने डॉलर हलका होत आहे. मागच्या अनेक वर्षात राजकीयदृष्टया अमेरिका ही जगात एकच महासत्ता उरलेली आहे आणि त्यामुळे त्यांच्या आर्थिक शक्तीलाही मोठी प्रतिष्ठा आहे. म्हणूनच अनेक वर्षे जगामध्ये इतर देश डॉलरमध्ये गुंतवणूक करत होते आणि एक साठा (रिझर्व्ह) करण्याचे साधन म्हणून डॉलरला स्थैर्य होते आणि हमी होती. अकरा सप्टेंबरला अमेरिकेवर हल्ला झाला आणि तेव्हापासून अमेरिकेच्या जगाविषयीच्या सर्व दृष्टीकोनात मुळापासून बदल झाला. आता अमेरिका आपल्या देशाच्या सुरक्षिततेसाठी कोणताही मार्ग पत्करेल आणि कोणतीही किंमत चुकती करेल या विषयी जगात कोणाला शंका राहिलेली नाही. त्यांनी प्रथम अफगाणिस्तानमध्ये हस्तक्षेप केला आणि तेथल्या जुलमी तालीबान राजवटीला बरखास्त केले. नंतर इराकबरोबर युद्ध करून सद्दामची राजवट संपवली. म्हणजे एका अर्थाने जगामध्ये आपली राजकीय शक्ती पूर्णपणे वापरून अमेरिकेने आपले हेतू जाहीर केले आहेत. या घटनाक्रमात त्यांनी युनो संघटनेचीही पत्रास ठेवली नाही. असे असूनही या वर्षाभरात डॉलर सतत दुबळा होत आहे आणि हेही एक आश्चर्यच आहे.

मागे १९९१ - ९२ पासून भारतीय चलनावरची बंधने काढून टाकण्याची सुरुवात झाली. त्याअगोदर ती बंधने अतिशय कडक होती. या दहा बारा वर्षात रुपया आता बऱ्यापैकी मुक्त झालेला आहे. फक्त लांबच्या काळातील भांडवलाची उलाढाल यावर अजूनही बंधने आहेत. याचे उदाहरण म्हणजे जी मत्ता एक वर्षापेक्षा अधिक काळ ठेवण्यात आली आहे तिची विक्री झाल्यावर जे उत्पन्न मिळेल ते लगेचच परदेशात नेता येत नाही. अन्यथा इतर सर्व व्यवहारांसाठी आता परदेशी चलन मुक्तपणे मिळते. नुकताच अनिवासी भारतीयांनी जी लांबच्या काळासाठी भांडवल गुंतवणूक केली असेल तीसुद्धा आता विनिमय नियंत्रणातून मुक्त करण्यात आलेली आहे. तसेच ज्या वस्तू आणि सेवा यांची आयात केली आहे त्यांच्या खरेदी विक्रीवरही आता फारच थोडी बंधने आहेत.

या पार्श्वभूमीवर विदेशी चलन बाजारात रुपयासाठी कोणती मागणी असते त्याचा विचार करता येईल. ही मागणी दोन स्वरूपात असते. एक म्हणजे व्यापार शेषात भारतीय माल आणि सेवा यांच्यासाठी जी नक्त मागणी असते त्यासाठी रुपये लागतात. अर्थात ही मागणी मोठी नाही. नव्वदीच्या दशकामध्ये भारतीय व्यापारावरची आकडेवारी तपासली तर असे दिसते की दर महिन्यातील व्यापारातील तूट ही १ कोटी (दहा मिलियन) डॉलरच्या पातळीभोवती घुटमळत होती आणि शेवटच्या दोन वर्षात ही तूट सुमारे ६० कोटी (६०० मिलियन) डॉलर झाली.

रुपयासाठी आणखी एक मागणी येते ती विदेशी गुंतवणुकदार संस्थांकडून (एफआयआय) कारण त्यांना भारतीय शेअर बाजारात समभागांची खरेदी करायची असते. नव्वदीच्या दशकात जी नवीन गोष्ट घडू लागली ती ही. सन १९९३ च्या सुरुवातीला ही गुंतवणूक दर महिन्यात सुमारे १० लाख (एक मिलियन) डॉलर होती आणि १९९४ पर्यंत ही पातळी सुमारे २५ ते ३० कोटी (२५० ते ३०० मिलियन) डॉलर इतकी वाढली. तेव्हापासून नंतरच्या काळात साधारणपणे ही गुंतवणूक दर महिन्याला सुमारे २० कोटी (२०० मिलियन डॉलर) या पातळीभोवती फिरत आहे. आता २००२ - ०३ च्या तिसऱ्या तिमाहीत एफआयआयची शेअर बाजारातील गुंतवणूक ही विदेशी प्रत्यक्ष गुंतवणुकीपेक्षा (एफडीआय) अधिक आहे. बऱ्याचदा एफडीआय मधून होणारी गुंतवणूक ही नजीकच्या काळातल्या परताव्यावर अवलंबून नसते आणि ही गुंतवणूक करताना इतर गोष्टी लक्षात घेतलेल्या असतात. परंतु एफआयआयच्या मार्गाने होणारी गुंतवणूक ही नजिकच्या काळात होणाऱ्या फायद्याचा विचार करून केलेली असते. त्यामुळे काही प्रमाणात सध्या देशाच्या परदेशी हुंडणावळीच्या साठ्यात अचानक बरीच वाढ झालेली दिसते.

अशा परिस्थितीत एफआयआयच्या मार्गाने येणारा निधी कोणत्या दृष्टीने येतो ते पाहण्यासारखे आहे. आंतरराष्ट्रीय वित्त या विषयावरच्या लिखाणात विदेशी गुंतवणुकदार संस्थांच्या (एफआयआय) निधीला पोर्टफोलिओ इन्व्हेस्टमेंट असेही म्हणतात. या मार्गाने येणाऱ्या निधीच्या उलाढालीत कोणत्या प्रकारचे धोके आहेत याचा पूर्ण विचार करून भांडवलावर किती खरा परतावा मिळेल याचा विचार केलेला असतो. खरा परतावा (रियल रिटर्न) याची व्याख्या करता येईल. खरा परतावा म्हणजे जो व्याजदराच्या रूपाने वर दिसणारा परतावा असतो त्यातून चलनवाढीचा दर वजा केला तर त्याला खरा परतावा समजता येईल. अमेरिका आणि भारत यांच्या दर महिन्याच्या खऱ्या परताव्याची तुलना करता येते. सन १९९५ ते २००२ या काळात आकड्यातील तफावत १९९६ मध्ये आठ टक्क्यांपर्यंत होती आणि १९९८ मध्ये काही काळ उणे चार टक्के होती. विशेष महत्त्वाचे म्हणजे मागच्या काही वर्षात भारतात हा परतावा अमेरिकेपेक्षा वरच्या पातळीवर आहे आणि हे प्रमाण सुमारे ५.५ टक्के इतकी आहे. उरलेल्या विकसित देशांचा विचार केला तर त्यांच्या बाबतीत हा खरा परतावा शून्याच्या जवळ आहे आणि जपानचा विचार केला तर तो उणे आहे. म्हणजे अमेरिकेबरोबर तुलना करता ही ५.५ टक्क्यांची तफावत बरीच वरच्या पातळीवरची आहे असे दिसते.

या आकड्यांमध्येच या कोड्याचे उत्तर दडलेले आहे. भारतात व्याजदर हा मुक्त बाजारपेठेत ठरत नाही तर त्याचे नियंत्रण केले जाते. उदा. सरकार कर्मचाऱ्यांच्या भविष्यनिधीवर किती व्याजदर द्यायचा याची हमी देते. असे असूनही बाजारात स्पर्धा

आहे आणि मंदीचे वातावरण आहे त्यामुळे चलनवाढ बऱ्याच प्रमाणात आटोक्यात राहील आणि त्यामुळे भांडवलावरचा खरा परतावा हा चढ्या पातळीवरच दिसेल. मागच्या काही वर्षांप्रमाणे जर विकसित औद्योगिक देशात मंदीचे वातावरण चालूच राहिले तर भारतात अधिक प्रमाणावर एफआयआयच्या मार्गाने निधी येणे चालूच राहील. परंतु ही आवक अशा पद्धतीने चालू राहणे हे फारसे पेलवणारे नाही. अशा परिस्थितीत रिझर्व्ह बँकेला हस्तक्षेप करावा लागेल आणि स्टेट बँकेला परदेशी चलनाची खरेदी करण्याचे आदेश द्यावे लागतील. किंवा रुपया डॉलरच्या तुलनेने अधिक शक्ती मिळवेल. तसे झाले तर देशाच्या निर्यातीवर त्याचा उलटा परिणाम होईल. शिवाय तिसरी एक शक्यता आहे ती म्हणजे जर सध्याची मंदी संपली तर देशांतर्गत चलन वाढीचा धोका निर्माण होईल.

खुल्या बाजार भावाच्या प्रकियेत विनिमयाचा दर, व्याजदर किंवा चलनवाढीचा दर या तीन घटकांपैकी कोणातरी एकावर परिणाम होतोच. देशात गेल्या काही वर्षात मध्यम वर्गाचा उदय आणि त्यांची संख्यात्मक वाढ ही एक समाज जीवनातील ठळक घटना आहे. त्यामुळे निवडणूक होईपर्यंत व्याजदर फारसे आणखी खाली येऊ दिले जाणार नाहीत. देशातले व्याजदर जगभरातल्या व्याजदरांशी सुसंगत राहतील असे धोरण म्हणून रिझर्व्ह बँक म्हणत असते. परंतु सरकारचे मजूर मंत्रालय भविष्य निर्वाह निधीवरचा व्याजदर कमी करण्याला सतत विरोध करते. विशेष म्हणजे सरकारचेच वित्त मंत्रालय हा व्याजदर कमी करावा अशी शिफारस करते. परंतु हे व्याजदर आहेत तिथेच आहेत. त्यात भर म्हणून नुकतेच स्टेट बँकेच्या अध्यक्षांनी जाहीरपणे म्हटले की सध्याचे व्याजदर फारसे कमी होणे चांगले नाही. याचा एकत्रित अर्थ असा की सध्याच्या व्याजदरात फारसे काही घडू दिले जाणार नाही.

हीच गोष्ट विनिमय दराची. देशाला निर्यातीत वर्षाला बारा टक्क्यांची वाढ हवी आहे परंतु ती बरीच कमी आहे. त्यामुळे काही प्रमाणात रुपया हलका करण्याचे रिझर्व्ह बँक सतत प्रयत्न करेल. यातही यशाची शक्यता कमीच आहे. उरलेला पर्याय राहिला चलन वाढीच्या दराचा. येत्या काळात राज्यात आणि केंद्रात निवडणुका आहेत त्यामुळे तेही महाग पडेल. थोडक्यात म्हणजे वर्षाअखेरीपर्यंत डॉलरचे मूल्य रु. ४५ होण्याचीच शक्यता जास्त.

■

५.९ डॉलरच्या संरक्षणासाठी रुपया

परदेशी चलन बाजारात अनेक अनपेक्षित गोष्टी घडत आहेत. काही वर्षापूर्वी याची कोणी कल्पना केली नसती. मुख्य गोष्ट म्हणजे डॉलर सतत दुबळा होत आहे. नव्या सहस्त्रकाची सुरुवात झाली तेव्हा अमेरिका ही एकच महासत्ता जगात उरली होती. अकरा सप्टेंबरला अमेरिकेवर हल्ला झाला आणि तेथून सगळे चित्रच बदलले. त्वेषाने आपला स्वसंरक्षणाचा अधिकार म्हणून अमेरिकेने जगाची फिकीर न करता प्रथम अफगाणिस्तान आणि नंतर इराक येथल्या अतिरेकी राजवटी मोडून काढल्या. आश्चर्य म्हणजे अमेरिकेची राजकीय सत्ता अबाधित आहे हे सिद्ध झाल्यावरही अमेरिकेचे चलन दुबळे आहे असा एक नवीन अंतर्विरोध जगापुढे उभा आहे. एखाद्या देशाचे चलन आणि देशातील चलन बाजार यांचा कधीही एक मर्यादित विषय म्हणून विचार करता येत नाही.

मागच्या शतकाच्या नव्वदीच्या दशकात जागतिकीकरणाचा नवीन अध्याय सुरू झाला आणि त्याचाच एक भाग म्हणून सगळ्या जगाची अर्थव्यवस्था एका स्थित्यंतरातून जात आहे. यातून कोणती नवीन अर्थव्यवस्था निर्माण होणार हा एक गहन आणि गुंतागुंतीचा प्रश्न आहे. आणि त्याची आज कोणीच उत्तरे देऊ शकणार नाहीत. जे काही तर्क आणि भविष्यवाणी करतील तो ज्याच्या त्याच्या प्रतिभेचा विलास आहे असे म्हणता येईल.

नुकतीच चलनबाजारात एक मोठी घटना घडली. रुपया आणि डॉलर या नात्यात एका डॉलरची किंमत रुपये ४४.८७५०/ ८८ इतकी झाली. मागच्या चव्वेचाळीस महिन्यात ही सर्वात वरच्या मूल्याची पातळी आहे. म्हणजे पंचेचाळीस रुपये ही जी एक मर्यादा बाजारात मानली जात होती त्याच्या खाली हे मूल्य पोहोचले. मागचे तीन दिवस सतत डॉलरचे रुपयातले मूल्य खाली जात होते आणि या काळात ३७ पैशांनी डॉलर हलका झाला. विशेष म्हणजे हे सर्व घडत असताना रिझर्व्ह बँक बाजाराच्या बाहेर राहिली होती. साधारणपणे मागच्या काळात रिझर्व्ह बँकेवर नेहमी टीका होत होती कारण बँक डॉलरची खरेदी करून बाजारात हस्तक्षेप करीत होती आणि रुपयाचे मूल्य वाढू देत नव्हती. यावेळी मात्र बँकेवर कोणी ठपका

ठेवला नाही. रुपया आपल्या शक्तीवरच बळ मिळवत होता.

या प्रवाहाला धरून जपानचा येन सुद्धा रुपया प्रमाणे बळकट झाला. मागच्या मार्च ८, २००४ साली डॉलरचे मूल्य ११२.३० येन होते. ती पातळी आता १०६.९० येन इतकी झाली. तेथेही जपानच्या वित्त मंत्रालयाने रिझर्व्ह बँकेसारखेच बाजारात हस्तक्षेप करण्याचे थांबवले.

त्याचप्रमाणे अमेरिकेच्या डॉलरची किंमत मार्च ५, २००४ मध्ये सिंगापूरच्या डॉलरबरोबर १.७१८० होती आणि हे मूल्य आता १.६८६० येथपर्यंत खाली आले.

या उलट डॉलरचे मूल्य इंडोनेशियाच्या रुपय्या, फिलिपाईन्सच्या पेसो आणि तैवानच्या डॉलर बरोबर जवळपास स्थिर राहिले आहे. अर्थात त्याचे मुख्य कारण म्हणजे या देशांमध्ये एक प्रकारचे राजकीय अस्थैर्य आहे आणि त्यामुळे डॉलर आपले मोल टिकवून आहे. तसेच डॉलरने युरोच्या नात्यात आपले मूल्य वाढवले त्याची अगोदरची पातळी १.२३१५ होती ती १.२२८८ इतकी झाली. असे असले तरी मागच्या वर्षभरात डॉलर युरोच्या मानाने सतत हलका झालेला आहे हे विसरता येणार नाही.

या चलनबाजारातल्या घडामोडींवर भाष्य करताना अनेकांनी रिझर्व्ह बँकेवर टीका केलेली आहे. तसेच सेंट्रल बँकेने हस्तक्षेप करून आपल्या चलनाचे मूल्य स्थिर ठेवण्याचे प्रयत्न भारताप्रमाणेच जपान करत आहे म्हणून या सरकारांवर दोषारोपही होत आहेत. परंतु याचे समर्थन करणारा एक तज्ज्ञ या देशांच्या बाजूने उभा राहिला आहे. आयएमएफचे माजी कार्यकारी संचालक होर्स्ट कोहलर् यांनी जपानची सेंट्रल बँक जो चलनबाजारात हस्तक्षेप करीत आहे त्याचे समर्थन केले. त्याला त्यांनी व्यावहारिक असे म्हटले.

जपानने २००३ सालात सतत डॉलरची खरेदी करण्यासाठी सुमारे १९० अब्ज (१९० बिलियन) डॉलर खर्ची घातले. यातून डॉलरची घसरण थांबवण्याचा आणि येनचे मूल्य वाढू न देण्याचा जपानच्या बँकेने प्रयत्न केला. इतक्या भरीव हस्तक्षेपालाही कोहलर् यांनी आक्षेप तर घेतलाच नाही उलट त्यात व्यवहार पाहिला. रिझर्व्ह बँकेचे गव्हर्नर डॉ. रेड्डी यांना यातून अर्थातच समाधान मिळेल. नेमक्या याच कारणासाठी बँकेवर सतत टीका होत आहे. बँक बाजारात उतरून डॉलर खरेदी करीत आहे आणि रुपयाचे मूल्य एका मर्यादेबाहेर वाढणार नाही या प्रयत्नात गुंतली आहे. यामुळे परदेशी चलनाचा साठा भरमसाठ वाढला आहे आणि त्यातला बराच भाग अमेरिकेच्या ट्रेझरी बिल्स आणि इतर रोखे यात गुंतवण्यात आलेला आहे. या रोख्यांवर सरकारला जो परतावा मिळतो तो जेमतेम २.८ टक्के आहे आणि सरकार जेव्हा देशांतर्गत कर्ज उभारते त्यावर सात टक्के व्याज देते. असा हा सगळा उफराटा

व्यवहार आहे.

यावरची आकडेवारी बघण्यासारखी आहे. बऱ्याचदा सार्वजनिक चर्चेत अशा माहितीची कोणी दखल घेताना दिसत नाही. भारताची अमेरिकन सरकारच्या ट्रेझरी बिल्समध्ये (याला टी बिल्स म्हणतात.) गुंतवणूक २००३ सालात ८० टक्क्यांनी वाढली. हा आकडा जानेवारी २००३ मध्ये ८.६ अब्ज (८.६ बिलियन) डॉलर होता आणि डिसेंबर २००३ मध्ये तो १५.५ अब्ज (१५.५ बिलियन) डॉलर झाला. या काळात फक्त कॅनडा आणि ऑस्ट्रेलिया या देशांनी केलेली अमेरिकेच्या टी बिलातील गुंतवणूक अधिक होती आणि वाढीचा दरही जास्त होता. जानेवारी २००४ मध्ये भारताची ही टी बिलातील गुंतवणूक थोडी खालच्या पातळीवर म्हणजे १४.४ अब्ज (१४.४ बिलियन) डॉलर झाली. असे असूनही भारताचा आशियामध्ये या गुंतवणुकीत सहावा नंबर लागतो. फक्त जपान, चीन (यातच हाँगकाँग येतो), तैवान, दक्षिण कोरिया आणि सिंगापूर या देशांची अमेरिकेच्या टी बिलातली गुंतवणूक भारतापेक्षा अधिक आहे. याचा आणखी एक अर्थ असा की अमेरिकेची जी अर्थसंकल्पीय तूट आहे त्यामध्ये त्या सरकारला अर्थ पुरवठा करणारा आशियातल्या देशांपैकी भारत हा सर्वात मोठा सहाव्या कमांकावरचा देश आहे.

या पार्श्वभूमीवर भारत सरकारचे वर्तन बघण्यासारखे आहे. हे शासन मध्यमवर्ग जो स्वयपांकाचा गॅस वापरतो त्याला अनुदान देते, युनिट ट्रस्टच्या गुंतवणूकदाराला भरमसाठ परतावे देते आणि आयआयटी आणि आयआयएम या प्रतिष्ठित संस्थांच्या विद्यार्थ्यांच्या शिक्षणाचा खर्च करते. हेच विद्यार्थी पुढे इतके स्वस्त शिक्षण घेऊन त्याच्या अनेक पटीने पैसे मिळवतात. अर्थात अशा विद्यार्थ्यांना ते जेव्हा भरभराटीला पोहोचतात आणि प्रतिष्ठित होतात तेव्हा आपल्याला हे यश किती स्वस्तात मिळाले असे त्यांच्या मनात येत असेलच. परंतु आपल्या यशातून आता आपण देशाचे नाव पुढे नेत आहोत अशी कदाचित ते आपली समजूत घालत असतील. आता हाच तर्क पुढे नेला तर हा देश अमेरिकन सरकारला अल्पदराने अर्थसहाय्य करीत आहे आणि पर्यायाने मदत करीत आहे यामुळेही भारतीय माणसाला अभिमान आणि कौतुक वाटेल का? असा प्रश्न विचारता येईल.

नेमके भारत आज हेच करीत आहे. भारताने अमेरिकेच्या टी बिलामध्ये सुमारे पंधरा अब्ज (पंधरा बिलियन) डॉलर गुंतवणे म्हणजे सुमारे सत्तर हजार कोटी रुपये गुंतवण्यासारखे आहे. यामुळे अमेरिकेतले व्याजदर खालच्या पातळीवर राहतात आणि त्यातून त्या देशाच्या दोन प्रकारच्या तुटी कमी व्हायला मदत होते. या दोन तुटी म्हणजे चालू खात्यातील तूट (करंट अकाऊंट डेफिसिट) आणि अर्थसंकल्पीय तूट (बजेच डेफिसिट).

वास्तविक पाहता ही इतकी सत्तर हजार कोटी रुपयांची रक्कम जर सरकारने

आपल्या केंद्र सरकारच्या रोख्यात गुंतवली असती तर सरकारला त्या प्रमाणात लोकांकडून कमी उसनवारी करावी लागली असती. जर इतकी प्रचंड रक्कम उपलब्ध झाली असती तर सरकारची कर्जाची गरज कमी झाली असती आणि त्या प्रमाणात देशांतर्गत व्याजदर कमी झाले असते. जेव्हा व्याजदर इतके खाली येतात तेव्हा त्यातून गुंतवणूक वाढते आणि आर्थिक वाढीचा दर उंचावतो. भारताने इतकी मोठी रक्कम अमेरिकेच्या टी बिलात गुंतवल्यामुळे इतक्या मोठ्या आर्थिक विकासाच्या संधी गमावल्या असे म्हणावे लागेल. आणि हे सर्व करून काय मिळवले याचे उत्तर सोपे आहे आणि ते अजिबात समाधानकारक नाही.

रिझर्व्ह बँक सतत डॉलरची खरेदी करून परदेशी चलनाचा साठा वाढवत आहे आणि अमेरिकेचे ओझे कमी करत आहे. विशेष म्हणजे सध्याचे सरकार यालाच इंडिया शायनिंग असे म्हणत आहे आणि त्यासाठी कोट्यवधी रुपयांच्या जाहिराती देऊन जनतेचे प्रबोधन करत आहे. ही एक प्रकारची आत्मवंचना आहे आणि जनतेची फसवणूक आहे.

आणखीन एक गोष्ट नमूद करण्यासारखी आहे. आशियातले भारताबरोबर आणखीन जे पाच देश आहेत ज्यांनी अमेरिकेच्या टी बिलात गुंतवणूक केली आहे त्या देशांची आणि आपली परिस्थिती वेगळी आहे. जपान, चीन, तैवान, दक्षिण कोरिया आणि सिंगापूर या पाचही देशांची आर्थिक सुस्थिती भारतापेक्षा कितीतरी सरस आहे. या देशांचे दरडोई उत्पन्न खूपच वरच्या पातळीवर आहे. अधिक महत्त्वाचे म्हणजे यापैकी कोणत्याच देशाचे वित्तीय कर्ज मोठ्या प्रमाणावर नाही.

चीन देशाची अर्थसंकल्पीय तूट किती आहे हे सांगणे अवघड आहे आणि जपानमध्येही मोठी वित्तीय तूट आहे. परंतु जपानच्या बाबत तेथील सरकार सतत डॉलरची खरेदी का करत आहे आणि देशांतर्गत येनचा पुरवठा का वाढवत आहे याची काही खास कारणे आहेत. तेथे अर्थव्यवस्थेला चलनसंकोचाचा म्हणजे डिफ्लेशनचा गंभीर धोका भेडसावत आहे आणि त्यांची व्यवस्था मागच्या दहा वर्षाहून अधिक काळ मंदीच्या लाटेत गुदमरलेली आहे. आत्ताच मागच्या काही महिन्यात अर्थव्यवस्था थोडे उत्साह वाढविणारे संकेत देत आहे. मागची अनेक वर्षे जपानचे सरकार ग्राहकाची मागणी वाढविण्यासाठी सार्वजनिक खर्च वाढवत आहे आणि त्यासाठी काही प्रमाणात तुटीचे अर्थकारण करणे योग्य आहे असा त्यांचा दावा आहे.

अशा या विशिष्ट संदर्भात जपानची अर्थसंकल्पातली तूट भारताच्या तुटीबरोबर मोजता येणार नाही. एका अर्थाने जे समर्थन जपानच्या बाबत खरे आहे ते भारताच्या बाबत लागू पडत नाही. मागच्या काही आठवड्यात देशामध्ये चलनवाढीचा दर सतत पाच टक्क्यांच्या वर राहिला आहे आणि रिझर्व्ह बँकेला किंमतींच्यावर फार सावधपणे लक्ष द्यावे लागत आहे. जपानमध्ये ही परिस्थिती नाही. या उलट भारतात रिझर्व्ह बँक

जे डॉलर खरेदी करत आहे त्यातून सुमारे पन्नास हजार कोटींची अधिक रोकड सुलभता (लिक्विडिटी)बाजारात दिसत आहे. त्याचे नकारार्थी परिणाम होऊ नयेत म्हणून रिझर्व्ह बँकेला रिपो व्यवहार म्हणजे रोख्यांची खरेदी आणि विक्री सतत करावी लागत आहे. यालाच तांत्रिक भाषेत स्टरिलायझेशन ऑपरेशन म्हणतात.

या परिस्थितीवर तोडगा म्हणून भारतात मोनेटरी स्टेबिलायझेशन फंड (एमएसएफ) नावाचे रोखे बाजारात आणण्याचा सरकारचा विचार आहे. रिझर्व्ह बँक आता सरकारी रोखे बाजारातून फारसे काही करू शकत नाही, कारण त्याच्या मर्यादा संपल्या आहेत. त्यामुळे रिझर्व्ह बँक एमएसएफ बॉन्डस् बाजारात आणून एकूण व्यवस्थेमधील रोकड सुलभतेवर ताबा ठेवण्याचा प्रयत्न करील. याचा सोपा अर्थ असा की ज्याच्यामुळे मुळात आजार निर्माण झाला आहे त्यावर इलाज न करता जे वरवर दिसणारे कारण आहे त्यावर बँक उपाय करत आहे.

मुळात परदेशी चलनाचे साठे वेगाने वाढत आहेत आणि त्यात रिझर्व्ह बँक सरकारी धोरणाचा भाग म्हणून डॉलरची खरेदी करत आहे आणि रुपयाचे मूल्य आपल्याला हव्या त्या मर्यादेत ठेवत आहे. म्हणजे जर रिझर्व्ह बँकेने हा बाजारातला हस्तक्षेप थांबवला तर आजाराचे मूळ कारण नाहीसे होईल. या उलट ज्या गोष्टी मुळात रिझर्व्ह बँक करत आहे आणि त्यातूनच जे परिणाम होत आहेत त्यावर बँक लक्ष केंद्रित करत आहे. अर्थात हे एमएसएफ बॉन्डस बाजारात आणल्यामुळे वित्तीय तुटीत भर पडणार नाही कारण हा पैसा बाजारातून बाहेर काढला जाईल आणि रिझर्व्ह बँकेच्या ताब्यात राहील. परंतु या पैशावर जे व्याज द्यावे लागेल तो खर्च सरकारच सहन करणार आहे आणि निदान हा बोजा वित्तीय तुटीमध्ये भर घालेल.

क्रिसील या पतनिर्धारण करणाऱ्या संस्थेने याबाबत एक अंदाज दिलेला आहे. यापुढे जे सुमारे साठ हजार कोटी रुपयांचे एमएसएफ बाजारात आणले जातील त्याचा वित्तीय खर्च सुमारे रुपये २७०० कोटी असेल. सरकार सध्या मध्यमवर्गाला जी अनेक अनुदाने देत आहे त्यावर नेहमी सार्वजनिक चर्चेत टीका होत असते. आता त्यातच या रु. २७०० कोटींची भर पडेल. आणि हे सगळे कशासाठी करायचे याचे उत्तर सोपे आहे. अमेरिकेतल्या सरकारचे जे वित्तीय तुटीचे ओझे आहे ते थोडेसे का होईना भारत कमी करण्याचा प्रयत्न करीत आहे. अमेरिकेची वित्तीय तूट सुमारे ५०० अब्ज (५०० बिलियन) डॉलरच्या दरम्यान आहे आणि त्यामध्ये भारताच्या १५ अब्ज (पंधरा बिलियन) डॉलरची मदत ही चिल्लर आहे. यासाठी अमेरिकन सरकार आणि अमेरिकेतली जनता भारताचे आभार मानेल याची अजिबात शक्यता नाही. मात्र भारताचे सरकार नेहमी स्वदेशीच्या गोष्टी करत असते आणि जी धोरणे राबवते त्यातून अमेरिकेचा बोजा हलका करते.

■

५.१० रुपयाचे अवमूल्यन थांबले पाहिजे

जगातले भांडवल अमेरिकेत गुंतवले जाते कारण तेथे त्यावर अधिक परतावा मिळतो असे समजले जाते. अमेरिकेमुळे जगाच्या अर्थकारणाला चालना मिळते असेही सांगण्यात येते. अशा अनेक समजुतींमुळे अमेरिकेच्या डॉलरला एक मोठी प्रतिष्ठा मिळालेली आहे. तसेच अनेक विकसनशील देशांनी आपल्या चलनाच्या साठ्यात डॉलरमध्ये गुंतवणूक केलेली आहे. शिवाय यातली काही गुंतवणूक अमेरिकन सरकारच्या राजकोष पत्रात (ट्रेझरी बिल) करण्यात आलेली आहे. यावर त्यांना जेमतेम दोन तीन टक्के परतावा मिळतो. दुसऱ्या बाजूने अमेरिकेच्या चालूखात्यात ५०० अब्ज (५०० बिलियन) डॉलरपेक्षा अधिक तूट आहे आणि हे जीडीपीशी पाच टक्क्यांचे गुणोत्तर आहे. म्हणजे अमेरिका जगातला सगळ्यात मोठा ऋणको देश आहे याचे ते निदर्शक आहे.

मागे चाळीस वर्षापूर्वी व्हिएतनामच्या युद्धानंतर अमेरिकेत अधिक मुले जन्माला आली आणि आता त्यांच्या निवृत्तिची सुरुवात झाली आहे. त्यांना निवृत्तिवेतन द्यावे लागेल. तसेच काम करणाऱ्या लोकांचे आणि निवृत्त होणाऱ्या नागरिकांचे गुणोत्तर एकास एक झाले आहे. म्हणजे ही सगळी कर्जे कोण परतफेड करणार हा प्रश्न बिकटच आहे. आजच्या या परिस्थितीत विकसनशील देशातील गरीब जनता आपली बचत अमेरिकेच्या डॉलरमध्ये आणि कर्जरोख्यात करून त्या सरकारच्या तुटीचा बोजा हलका करत आहे. एका अर्थाने ही अजब अर्थरचना आहे असेच म्हणावे लागेल.

युरोपातल्या देशांनी हे सर्व ओळखले आहे. त्यांचे चलन युरो हे डॉलरच्या नात्यात वाढले आहे आणि हे अधिमूल्यन पन्नास टक्क्यांपेक्षा अधिक आहे. एकूण डॉलरची ढासळलेली किंमत लक्षात घेऊन ओपेक या तेल निर्यातदार संघटनेने खनिज तेलाच्या किंमतीचा नवा आधार ४२ डॉलर असा धरला आहे. यापूर्वी त्यांनी बॅरलमागे २८ डॉलर हा पाया मानला होता. म्हणजे युरोच्या चलनात पूर्वीचे २८ डॉलर आणि आत्ताचे ४२ डॉलर यांचे मूल्य एकच आहे. जे खनिज तेलाच्या बाबतीत घडले तेच जी इतर नैसर्गिक साधनसामग्री आहे तिच्या किंमतीतही अशीच वाढ झाली. त्यामुळे ही निसर्ग संपत्ती भरपूर असणाऱ्या ऑस्ट्रेलिया आणि दक्षिण

आफ्रिका या देशांचा भरपूर फायदा झाला. तसेच या देशांच्या चलनाचे मूल्यही डॉलरच्या तुलनेने भरपूर वाढलेले आहे. या सगळ्या घटना जगात घडत असताना भारत असा देश आहे जो आपल्या चलनाचे मूल्य वाढू देत नाही. भारताच्या आर्थिक वाढीचा दर दमदार आहे आणि तरीही देशाला आपला रुपया हलका ठेवायचा आहे. अर्थात हे करत असताना भारताला आशियातल्या आणखी काही देशांची साथ मिळालेली आहे. जपान आणि चीन ही त्याची ठोस उदाहरणे आहेत.

यात आणखी भर म्हणजे आशियातल्या अनेक देशांनी चलनाचे साठे सतत वाढू दिले आहेत. या सर्व साठ्यांची बेरीज २००० अब्ज (दोन ट्रिलियन) डॉलरपेक्षा अधिक आहे. हे सर्व साठे म्हणजे अमेरिकन सरकारने आपण इतके ऋणात आहोत याचा हा पुरावा आहे. आशियातल्या देशांनी अमेरिकन सरकारची तूट मागची चार वर्षे भरून काढली आहे. याचा अर्थ आपण अमेरिकेला मालाची निर्यात करतो आणि त्याचबरोबर अमेरिकेच्या ग्राहक वर्गाला वित्त पुरवठाही करतो. आश्चर्य म्हणजे या सगळ्या कर्जाची कधी आणि कोण परतफेड करणार हा प्रश्न अजून कोणाला पडलेला नाही. असे घडण्याचे कारण म्हणजे सगळ्यांनाच मागे जे परदेशी चलनाचे पेचप्रसंग निर्माण झाले त्याची आठवण येते आणि त्यावेळी धोरणांचा जो प्रतिसाद होता त्याचीच आत्ता उजळणी होते. आताचा प्रसंग आणि येणारे दिवस अगदी वेगळे आहेत त्यामुळे मागच्या आठवणी अजिबात पुरेशा पडणार नाहीत. यापुढे सगळाच नव्याने विचार करावा लागेल.

भारत आणि त्याबरोबर अनेक विकसनशील देश जी अमेरिकेला निर्यात करतात तिचे मूल्य कमी करतात आणि त्याबदल्यात अमेरिका आपण ऋणको आहोत याची भरपूर कबुली देते. विशेष म्हणजे जसे दिवस जातील तसे अमेरिका आपल्या डॉलरचे मूल्य कमी करत राहील आणि पर्यायाने आपण अमेरिकेला जे कर्ज दिले आहे त्याचेही मूल्य कमी होत राहील. तसेच अमेरिकेच्या डॉलरच्या रोख्यात जी गुंतवणूक करण्यात आली आहे त्याचेही मूल्य कमी होत राहील कारण अमेरिकेतले व्याजदर वाढू लागले आहेत. याचा अर्थ देशाने जे चलनाचे साठे गोळा केले आहेत त्या मत्तांचे मूल्य कमीच होणार आहे आणि हे सगळे देशाचे नुकसान आहे. जे थोडे निर्यातदार आहेत ते देशाच्या जीडीपीमध्ये जेमतेम दहा टक्क्यांचीच भर घालतात आणि जी निर्यात करतात ती सर्व अनुदानांवरच पोसावी लागते. हा सगळा व्यवहार आतबट्ट्याचा आहे आणि देशाला हे खरोखरी परवडते का हा रास्त प्रश्न सर्वांना पडला पाहिजे.

या तर्काला धरून आपण युरोप, ऑस्ट्रेलिया आणि इतर काही देशांना निर्यात करण्यासाठी अनुदाने देत आहोत. असे विधान करण्याचे कारण म्हणजे भारताच्या रुपयाचे या देशांच्या चलनांच्या नात्यात अवमूल्यन झालेले आहे आणि हे प्रमाण सुमारे ३३ टक्के आहे. म्हणजे हे एक अनुदानच आहे.

भारत सरकार आणि पर्यायाने रिझर्व्ह बँक ही रुपयाचे मूल्य अमेरिकेच्या डॉलरबरोबरच्या नात्यात स्थिर ठेवण्याचा प्रयत्न करते. त्याचा एक प्रयत्न म्हणजे तेथे जी वित्तीय तूट आहे ती भारतातही आणली जाते. आज जगाचा अमेरिकेवर व्याजदर वाढवण्याचा दबाव आहे तो आता आपल्यावरही येत आहे. तसेच जी नैसर्गिक साधने आहेत त्यांची मागणी वाढल्यामुळेही दबाव वाढला आहे आणि भाव वाढला आहे. म्हणजे एक चलनवाढ आणि दुसरी मालाच्या किंमतीमधली वाढ यांनी व्यापाराच्या मार्गाने भारतात प्रवेश केला आहे.

जेव्हा रुपया दुबळा किंवा हलका असतो तेव्हा तो एक प्रकारचा सर्वसाधारण जनतेवर करभारच असतो. किंवा निर्यात वजा जाता उरलेल्या नव्वद टक्के जीडीपीवर बोजा असतो. याचे कारण म्हणजे अधिक व्याजदर आणि अधिक चलनवाढ यामुळे तो त्याची स्थानिक वस्तूंची खरेदी करताना विनाकारण अधिक किंमत देत असतो. एकापरीने यातूनही मागणी कमी होते आणि त्यामुळे देशांतर्गत औद्योगिक मालाच्या उत्पादनाचा वाव कमी होतो. याचा एकत्रित परिणाम म्हणून मोठ्या प्रमाणावर उत्पादन होत नाही आणि खर्च वाचवता येत नाही. तसेच संशोधन आणि विकास कामावरचा खर्च कमी होतो आणि स्पर्धेवर मर्यादा येतात. शेवटी यातूनच वाढीचा दर घटतो. जेव्हा या सर्व गोष्टी घडून येतात तेव्हा एकापरीने जे निर्यातदार आहेत त्यांनाही याची किंमत चुकती करावी लागते. त्यांना निर्यातीसाठी या निविष्टा लागतात त्यांचाही खर्च तुलनेने वाढलेला असतो.

जेव्हा आपण देशातल्या मत्तांचे मूल्य कमी ठेवतो तेव्हा परदेशातले नागरिक येथे येऊन त्याची खरेदी करतात. एका दृष्टीने देशाचे सगळेच माहिती तंत्रज्ञानाचे क्षेत्र परदेशी गुंतवणूकदार संस्थांनी (एफआयआय) विकत घेतले आहे असे म्हणता येईल. तसेच बीपीओ, औषध उद्योग, दूरसंचार आणि बँकिंग अशी अनेक क्षेत्रे आहेत ज्यामध्ये एफआयआय यांचे अस्तित्त्व जाणवण्यासारखे आहे. अर्थात या तर्काची दुसरी बाजू म्हणजे देशामध्ये विदेशी भांडवलाची आयात अधिकाधिक वाढत आहे कारण येथे गुंतवणुकदारांना अधिक संधी आहे. देशातले सरकार अनेक कारणांसाठी स्वत: भांडवल उभारणी करू शकत नाही आणि आर्थिक वाढीचा वेग वाढवायचा असला तर खाजगी क्षेत्राची आणि परदेशी भांडवलाची मोठी गरज आहे. त्यासाठी या वाढत्या भांडवलाच्या आयातीचे स्वागतच आहे. असे असले तरीही लक्षात घ्यायचा मुद्दा वेगळा आहे. भारतासारखा देश जी डॉलरच्या रोख्यात गुंतवणूक करत असतो त्याचे मूल्य ढासळत असते आणि परदेशी गुंतवणूकदार जेव्हा इथल्या मत्ता खरेदी करतात तेव्हा त्यांचे मूल्य मात्र वाढत असते. हा एक उलटा न्याय आहे.

जेव्हा अमेरिका आणि भारत या दोन देशांच्या नात्याचे असे वर्णन करण्याची वेळ येते ते अधिक सोपे करता येईल. येथे एका देशाचे चलनाचे साठे भरपूर आहेत आणि तरीही देशाच्या कर्जाची पातळीही वरची आहे. याची तुलना एका साधारण

कंपनीबरोबर करता येईल जिच्या हातात भरपूर रोख पैसे आहेत आणि त्याचवेळी त्या कंपनीवर मोठ्या कर्जाचा बोजा आहे. कोणत्याही साधारण माणसाला हे चित्र विसंगत वाटेल.

दोन देशांमधले जे नाते असते त्याला अनेक बाजू असतात त्यामध्ये आर्थिक हितसंबंध ही एक बाब असते. परंतु भौगोलिक आणि क्षेत्रीय राजकारण आणि द्विपक्षीय आणि बहुपक्षीय देणीघेणीही विचारात घ्यावी लागतात. भारत आणि अमेरिका यांच्या बाबतही हे खरे आहे. काही असले तरीही भारताच्या गरजा आणि प्राधान्यक्रम हे अमेरिकेपेक्षा आणि आशियातल्या शेजाऱ्यांपेक्षाही वेगळे आहेत. यावर वाद होण्याचे कारण नाही.

अमेरिकेला आपल्या चालू खात्यात तूट ठेवून परदेशी भांडवलाची आयात हवी आहे. त्यासाठी इतर देशांच्या गोळा होणाऱ्या चलनांच्या साठ्याचा अमेरिका फायदा मिळवत आहे आणि आपली गरज भागवत आहे. परंतु भारताने आपले चलनाचे साठे वाढवून अमेरिकेची गरज भागवण्याची आवश्यकता नाही. आशियामध्ये असे अनेक देश आहेत ज्यांच्या देशांतर्गत बाजारपेठेचा आकार मर्यादित आहे आणि त्यांच्या उत्पादन व्यवस्थेला निर्यात हा पूरक पर्याय आहे. जपान आणि दक्षिण कोरिया ही त्याची उदाहरणे. हे देश त्यांच्या अमेरिकेला होणाऱ्या निर्यातीवर अवलंबून आहेत आणि त्यावरच त्यांच्या आर्थिक वाढीचा दर ठरत असतो. भारताची या देशांपेक्षा पूर्णपणे वेगळी परिस्थिती आहे.

भारताच्या मोठ्या लोकसंख्येमुळे येथल्या बाजारपेठेचा आकार मोठा आहे आणि येथे श्रम करणाऱ्या प्रौढांची संख्याही वाढती आहे. त्यामुळे देशांतर्गत मागणीच भक्कमपणे वाढू शकते आणि त्यातूनच अधिक उत्पादनाची क्षमता निर्माण करण्यासाठी गुंतवणूक करावी लागते. त्याबरोबरच रोजगार निर्मितीही होत असते. एका व्यापक दृष्टीने असे म्हणता येईल की देशात भांडवल हे भरपूर आहे परंतु ज्याची उणीव आहे ती म्हणजे योग्य संधी आणि उद्योजकता. अधिक म्हणजे ही संधी आणि उद्योजकता याचीही देशात कमतरता नाही. खरी गरज आहे योग्य धोरणांची चौकट असण्याची. जेव्हा उद्योजकतेला अधिकाधिक वाव मिळेल अशा धोरणांची यादी करण्याची वेळ येईल तेव्हा त्यामध्ये देशाने आपल्या चलनाचे मूल्य वाढू देणे याची नोंद करावी लागेल.

देशाच्या विकासाच्या वेगवेगळ्या टप्प्यात धोरणांमध्ये आढावा घेऊन बदल करण्याची गरज असते. जी नोकरशाही आणि उद्योजकांचे गट असतात ते आपल्या फायद्यासाठी आहेत तीच धोरणे चालू ठेवण्याचा आग्रह धरत असतात. भारतातही मागच्या पंधरा वर्षांच्या उदारीकरणाच्या अनुभवातून असे काही टप्पे निर्माण झाले आहेत. याचे उदाहरण म्हणजे निर्यातीचे क्षेत्र.

पूर्वीच्या काळात निर्यात वाढावी म्हणून अनेक अनुदाने देण्यात आली आणि

त्यात काही वावगे नव्हते. परंतु आता निर्यातदारांचे लाड करण्याचे कारण नाही. शिवाय डब्ल्यूटीओच्या नियमनाखाली ते फार दिवस चालवताही येणार नाही. जेव्हा निर्यातीवरची अनुदाने थांबतील त्यातूनच आयातीमध्येही बचत होईल आणि देशांतर्गत किंमतवाढही होणार नाही. आपण आयातीवरचे शुल्क पूर्वीच्या १६० टक्क्यांवरून २५ टक्क्यांच्यावर आणले आहे आणि ते आणखीही खाली येणार आहे. या अनुभवाला धरूनच जर भारताच्या चलनाचे मूल्य बाजारपेठेप्रमाणे वाढू दिले तर त्याचाही फायदा आपल्याला अनुभवाला येईल.

आयातशुल्क अगदी कमी झाले तर चीनकडून भरमसाठ आयात होईल अशी देशातले काही हितसंबंधी गट भीती निर्माण करत असतात. प्रत्यक्षात सध्या जो भारत आणि चीन यामध्ये सुमारे १० अब्ज (दहा बिलियन) डॉलरचा व्यापार चालू आहे त्यात भारताची अतिरिक्त निर्यात २ अब्ज (दोन बिलियन) डॉलरची आहे. अगदी समजा याच्या नेमके उलटे घडले तरीही बिघडणार नाही कारण जी देशांतर्गत चलनवाढ आहे ती थंडावेल आणि येथल्या ग्राहकाची मागणी पुरी होईल. तसे झाले तर निविष्टांच्या किंमती कमी होतील आणि औद्योगिक उत्पादनामधली स्पर्धा अधिक तीव्र होईल. त्याचा फायदा निर्यातदारांनाही होईलच. जेव्हा उत्पादन वाढेल त्यावेळी जीडीपी वाढेल आणि सरकारला मिळणारा महसुलही वाढेल.

अशा मार्गाने जर सरकारच्या हातातील महसूल वाढला तर आत्ताच्या वित्तीय असंतुलनावर मार्ग काढता येईल आणि पायाभूत सोयीसुविधांच्या निर्मितीसाठी भांडवल गुंतवणूक करता येईल. सरकारजवळ जे परदेशी चलनाच्या साठ्याचे डोंगर १२५ अब्ज (सुमारे १२५ बिलियन) डॉलर उभे रहात आहेत त्यातून सुमारे १० अब्ज (दहा बिलियन) डॉलर बाजूला काढून एक गुंतवणुकीचे माध्यम निर्माण करण्यात येणार आहे आणि त्यातून पायाभूत सुविधांमधे भांडवल गुंतविण्यात येणार आहे.

येत्या काळात मत्तांच्या किंमती वाढणार आहेत त्यातून अधिकच भांडवलाची आयात होईल आणि अधिक संपत्ती निर्माण होईल. ही संपत्ती उत्पादक असेल आणि त्यातूनच रोजगार निर्मितीही होईल. भारतामध्ये जितकी रोजगाराची संधी वाढेल तितक्या प्रमाणात मनुष्यबळाचा वापर उत्पादक होईल. देशाच्या दृष्टीने यातूनच गरिबी आणि भुकेचा प्रश्न मिटणार आहे आणि या लोकसंख्येच्या साधनातूनच उत्पादक मत्ता निर्माण होणार आहेत. सगळी मिळून हीच आर्थिक वाढ असते. यासाठी आत्मविश्वास पाहिजे आणि तितकेच महत्त्वाचे म्हणजे योग्य धोरणांची चौकट पाहिजे. ही नसली तर विकास होणार नाही. या सगळ्या पार्श्वभूमीवर भारताच्या चलनाचे मूल्य हा कळीचा प्रश्न आहे.

■

५.११ चलनाचा साठा आणि अधिमूल्यन

देशात सध्या परदेशी चलनाचा साठा वाढत आहे आणि तो ९० अब्ज (९० बिलियन) डॉलर्सच्या वर गेला आहे. आणि तो लवकरच १०० अब्ज (१०० बिलियन) डॉलर पातळी ओलांडेल अशी खात्री दिसते. आश्चर्य म्हणजे हा एक प्रश्न बनला आहे. भारतीय चलनाची शक्ती वाढत आहे आणि तुलनेने डॉलरची शक्ती कमी होत आहे. या दोन्ही गोष्टी घडत आहेत त्याला अनेक प्रकारची उलटसुलट कारणे आहेत. यासर्व कारण परंपरेत एक तर्क संगती सापडत नाही आणि तो या लेखाचा विषयही नाही.

राज्यकर्त्यांच्या पुढे प्रश्न आहे तो असा. देशाने परदेशी चलनाचा साठा असाच वाढू द्यावा का? अन्यथा डॉलरच्या संदर्भात रुपयाचे अधिमूल्यन (ॲप्रिसिएशन) होऊ द्यावे असाही एक पर्याय आहे. आयएमएफचे मुख्य अर्थ तज्ज्ञ केनेथ रोगॉफ यांना असे अधिमूल्यन करणेच योग्य वाटते. त्यांनी हाच सल्ला आशियातल्या इतर देशांनाही दिला. त्यात सर्वात मुख्य अर्थात चीन आणि जपान हे दोन देश नुकतीच जागतिक बँक आणि आंतरराष्ट्रीय नाणे निधी यांची वार्षिक बैठक भरली होती त्यावेळी हा विषय पुढे आला. त्यांनी नमूद केले की आशियातल्या देशांच्या चलनाच्या साठ्याचा एकूण आकडा १००० अब्ज (एक ट्रिलियन) डॉलर इतका मोठा आहे आणि गरज आणि सावधगिरी या दोन्हीचा विचार करता ही पातळी खरोखरी अनावश्यक आहे. आशियातले हे देश फक्त डॉलरच्या साठ्यात भर घालत आहेत कारण त्यांना आपल्या चलनांचे अधोमूल्यन कसे टाळता येईल हे डोळ्यापुढे लक्ष्य आहे. असे करण्यामागे आपल्या देशाची निर्यात किती अधिकाधिक वाढवता येईल एवढाच मर्यादित व्यापारी फायद्याचा विचार आहे. परंतु हे साधताना आपण दुसरी काही अवास्तव किंमत देत आहोत हे या देशांनी लक्षात घेतलेले नाही. हा एक दृष्टीकोन झाला.

नाणे निधीचा वर्ल्ड इकॉनॉमिक आऊटलुक हा वार्षिक अहवाल प्रसिद्ध झाला आहे आणि त्यात एक अभिप्राय आहे. त्यांच्या मते २००१ सालापर्यंत अनेक देशांनी जो चलनाचा साठा केला तो काही प्रमाणात समर्थनीय होता. परंतु त्यानंतर

मात्र ज्या वेगाने काही देश चलनाचा जो साठा करत आहेत त्याची खरोखरी गरज नाही. रोगॉफ यांनी कोणत्याच नेमक्या आकड्यांचा अगर पातळीचा उल्लेख केलेला नाही. त्यांच्या मते हे सर्व प्रत्येक देशाने विचार करून ठरवावे. त्यानुसार केव्हा आणि किती प्रमाणात आपल्या चलनाचे अधिमूल्यन होऊ द्यायचे याचे स्वातंत्र्य या देशांना आहे. अर्थात त्यांनी अधिमूल्यन होऊ देण्याचा निर्णय जरूर घ्यावा कारण त्यातच त्यांचे आणि इतरांचेही हित आहे.

आपल्या देशात अनेकांना हा सल्ला आवडणार नाही. एका दृष्टीने हे एक नाणे निधीचे दडपण आहे असे अनेकांना वाटेल. खरे तर रोगॉफ यांचा दृष्टीकोन भारताच्या फायद्याचाच आहे. त्यांच्या सल्ल्यात दोन बाबी आहेत. अनेक भारतीय अर्थतज्ज्ञांनीही देशाचा चलनाचा साठा विनाकारण वाढू दिला जात आहे यावर टीका केली आहे. कारण देशामध्ये जितका एकूण मुद्रा पुरवठा आहे त्यापेक्षा अधिक हा परदेशी चलनाचा साठा आहे. म्हणजे रोगॉफ यांचे म्हणणे या टीकेला धरूनच आहे. अधिक महत्त्वाचे म्हणजे नाणे निधीच्या सल्ल्याचा खरा रोख चीनच्या दिशेने आहे. चीन देशाच्या चलनाचे बऱ्याच मोठ्या प्रमाणावर अधिमूल्यन होण्याची गरज आहे आणि तसे झाले तर भारताचा त्यात फायदा होणार आहे.

भारतीय रिझर्व्ह बँकेचे मागचे प्रमुख बिमल जालान यांनी रुपयाचे अधिमूल्यन होऊ द्यायचा निर्णय टाळला आणि ८५ अब्ज (८५ बिलियन) डॉलरचा चलनाचा साठा देशाच्या गरजेनुसारच आहे असे मत दिले. परंतु येत्या मार्चच्या आतच ही पातळी शंभर अब्ज (शंभर बिलियन) डॉलरच्या पुढे जाईल आणि रिझर्व्ह बँकेचे प्रमुख वेणू गोपाळ रेड्डी यांना हा अवघड निर्णय फार लांबवता येणार नाही. चलनाचा साठा असाच सारखा वाढत राहिला तर त्याची काही किंमत द्यावीच लागते. फक्त एका बाजूने फायदा होतो म्हणून हा वाढणारा साठा चांगला आहे असे म्हणता येणार नाही.

चलनाचा साठा वाढला म्हणजे कोणते फायदे होतात एक म्हणजे रुपयाचे अधिमूल्यन शक्यतोवर होऊ दिले नाही तर निर्यातदारांना कोणता धोका पोचत नाही. परदेश व्यापारात काही वेळा अचानक अडचणी उभ्या राहतात. उदा. खनिज तेलाच्या किमती अचानक वाढतात किंवा वित्तीय पेचप्रसंग अचानक निर्माण होतात. मागे पाच वर्षांपूर्वी आशियातल्या देशात अशी वित्तीय आणीबाणी निर्माण झाली होती. तसेच काही वेळा राजकीय संकट उभे राहते. जसे पाकिस्तान बरोबरचे युद्ध. परंतु भारताने अनेक कठीण प्रसंगात आपले स्थान टिकवले आहे. मागे १९९८ ते २००३ च्या काळात खनिज तेलाच्या किंमती तिपटीने वाढल्या. तसेच १९९७-९९ या काळात पूर्व आशियातल्या देशात वित्त व्यवस्था संकटात आली आणि १९९९ मध्ये कारगिल क्षेत्रात पाकिस्तान बरोबर जवळपास युद्धच झाले. या सर्व संकट काळात

भारताचा चलनाचा साठा खूपच कमी पातळीवर होता परंतु तरीही अडचण आली नाही. याचे कारण म्हणजे भारताने भांडवलाच्या उलाढालींवर योग्य ती बंधने घालून पेच प्रसंगांना तोंड दिले. त्यासाठी चलनाचे मोठे साठे लागले नाहीत.

या उलट चलनाचा साठा वाढला तर त्याची किंमतही वाढत असते. विशेषत: त्या बरोबर जेव्हा रिझर्व्ह बँक स्टेरिलायझेशन प्रकिया करते तेव्हा ही किंमत अधिक वाढते. जे गरीब देश चलनाचा साठा वाढू देतो म्हणजे हा देश अमेरिका आणि युरोप यांना अगदी स्वस्त व्याजावर कर्जाने पैसा देत असतो. त्याऐवजी ही साधने जर गुंतवणुकीसाठी वापरात आली तर आर्थिक वाढ वेगाने होईल आणि चलन वाढीवर काबू मिळवता येईल. या सर्वांमुळे होणारे फायदे सर्वसाधारण जनतेच्या दृष्टीने फार मोठे आहेत. चलनाचा साठा करायचा म्हणजे व्याजाची मिळणारी रक्कम घालवायची. उदा. भारताच्या परदेशी कर्जावर सरासरी पाच टक्क्याने व्याज द्यावे लागत असेल आणि भारताचा चलनाचा साठा मुख्यत: परदेशी रोख्यांमध्ये असला तर त्यावर सरासरी दोन टक्के व्याज मिळाले असते. म्हणजे या व्याजव्यवहारात सुमारे तीन टक्क्यांचे उत्पन्न बुडाले असे म्हणता येईल. आता जर सुमारे शंभर अब्ज (शंभर बिलियन) डॉलरचा चलनाचा साठा झाला तर देशाला दर वर्षी सुमारे तीन अब्ज (तीन बिलियन) डॉलरचे नुकसान घ्यावे लागेल.

रिझर्व्ह बँक अशा परिस्थितीत एक उपाय योजते त्याला स्टेरिलायझेशन म्हणतात. यामुळे आणखीनच मोठे तोटे होतात. रिझर्व्ह बँक जेव्हा सरकारी रोखे आपल्याकडे ठेवते त्यावेळी त्यावर खरोखरी व्याज पडत नाही. जे काही नाममात्र व्याज लागते त्याची भरपाई रिझर्व्ह बँक जो फायदा मिळवते त्यापोटी होते. परंतु जेव्हा स्टेरिलायझेशनचे पाऊल टाकले जाते त्यावेळी अशा सरकारी रोख्यांवरचे सर्व व्याज हे चुकते करावे लागते. साधारणपणे हे व्याज सरासरी पाच ते सहा टक्क्यांच्या दरम्यान असते आणि हा नक्त तोटा असतो.

रिझर्व्ह बँक खुल्या चलन बाजारातले रुपयाचे मोल वाढू नये म्हणून सध्या सतत प्रयत्न करत आहे. यामुळे नेमके आयातदार आपल्या आयातीविषयी पुढचे निर्णय टाळतात आणि त्यामुळे आपल्या गरजा वाढतात. रुपयाचे अधिमूल्यन होऊ द्यायचे नाही असे सरकारचे प्रयत्न आहेत असा सार्वत्रिक समज पसरला तर येणाऱ्या काळात रुपया आणखी महाग होणार आहे अशी अपेक्षा वाढीला लागते. त्यामुळे डॉलरची आयात आणखीनच वाढते. त्यातून चलनाचा साठा वाढत राहतो आणि पर्यायाने एक बिकट परिस्थिती आपोआप निर्माण होते. एक प्रकारची अस्थिरताही यातून व्यक्त होते. अर्थव्यवस्थेमध्ये वेगवेगळ्या मार्गाने जेव्हा वित्त पुरवठा होतो त्यावेळी अचानकपणे घबराट पसरणे आणि त्यातून भांडवल देशाबाहेर जाणे अशा प्रकारचे पेचप्रसंगही निर्माण होतात.

एकूण सारासार विचार केला तर विदेशी चलनाच्या बाजारात रिझर्व्ह बँकेचा हस्तक्षेप किती कमीवेळा करावा लागेल याचा विचार करण्याची वेळ आली आहे. जर रिझर्व्ह बँकेचा हस्तक्षेप थांबला तर खुल्या बाजारात रुपयाचे मूल्य वाढेल आणि ही वाढ बऱ्यापैकी असेल असे मानायला जागा आहे. त्यानंतरही बाजारात कमी जास्त चढउतार होत राहतीलच. परंतु यामुळे निर्माण होणारे धोके हे रिझर्व्ह बँकेच्या हस्तक्षेपापेक्षा कमी आहेत. मुख्य म्हणजे अशा प्रकारे चलनाचे मुक्त व्यवहार झाले तर व्यापारी आपल्या परीने यातल्या धोक्यांना तोंड देता येईल असे वायदे करतील. तसेच व्याज दरातल्या फरकांचा अल्पकाळातला फायदा (आर्बिटट्रेज)उठवण्यासाठी जो निधी देशात आणला जातो तसेही प्रसंग निर्माण होणार नाहीत.

सध्या रिझर्व्ह बँक जे स्टेरिलायझेशन करत आहे ते जर थांबले तर देशात मुद्रा पुरवठा वाढेल. त्याचा परिणाम म्हणून एकतर मागणीत वाढ होईल आणि काही प्रमाणात किंमतीही वाढतील. आज अर्थव्यवस्था पूर्वी कधीही नव्हती इतकी बंधनांपासून मुक्त आहे आणि रुपयाचे मूल्य वास्तवात वाढू दिले तर आयातही स्वस्त होईल आणि त्यातून किंमतींना आळा बसेल. तसेच या वर्षी मोसमी पाऊस समाधानकारक झाल्यामुळे कृषी मालाच्या उत्पादनातही भरीव वाढ अपेक्षित आहे. त्यामुळे किंमती वाढण्याचा धोका कितीतरी कमी होऊ शकेल.

आता सगळा विचार केला तर हा निर्णय कधी घ्यायचा ही वेळ मोक्याची आहे. जागतिक लोकमताचा चीनवर दबाव आहे आणि या लाटेतच रुपयाचे मूल्य वाढू देणे आपल्या हिताचे आहे. आपल्याला देशात चलनाचा साठा वाढत आहे हा मोठा आपल्या पुरताच प्रश्न वाटतो. परंतु हे खरे नाही. हा एकूण आशियातल्या देशांचाच प्रश्न आहे आणि चीनच्या बाबत तो सर्वात अधिक तीव्र आहे. आशियातल्या देशांची चलने डॉलरच्या संदर्भात किती वाढली आहेत आणि त्यामध्ये रुपयाचे स्थान काय आहे हे पाहण्यासारखे आहे. मागच्या वर्षीच्या तुलनेने चीन, मलेशिया आणि हाँगकाँग या देशांचे चलनमूल्य डॉलर बरोबर वाढलेले नाही. या उलट एका वर्षात इंडोनेशियामध्ये ६.४ टक्के, थायलंडमध्ये ५.८ टक्के आणि भारतात ५.६ टक्के चलनाच्या मूल्यात वाढ झाली. दक्षिण कोरियात ही वाढ ३.१ टक्के, आणि सिंगापूरमध्ये १.२ टक्के होती. थोडक्यात म्हणजे चीनचे चलन युऑन याचे अधिमूल्यन दहा टक्याने झाले तर भारताच्या रुपयात मूल्य वाढ होऊ देण्यात फारशी अडचण नाही. यामुळे देशातील निर्यातदारांना चीनबरोबर स्पर्धा करणे सहज शक्य होईल.

भारताच्या दृष्टीने रुपयाच्या मूल्यात वाढ करू द्यायची की नाही यामध्ये फक्त एकच प्रश्न काळजीपूर्वक विचारात घ्यावा लागेल. आता चलनाचा साठा हवा तितका वाढू देण्याची गरज संपलेली आहे. परंतु भारतीय उत्पादकांचा आणि निर्यातदारांचा मात्र विचार करावा लागेल. देशातील औद्योगिक उत्पादनाच्या निर्यातीची गेल्या काही

वर्षातच भारताने जगातल्या स्पर्धेच्या बाजारात क्षमता निर्माण केली आहे. शिवाय आपल्या अनेक औद्योगिक उत्पादनांना चीनबरोबर मोठी स्पर्धा करावी लागत आहे. येत्या २००५ मध्ये कापड उद्योगाच्या निर्यातीमधले वेगवेगळया देशांना मिळणारे वाटे रद्द होतील आणि चीनबरोबरची स्पर्धा अधिकच तीव्र होईल. तुलनेने मलेशिया, हाँगकाँग आणि सिंगापूर हे आपल्या चलनात वाढ होऊ देतात का हा आपल्या दृष्टीने फारसा महत्त्वाचा प्रश्न नाही. मलेशियाची अर्थव्यवस्था आकाराने लहान आहे आणि आपली आणि त्या देशाची फारशी स्पर्धा नाही. हाँगकाँग आणि सिंगापूर या देशांच्या अर्थव्यवस्था औद्योगिकीकरणाच्या प्रगत अवस्थेत आहेत आणि त्या देशांमध्ये वेतनाची पातळी फार वरची आहे. इंडोनेशिया आणि थायलंड या देशांनाही चीनबरोबर स्पर्धा करण्यात खूप अडचणी आहेत आणि त्या देशांनाही चीनच्या यूऑनचे अधिमूल्यन झालेले हवे आहे. अर्थात या मागणीसाठी आपण काही गटाचे राजकारण करण्याची आवश्यकता नाही. त्यापेक्षा आपण जागतिक मुद्रा निधीच्या म्हणण्याला पाठिंबा देणे हे सयुक्तिक ठरेल. आयएमएफच्या मते देशांनी एका मर्यादेपलीकडे आपल्या चलनाचे साठे वाढू देणे हे काही देशहिताचे नाही. हा सल्ला आशियातल्या बऱ्याच देशांना लागू पडतो आणि आपणही यापैकी एक आहोत. जागतिक अर्थव्यवस्थेमधल्या एकूण हिताचा विचार केला तर चीनच्या युऑनचे जेव्हा अधिमूल्यन होईल त्याचा फायदा घेत भारतानेही रुपयाच्या मूल्यात वाढ करू देणे योग्य होईल. हे चांगले अर्थकारण आहे आणि ही चांगली मुत्सद्देगिरीही आहे.

■

५.१२ परदेशी चलन साठे आणि कर्ज

मागच्या काही वर्षात देशाच्या अर्थव्यवस्थेत बऱ्याच सकारात्मक गोष्टी घडलेल्या आहेत आणि त्यामुळे व्यवस्थेचे बळ वाढलेले आहे. त्याचा परिणाम म्हणून विदेशी प्रत्यक्ष गुंतवणुकही (एफडीआय) वाढत आहे. तसेच देशातला खाजगी क्षेत्रातला उद्योग व्यापार आणि धंदे वाढत असल्यामुळे शेअर बाजारही अधिकाधिक शक्ती दाखवत आहे. यामुळेही विदेशी गुंतवणुकदार संस्था (एफआयआय) आपल्या जवळचे निवृत्तिवेतनाचे निधी घेऊन भारतातली गुंतवणूक वाढवत आहे. देशाच्या दृष्टीने हे सर्वच नवे आहे कारण मागच्या काही वर्षातच हे घडू लागले आहे आणि भारताची एक सामर्थ्यवान देश म्हणून जगात ओळख होऊ लागली आहे. देशातल्या सर्वसाधारण जनतेला मात्र याचे अप्रुप वाटत आहे.

देशाची रिझर्व्ह बँक ऑफ इंडिया परदेशी चलनाच्या साठ्यांना जबाबदार असते. त्यांच्या अधिकृत आकडेवारीनुसार मे ७, २००४ पर्यंत ही पातळी ११८.६ अब्ज (११८.६ बिलियन) डॉलर इतकी पोहोचली होती. त्यानंतरच्या काळात ही पातळी १२० अब्ज (१२० बिलियन) डॉलर पार करून गेलेली आहे. या तुलनेने डिसेंबर २००३ अखेरपर्यंत देशाचे सगळे परदेशी कर्ज सुमारे ११२ अब्ज (११२ बिलियन) डॉलर होते. तसेच अधिदान शेषात (बॅलन्स ऑफ पेमेंट) मागचा काही काळ चालू खात्यात (करंट अकाऊंट) शिल्लक जमा आहे. ही परिस्थिती मागच्या सव्वीस वर्षांनंतर प्रथमच आली आहे.

सध्या जी परदेशी चलनाच्या साठ्यांची पातळी आहे त्यातून सगळे ११२ अब्ज (११२ बिलियन) डॉलरचे देशाचे कर्ज परतफेड करून टाकता येईल. तसेच या साठ्यातून देशाची साधारणपणे तेवीस महिन्यांची आयात भागवता येईल. याची तुलना मागच्या मे १९९१ मधल्या परिस्थितीशी करता येईल. त्यावेळी फक्त पंधरा दिवसांची आयात करता येईल इतका निधी देशाच्या साठ्यात होता. म्हणजे मागच्या तेरा वर्षांनंतर देशाच्या अर्थव्यवस्थेमध्ये लक्षणीय सुधारणा झाली आहे आणि जगाच्या व्यापारात देशाने स्थैर्य आणि प्रतिष्ठा मिळवली आहे. त्यामुळेच बहुधा मागच्या काही महिन्यात जगाच्या अर्थकारणात खनिज तेलाच्या किंमती बॅरलमागे चाळीस डॉलरच्या

पलीकडे गेल्यामुळे जी अस्वस्थता पसरली आहे त्याचा भारताने धसका घेतलेला नाही.

देशाच्या परदेशी कर्जात काही ठळक बाबी आहेत. त्यात बहुराष्ट्रीय संस्थांनी दिलेले कर्ज, द्विपक्षीय करारातून मिळालेले कर्ज, निर्यातीपोटी उधार व्यवहार, परदेशी व्यापारापोटी उधारी (एक्सर्टनल कमर्शिअल बॉरोईंग्ज - इसीबी), अनिवासी भारतीयांच्या ठेवी आणि इतर अल्पकाळाच्या जमा रकमा यांचा समावेश होतो. यापैकी सुमारे पन्नास टक्के कर्जाचा वाटा हा अनिवासी भारतीयांच्या ठेवी आणि इसीबीमधल्या उधारीचा आहे. मागच्या जानेवारीत २००४ सालापासून या दोन्ही ठळक मार्गांनी जमा होणाऱ्या रकमांमध्ये एक प्रकारची मंदी आलेली आहे. वास्तविक पाहता इसीबींच्या बाबत निकष उदार करण्यात आलेले आहेत. परंतु रिझर्व्ह बँकेच्या आकडेवारीनुसार जानेवारी ते मार्च २००४च्या तिमाहीत फक्त एक अब्ज (एक बिलियन) डॉलर देशात आले आहेत.

यापूर्वी साधारणपणे महिन्याला अनिवासी भारतीयांच्या ठेवींमध्ये १५ कोटी (दिडशे मिलियन) डॉलरची वाढ होत होती. परंतु जुलै २००४ पासून या ठेवींवर ज्या व्याजात आर्बिट्रेजच्या संधी मिळत होत्या त्या बंद करण्यात आल्या आहेत. त्यामुळेच बहुधा या मार्गाने येणाऱ्या ठेवींमध्ये घट झाली असावी.

परदेशी निधीची आवक होण्याचे वर उल्लेखलेले काही ठोस मार्ग आहेत. त्याशिवाय परदेशात जे भारतीय कामगार आणि नोकरदार काम करून जे उत्पन्न मिळवतात त्यातून ते काही निधी परत आपल्या देशात पाठवतात. हा परत येणारा निधी देशाच्या उत्पन्नात फार मोठा आहे. याचे योगदान सुमारे साठ टक्के आहे. सन २००३ मध्ये या मार्गाने १८.२ अब्ज (१८.२ बिलियन) डॉलर देशात आले. चालू खात्यात जी शिल्लक आहे याचे हेच एक मोठे कारण आहे. सगळ्या जगात जे कामगार आपल्या देशात परत निधी पाठवतात त्यामध्ये भारतीय कामगार जो निधी पाठवतात तो सर्वात अधिक आहे.

रिझर्व्ह बँकेने कोणकोणत्या मार्गांनी देशाच्या परदेशी चलनाच्या साठ्यात भर पडते त्याचे विश्लेषण केलेले आहे. त्यानुसार एप्रिल ते डिसेंबर २००३ या काळात जो भांडवली निधी आला तो सर्वात अधिक होता आणि त्यातून सुमारे ६७ टक्क्यांनी नक्त साठ्यात भर पडली. तसेच ज्याला नेट करंट अकाऊंट इन्फ्लोज म्हणतात त्यातून २००३ सालात सर्वात अधिक निधी आला. तसेच एप्रिल ते डिसेंबर २००३ च्या काळात देशाने इसीबी अंतर्गत ३.७ अब्ज (३.७ बिलियन) डॉलरची उसनवारी फेडून टाकली. तसेच त्या वर्षात सरकारने २.२ अब्ज (२.२ बिलियन) डॉलरचे परदेशी कर्जही वेळेआधी परत केले. असे असूनही चालू २००४ सालात ज्याला अल्पकाळातल्या जमा म्हणता येतील अशा निधींची आवक सतत वाढतच आहे.

थोडक्यात म्हणजे परदेशी कर्जाच्या आणि परदेशी चलनाच्या साठ्यात अनेक गुंतागुंतीच्या बाबी आहेत आणि रिझर्व्ह बँक आपल्यापरीने त्याचे समर्थपणे व्यवस्थापन करत आहे. अर्थात सगळेच महत्त्वाचे निर्णय रिझर्व्ह बँक केवळ आपल्या जबाबदारीवर करू शकत नाही आणि त्यामध्ये केंद्र सरकारच्या वित्त विभागाची जबाबदारी अधिक असते. त्यामुळे देशाचे सगळे कर्ज परत फेडून टाकावे का नाही हा निर्णय फक्त रिझर्व्ह बँक घेऊ शकत नाही. अर्थात जगाच्या बाजारपेठेत प्रत्यक्षात हे कर्ज फेडले याहीपेक्षा देशाची ते करण्याची क्षमता आहे याचे प्रदर्शनही पुरेसे असते. यामुळेच देशाची अर्थव्यवस्था विकासाच्या वाटेवर आहे आणि अजूनही भारताची गणना आधुनिक औद्योगिक देश म्हणून व्हायला अजून बराच वेळ आहे. या दृष्टीने चीनने भारतापेक्षा अधिक प्रगती केलेली आहे. परंतु जर परेदशी साठे, परदेशी चलन आणि परदेशी कर्ज यांच्या व्यवस्थापनातल्या कौशल्याची तुलना केली तर भारताचे कर्तृत्व चीनपेक्षा मोठे आहे.

■

५.१३ परदेशी चलनाचे साठे आणि वापर

मागची काही वर्षे भारताच्या विदेशी चलनाच्या साठ्यात सतत वाढ होत आहे. वरकरणी सगळ्यांना समाधान आहे आणि एकापरीने उरलेल्या जगाने देशावर ठेवलेल्या विश्वासाची ती पावती आहे असा सर्वांचा समज आहे. हे नवीन वास्तव सुखावह असले तरीही त्याबरोबर काही थोडेफार प्रश्न येतातच. मागे १९९१मध्ये देशाकडे फक्त दोन आठवड्यापुरती आयात करता येईल इतके चलन होते आणि ते आता १२५ अब्ज (१२५ बिलियन) डॉलरच्या जवळ आहे आणि लवकरच ही पातळी १५० अब्ज (१५० बिलियन) डॉलर होईल अशी खात्री आहे.

केंद्रामध्ये नवे आघाडी सरकार (यूपीए) आले आहे. प्रत्येक सरकारलाच आपण काहीतरी भव्य करून दाखवावे म्हणजे सर्वसामान्यांचे जीवनमान उंचावेल आणि त्यांच्या विश्वासाची परतफेड करता येईल असे वाटत असते. विशेष म्हणजे एकदा एका सरकारने अशी मोठी संकल्पना राबवायला सुरुवात केली म्हणजे दुसरे सरकार आले तरीही त्यावर पाणी फिरवता येत नाही. या नव्या यूपीए सरकारला राष्ट्रीय वाढीचा दर आठ टक्क्यांच्या वर न्यायचा आहे आणि त्यासाठी या परदेशी चलनाच्या साठ्यांचा वापर करून ते साधणे शक्य आहे. या साठ्यांचा उपयोग देशामध्ये पायाभूत सोयीसुविधांच्या गुंतवणुकीसाठी वापरता येईल अशी प्रस्तावित संकल्पना आहे. यात रस्ते, पूलबांधणी, बंदरे, वेगवान रेल्वे, आधुनिक विमानतळ आणि विमान वाहतूक तसेच वीज उत्पादन यांच्या मोठ्या प्रकल्पांचा समावेश आहे. विशेष म्हणजे आघाडीतले भागीदार डावे पक्ष याला पाठिंबा देत आहेत आणि त्याचा आग्रह धरत आहेत. याचे कौतुक करायचे कारण नव्या सरकारच्या आर्थिक सुधारणांच्या अनेक उपकमात डाव्या पक्षांचा विरोध आहे आणि त्यामुळे सरकारची विश्वासार्हता अडचणीत आलेली आहे. असे अखंड वादाचे विषय म्हणजे निर्गुंतवणूक, प्रत्यक्ष विदेशी भांडल गुंतवणुकीवरच्या मर्यादा, कामगार कायद्यात सुधारणा, सरकारी अनुदानात कपात इत्यादी. शिवाय पायाभूत सोयीसुविधांच्या निर्माणात गुंतवणुकीची मोठीच निकड आहे त्यामुळे डाव्या पक्षांच्या पाठिंब्याचा उपयोग आहेच.

डाव्या पक्षाची या विषयातली भूमिका म्हणजे तो एका परीने केन्सच्या

विचारांचा पुरस्कारच आहे. या सार्वजनिक गुंतवणुकीमधून आर्थिक वाढीत आणि रोजगारात भर पडेल अशी अपेक्षा आहे. सरकारला आरबीआयकडे असलेल्या फॉरेक्सच्या (फॉरिन एक्सचेंज) रिझर्व्हमधून सुमारे १० अब्ज (दहा बिलियन) डॉलरची अशा पायाभूत सुविधांमध्ये गुंतवणूक करायची आहे. येत्या काळात सुमारे १५० अब्ज (१५० बिलियन) डॉलर सहज गोळा होणार असले तर त्यातले सुमारे ६ ते ७ टक्के रक्कम अशा गुंतवणुकीसाठी वापरली तर त्यातून काही अडचण येणार नाही. चालू २००४ सालाच्या सुरुवातीला चीननेसुद्धा आपल्या चलनाच्या एकूण ४७० अब्ज (४७० बिलियन) डॉलर साठ्यातले सुमारे १५ अब्ज (१५ बिलियन) डॉलर आपल्या बँकांना भांडवल वाढवून देण्यासाठी वापरले. म्हणजे यातला काही निधी बँकेच्या पतपुरवठ्यातून जे मोठे पायाभूत सुविधांचे प्रकल्प आहेत त्यासाठी वापरला जाईल असे दिसते.

भारताने यासाठी वेगळा मार्ग शोधला आहे. यासाठी एक खास पर्याय (स्पेशल पर्पज व्हेईकल/एसपीव्ही) निर्माण करण्यात येणार आहे. या संस्थेला सेंट्रल बँक रुपयांचा निधी उपलब्ध करून देणार आहे. त्यासाठी आरबीआय रुपयांचा निधी सवलतीच्या व्याजदराने देणार आहे. एका दृष्टीने हा एक तुटीच्या अर्थपुरवठ्याचाच म्हणजे सेंट्रल बँकेने चलनाच्या नोटा छापून व्यवहारात आणण्याचाच प्रकार म्हणता येईल.

यानंतर अशी एसपीव्ही आपला रुपयाचा निधी वापरून रिझर्व्ह बँकेकडून डॉलर विकत घेणार आणि त्यातून आपली आयातीची गरज भागवणार. वेगवान रेल्वे, बंदरे, वीज, रस्ते आणि विमानतळ अशा पायाभूत सुविधांच्या निर्मितीमध्ये आयातीचे प्रमाण अधिक रहाणार आहे कारण आधुनिक तंत्रज्ञानावरचा तो खर्च आहे. अशा रीतीने सेंट्रल बँकेने उपलब्ध करून दिलेला रुपयाचा निधी डॉलरची खरेदी करून आपल्या गरजेसाठी वापरता येईल. यासर्व व्यवहारात सगळ्यात कळीचा मुद्दा आहे तो म्हणजे यातून स्थानिक पातळीवर मुद्रा पुरवठा वाढता कामा नये. नाहीतर त्यातून भाववाढ होईल. पूर्वी देशात जेव्हा तुटीचे अर्थसंकल्प राबविण्यात आले त्यातून भरमसाठ चलनवाढ झाली आणि किंमती हाताबाहेर गेल्या.

हा जो एसपीव्हीचा नवा प्रस्तावित पर्याय आहे त्यात आणखीन एक फायदा आहे. त्यामुळे खाजगी क्षेत्राच्या गुंतवणुकीसाठी जे भांडवल लागणार आहे त्यात काही कमतरता येणार नाही. उदाहरणार्थ जर सरकारने बाजारपेठेतून निधीची उसनवादी केली आणि त्यातून एसपीव्हीच्या पायाभूत सुविधात गुंतवणूक केली तर त्यातून बँकेचा उपलब्ध निधी कमी होईल आणि त्यामानाने खाजगी क्षेत्राला आपल्या गरजांसाठी निधी मिळवायला अडचणी येतील. तसेच या स्पर्धेतून अर्थव्यवस्थेमध्ये अशा निधीचा जो खर्च असतो तोही वर जाईल. म्हणजे अर्थव्यवस्थेचा एकूण विचार

केला तर अशा सोयीसुविधांच्या सवलतींमध्ये भव्य गुंतवणूक केली आणि त्यात सार्वजनिक निधी घातला तर एकूणच गुंतवणुकीची पातळी वर जाईल. मागच्या काही वर्षांत बचतीचा दर आणि गुंतवणूक यांचे प्रमाण घटत आहे आणि त्यावर हा एक चांगला उपाय आहे.

मागच्या दोन वर्षात परदेश व्यवहारात चालू खात्यामध्ये सतत शिल्लक गोळा होत आहे आणि जर यापुढे आयातीचे प्रमाण वाढवता आले तर या शिल्लकीचा उपयोग करून काही प्रमाणात व्यापारात माफक तूट दाखवता येईल. भारताची सध्याची विकास प्रकियेमध्ये जी पायरी आहे त्याचा विचार केला तर देशाच्या चालू खात्यात सुमारे तीन टक्क्यांपर्यंत तूट आली तरीही चालण्यासारखे आहे. यातून जे ठोस गुंतवणुकीचे जीडीपीबरोबरचे गुणोत्तर आहे ते २८ टक्क्यांपर्यंत वाढवता येईल. तसेच जर गुंतवणुकीची ही पातळी गाठता आली तर जीडीपीमध्ये वर्षाला साडेसात ते आठ टक्क्यांपर्यंत वाढ करून घेणे सहज शक्य होईल. या प्रतिमानामध्ये भांडवल आणि उत्पादन यातले वाढीव गुणोत्तर ३.५ ते ४.० असेल असे गृहीत धरले आहे.

वर केलेली तात्त्विक मांडणी तर्क सुसंगत आहे आणि आकर्षकही आहे. परंतु प्रत्यक्षात अनेक गोष्टी बिघडू शकतील. ही एक रास्त भीती आहे कारण देशाने अंमल बजावणीच्या प्रकियेत अनेक घोटाळे आणि गैरव्यवहार वारंवार बघितलेले आहेत. जेव्हा पायाभूत सोयीसुविधांमध्ये प्रचंड गुंतवणूक होते त्यामध्ये सार्वजनिक सुरक्षेचेही अनेक प्रश्न गुंतलेले असतात. त्यासाठी उच्च दर्जाचा आग्रह, कामाच्या निविदा काढण्याची पारदर्शी प्रकिया आणि एकूण प्रकल्पाचे नियमन करणारी यंत्रणा अशा महत्त्वाच्या बाबींचा काळजीपूर्वक विचार होण्याची गरज आहे.

यापैकी कोणत्याही बाबीत जर पुरेशी सावधगिरी बाळगली नाही तर सार्वजनिक निधीचा दुरुपयोग आणि गैरव्यवहार आणि भ्रष्टाचार होणे ठळणार नाही. मागच्या सरकारने मोठ्या उत्साहाने देशभरात राष्ट्रीय महामार्गांची निर्मिती करण्याचा प्रकल्प अंमलात आणला परंतु यातला अनुभव फार असमाधानकारक आहे. यासाठी एक उच्च अधिकाराची नॅशनल हायवे ॲथॉरिटी ऑफ इंडिया (एनएचएआय) कार्यरत आहे आणि तिच्या कामात सुधारणा होण्याची गरज आहे. त्यामध्ये अनेक स्थानिक पातळीवर पुरेसा अनुभव नसलेले कंत्राटदार कमी खर्चात काम करण्यासाठी पुढे आले आणि त्यांनी कामे अर्धवट सोडून दिली. तसेच त्यांचा दर्जाही चांगला नाही.

या पार्श्वभूमीवर नियोजन आयोगाने अशा सार्वजनिक आणि खाजगी क्षेत्राच्या भागीदारीच्या विषयात मुळापासून नियमन करणारी यंत्रणा कशी असावी याचा व्यापक विचार करण्याचे प्रस्तावित केले आहे. पायाभूत सुविधांच्या भांडवल गुंतवणुकीत रस्ते, पूल, वीज वितरण, वायू वितरण, रेल्वे, विमान वाहतूक आणि विमानतळ, बंदरे अशा अनेक मूलगामी क्षेत्रात भरीव काम होणार आहे आणि सुधारणा कार्यक्रमाच्या

या अवस्थेत या भांडवल गुंतवणुकीचे फार महत्त्व आहे.

या पायाभूत सुविधा किती दर्जेदार आणि किती कमी वेळात उपलब्ध होतील यावरच देशाच्या आर्थिक वाढीचा दर अवलंबून आहे. हा दर आता वर्षाला आठ ते दहा टक्क्यांच्या दरम्यान वाढवावा असा सरकारचा भगिरथी प्रयत्न चालू आहे. त्यासाठी व्यापार, करव्यवस्था, विदेशी प्रत्यक्ष गुंतवणूक, सार्वजनिक क्षेत्रातील उद्योगांची पुनर्मांडणी आणि निर्गुंतवणूक अशा अनेक संलग्न क्षेत्रात सरकार मागची चौदा वर्षे मागच्या काळातील नियोजनाची धोरणे पूर्णपणे बदलत आहेत.

यात प्रगती होत आहे हे मान्य करूनही या सुधारणांचा वेग वाढण्याची तितकीच निकड आहे. परंतु देशाच्या लोकशाही व्यवस्थेमध्ये काही हितसंबंधी गट हा वेग वाढवू देत नाहीत आणि विशेष म्हणजे डाव्या विचाराचे पक्ष या विरोधाचे नेतृत्त्व करीत आहेत. या सर्व अडचणी आणि अडथळे लोकशाहीमध्ये येणार हे स्वाभाविक आहे आणि अपेक्षितही आहे हे मान्य करावे लागेल. तरीही जोपर्यंत देशामध्ये पायाभूत सोयीसुविधांच्या क्षेत्रात भरीव भांडवल गुंतवणूक होत नाही तोपर्यंत वर उल्लेखिलेल्या क्षेत्रात अपेक्षेप्रमाणे सुधारणा झाल्या तरीही फारसा काही फरक पडणार नाही.

पंतप्रधानांनी अशी सुमारे दीडशे अब्ज (दीडशे बिलियन) डॉलरची गुंतवणूक करावी लागेल असा अंदाज व्यक्त केला आहे. देशाचा आकार आणि विविधता लक्षात घेता ही पायाभूत क्षेत्रातील गुंतवणूक मोक्याची आहे कारण त्यातूनच येथे शंभर कोटीपेक्षा अधिक लोकसंख्या असलेल्या देशाची एक संलग्न बाजारपेठ निर्माण होणार आहे. अधिक वेगाने औद्यागिकीकरण करण्यासाठी हा बाजारपेठेचा आकार देशातल्या आणि देशाबाहेरच्या गुंतवणुकदारांना तितकाच आकर्षणाचा मुद्दा आहे. म्हणून आता परदेशी चलनाच्या साठ्यांचा आणखीन कोणकोणत्या कल्पक मार्गाने वापर करता येईल हा विचार सुरू झाला आहे. त्यातलेच हे एक पुढचे पाऊल आहे.

■

५.१४ भांडवल बाजारात पूर्ण परिवर्तन

रिझर्व्ह बँकेने सरकारच्या आदेशानुसार भारतीय चलनाचे पूर्ण परिवर्तन कसे करता येईल याची नेमकी पावले टाकण्यासाठी मे २००६ मध्ये एक तज्ज्ञ समिती तारापोर यांच्या अध्यक्षतेखाली नेमली आहे. या विषयाला कॅपिटल अकाऊंट कन्हर्टेबिलिटी (सीएसी) म्हणजे भांडवली खात्यात पूर्ण परिवर्तनीयता असे म्हणतात. सध्या जगाच्या चलनबाजारात जी परिस्थिती आहे आणि त्यात भारताचे जे स्थान आहे त्याचा समग्र विचार करून या समितीने आपला अहवाल ३१ जुलै २००६ पर्यंत द्यायचा आहे. ही समिती ज्या शिफारशी करेल त्याच्यातून सरकारचा सुधारणा कार्यक्रम पुढे जाणार आहे आणि त्यातून भांडवली खात्यामध्ये मुक्तपणे व्यवहार करणे शक्य होणार आहे. एका दृष्टीने या सगळ्या निर्णयातून जे साधले जाणार आहे ती एक फक्त घटना अगर प्रसंग न समजता ती एक प्रक्रिया आहे असे म्हणता येईल.

तात्त्विक पातळीवर भांडवली खात्यात मुक्तपणे उलाढाली झाल्या तर त्यातून भांडवलाच्या वितरणात अधिक कार्यक्षमता येते हे कळणे सोपे आहे. परंतु ज्यांच्यावर धोरण ठरवायची जबाबदारी आहे त्यांना या फायद्याबरोबरच दुसरी बाजूही जागरूक राहून लक्षात घ्यावी लागते. ती म्हणजे अर्थव्यवस्थेचे वित्तीय स्वाथ्य आणि जी ठोस परिमाणे आहेत त्यांचे स्थैर्य. म्हणजे या मोक्याच्या परिमाणांमध्ये कशी प्रगती होत आहे याच्याशी सीएसी किती पूर्णपणे स्वीकारावी हे निगडित आहे. अर्थात मागच्या काही वर्षात ही प्रगती झालेली आहे परंतु अजूनही आपण ते लक्ष्य पूर्णपणे गाठलेले नाही. अशी काही क्षेत्रे आजही आहेत ज्यांच्या बाबत जागरूक राहण्याची गरज आहे. ही क्षेत्रे पुढीलप्रमाणे.

वित्तीय स्थिती याचे सर्वात अधिक महत्त्व आहे आणि ती आजही अडचणीची आहे. मागच्या पंधरा वर्षात अर्थव्यवस्थेमध्ये अनेक सुधारणा झालेल्या आहेत आणि त्यातून भरीव प्रगतीही झाली आहे. तसेच वित्त बाजार आणि वित्त व्यवस्थेमध्येही अनेक बदल झालेले आहेत. देशाच्या एकूण व्यवहारामध्ये अशा अनेक सुधारणा आणि प्रगती दिसत असली तरीही सार्वजनिक वित्त व्यवस्थेचे व्यवस्थापन हे आजही पुरेसे समाधानकारक नाही. केंद्र सरकारच्या वित्तीय तुटीचे प्रमाण हे जीडीपीच्या ६.२

टक्क्यांवरून आता ४.४ टक्क्यांपर्यंत खाली आलेले आहे. मागच्या २००५-०६ सालच्या अगोदरच्या चार वर्षात हे आकडे दिसत आहेत. परंतु ही कामगिरी २००३ सालापासून अर्थव्यवस्थेमध्ये जी भरभराट आलेली आहे त्यामुळे आहे. वित्त व्यवस्थेमध्ये काही मूळ बदल झाले आहेत असे म्हणता येत नाही.

वित्त व्यवस्थेमध्ये आणि वित्तीय तुटीमध्ये जी वरकरणी सुधारणा दिसत आहे हे दोन कारणांमुळे. एक म्हणजे कंपनी कराचे जीडीपीशी गुणोत्तर वाढले आहे. आणि व्याजाच्या उत्पन्नाचे जीडीपीशी गुणोत्तर कमी झालेले आहे. या दोन्ही मागची कारणे म्हणजे देशांतर्गत व्याजदरात घट होत आहे आणि ती जगातल्या प्रवाहांशी सुसंगत आहे. आता २००६च्या मध्याला परत व्याजदर हळूहळू वाढण्याची सुरुवात झाली आहे. अमेरिकेच्या फेडने मागच्या पंधरा तिमाहींमध्ये सतत पाव टक्क्याने मूळ व्याजदरात वाढ केलेली आहे. त्यामुळे सगळ्या जगातच परत आता चलन फुगवटा होणार का अशा आशंका सगळ्यांच्या मनात आहेत. देशातली मागच्या काळातील व्याजदरातील घट सोडली तर सरकारने वित्तीय तूट कमी करण्यासाठी काही मूळ प्रश्नांना हात लावलेला दिसत नाही. याचे उदाहरण म्हणजे व्याज रक्कम सोडता सरकारच्या उरलेल्या महसुली खर्चात घट तर झालीच नाही पण तो खर्च वाढला आहे. मागच्या चार वर्षात हे सतत दिसत आहे.

जेव्हा वित्तीय तुटीचा आकडा पुढे येतो तेव्हा राज्य पातळीवरची सरकारची वित्तीय तूट लक्षात घेतली पाहिजे. याची पूर्व अट म्हणजे राज्यांमध्ये वित्तीय स्थैर्य दृढ करणे ही आहे. सन २००५-०६ मध्ये केंद्र आणि राज्य सरकारांची एकत्रित वित्तीय तूट आठ टक्के होती. सगळ्या आशियामध्ये ही पातळी सर्वाधिक होती. त्यामुळे राज्ये आणि केंद्र सरकार यांच्या कर्जाचे जीडीपीशी गुणोत्तर बिघडतच चालले आहे. मागे मार्च १९९७ मध्ये हे ५९ टक्के होते. ते आता मार्च २००६ मध्ये ८१.७ टक्के आहे. यातून राज्यांची वित्तीय स्थिती दृढ झाली आहे अगर सुधारली आहे असे म्हणण्याची सोय नाही.

शिवाय देशाचे जे एकूण कर्ज आहे ते आहे त्यापेक्षा कमी दिसते. या तुटीच्या अंदाजांमध्ये अर्थसंकल्पाच्या बाहेर जी तेल आणि वीज यावर अनुदाने दिली जातात त्यांचा समावेश नाही. या दोन मोठ्या आकड्यांचा समावेश केला तर देशाची तूट मार्च २००६ मध्ये जीडीपीच्या ९.८ टक्के दिसते. जर अशा मोठ्या प्रमाणावर देशामधली बचत खर्ची पडत असेल तर भांडवलाच्या वितरणात कार्यक्षमता असणार नाही. एका अंदाजानुसार हे जे देशाच्या एकूण कर्जाचे प्रमाण आहे ते जर सुमारे चार टक्क्यांच्या भोवती आणता आले तर अर्थव्यवस्थेचा मूळचा पाया भक्कम झाला असे म्हणता येईल. खरे म्हणजे भांडवल बाजार पूर्णपणे परिवर्तनीय करण्यासाठी ही पूर्वअटच समजली पाहिजे.

याशिवाय भांडवलाची आयात करण्याचे जे मार्ग आहेत त्यातील किती स्थिर आणि किती अस्थिर आहेत याचाही विचार करावा लागेल. मागच्या २००४ सालापासून देशाच्या परदेशी चलनाच्या साठ्यात दुप्पटीने वाढ झाली आहे आणि ही पातळी १५० अब्ज (१५० बिलियन) डॉलरच्यावर पोहोचली आहे. याचे कारण म्हणजे अधिक भांडवलाची आयात होत आहे. एकूणात मागच्या तीन वर्षात बिगर एफडीआय निधीचे एकूण भांडवल आयातीमध्ये प्रमाण ८७ टक्के आहे. यामध्ये कर्ज आणि एफआयआय यांची इक्विटीमधली गुंतवणूक लक्षात घेतली आहे. या तुलनेने जगातल्या दहा विकसनशील देशांच्या बाजारपेठांचा विचार केला तर हे बिगर एफडीआय निधीचे प्रमाण फक्त ३५ टक्के आहे. एका अर्थाने ज्या वेगवेगळ्या प्रकारच्या भांडवली निधीची आयात होते त्यामध्ये तुलनेने जे कमी स्थिर पर्याय असतात त्यावर भारताचे परावलंबन अधिक आहे. एफआयआय यांच्या एकूण १०२० कंपन्यांच्या इक्विटीमधली गुंतवणूक ही १०४ अब्ज (१०४ बिलियन) डॉलर होती. त्यात अल्पकाळाचे कर्ज ९ अब्ज (नऊ बिलियन) डॉलर मिळवले तर हे एकूण प्रमाण देशाच्या परदेशी चलनाच्या साठ्याशी ७८ टक्के इतके आहे. मागे १९९७ मध्ये तारापोर समितीच्या पहिल्या अहवालात हे प्रमाण साठ टक्क्यांपेक्षा अधिक असू नये असे सुचवले होते.

तिसरी महत्त्वाची गोष्ट म्हणजे जेव्हा भांडवलाची आयात वाढते तेव्हा देशात त्याची स्थूल गुंतवणूक कशी होते हे पाहिले पाहिजे. आता जे अभ्यासक भांडवल पूर्णपणे परिवर्तनीय (सीएसी) करावे असे म्हणतात त्यांना भांडवलाचे वितरण कार्यक्षमतेने व्हावे असे अपेक्षित असते. परंतु प्रत्यक्षात हे भांडवल कसे वापरले गेले? मागच्या पाच वर्षात जेव्हा भांडवलाची आयात भरपूर वाढली तेव्हा देशात त्याचा वापर फार कल्पकतेने झाला असे दिसत नाही. उदाहरणार्थ, मागच्या तीन वर्षात जेव्हा भांडवलाची भरीव आयात झाली तेव्हा त्यातून उपभोगाचे प्रमाण वाढले आणि तितक्या प्रमाणात उत्पादक मत्तांमधली गुंतवणूक काही वाढली नाही. अशा भांडवलाची भरपूर आयात झाल्यामुळे खरे व्याजदर खाली आले आणि सरकार आणि कुटुंबांनी त्यातून आपल्या उपभोगाचे प्रमाण मात्र वाढवले. यांच्या एकूण कर्जाचे जीडीपीशी गुणोत्तर हे मागच्या पाच वर्षात पंचवीस टक्क्यांनी वाढलेले आहे. तुलनेने ज्या खाजगी क्षेत्रातील कंपन्या आहेत त्यांचे कर्जाचे जीडीपीशी गुणोत्तर कमी झालेले आहे. म्हणजे एकूणातच अधिक भांडवलाची आयात झाली तरीही ते पुरेसे नाही त्याहीपेक्षा हे भांडवल अधिक उत्पादक कारणांसाठी गुंतवण्याची क्षमता प्रयत्नपूर्वक वाढविण्याची गरज आहे. यातूनच आयाती भांडवलाच्या गुंतवणुकीमध्ये संतुलन आणि स्थैर्य साधता येईल.

मागच्या पंधरा वर्षात वित्त बाजार आणि वित्त संस्था यांच्यात जरूर सुधारणा झाल्या. यात बँकिंग क्षेत्राची लक्षणीय प्रगती लक्षात घेतली पाहिजे. हे सगळे खरे

असले तरीही या दिशेने अजून भरीव सुधारणांना वाव आहे. रिझर्व्ह बँकेने टप्प्याटप्प्याने आपली स्वायतत्ता मिळवून आपल्या स्थानाचे महात्म्य दाखवले आहे. त्यांनी वित्त बाजार आणि बँकिंग क्षेत्रावर आपले नियमन आणि दक्षता वाढवली आहे. त्याचप्रमाणे सेबी या दुसऱ्या स्वायत्त संस्थेने शेअर बाजारावरचे नियंत्रण पक्के केलेले आहे. असे असूनही बँकेचे क्षेत्र अजूनही भांडवल पूर्ण परिवर्तनीय केले तर त्याला तोंड देण्यास सक्षम नाही. सार्वजनिक क्षेत्रातील बँका या एकूण कर्ज वितरणात अजूनही ७६ टक्के कर्ज वाटप करतात आणि त्यांचे महत्त्व कमी झालेले नाही. त्याचबरोबर त्यांची कार्यक्षमताही कमी आहे. या बँका हळूहळू सरकारी सरकारी नियंत्रणातून बाहेर पडत असल्या तरीही त्यांचे मागच्या काळातील सरकारबरोबरचे संबंध ही एक अडचणच आहे. सगळे बँकिंगचे क्षेत्र बाजारातल्या व्याजदरात जे धोके असतात त्याला तोंड देण्यासाठी तितकेसे सक्षम नाहीत. उदाहरणार्थ ज्या सार्वजनिक क्षेत्रातील बँका आहेत त्यांच्याकडे सरकारचे दीर्घकाळाचे रोखे आहेत. साधारणपणे या पीएसबींच्या मत्तांपैकी ३० टक्के मत्ता सरकारी रोख्यांमध्ये आहेत. नुकतीच व्याजदरात वाढ करण्यात आली आणि त्याचा लगेच परिणाम या पीएसबींच्या महसुली उत्पन्नावर दिसून आला. थोडक्यात म्हणजे सरकारच्या वित्त धोरणाप्रमाणे जे व्याजदरात बदल होतील त्यातून या बँकांच्या नफ्यावरही त्याचे परिणाम दिसून येतात. आजही सरकारला वित्त बाजारातील धोक्याचे व्यवस्थापन कसे करायचे आणि त्यासाठी कोणते उपाय योजायचे यात सुधारणा करून दाखवायच्या आहेत. कंपन्या, सरकारी रोखे आणि परदेशी चलनबाजार अशा सगळ्या बाजारांमध्ये अजून बरीच कार्यक्षमता आणि कार्यकुशलता दाखवण्याची गरज आहे. सध्याही या क्षेत्रात उलाढाल होते परंतु त्यात खोली आणि व्याप्ती कमी आहे. विशेषत: वायद्याचे सौदे करण्याची क्षमता अजूनही विकसित होण्याची गरज आहे.

थोडक्यात म्हणजे भांडवल पूर्णपणे परिवर्तनीय जरुर करायचे आहे आणि सरकारची पावलेही त्याच दिशेने पडत आहेत. परंतु मागच्या काळात आणि येत्या काळातही ही प्रगती धीम्या गतीने करण्यात येईल असे समजले पाहिजे. भांडवलाच्या उलाढालीत आणि आयात निर्यातीमध्ये टप्प्याटप्प्याने सुधारणा करणे यातच देशाचे हित आहे असे सगळ्यांनी मानलेले आहे. तसेच देशाचा हा अनुभवही आहे. मागच्या काळात अनेक प्रसंगी आंतरराष्ट्रीय नाणेनिधीने वेगवेगळे सल्ले दिलेले होते परंतु भारताने दरवेळी आपलीच विवेकशक्ती वापरली. आता रिझर्व्ह बँकेने जी तारापोर समिती नेमली आहे त्यातून कोणत्या टप्प्यामधून भांडवल पूर्ण परिवर्तनीय होईल याचे पूर्ण दिशा दिग्दर्शन होईल. भांडवलाच्या व्यवहारामध्ये बँका, वित्त संस्था आणि व्यक्ती या सगळ्यांसाठीच ही वाटचाल नेमकी कशी असेल याचे महत्त्व आहे. तसेच वेगवेगळ्या टप्प्यांमध्ये यांना कोणत्या पूर्व अटींचे पालन करावे लागणार आहे

याचाही उलगडा होणार आहे. एकूणच भारत भांडवली बाजारात पुढच्या तीन ते चार वर्षात पूर्ण परिवर्तनीय व्यवस्था निर्माण करेल असे आज ठामपणे म्हणता येणार नाही. अर्थात यामध्ये देशाच्या अर्थव्यवस्थेमधल्या मूळ परिमाणांमध्ये भरीव सुधारणा होतील असे गृहीत धरलेले आहे. भारतासारख्या मोठ्या देशात अशी गृहीते कोणत्याही नेमक्या वेळापत्रकाप्रमाणे प्रत्यक्षात घडून येत नाहीत असाही आजपर्यंतचा आपला अनुभव आहे. थोडक्यात म्हणजे भांडवली व्यवहार जरुर मुक्त होतील परंतु त्याला वेळ लागणार आहे.

■

५.१५ भांडवली खात्यात पूर्ण परिवर्तन?

देशात मागच्या पंधरा वर्षांत सुधारणा कार्यक्रमात अनेक पावले टाकण्यात आली आणि त्याचे फळही मिळाले. असे असूनही देशाचे चलन पूर्णपणे परिवर्तनीय करावे याविषयी तज्ज्ञांमध्ये प्रामाणिक मतभेद आहेत. देशाच्या रिझर्व्ह बँकेने या किचकट विषयात खूप तज्ज्ञपणे विवेक दाखवलेला आहे आणि सावधगिरीने केंद्राच्या वित्त विभागाला वेळोवेळी सल्ला दिलेला आहे. याचा एक आढावा घेतला पाहिजे.

अर्थशास्त्राच्या विषयात चलनाचे पूर्ण परिवर्तन हा एक महत्त्वाचा विषय आहे. भांडवलाची उलाढाल, आर्थिक वाढ आणि वित्तीय पेचप्रसंग यांचा परस्पर संबंध काय आहे याचा नेहमी शोध घेतला जातो. आयएमएफने अशा अभ्यासात पुढाकार घेतलेला आहे.

अगदी फार पूर्वी ॲडम स्मिथ आणि डेव्हिड रिकार्डो यांनी जेव्हा अर्थशास्त्राचा पाया रचला तेव्हा पासून जगामध्ये मालाचा व्यापार मुक्त असावा याविषयी सगळ्यांचेच एकमत आहे. परंतु जेव्हा हा तर्क कर्ज आणि इक्विटी यांच्यातल्या उलाढालीला लावला जातो तेव्हा मात्र सगळ्या मतभेदांना सुरुवात होते. अशा वादाच्या प्रसंगांमध्ये काहीवेळा जे मुक्त व्यापाराचा आग्रह धरणारे आहेत ते भांडवली खात्यात पूर्ण परिवर्तन करावे याला विरोध करतानाही दिसतात.

आयएमएफमधल्या संशोधकांनी एक वेगळा विचार मांडला आहे. भांडवली खात्यात पूर्ण परिवर्तन स्वीकारणे म्हणजे फक्त देशातल्या बचतीमध्ये बाहेरच्या गुंतवणुकीची भर घालणे इतकेच अभिप्रेत नाही. यापेक्षा जे अप्रत्यक्ष फायदे आहेत त्याचेही महत्त्व आहे. जेव्हा देशादेशांमध्ये भांडवलाची उलाढाल मुक्तपणे करू दिली जाते तेव्हा त्यातून काही शिस्त निर्माण होते. या शिस्तीतून बँका सक्षम होतात, भांडवली बाजार बलवान होतो आणि एकूण अर्थव्यवस्थेची मूळ परिमाणे अधिक बळकट होतात. ही सगळी शिस्त जेव्हा चलनावरचे निर्बंध हटवले जातात त्यातून येते.

आयएमएफमधले अभ्यासक यांना चीन आणि भारत या देशातील राज्यकर्ते चलनाचे पूर्ण परितर्वन करावे याला अनुकूल आहेत हे माहीत आहे. चीनमधल्या

राज्यकर्त्यांनी चलनाचे पूर्ण परिवर्तन करणे हे आर्थिक सुधारणांचे अंतिम लक्ष्य आहे हे मान्य केले आहे. तेथे २००६च्या मध्याला सरकारने आपल्या आठ बँकांना आपल्या ८.८ अब्ज (८.८ बिलियन) डॉलरच्या युआनमधल्या ठेवी परदेशात गुंतवणूक करण्याची मुभा दिलेली आहे.

भारतात परदेशातील व्यक्ती आणि हेज फंडस् यांना येथल्या शेअर बाजारात प्रत्यक्ष खरेदी करण्याची परवानगी नाही. तसेच परदेशातल्या संस्थांना येथे रुपयातले कर्ज ३.५ अब्ज (३.५ बिलियन) डॉलरच्या मर्यादेपलीकडे स्वीकारता येत नाहीत. देशातले जे नागरिक आहेत त्यांना वर्षातून फक्त पंचवीस हजार डॉलर बाहेर नेण्याची परवानगी आहे. देशातले सरकार स्वत:हून बाहेरचे कर्ज उभारत नाही आणि येथल्या कंपन्यांनाही परदेशी चलनातले कर्ज प्रमाणाबाहेर उभे करू देत नाही. पंतप्रधान मनमोहनसिंग यांनी भांडवली खात्यात पूर्ण परिवर्तन स्वीकारण्याच्या दृष्टीने पावले टाकली पाहिजेत असे स्पष्टपणे म्हटलेले आहे. थोडक्यात म्हणजे भारत आणि चीन या दोन्हीही देशांच्या सरकारांनी चलनाचे पूर्ण परिवर्तन करण्याची गरज तत्त्वत: स्वीकारलेली आहे आणि त्या दृष्टीने हे देश आपापले मार्ग सावधगिरीने शोधत आहेत.

सध्याच्या केंद्र सरकारात श्री. पी चिदंबरम हे वित्त मंत्री आहेत आणि ते जेव्हा प्रथम वित्त मंत्री होते तेव्हा त्यांनी तारापोर समिती-एक नेमली होती. या समितीने १९९९-२०००च्या अगोदरच्या तीन वर्षात देशाचे चलन पूर्णपणे परिवर्तनीय करावे अशी शिफारस केली होती. या तीन वर्षाच्या काळात काही लक्ष्ये ठरवून देण्यात आली होती. परंतु नेमक्या यावेळी पूर्व आशियातील देशात वित्तीय आणीबाणीचा पेचप्रसंग निर्माण झाला आणि त्यामुळे तारापोर समिती-एकच्या शिफारशीवर सगळे पाणी फिरले. परंतु वित्त मंत्र्यांनी चिवटपणे विषय सोडला नाही आणि परत एकदा या विषयावर एक समिती नेमली. त्यालाच तारापोर समिती-दोन असे म्हणतात. या समितीने भांडवली खात्यात पूर्ण परिवर्तन करण्याविषयीची शिफारस करायची आहे आणि समितीचा अहवाल ३१ जुलै २००६पर्यंत सादर व्हायचा आहे. साहजिकच या निमित्ताने अनेक तज्ज्ञ आपल्या भूमिका परत नव्याने मांडत आहेत. तारापोर समिती ही आपले काम पूर्वी प्रमाणेच परत एकदा चोखपणे करेल या विषयी सगळ्यांनाच खात्री आहे.

अरविंद पणगरिया आणि पुर्बा मुकर्जी या संशोधकांनी एक भूमिका मांडली आहे. त्यांच्या मते देशाने भांडवली खात्यात पूर्ण परिवर्तन स्वीकारण्याची घाई करु नये. त्याची त्यांनी पाच कारणे मांडली आहेत. पहिले एक कारण जे प्रा. जगदीश भगवती यांनी अगोदरच मांडलेले आहे. त्यांनी १९९८ मध्ये द् कॅपिटल मिथ् : द् डिफरन्स बिट्विन विगेटस् अॅन्ड डॉलर्स या नावाचा एक लेख लिहिला होता.

त्यांच्या मते पूर्ण परिवर्तनीयता स्वीकारली म्हणजे सगळे फायदे होतात असे सिद्ध करणारा निर्णायक पुरावा उपलब्ध नाही. या विषयात जे संशोधन झालेले आहे त्यावरून असे दिसते की ज्या विकसित देशात वित्त बाजार प्रगल्भ आणि स्थिर आहे आणि येथे एकूण अर्थव्यवस्था सुस्थितीत आहे अशा देशांना त्यांचे चलन पूर्णपणे परिवर्तनीय आहे यातून काही विशेष फायदा मिळालेला नाही. निदान हा परिणाम त्यांच्या आर्थिक वाढीच्या दरावर तरी प्रत्यक्षपणे दिसत नाही.

मात्र या उलट ज्या देशांमध्ये वित्त व्यवस्था दुबळी आहे आणि एकूण अर्थव्यवस्था फारशी प्रगल्भ नाही तेथे चलन पूर्णपणे परिवर्तनीय केल्यामुळे मात्र अधिक अस्थिरता दिसून येते. मुख्य म्हणजे या देशांचे वाढीचे दरही उंचावण्यामध्ये याची काही मदत झाली आहे असे म्हणता येणार नाही. अर्थात हे जे सगळे संशोधन झालेले आहे त्यामध्ये काही बारकावे लक्षात घेण्यात आलेले नाहीत. चलन एका मर्यादित प्रमाणात परिवर्तनीय करण्यामध्ये काही फरक आहेत. उदाहरणार्थ व्यापार खुला करणे आणि विदेशी प्रत्यक्ष गुंतवणूक आणि पोर्टफोलिओ इन्व्हेस्टमेंट आणि पूर्ण परिवर्तनीयता यामध्ये काही फरक आहेत. याच कारणामुळे आता देशाने मर्यादित परिवर्तनीयता सोडून देऊन पूर्ण परिवर्तन स्वीकारण्याचे काय फायदे होतील यावर ठोस पुरावा देणे अवघड जात आहे.

दुसरा मुद्दा वित्त व्यवस्थेबाबत आहे. चलन पूर्णपणे परिवर्तनीय करायचे म्हटले तर भारतात त्यायोग्य परिस्थिती नाही हे लक्षात घ्यावे लागेल. मागच्या २००३-०४ ते २००५-०६ या तीन वर्षात सरासरी आर्थिक वाढीचा दर आठ टक्क्यांच्या पातळीवर पोहोचला आहे हे खरे. त्यातून कराचा महसूल वाढला आहे आणि तुटीचे प्रमाण कमी झाले आहे. ही शुभचिन्हे असली तरीही यातली प्रगती अजूनही पुरेशी नाही. शिवाय जर समजा जीडीपीतली वाढ कोणत्याही कारणांमुळे अचानक खालच्या पातळीवर आली तर पूर्वीप्रमाणेच तुटीमध्ये एकदम वाढ होईल ही शक्यताही डोळ्यांपुढे ठेवावी लागेल. मागे एकदा १९९६-९७च्या सुमारास अशी आर्थिक वाढीमध्ये घट आलेलीच होती. आजही मागच्या कर्जावर जे व्याज द्यावे लागत आहे ते जीडीपीच्या सहा टक्क्यांपेक्षा वर आहे. ठोस वित्तीय तूट आठ टक्के आहे आणि कर्जाचे जीडीपीबरोबरचे गुणोत्तर नव्वद टक्क्यांपेक्षा अधिक आहे. ही सगळी चिन्हे आणि परिमाणे काही अर्थव्यवस्थेच्या सुदृढ प्रकृतीची लक्षणे म्हणता येणार नाहीत. जर पूर्ण परिवर्तन स्वीकारले तर एखादा पेचप्रसंग बघता बघता हाताबाहेर जाऊ शकतो. असा काही प्रसंग आला तर एक धोका म्हणजे सरकारच आपल्या वित्त व्यवस्थेमधील तूट आणि कर्ज भरून काढण्यासाठी देशाबाहेरचे कमी व्याजावरचे कर्ज स्वीकारण्याला राजी होईल.

तिसरी बाब म्हणजे देशामध्ये वित्तीय क्षेत्र अजूनही पुरेसे विकसित झालेले

नाही. याचा अर्थ देशात पूर्णपणे मुक्त बाजारपेठ विकसित होऊन त्याच्याशी सुसंगत ज्या वित्त संस्था लागतात आणि त्यातून जी प्रगल्भ आणि स्थिर अर्थव्यवस्था निर्माण होते तशी अजून देशात परिस्थिती नाही. बँका मुख्यत: सार्वजनिक क्षेत्रात आहेत आणि अजूनही सरकारच्या वित्त विभागाच्या प्रभावाखाली आहेत. अजूनही पूर्वी प्रमाणेच सरकारला आपल्या प्राधान्य क्रमानुसार बँकांना आदेश देण्याची सवय सुटलेली नाही. बँका जो अर्थव्यवस्थेमध्ये कर्ज पुरवठा करतात त्याची पातळी उथळ आहे. विमा उद्योगात अजूनही सरकारचेच प्राधान्य आहे आणि खाजगी क्षेत्राला थोडीशी मुभा देण्यात आलेली आहे. त्यातूनही विम्याच्या खाजगी क्षेत्रामधील परदेशी गुंतवणूकीवर २६ टक्क्यांची मर्यादा आहे. जे रोखे आणि इक्विटीचे बाजार आहेत त्यांची पातळी उथळ आहे आणि त्यातही सार्वजनिक क्षेत्रातील संस्था आणि एफआयआय यांचाच वावर अधिक आहे. एकूणात एफआयआय या जगभरात जी गुंतवणूक करतात त्यातला अगदी थोडा वाटा येथल्या रोखे आणि इक्विटी बाजारामध्ये गुंतवला जातो. त्यामुळे या एफआयआयनी कोणत्याही निमित्ताने आपला वाटा काढून घेतला तर देशातील वित्त बाजारात कोलाहल माजतो. याचे एक कारण म्हणजे अगदी थोड्या एफआयआय संस्था येथल्या वेगवेगळ्या कंपन्यांच्या व्यवहारांचा तपशिलात अभ्यास करतात आणि आपले निर्णय घेतात. त्यामुळे या संस्थांनी जर आपले पैसे काढून घ्यायचे ठरविले तर इतरही फारसा विचार न करता या मोठ्या संस्थांचे अनुकरण करतात. असे हे कळपातले वागणे असल्यामुळे अनेकदा शेअर बाजारात घबराट आणि अस्थिरतेचे वातावरण दिसून येते.

चौथी बाब म्हणजे भारताचा व्यापार जगातल्या व्यापाराशी पूर्णपणे जुळलेला नाही. देशाचा परदेश व्यापार हळूहळू वाढत आहे. अशा विकासाच्या अवस्थेमध्ये व्यापारामध्ये आपले चलन हलके असणे आणि त्याचा थोडा फायदा निर्यातीत मिळवणे देशाला आवश्यक वाटते आणि ते समर्थनीय आहे. आता भांडवली खात्यात जर पूर्ण परिवर्तन स्वीकारले तर सुरुवातीला परदेशी भांडवलाची आवक भरपूर होईल आणि त्यातून रुपया महाग होईल. यालाच ॲप्रिसिएशन म्हणजे अधिमूल्यन म्हणतात. जर हे अधिमूल्यन प्रमाणाबाहेर वाढले आणि तसेच स्थिरावले तर आज जो देशाचा व्यापार जगामध्ये वाढत आहे त्यावर काही मर्यादा येतील. शिवाय जरी हे अधिमूल्यन तात्पुरते असले तरीही पूर्ण परिवर्तन स्वीकारले तर निर्यातीमधल्या वाढीचा दर मंदावेल कारण जो खरा विनिमय दर आहे तो जास्त चढउतार दाखवू लागेल. व्यापार वाढीसाठी हे काही प्रोत्साहन देणारे वातावरण समजता येणार नाही.

एक अखेरचा मुद्दा म्हणजे आता जर भांडवली खात्यामध्ये पूर्ण परिवर्तन स्वीकारले तर इतर क्षेत्रामध्ये जो सुधारणा कार्यक्रम अंमलात येत आहे त्यामध्ये काही

गंभीर अडचणी निर्माण होऊ शकतात. भारताची लोकशाही व्यवस्था खूप प्रगल्भ आणि स्पर्धात्मक बनली आहे. आर्थिक सुधारणांमधून त्यात पारदर्शकता वाढत आहे. याचे काही नकारात्मक परिणाम राजकारणात दिसत आहेत. येथे राजकीय पक्षांमध्ये कोणत्याच विषयावर सहमती बनू शकत नाही. खाजगीकरण आणि खुला व्यापार असे तुलनेने जे सोपे विषय आहेत त्यावरही हे शक्य झालेले नाही. केंद्रामध्ये मागची दहा वर्षे आघाडी सरकारे आहेत आणि आलटून पालटून दोन राष्ट्रीय पक्षांच्या आघाड्यांनी सरकार चालवलेले आहे. तात्त्विक पातळीवर त्यांच्या व्यापक भूमिकाही समान आहेत परंतु यातली कोणतीही एक आघाडी राज्यकर्ता पक्ष बनली म्हणजे दुसरी आघाडी प्रत्येक विषयामध्ये विरोध करण्याचे पत्करते. अशा या नाजुक राजकीय वातावरणात जर भांडवलाचे पूर्ण परिवर्तन होऊ दिले आणि त्यातून जर आर्थिक वाढीचा दर अस्थिर झाला तर देशाचे सगळेच राजकारण घुसळून निघेल आणि गढूळ होईल. याचा एक परिणाम म्हणजे सगळी आर्थिक सुधारणांची प्रक्रियाच घसरणीला लागेल.

ज्यांना त्वरेने चलनाचे पूर्ण परिवर्तन हवे त्यांना दोन मुद्दे मांडायचे असतात. एक म्हणजे एकदा पूर्ण परिवर्तन स्वीकारले म्हणजे सुधारणा कार्यक्रम वेगाने पुढे जाईल. विशेषत: वित्तीय सुधारणा लवकर करता येतील. उदाहरणार्थ येथल्या व्यक्ती आणि कंपन्यांना जगातल्या बाजारपेठेत मुक्तपणे भाग घेता आला तर त्याचा परिणाम म्हणून येथल्या बँका काही दडपणाखाली येतील कारण त्यांना अधिक स्पर्धात्मक बनावे लागेल. तसेच सरकारला जर पेचप्रसंग येऊ द्यायचा नसला तर त्यांना वित्तीय तूट आणि कर्जाची पातळी या विषयात अधिक तातडीने पावले टाकावी लागतील. या सगळ्या सकारात्मक बाबी झाल्या.

जर पूर्ण परिवर्तन स्वीकारले तर असे काही फायदे जरूर मिळतील. परंतु याच्या उलटेही घडू शकते. सरकार आणि खाजगी कंपन्या या दोघांनाही अल्पकाळातले परदेशी कर्ज उभारण्याचा मोह होऊ शकेल. यातूनच पुढे अर्थव्यवस्था अडचणीत येऊ शकते. या सगळ्या फक्त शक्यता आहेत. प्रत्यक्षात काय घडू शकेल यावरच प्रश्नाचे उत्तर मिळणार आहे. जर व्यापक सरसकट विचार केला तर वस्तु:स्थिती सावधगिरीचा इशारा देते. शिवाय ज्या देशांनी पूर्ण परिवर्तन स्वीकारताना विवेकाचा मार्ग स्वीकारला नाही त्यापैकी अनेकांना नंतर संकटांना तोंड द्यावे लागले. त्याचबरोबर ज्या देशांनी घाईगर्दीने पूर्ण परिवर्तनाचा मार्ग स्वीकारला त्यांना खरोखरी सुधारणा कार्यक्रमात वेगाने प्रगती करता आली अशांची उदाहरणे अगदी थोडी आहेत.

ज्यांना लगेचच चलनाचे पूर्ण परिवर्तन हवे त्यांच्यामते यातून भारत आशियातले वित्त बाजाराचे एक प्रमुख केंद्र बनेल. येथे प्रशिक्षित आणि कौशल्ये असलेले मनुष्यबळ भरपूर आहे आणि त्याबरोबर माहिती तंत्रज्ञानाचा उद्योग झपाट्याने वाढत

आहे. शिवाय येथे बँका, विमा आणि इतर वित्तसंस्था यांना शंभर वर्षांचा दीर्घ अनुभव आहे. तसेच येथील शेअरबाजार प्रगल्भ आणि विकसित आहे. देशातली केंद्रिय बँक ही पूर्णपणे स्वायत्त आहे. अशा अनेक कारणांमुळे भारत जगात आणि आशियात एक प्रमुख वित्त सत्ता बनू शकतो. जर देशाला वित्त बाजारात आपले स्थान मिळवायचे असले तर त्यासाठी चलन पूर्णपणे परिवर्तनीय होणे ही एक पूर्व अटच आहे.

अर्थात या सगळ्या तर्कसंगतीला एक दुसरी बाजू आहे त्याची पण डोळसपणे दखल घेतली पाहिजे. देशातले जे वित्तीय क्षेत्र आहे त्यातल्या बँका सरकारी क्षेत्रात आहेत आणि त्यांच्याकडेच सत्तर टक्के मत्ता आहेत. आता अशा क्षेत्रात जर खाजगी क्षेत्राला अधिक वाव मिळाला नाही आणि सरकारी बंधने बऱ्यापैकी कमी झाली नाहीत तर भारत आशियातल्या वित्त क्षेत्रात नेतृत्त्व करू शकणार नाही. मागच्या पंधरा वर्षात खाजगीकरणाच्या विषयावर गंभीर मतभेद पुढे आलेले आहेत आणि त्यामुळे सरकारचे वित्त क्षेत्रातील महात्म्य कमी होण्याची फारशी शक्यता नाही. सरकारी बँका आणि विमा कंपन्या यामधील कर्मचाऱ्यांच्या संघटना डाव्या पक्षांच्या नेतृत्त्वाखाली काम करत आहेत आणि डाव्या पक्षांनी या संस्थांच्या खाजगीकरणाला निकराचा विरोध केलेला आहे.

थोडक्यात म्हणजे भारतात राज्यकर्ते, रिझर्व्ह बँक आणि अभ्यासक या सगळ्यांनाच चलनाचे पूर्ण परिवर्तन तत्त्वत: मान्य आहे आणि आज अगर उद्या ते करावे लागणार आहे हेही सगळ्यांना मंजूर आहे. परंतु यासाठी कोणते पर्याय आणि रस्ते सुरक्षित आहेत यावर अनेक प्रामाणिक मतभेद आहेत. जेव्हा देशाची अर्थव्यवस्था येत्या काळात विकसित होणार आहे तेव्हा एक आर्थिक महासत्ता म्हणून तिला आधुनिक अर्थव्यवस्थेचाच स्वीकार करावा लागेल. त्यामुळे चलनाचे पूर्ण परिवर्तन करायचे किंवा नाही असा काही पर्याय मुळात उपलब्ध नाही. प्रश्न फक्त जो आहे तो येथे आर्थिक सुधारणांची प्रक्रिया कशी पुढे न्यायची आणि त्यातून खाजगी वित्तक्षेत्राला कशी अधिक जबाबदारीची भूमिका घेण्यासाठी विकसित करायचे याच्याशी काही प्रश्न आणि अडचणी निगडित आहेत. तारापोर समिती आणि रिझर्व्ह बँक आपल्यापरीने ही जबाबदारी चोखपणे पार पडेल असा आजपर्यंतचा अनुभव आहे. आता सरकार आणि खाजगी क्षेत्र आपल्या भूमिका कशा पार पाडते यावर सगळे अवलंबून आहे. ■

५.१६ रुपयावरचा दबाव

देशाच्या अधिदान शेषात (बॅलन्स ऑफ पेमेंटस्/बीओपी) काय घडत आहे याची सविस्तर अधिकृत आकडेवारी रिझर्व्ह बँक ऑफ इंडिया वेळोवेळी नियमितपणे जाहीर करत असते. त्याप्रमाणे जानेवारी-मार्च २००७च्या तिमाहीची बीओपीची आकडेवारी जुलै २००७मध्ये बाहेर आली. याचे महत्त्व म्हणजे अर्थव्यवस्थेच्या स्वास्थ्याचे हे प्रतिबिंबच असल्यामुळे अभ्यासक, वित्त संस्था आणि प्रसिद्धी माध्यमे या प्रसंगाची उत्सुकतेने वाट बघत असतात. यावेळी याचे महत्त्व म्हणजे त्यातून आपल्या चलनाचे स्थान आणि बळ काय आहे याचे संकेत मिळाले आणि आपल्या भांडवली खात्यामध्ये यापुढे काय घडणार आहे याच्या चर्चेला चालना मिळाली. काही वेळा प्रत्यक्ष आकडेवारी काय दर्शवते आणि प्रसिद्धी माध्यमे कोणत्या चर्चा रंगवतात यात तफावत दिसते. यावेळी बहुधा असे काही घडत असावे.

आपल्या चालू खात्यात जानेवारी-मार्च २००७च्या तिमाहीत शिल्लक दिसत आहे आणि एका अभ्यासकांनी रिझर्व्ह बँक डॉलरची भरपूर खरेदी करत असल्यामुळे असे घडले असावे असा शोध लावला. अर्थातच असे म्हणणे चुकीचे आहे. सर्वसाधारण वाचक असे म्हणू लागला तर ते समजण्यासारखे आहे कारण त्याला अधिकृत माहितीचे स्त्रोत माहीत नसतात आणि तो ऐकीव बातम्यांवरून मत बनवू शकतो. परंतु अभ्यासकाने असे म्हणण्याचे कारण नाही.

आश्चर्य म्हणजे अगदी थोड्या अभ्यासकांना या २००७च्या पहिल्या तिमाहीत चालू खात्यात शिल्लक गोळा होईल अशी अपेक्षा होती. वास्तविक पाहता असे काही घडेल याचे भरपूर पुरावे अगोदरच मिळत होते. तसेच मार्च २००७मध्ये संपणाऱ्या वर्षात चालू खात्यात तूट असेल आणि ती त्या अगोदरच्या वर्षाइतकीच असेल असाही कोणी अंदाज बांधला नव्हता. या जानेवारी-मार्च ०७ च्या तिमाहीत चालू खात्यात शिल्लक गोळा झाली आणि त्याच २००६च्या तिमाहीत अशी शिल्लक दिसत होती. मात्र मार्च २००७ या संपलेल्या वित्त वर्षात पहिल्या तीन तिमाहीमध्ये सतत तूट आलेली होती. मग नेमक्या चौथ्या तिमाहीतच एकदम शिल्लक का दिसू लागली? बहुधा याचे एक कारण असू शकते. ते म्हणजे माहिती तंत्रज्ञानाच्या सेवांच्या

निर्यातीमध्ये काही वेळा शेवटच्या तिमाहीत अशी अचानक वाढ दिसू शकते. शिवाय परदेशात काम करणारे भारतीय कामगार मायदेशात अशावेळी निधी पाठवतात असेही म्हणता येईल. या दोन्हींचा समावेश अधिदान शेषात अप्रत्यक्ष (इनव्हिजिबल) निधीच्या आवक रकमेत होतो. या प्रकारच्या निधीमध्ये अर्थातच भरपूर वाढ झालेली आहे. वास्तविक पाहता असा अप्रत्यक्ष निधी सतत मोठ्या प्रमाणावर देशात येण्याचा भरवसा असल्यामुळे आपण चालू खात्यात जीडीपीच्या तीन टक्क्यांपर्यंत तूट आली तरीही ती सहज पेलून नेऊ शकतो. परंतु आपल्याला अजूनही हे जमलेले नाही. मग इतकी चालू खात्यात तीन टक्क्यांपर्यंतची तूट परवडत असतानाही यासाठी आपण पुरेसे प्रयत्न करत नाही का? अशी परिस्थिती नाही. आपण जरूर प्रयत्न करत आहोत परंतु आपल्याला तरीही ही तुटीची पातळी गाठता आलेली नाही.

मागच्या २००६-०७ सालात चालू खात्यात जी शिल्लक आली तिचा आकडा ९.६ अब्ज (९.६ बिलियन) डॉलर आहे. हे जीडीपीच्या १.१ टक्के आहे. नेमके असेच अगोदरच्या २००५-०६ सालात घडले होते. एका अर्थाने भारत इतर विकसनशील देशांच्या तुलनेने याबाबतीत वेगळा समजायला पाहिजे कारण आपल्या मालाच्या व्यापारात मोठी तूट असली तरीही ती अप्रत्यक्ष मार्गांनी होणाऱ्या निधीच्या भरपूर आयातीमुळे भरून काढू शकतो. उदाहरणार्थ, २००६-०७ सालात मालाच्या व्यापारातील तूट खूपच म्हणजे सुमारे ६५ अब्ज (६५ बिलियन) डॉलरच्या पातळीवर पोहोचली. हे प्रमाण जीडीपीच्या ७.१ टक्के होते. परंतु याचबरोबर आपल्या अप्रत्यक्ष निधीच्या आयातीमधली शिल्लक ३० टक्क्यांनी वाढली होती आणि ही शिल्लकीची पातळी ५५.३ अब्ज (५५.३ बिलियन) डॉलरवर पोहोचली होती. आपल्या जीडीपीच्या हे प्रमाण ६ टक्के होते. त्यामुळे मालाच्या व्यापारातील भरीव आयातीमुळे मोठी तूट आपण सहज सहन करू शकलो आणि चालू खात्याच्या आकडेवारीवर त्याचा फारसा काही दुष्परिणाम दिसला नाही.

आपल्या मालाच्या आयात निर्यातीमध्ये व्यापारातली तूट ही कोणताही निकष लावला तर मोठी आहे, हे मान्य करावे लागेल. मात्र याचे एकमेव मुख्य कारण म्हणजे आपल्याला खनिज तेलाची मोठी आयात करावी लागते आणि आपले देशांतर्गत उत्पादन त्यासाठी अगदी अपुरे आहे. आपल्या मालाच्या व्यापारात जी तूट वाढत आहे त्याचा काही अभ्यासकांनी एक अर्थ लावलेला आहे. त्यांच्या मते आपली अर्थव्यवस्था तापत असल्याचे हे निदर्शक आहे. काहीच्या मते हा निष्कर्ष काढणे फारसे समर्थनीय नाही. आपल्या मालाच्या व्यापारात दिसणारी तूट ही मुख्यत: बाहेरच्या बाजारात वाढलेल्या खनिज तेलाच्या किंमतीचेच प्रतिबिंब आहे. आपण खनिज तेल सोडून इतर औद्योगिक मालाची खरोखरी अधिक आयात करत आहोत अशी परिस्थिती नाही. त्यामुळे अधिक आयात झाली आणि म्हणून अर्थव्यवस्था

तापली असा तर्क काढण्याचे कारण नाही. आयात झालेल्या औद्योगिक मालाच्या किंमती चढ्या असल्या तर आयातीवरचा खर्च वाढतो हे बरोबर आहे आणि त्यामुळे देशात चलनवाढीचा दबाव येतो हेही तर्काला धरून आहे. परंतु एकूणात परदेश व्यापारातला फरक लक्षात घेतला तर आपण औद्योगिक मालाच्या पुरवठ्याच्या तुलनेने अधिक मागणी करत आहोत आणि त्यामुळे आयातीच्या किंमती वाढल्या आहेत असा काही आपल्याजवळ पुरावा नाही.

आपल्या आयात आणि निर्यात मालाच्या विषयावरची राष्ट्रीय उत्पन्नाची आकडेवारी पाहिली आणि त्यात किमतीत झालेले बदल लक्षात घेतले तर आपल्या व्यापारात थोडी शिल्लकच जमा झालेली दिसते. याचा अर्थ आपण आपली अर्थव्यवस्था तापली आहे असे काही निष्कर्ष काढण्यासाठी ही परिस्थिती नाही. याहीपेक्षा भांडवली खात्याच्या तपशीलात काही लक्षात घेण्यासारख्या बाबी आहेत. मागच्या २००६-०७ सालात भांडवली खात्यातील शिल्लक सगळ्यात अधिक पातळीवर पोहोचली होती आणि तिचे जीडीपीशी गुणोत्तर जवळपास पाच टक्के होते. तसेच भांडवलाची आयात आणि निर्यात हे दोन्हीही प्रवाह लक्षात घेतले तर हे प्रमाण जीडीपीच्या ४५ टक्के होते.

याची मागची आकडेवारी पाहिली तर त्यावरून २००३ सालापासूनच भांडवली खात्यात बऱ्यापैकी शिल्लक गोळा होऊ लागली होती असे दिसते. मात्र त्याअगोदरच्या अनेक वर्षात ही पातळी स्थिरच होती. परंतु या आकड्यात जे वरकरणी दिसते त्यापेक्षा काहीतरी अधिक आहे. मागच्या काही वर्षात भारताच्या आर्थिक वाढीने वेग पकडलेला आहे आणि म्हणून २००३ साल हे वेगळे समजले पाहिजे. इतर कोणत्याही वर्षाप्रमाणेच या सालात आर्थिक वाढ झाली असे म्हणणे पुरेसे नाही. या सालापासून आर्थिक वाढीने वेग पकडला आणि आपण वरच्या भ्रमण कक्षात प्रवेश केला. तेव्हापासून गुंतवणुकीवरचा खर्च भरीव प्रमाणात वाढला आहे आणि व्यापारातले आयात निर्यातीचे प्रवाह वेगवान झाले आहेत. शिवाय मागच्या चार वर्षात शेअर बाजारात तेजी सळसळत आहे आणि ही चैतन्याची नवी लक्षणे २००३ सालापासूनच दिसू लागली आहेत. याच सुमारास जगभरात गुंतवणूकदारांची भूक वाढली आणि त्यांनी अधिक जोखीम घेण्यासाठी धाव सुरू केली. एका दृष्टीने पाहिले तर मागच्या चार वर्षात जगामध्ये बचत, गुंतवणूक, व्यापार आणि भांडवलाची उलाढाल इतक्या प्रचंड प्रमाणावर वाढलेली आहे आणि पूर्वीच्या कोणत्याच कालखंडाशी याची तुलना करता येईल असे नाही. ही आर्थिक भरभराट मोठ्या प्रमाणावर सगळ्या जगात विस्तारली आहे आणि सगळ्या प्रकारच्या मत्तांचा त्यात भाव वाढलेला आहे.

भारतात मागच्या २००३ सालापासून आर्थिक वाढीच्या क्षेत्रात मोठे नाट्य घडत आहे आणि त्याचे एक कारण म्हणजे सगळ्या जगात पूर्वी कधी नव्हती इतकी

तरलता नांदत आहे. त्यामुळेच गुंतवणूकदारांची जोखीम घेण्याची हिंमत वाढली आहे आणि भारतात त्यामुळेच फार मोठ्या प्रमाणावर वित्त संस्था आणि गुंतवणूकदार भांडवली निधीची आयात करत आहे. याचा अर्थ देशाच्या आर्थिक व्यवस्थेमध्ये मूलभूत बदल आणि उच्च दर्जाच्या सुधारणा होत आहेत आणि त्याचा भाग म्हणूनच काहीवेळा अशा सकारात्मक घडामोडींवर वेळप्रसंगी बंधनेही येऊ शकतात. समजा असे काही थोडे प्रसंग अनपेक्षितपणे पुढे येऊन उभे राहिले तर भांडवलीनिधीच्या आयातीवर काही नकारात्मक परिणाम होऊ शकतात. परंतु एकदा देशाच्या आर्थिक व्यवस्थेचे बळ वाढले आणि वाढीची क्षमता वाढली म्हणजे भांडवली निधीच्या आयातीमध्ये असे चढउतार होणार हे गृहीतच धरले पाहिजे. जगामध्ये गुंतवणूकदारांची जोखीम घेण्याची भूक वाढली याचा अर्थ काही प्रसंगी हे भांडवली निधी बाहेरही नेले जाऊ शकतात. या अर्थाने आपली अर्थव्यवस्था बळकट झाल्याचेच हे परिणाम आहेत असे आपण समजण्याची सवय लावून घेतली पाहिजे.

मुळात भांडवली निधीच्या प्रवाहात अनेक लक्षणीय बदल झालेले आहेत. परदेशातून सरकारी पातळीवर अधिकृतपणे मिळणारी मदत यापूर्वीच फार कमी महत्त्वाची झालेली होती. नंतर दोन प्रकारचे भांडवली निधी सर्वात महत्त्वाचे झाले. एक म्हणजे एफडीआय (फॉरिन डिरेक्ट इन्व्हेस्टमेंट), म्हणजेच विदेशी प्रत्यक्ष गुंतवणूक. नक्त आधारावर यात आयात आणि निर्यात लक्षात घेता याचा एकूण आकडा ८.४ अब्ज (८.४ बिलियन) डॉलर इतका मोठा होता. देशात जी पोर्टफोलिओ इनव्हेस्टमेंट झाली त्यापेक्षा हा आकडा अधिक होता. तसेच नक्त परकीय व्यापारी कर्जात भरपूर वाढ झाली आणि ही पातळी १६.१ अब्ज (१६.१ बिलियन) डॉलरवर पोहोचली. वास्तविक पाहता मागच्या वर्षात आणि चालू २००७च्या पहिल्या नऊ महिन्यात रिझर्व्ह बँकेने मुद्रा धोरण ताठर केलेले आहे आणि थोड्या प्रमाणात आर्थिक वाढीवर बंधने घालण्याचा धोकाही पत्करलेला आहे. अशी धोरणाची चौकट असूनही बाहेरून आलेल्या भांडवली निधीचे आकडे इतके भरीव आहेत.

आपल्या देशाच्या आर्थिक वाढीच्या इतक्या भरीव कामगिरीमध्ये खाजगी क्षेत्राचे योगदान लक्षात घेण्यासारखे आहे. त्याचा परिणाम आणि लक्षण म्हणजे आता आपले खाजगी उद्योजक जगाच्या इतर भागात जाऊन आपले नशीब अजमावत आहेत. तुलनेने आर्थिक प्रगतीमध्ये आपल्याबरोबरच आशियातले इतरही अनेक देश आहेत. परंतु आपले उद्योजक या देशांच्यापेक्षा पुढे गेलेले आहेत. मागच्या काही वर्षात जगाच्या बाजारात तरलता वाढलेली आहे आणि त्यामुळे अधिक जोखीम घेणारी भांडवल गुंतवणूकही वाढलेली आहे. तसेच अनेक प्रकारचे पर्याय वित्त बाजारात उपलब्ध झालेले आहेत आणि त्यामुळे परदेशात जाऊन दुसऱ्या कंपन्यांच्या इक्विटीची खरेदी करणे, या कंपन्यांच्या व्यवस्थापनात भाग घेणे आणि वेळप्रसंगी

या कंपन्या पूर्णपणे आपल्या ताब्यात घेणे असेही अनेक पर्याय आता सहज सोपे झाले आहेत. त्यामुळे आपले नामांकित आणि मान्यवर उद्योजक घराणी देशाबाहेर जाऊन आपले सामर्थ्य दाखवू लागले आहेत.

अधिदान शेषाच्या आकडेवारीमध्ये "अदर कॅपिटल" असे शीर्षक आहे. यात निर्यातीच्या उत्पन्नात पुढेमागे जमा होणारा महसूल, परदेशात राखून ठेवण्यात आलेला निधी आणि इतर कोणत्याही भांडवलाच्या व्यवहारात ज्या रकमेचा समावेश झाला नाही अशा बाबी एकत्रितपणे नोंदण्यात येतात. यामध्ये झालेली वाढ ६.४ अब्ज (६.४ बिलियन) डॉलर होती. ही अनपेक्षित म्हटली पाहिजे कारण २००६-०७च्या शेवटच्या दोन तिमाहीमध्ये ही झालेली वाढ ८५ टक्क्यांनी अधिक होती. विशेष म्हणजे नेमक्या याच काळात रिझर्व्ह बँकेचे मुद्रा धोरण अगदी कठीण होते. बहुधा आता रुपया अधिक बळकट आणि अधिक महाग होणार असा अंदाज बांधून निर्यातदारांनी आपल्याला मिळावयाचे उत्पन्न घाईघाईने देशात लवकर आणण्याचा प्रयत्न केला असावा असे म्हणता येईल. शिवाय मागच्या वर्षी पासूनच मुद्रा धोरण कठीण होण्याची आरबीआयने सुरुवात केली होती आणि त्यामुळे व्याजदर वाढवण्यात आले होते. बहुधा हे व्याजदराचे आकर्षण वाढल्यामुळेही काही प्रमाणात बाहेरून देशामध्ये भांडवली निधीची अधिक आयात झाली असणे अगदी शक्य आहे.

आता २००७ च्या दुसऱ्या मध्यात आपल्या बाबतीत दोन गोष्टी घडतील असे दिसते. एक म्हणजे सध्या जगाच्या बाजारात खनिज तेलाच्या किंमती अगदी वरच्या पातळीवर म्हणजे प्रती बॅरल ८० डॉलरच्या पुढे आहे. यात फार काही सुधारणा होईल अशी अपेक्षा नाही. दुसरी बाब म्हणजे आपल्या रुपया या चलनाचे मूल्य असेच वाढत राहणार आहे आणि या अधिमूल्यनामुळे चालू खात्यातील तूट २००७-०८ सालात वाढणार आहे. या तुटीचे जीडीपीबरोबरचे प्रमाण थोडे अधिक होईल असे दिसते. परंतु अशा तुटीसाठी वित्त पुरवठा कसा करायचा हा काही तातडीचा धोरणाचा आणि व्यवहारातला प्रश्न नाही. याचे साधे कारण म्हणजे भांडवली खात्यात बाहेरून सतत भरपूर निधीचा ओघ लागलेला आहे. तसेच एफडीआय निधीची आयात आणि परदेशात उभारलेली कर्जे हे दोन पर्याय यापुढे असेच बळकट होतील असे दिसते. म्हणजे चालू २००७-०८ वर्ष संपताना एकूण अधिदान शेषात शिल्लकच दिसू लागेल अशी अपेक्षा करता येईल. ही कामगिरी मागच्या वर्षीसारखीच असेल. फक्त अपवाद म्हणजे अचानक जगाच्या गुंतवणूकदारात जोखीम पत्करण्याविषयी काही उलटसुलट घडामोडी होणार नाहीत असे यामागे गृहीत आहे.

जर देशात भांडवलाच्या खात्यात अशीच गुंतवणूक निधीची आयात चालू राहणार असली तर मग काय होईल? साहजिकच रुपया बळकट होईल म्हणजे

आपल्या चलनाचे अधिमूल्यन होईल. नियोजनाच्या पहिल्या चाळीस वर्षात आणि अगदी १९९१चा वित्तीय पेचप्रसंग आला त्यावेळीही आपल्या चलनाचे फक्त अवमूल्यन (डिव्हॅल्यूएशन) किती आणि कधी करायचे इतक्याच पर्यायाची चर्चा हात असे आणि आयएमएफ त्याबाबत वेळोवेळी आग्रही असे. आपल्या राष्ट्रीय नेत्यांना हे खूप मानहानीचे क्षण वाटत असत. आता पंधरा वर्षे उलटून गेली आणि देशातले राज्यकर्ते आणि उद्योजक आपले चलन जड आणि महाग झाले याची फिकीर करत आहे. म्हणजे देशाने आर्थिक विकासात स्वास्थ्य आणि प्रगती करून दाखवण्यासाठी किती मोठी दरमजल केली याचा यावरून अंदाज येतो. देशाचे सरकार आणि नियोजनकर्ते आपले चलन महाग झाल्यामुळे आपल्या निर्यातीवर कोणते सावट पडेल याची काळजी करणार हे उघड आहे. त्यामुळे रिझर्व्ह बँकेवर बाजारात हस्तक्षेप करण्यासाठी अधिक दबाव येईल. मात्र आता सप्टेंबर २००७च्या सुरुवातीपासूनच चलन वाढीचा दर रिझर्व्ह बँकेला हवातसा चार टक्क्यांच्या आत आल्यामुळे बँकेला थोडी उसंत मिळाली आहे. त्यामुळे तिच्या हस्तक्षेपाची गरज कमी झाली आहे. परंतु या सगळ्या व्यवहारातल्या घडामोडी आहेत आणि त्यात सतत बदल होत असतात. शिवाय खनिज तेलाच्या किंमतीमुळे एका बाजूने तरी कोणताच श्वास घ्यायला संधी मिळत नाही. याशिवाय देशात आता वर्षभराने अगर त्याहून अगदी नजिकच्या काळात सार्वत्रिक निवडणूका होतील असे वारे वाहू लागले आहेत त्यामुळे चलनवाढीचा प्रश्न सगळ्यांच्याच ताटात वाढून ठेवलेला असणार आहे.

अशा व्यावहारिक तपशिलाच्या कितीही उलटसुलट चर्चा केल्या तरीही एक मूळ प्रश्न आहे तेथे आहेच हे मान्य करावे लागेल. सरकारला आणि त्यातल्या नियोजनकर्त्यांना देशात अधिकाधिक भांडवली निधी गुंतवणुकीसाठी यावा असे सतत मनापासून वाटत असते. पण त्याबरोबर रुपया महाग झाला तर सरकारची तगमग होती. अशा प्रकारचे मूळात द्वंद्व आणि अंतर्विरोध असलेले धोरण हे आपल्या पायावर टिकून उभे राहू शकत नाही. नेहमीप्रमाणे राज्यकर्ते आणि नोकरशाही अशा प्रसंगी आपण काहीच न करणे हेच चांगले समजते. म्हणजे परिस्थितीच वळणे घेत अशा टोकावर येते जेथे मग कोणतातरी एक निर्णय परस्पर घ्यावा लागतो. खरे म्हणजे आपल्या राज्यकर्त्यांनी ही सवय सोडली पाहिजे. परिस्थितीच्या दडपणाखाली एका कोपऱ्यात कोंडमारा झाल्यावर अगर कडेलोट होण्याची वेळ येईपर्यंत निर्णय न घेण्याची आपण एक परंपरा निर्माण केली आहे. परंतु मागच्या अनुभवातून शिकून यापेक्षा आपल्या राज्यकर्त्यांनी अधिक मुक्तपणे अधिक स्वातंत्र्य असलेले निर्णय आपण घेऊ शकतो असे जनतेला आणि जगाला दाखवून दिले पाहिजे.

■

५.१७ चलन बाजारातले पर्याय

विकसित देशात वित्त बाजार खुला असतो आणि त्या अंतर्गत निधीची हालचाल मुक्तपणे होत असते. याचा अर्थ परदेशातल्या वेगवेगळ्या चलनांमध्येही त्यांचा विनाअडचण संचार होत असतो. अशावेळी निधी हा एका चलनातून दुसऱ्या चलनात वळवणे हे या दोन देशांच्या व्याजदरामधल्या फरकांवर अवलंबून असते. मात्र विकसनशील देशात वेगळी परिस्थिती असते. या देशांनी आपले चलन पूर्णपणे परिवर्तनीय केलेले नसते आणि त्यामुळे भांडवली निधीच्या उलाढाली मुक्तपणे होऊ शकत नाहीत. याचा परिणाम म्हणून या देशांमध्ये व्याजदराच्या दोन वक्रपट्ट्या (इंटरेस्ट रेटस कर्व्हज्) एक म्हणजे फक्त देशांतर्गत असलेली व्याजदराची वक्रपट्टी आणि दुसरी म्हणजे स्थानिक चलनावर असलेल्या मर्यादांमुळे भांडवलाची हालचाल मर्यादित होते आणि त्यावर आधारलेली व्याजदराची एक वक्रपट्टी मिळते. या गुंतागुंतीच्या प्रश्नावर एक पर्याय आशिष वैद्य, विभाग प्रमुख, एचडीएफसी बँक यांनी सुचवला आहे. त्याची थोडक्यात मांडणी पुढील प्रमाणे.

आपल्या देशात २००७ साल संपताना डॉलरच्या नात्यात रुपया महाग झाला आणि रुपयाचे असे मूल्य वाढल्यामुळे आपल्या निर्यातीवर खूप मोठा दबाव आला. साहजिकच सरकारमधले वाणिज्य मंत्रालय रुपया जड झाल्यामुळे त्याचा निर्यातीवर दुष्परिणाम होऊ नये म्हणून अनेक प्रयत्न करत आहे. यापैकी एक सोपा मार्ग म्हणजे निर्यात करणाऱ्या उद्योगाला काही अनुदाने देणे. त्याप्रमाणे सरकारने या उद्योगांना निर्यातीमध्ये येणाऱ्या अडचणींना तोंड देण्यासाठी एक हजार कोटी रुपयांची साहाय्यता दिली आहे.

दुसऱ्या पातळीवर रिझर्व्ह बँक रुपयाचे मूल्य प्रमाणाबाहेर वाढू नये यासाठी बाजारातून डॉलरची खरेदी करत आहे. अर्थातच यातून रुपयाचे मूल्य काही प्रमाणात आणि काही काळ स्थिरावले तरीही त्याचे दुसरे काही परिणाम होतच असतात. हे म्हणजे आरबीआयच्या हस्तक्षेपामुळे बाजारात मुद्रा पुरवठा वाढतो आणि तरलता अधिक होते. मग ही आटोक्यात ठेवण्यासाठी प्रयत्न करावे लागतात. त्याचा अप्रत्यक्ष मार्ग म्हणजे मार्केट स्टेबिलायझेशन स्कीम (एमएसएस) मात्र याची किंमत

सरकार चुकवत असते. या अर्थाने या एमएसएसचा खर्च सरकारने भरणे म्हणजे निर्यातदारांना ही एक आडवळणाने दिलेली अनुदानाची मदतच समजले पाहिजे. याचा अर्थ आपले काही स्थानिक उद्योग सक्षम रहावेत आणि त्यातून स्थानिक रोजगार वाढावा आणि त्यातून मालाची निर्यात व्हावी यासाठी सरकारने केलेला खर्च वाजवी समजला जातो. समजा सरकारने असे काही केले नाही तर काय होईल? मग स्थानिक उद्योग टिकू शकणार नाहीत आणि स्थानिक रोजगार उपलब्ध होणार नाही. अशा बेरोजगारीतून काही गरजू गटांमध्ये असंतोष वाढेल आणि समाजात असंतुलन निर्माण होईल. मग सरकारची शासनाची क्षमताच धोक्यात येईल. असा व्यापक विचार करून सरकारला आणि आरबीआयला काही वेळा निर्यात उद्योगांना संरक्षण द्यावे लागते आणि चलनबाजारात डॉलरचीही खरेदी करावी लागते.

भारतातल्या वित्त बाजारात अशा पार्श्वभूमीवर काय घडत आहे? हा घटनाक्रम खालील प्रमाणे आहे.

रिझर्व्ह बँक चलनबाजारातून अमेरिकेच्या डॉलरची खरेदी करते आणि त्याचा परिणाम म्हणून स्थानिक बाजारात रुपयाचा निधी उपलब्ध होतो. मग केंद्र सरकार ही अतिरिक्त मुद्रेची तरलता कमी करण्यासाठी एमएसएसचे रोखे बाजारात आणते आणि रुपये काढून घेतले जातात. हे करावे लागते कारण अतिरिक्त तरलता आणखी वाढली तर त्यातून चलनवाढीचा बुडबुडा निर्माण होऊ शकतो.

हे एमएसएसचे रोखे देशांतर्गत शुद्ध व्याजदराच्या पातळीवर विकले जातात. दुसरी व्याजदराची वक्रपट्टी म्हणजे फॉरिन एक्सचेंजवर (एफएक्स) आधारलेली असते. आणि ती अमेरिकेचा डॉलर आणि भारताच्या रुपयाच्या गुणोत्तराची वायद्यामधली पुढची किंमत असते. हा दर साधारणपणे शुद्ध व्याजदराच्यापेक्षा सुमारे २०० बिंदूंनी कमी असतो. हा मधला फायदा मिळतो कारण निधीच्या उलाढालींवर भांडवली आणि इतर निर्बंध घालण्यात आलेले असतात. अशा पद्धतीने रिझर्व्ह बँक दोन प्रकारच्या व्याजदराच्या वक्रपट्टीमधल्या फरकाचा उपयोग करून घेऊन बाजारातले असंतुलन कमी करण्याचा प्रयत्न करते आणि आपल्या जवळ असलेल्या भांडवलाचा कार्यक्षमतेने वापर करते. उदाहरणार्थ आता २००७ साल संपताना एमएसएसचे रोखे बाजारात आणण्यासाठी केंद्र सरकारला सुमारे ७.७५ टक्के इतका खर्च येतो. याचा अर्थ परदेश विनिमय बाजारात हस्तक्षेप केल्यामुळे जी रुपयाची तरलता वाढते ती कमी करण्याच्या प्रक्रियेला स्टेरिलायझेशन् असे म्हणतात आणि त्याचा खर्च देशांतर्गत असलेल्या व्याजदरापेक्षा सुमारे २०० बिंदूंनी कमी असतो. अशा पद्धतीने जेव्हा स्टेरिलायझेशनचे प्रयत्न होतात त्यातून दोन उद्दिष्टे समोर असतात.

एक म्हणजे अशा व्यवहारातून स्टेरिलायझेशनचा खर्च सुमारे २०० बिंदूंनी कमी करता येतो. ही खर्चामधली बचत आकड्यात किती आहे? दर पन्नास हजार

कोटी रुपयांमागे दोन टक्क्यांनी हा आकडा एक हजार कोटी रुपये इतका होतो. एमएसएस अदत्त रोख्यांवर एक टक्क्यांनी बचत झाली तर एक लाख पंच्याहत्तर हजार कोटी रुपयांवर एक हजार सातशे पन्नास कोटी रुपयांची बचत होईल.

दुसरा परिणाम म्हणजे वायदे बाजारातले अधिमूल्य (फॉरवर्ड प्रिमियम) वर जाईल आणि त्यामुळे जे खरे निर्यातदार आहेत त्यांना आपल्याला पुढे मिळणाऱ्या उत्पन्नावर नीट वायदा करता येईल. थोडक्यात म्हणजे निर्यातदारांना वायदे बाजारात विनिमय दर चांगला मिळेल.

ही पद्धत स्वीकारली तर यातून देशांतर्गत व्याजाची वक्रपट्टी आणि निर्यात उद्योगाला दिलेला आधार यांच्यात एक सुसंगती राहील. दुसरा फायदा म्हणजे केंद्रसरकार चलनबाजारात जो हस्तक्षेप करत आहे त्यासाठी एक किंमत द्यावी लागते आणि ती कमी करता येईल.

मात्र या सूत्रामध्ये एक बारकावा आहे. जेव्हा एमएसएस रोखे वितरित होतात त्यावेळी त्याची किंमत केंद्र सरकार चुकती करत असते. आणि ज्यावेळी परदेश चलनाच्या बाजारात हस्तक्षेप केला जातो त्याची किंमत सेंट्रल बँक देत असते. यावर एक तोडगा काढता येईल. सध्या केंद्र सरकार एमएसएस रोख्यांचा लिलाव करते. त्याजागी हे रोखे सेंट्रल बँकेकडे सुरक्षा म्हणून ६.५० टक्के व्याजावर ठेवता येतील. मग या आधारावर सेंट्रल बँक परदेशी चलनाच्या वायदे बाजारात हस्तक्षेप करेल आणि त्यासाठी हा दर आणि त्यातून मिळणारे एकूण उत्पन्न ही मर्यादा राहील. मग रिझर्व्ह बँकेच्या जमाखर्चात अशा वायदे बाजारात भाग घेतल्यामुळे कोणताही महसूल कमी झाल्याचे दाखवावे लागणार नाही. याचा परिणाम म्हणजे केंद्र सरकारला स्टेरिलायझेशन करण्यासाठी करावा लागणारा खर्च कमी होईल आणि निर्यातदारांना आपल्याला पुढे मिळणाऱ्या उत्पन्नासाठी चांगला वायद्यातला दर मिळवता येईल. ही शक्यता दिसू लागली म्हणजे सध्या निर्यातदारांच्या मनात जी अस्वस्थता आहे ती संपेल. त्याचबरोबर जे आयात करणारे आहेत त्यांना आपण अधिक सावधगिरी बाळगली पाहिजे याचे भान येईल. यातून देशांतर्गत असलेले आयात करणारे आणि निर्यात करणारे उत्पादक या सगळ्यांचेच समाधान होऊ शकेल. मात्र याचा दुसरा एक परिणाम म्हणजे परदेशी बँकांचा जमाखर्च थोडा असंतुलित होईल कारण त्यांचे भांडवल थोडेसे महाग होईल.

वर सुचवलेल्या पर्यायात काही फायदे आहेत. एक म्हणजे केंद्र सरकार वेगवेगळ्या बाजारात भाग घेऊ शकेल आणि त्याचबरोबर स्टेरिलायझेशनचा खर्च बऱ्यापैकी कमी करता येईल. याची तुलना एखाद्या मोठ्या बँकेच्या अंतर्गत व्यवहारांबरोबर करता येईल. अशा बँकेत जो विभाग साधनसामुग्री उभी करतो तो विभाग बचतीवर देण्यात येणाऱ्या परताव्यापेक्षा थोडी अधिक किंमत देतो. या संदर्भासाठी कर्जावर

मिळणाऱ्या सरासरी उत्पन्नाची पातळी विचारात घेतली जाते. यामुळे खाजगी कंपन्या या व्याजदराचा फायदा घेण्यासाठी बँकेकडून कर्ज उभारतात आणि ते परत बँकेला उसनवारीने देतात.

या उदाहरणाला अनुसरून व्याजदरातला फरक उपयोगात आणला जाऊ शकतो. एखादी मोठी कंपनी जिने परदेशात कर्ज उभारलेले आहे ती असा फायदा मिळवू शकते. त्याचा मार्ग म्हणजे अशी कंपनी परदेशात दुसऱ्या चलनात उभारलेले कर्ज याचा फायदा घेऊन ओव्हरनाईट इंडेक्स स्वॅपची (ओआयएस) सुविधा वापरू शकते. यासाठी स्थानिक बाजारात रुपयामधले स्थिर व्याजाने काढलेले कर्ज याचा आधार घेता येतो. या दोन दरांमध्येही सुमारे २०० बिंदूंचा फरक आढळून येतो. ज्या मोठ्या कंपन्या आहेत आणि ज्यांनी अनेक प्रकारची कर्जे परदेशी चलनात आणि रुपयात काढलेली आहेत त्यांना अशा प्रकारच्या व्याजदरामधील फरकाचा फायदा मिळवता येतो आणि त्यातून आपल्या कर्जाची किंमत कमी करता येते.

वर सुचवलेल्या पर्यायामध्ये वेगवेगळ्या चलनांमध्ये उभारलेल्या कर्जांवर जे भिन्न व्याजदर असतात त्यातला फायदा कसा मिळवायचा या कल्पनेवर मुख्य भर आहे. या संकल्पनेचे अनुकरण केले तर सध्या रिझर्व्ह बँक रुपया फार महाग होऊ नये म्हणून चलन बाजारात डॉलरची खरेदी करत आहे या पर्यायावर एखादा तोडगा मिळू शकतो. यातून बँक करत असलेल्या स्टेरिलायझेशनचे दुसरे नको असलेले परिणाम टाळता येतील आणि आपल्या निर्यातदारांना त्यांच्यापुढे मिळणाऱ्या उत्पन्नावर वायद्याने चांगला भाव मिळवता येईल. सध्या आपल्या परदेशी विनिमयाच्या बाजारात भरपूर व्यवहार होतात आणि निदान यापुढे जे वाढीव व्यवहार होणार आहेत त्यांची उलाढाल या मार्गाने करता येईल. याचा अर्थ सरकारने काही रकमेचे एमएसएसचे रोखे विक्री न करता या सुचवलेल्या मार्गाने वितरित करता येतील. असा प्रयोग करण्याचे दुसरेही काही फायदे आहेत. उदाहरणार्थ, एमएसएसचे रोखे बाजारात कमी आणले म्हणून काही खाजगी क्षेत्राला देशामध्ये भांडवल उभारण्यात कमतरता पडणार नाही. तसेच तेल कंपन्यांना बाहेरच्या बाजारात व्यापारी कर्जे (ईसीबी रूट) उभारू दिली तर त्यांना स्थानिक बाजारात कमी कर्ज उभारावे लागेल आणि त्यातून सुमारे २०० बिंदूंनी व्याजामध्ये बचत करता येईल. याचा फायदा म्हणजे या तेल कंपन्यांच्या ताळेबंदात सुधारणा होईल आणि त्यांच्यासाठी केंद्र सरकारला कमी रोखे बाजारात आणावे लागतील. थोडक्यात म्हणजे या सगळ्या इतर परिणामातून देशाचा फायदा होईल.

■

विभाग ६ : परदेश व्यापार

Foreign Trade

६.१ परदेश व्यापारात नवे साथी

आंतराष्ट्रीय व्यापार परिषदेत बोलणी होतात त्याचा आधार एकच असतो. तो म्हणजे देवाणघेवाण. हा एक असा मार्ग आहे ज्यात प्रत्येकाला काही तरी मिळू शकते. परंतु सगळ्यांना मात्र सगळे मिळू शकत नाही. याचे उदाहरण म्हणजे वस्त्रे आणि कपडे यावरची सहमती. ही शक्य झाली कारण आपण व्यापाराशी निगडित बौद्धिक संपदेच्या हक्कांची (ट्रेड रिलेटेड इंटलेक्च्युअल प्रॉपर्टी राईटस/ ट्रिप्स) चर्चा करण्यास संमत्ती दिली. आता वस्त्रोद्योगावरची सहमती अस्तित्त्वात नसली तरीही ट्रिप्सचा विषय चर्चेमध्ये आहे. त्यातही काही बाबी निर्णयाप्रत आलेल्या नाहीत.

उदाहरण म्हणजे जीवनावश्यक औषधांच्या पेटंट्सचा विषय. यामुळे ज्या वाटाघाटी होतात त्या एका चौकटीत होतात आणि त्यातच देवाणघेवाणीची पूर्ण तरतूद असते. इतर काही पर्यावरण, खनिज तेल आणि सुरक्षा असे काही विषय आहेत ज्यात अशी चौकट आधारभूत नसते. परंतु व्यापाराच्या वाटाघाटी याशिवाय पुढे जाऊ शकणार नाहीत. वाटाघाटींच्या ज्या फेऱ्या होतात त्या अशा आधारभूत चौकटींचा शोध घेण्यासाठीच असतात. सध्या जी वाटाघाटींची फेरी आहे तिला दोह्याची फेरी समजतात आणि डब्ल्यूटीओच्या अंतर्गत ही पहिलीच फेरी आहे. त्यापूर्वी गॅट अंतर्गत सात वर्षे एक चर्चा फेरी चालू होती आणि त्याला उरुग्वेची फेरी यूआरअसे संबोधण्यात आले.

डब्ल्यूटीओच्या अंतर्गत वस्त्रोद्योग आणि कृषी या विषयांवर चर्चा झाली परंतु अगोदरच्या गॅटच्या चर्चेत हे विषय बाहेर होते. शिवाय तीन नव्या विषयांवर एकमत करण्यात आले. ते म्हणजे जनरल अग्रिमेंट ऑन सर्व्हिसेस (गॅटस) म्हणजे सेवांबाबत सहमती, ट्रेड रिलेटेड इनव्हेस्टमेंट मेझर्स (ट्रिम्स) म्हणजे व्यापाराशी संबंधित गुंतवणुकीचे उपाय आणि ट्रिप्स. या प्रत्येक विषयावर भरपूर वाटाघाटी झाल्या आणि भारताने सर्वात अधिक प्राधान्य गॅट्स या विषयाला दिले.

कृषी मालाच्या विषयाला वाटाघाटींमध्ये नेहमीच केंद्र स्थानी ठेवण्यात आलेले आहे कारण अमेरिका आणि युरोपियन युनियनमधील श्रीमंत देश आपल्या शेतकऱ्यांना प्रचंड अनुदाने देत आहेत. त्याचबरोबर असे अनेक कृषीमालाची निर्यात करणारे देश

आहेत जे गरीब आहेत आणि श्रीमंत आहेत. यापैकी ऑस्ट्रेलिया, कॅनडा, ब्राझील, मलेशिया असे काही देश एकत्र आलेले आहेत आणि त्यांना केरन्स ग्रुप असे संबोधतात. जेव्हा प्रथम १९८६ मध्ये उरुग्वेची चर्चा फेरी सुरू झाली त्यावेळी या देशांनी कृषीमालाचा विषय चर्चेच्या चौकटीमध्ये आणण्याचा भगीरथी प्रयत्न केला आणि त्यात ते यशस्वी झाले. हीच देवाणघेवाण होती आणि त्यातून उरुग्वेची फेरी सुरू झाली. परंतु ही काही सोपी गोष्ट नव्हती. जी चर्चा फेरी सुरू झाली त्यात एका विषयावर वाद झाला. श्रीमंत देशांनी किती आणि कोणत्या कृषी मालाला देण्यात येणाऱ्या अनुदानात घट करावी यावर सहमती बनत नव्हती.

दरवेळी कृषीमध्ये एखादी देवघेव सुचवली तर सगळीच चर्चा थांबत होती. डब्ल्यूटीओची मंत्रिपातळीवरची बैठक १९९९ मध्ये सिॲटलमध्ये भरली होती आणि ती अयशस्वी झाली. त्याचे कारण म्हणजे श्रीमंत औद्योगिक देशांमध्येच हा प्रश्न कसा हाताळायचा यावर निर्णय होत नव्हता. नंतर दोहा येथे २००१ मध्ये मंत्रीपरिषद भरली आणि त्यात यश मिळाले कारण प्रथमच बांधिलकी स्वीकारण्यात आली. परंतु राजकीय प्रश्न निर्माण झाले आणि ते हाताळायला राजकीय इच्छा शक्ती कमी पडली. त्यामुळे २००३ सालात जी कॅनकून येथे बैठक झाली त्यात परत अपयश आले.

कॅनकूनची बैठक फसली हे खरे परंतु याप्रसंगी दक्षिणेतल्या देशांची एक युती निर्माण झाली. या गटाचे जी-२० असे वर्णन करण्यात आले. भारत या गटात आहे आणि त्यात इतर विकसनशील देश म्हणजे ब्राझील, चीन आणि दक्षिण आफ्रिका हेही आहेत. श्रीमंत देशांना या देशांच्या युतीमुळे त्यांच्या काळजीचे विषय विचारात घ्यावे लागले. परिणामी यावर जवळपास पुढचे सहा महिने देवाणघेवाण आणि तडजोडीच्या चर्चा झाल्या आणि जुलै २००४ मध्ये जिनेव्हा येथे भेटून काय मंजूर करायचे याचा तपशील ठरला.

हा सगळा मागचा इतिहास उगाळण्याचे कारण म्हणजे आजमितीला आपल्या हितसंबंधांना धरून भारत कोणती भूमिका घेतो आणि एकूणात जागतिक व्यापाराची काम करण्याची कोणती पद्धत आहे हे समजणे सोपे जाईल. भारताच्या दृष्टीने कृषीचा विषय हा काही सर्वात मोठा व्यापाराचा विषय नाही. त्याचे महत्त्व यासाठी की देशात मोठ्या संख्येने शेतकरीवर्ग आपल्या जगण्यासाठी त्यावर अवलंबून आहे. त्यामुळे काही महत्त्वाच्या कृषीमालावर शुल्क कमी होणे याच्याशी देशाचे प्रश्न निगडित आहेत. परंतु आता जुलै २००४ च्या जिनेव्हा बैठकीमध्ये भारताला आपल्या शेतकऱ्यांच्या हिताला धरून पुरेसे संरक्षण देण्याची मुभा देण्यात आलेली आहे.

भारताला दोन विषयात रस आहे. एक म्हणजे औद्योगिक मालावर परस्परांनी शुल्क कमी करायचे आहे आणि त्याची सध्या चर्चा चालू आहे. दुसरा महत्त्वाचा

विषय म्हणजे देशातून सेवांची निर्यात.

देशाला सेवांचा विषय का महत्त्वाचा आहे? आणि त्यात काय करण्याची गरज आहे? देशाच्या जीडीपीच्या रचनेकडे पाहिजे तर त्यात सेवा क्षेत्राचे योगदान पन्नास टक्क्यांपेक्षा थोडे अधिक आहे. त्यानंतर औद्योगिक उत्पादनाचा वाटा २८ टक्के आणि कृषीचा वाटा २२ टक्के आहे. नव्वदीच्या दशकात सेवांमध्ये जी वाढ झाली त्याचा सरासरी वार्षिक दर ९ टक्के होता. त्यातूनच एकूण वाढीमध्ये ६० टक्क्यांची भर पडली. त्याचबरोबर सेवांच्या निर्यातीमध्ये दरवर्षाला १७ टक्क्यांची वाढ झाली. सगळ्या जगामध्ये हा वाढीचा दर सर्वाधिक होता. जर जगातल्या मालाच्या व्यापाराचा २००० ते २००३ हा काळ लक्षात घेतला तर सेवांच्या व्यापारात ७ टक्क्यांची वाढ झाली आणि मालाच्या व्यापारात पाच टक्क्यांची वाढ झाली.

सगळ्या जगातल्या भांडवलाची उलाढाल लक्षात घेतली तर त्यात सेवाउद्योगांचे स्थान प्रमुख आहे. अंक्टाड वर्ल्ड इन्व्हेस्टमेंट रिपोर्ट २००४ यामध्ये काही आकडेवारी आहे. त्याप्रमाणे सत्तरीच्या दशकात जे एकूण विदेशी प्रत्यक्ष गुंतवणुकीचे एफडीआय भांडवल होते ते एकूण भांडवलाच्या फक्त एक चतुर्थांश होते. परंतु नंतर नव्वदीमध्ये ते जवळपास निम्मे होते. विशेष म्हणजे २००२ च्या सुमारास हे प्रमाण ६० टक्क्यांवर गेले आणि हा आकडा चार हजार अब्ज (चार ट्रिलियन डॉलर) होता. या काळात एफडीआयच्या साठ्यात प्राथमिक क्षेत्राचा वाटा नऊ टक्क्यांवरून सहा टक्क्यांपर्यंत घसरला. तसेच औद्योगिक उत्पादनाचा वाटा ४२ टक्क्यांवरून ३४ टक्क्यांपर्यंत खाली आला. पर्यायाने सेवा क्षेत्राचा वाटा वाढत गेला.

ही सगळी पार्श्वभूमी लक्षात घेतली तर भारताचे स्थान खरोखरी हेवा वाटेल असे आहे. येत्या काळात देशाचा सेवाक्षेत्रातला वाटा वेगाने वाढू शकतो. ही शक्यता जर लक्षात घेतली तर प्रत्यक्षात या विषयातला विचारविनिमय आणि देवाणघेवाण यामध्ये मात्र फारशी हालचाल झालेली दिसत नाही. यासाठीच भारताने एक ठोस भूमिका २००४ सालात घेतली. देशाने अधिकृतपणे असे सांगितले की जर आम्हाला सेवांच्या विषयात हवी तशी प्रगती दिसली नाही तर आम्ही जी दोहाच्या बैठकीत सरसकट देवाणघेवाण स्वीकारली त्यावर मागे जावे लागेल.

विशेष म्हणजे जिनेव्हाच्या बैठकीत यामुळे थोडा गोंधळ उडाला. त्यातूनही जी-२० या गटातला ब्राझील देश नाराज झाला. एका दृष्टीने भारताने जेव्हा ही ठोस भूमिका घेतली तेव्हा जी-२० या मित्रगटात त्याचे प्रतिसाद उमटले. या गटाची एकीही धोक्यात आली. परंतु अशा सगळ्याच विषयात प्रत्येक देश आपल्या हिताचा विचार करून भूमिका घेतो आणि भारतही तेच करेल यात शंका नाही. मागचा दीर्घ काळ भारताने काही गोष्टींचा आग्रह धरलेला आहे.

मोड एक या अंतर्गत सरहद्दीवरील पुरवठा आणि त्या पलिकडे कामे नेणे या

विषयात देशाने काही निर्णय व्हावा याची अपेक्षा केली आहे. मोड चारमध्ये माहिती तंत्रज्ञानाचे व्यावसायिक आणि त्यांची हालचाल याचा समावेश होतो. भारताला यातही प्रगती हवी आहे. याशिवाय चिली, युएसए, युरोपियन युनियन, तैवान, मेक्सिको आणि सिंगापूर असे अनेक देश आहेत त्यांनी एकत्रित येऊन एक पत्रक काढलेले आहे आणि सेवाक्षेत्रात अधिक वेगाने निर्णय घेतले जावेत अशी अपेक्षा व्यक्त केली आहे. तसे झाले तर दोह्याच्या चर्चाफेरीचे जे लक्ष्य होते त्या दिशेने प्रगती होईल असे या देशांनी म्हटले आहे.

भारताला जर सेवाक्षेत्रांच्या विषयात भरीव प्रगती अपेक्षित असली तर या हिताला धरून काही देशांना एकत्रित यावे लागेल. ज्याप्रमाणे कृषीच्या विषयावर केर्न्स गट एकत्र झाला आणि त्यात श्रीमंत आणि गरीब देशही एक मागणी करत होते. त्याचप्रमाणे सेवाक्षेत्रातही हे घडू शकले तर भारत त्यात प्रभावी भूमिका बजावू शकेल आणि नेतृत्वाची जबाबदारी सांभाळू शकेल.

■

६.२ परदेश व्यापारातले प्रवाह

भारताच्या परदेश व्यापारात एक ठळक बदल झालेला आहे. रिझर्व्ह बँकेच्या नोव्हेंबर २००४ च्या बुलेटिनमध्ये याची अधिकृत आकडेवारी आलेली आहे यानुसार देशाची एप्रिल - जून २००४च्या तिमाहीमध्ये अप्रत्यक्ष निर्यात (इनव्हिजिबल एक्सपोर्ट) १७.७ अब्ज (१७.७ बिलियन) डॉलर झाली आणि या तुलनेने प्रत्यक्ष मालाची निर्यात १६.८ अब्ज (१६.८ बिलियन) डॉलर होती. मालाची निर्यात वाढली हे खरे परंतु अप्रत्यक्ष निर्यात अधिक वेगाने वाढली. एका दृष्टीने भारताची निर्यातीमधली भरभराट ही बरीचशी अप्रत्यक्ष मार्गाने आहे. यामध्ये भारतीय कामगारांनी परदेशातून जे मायदेशी उत्पन्न परत पाठवले आहे तोच आकडा मोठा आहे. या तिमाहीतले हे उत्पन्न ५.२ अब्ज (५.२ बिलियन) डॉलर होते आणि एप्रिल - जून २००३ सालात हा आकडा ४.९ अब्ज (४.९ बिलियन) डॉलर होता.

या सर्व आकडेवारीत सॉफ्टवेअर व्यतिरिक्त इतर संकीर्ण सेवांची निर्यात आहे तोच आकडा सगळ्यात गोंधळात टाकणारा आहे. हा आकडा ४.६ अब्ज (४.६ बिलियन) डॉलर आहे आणि प्रत्यक्षात सॉफ्टवेअरच्या निर्यातीतून ३.५ अब्ज (३.५ बिलियन) डॉलर मिळाले आहेत. विशेष म्हणजे या संकीर्ण सेवातून २००३ - ०४ वर्षात एकूणात ४.६ अब्ज (४.६ बिलियन) डॉलर मिळाले होते आणि आता फक्त एका तिमाहीत (एप्रिल- जून २००४) इतके उत्पन्न मिळाले आहे. म्हणजे जर या वेगाने ही वाढ चालू राहिली तर वर्षभरात हा आकडा जीडीपीच्या चार टक्के होईल.

बहुधा या आकड्यांची सुधारित आवृत्ती नंतर येईल. मागे २००३-०४ वर्षात या संकीर्ण सेवाक्षेत्राच्या निर्यातीचा तात्पुरता आकडा ७.६ अब्ज (७.६ बिलियन) डॉलर सांगण्यात आला. परंतु नंतर तो दुरुस्त करून ४.६ अब्ज (४.६ बिलियन) डॉलर झाला. त्याचप्रमाणे परदेशातून पाठविण्यात आलेल्या पैशाचा आकडा प्रथम १९.२ अब्ज (१९.२ बिलियन) डॉलर दाखविण्यात आला आणि नंतर तो प्रत्यक्षात २३.७ अब्ज (२३.७ बिलियन) डॉलर झाला. यावरून बहुधा संकीर्ण सेवांच्या निर्यातीतल्या काही भाग नंतर परदेशातून पाठविण्यात आलेल्या पैशामध्ये जोडून घेण्यात आला असावा. त्यामुळे हाच बदल एप्रिल-जून २००४च्या आकड्यातही

होईल असे समजायला हरकत नाही.

या तिमाहींच्या आकडेवारीत आणखीन एक मुख्य बदल आहे. तो आहे गुंतवणुकीचे उत्पन्न या विषयात. या उत्पन्नाचा आकडा जवळपास दुप्पट होऊन १.७ अब्ज (१.७ बिलियन) डॉलर इतका झाला आहे. एक शक्यता म्हणजे परदेशी विनिमय जे युरो आणि येनमध्ये आहे त्यावर बहुधा भांडवली फायदा मिळाला असावा. परंतु जर हे खरे नसले तर त्याचे दुसरे उत्तर काय हे शोधावे लागेल. ही रिझर्व्ह बँकेची जबाबदारी आहे.

मागच्या एप्रिल - जून २००३ सालात चालू खात्यात ०.७ अब्ज (०.७ बिलियन) डॉलर ची तूट होती आणि ती या २००४ सालच्या तिमाहीत १.९ अब्ज (१.९ बिलियन) डॉलरमध्ये शिल्लक झाली. यामध्ये जी भांडवलाची भरीव आयात झाली तिचा समावेश केला पाहिजे. या आयातीचा काही भाग परदेशातली कर्जे होती आणि काही प्रत्यक्ष विदेशी गुंतवणूक निधी होता. शेअर बाजारात थोडे गोंधळाचे वातावरण एप्रिल - जून ०४ च्या तिमाहीत होते कारण केंद्र सरकारात बदल झाला होता. त्यामुळे नक्त परदेशी पोर्टफोलिओ गुंतवणूक जवळपास नव्हतीच. शिवाय अनिवासी भारतीयांच्या (एनआरआय) बचतीमध्येही फरक झाला आणि ०.८ अब्ज (०.८ बिलियन) डॉलर बाहेर गेले. त्याचे कारण म्हणजे एनआरआय यांच्या बचतीवर जे व्याज देण्यात येते ते कमी करण्यात आले. तुलनेने मागच्या वर्षी याच तिमाहीत १.७ अब्ज (१.७ बिलियन) डॉलरचा निधी एनआरआयनी देशात आणला होता.

एकूणात मालाच्या व्यापारात तूट होती. खनिज तेलाच्या किंमती भडकल्या होत्या एफआयआयचा गुंतवणूक निधी शून्यावर होता आणि एनआरआयच्या बँकामधल्या बचती काढून घेण्यात आल्या होत्या. असे सगळे असतानाही परदेशी चलनाचा साठा मात्र भक्कमपणे वाढला.

अशा सगळ्या पार्श्वभूमीवर परदेशी विनिमय दराचे कोणते धोरण असावे याचा विचार करण्याची वेळ आली आहे. विशेष म्हणजे देशाची विदेशी चलनाच्या दराबाबत नेमके कोणते धोरण आहे असे रिझर्व्ह बँकेच्या गव्हर्नरना विचारण्यात आले तेव्हा त्यांनी निर्विकार चेहरा केला. बऱ्याचदा त्यांच्या म्हणण्याचा रोख असतो की हे विनिमयाचे धोरण बाजारात ठरत असते. परंतु रिझर्व्ह बँकच बाजारपेठेत मुख्य हस्तक्षेप करणारी यंत्रणा आहे याकडे ते दुर्लक्ष करतात. भारताचा जो खरा विनिमयाचा दर आहे तो व्यापाराशी निगडित असलेल्या चलनांना एकत्रित करून बनविण्यात आलेला आहे. त्याला रिअल इफेक्टिव अेक्स्चेंज रेट म्हणजे आरइइआर म्हणतात. मागची सहा वर्षे त्यात काहीही बदल करण्यात आलेला नाही. त्यामुळे अभ्यासकांना असे वाटते की हा जो स्थिर खरा दर आहे तोच चालू ठेवायचा हे रिझर्व्ह बँकेला

अभिप्रेत असावे. त्यातून जी मालाची निर्यात होते ती जगातल्या स्पर्धेला तोंड देऊ शकते.

यापुढेही जर परदेशातून मायदेशात येणारा पैसा आणि संकीर्ण सेवांची निर्यात यात अशीच भरघोस होत राहिली तर हा विनिमयाचा रुपयाचा दर (आरइइआर) स्थिर आणि आत्ता आहे तितकाच का ठेवायचा हा प्रश्न उपस्थित होतो. अभ्यासकात यावर दोन मतप्रवाह आहेत एका मतानुसार विनिमयाचा दर हा व्यापारानुसार ठरावा, भांडवलाच्या प्रवाहानुसार नाही. जर भांडवलाची देशात एकदम मोठी आयात झाली तर देशाच्या चलनाचा विनिमयाचा दर एकदम वर जाईल आणि त्याचे परिणाम म्हणून निर्यात कमी होईल आणि आयात एकदम वाढेल. अशा वेळी जेव्हा व्यापारातली तूट एकदम वाढलेली दिसेल त्यावेळी परत भांडवल घाबरून देशाबाहेर नेण्यात येईल. त्यामुळे कोणताही देश अशी अनिश्चितता आणि त्यातून होणारे धोके पचवू शकणार नाही. आणि हे साधण्याचा चांगला मार्ग म्हणजे एक अशा भांडवलाच्या आयातीवर कर बसवणे अगर तिला प्रोत्साहन न देणे. असे करून रुपयाचे अधिमूल्यन (ॲप्रिसिअेशन) टाळता येईल.

अर्थात भारतापुढचा प्रश्न आणखी वेगळा आहे. येथे जो डॉलरच्या आयातीचा धबधबा सुरू आहे त्यातून काही फक्त भांडवल येत नाही. ते एक अप्रत्यक्ष निर्यातीतून मिळालेले भरीव उत्पन्न आहे. काहींच्या मते मायदेशातून जो कामगार परत पैसा पाठवतात तो एकापरीने भांडवलाचाच ओघ आहे. फक्त पारंपरिक समजुतीनुसार आपण तो चालू पैशांचा ओघ असे समजतो. असा येणारा पैसाही जशी भांडवलाची आयात एकदम थांबू शकते त्याप्रमाणे एखाद्या प्रसंगी देशात येण्याचे थांबू शकते. याचे निमित्त म्हणजे जेव्हा अधिदान शेषात (बॅलन्स ऑफ पेमेंटस्) एखादा पेचप्रसंग निर्माण होण्याच्या शक्यता दिसू लागतात तेव्हा मायदेशात येणारा पैसाही हवाला सारख्या इतर मार्गांकडे वळू शकतो.

अर्थात अशी कारणे असली तरी मायदेशात येणारा पैसा आणि संकीर्ण सेवांची निर्यात म्हणजे एक प्रकारची भांडवली निधीची आयात आहे असे समजण्याचे पुरेसे कारण नाही. जे भांडवल गुंतवले जाते त्यावर परतावा मिळण्याची अपेक्षा असते. त्याचे स्वरुप लाभांश, व्याज अगर भांडवली नफा यापैकी काही असू शकते. या तुलनेने मायदेशात जो कामगारांचा पैसा येतो आणि संकीर्ण सेवांची निर्यात होते त्यावर काही परतावा मिळण्याची अपेक्षा नसते. तो जवळपास मुक्त निधीच असतो. याउलट जेव्हा भांडवलाची आयात होते तेव्हा कंपनीच्या टाळेबंदात त्याचा निर्देश ते एक उत्तरदायित्त्व आहे (लायबिलीटी) असा असतो आणि ते योग्यच आहे. शिवाय देशाच्या अधिदान शेषातही तिचे तेच स्थान आहे.

जेव्हा कामगार परदेशातून आपल्या उत्पन्नातला काही पैसा बचत करून

पाठवतात त्या निधीला दुसरे काही उत्तरदायित्त्व नसते. असा निधी म्हणजे चालू मिळालेली मिळकत असते. तिचे स्वरूप निर्यातीतल्या मिळकतीसारखेच असते. या दृष्टीने अप्रत्यक्ष आयातीच्या उत्पन्नामुळे जर रुपया बलवान होत असला तर रिझर्व्ह बँकेने त्यात हस्तक्षेप करण्याचे फारसे काही सबळ कारण दिसत नाही.

जेव्हा रुपयाचे मूल्य वाढेल तेव्हा त्याचा परिणाम निर्यातीच्या उत्पन्नावर होईल आणि ते कमी होईल. त्याचप्रमाणे जी सॉफ्टवेअर आणि बीपीओची निर्यात आहे त्यावरही त्याचा नकारात्मक परिणाम होईल. हे असे होणे शक्य असले तरीही या उद्योगांमध्ये मिळणारा फायदा बराच असतो आणि चलनाचे मूल्य वाढले तरीही तो भार यात सामावून घेता येतो. परंतु जो मायदेशात पैसा पाठवला जातो तो मात्र अधिक प्रमाणात येऊ लागेल कारण रुपयाचे मूल्य वाढण्याची शक्यता आहे असे लक्षात आल्यावर परदेशातले भारतीय आपले डॉलर रुपयात वळते करण्यासाठी घाई करतील. हेच उदाहरण ज्या संकीर्ण सेवांची निर्यात होते त्याला लागू पडेल.

थोडक्यात म्हणजे जर रुपयाचे मूल्य वाढले तर सध्या जे परदेशात उत्पन्न मिळवले जाते त्यावर फार मोठा परिणाम होईल अशी शक्यता नाही. बहुधा त्यातून अप्रत्यक्ष उत्पन्नाची आयात वाढेल आणि काही प्रमाणात प्रत्यक्ष मालाच्या निर्यातीची पातळी थोडी कमी होईल. अशा परिस्थितीत रिझर्व्ह बँकेने बाजारात हस्तक्षेप करून सतत डॉलरची खरेदी करायची आणि रुपयाचे मूल्य खाली ठेवण्याचा प्रयत्न करण्याचा सगळा प्रयास आवश्यक होणार नाही.

अर्थात अशा शक्यतांच्या पार्श्वभूमीवर अप्रत्यक्ष निर्यातीचे उत्पन्न प्रत्यक्ष मालाच्या निर्यातीपेक्षा अधिक असेल आणि ते तसेच दीर्घ काळ टिकून राहील या विषयी आत्ताच काही पक्के अंदाज करणे अवघड आहे. प्रत्यक्षात खरोखरी काय घडते त्याचा अनुभवच घ्यावा लागेल. जेव्हा कधी चीन देश आपल्या युआन चलनाचे पुनर्मूल्यांकन करण्याचा निर्णय घेईल त्यावेळी भारतालाही ती संधी साधून रुपयाच्या मूल्याचा निर्णय घेता येईल.

अमेरिकेचा डॉलर सतत दुबळा होत असल्यामुळे चीनच्या समोरही कठीण प्रश्न उभा आहे. तेथेही सट्टा खेळण्याच्या दृष्टीने भांडवलाची प्रचंड आयात वाढली आहे. त्यामुळे युआनचे मूल्य बदलणे जवळपास अटळ झाले आहे. चलन बाजारात एक विनोद सांगितला जातो. चीनमध्ये जेव्हा एका भिकाऱ्याला प्रवाशाने डॉलर दिला तेव्हा त्याने त्याऐवजी त्याच्याकडे युरो द्यावेत अशी विनंती केली. म्हणजे ग्रीनस्पॅनच काय परंतु बाजारातल्या सर्वसाधारण माणसालाही डॉलरचे मूल्य खरोखरी काय आहे हे समजते. राज्यकर्ते मात्र आपल्यापरीने डोळे मिटून आहेत आणि वेळ काढत आहेत. अर्थात असा वेळही कायमचा उपलब्ध नाही. चीनला अर्थव्यवस्था तापत राहून हाताबाहेर जाण्याचा धोका सतावत आहे.

भारताच्या निर्यातीमध्ये चीनमधल्या औद्योगिक उत्पादनाची स्पर्धा सगळ्यात मोठी आहे. येत्या काळात जर चीनने समजा पाच टक्क्यांनी युआनचे अधिमूल्यन केले तर भारतालाही त्याचप्रमाणात रुपयाचे मूल्य वाढवता येईल. त्याचा निर्यातीवर फारसा परिणाम होणार नाही.

चीन आपला निर्णय कधी घेईल याची आशियातले अनेक देश आतुरतेने वाट बघत आहेत. चीनबरोबरच इतर देशांनी त्याप्रमाणात आपल्या चलनांचे मूल्य वाढू दिले तर बऱ्याच प्रमाणात सध्या जी मालाची निर्यात होते त्यावर काही परिणाम होणार नाही. या सगळ्याच चलनांच्या मूल्यांचा प्रश्न फार काळ दुर्लक्षित ठेवता येणार नाही. आणि जगातल्या सगळ्याच प्रश्नांचे खापर अमेरिकेच्या डॉलरवर फोडता येणार नाही. चलन बाजारात संतुलन राखायची काही फक्त अमेरिकेची जबाबदारी नाही. इतर देशांनीही आपण जगातली प्रतिष्ठित आर्थिक सत्ता आहोत असा अभिमान बाळगायचा असला तर त्यासाठी आणखी जबाबदारीही उचलली पाहिजे.

■

६.३ व्यापारातील देवाणघेवाण आणि देशहित

जुलै २००४ मध्ये आंतरराष्ट्रीय व्यापार संघटनेची (डब्ल्यूटीओ) जिनेव्हा येथे बैठक झाली आणि मधल्या काळात जी प्रकिया खोळंबली होती त्यातून पुढचे पाऊल पडले. अपेक्षेप्रमाणे नव्या केंद्र सरकारच्या व्यापार मंत्र्यांनी आपण तेथे बाजी मारली असे श्रेय घेतले. या महत्त्वाच्या बैठकीत त्यांनी बरीच कडक भाषा केली परंतु व्यवहारात सुज्ञपणा दाखवून काही सवलती मिळवल्या. त्याचप्रमाणे या देशाने आपल्या काही ताठर भूमिकेत बदल करून काही पावले मागेही घेतली. व्यापारातली बोलणी यात काहीही भाषा वापरली तरीही प्रत्यक्षात त्यात देवाणघेवाण करावी लागते आणि तरच त्यातून पुढचे पाऊल पडते इतके शहाणपण आता देशाने मिळवले आहे.

यापूर्वी भारताने आपल्या कृषी क्षेत्रात आयात व्यापारावर जी बंधने घातली आहेत त्यावर कोणतीही चर्चा करण्याचे नाकारले होते. आपला श्रीमंत औद्योगिक देशांनी त्यांच्या कृषी मालाच्या आयातीवर कोणती बंधने घालू नयेत असा आग्रह आहे. तसेच त्यांनी आपल्या शेतकऱ्यांना भरमसाठ अनुदाने देऊ नयेत अशी मागणी आहे. परंतु आपण मात्र देशहिताचा विषय म्हणून यांची चर्चा होऊ देणार नाही ही भूमिका कोणत्याच तर्काला धरून नव्हती. सुदैवाने देशाच्या व्यापार आणि उद्योग मंत्र्यांना ही विसंगती चालू ठेवता येणार नाही हे सूज्ञपणे कळले. आता या देशाने कृषीमालाच्या आयातीवर जी बंधने घातली आहेत त्याची आपण चर्चा करू हे कबूल केले आहे. तसेच इतर देशांनीही हा विषय चर्चेच्या परिघात आणावा हे मान्य केले आहे. अर्थात याला स्वयंसेवी संघटनांचा अपवाद आहे कारण त्यांनी या तडजोडीला हरतऱ्हेने विरोध केला आणि चर्चेत अडचणी निर्माण करण्याची पराकाष्टा केली.

देशाच्या व्यापार मंत्र्यांनी हे जे धाडस दाखवले आहे ते पुढे नेऊन देशाच्या सगळयाच व्यापाराची पुनर्मांडणी केली पाहिजे. सरकार देशाचे परदेशी व्यापाराबाबतचे धोरण ऑगस्ट २००४च्या अखेरीस जाहीर केले. हा प्रसंग अशा धोरणाच्या पुनर्विचारासाठी योग्य आहे. या धोरणाच्या विचारात मुख्यत: दोन बाबी गुंतलेल्या

आहेत. एक म्हणजे निर्यातीवर देण्यात येणारी अनुदाने आणि दुसरी म्हणजे अँटीडंपींगचा विचार.

देशात जी निर्यातीवर प्रोत्साहन म्हणून अनुदाने दिली जातात ती साहजिकच सर्वांना हवीशी वाटतात. निर्यातदारांना विनासायास पैसे उचलून मिळतात आणि राजकारणी आणि नोकरदारांना असे औदार्य दाखवून मोठेपणा मिळतो. फक्त देशहिताचा विचार केला तर जे देश अशा मालाची आयात करतात त्यांना खरा त्या अनुदानाचा फायदा मिळतो. त्यातूनही जी अनुदाने डब्ल्यूटीओच्या नियमनानुसार बेकायदेशीर आहेत त्यांच्यावर अशा मालाची आयात करणारा देश प्रतिशुल्क (काऊंटरव्हेलिंग ड्युटी) रास्तपणे बसवू शकतो.

याचे सोपे उदाहरण बघता येईल. समजा भारतातून एक जोडा शंभर डॉलर किंमतीने अमेरिकेला निर्यात केला. ही निर्यात वाढवण्यासाठी भारताने या दर जोडीमागे वीस डॉलरचे अनुदान दिले तर भारतीय निर्यातदाराला अशा निर्यातीमागे प्रत्येकी १२० डॉलर मिळतील. असे प्रोत्साहन मिळाल्यावर तो अमेरिकेला अधिक जोड्यांची निर्यात करेल. आता जर अमेरिकन सरकारला अशा भारताकडून आलेल्या मालाच्या आयातीमुळे त्यांच्या देशातल्या जोड्यांच्या उत्पादकांचे नुकसान होत आहे असे वाटले तर ते सरकार अशा प्रत्येक आयात करण्यात आलेल्या जोड्यामागे वीस डॉलरचे प्रतिशुल्क लादू शकते.

असे झाले तरीही जो निर्यातदार जोड्याची निर्यात करत आहे त्याला प्रत्येक जोडीमागे शंभर डॉलरच मिळत आहेत. त्यावर वीस डॉलरचे प्रतिशुल्क दिल्यावर त्याला नक्त ऐंशी डॉलर मिळणार आहेत यात भारत सरकार देत असलेली वीस डॉलरची भर घातली तर त्याला एकूण दर जोडीमागे फक्त शंभर डॉलरच मिळणार आहेत. यात फक्त बदल झाला म्हणजे भारत सरकारचे वीस डॉलरने नुकसान झाले आणि अमेरिकन सरकारच्या कोषागाराचा भारतातून निर्यात झालेल्या प्रत्येक जोडीमागे वीस डॉलरने फायदा झाला. म्हणजे भारताने आपल्याच नागरिकांवर कर बसवला आणि त्यातून मिळणारे उत्पन्न अमेरिकेला एका जोड्याची निर्यात करण्यासाठी प्रति वीस डॉलर प्रमाणे अनुदान दिले.

वरकरणी असे सोपे उदाहरण डोळ्यासमोर आले तर हे सगळेच विश्वास ठेवण्याजोगे खरे वाटत नाही. परंतु भारत सरकार दीर्घकाळ अशा पद्धतीने निर्यातीवर अनुदाने वाटत आहे आणि डब्ल्यूटीओच्या नियमांनुसार त्यावर आयात करणारे देश प्रतिशुल्क लावत आहेत. अशा अनेक अनुदानांपैकी एक अनुदान आहे ड्युटी एनटायटलमेंट पासबुक स्कीम (डीइपीएस) आणि ते पूर्णपणे समर्थनीय आहे. यामध्ये निर्यात करण्याच्या मालाच्या उत्पादनात ज्या निविष्टांची आयात करावी लागते त्यावर वटाव (रिबेट) देण्यात येतो.

तत्त्वत: हे पटण्यासारखे असले तरीही ज्या पद्धतीने ही योजना राबविण्यात येते त्यातून डब्ल्यूटीओच्या नियमांचा भंग होतो. इतर काही निर्यातींवर अनुदाने आहेत त्यांचे अर्थशास्त्राला धरून समर्थन करता येणार नाही. शिवाय ही अनुदाने डब्ल्यूटीओच्या नियमावलींशी विसंगत आहेत. याची उदाहरणे म्हणजे एक्सपोर्ट प्रमोशन कॅपिटल गुड्स स्कीम (इपीसीजीएस), प्री आणि पोस्ट शिप्मेंट एक्सपोर्ट फायनासिंग प्रोग्रॅम आणि स्पेशल इंपोर्ट लायसन्स स्कीम.

देशातल्या काही अभ्यासकांनी दोहा बैठकीत ज्या अनुदानांची चर्चा झाली ती कायदेशीर करण्यात यावी असा प्रस्ताव मांडलेला आहे. वास्तविक हे मान्यच होणार नाही. मुळात देशाने नियोजनाच्या काळात निर्यात वाढीसाठी जी काही धोरणे आखली त्यांची उपयुक्तता संपलेली आहे आणि त्यांचे समर्थनही करता येणार नाही. त्यामुळे हा विषय चर्चेच्या पातळीवर आणून विनाकारण आपली शक्ती वाया घालवणे देशाच्या हिताचे नाही. तसेच दोह्याच्या बैठकीत जी चर्चा झाली त्यातूनही असे मुद्दे उपस्थित करण्याचे कोणाला अधिकार मिळत नाहीत. त्यापेक्षा अशी सर्व निर्यातीवरची अनुदाने पूर्णपणे रद्द करून आपण डब्ल्यूटीओच्या नियमांचा स्वीकार करतो हे दाखवणे उपयोगाचे होईल.

भारतासारख्या गरीब देशाने निर्यात वाढवण्याच्या लोभाने श्रीमंत देशाला अनुदाने देणे आणि त्या देशाने अशा व्यापारावर प्रतिशुल्क बसवणे यात काहीच अर्थ नाही. फक्त ज्या निर्याती करण्यासाठी निविष्टांची आयात करावी लागते त्यावर डब्ल्यूटीओच्या नियमांचा भंग न करता योग्यपणे मदत देता येईल. त्यासाठी ड्युटी ड्रॉबॅक स्कीम सारखी कल्पना वापरता येईल. अर्थात यातून काही प्रमाणात नोकरशाही वाढेल आणि भ्रष्टाचारही वाढेल ही शक्यता आहेच. परंतु जे दुसरे पर्याय आहेत ते अधिकच दोषास्पद आहेत. तसा विचार केला तर वित्त मंत्र्यांना आयातीवरची शुल्के जवळपास संपवता आली तर अशा पद्धतीने निर्यातदारांना रिबेट देण्याची वेळच येणार नाही.

येत्या जानेवारी २००५ सालापासून श्रीमंत देश जे वस्त्र आणि कापड यांच्या आयातीचे वेगवेगळ्या देशांना वाटे (कोटा) ठरवून देत होते तो प्रकार संपणार आहे. त्यामुळे भारतानेही जी डब्ल्यूटीओच्या नियमात बसत नाहीत ती निर्यातीवरची अनुदानेही हटविण्याची गरज आहे. जेव्हा वस्त्र आणि कापडाची श्रीमंत देशात आयात होत होती त्यावेळी प्रतिशुल्क बसविण्यात येत नव्हते कारण ठरवून दिलेल्या वाट्यांनुसारच आयात होत होती. पण एकदा हे वाटे देण्याची पद्धत संपली तर अमेरिका आणि युरोपियन युनियनमधले देश आपल्या उत्पादकांना वाचविण्यासाठी प्रतिशुल्क बसवू शकेल. तसेच अशी प्रतिशुल्के अंमलात आल्यावर ती नंतर रद्द करून घेणेही फार कटकटीचे आहे. थोडक्यात म्हणजे भारताने निर्यातीवरची अनुदाने चालूच ठेवली तर श्रीमंत देश प्रतिशुल्के लावतील आणि हा गरीब देश श्रीमंत

देशांच्या सरकारांना मदत करत राहील.

दुसरा विषय आहे अँटीडंपींगचा. भारताने याचा बराचसा वेडावाकडा वापर केला आहे. याचा नुकताच पोलाद उद्योगाच्या क्षेत्रात अनुभव आला. सार्वजनिक क्षेत्रातील पोलाद उद्योगाला पोलादीच्या आयातीवर अँटीडंपींग शुल्क बसविण्याचा अधिकार आहे आणि त्याचा उपयोग करून पोलादाच्या आयातीच्या किंमती भरमसाठपणे वाढविण्यात आल्या. त्याचा दुष्परिणाम म्हणजे देशातला चलनवाढीचा निर्देशांक वाढला आणि पंतप्रधान आणि वित्तमंत्र्यांनी पोलादाच्या किंमती ठरविण्याचा अधिकार सरकारकडे घेण्याची धमकी देण्यापर्यंत वेळ आली.

वास्तविक पाहता अनेक वर्षे या पोलादाच्या किंमती ठरविण्याच्या अधिकारांचा प्रश्नच आलेला नव्हता. या विषयावर आराधना आगरवाल या संशोधिकेने एक अभ्यास केलेला आहे त्यामध्ये भारत अँटीडंपींगच्या कारवाया करून आपले स्वत:चे कसे नुकसान करत आहे याचा सविस्तर पुरावा मांडला आहे. असे अनेक प्रसंग आहेत ज्यामध्ये एकूण गरजेच्या मानाने जी आयात झालेली आहे ती पाच टक्क्यांपेक्षाही कमी आहे आणि त्यामुळे देशातल्या उद्योगाला काहीही धोका पोचण्याचा संभव नाही. परंतु तरीही अँटीडंपींगची कारवाई करण्यात आलेली आहे.

अशा हस्तक्षेपामुळे आयातीतून जी स्पर्धा वाढते आणि त्यातून जे किंमतीचे नियमन होते अशा गोष्टींना बाधा येते. त्यामुळे अँटीडंपींगच्या विषयात ज्या उत्साहाने सरकार कारवाया करते त्याला आळा घालण्याची वेळ आलेली आहे. तसेच टारिफ कमिशनला शक्ती देऊन त्यांच्याकडे अँटीडंपींगच्या तकारींचा शोध घेण्याची जबाबदारी सोपविण्याची गरज आहे. सध्या सरकारच्या अंतर्गत जे अँटीडंपींग डायरेक्टोरेट आहे ते अँटीडंपींगचे शुल्क बसवते आणि तेच आयातीमुळे किती नुकसान झाले आहे याचा शोध घेते. हे सर्व बदलण्याची गरज आहे.

■

६.४ लॅटिन अमेरिकेमध्ये भारतीय औषध कंपन्या

सध्याच्या धकाधकीच्या आधुनिक जीवनात वेळेचे महत्त्व फार आहे. किंबहुना वेळ ही एकमेव गोष्ट खरी आहे असेच म्हणावे लागेल. भारतीय औषध कंपन्यांना हे विशेष करून लागू आहे. जगामध्ये ज्या बहुराष्ट्रीय औषध कंपन्या आहेत त्यामध्ये प्रवेश मिळविण्याचे भारतीय कंपन्यांच्या पुढे एक मोठे आव्हान आहे. मागच्या मार्च २००४ सालापासून देशामध्ये पेटंट संरक्षणाचा नवीन कायदा अंमलात आहे आणि त्यामुळे येथील औषध कंपन्यांना सर्वसाधारण आणि विशेष औषधांच्या उत्पादनात आपले वैशिष्ट्य दाखविण्याची वेळ आलेली आहे. हा कायदा होण्यापूर्वी या औषध कंपन्या कोणाचीही परवानगी न घेता औषधांचे उत्पादन करत होत्या आणि त्यामुळे त्यांच्यावर नेहमी टीकाही होत होती. परंतु आता जगातल्या पेटंटच्या नियमनाप्रमाणे या उद्योगाला आपले व्यवहार करावे लागतील.

जगातल्या सर्वसाधारण औषधाच्या उत्पादनात भारताचा वाटा फक्त चार टक्के आहे. या विषयातल्या अभ्यासकांनी २००७ सालापर्यंत हा वाटा ३३ टक्क्यांपर्यंत वाढेल असा अंदाज केलेला आहे. हे खरोखरी शक्य आहे का? आणि त्यासाठी मुख्यत: कोणत्या बाजारपेठा शोधाव्या लागतील? तसेच ही पातळी साधण्यासाठी कोणती पावले टाकावी लागतील?

आजपर्यंत भारतातल्या औषध उद्योगाने उत्तरेकडील देशांवर लक्ष केंद्रित केले आहे. हे साहजिक आहे कारण उत्तरेकडे सर्वात विकसित आणि श्रीमंत औद्योगिक देश आहेत. देशातून एकूणात वर्षाला तीन अब्ज (तीन बिलियन) डॉलरची औषधांची निर्यात होते. त्यातला सर्वात अधिक म्हणजे ६० कोटी (६०० मिलियन) डॉलरचा वाटा अमेरिकेचा आहे. नंतर जर्मनी १९.१ कोटी डॉलर (१९१ मिलियन) डॉलर, रशिया १६.४ कोटी डॉलर (१६४ मिलियन) डॉलर, ब्रिटन १२.७ कोटी डॉलर (१२७ मिलियन) डॉलर आणि कॅनडा १०.९ कोटी डॉलर (१०९ मिलियन) डॉलर या देशांचा क्रमांक लागतो. त्याचबरोबर या विकसित देशांच्या बाजारपेठेत सर्वसाधारण औषधे आणि विशेष औषधे यांना वाटा मिळविण्यासाठी मोठ्या स्पर्धेला तोंड द्यावे लागते. या तुलनेने लॅटिन अमेरिका हे असे एकच क्षेत्र आहे जेथे

भारतातल्या औषध कंपन्यांनी नुकताच प्रवेश मिळवलेला आहे. या लॅटिन अमेरिकन देशात एकूण औषधांची बाजारपेठ सुमारे १८ अब्ज (१८ बिलियन) डॉलर आहे आणि त्यात भारताने फक्त सुमारे २० कोटी (२०० मिलियन) डॉलरची विक्री केली. हे प्रमाणे फक्त १.१ टक्का आहे यातही फक्त एका ब्राझील देशात भारताने १०.५ कोटी (१०५ मिलियन) डॉलरच्या औषधाची निर्यात केली. म्हणजे लॅटिन अमेरिकेतल्या उरलेल्या देशात भारतातल्या औषध कंपन्यांनी जेमतेम प्रवेश केला आहे असेच म्हणावे लागेल.

मागच्या काही दशकात लॅटिन अमेरिकेमध्ये अनेक उलथापालथी घडलेल्या आहेत आणि त्यामुळे त्या खंडात आर्थिक विकासची प्रक्रिया सातत्य राखू शकलेली नाही. तसेच वाढीचा दरही मंदच राहिलेला आहे. परंतु मागच्या काही वर्षात या देशांमध्ये आर्थिक वाढीची प्रक्रिया दमदारपणे स्थिर होत आहे. २००४ सालात या क्षेत्रातील देशांनी एकत्रितपणे सहा टक्क्यांनी आर्थिक वाढ करून घेतली. १९८० नंतर पंचवीस वर्षात प्रथमच वाढीचा दर इतका उंचावलेला होता. चालू २००५ सालातही लॅटिन अमेरिकेतला वाढीचा दर किमान चार टक्के असेल अशी अपेक्षा आहे. या देशातून जी मालाची निर्यात होते त्याची पातळी खूप उंचावली आहे आणि किंमतीही भरपूर वाढलेल्या आहेत. यातला काही प्रमुख माल म्हणजे खनिज तेल, तांबे, लाकूड आणि सोया आहेत. या खंडातल्या सगळ्याच देशांमध्ये आर्थिक स्वास्थ्याचा परिणाम म्हणून एकूण लोकसंख्येचे जगण्याचे प्रमाण वाढलेले आहे आणि लोकसंख्येचे सरासरी वय उंचावले आहे. याचा अर्थ या म्हाताऱ्या होणाऱ्या लोकसंख्येला अधिक औषधांची गरज वाटणार आहे. या देशांमध्ये सार्वजनिक आरोग्याच्या क्षेत्रात अनेक सुधारणा प्रस्तावित आहेत आणि त्यातून सर्वसाधारण नागरिकांना परवडेल अशा किंमतीला औषधे उपलब्ध होण्याची आशा आहे. तसेच या सुधारणांमुळे कमी खर्चाच्या औषधांचा दर्जाही वाढेल अशी अपेक्षा आहे.

जून २००५ सालात सांतियागो या चिली देशाच्या राजधानीत एक परिषद भरली होती आणि त्यामध्ये आरोग्याच्या विषयात भारत लॅटिन अमेरिकेतल्या इतर देशांबरोबर कसे सहकार्य करू शकतो याचा विचार झाला. चिली सरकारच्या आरोग्य खात्याने याचे आयोजन केलेले होते. या बैठकीला भारतातल्या २४ लहान मोठ्या कंपन्यांनी आपले प्रतिनिधी पाठवले आणि या विषयाला भारत महत्त्व देत आहे याचे संकेत दिले. चिली देशातल्या आरोग्य खात्याच्या सुमारे २०० अधिकाऱ्यांनी या चर्चेमध्ये भाग घेतला आणि तेथील प्रसिद्ध माध्यमांनी या घटनेचे महात्म्य वाढवले. या सगळ्या चर्चांमधून एक महत्त्वाचा निष्कर्षही काढण्यात आला. तो म्हणजे लॅटिन अमेरिकेतल्या देशांमध्ये सर्वसाधारण जनतेला जर परवडेल अशा किंमतीत आरोग्याचे प्रश्न सोडवता आले, तर त्यामध्ये भारतातील औषध उद्योगाचे योगदान महत्त्वाचे असेल.

या घटनेचे महत्त्व आणखीन एका कारणासाठी होते. चिली देशाने त्याच सुमाराला आपल्या देशातला अत्यंत महत्त्वाचा आरोग्य सुधारण्याचा प्रकल्प जाहीर केला. या प्रकल्पाचे महत्त्व यासाठी कारण सगळ्याच चिली जनतेला ज्या २५ प्रकारच्या आजारपणाला तोंड द्यावे लागते त्यावर औषधोपचार करण्याची सरकारने हमी दिलेली आहे. यात खाजगी आणि औद्योगिक क्षेत्रे या दोघांनाही पूर्ण वाव राहणार आहे. या प्रकल्पाच्या अंमलबजावणीत वर्षाला सुमारे १८ कोटी (१८० मिलियन) डॉलरची औषधे वापरासाठी विकत घ्यावी लागणार आहेत. चिली देशात एकूण औषधांची बाजारपेठ ही सुमारे एक अब्ज (एक बिलियन) डॉलर इतकी मोठी आहे. यापैकी भारतीय औषध कंपन्यांचा वाटा फक्त एक कोटी (१० मिलियन) डॉलरचा आहे. हे सगळे चित्र आता बदलू शकेल.

लॅटिन अमेरिका खंडात चिली देशाची अर्थव्यवस्था ही सगळ्यात दमदारपणे आर्थिक वाढीच्या रस्त्यावर वाटचाल करत आहे असे समजले जाते. या देशाच्या रोख्यांची प्रतवारी करताना त्यांना ५६ बिंदूंचे मूल्य देण्यात येते. अधिक महत्त्वाचे म्हणजे सगळ्या जगात चिली देशातील जनतेचे आरोग्याचे निर्देशांक हे सर्वोत्तम समजले जातात. येथे स्त्रियांचे सरासरी आयुर्मान ७९ वर्षे आणि पुरुषांचे सरासरी आयुर्मान ७३ वर्षे आहे. बालमृत्यूचे प्रमाण दर हजारामागे फक्त ७.८ आहे. संसर्गजन्य आजार हे जवळपास नाहीसे झाले आहेत आणि वाढत्या वयाबरोबर ऱ्हास होणाऱ्या आजारपणाचे प्रमाण वाढत आहे.

एकूणात चिली देशातील जनतेचे सरासरी आयुर्मान बऱ्यापैकी वाढलेले आहे परंतु त्याबरोबर ते अधिक औषधे घेत आहेत. विशेषत: जीवनशैलीशी निगडित असलेले जे आजार आहेत त्यावर औषधोपचारांचे प्रमाण वाढलेले आहे. सरकार आपल्यापरीने यात औषधोपचार आणि सेवा पुरवण्याचा प्रयत्न करत आहे. परंतु सगळ्याच देशांमध्ये सार्वजनिक आरोग्य सेवा पुरवण्यासाठी जो निधी लागतो तो पुरेशा प्रमाणात उपलब्ध करून देता येत नाही. चिलीमध्ये केंद्र सरकारचा आरोग्यावरचा खर्च जीडीपीच्या तीन टक्के आहे. त्यामुळे या खर्चामधून अधिकाधिक फायदा मिळवायचा असला तर सर्वसाधारण औषधांचा खर्च कमी होणे आणि त्याचबरोबर त्यांचा दर्जा वाढणे याचे विशेष महत्त्व आहे.

अशा एकूण परिस्थितीत लॅटिन अमेरिकेतील देशात भारतीय औषध उद्योगाला मोठा वाव आहे हे उघड आहे. त्याचबरोबर ही बाजारपेठ कशी मिळवता येईल याला काही सोपी उत्तरे नाहीत. एक पर्याय म्हणजे या खंडात जे स्थानिक औषध उद्योग आहेत त्यांच्याबरोबर भारतीय कंपन्या भागिदारीमध्ये नवीन उपक्रम सुरू करु शकतील. त्याचबरोबर भारतीय कंपन्या आपल्या स्वत:च्या मालकीच्या आणि व्यवस्थापनाच्या कंपन्याही या देशांमध्ये काढू शकतात. तसेच येथे ज्या स्थानिक औषध कंपन्या

आहेत त्यांना अधिकृत परवाने देऊन त्यांच्या मार्फतही औषधांचे उत्पादन वाढवता येईल. शिवाय एक सोपा मार्ग म्हणजे भारतीय कंपन्या या देशांना निर्यात करू शकतील.

येत्या काळात भारतीय औषध कंपन्यांनी आपला भारतीयत्त्वाचा ब्रॅन्ड अगर छाप लॅटिन अमेरिकेतल्या देशांमध्ये निर्माण केला पाहिजे. भारतातल्या माहिती तंत्रज्ञानातील कंपन्यांनी आपले असे वैशिष्ट्यपूर्ण स्थान लॅटिन अमेरिकेतल्या बाजारपेठेत सिद्ध केलेले आहे. ते उदाहरण डोळ्यापुढे ठेवून औषध कंपन्यांनाही आपले वैशिष्ट्यपूर्ण स्थान या बाजारपेठांमध्ये निर्माण करता आले पाहिजे. त्यातूनच भारतातल्या औषध उद्योगाच्या कंपन्यांना आपली स्वत:ची प्रतिमा उभी करता येईल.

■

६.५ सुती कापडाची मुक्तता

मागच्या चाळीस वर्षांपेक्षा अधिक काळ विकसनशील देशांना एका अडचणीला सतत तोंड द्यावे लागत होते. आता त्यापासून त्यांना स्वातंत्र्य मिळेल. जगामध्ये जो वस्त्रे आणि सुती कापड माल यात व्यापार होत होता त्यात अन्याय होता. श्रीमंत औद्योगिक देश या व्यापारात वेगवेगळ्या देशांना वाटे (कोटा) ठरवून देत होते आणि त्यात डावे उजवेच जास्त होते. श्रीमंत देशांना आपल्याला हवे तसे मनासारखे वागता येत होते आणि त्यावर दाद मागण्याची सोय नव्हती.

मागे १९९५ मध्ये ॲग्रीमेंट ऑन टेक्स्टाईल्स ॲन्ड क्लोदिंग (एटीसी) असा जो करार झाला त्यात विकसनशील देशांनी श्रीमंत देशांना म्हणजे मुख्यत: अमेरिका आणि युरोपियन युनियन (इयू) किती वस्त्रे आणि सुती कापडाच्या (टी ॲन्ड सी) मालाची निर्यात करावी याचे वाटे ठरवून देण्यात आले होते. म्हणजे देशादेशांनी आपापसात मुक्तपणे व्यापार करण्याच्या तत्त्वापासून दूर जाऊन विकसनशील देशांनी ठरवून दिलेल्या वाट्यांनुसार निर्यात व्यापार करावा अशी ही उलटी वाटचाल होती.

विकसनशील देशांच्या दृष्टीने वस्त्रे आणि सुती कापड उद्योग (टी ॲन्ड सी) याचे एक खास महत्त्व आहे. या क्षेत्रात जो व्यापार होतो त्यांना औद्योगिक देशांपेक्षा काही तुलनात्मक फायदा (कंपॅरिटिव्ह ॲड्व्हांटेज) आहे. या औद्योगिक मालाच्या उत्पादन आणि निर्यातीतून त्यांना जे वाढीव मूल्य मिळते त्याचा फायदा घेत हे देश निर्यातीच्या मार्गाने विकास करून घेण्याचा मार्ग निवडू शकतात. या टी ॲन्ड सीच्या परदेश व्यापारात अनेक गुंतागुंतीचे नियम आणि क्लिष्ट कार्यपद्धती असूनही जगातल्या एकूण व्यापारात या उद्योगाचा दुसरा क्रमांक होता. तसेच या व्यापारात वर्षाला सुमारे १३ टक्क्यांनी वाढ होत होती. हा उद्योग श्रमप्रधान असल्यामुळे गरीब देशांमध्ये त्यातून होणारी रोजगार निर्मिती फार महत्त्वाची होती. अनेक विकसनशील देशात वस्त्रे आणि कापड उद्योग यांच्या अनेक शतकांच्या परंपरा आहेत आणि त्याच्याशी या देशांचा सांस्कृतिक इतिहासही जोडलेला आहे. अशा अनेक दृष्टींनी टी ॲन्ड सी क्षेत्र विकसनशील देशांना फायद्याचे होते.

मागच्या चाळीस वर्षात अशा या वाटे ठरवून देण्याच्या व्यापार पद्धतीतून विकसित औद्योगिक देशातील वस्त्रोद्योगाला भरपूर संरक्षण मिळाले आणि पुरेसा काळही मिळाला. परंतु असे असूनही या देशांमध्ये जी या उद्योगाची पुनर्रचना होणे अपेक्षित होते तसे काही घडले नाही. आता या औद्योगिक देशांना सत्याला सामोरे जाण्याची वेळ आली आहे. येत्या जानेवारी १, २००५ पासून हा जो एटीसी करार होता तो संपणार आहे. मागे जो डब्ल्यूटीओ अंतर्गत १९९५ मध्ये करार झाला त्यावेळी ही वाटे ठरवून देण्याची पद्धती संपवण्यासाठी दहा वर्षांचा कालावधी देण्यात आला होता. त्याप्रमाणे आता नवी व्यवस्था अंमलात येणार आहे.

येत्या काळातल्या या घडामोडींमुळे भारतासारख्या देशांच्या अपेक्षा वाढल्या आहेत. मागच्या डब्ल्यूटीओच्या उरुग्वे येथल्या चर्चाफेरीत भारताने काही सवलती दिल्या होत्या. त्याला सिंगल अंडरटेकिंग असे संबोधतात. त्याअंतर्गत भारताने ज्या सवलती दिल्या त्याबदल्यात देशाला वस्त्रोद्योगाच्या सारख्या मालाच्या व्यापारात औद्योगिक देशांच्या बाजारपेठेत सुलभतेने प्रवेश करता यावा अशी देवाणघेवाण होती. साहजिकच आता या देवाणघेवाणी मागच्या भावनेची कदर केली जाईल अशी भारताची अपेक्षा आहे. आता नवीन व्यापार व्यवस्था अंमलात येत असताना औद्योगिक देशांनी आणखी काही खुसपटे काढू नयेत कारण त्यातून बाजारपेठेत मुक्तपणे प्रवेश करण्यात परत अडचणी निर्माण होतील. त्यातून निर्यातवाढीवर बंधने येतील आणि विकसनशील देशांची औद्योगिकीकरणाची वाटचाल अधिक बिकट होईल.

चीन हा असा एक मोठा देश आहे जो पन्नास अब्ज (पन्नास बिलियन डॉलर)ची निर्यात करतो आणि तो स्पर्धेमध्ये सर्वात सक्षम आहे. त्यामुळे एकदा वस्त्रोद्योगाची बाजारपेठ बंधनातून खुली झाली म्हणजे त्यातून चीनचा सर्वात अधिक फायदा होईल. त्याबरोबर भारतासारख्या देशांचाही या व्यापारातला वाटा बऱ्यापैकी वाढेल. भारताला जसे चीनबरोबरच्या स्पर्धेला तोंड द्यायचे आहे त्याचप्रमाणे बांगला देश, व्हिएतनाम, कंबोडिया असेही काही देश आहेत ज्यांना या बाजारात स्थान मिळत आहे. त्याचबरोबर या टी ॲन्ड सी क्षेत्रात काही विकसित देशही समर्थपणे स्पर्धा करणार आहेत याची भारताने दखल घेतली पाहिजे. या विषयातल्या चर्चेत एक भ्रामक समज आहे.

वस्त्रोद्योगात फक्त विकसनशील देशच प्रमुख नसून अमेरिका आणि इयूमधले इटली, जर्मनी, फान्स, बेल्जियम आणि इतर काही देश हेही आपले स्वत:चे स्थान मिळवून आहेत. त्यामुळे जानेवारी २००५ सालापासून मागची वाटे ठरवून देण्याची पद्धत संपली म्हणून लगेचच औद्योगिक देशातील आयात करणारे आणि किरकोळ विक्री करणारे व्यापारी आपले निर्णय घेण्याच्या पद्धती बदलतील असे समजणे

व्यावहारिक नाही.

त्यामुळे प्रत्यक्षात काय घडू शकेल याचे व्यवहारज्ञान उपयोगी पडेल. जानेवारी २००५ पासून जो नवा डाव सुरू होणार आहे त्यात तीन बाबी प्रमुख आहेत. त्यावरच आपला बाजारपेठेतला हिस्सा किती वाढणार हे अवलंबून आहे. भारतासकट सगळ्याच विकसनशील देशांना एकूणच स्पर्धेला कसे तोंड देता येईल याचा विचार करावा लागणार आहे. दुसरे म्हणजे वस्त्रे आणि कापड उद्योगाचा एकूण आकार आणि दिशा कोणती राहणार आहे याचाही अंदाज घेण्याची गरज आहे. त्याच्याशी बदलणाऱ्या बाजारपेठांचा जवळचा संबंध आहे. तिसरी गोष्ट म्हणजे पूर्वीच्या वाट्यांपेक्षा आता खरोखरी बाजारपेठेत किती प्रवेश मिळेल त्याचा विचार करावा लागेल.

जानेवारी २००५ पासून वाट्यांचे वाटप होणार नाही ही एकच बाब झाली. परंतु औद्योगिक देशातील ग्राहकांना त्यांच्या आवडीनुसार ज्यांच्याकडून माल मिळतो त्यांना यापुढेही काही सवलती मिळत राहणार आहेत. एकदा वाट्यांची पद्धत संपणार आहे हे उघड झाल्यावर मागच्या काही वर्षात अनेक क्षेत्रीय व्यापार करार करण्यात आलेले आहेत आणि त्यातून वेगवेगळ्या प्रकारच्या सवलती देण्यात आलेल्या आहेत. त्यामुळे त्यातून किंमतींमध्ये फरक पडलेले आहेत आणि स्पर्धेची गुंतागुंत वाढलेली आहे.

जरी यापुढे वस्त्रोद्योगात मुक्त व्यापार होणार असला तरीही अजूनही इतर काही अडथळे आहेतच. त्यांचे स्वरूप बऱ्याचदा तांत्रिक आणि पर्यावरणाच्या बाबींशी निगडित आहेत. याचे उदाहरण म्हणजे वस्त्रोद्योगात जी रासायनिक रंगद्रव्ये (डाईज्) वापरली जातात त्यांना काही देशातल्या निसर्गप्रेमींचा विरोध आहे. श्रीमंत देशातील ग्राहक अशा प्रकारच्या तांत्रिक अटी घालून या बाजारपेठांमध्ये प्रवेश करताना अनेक अडचणी निर्माण करू शकेल. तसेच अशा प्रकारचे तांत्रिक आणि कायद्याचे वादविवाद रीतसरपणे सोडविण्यात बराच खर्च करावा लागेल आणि त्यातून कालहरणही होईल.

ऑक्टोबर १, २००४ मध्ये डब्ल्यूटीओच्या कौन्सिल ऑन ट्रेड इन गुडस् याची बैठक झाली आणि त्यामध्ये मूळात ठरल्याप्रमाणे एटीसी संपवण्याचे जे वेळापत्रक ठरले होते त्याला पूर्ण पाठिंबा देण्यात आला. विशेषत: जे बंधने घालणारे औद्योगिक देश होते त्यांनी आपली वचने पाळण्याचे आश्वासन दिले. परंतु बांगला देश, नेपाळ, श्रीलंका आणि मॉरिशस असे जे कमी विकसनशील देश आहेत त्यांनी येत्या काळात आपल्याला खुल्या स्पर्धेला तोंड देण्यात अडचणी येतील अशी काळजी व्यक्त केली. अंकटाड या युनोच्या व्यापार संघटनेने अशा कमजोर देशांना या स्थित्यंतरात काही मदत करावी असे सुचवले आहे. नव्या परिस्थितीला तोंड देण्यासाठी या गरीब देशांमध्ये जे बदल करावे लागतील त्यासाठी निधीची तरतूद

करणे हा एक त्यातला मार्ग सुचविण्यात आला आहे.

आता एटीसी संपणार आहे आणि त्याबरोबर वस्त्रोद्योगाच्या क्षेत्रात संरक्षण देण्याचे धोरणही संपणार आहे ही एक महत्त्वाची ऐतिहासिक घटना आहे. भारतातला वस्त्रोद्योग आणि कापडउद्योग या नव्या परिस्थितीला सामोरे जाण्यासाठी सज्ज झालेला आहे. अनेक वर्षांनंतर या क्षेत्राला परत भरभराटीचे दिवस येतील अशी सुचिन्हे दिसत आहेत. भारतातले अनेक प्रतिष्ठित उद्योगसमूह अगोदरच या बदलांचे भान ठेवून आपली क्षमता आणि गुंतवणूक वाढवत आहेत. ■

६.६ मुक्त व्यापाराची किंमत

भारताने टप्प्याटप्प्याने आयातीवरचे कर कमी करत आणले आहेत आणि नुकतेच वित्तमंत्र्यांनी सर्वात अधिक सीमाशुल्काचे दर पाच टक्क्यांनी कमी केले आणि खास अतिरिक्त शुल्क (स्पेशल ॲडिशनल ड्युटी) चार टक्क्यांनी कमी केले. आता औद्योगिक मालावरचे सर्वाधिक शुल्क फक्त वीस टक्के असेल. याला अपवाद म्हणजे स्वयंचलित वाहनांवर साठ टक्के शुल्क चालू राहील. याला जोडून भारत आशियातल्या भोवतालच्या शेजाऱ्यांना अधिमान्य अगर खास दराने व्यापार करू देतो. दक्षिण आशियातल्या देशांबरोबर मुक्त व्यापार क्षेत्रे (फी ट्रेड एरियाज) निर्माण करण्यात आलेली आहेत. तसेच आसियान संघटने अंतर्गत देशांबरोबरही व्यापार खुला करण्यात आला आहे. जेव्हा वित्त मंत्री शुल्क दर कमी करतात तेव्हा ते सर्व व्यापार करणाऱ्या देशांना लागू पडतात. या उलट मुक्त व्यापार क्षेत्रात जे भागीदार असतात त्यांना कोणतेच शुल्क लागू पडत नाही. फक्त जे अशा करारात सदस्य नसतात त्यांना शुल्क द्यावे लागते.

भारत हा दुहेरी मार्ग अवलंबत आहे ते रास्त आहे आणि त्याला काही कारणही आहे. एक म्हणजे भोवतालच्या शेजारी देशांबरोबर अधिक हार्दिक राजकीय संबंध असणे देशाच्या हिताचे आहे. तसेच अशा प्रकारचे क्षेत्रीय द्विपक्षीय आणि बहुपक्षीय करार इतर देशही करत आहेत. त्यामुळे या मुद्यावर भारताला दोष देता येणार नाही. परंतु फक्त आर्थिक दृष्टीने विचार केला तर मुक्त व्यापाराचे स्थानिक करार करण्यात दोन अडचणी संभवतात. आपले परदेशी आयातीवरचे शुल्क आजही वीस टक्क्यांपर्यंत आहे. आणि असे स्थानिक व्यापाराचे करार केले म्हणजे असे शुल्क न देता मालाची आयात होऊ शकते. तसे झाले तर अशा शेजारी देशांचा फक्त मालाची आयात करण्यासाठी वापर होऊ शकतो आणि आज देशामध्ये जो सुधारणा कार्यक्रम राबविण्यात येत आहे तो अडचणीत येऊ शकतो. तसेच दोहा व्यापार परिषदेमध्ये जे करारनामे करण्यात आले आहेत त्यांच्या अंमलबजावणीतही अडचणी येऊ शकतात.

व्यापार फक्त वळवल्यामुळे कोणता तोटा होऊ शकतो त्याचे उदाहरण भारत

- सिंगापूर एफटीएमध्ये पाहता येईल. नुकतीच आयात शुल्कात जी कपात केली आहे ती अंमलात आल्यावर पोलादाच्या आयातीवर २० टक्क्यांचे सीमा शुल्क लागेल. जगातली पोलादाची किंमत प्रति टनाला ५०० डॉलर आहे असे धरले तर सीमा शुल्क देऊन भारतात ही किंमत प्रति टनाला ६०० डॉलर होईल. आता सिंगापूर बरोबर जो एफटीए करार झाला आहे त्यातून सिंगापूरला कोणतेही शुल्क न देता भारतात पोलाद पाठवता येईल. त्यामुळे दक्षिण कोरिया आणि रशिया यांच्याकडून जे पोलाद भारतात आयात केले होते त्याची जागा सिंगापूर मधून आयात केलेले पोलाद घेईल. कारण हे पोलाद स्वस्त असेल. अर्थशास्त्राच्या दृष्टीने असा व्यापार म्हणजे फक्त आहे त्या व्यापारातील बदल असून त्याला फक्त एका देशाऐवजी दुसऱ्या देशातून व्यापार वळवला असे म्हणता येईल.

वर उल्लेखिलेल्या उदाहरणाचा आणखी काही परिणाम तपासावा लागेल. असा व्यापार ही सुधारणा मानली तरीही भारतातली पोलादाची किंमत ६०० डॉलर इतकीच राहील. कारण सिंगापूर व्यतिरिक्त इतर काही देशातूनही पोलादाची आयात होतच राहील. म्हणजे अशा दुसऱ्या देशांना पोलादाच्या प्रतिटनामागे ५०० डॉलर मिळतील आणि भारत सरकारच्या सीमाशुल्क विभागाला १०० डॉलर मिळतील. अशा परिस्थितीत सिंगापूरमधून जे पोलाद येते त्यांना तुलनेने प्रतिटनामागे १०० डॉलर अधिक मिळतील. म्हणजे जे १०० डॉलर भारत सरकार मिळवत होते ते आता सिंगापूरमधल्या कंपन्या मिळवतील.

या उदाहरणावरून कोणीही एक प्रश्न विचारेल. भारतातली पोलादाची किंमत प्रतिटनाला ५०० डॉलरवर का येणार नाही? असे घडू शकेल जर भारतामध्ये जितके पोलाद लागते त्याचे सर्व उत्पादन सिंगापूरमध्ये आणि त्याचा पुरवठा भारतात झाला तर ५०० डॉलर ही किंमत होऊ शकेल. परंतु व्यवहारात हे अवघड आहे आणि जे एफटीएच्या बाहेरचे सदस्य देश आहेत त्यांच्याकडून जी पोलादाची आयात होईल ती देशामध्ये प्रतिटनाला ६०० डॉलर याच किंमतीला विकावी लागेल. म्हणजे पोलादाच्या किंमतीत बदल होणार नाही.

दुसरी एक शक्यता म्हणजे सिंगापूरमधल्या कंपन्या दक्षिण कोरिया आणि रशिया यांच्याकडून पोलाद प्रतिटनाला ५०० डॉलर या किंमतीला विकत घेईल आणि मग ते भारताला वरच्या किंमतीला विकेल. अर्थात सिंगापूर मधून निर्यात करणाऱ्या कंपन्यांनी जोर धरला तर भारतामध्ये पोलादाची किंमत ५०० डॉलरवर येऊ शकते. त्याचा अर्थ जणूकाही भारताने फक्त सिंगापूरबरोबरच्या व्यापारावरचे शुल्क हटवले असे नाही तर इतर व्यापारी देशांनाही हे शुल्क पडत नाही. परंतु अशा प्रकारचा व्यापार एफटीएच्या व्यवहारात होऊ शकत नाही आणि त्याला रूल्स ऑफ ओरिजिन असे म्हणतात. उदा. सिंगापूरमधल्या निर्यातदारांना भारत सरकारच्या

व्यापार विभागाला असे पटवून द्यावे लागेल की भारतात आणलेले पोलाद यामध्ये काही ठराविक मूल्य वृद्धी सिंगापूरमध्येच झालेली आहे. या सगळ्या किचकट आणि अडचणीच्या गोष्टी आहेत.

अशा भारत आणि सिंगापूर यांच्या एफटीएमध्ये कोणाचा फायदा आहे?कदाचित असा प्रतिवाद केला जाईल की भारत जी सिंगापूरमधून आयात करतो आणि त्यात जो तोटा येतो तो सिंगापूरला निर्यात करून भरून काढता येईल. यात मोठी अडचण म्हणजे सिंगापूर हे मुळातच मुक्त व्यापारी क्षेत्र आहे. त्यामुळे भारतातल्या निर्यातदारांना तेथे काही वेगळा फायदा शुल्कदरामध्ये मिळणार नाही. थोडक्यात म्हणजे सिंगापूर सारख्या देशांबरोबर जर मुक्त व्यापार करार करायचा असला तर आपल्या परदेशी व्यापारावरचे शुल्क सर्वात कमी पातळीवर ठेवणे हे भारताच्या हिताचे आहे.

एफटीए करण्यामध्ये आणखी एक धोका आहे. असे करार केल्यावर ज्या सरसकट व्यापारातल्या सुधारणा करायच्या असतात त्यात खंड पडतो. यासाठी लॅटिन अमेरिकेमधल्या देशांचा अनुभव बघण्यासारखा आहे. तेथे आता नाफ्ता म्हणजे नॉर्थ अमेरिकन फ्री ट्रेड ॲग्रिमेंट कार्यवाहीत आहे. परंतु हा करार होण्यापूर्वी लॅटिन अमेरिकेतले देश आपल्या परदेश व्यापारावरचे निर्बंध वेगाने हटवत होते. परंतु नाफ्ता करार झाल्याबरोबर सगळेच देश सर्वसाधारण सुधारणा करण्याकडे दुर्लक्ष करू लागले. या देशांनी असा विचार केला की आपण जर व्यापारावरची शुल्के चालूच ठेवली तर एफटीएचे करार करून त्याअंतर्गत मुक्त व्यापार करता येईल. आणि हे फायदे आपल्या सहकारी देशांबरोबर वाटून घेता येतील. त्यासाठी सर्वसाधारण व्यापार शुल्कात सुधारणा करण्याची गरज त्यांना वाटेनाशी झाली. वास्तविक पाहता हे सर्व विपरित तर्कशास्त्र आहे.

अशा पद्धतीने एफटीएज फोफावत राहिले तर दोहा व्यापार परिषदेत जो विचारविनिमय झाला त्यावर पाणी फिरेल. एफटीएमध्ये फक्त बरोबरच्या सहकारी देशाला निवडकपणे आपल्या बाजारात सवलतीने प्रवेश करू दिला जातो. त्यामुळे जे निर्यातदार आहेत त्यांना सर्वसाधारण व्यापारात ज्या सुधारणा होतील त्यापेक्षा एफटीए अंतर्गत मिळणारे निवडक फायदे जवळचे वाटतात. परंतु भारतासारख्या मोठ्या देशाला हे परवडणार नाही. आत्ताच अमेरिका आणि युरोपमध्ये अनेक प्रकारचे एफटीए काम करत आहेत आणि त्यामुळे भारतातल्या मालाला या बाजारांमध्ये अनेक अडचणींना तोंड द्यावे लागत आहे. त्यामुळे डब्ल्यूटीओच्या नेतृत्वाखाली सर्वच देशांनी व्यापारावरची शुल्के अगदी कमी म्हणजे जवळपास शून्य पातळीवरच आणणे हे भारताच्या फायद्याचे आहे. असे व्यापाराचे नियम एक देश आणि दुसरा देश यात फरक न करता सर्वच देशांना सरसकटपणे लागू होतील आणि त्या अंतर्गत व्यापारात निकोप स्पर्धा होईल.

मागच्या काही काळात याबाबत वातावरण सुधारेल अशी चिन्हे दिसत आहेत. विशेष म्हणजे अमेरिकेच्या व्यापारी प्रतिनिधींना डब्ल्यूटीओच्या सर्व सदस्यांना एक पत्र लिहिलेले आहे. त्यामध्ये अमेरिकेने कृषीमालाच्या निर्यातीवर जी अनुदाने दिली जातात ते संपवण्याचे प्राधान्याने मान्य केले आहे. तसेच ज्यांना सिंगापूर इश्यूज् असे संबोधण्यात येते ते वगळण्याचे मान्य केले आहे. याला अपवाद फक्त व्यापार सुधारण्याच्या उपायांचा आहे आणि ते सगळ्यांच्याच हिताचे आहे. विशेष म्हणजे या पुढच्या वाटाघाटींमध्ये फक्त व्यापार कसा अधिकाधिक मुक्त होईल यावरच भर देण्याचे अमेरिकेने कबूल केले आहे. भारताच्या दृष्टीने ही मोलाची संधी आहे. एफटीएसारखे करार करण्यापेक्षा डब्ल्यूटीओचा मार्ग हा व्यापक आहे आणि शाश्वत आहे.

■

६.७ भारताचे हित आणि व्यापारातले वाद

सध्या अमेरिकेमध्ये कामगार संघटनांचे दबाव वाढले आहेत आणि सर्वच राजकारण्यांना त्याची दखल घ्यावी लागली आहे. मागच्या काही महिन्यात त्या देशातली अर्थव्यवस्था मंदीच्या लाटेतून बाहेर पडत होती आणि सगळ्या जगालाच ती एक आनंददायी घटना वाटली. थोड्या प्रमाणात ग्राहकांची मागणीही वाढत होती आणि सगळ्यांच्याच आशा ही वाढ टिकून कशी राहील यावर केंद्रित झाल्या होत्या. यामध्ये एकच विसंवाद होता. आर्थिक वाढीचा दर उंचावला तरीही प्रत्यक्षात बेरोजगारांच्या संख्येत घट होत नव्हती. नेमक्या अशा पार्श्वभूमीवर अमेरिका आणि इतर औद्योगिक देशांनी आपली सेवेवर आधारलेली कामे देशाबाहेर न्यायला सुरुवात केली. यालाच बिझनेस प्रोसेस आऊटसोर्सिंग म्हणजे थोडक्यात बीपीओ म्हणतात. सगळ्या औद्योगिक देशात हा एक मोठा वादाचा विषय बनलेला आहे.

या बीपीओच्या प्रकाराचा सर्वात मोठा फायदा भारताला होणार आहे. साहजिकच जेव्हा बीपीओच्या विरोधात अमेरिका आणि ब्रिटनमध्ये वातावरण तापते तेव्हा भारताला काळजी करावी लागते. अमेरिकेमध्ये अध्यक्षपदाची निवडणूक ऑक्टोबरमध्ये होणार आहे आणि या रणधुमाळीत हा विषय सापडला आहे. भारताला या काळात अनेक गोष्टींचे भान ठेवून आपली मुत्सद्देगिरी वापरावी लागणार आहे.

एका अर्थाने जागतिकीकरणाच्या नव्या अनुभवात देशादेशात किती नवीन प्रकारचे प्रश्न उभे राहणार आहेत आणि वाद होणार आहेत याच्या पाऊलखुणा बीपीओच्या विषयामुळे सगळ्यांना उघड होत आहेत. या वादाला राजकारण आणि अर्थकारण अशी दोन अंगे आहेत. राजकारण अमेरिकेत अधिक आहे आणि भारतात थोडे आहे. अमेरिकेमध्ये बुश प्रशासन तीन वर्षांपूर्वी निवडून आले आणि त्याबरोबरच मंदीही आली. त्याअगोदरच्या क्लिंटन प्रशासनाच्या आठ वर्षांच्या राजवटीत अमेरिकेमध्ये कधी नव्हती इतकी भरभराट आणि समृद्धी आली. अर्थात हे काही सारे क्लिंटन यांचे कर्तृत्व नव्हते. मुळात माहिती तंत्रज्ञान आणि दूरसंचार या क्षेत्रात अमेरिकेने औद्योगिक देशात आघाडी घेतली आणि त्यातून अमेरिकेच्या भांडवलाची उत्पादकता खूप वाढली. हे सर्व तेथील खाजगी क्षेत्रात घडले आणि त्यातून आर्थिक वाढीने गती

घेतली. हे घडत असताना क्लिंटन यांनी वित्तीय तूट घालवली आणि सरकारी खात्यात शिल्लक निर्माण केली. हे सर्व श्रेय मात्र क्लिंटन यांना द्यावे लागेल.

जेव्हा बुश निवडून आले त्याची सुरुवातच संशय आणि गोंधळ यांनी झाली. मतदारांची मते मोजण्याच्या किचकट आणि वादास्पद पद्धतीतून अगदी थोड्या मतांच्या फरकाने बुश निवडून आले. हे वाद सुद्धा ज्या फ्लॉरिडा राज्यात झाले तेथे बुश यांचे बंधूच राज्यपाल होते. शिवाय हा अंतिम निर्णय सुप्रीम कोर्टात गेला आणि तेथेही एका मताच्या फरकाने बुश यांची निवड पक्की झाली. हे गोंधळ जणू कमी होते म्हणून त्यात अकरा सप्टेंबरच्या अमेरिकेवरच्या दहशतवादी हल्ल्याची भर पडली. त्याच सुमारास आर्थिक मंदीनेही आपला प्रभाव वाढवला होता. अशा सगळ्या अपरिचित घटनांच्या पार्श्वभूमीवर आता जेव्हा आर्थिक वाढीची चिन्हे दिसत आहेत त्यावेळी एक नवा वाद निर्माण झालेला आहे.

वाढ झाली परंतु बेरोजगारीत काही फरक पडला नाही यावर सगळ्या टीकाकारांचा रोख आहे. यासर्व गदारोळात बुश यांचे प्रशासन गोंधळलेले आणि भांबावलेले दिसते. त्यामुळे त्यांच्याकडून अनेक उलटसुलट गोष्टी घडत आहेत. त्यांनी अमेरिकेतल्या पोलाद उद्योगातले कामगार म्हणतात म्हणून बाहेरून येणाऱ्या पोलादाच्या आयातीवर संरक्षणात्मक शुल्के बसवली. अमेरिकेचेच युरोपमधले मित्र देश या विरोधात डब्ल्यूटीओकडे गेले आणि डब्ल्यूटीओने अमेरिकेचे हे धोरण चुकीचे आहे असा निर्णय दिला. तसेच ही शुल्के काढून टाकली नाहीत तर दंडही ठोठावू असे बजावले. अखेरीस बुश यांनी माघार घेतली. विशेष म्हणजे ज्या पोलाद उद्योगातल्या कामगारांच्या नोकऱ्या टिकाव्या म्हणून बुश यांनी जे ठरवले त्याचा फटका अमेरिकेतल्या वाहन उद्योगातल्या कामगारांना बसला. पोलादाच्या किंमती वाढल्यामुळे वाहनांच्या किंमती वाढल्या आणि अमेरिकेची वाहनांची निर्यात धोक्यात आली. त्यामुळे वाहन उद्योगातील कामगार नाराज झाले आणि त्यांनी बुश यांच्यावर उलटा दबाव आणला.

आता बीपीओच्या बाबतही असाच विसंवाद आहे. सर्वच मोठ्या उद्योग समूहांनी बीपीओच्या माध्यमातून सेवेवर आधारलेली कामे बाहेरच्या देशातून करून घ्यायचे ठरवले आहे. त्यांच्यामते यात त्या उद्योगांचा फायदा आहे. त्यामुळे उत्पादन खर्च कमी होणार आहे आणि कंपनीच्या नफ्यात वाढ होणार आहे. तसे झाले तर कंपनीच्या भागधारकांचा फायदा होईल आणि बाजारात अधिक गुंतवणुकीचे वातावरण निर्माण होईल. तसेच उत्पादन खर्च कमी झाल्यामुळे मालाची किंमत कमी होईल आणि त्यातून सरसकट ग्राहकाचा फायदा होईल. असे झाले तर ग्राहकाच्या मागणीत भर पडेल आणि आजच्या मंदीमधून वेगाने बाहेर पडता येईल. आजही आर्थिक वाढीत सुधारणा होत असली तरीही ग्राहकांची मागणी पुरेशा भरवशाने वाढत्या पातळीवर स्थिरावलेली नाही. थोडक्यात म्हणजे एक मर्यादित संख्येचा नोकरदारांचा

वर्ग सोडला तर समाजातल्या अनेक घटकांचा बीपीओच्या पद्धतीने फायदा होणार आहे.

हे सर्व फक्त बीपीओच्या समर्थकांचे कल्पनाचित्र आहे असे म्हणता येणार नाही. यावर तज्ज्ञ सल्लागार संस्थांनी सविस्तर अभ्यास करून यातून कोणाकोणाचा किती नेमका फायदा होणार आहे याचे अंदाज बांधलेले आहेत. विशेष म्हणजे त्यावर कोणी फारसा वादही केलेला नाही. म्हणजे एका व्यापक अर्थाने ते सगळ्यांना मान्य आहेत असे म्हणता येईल. याबरोबरच अभ्यासकांनी एका मागच्या अनुभवाची सर्वांना आठवण करून दिलेली आहे.

यापूर्वीही जेव्हा मागच्या दशकात माहिती तंत्रज्ञानाची क्रांती सुरू झाली तेव्हा मोठ्या संख्येने प्रशिक्षित आणि तंत्रज्ञानविभूषित मनुष्यबळाची कमतरता भासू लागली आणि त्यासाठी भारतासारख्या विकसनशील देशातून हे मनुष्यबळ आयात करावे लागले. ऐतिहासिकदृष्ट्या औद्यागिक देशांना हा एक विलक्षण अनुभव होता कारण त्यांची गरज आहे आणि ती आपल्या स्वत:च्या देशातून भागवता येत नाही म्हणून बाहेरच्या आणि त्यातूनही गरीब विकसनशील देशातून प्रशिक्षित मनुष्यबळ प्रथमच आणावे लागले. त्यावेळीही सर्वसाधारण कामगार संघटनांनी त्याच्या विरोधात निषेध आणि आंदोलने केली. त्यावेळीही अमेरिकेतल्या लोकप्रतिनिधींवर दबाव आणण्यात आलेला होता आणि प्रशासनही अशा मनुष्यबळाच्या आयातीवर बंधने घालावीत अशा निर्णयाप्रत आलेले होते.

परंतु त्यावेळी माहिती तंत्रज्ञानाच्या खाजगी उद्योजकांनी बरीच मुत्सद्देगिरी दाखवून क्लिंटन प्रशासनाची योग्य ती समजूत घातली. त्यावेळी या उद्योजकांनी अमेरिकेतल्या प्रशासनाला असे बजावले की जर आता अमेरिकेने ही बंदी आणली आणि आपली संधी गमावली तर युरोपातले इतर औद्योगिक देश नेमके याचा फायदा घेतील आणि अमेरिकेवर मात करतील. किंबहुना अमेरिकेतल्याच खाजगी क्षेत्रातल्या मोठ्या कंपन्या आपल्या शाखा युरोपात सुरू करतील आणि तेथून आपली गरज भागवतील. विशेष म्हणजे नंतर ज्या घडामोडी घडल्या त्यातून या सगळ्याची सत्यता लोकांना पटली. मुख्य म्हणजे अमेरिकेची भरभराट झाली. त्या वेळच्या वादातूनच एच. वन. बी. असा व्हिसाचा एक वेगळा प्रकार करून त्यातून मोठ्या प्रमाणावर प्रशिक्षित मनुष्यबळाची आयात करण्यात आली. त्याचे फायदेही अमेरिकेला मिळाले.

राजकारणातल्या समजुती नेहमीच उलटसुलट असतात. आणि त्यात डावेउजवे असते. खरे काय आणि खोटे काय याचे जनसामान्यांना भान नसते. आत्तासुद्धा अमेरिकेमध्ये चीनच्या औद्योगिक मालाच्या उत्पादनामुळे कदाचित अधिक रोजगाराचे नुकसान होत असेल. परंतु भारतात बीपीओमुळे ज्या सेवा क्षेत्रांचे काम नेण्यात येते

त्यामुळे अमेरिकेत अधिक रोजगार बुडतो हा समज प्रचलित आहे. त्यामुळे लोकांचा राग भारतातल्या कॉल सेंटरवर जास्ती आहे. मुळात जेव्हा अमेरिकन ग्राहक कॉल सेंटरला फोन करतो तेव्हा त्याला तकार करायची असते किंवा अडचण आलेली असते. या असमाधानामुळे भारतातल्या कॉल सेंटरमधल्या प्रतिसाद देणाऱ्या नोकरदारांवर राग काढणे सोपे असते.

अशा या गुंतागुंतीच्या भावनिक संघर्षात राजकीय समजुती दृढ झाल्या आहेत. तुलनेने अर्थशास्त्रज्ञ नेहमी देशाबाहेर कामे नेण्याचा म्हणजे आऊट सोर्सिंगचा दीर्घकाळातला दृष्टीकोन घेतात. अर्थशास्त्राप्रमाणे जेव्हा देश आपल्या क्षमतेनुसार उत्पादन करतात आणि एकमेकाशी व्यापार करतात तेव्हा सगळ्यांचाच फायदा होतो. जेव्हा आऊटसोर्सिंग केले जाते तेव्हा हलकी कामे कमी खर्चात भारतात करता येतात हेच त्याचे कारण असते. यातून जो फायदा होतो तो अमेरिकन कंपन्या गुंतवणूक करून त्यातून अधिक रोजगारच निर्माण करत असतात. थोडक्यात म्हणजे काही प्रकारचा रोजगार अमेरिकेतून भारतात हलला तरीही अमेरिकेतला रोजगार वाढू शकतो.

जे कळण्याला इतके सहज सोपे आहे ते राजकारणी माणसाला कळत नाही अशी शक्यता नाही. परंतु अल्प काळात जो असंतोष असतो त्याचा फायदा घेण्याचा मोहही त्यांना आवरत नाही. आजचे अध्यक्ष बुश यांचा मुक्त व्यापाराला पूर्ण पाठिंबा आहे परंतु आज ते डेमोक्रॅटिक पक्षाचे जॉन केरी यांना समर्थपणे तोंड देऊ शकत नाहीत. त्यामुळे अमेरिकेच्या व्यापार प्रतिनिधींनी भारताला एक इशारा दिला आहे. जर भारताला आऊटसोर्सिंगवर बंदी अगर बंधने येऊ नयेत असे वाटत असले तर त्याने अर्थव्यवस्थेची इतर क्षेत्रे खुली केली पाहिजेत. त्यातच कृषीचाही समावेश आहे.

आऊससोर्सिंग या विषयाचे जे राजकारण झाले आहे त्याने भारत आणि अमेरिका या दोन्हीही देशात अनेकांना अडचणीत आणले आहे. त्याचे मुख्य निमित्त म्हणजे निवडणूका हे आहे. अशा प्रकारच्या कृत्रिम आणि दुर्दैवी वादामुळे भारत आणि अमेरिका यातील संबंधांवर अनेक दबाव आले आहेत. सर्वसाधारण लोकमताच्या पातळीवर भारतामध्ये अमेरिकेची धोरणे किती दुटप्पी आहेत याची चर्चा होते. म्हणजे अमेरिका आपल्या देशातल्या काही हितसंबंधी गटांना खुश करण्यासाठी बंधने घालते आणि त्याच्या बदल्यात इतर देशांनी आपला व्यापार आणि आपल्या बाजारपेठा अधिक मुक्त कराव्यात अशा मागण्या करते.

सर्वसाधारण माणसाला यातला विसंवाद आणि भंपकपणा कळू शकतो. हे जरी पूर्णपणे खरे असले तरी ही टीका भारतावरही होऊ शकते हे येथल्या सामान्य माणसाला माहीत नसते. आपण माहिती तंत्रज्ञानाच्या आणि संलग्न सेवा क्षेत्राच्या विषयात बंधने नसावीत असा आग्रह धरतो परंतु आपल्याला सोयीची जी क्षेत्रे आहेत

त्यावर मात्र आपल्या हिताला धरून बंधने आपण चालू ठेवतो. मुख्य म्हणजे अशा विसंवादावर बोट ठेवल्यामुळे दोन्हीही देशांचे संबंध पुढे जात नाहीत. किंबहुना त्या दोघांना नुकसानच येते.

अशा प्रकारे वाद एकमेकात गुंतले तर भारताची अडचण होते. शिवाय अमेरिकेला डब्ल्यूटीओच्या व्यापक चर्चेमध्ये आपल्या समर्थनार्थ आणखी एक मुद्दा मिळतो. आऊटसोर्सिंगचा वाद फक्त भारताभोवती मर्यादित झाल्यामुळे इतर विकसनशील देशही भारताची बाजू घेतील ही शक्यता कमी आहे. उलट डब्ल्यूटीओच्या चर्चांमध्ये विकसनशील देशांमध्ये एक समान भूमिका असणे आवश्यक आहे. त्यातूनच औद्योगिक देशांवर काही प्रमाणात दबाव येऊ शकतो. भारताची आऊटसोर्सिंगच्या विषयावर आपली बाजू कितीही रास्त असली तरीही एकट्याने त्यातून अमेरिकेला तोंड देता येणार नाही.

त्यामुळे व्यापाराच्या इतर प्रश्नांपासून आऊटसोर्सिंग हा विषय बाजूला ठेवणे हे आपल्या हिताचे आहे. अमेरिका अर्थातच या गोष्टी एकत्र आणण्याचा प्रयत्न करील. अगोदरच अमेरिकेने भारतावर टीका केलेली आहे. भारताने सरकारी खरेद्यांचा विषय डब्ल्यूटीओच्या विचारविनिमयात आणण्याचे नाकारलेले आहे. त्याचा आधार घेत आता अमेरिका असे म्हणजे आहे की आमच्या सरकारने आऊटसोर्सिंगच्या विषयात सरकारची खरेदी म्हणून बंदी आणली तर आम्ही वेगळे काय केले?

भारताच्या दृष्टीने आऊटसोर्सिंग आणि डब्ल्यूटीओतले इतर प्रश्न यातला दुवा वेगळा केला तर फायद्याचे आहे. त्यापेक्षा अमेरिकेबरोबर आऊटसोर्सिंग या विषयाच्या अंतर्गतच याची चर्चा करता येईल. दोन्हीही देशांच्या दृष्टीने बीपीओ करताना कोणती काळजी घ्यावी याची चर्चा होऊ शकते. विशेषत: कॉल सेंटरमधल्या नोकरदारांना जी माहिती मिळते त्याच्या सुरक्षिततेविषयी बरेच उपाय योजण्याची आवश्यकता आहे. तसेच कॉलसेंटरमधल्या नोकरदारांनी विशिष्ट शैलीने उत्तरे देणे याचाही प्रश्न आहे. त्याऐवजी उत्तर देणाऱ्या व्यक्तीने आपण कोणत्या देशातून बोलत आहोत याची ओळख दिली तर बऱ्याच अडचणी कमी होऊ शकतात. अशा पद्धतीने अनेक व्यावहारिक, कायदेशीर आणि तात्त्विक बाबींचा अमेरिका आणि भारत एकत्र येऊन विचार करू शकतात. आज आऊटसोर्सिंग हा फक्त वादाचा आणि राजकारणाचा विषय बनला आहे. त्यापेक्षा तो वाटाघाटीचा आणि विचार विनिमयाचा विषय बनला तर व्यवहारात पुढचे पाऊल पडू शकेल. दोन्हीही देशांमध्ये लोकशाही व्यवस्था आहेत आणि या व्यवस्थेच्या मर्यादा निवडणुकीशी गुंतलेल्या आहेत. हा वेळ काढता आला तर आऊससोर्सिंग या विषयातून दोन्हीही देशांचा मोठा फायदा होऊ शकेल.

■

६.८ सेवा क्षेत्रात मुक्त व्यापार

गेल्या काही वर्षात भारताच्या आंतरराष्ट्रीय व्यापारात अनेक महत्त्वाच्या गोष्टी घडत आहेत. या विषयावर अभ्यासक टी. एन. श्रीनिवासन आणि सुरेश तेंडुलकर यांनी एक ग्रंथ लिहिला आहे त्याचे नाव आहे रीइंटिग्रेटिंग इंडिया विथ द वर्ल्ड इकॉनॉमी. आपण नेहमी भारताची अर्थव्यवस्था खुली करून जगाशी जोडण्याचे बोलत असतो. खरे म्हणजे ही काही नवी गोष्ट नाही. या देशाला जगाबरोबरच्या व्यापाराची दीर्घ परंपरा आहे आणि हा व्यापारी देश आहे अशीच त्याची ओळख होती. स्वातंत्र्यानंतर प्रथमच नेहरूंच्या नेतृत्त्वाखाली केंद्रीभूत नियोजनाचे धोरण स्वीकारण्यात आले आणि त्या अंतर्गत लोकशाही समाजवादाची वाट धरण्यात आली. त्यामध्ये मुख्य कल्पना देशाने स्वयंपूर्ण बनावे आणि जागतिक राजकारणातल्या विविध दबावगटांपासून स्वतंत्र रहावे अशी होती. त्यातूनच वेगाने विकास होईल आणि झपाट्याने दारिद्र्य कमी होईल असा गाढ विश्वास होता.

नंतरच्या अनुभवातून हा आशावाद अनाठायी आणि भोळसटपणाचा होता असा अनुभव आला. श्रीनिवासन आणि तेंडुलकर यांनी देशाने स्वीकारलेल्या आणि नंतर फसलेल्या नियोजनाचा वेचक सारांश दिला आहे आणि १९९१ पासून जे उदारीकरण स्वीकारण्यात आले त्यामधल्या अर्धवट सुधारणा कार्यकमाचे अपयशही दिले आहे. यामुळे या काळात मिळालेले यशही मर्यादित होते आणि त्याजागी जर धाडसाने व्यापारात सुधारणा केल्या तर भरभराटही कशी लवकर येईल याचे दिग्दर्शन केले आहे.

नेहरूंच्या दृष्टीतून आंतरराष्ट्रीय व्यापार म्हणजे जगातल्या आर्थिक साम्राज्यवादाचे एक अंग होते आणि अशा मुक्त व्यापारातून ब्रिटिश आपल्या देशाला नेहमीच गरीब ठेवतील असे वाटत होते. तसेच ब्रिटिश भारतात औद्योगिकीकरण वाढू देणार नाहीत कारण त्यामुळे ब्रिटनला आपला औद्योगिक माल बाजारात खपवणे सोपे जाईल असा समज होता. स्वातंत्र्यापूर्वीच्या संघर्षात काँग्रेसची ही एक ठोस भूमिका होती परंतु तशी वस्तुस्थिती नव्हती. ब्रिटिश राजवटीच्या सुरुवातीच्या १८५० ते १९१४ या काळात भारतात औद्योगिकीकरणाच्या दिशेने बरीच प्रगती झालेली होती. त्यावेळी

जगामध्ये तागाच्या माल उत्पादनात भारताचा पहिला क्रमांक होता. कापड उद्योगाच्या क्षेत्रात भारत चौथ्या अगर पाचव्या स्थानावर होता आणि जगामध्ये सर्वात मोठ्या तिसऱ्या कमांकाच्या रेल्वेची व्यवस्था होती. अगदी१९१४च्या महायुद्धानंतर १९३८ पर्यंतच्या काळात देशाच्या औद्योगिक उत्पादनाचा निर्देशांक (पाया १९१३ साल) २३९.७ टक्के इतका वाढला होता. यापेक्षा फक्त जपानचा उत्पादन निर्देशांक अधिक म्हणजे ५५२ बिंदू होता. इतर सर्व देशांचा उत्पादनाचा निर्देशांक भारतापेक्षा कमी होता. यामध्ये कॅनडा, चिली, इटली, जर्मनी, युनायटेड स्टेटस ऑफ अमेरिका, अशा प्रमुख देशांचा समावेश होता. तसेच त्यावेळच्या जगाचा एकत्रित निर्देशांकही भारतापेक्षा कमी होता. कोणालाही प्रश्न पडेल की नेहरूंचे सल्लागार आणि पाठीराखे यांना या आकडेवारीकडे कशी डोळेझाक करता आली.

राज्यकर्त्यांनी असा सर्वांचा समज करून दिला की कापड उद्योग ही एक खालच्या पातळीवरची उत्पादनाची व्यवस्था आहे आणि औद्योगिक जगात त्याला महत्त्व नाही. खरे महत्त्व आहे औद्योगिक यंत्रांच्या उत्पादनांचे. यंत्रे बनविणारी यंत्रे जेव्हा निर्माण करता येतात (मशिन्स दॅट प्रोड्यूज मशिन्स) तेव्हाच खरे औद्योगिकीकरण झाले असे म्हणता येते. या तत्त्वज्ञानाचा खरा फायदा उठवला ज्यांना आशियातले वाघ म्हटले जाते त्या देशांनी. भारताने स्वतःच्या बुद्धीने कापड उद्योगाचे क्षेत्र सोडून दिले आणि आशियातल्या काही देशांनी ते काबीज केले. हा एक मूर्खपणाचा व्यवहार ठरला. देशाने यंत्रांच्या उत्पादनात स्वयंपूर्णता मिळविली परंतु आशियातल्या वाघांनी या यंत्रांसाठी जी किंमत दिली त्याच्या दुप्पटीने भारताला खर्च आला. यातून त्यांची भरभराट झाली आणि आपण भिकारी झालो.

भारताचे निर्यातीचे जीडीपीबरोबरचे गुणोत्तर १९५० मध्ये ७.३ टक्के होते ते १९६५ मध्ये ३ टक्क्यांवर आले आणि १९७३ पर्यंत ते ४ टक्क्याच्या आत होते. त्यानंतर त्यात सुधारणा होत गेली आणि १९९० पर्यंत हे प्रमाण ५.८ टक्के झाले. त्यानंतर १९९१ मध्ये आर्थिक सुधारणांना सुरुवात झाली आणि मालाच्या निर्यातीचा विचार करता हे प्रमाण आता दहा टक्क्यांपर्यंत वाढले आहे. यात जर सेवांचा (सर्व्हिसेस) अंतर्भाव केला तर ही वाढ दोन तृतीयांशापेक्षा अधिक आहे.

याला धरून आयातीतही वाढ झालेली आहे. यामुळे व्यापारी मालाचे (आयात निर्यात) जीडीपीचे गुणोत्तर हे १६.६ टक्क्यांवरून २४.२ टक्के वाढले आहे. इतकी वाढ होऊनही याची चीनबरोबर तुलना होत नाही कारण चीनचे हे प्रमाण ४९ टक्के आहे. गेल्या दशकात देशाने प्रशुल्क (टॅरिफ) कमी केले आहे आणि बिगर प्रशुल्काच्या अडचणीही हटवल्या आहेत. परंतु तरीही जगाच्या तुलनेने भारतात परदेश व्यापारावर सर्वात अधिक पातळीवरचे प्रशुल्क आहे. आयातीशी निगडित प्रशुल्क १९९० मध्ये ३९.६ टक्के होते ते १९९९ मध्ये २८.५ टक्क्यांपर्यंत खाली आले. परंतु याच

काळात चीनमध्ये हे प्रमाण १४.७ टक्क्यांवर आले आणि आजमितीला ते फक्त ७ टक्के आहे. भारतामध्ये उत्पादन खर्चाची पातळी का अधिक आहे याचे उत्तर या आकडेवारीतून मिळते.

मागे १९९० मध्ये भारताला डॉलरच्या साठ्यात चणचण भासत होती आणि आता परदेशी हुंडणावळीमध्ये भरपूर डॉलर आहेत. श्रीनिवासन आणि तेंडुलकर यांनी हा जो आश्चर्यकारक बदल घडून आला त्याचे श्रेय विनिमयदरात जी लवचिकता आली आणि व्यापाराच्या धोरणात ज्या सुधारणा झाल्या त्यांना दिले आहे. परदेशी विनिमयदरात जे व्यावहारिक बदल झाले त्यामुळे परदेशातील भारतीयांनी देशाला अधिक निधी पाठवणे सुरू केले असावे असे म्हणता येईल. अर्थात हा काही खराखुरा बदल नव्हे कारण हा निधी पूर्वी अनधिकृतपणे हवाला मार्गाने देशात येत होता तो आता अधिकृत बँकांच्या माध्यमातून येऊ लागला आणि ती एक परिस्थितीत सुधारणा झाली असे मान्य करता येईल. परंतु नव्वदीच्या दशकात सर्वात मोठी घटना घडली ती म्हणजे सेवा क्षेत्रातील निर्यात यामध्ये प्रमुख योगदान माहिती तंत्रज्ञानाच्या क्षेत्राचे होते. यामुळे जगातल्या बाजारपेठेत आणि विशेषत: पश्चिमेतल्या श्रीमंत देशात आपण समर्थपणे आणि आपल्या ताकदीवर स्पर्धा करू शकतो असा भारतीयांना एक नवा आत्मविश्वास मिळाला. एकापरीने भारतीयांची मानसिकता बदलण्यासाठी ही एक कांतीच झाली.

श्रीनिवासन आणि तेंडुलकर यांनी जी आकडेवारी गोळा केली आहे त्यात काही आश्चर्याच्या गोष्टी आहेत. त्यापैकी एक प्रमुख म्हणजे नव्वदीच्या मध्यानंतर आणि दशकाच्या अखेरीपर्यंत अप्रत्यक्ष आयात महसूल वर्षाल १६.५ अब्ज (१६.५ बिलियन) डॉलर वरून २४.४ अब्ज (२४.४ बिलियन) डॉलर इतका अचानक वाढला. तसेच संकीर्ण सेवांच्या (मिसलेनियस सर्व्हिस) निर्यातीतून उत्पन्न २.०४ अब्ज (२.०४ बिलियन) डॉलर वरून ८.७३ अब्ज (८.७३ बिलियन) डॉलर इतके वाढले. परंतु ही वाढ त्याकाळात माहिती तंत्रज्ञानाच्या सेवांच्या निर्यातीतूनच झाली असे दिसत नाही. माहिती तंत्रज्ञानातून मिळालेल्या उत्पन्नात ०.६६ अब्ज (०.६६ बिलियन) डॉलरवरून ३.६९ अब्ज (३.६९ बिलियन) डॉलर वाढ झाली. म्हणजे संकीर्ण सेवांच्या निर्यातीतून जी चौपट वाढ झाली त्यातला काही भाग अजूनही शोधण्यासारखा राहतो. लेखकानी असे म्हटले आहे की ही जी सेवांच्या निर्यातीत वाढ झाली त्यातून मोठ्या प्रमाणावर डॉलरची आवक झाली. परंतु या विषयात अजून बरेच शोधावे लागेल असे दिसते.

ही जी संकीर्ण सेवांच्या निर्यातीमध्ये मोठी वाढ होत आहे त्याचा शोध घ्यावा लागेल. एक महत्त्वाची बाब म्हणजे जर या मार्गाने इतक्या मोठ्या प्रमाणावर निर्यातीचे उत्पन्न मिळत आहे तर त्याला संकीर्ण म्हणण्याचे कारण काय? सरकारजवळ

अनेक चिल्लर वस्तुंच्या निर्यातीबाबत तपशीलवार माहिती आहे परंतु ज्या सेवांच्या निर्यातीतून लक्षणीय उत्पन्न मिळत आहे त्याविषयी पुरेशी माहिती नाही हे आश्चर्यकारक आहे.

माहिती तंत्रज्ञसानाच्या सेवाव्यतिरिक्त ज्या इतर सेवा निर्यात उत्पन्न मिळवून देत आहेत त्या कोणत्या असू शकतात, एक म्हणजे परदेशी पर्यटकांचे आगमन. परंतु हे उत्पन्न फारसे मोठे नाही कारण भारतात वर्षाला फक्त २२ लाख (२.२ मिलियन) पर्यटक येतात. चीनमध्ये २ कोटी ३ लाख (२३ मिलियन) आणि मलेशियामध्ये ७० लाख (७ मिलियन) पर्यटक येतात. दुसरा मार्ग आहे परदेशी विद्यार्थी भारतीय विद्यापीठात शिकण्यास येतात आणि परदेशातील आजारी रुग्ण भारतातल्या रुग्णालयात औषधोपचारासाठी येतात. परंतु हा नंबर फारसा लक्षणीय नाही. तसेच मुंबईच्या बॉलिवूड म्हणण्यात येणाऱ्या चित्रपट आणि संगीत क्षेत्रात निर्यातीच्या दृष्टीने थोडेफार काही घडत आहे. भारतात अनेक बहुराष्ट्रीय कंपन्यांनी आपली संशोधन आणि विकास केंद्रे सुरू करण्याचे योजले आहे. थोडक्यात म्हणजे या विषयात आज फारशी माहिती उपलब्ध नाही आणि त्यावर बरेच संशोधन करावे लागेल.

येत्या काळात भारताने जागतिक व्यापार परिषदेच्या कामात अधिक उत्साहाने भाग घेतला पाहिजे आणि आपल्या भूमिकेचा पाठपुरावा केला पाहिजे. यातूनच भारतीय व्यापार हा अधिक मुक्त होईल आणि श्रीमंत देशांनी आपल्या कृषीला जे संरक्षण दिले आहे कमी होईल. लेखकानी एका विषयात मात्र काही संदेह व्यक्त केला आहे. डब्ल्यूटीओने सेवा क्षेत्रात मुक्त व्यापाराचा अंतर्भाव करावा या विषयी लेखकांना काही संशय आहे. वास्तविक पाहता भारताच्या दृष्टीने सेवा क्षेत्रात मोठी संधी आहे आणि त्यातून आपल्या अर्थव्यवस्थेला मोठी चालनाही मिळू शकते. पूर्वी नेहरूंच्या काळात वस्तूंच्या व्यापारात बंधने उठवण्यात आली तर भारताचे नुकसान होईल असा चुकीचा समज होता. त्याचप्रमाणे आता सेवा क्षेत्रात मुक्त व्यापार आला तर भारताला काही धोका पोहोचू शकतो अशा प्रकारची ही भ्रामक भीती आहे. वास्तविक पाहता अमेरिका आणि ब्रिटन येथे अनेक स्थानिक राजकारणी यांना भारतात माहितीवरील प्रकिया उद्योग सुरू झाले तर आपल्या देशात बेरोजगार येईल या चिंतेने घेरलेले आहे. बॅक ऑफीस जॉब्स आणि कॉल सेंटर्स परदेशातून भारतात येत आहेत त्याचबरोबर आता इतर सेवाही येथे आणण्याची पकिया सुरू होईल यात कायदा, लेखापरीक्षा, वैद्यकीय, क्षैक्षणिक, वित्त अशा अनेक क्षेत्रांचा समावेश होईल. ही प्रकिया अगोदरच सुरू झालेली आहे परंतु या क्षेत्रात काही हितसंबंधी गट स्वसंरक्षणासाठी काही संकुचित भूमिका घेत आहेत. या क्षेत्रातल्या प्रस्थापितांना बाहेरच्या स्पर्धेला तोंड देण्याची इच्छा नाही आणि बहुदा आत्मविश्वासही नाही. परंतु सेवाक्षेत्रांचे मुक्त व्यवहारासाठी खुले करणे यात देशाचे हित अधिक आहे.

■

६.९ भारताची निर्यातीची क्षमता

भारताची अर्थव्यवस्था आजच्या जागतिक अर्थव्यवस्थेमध्ये कोणी दुर्लक्ष करण्यासारखा विषय समजत नाही. अजूनही श्रीमंत औद्योगिक देश जितक्या गंभीरपणे चीनचा विचार करतात तसे भारताबाबत होत नाही हे नक्की खरे. परंतु त्यामागे अनेक गुंतागुंतीची कारणे आहेत आणि ती अर्थव्यवस्थेच्या पलीकडची आहेत. असे असले तरी भारताच्या आर्थिक शक्तीची दखल जगाने चीनबरोबरच घेतलेली आहे हेही तितकेच खरे आहे. मागच्या चौदा वर्षात भारताने उदारीकरणाचा मार्ग स्वीकारल्यावर देशाच्या आर्थिक वाढीचा दर पुढे सरकला आहे. नियोजनाच्या चाळीस वर्षात विकास दर जेमतेम तीन टक्क्यांचा होता आणि नंतर तो मागच्या दशकात पाच टक्क्यांच्यावर हलला. आता मागच्या चार वर्षात हा सरासरी दर सहा टक्क्यांवर आहे. मागच्या २००३-०४ वर्षात वाढीचा दर ८.२ टक्के झाला. तो थोडासा अपवाद मानला तरीही चालू आणि येत्या वर्षात विकासाचा दर आठ टक्क्यांच्या भोवती स्थिर होऊ शकेल अशी आशा करण्यासारखी सध्या परिस्थिती आहे.

देशाच्या विकासाची क्षमता, प्रत्यक्षातला विकास आणि वाढीचा दर या चर्चेमध्ये एका मुद्यावर सगळ्यांचेच एकमत असते. तो म्हणजे देशाच्या व्यापाराची पातळी, त्यातूनही निर्यातीची, ही क्षमतेपेक्षा बरीच कमी आहे. या विषयावर किसील या पतनिर्धारण करणाऱ्या नामांकित संस्थेने एक संशोधन लेख तयार केला आहे. त्यामध्ये देशाच्या व्यापाराची आणि निर्यातीची खरोखरी किती क्षमता आहे याचा अंदाज घेण्यात आला आहे. त्याचा निष्कर्ष धक्कादायक आहे. या अभ्यासानुसार देशाची उभयपक्षी व्यापाराची क्षमता सुमारे २४९ अब्ज (२४९ बिलियन) डॉलर आहे आणि प्रत्यक्षात व्यापार फक्त ८५ अब्ज (८५ बिलियन) डॉलरचा होतो. म्हणजे आजची व्यापाराची पातळी ही क्षमतेपेक्षा सुमारे ६६ टक्क्यांनी कमी आहे.

या अभ्यासात सध्या जो दक्षिणपूर्व आशियातल्या देशांमध्ये उभयपक्षी व्यापार होतो त्याचा आधार घेण्यात आला. यामध्ये इंडोनेशिया, मलेशिया, सिंगापूर, फिलिपाईन्स, थायलंड आणि उत्तर आशियातले कोरिया, तायवान, चीन आणि जपान या देशांचा समावेश करण्यात आला होता. तसेच व्यापाराची व्याप्ती नीट लक्षात यावी म्हणून

वरील देशांचा अमेरिका आणि जर्मनी यांच्याबरोबरचा व्यापारही लक्षात घेण्यात आला होता.

या आशियातल्या देशांच्या नमुना पाहणीच्या आधाराने भारताच्या व्यापारातल्या पहिल्या तीस देशांच्या भागीदारांबरोबर किती व्यापार होऊ शकतो या क्षमतेचा अंदाज घेण्यात आला आहे. यापैकी इंडोनेशिया आणि युनायटेड अरब ईमिरेट्स (यूएई) या दोनच देशांबरोबर होणारा प्रत्यक्ष व्यापार हा क्षमतेच्या अंदाजापेक्षा अधिक आहे. दुसऱ्या टोकाला जपान, स्पेन, फ्रान्स, स्वीडन आणि कॅनडा या देशांबरोबर होणारा व्यापार आणि व्यापाराची क्षमता यामध्ये सर्वात अधिक तफावत आहे. त्यातही अर्जेंटिना, स्विडन, जपान, स्वित्झर्लंड आणि फ्रान्स या देशांबरोबर भारताचा जो निर्यात व्यापार होतो तो क्षमतेच्या तुलनेने खूप कमी आहे.

केंद्र सरकारने व्यापार वाढीच्या दृष्टीने फोकस आफ्रिका आणि फोकस सीआयएस असे दोन निर्यातवाढीला प्रोत्साहन देणारे कार्यक्रम जाहीर केले आहेत. या प्रयत्नात किसील संस्थेने जो संशोधनात्मक अभ्यास केला आहे त्याचा खूप उपयोग करून घेता येईल. या अभ्यासात जे इकॉनॉमेट्रिक प्रतिमान वापरले आहे त्यात देशादेशांमध्ये जे व्यापाराचे प्रवाह आहेत त्याला ग्रॅव्हिटी मॉडेल वापरून त्यावरून निष्कर्ष काढण्यात आलेले आहेत. अर्थशास्त्राच्या अभ्यासात हे रूढ आहे.

हे जे ग्रॅव्टिटी मॉडेल इतके लोकप्रिय झाले आहे त्याला काही पार्श्वभूमी आहे. प्रथम ॲडम स्मिथ या अर्थशास्त्रज्ञाने ॲब्सुलूट ॲडव्हान्टेज प्रिन्सिपलचा वापर करून एक मूळ मांडणी केली. त्यानंतर डेव्हिड रिकार्डो या अभ्यासकाने कंपॅरेटिव्ह ॲडव्हान्टेजचे तंत्र वापरात आणले. त्यानंतर हेक्‌शर आणि ओलीन यांनी रिलेटिव्ह फॅक्टर एंडोमेंटस्‌ची संकल्पना रुजवली. त्याबरोबर कुगमन आणि हेल्पमॅन यांनी तंत्रज्ञान हेही एक उत्पादन प्रकियेतील साधन आहे असा विचार मांडला. या वरील सर्व अभ्यासकांनी जी तात्त्विक मांडणी केली ती तार्किकदृष्ट्या आकर्षक असली तरीही त्यातून प्रत्यक्षात देशादेशात जो व्यापार होतो त्या सर्वाचा नीट खुलासा होऊ शकला नाही.

याउलट ग्रॅव्हिटी मॉडेलच्या मांडणीनुसार दोन देशांमध्ये जो व्यापाराचा प्रवाह असतो तो त्या देशातले उत्पन्न, लोकसंख्या आणि त्यांचे व्यापार करार यांना धरून होत असतो असे मानले आहे. शिवाय त्यात या दोन देशांमध्ये किती अंतर आहे याचाही परिणाम प्रतिबिंबित होतो. हे गॅव्हिटी मॉडेल सध्या लोकप्रिय झाले आहे याचे कारण यातल्या मांडणीनुसार प्रत्यक्षात होणाऱ्या व्यापाराचा बराचसा खुलासा होऊ शकतो. त्यामुळे क्रिसिल संस्थेने जे प्रतिमान वापरले आहे त्याला आक्षेप घेण्याची गरज नाही.

भारताच्या व्यापार क्षमतेच्या या अभ्यासात दोन देशातल्या व्यापारात राष्ट्रीय उत्पन्नाचा आकार तुलनेने किती आहे याचे महत्त्व आहे. तसेच उभयपक्षी निर्यात

व्यापारात हे उत्पन्न विशेष महत्त्वाचे आहे. तसेच दोन देशातले अंतर आणि त्या देशांमध्ये जे व्यापार करार होतात यामुळेही परदेशी व्यापाराचे भवितव्य ठरते. दोन देशांमधले व्यापार करार हे परिस्थितीनुसार बदलत असतात आणि त्यात त्या देशांमधील चालू आणि बदलती सरकारे आणि त्यांची धोरणे यांचा प्रभाव असतो. शिवाय दोन्हीही देशांमध्ये जी सरकारी नोकरशाही असते त्यातूनही काही प्रमाणात सतत विचारविनिमय आणि सातत्य आणि सुसंगती यांचा नेहमी फायदा होत असतो. त्यामुळे सरकारे बदलली आणि राज्यकर्ते बदलले म्हणून काही देशादेशातील करार उलट्यासुलट्या दिशेने बदलले जात नाहीत. प्रत्येक देश आपल्या हिताचे काय आहे याला धरूनच व्यापार करत असतो. तसेच हे देशहित म्हणजे काय याची समजही सुसंगतपणे राबवली जाते. मुख्य मुद्दा म्हणजे दोन देशातील जो प्रत्यक्षात व्यापार होतो त्यामध्ये व्यापार विषयक करार हे एक वेगळ्या प्रकारचे परिमाण काम करत असते.

या अभ्यासात जे प्रतिमान वापरले आहे त्यातून भारताची चीनला निर्यात करण्याची क्षमता ६.२ अब्ज (६.२ बिलियन) डॉलर आहे आणि आयात करण्याची क्षमता ६.७ अब्ज (६.७ बिलियन) डॉलर आहे असा अंदाज व्यक्त केलेला आहे. या व्यापारात सर्वात अधिक प्राधान्य समुद्रावाटे जो मार्ग आहे त्याचे आहे. अर्थात रस्त्यांच्या मार्गाने वाहतूक व्हावी म्हणून दोन देशांमध्ये राजनैतिक प्रयत्न चालू आहेत. दोन्हीही देशांचा भौगोलिक विस्तार मोठा असल्यामुळे रस्त्यांचा वापरही पूरक म्हणून करावाच लागेल.

याबरोबर दोन देशांमधले अंतर हे लक्षात घेऊन पाकिस्तानबरोबर व्यापार करण्यासाठी पंजाब, राजस्थान आणि गुजरात या राज्यांचे एक विशेष स्थान आहे. भारत आणि पाकिस्तानमध्ये व्यापाराची क्षमता सुमारे दोन अब्ज (दोन बिलियन) डॉलरची आहे असा अंदाज व्यक्त करण्यात आलेला आहे. एकूणातच चीन आणि पाकिस्तान या दोन्हीही शेजारी देशांचे व्यापाराच्या दृष्टीने अधिक महत्त्वाचे स्थान आहे याची सर्व सामान्यांनी दखल घेण्याची गरज आहे. या दोन देशांबरोबर शांततेचे आणि हार्दिक व्यापारी संबंध राहिले तर त्यातून आर्थिक विकासाला आणि वाढीला मोठी चालना मिळणार आहे. जेव्हा देशादेशांमध्ये व्यापारी संबंध विनासंघर्षाने वाढतात तेव्हा त्यातून एक भरभराटीचे आणि सामंजस्याचे वातावरण निर्माण होते आणि त्यामुळे बऱ्याच प्रमाणात राजकीय मतभेद आणि कटुता याचा परिणाम कमी होऊ शकतो. देशाच्या राजकीय नेतृत्त्वाला अशी मुत्सद्देगिरीची जोड असली तर देशहिताला धरून आर्थिक वाढीची धोरणे कोणती असातीत आणि त्यांना किती महत्त्व द्यावे हे सहजमान्य होते. या उलट जर अंतर्गत राजकारणात सत्ता स्पर्धा तीव्र असली तर दोन देशातल्या मतभेदांवरच बोलणी अडून बसतात. भारत आणि पाकिस्तान आणि भारत आणि चीन या देशांमधला राजकीय संबंध आणि व्यापारी संबंध या दृष्टीने अभ्यासण्याची गरज आहे.

■

विभाग ७ : अधिदानशेष

Balance of Payments

७.१ अधिदान शेषातील बदल

भारताच्या लक्षणीय आर्थिक वाढीतल्या प्रगतीमध्ये आपले परदेशी चलनाचे भरीव साठे हा एक मुद्दा असतो. आता जुलै २००७ मध्ये मागे दहा वर्षांपूर्वी पूर्वआशियातील देशांमध्ये जी वित्तीय आणीबाणीची परिस्थिती निर्माण झाली होती त्याचीही अनेकांनी आठवण काढली. आपल्या देशात मार्च १९९१मध्ये प्रथम अधिदान शेषामध्ये (बॅलन्स ऑफ पेमेंटस्) पेचप्रसंग निर्माण झाला तेव्हा आपला परदेशी चलनाचा साठा फक्त दोन अब्ज (दोन बिलियन) डॉलर होता. नंतर आता मार्च २००७ अखेरीस हा साठा १९० अब्ज (१९० बिलियन) डॉलर झाला आणि जुलै २००७ मध्ये ही पातळी २०० अब्ज (२०० बिलियन) डॉलरच्या वर पोहोचली. अर्थात असे मुबलक चलनाचे साठे गोळा करणारा भारत हा काही एकच देश नाही. अनेक विकसनशील देशांचीही कामगिरी तितकीच भरीव आहे. विशेष म्हणजे भारताच्या मालाच्या व्यापारात सतत मोठी तूट आहे. तसेच अमेरिकेच्या चालू खात्यात मोठी तूट आहे आणि विकसनशील देश आपली बचत अमेरिकेच्या डॉलरमध्ये गुंतवत आहेत. एकूणात हे जगातले सगळे वित्तीय चित्र गुंतागुंतीचे आहेत आणि गोंधळात टाकणारे आहेत. याचा सुसंगत अर्थ लावणे अजून कोणाला जमलेले नाही.

भारताच्या पुरता मर्यादित विचार केला तर आपल्या अधिदान शेषाच्या दीर्घकाळात इतके बदल होऊनही खरोखरी किती थोडे बदल झाले आहेत असे म्हणावे लागते. याचा अर्थ दीर्घ काळात अनेक बदल जरूर झाले परंतु त्यांची बेरीज केली तर संरचनात्मक बदल फारसे झालेले नाहीत असा निष्कर्ष निघतो. आजच्या जगामध्ये भांडवलाचे निधी सगळीकडे प्रवास करतात. परंतु त्यापूर्वी भारतात सोन्याचा साठा करण्याची अनेक शतकांची परंपरा होती. आपला जगाशी मालाचा मोठा व्यापार होत होता आणि आपल्याला त्यात मिळणारी शिल्लक या सोन्यामध्ये गुंतवली जात होती. आता आपण परदेशी चलनाचे साठे गोळा करत आहोत. एका अर्थाने हे चलनाचे साठे मागच्या इतिहासातील सोन्यासारखेच आहेत. फरक इतकाच आता आपला देशाचा मालाचा व्यापार तुटीमध्ये आहे. काही अभ्यासकांच्या मते भारतामध्ये पूर्वी

आणि आताही भांडवलाची कमतरता नव्हती. ज्या कमतरता आहेत त्या मध्यस्थ वित्त संस्थांच्या अभावामुळे आहेत. तसेच आपल्याकडची करप्रणाली जाचक आहे. मागे नियोजनाच्या काळात तर उच्च उत्पन्न गटावर सगळ्यात अधिक दराने कर आकारणी होत असे. त्यातूनच पुढे कर चुकवण्याची प्रवृत्ती बळावली आणि मुळच्या भ्रष्टाचारामध्ये आणखी भर पडली. याशिवाय आपल्याकडे भांडवल गुंतवणुकीला पोषक असे वातावरण नाही. नियोजनाच्या पहिल्या चाळीस वर्षात तर खाजगी क्षेत्राला कोणतेच महत्त्व नव्हते आणि औद्योगिकीकरणाची सगळी जबाबदारी सरकारने सार्वजनिक क्षेत्रातील उद्योगांवर सोपविलेली होती. याचे अनेक बरेवाईट परिणाम झाले आणि शेवटी देशाला १९९१ मध्ये आर्थिक पेचप्रसंगाला सामोरे जावे लागले. त्यातून बाहेर पडण्यासाठी आपण आपले सोने बाहेर नेऊन विकले आणि नंतर आर्थिक सुधारणांची वाट स्वीकारण्यात आली. त्यामुळे मागच्या सोळा वर्षात अर्थव्यवस्थेचे सगळे चित्र मुळापासून बदलले.

मागच्या साठ वर्षांच्या दीर्घ काळात पहिल्या दोन दशकात भारताचा व्यापार हा बऱ्यापैकी संतुलित होता. हा बदल झाला कारण आपल्या राज्यकर्त्यांनी देशाच्या औद्योगिकीकरणाचे नवीन प्रतिमान स्वीकारले आणि त्यात स्वावलंबन (सेल्फ रिलायन्स) आणि स्वयंपूर्णता (सेल्फ सफिशियन्सी) यावर सगळा भर देण्यात आला. मात्र स्वातंत्र्याअगोदरच्या काळात असे चित्र नव्हते. त्यापूर्वी आपण जगाबरोबर व्यापार करताना शिल्लक जमा करत होतो. अगदी रोमन साम्राज्याच्या वेळेपासून आपल्याला मिळणाऱ्या व्यापारातून आपण सोने खरेदी करून देशात आणत होतो. इतिहासकाळात भारतात समृद्धी आहे आणि येथे सोन्याचे मोठे साठे गोळा करण्यात आलेले आहेत याची जगभरात ख्याती पसरली होती. त्यामुळेच आपल्या देशावर बाहेरून लुटारूंच्या टोळ्या आक्रमण करत होत्या आणि आपली संपत्ती लुटून नेत होत्या. यासाठीच मेहमूद गझनी, नादिरशहा आणि अहमदशहा अब्दाली अशा देशावर आक्रमण करणाऱ्या परकीय सत्तांची नावे आपल्या इतिहासात नोंदवली गेली. नंतर इंग्रजांच्या सुमारे दोनशे वर्षांच्या राजवटीत देशाची संपत्ती बाहेर नेण्यात आली. रेमन्ड गोल्डस्मिथ यांनी आर्थिक इतिहासाचा अभ्यास केला आहे आणि त्यांनी भारतातून दरवर्षी मालाची नक्त निर्यात किती होत होती याचे अंदाज बांधले आहेत. त्यांच्या मते १८७९ ते १९१३ या काळात आपल्याकडून दरवर्षी मालाची नक्त निर्यात सुमारे २.१ टक्के होती. मात्र त्यानंतर १९२१ ते १९४६ या काळात ही निर्यातीची पातळी ०.९ टक्क्यांवर पोहोचली.

स्वातंत्र्यानंतर नियोजनाच्या काळात काय घडले? साठीच्या आणि सत्तरीच्या दशकात देशात सोने येतच होते. फक्त ते देशाच्या व्यापाराच्या अधिकृत सरकारी आकडेवारीमध्ये धरले जात नव्हते. त्याची अनेक कारणे आहेत. एक म्हणजे निर्यात

व्यापाराच्या बिलांमधून तो खर्च भागवला जात होता. यासाठी प्रत्यक्षापेक्षा बिलामध्ये अधिक आयात (ओव्हर इनव्हायसिंग ऑफ इंपोर्टस्) आणि प्रत्यक्षापेक्षा बिलामध्ये कमी आयात (अंडर इनव्हायसिंग ऑफ एक्सपोर्टस्) या मार्गाने सोन्याची खरेदी होत होती. आजच्या जगामध्ये भारतात सगळ्यात अधिक सोन्याचा साठा आहे असे समजले जाते. शिवाय जवळपास हा सगळा साठा खाजगी मालकीचा आहे. सरकारने काही प्रसंगी सोन्याचे रोखे काढून खाजगी व्यक्तींकडे असलेल्या अशा सोन्याच्या साठ्यांचा अधिक उत्पादक मत्ता म्हणून वापर करण्यासाठी काही प्रयत्न केलेले आहेत. परंतु सरकारला यात फारसे यश मिळालेले नाही.

भारत सरकारच्या अधिकृत आकडेवारीनुसार १९७१-७२च्या सुमारास आपला व्यापार आणि चालू खात्यातील तूट यांचे जीडीपीशी असलेले गुणोत्तर जवळपास एक टक्का होते. म्हणजे आपल्याजवळ परदेशी चलनाचे साठे ज्या प्रमाणात होते तितकेच आपले तुटीचे प्रमाण होते. सत्तरीच्या दशकात एक नवी गोष्ट घडली आणि त्यातून आपल्या अधिदान शेषामध्ये मोठी उणीव उघड झाली. तेलाच्या किंमतीमध्ये अचानक वाढ झाली आणि त्यामुळे आपल्या परदेश व्यापारात प्रथमच फार मोठी तूट दिसू लागली. अर्थात याबरोबर आणखीन एक नवीन गोष्ट घडली. ती म्हणजे जशी खनिज तेलाची किंमत वाढली त्याबरोबर तेल उत्पादक आखाती देशांमध्ये प्रचंड मोठी भरभराट आली आणि तेथे विकासाचे मोठे प्रकल्प निर्माण होऊ लागले. त्यामध्ये आपल्या देशातील कामगार वर्गाला मोठ्या प्रमाणावर रोजगार मिळू लागला आणि आपल्याकडून प्रौढ प्रशिक्षित मनुष्यबळाची निर्यात होऊ लागली. या मोठ्या संख्येने परदेशी गेलेल्या कामगार वर्गाने मायदेशात पैसे पाठवण्याचे सुरू केले. त्यामुळे या निधीच्या आयातीमधून आपली तूट बऱ्यापैकी भरून काढता येणे शक्य झाले. सन १९८०-८१मध्ये आपली मालाच्या व्यापारातली तूट मोठी होती आणि हिचे प्रमाण जीडीपीच्या ४.८ टक्के होते. परंतु परदेशातल्या कामगारांनी मायदेशात पाठवलेल्या निधीमुळे ही चालू खात्यातील तूट फक्त १.७ टक्क्यांवर रोखता आली. म्हणजे तेलाची आयात वगळली तर उरलेल्या मालाच्या व्यापारात जी एक टक्क्याची तूट होती तीच पातळी जवळपास चालू राहिली. अगदी अडचणीच्या प्रसंगीही यात फारसा काही बदल झाला नाही.

मागे १९९१-९२ मध्ये देशापुढे वित्तीय पेचप्रसंग उभा राहिला तो कशामुळे? त्यावेळी दोन गोष्टी एका वेळी जुळून आल्या. एक म्हणजे तेलाच्या किंमती एकदम भडकल्या आणि त्यामुळे आपला आयातीचा खर्च वाढला. दुसरी बाब म्हणजे नेमक्या त्यावेळी आपल्या परदेशातील कामगारांनी मायदेशात पैसे पाठवण्याचे कमी केले. त्यामुळे आपल्या अप्रत्यक्ष व्यापारामध्ये प्रथमच तूट दिसू लागली. मग परदेशी व्यापारासाठी आपली साधने कमी पडू लागली. याबरोबर देशादेशांच्या आर्थिक

स्वास्थ्याचे मूल्य ठरवणाऱ्या पत निर्धारण संस्था (क्रेडिट रेटिंग एजन्सीज्) सरसावल्या आणि त्यांनी भारताची मूल्यांकनाची पातळी खालची केली आणि आपल्याला स्पेक्युलेटिव्ह ग्रेड हे स्थान दिले. याचा अर्थ भारताला जगाच्या भांडवली बाजारात आपल्या परदेश व्यापारातील तूट भरून काढण्यासाठी प्रवेश नाकारण्यात आला.

अशा रीतीने खिंडीत सापडल्यावर भारताने काही ठोस निर्णय घेतले आणि त्याचे वर्णन ऐतिहासिक असेच करावे लागले. देशाच्या परदेश व्यापारात आपण चलनबाजारात रुपयाचे मूल्य चलत (फ्लोटिंग) ठेवण्याचे ठरवले. म्हणजे रुपयाचे विनिमय मूल्य बाजारात ज्याप्रमाणे चढउतार होतील त्याच्याशी जुळवून घेण्याचे ठरले. त्याचबरोबर देशाची अर्थव्यवस्था बाहेरच्या व्यापाराशी आणि व्यवस्थेशी जोडून घेण्याचा निर्णय झाला. व्यापक आर्थिक सुधारणा राज्यकर्त्यांनी स्वीकारल्यामुळे आपण उदारीकरणाची वाट पत्करली. जगातल्या इतर अनेक देशांनी वेगवेगळ्या कारणांसाठी नेमका हाच निर्णय घेतला होता आणि त्यातून जगाची नवीन वाटचाल सुरू झाली. त्यातून आपल्याला भरीव फायदे मिळाले हे आपण मागच्या सोळा वर्षांच्या अनुभवातून बघतच आहोत. त्यामुळेच आता नव्या शतकाच्या पहिल्या दशकातच आपण आर्थिक वाढीचा दर दहा टक्क्यांच्या पातळीवर पोहोचवू असा अर्थव्यवस्थेमध्ये सगळ्यांना आत्मविश्वास आलेला आहे.

याचे परिणाम काय झाले? आता आपला सगळा परदेशातला व्यवहार अधिकृत झाला. याचा मुख्य अर्थ म्हणजे पूर्वी हवाला मार्गाने जी देशात आणि परदेशात काळ्या पैशाची उलाढाल होत होती ती बऱ्यापैकी संपली. किंबहुना पूर्वीच्या काळात डॉलर महाग होता आणि प्रतिष्ठित होता आणि त्यामुळे आपला काळापैसा बाहेर गुंतवला जात होता. परंतु आता रुपया महाग झाला आणि डॉलर स्वस्त झाला त्यामुळे परदेशातून निधीची आवक भरपूर होत आहे. किंबहुना ही बाहेरच्या निधीची आयात धबधब्यासारखी येथे येत आहे आणि आपल्या रिझर्व्ह बँक आणि सेबी या संस्थांना या आयात निधीवर कसे लक्ष ठेवायचे आणि त्याचे कसे नियमन करायचे यावर आपली शक्ती केंद्रित करावी लागत आहे. या पंधरा वर्षात देशाच्या प्रगतीमुळे वित्तीय सुस्थिती इतकी सुधारली आहे की आता देशाला आपली इन्व्हेस्टमेंट ग्रेड कोणती आहे याचे मूल्य ठरवणाऱ्या पत निर्धारण संस्थांची शिफारस लागत नाही. परदेशातून मायदेशात येणारा निधीही भरपूर वाढला आहे. तसेच सेवा क्षेत्रातील निर्यातीमधून आपले उत्पन्न वाढले आहे. किंबहुना आता आपल्या चलनाचे मूल्य वाढल्यामुळे आपल्यावर स्पर्धेमध्ये टिकून राहण्याचे दडपण आणखीनच वाढले आहे. या काळात वित्त व्यवस्थेमध्ये ज्या अनेक सुधारणा झाल्या आणि त्याचबरोबर कर पद्धतीही सोपी झाली आणि त्याचा परिणाम म्हणून देशात होणारी बचत ही खऱ्या अर्थाने मुक्त झाली. ही बचत औपचारिक क्षेत्रात आल्यामुळे आपला बचतीचा

दर स्वातंत्र्यानंतरच्या पहिल्या तीस वर्षात जीडीपीच्या नऊ टक्क्यांवरून तो सोळा टक्क्यांवर पोहोचला. त्या नंतरच्या वीस वर्षात हे बचतीचे जीडीपीशी प्रमाण तेवीस टक्क्यांवर उंचावले आणि मागच्या दहा वर्षात हे प्रमाण आता तेहेतीस टक्क्यांवर पोहोचले आहे.

आपल्या देशाच्या परेदश व्यवहारात इतके मोठे बदल होऊनही आपल्याला खरा धोका कोणता आहे? आपल्या चालू खात्यात मोठी तूट असण्याचे कारण म्हणजे आपले तेलाच्या आयातीवरचे परावलंबन. साधारणपणे इतर बाबी आहे तशाच राहिल्या आणि तेलाच्या किंमतीत बॅरलमागे एक डॉलरने वाढ झाली तर या आयातीसाठी आपल्याला ७० कोटी (सातशे मिलियन) डॉलर अधिक मोजावे लागतात. आपली आर्थिक वाढ वेगाने होत आहे याचा अर्थ आपले औद्योगिकीकरण वाढत आहे आणि त्यामध्ये यांत्रिक मालाच्या उत्पादनाचे प्रमाण वाढत आहे. आपल्या दीर्घ काळात हे यांत्रिक उत्पादनाचे प्रमाण अगदी अल्प होते म्हणूनच आपला देश मागासलेला समजण्यात येत होता. त्यामुळे आता औद्योगिक उत्पादन प्रामुख्याने वाढू लागल्यावर तेल वजा जाता उरलेल्या मालाच्या व्यापारातली तूट प्रथमच २००५-०६ सालात जीडीपीच्या दोन टक्क्यांच्या वर पोहोचली. ही तूट मागे १९९१-९२ मध्ये जी तुटीची पातळी होती त्याच्या दुप्पट आहे. परंतु तरीही आपल्या चालू खात्यातील तूट ही पूर्वीपेक्षा निम्म्याने कमी आहे. असे असण्याचे कारण म्हणजे आता मधल्या काळात परदेशातून कामगारांनी मायदेशी पाठवलेला निधी अधिक आहे आणि आपल्या सेवा क्षेत्रातील निर्यातीमधून मिळणारे उत्पन्नही भरीव आहे. किंबहुना देशाच्या अधिदान शेषात आपल्या चालू खात्याचे वैशिष्ट्य म्हणजे हा मायदेशात येणारा निधी आणि माहिती तंत्रज्ञानातील निर्यात असे म्हटले पाहिजे.

आपल्या भांडवली खात्यात कोणते मुख्य बदल घडून आले आहेत? आपल्या परदेशी कर्जाचे जीडीपीबरोबर असलेले गुणोत्तर हे मागच्या १९९१ पासून आता सुमारे दहा टक्क्यांनी कमी झाले आहे. शिवाय याहीपेक्षा ठळक बदल म्हणजे येथल्या परदेशी गुंतवणुकीचे प्रमाण खूपच वाढले आहे. त्यामुळे याचा एकत्रित परिणाम बघण्यासारखा आहे. परदेशी कर्ज आणि परदेशी गुंतवणूक यांची एकत्रित टक्केवारी १९९१मध्ये जीडीपीच्या तीस टक्के होती आणि ती फक्त थोड्या प्रमाणात वाढून ती २००५-०६ सालात सुमारे तेहेतीस टक्क्यांवरच पोहोचली अर्थात विदेशी प्रत्यक्ष गुंतवणूक (एफडीआय) यातून मिळणारे फायदे डोळ्यांना दिसणारे आहेत. परंतु परदेशी कर्जाशी तुलना करता अशी गुंतवणूक थोडीशी महाग असते कारण गुंतवणूकदार अधिक जोखीम घेत असतात आणि त्यामुळे त्यांना आपल्या भांडवलावर अधिक परतावा मिळेल अशी अपेक्षा असते. त्याचबरोबर परदेशी गुंतवणूकदारांनी इक्विटीमध्ये केलेली गुंतवणूक काहीवेळा अस्थिर ठरू शकते कारण त्यात शेअर

बाजारात होणारे चढउतार डोळ्यापुढे ठेवून गुंतवणूक करण्यात आलेली असते. आणि आता कोणत्याही एका देशातले शेअर बाजार हे जगातल्या अशा बाजारातील घडामोडींपासून पूर्णपणे अलग राहू शकत नाहीत. त्याचा अर्थ शेअर बाजारातल्या गुंतवणुकीत एका स्वाभाविक अर्थाने चढउताराच्या शक्यता अधिक असतात. परंतु परदेशी कर्ज आणि परदेशातील गुंतवणूकदारांनी केलेल्या येथल्या गुंतवणुकी यातून निर्माण होणाऱ्या दायित्त्वाचा विचार नेहमी परदेशी चलनाच्या साठ्यांना डोळ्यापुढे ठेवून करावा लागतो. अशी तुलना केली तर मागे १९९१मध्ये या दायित्त्वाचे प्रमाण तीस टक्के होते आणि ते आता २००५-०६ सालात दहा टक्क्यांपर्यंत कमी झाले आहे.

भारताचे परदेशी चलनाचे साठे मागच्या काही वर्षांत वेगाने वाढले आहेत आणि येत्या काळातही हा कल चालू राहील असे दिसते. आपल्याला अल्प काळात कोणतेही अचानक धक्के बसण्यापासून ही जणूकाही एक विम्याची सोयच आहे असे म्हणता येईल. असे धक्के म्हणजे अचानकपणे खनिज तेलाच्या किंमती भडकू शकतात अगर अमेरिकेचे व्याजदर वाढले म्हणून गुंतवणूकदार आपल्या बाजारातून भांडवल देशाबाहेर नेऊ शकतात. आपले अनेक उद्योग समूह परदेशात जाऊन तेथील उद्योग ताब्यात घेत आहेत आणि याला काटशह म्हणून परदेशातले गुंतवणुकदार आपल्या देशातील उद्योग क्षेत्रामध्ये अधिकाधिक भांडवल घालत आहेत आणि हळुहळू आपला प्रभाव येथल्या व्यवस्थापनावर वाढवत आहेत. अर्थात अशा उलटसुलट घडामोडींचे वेगवेगळे परिणाम होणार आहेत. एका दृष्टीने आपले उद्योजक परदेशातले उद्योग ताब्यात घेतात तेव्हा आपले भांडवल बाहेर नेले जाते. त्याचा एक अर्थ म्हणजे असे भांडवल देशामध्ये गुंतवले जाण्याची संधी आपण गमावून बसतो. काही प्रमाणात आपल्याकडचे मुद्रा धोरण ठरवण्याचे सेंट्रल बँकेचे कामही थोडेसे अवघड होते. मुळातच सेंट्रल बँकेला एका बाजूने देशामध्ये चलनवाढ आटोक्यात कशी ठेवायची याचा विचार करावा लागतो आणि त्याचबरोबर परदेश व्यवहारात रुपया महाग झाल्यामुळे आपल्या निर्यातीवर कोणते परिणाम होणार आहेत याची काळजी करावी लागते. पूर्वीच्या ऐतिहासिक काळात जेव्हा सेंट्रल बँक अस्तित्वात नव्हती त्यावेळी देशामध्ये सोन्याची आयात होत होती आणि त्यातून एक परीने किंमती वाढणार नाहीत अशी व्यवस्था केली जात होती. परंतु आता सेंट्रल बँक हे जुने धडे उगाळू शकणार नाही. नव्या जगाच्या व्यवस्थेमध्ये आता परत काही सोन्याचा आधार घेता येणार नाही.

■

७.२ भारताचे परदेशी कर्ज कमी होत आहे

भारताची आर्थिक वाढ कशी होत आहे याचे सतत अभ्यास चालू आहेत आणि त्यातून नवे प्रश्न आणि नवीन निष्कर्ष पुढे येत असतात. सगळ्या आर्थिक विकासाचे जीडीपी हे एकमेव परिमाण असल्यामुळे ऐंशीच्या आणि नव्वदीच्या दशकात आर्थिक वाढीचा दर बराचसा सारखा होता परंतु परदेशी कर्जामधली वाढ मात्र लक्षणीय होती. ऐंशीच्या दशकात परदेशी कर्ज वीस अब्ज (वीस बिलियन) डॉलरवरून ऐंशी अब्ज (ऐंशी बिलियन) डॉलर झाले. ही वाढ ४०० टक्क्यांची होती. अर्थातच हा कर्जाचा बोजा पेलणारा नव्हता आणि अर्थव्यवस्था कोसळण्याची वेळ येणारच होती. त्या पेचप्रसंगाला देशाने तोंड दिले आणि उदारीकरणाचा स्वीकार करून सगळ्या आर्थिक विकासाच्या धोरणांची दिशा बदलली. परंतु १९९१ नंतर देशाचे परदेशी कर्ज वाढले आणि ती पातळी नव्वदीच्या अखेरीला ११२ अब्ज (११२ बिलियन) डॉलर झाली. ही वाढ पन्नास टक्क्यांपेक्षा कमी होती.

आज वित्तीय तूट सगळ्यात अधिक आहे. तसेच मोठ्या कंपन्या मोठ्या प्रमाणावर परदेशात कर्जे उभारत आहेत. मग देशाचे परदेशी कर्ज माफक प्रमाणात का वाढले. एक म्हणजे भारताने मदत देणाया संस्थांकडून बरेच कर्ज घेतले आहे. तसेच माहिती तंत्रज्ञान आणि बीपीओ यातून निर्यातीचे उत्पन्न भरपूर वाढले आहे. तिसरी बाब म्हणजे परदेशात जे भारतीय कामगार गेले त्यांनी मायदेशाला बराच निधी परत पाठवला आहे. यालाच रिझर्व्ह बँक इनव्हिजिबल्स असे म्हणते. या शिवाय आणखीन एक चौथे कारण आहे जे अजून प्रकाशात आले नाही. जे अनिवासी भारतीय (एनआरआय) आहेत त्यांनी येथल्या बँकांमध्ये ठेवी ठेवल्या होत्या आणि त्यांना त्या परत बाहेर नेण्याची मुभा होती. परंतु त्यांनी या ठेवी मोडल्या आणि त्या रुपयात वळते करून येथेच गुंतवल्या. यामुळे देशाचे अब्जावधी (बिलियन) डॉलरचे परदेशातले कर्ज आपोआप कमी झाले.

अनिवासी भारतीयांची परत नेता येईल अशी बचत आणि रोखे हे भारताच्या परदेशी कर्जाचा एक भाग समजले जातात. मागे जुलै १९९१ मध्ये जेव्हा देशाचा विदेशी चलनाचा साठा संपला तेव्हा एनआरआय यांच्या ज्या परदेशी चलनामध्ये

ठेवी होत्या त्या त्यांनी चालू ठेवण्याचे नाकारले. त्यामुळे दर आठवड्याला सुमारे आठ कोटी (ऐंशी मिलियन) डॉलर देशाबाहेर जात होते. आयएमएफने जानेवारी १९९१ मध्ये एक तातडीने १.९ अब्ज (१.९ बिलियन) डॉलरचे एसडीआरच्या (स्पेशल ड्रॉईंग राईट्स) रूपात कर्जापोटी दिले होते ते संपायला फारसा वेळ लागला नाही.

यातून देशाने एक धडा घेतला. एनआरआय यांच्या ठेवी म्हणजे खरोखरी एक प्रकारचे परदेशी कर्जच असते आणि ते कधीही चटदिशी देशाबाहेर नेले जाते. शिवाय एनआरआय यांच्या देशभक्तीवर भरवसा ठेवून देशाच्या अडचणीच्या काळात या ठेवी येथेच ठेवल्या जातील असे गृहीत धरणे शहाणपणाचे नाही.

मागच्या १९९१च्या पेचप्रसंगानंतर एनआरआय सतत परदेशातून अधिकाधिक निधी मायदेशात पाठवत आहेत. याचा अर्थ यामुळे भारताच्या परदेशी कर्जात भरीव वाढ झाली असे समजावे लागेल. तसे काही झाले नाही. याचे कारण म्हणजे या ठेवी सतत रुपयात रूपांतरित होत होत्या आणि त्यामुळे त्याप्रमाणात परदेशी कर्ज कमी होत होते. आरबीआय जी अधिदान शेषाची (बॅलन्स ऑफ पेमेंटस) आकडेवारी देते त्यामध्ये एनआरआय यांच्या ठेवी देशात जेव्हा रुपयात वळवल्या जातात त्याचा अंतर्भाव भांडवली लेखा मध्ये बाहेर गेलेला निधी म्हणून केला जातो आणि त्याचबरोबर त्याला प्रायव्हेट ट्रान्सफर्स म्हणजे खाजगी मार्गाने देशात आणलेला निधी असे समजण्यात येते. यालाच इनव्हिजिबल्स म्हणजे अप्रत्यक्ष मार्गाने आलेला निधी असे म्हणतात. या हिशोब ठेवण्याच्या पद्धतीमुळे कोट्यवधी (बिलियन) डॉलरचे परदेशी कर्ज हे या अप्रत्यक्ष निधीमध्ये वळवण्यात आलेले आहे आणि त्याप्रमाणात परदेशी कर्जामध्ये घट झालेली आहे.

एनआरआय यांनी आपल्या बँका आणि रोखे यातील ठेवी मोडून देशातच मोठ्या प्रमाणात त्याचे रुपयात रूपांतर केले आहे त्याची आकडेवारी उपलब्ध आहे. असा हा निधी २००३-०४ सालात एकूण ११.७ अब्ज (११.७ बिलियन) डॉलर होता आणि हा आकडा परदेशातून भारतीय कामगारांनी जो मायदेशी निधी (रेमिटन्सेस) पाठवला त्या १०.८ अब्ज (१०.८ बिलियन) डॉलरपेक्षा मोठा होता. अर्थात हा आकडा मोठा असण्याचे कारण म्हणजे रिसर्जंट इंडिया बॉन्डस् यातली गुंतवणूक. हे रोखे एनआरआयना १९९८ मध्ये देण्यात आले होते आणि त्यांची मुदत २००३-०४ मध्ये संपायची होती. त्याप्रमाणे हे रोखे मोडल्यावर त्यातला बराचसा भाग भारतीय रुपयांमध्ये वळवण्यात आला. याचप्रमाणे मिलेनियम बॉन्डस् २००० सालात एनआरआयना देण्यात आलेले आहेत आणि ते २००५च्या अखेरीला मोडण्यात येणार आहेत. आताही यातला बराचसा भाग रुपयात वळता होईल अशी अपेक्षा करायला हरकत नाही.

मागे २००१-०२ सालातसुद्धा एनआरआय यांनी ८.५ अब्ज (८.५ बिलियन) डॉलरच्या ठेवी मोडल्या होत्या आणि परदेशातून कामगारांनी मायदेशी पाठवलेला निधी ६.६ अब्ज (६.६ बिलियन) डॉलर होता. थोडक्यात म्हणजे अप्रत्यक्ष मार्गाने आलेला निधी म्हणजे एनआरआय यांनी रुपयात वळत्या केलेल्या ठेवी याचे प्रमाण लक्षात घेण्यासारखे आहे. या विषयाच्या चर्चेत आजपर्यंत या मुद्यावर पुरेसा प्रकाश पडलेला नव्हता.

याचे एक कारण म्हणजे आरबीआय जी अप्रत्यक्ष मार्गाने आलेल्या निधीची आकडेवारी देते त्यामध्ये सगळ्या खाजगी मार्गाच्या निधीचा एकच सरसकट आकडा असतो. परंतु आता मार्च २००५ मध्ये आरबीआयने यात खाजगी हस्तांतरणाचा तपशील दिलेला आहे. यामध्ये २०००-०१ ते २००३-०४ या काळात जो मायदेशात निधी पाठवण्यात आला तो आणि एनआरआयनी आपल्या बचती आणि रोखे हे मोडून रुपयात वळते केले त्याची वेगवेगळी आकडेवारी दिलेली आहे.

या तपशीलातून एक नवा निष्कर्ष दिसतो आणि तो आश्चर्यकारक आहे. या चार वर्षात एनआरआयनी ज्या ठेवी आणि रोखे मोडले त्याचा एकूण आकडा ३१.६ अब्ज (३१.६ बिलियन) डॉलर इतका भरीव आहे. या तुलनेने एनआरआय हे परदेशात नेऊ शकतील अशा बचतीचा फक्त एका वर्षातला (२००३-०४) मधला आकडा ३१.५ बिलियन डॉलर आहे. या विषयातल्या अभ्यासकांनी जी काही उपलब्ध माहिती आहे त्याच्या आधारे मागच्या चौदा वर्षात म्हणजे १९९१ पासूनच्या आर्थिक सुधारणा कार्यक्रमात काय घडले असेल याचा एक अंदाज केला आहे. त्यानुसार एनआरआय यांनी मोडलेल्या ठेवी एकूणात सुमारे शंभर अब्ज (शंभर बिलियन) डॉलर इतक्या असतील असा एक अंदाज आहे. जर हा आकडा भरवशाचा मानला तर भारताचे यामुळे परदेशी कर्ज जवळपास निम्म्याने कमी झाले आहे असे म्हणता येईल.

या सगळ्या पार्श्वभूमीवर एक प्रश्न उपस्थित होतो. मागे जसे १९९१च्या पेचप्रसंगात घडले तसे या मागच्या चौदा वर्षात परत एनआरआय यांनी आपला निधी देशाबाहेर का नेला नाही. एक उघड कारण म्हणजे एनआरआय यांचा भारताच्या अर्थव्यवस्थेवर विश्वास वाढला आहे. काही शंकेखोरांच्या मते असा जो निधी येतो त्यातला बराचसा भाग काळा पैशाचा असतो. यासाठी काळा पैसा प्रथम डॉलरमध्ये हवाला मार्गाने वळवण्यात येतो आणि नंतर तो एनआरआय यांच्या ठेवी आणि रोखे म्हणून परत देशात आणला जातो. त्याची मुदत संपल्यावर हा पैसा कायदेशीर होतो आणि तो स्थानिक पातळीवर वापरता येतो. ही शक्यता जरूर आहे. परंतु आता मागची काही वर्षे भारतातच कराचे दर माफक होत आहेत आणि परदेशी चलनही सहजपणे उपलब्ध होते. त्यामुळे जर असा काळा पैसा देशाबाहेर नेऊन परत देशात

आणण्यात येत असला तर त्याचे प्रमाण कमी व्हायला पाहिजे. परंतु तसे काही घडताना दिसत नाही.

आणखीन एक अभ्यासकांचा दृष्टीकोन आहे. मागच्या अनेक वर्षात भारतात नेहमीच परदेशी चलनातील ठेवी आणि रोखे यावर अधिक परतावा मिळत असे. त्यामुळे अनेक परदेशी गुंतवणूकदारांनीही एनआरआय यांना पुढे करून आपली गुंतवणूक असा वाढीव परतावा मिळविण्यासाठी केलेली आहे.

रिझर्व्ह बँकेच्या आकडेवारीनुसार एनआरआय यांच्या ठेवी २०००-०१ पर्यंत वाढत होत्या आणि त्या १६.२ अब्ज (१६.२ बिलियन) डॉलरवर पोहोचल्या. त्यानंतरच्या तीन वर्षात हा आकडा जवळपास दुप्पट झाला. याचे एक कारण म्हणजे आरबीट्रेजचा फायदा घेण्यासाठी काही निधी अधिक आला असेल. त्याचबरोबर एनआरआय यांनी रुपया हा डॉलरच्या तुलनेने अधिक शक्ती मिळवत आहे आणि तो अशीच शक्ती मिळवत राहील या अंदाजापोटी त्यांनी डॉलरमधला निधी रुपयांच्या ठेवींमध्ये गुंतवला असण्याची शक्यता आहे. त्यामुळे त्यांना व्याज तर मिळालेच आणि शिवाय रुपयाच्या वाढत्या शक्तीचाही फायदा मिळाला.

थोडक्यात म्हणजे देशामध्ये मोठ्या प्रमाणावर बचतीसाठी जो निधी येत आहे त्यातला बराच मोठा भाग रुपयामध्ये वळता केला जातो ही वस्तुस्थिती आहे. जे बँकेतले व्यावसायिक आहेत त्यांच्या मते आता एनआरआय यांना आपले पैसे दुसऱ्या परदेशी चलनात वळते करता येतील किंवा नाही याची अजिबात काळजी वाटत नाही. आणि त्यांना आता भारतातल्या शेअर बाजारात अधिक गुंतवणूक करायची आहे. अशा गुंतवणुकीवर जो परतावा मिळतो तो बचत आणि रोखे यावर मिळणाऱ्या परताव्यापेक्षा बराच अधिक आहे. अगदी भारत आणि अमेरिका या दोन्ही देशांचा विचार केला तर भारतातली शेअर बाजारातली गुंतवणूक ही अधिक फायद्याची आहे.

एकूणातच या सगळ्या आकडेवारीचा तपशीलात अभ्यास होण्याची गरज आहे. म्हणजे त्यातून अनेक महत्त्वाच्या बाबींवर प्रकाश पडेल. या नव्या गोष्टींचे संकेत आत्ता मिळत आहेत. उदा. २००४-०५ वर्षात अनेक वर्षांनी प्रथमच एनआरआय यांच्या ठेवीमध्ये सुमारे एक अब्ज (एक बिलियन) डॉलरने घट झालेली आहे. याचे कारण बहुदा एनआरआय हे आपल्या बचती मोडून तो निधी स्थावर मालमत्ता आणि शेअर्स यामध्ये अधिक प्रमाणात गुंतवत असावेत. जसजसे हे प्रमाण वाढेल त्याप्रमाणात भारताच्या परदेशातल्या कर्जात घट होऊ लागेल. भारताच्या शेअर बाजारात जी उलाढाल होत आहे त्यावरून येत्या काळातही या दिशेने एनआरआय यांच्या निधीची गुंतवणूक होत राहील अशी आज चिन्हे दिसत आहेत.

■

७.३ तीन प्रकारची डॉलरची आवक

भारताची परदेशी अर्थव्यवहारातील शक्ती बऱ्यापैकी आहे असे दिसते. रिझर्व्ह बँकेने ऑक्टोबर २००४ च्या बुलेटिनमध्ये देशाच्या अधिदान शेषाची (बॅलन्स ऑफ पेमेंट्स) सुधारित आकडेवारी दिली आहे. त्यावरून असा निष्कर्ष काढायला जागा आहे. या आकडेवारीतून काही प्रश्नही निर्माण होतात. एक गोष्ट मात्र उघड आहे. भारतात डॉलरचा महापूर येत असून त्याची कारणे कोणती हे मात्र तितकेसे स्पष्ट झालेले नाही.

आरबीआयच्या आकडेवारीवरून काही दिशा दिसतात त्या सर्वांना परिचित आहेत. निर्यात आणि आयात वाढत आहे. त्याबरोबर व्यापारात तूट दिसत आहे कारण तुलनेने आयात अधिक आहे. परंतु ही तूट भरून निघत आहे असे दिसते कारण परदेशी गुंतवणूक आणि अप्रत्यक्ष (इनव्हिजिबल्स) आयात वाढत आहे. तसेच परदेशी चलनाचे साठेही सतत वाढत आहे. यातून अधिक संशोधन करण्यासाठी तीन मुद्यांचा उहापोह करण्याची गरज आहे. एक म्हणजे परदेशातून परत पाठविण्यात येणारा कामगारांचा पैसा. हा सतत वाढत आहे आणि सध्या याची पातळी वर्षाला २३.२ अब्ज (२३.२ बिलियन) डॉलर इतकी झाली आहे. हे एक आश्चर्यच आहे. दुसरी बाब म्हणजे सुमारे चार अब्ज (चार बिलियन) डॉलरची वेगवेगळ्या प्रकारची सेवा आयात करण्यात येत आहे. तिसरा मुद्दा म्हणजे परदेशातला निधी येथे आणून तो कंपन्यांमध्ये गुंतवण्यात येत आहे. सन २००३ - ०४ वर्षात ही पातळी कधी नव्हे ती ११.४ अब्ज (११.४ बिलियन) डॉलरवर पोहोचली.

परदेशातून भारतीय कामगारांनी परत पाठवलेला पैसा काही वर्षापूर्वी थोडा होता. मागच्या १९९१ मध्ये ही रक्कम फक्त दोन अब्ज (दोन बिलियन) डॉलर होती. त्यानंतर मात्र ही आवक भरमसाठ प्रमाणावर वाढली आहे. तुलनेने या काळात परदेशात गेलेल्या कामगारांची संख्या मात्र माफक आहे. यासाठी बहुतेक वेळा आरबीआयची आकडेवारी उद्धृत करण्यात येत असे. मागच्या २००३ कॅलेंडर वर्षात ही रक्कम अठरा अब्ज (अठरा बिलियन) डॉलर इतकी झाली. आता यात काळाचा थोडा बदल केला आणि एप्रिल २००३ - मार्च २००४ हे वर्ष लक्षात घेतले तर ही रक्कम एकदम २३.२ अब्ज (२३.२ बिलियन) डॉलर इतकी वाढते.

देशाच्या एकूण जीडीपीशी हे गुणोत्तर पाच टक्के आहे. म्हणजे देशाच्या दृष्टीने डॉलरची मिळकत करण्याचा हा सर्वात प्रथम स्थानावरचा मार्ग आहे. देशाला आजपर्यंत माहिती तंत्रज्ञान आणि बीपीओ या मार्गाने सर्वात अधिक म्हणजे १२.२ अब्ज (१२.२ बिलियन) डॉलर वर्षाला मिळतात असा समज होता. परंतु परदेशातून कामगारांनी पाठविलेली रक्कम त्याच्या दुप्पट आहे असे दिसते.

आपल्याकडे या विषयीची जी आकडेवारी आहे त्यात गंमतआहे. अगदी जी संकीर्ण मालाची निर्यात होते त्यावर तपशीलवार आकडेवारी उपलब्ध आहे. पण इतक्या मोठ्या प्रमाणात जो परदेशातून भारतीय कामगार परत पैसा पाठवतात त्याचे मात्र तपशील मिळत नाहीत. त्यामुळे यावर जे थोडेफार अभ्यास उपलब्ध आहेत त्यावरून काही निष्कर्ष काढावे लागतात. काही अभ्यासकांच्या मते पूर्वी आखाती देशात जे कामगार गेले होते त्यांचे कौशल्य कमी पातळीवरचे होते आणि त्यांच्याकडून आता फारशी भरीव रक्कम परत पाठवली जात नाही. त्या तुलनेने जे अधिक कुशल मनुष्यबळ उत्तर अमेरिका आणि युरोपमध्ये गेले आहे त्यांच्याकडून परत येणारा पैसा मुबलक आहे. हे केवळ अंदाज आहेत आणि प्रत्यक्षात कोणती वस्तुस्थिती आहे हे नेमके कोणाला माहीत नाही.

हा परदेशातून परत येणारा पैसा एकदम इतक्या प्रमाणात का येत आहे? नेमका कोणता कामगारांचा वर्ग असे पैसे पाठवत आहे? यापुढेही किती अधिक काळ असा पैसा देशात येत राहील? आणि अशी आवक अचानक थांबली तर कोणती पावले टाकायची? हे आणि असे अनेक प्रश्न आहेत ज्यावर अधिक तपशीलात संशोधन होण्याची गरज आहे. तरच काही पुढचे तर्क करता येतील.

हारवर्ड विद्यापीठाच्या एका अभ्यासकाने एक शक्यता पुढे केली आहे. त्याच्या मते अमेरिकेत जे भारतीय अभियंते माहिती तंत्रज्ञानाच्या विषयात काम करत आहेत ते मायदेशात बरीच रक्कम परत पाठवत असावेत. या अभियंत्यांना मिळणारे वेतन भरपूर आहे आणि एका मर्यादित काळानंतर ते आपल्या मायदेशाला परत जाणार आहे. यातले बरेच तंत्रज्ञ एचवन - बी या विशिष्ट व्हिसावर अमेरिकेत ठराविक काळासाठी आलेले आहेत. परंतु या मार्गाने जे भारतीय अमेरिकेत जातात त्यांच्या संख्येत अधिकृतपणे घट करण्यात आलेली आहे आणि तरीही परत पाठविण्यात येणाऱ्या पैशाचा ओघ वाढतच आहे. म्हणजे हे काही खरे उत्तर नाही.

दुसरा एक अभ्यास कॉनफिडरेशन ऑफ इंडियन इंडस्ट्रिज यांनी केला आहे. त्यानुसार असा परत पाठविण्यात येणारा पैसा हा माहिती तंत्रज्ञानाच्या अभियंत्यांपेक्षा इतर विषयातले जे उच्चशिक्षित मनुष्यबळ आहे त्यांच्याकडून पाठविण्यात येत असावा. हे विषय आहेत वित्त, वैद्यकीय, शिक्षण आणि संशोधन केंद्रे इत्यादी.

अमेरिकन सरकारने २००० सालात जी जनगणना केली त्यानुसार भारतीय लोकांची तेथे संख्या दुप्पट झाली आहे. याचा अर्थ कायम स्वरूपी राहण्यासाठी

अमेरिकेत अधिक भारतीय जात असावेत. कदाचित जे भारतीय तंत्रज्ञ तेथे गेले आहेत त्यांच्या कुटुंबातील इतर व्यक्तीही कुटुंब प्रमुखाबरोबर राहण्यासाठी जात असाव्यात. परंतु जर अशा पद्धतीने कायमस्वरूपी अमेरिकेत राहाण्यासाठी भारतीय कुटुंबे जात असली तर मग मोठ्या प्रमाणावर परत देशात कोणासाठी पैसे पाठविले जातील? तसेच जर अमेरिकेत अशी कुटुंबे जाऊ लागली तर त्यांचा अमेरिकेतला खर्चही वाढेल आणि भारताला परत पैसे पाठविण्यासाठी कमी पैसे उरतील. त्यामुळे हा पैशाचा ओघ का वाढला आहे या प्रश्नाचे उत्तर मिळतच नाही.

काही अभ्यासकांनी आणखी काही शक्यता सुचवल्या आहेत. एक म्हणजे भारतात तुलनेने व्याजदर वरच्या पातळीवर आहेत आणि त्यामुळे येथे अधिक डॉलरची आयात होत आहे कारण त्यावर परतावा अधिक मिळतो. जे अनिवासी भारतीय (एनआरआय) त्यांना काही सवलती आहेत आणि त्यांचे नाव दाखवून असे व्याजाच्या फरकातले उत्पन्न मिळवले जाते. रिझर्व्ह बँकेच्या आकडेवारीनुसार अशा एनआरआयच्या माध्यमातून नक्त ठेवींचा आकडा वाढलेला आहे. तो २००१ - ०२ मध्ये २.३ अब्ज (२.३ बिलियन) डॉलर होता आणि तो २००२ - ०३ मध्ये ३ अब्ज (३.० बिलियन) डॉलर झाला आणि २००३ - ०४ मध्ये आणखी वाढून ३.६ अब्ज (३.६ बिलियन) डॉलर झाला. अर्थात कामगारांनी मायदेशात परत पाठवलेल्या रकमेच्या तुलनेने ही सुमारे ३ अब्ज (तीन बिलियन) डॉलरची आवक फार मोठी नाही. परंतु जे पैसे मायदेशात परत पाठवले जातात त्यावर फारसे व्याजाचे उत्पन्न मिळत नाही हे लक्षात ठेवले पाहिजे.

काही वर्षांपूर्वी जे भारतीय कामगार परदेशात गेले ते पैसे मायदेशात पाठवत असले तरीही तो मार्ग वेगळा होता. तो मुख्यत: अनधिकृत हवाला मार्गाने पाठविण्यात येत होता आणि त्यातून जे चलनाचे खरे मूल्य होते त्याचा फायदा घेण्यात येत होता. त्यामुळे अधिकृत आकडेवारीमध्ये प्रत्यक्षात परत पाठविण्यात येणारा पैसा कमी दिसत होता. त्यानंतर मागच्या काही वर्षात या हवाला मार्गाने मिळणारा फायदा (प्रिमियम) नाहीसा झाला आणि नव्वदीच्या दशकात अधिक प्रमाणात अधिकृत कायदेशीर मार्गाने पैसा परत पाठविण्याचे प्रमाण बऱ्यापैकी वाढले. अर्थात मागच्या तीन वर्षात असा परत येणारा पैसा दुप्पट झाला आहे आणि इतकी भरघोस वाढ जी झाली आहे ती हवाला मार्ग निरर्थक झाल्यामुळे आहे असे म्हणणे अवघड आहे.

अनेक भारतीयांना देशाच्या सेवा क्षेत्राच्या निर्यातीमध्ये माहिती तंत्रज्ञान सर्वात महत्त्वाचे आहे असे वाटते. परंतु २००३ - ०४ सालात एकूण सेवा क्षेत्राची निर्यात २४.९ अब्ज (२४.९ बिलियन) डॉलर होती आणि त्यामध्ये माहिती तंत्रज्ञान आणि बीपीओचा वाटा फक्त १२.२ अब्ज (१२.२ बिलियन) डॉलर म्हणजे जेमतेम निम्मा होता. मग आणखी इतर कोणती सेवा क्षेत्रे आहेत ज्यांची निर्यात होते? प्रवास आणि वाहतूक या क्षेत्रातून बराच निधी येतो आणि जातोही. याहीपेक्षा एक संकीर्ण (मिसलेनियस्)

सेवाक्षेत्राचा वर्ग आहे ज्यामध्ये सॉफ्टवेअरचा समावेश आहे. या सॉफ्टवेअरच्या व्यतिरिक्त जी संकीर्ण सेवांची वर्गवारी आहे त्यातून मिळणारे उत्पन्न २००२-०१ मध्ये ३.५ अब्ज (३.५ बिलियन) डॉलर होते आणि ते २००३-०४ मध्ये ४.७ अब्ज (४.७ बिलियन) डॉलर झाले. तसा विचार केला तर हा आकडा खरोखरी मोठा आहे आणि त्याचे वर्णन संकीर्ण वर्ग म्हणून करणे बरोबर नाही.

अर्थशास्त्रज्ञ पोर्टफोलिओमधली गुंतवणूक हा एक भांडवली निधी समजतात. उच्च तंत्रज्ञानातील सेवेची जशी निर्यात होते त्याबरोबर याचे साधर्म्य आहे. मुंबईच्या शेअर बाजारात १९९० पर्यंत जुन्या पारंपरिक पद्धतीने खरेदी विक्रीचे व्यवहार होत असत आणि त्यामध्ये सगळा भर एकमेकांच्या शब्दावर होता. त्याला धरून जो कागदोपत्री व्यवहार दाखवला जात असे तो बहुतेकवेळा खोटानाटा असे. यातल्या सुमारे एक दशांश व्यवहारात प्रत्यक्षात समभागांचे हस्तांतर करण्यात अपयश येत असे. तसेच या पद्धतीमध्ये कमिशनही वारेमाप लावले जात असे. शिवाय प्रत्यक्षात व्यवहार पुरा करण्याचा काळ हवा तितका वाढवला जात असे.

नंतर १९९४ मध्ये नॅशनल स्टॉक एक्स्चेंज ही पूर्णपणे इलेट्रॉनिक यंत्रणा सुरू झाली आणि त्यातून सर्वच बदलले. मुख्य म्हणजे संगणकाच्या माध्यमातून देण्याघेण्याचे व्यवहार ताबडतोब निश्चित होऊ लागले आणि ही एक क्रांतीच झाली. विशेष म्हणजे लंडनच्या शेअर बाजारातही ही व्यवस्था नंतर आली. दुसरी सुधारणा म्हणजे डीमटेरियलायझेशनची. यामुळे प्रत्यक्षात समभागाची मालकी सिद्ध करणाऱ्या कागदी सर्टिफिकेटच्या जागी इलेक्ट्रॉनिक मालकी आली. आता शेअर बाजारात ज्या सुधारणा झाल्या आहेत त्यामुळे प्रत्येक व्यापार दोन दिवसांनी पुरा करण्यात येतो. शिवाय डेरिव्हेटिव ट्रेडिंगही सुरळित झाले आहे. भारतातल्या शेअर बाजाराचा आणि सेवांचा दर्जा आता इतका सुधारला आहे की काल्पर्स हा जगातला सर्वात मोठा निवृत्ती निधी भारतात गुंतवणूक करणार आहे.

शेअर बाजार हा अर्थातच चंचल असतो. जसा त्यात निधी गुंतवला जातो तसाच तो बाहेरही काढून घेतला जातो. यात काही आक्षेप घेता येणार नाही. परंतु वेगवेगळे निधी का व कसे गुंतवले जातात याविषयी भारतात अधिक तपशीलवार संशोधन होण्याची गरज आहे. मागच्या काही वर्षात देशातल्या शेअर बाजाराने पूर्णपणे आधुनिक स्वरूप धारण केलेले आहे आणि जगातल्या अनेक देशांच्या तुलनेने भारतातला शेअर बाजार हा उच्च दर्जाचा आहे आणि शाश्वत आहे. त्याला एक दीर्घ परंपरा आहे आणि संस्था म्हणून तिने आपली स्वत:ची प्रतिमा निर्माण केलेली आहे. भारताने चीनला जसे माहिती तंत्रज्ञान आणि बीपीओमध्ये मागे टाकले आहे त्याचप्रमाणे देशातल्या इक्विटी बाजारातही आघाडी घेतलेली आहे. अशा परिस्थितीत देशामध्ये डॉलरची गुंतवणूक वेगाने वाढत आहे म्हणून गडबडून जायची गरज नाही.

■

७.४ अनिवासी भारतीयांकडून पैशाचा ओघ

मागच्या काळात जे भारतीय परदेशात जाऊन पैसे मिळवत आहेत त्यामध्ये अनिवासी भारतीय असा दर्जा असलेला गट महत्त्वाचा आहे. ते आपल्या नफ्यातून आणि नोकरीच्या उत्पन्नातून भारतात पैसे पाठवत आहेत. याचे प्रमाण २००३ सालात १८ अब्ज (१८ बिलियन) डॉलर इतक्या उच्च पातळीवर पोहोचले. त्या अगोदरच्या वर्षापेक्षा हा निधी ३० टक्क्यांनी अधिक होता. आता अनिवासी भारतीयांनी देशात परत पाठवलेल्या पैशाचे प्रमाण इतके भरीव आहे की त्यातून वस्तूंच्या परदेश व्यापारात जी तूट होते ती भरून येईल. मागच्या सुमारे दहा वर्षात हे दिसून आले आहे.

हा अनिवासी भारतीयांचा परत देशात आलेला पैसा माहिती तंत्रज्ञानाच्या निर्यातीपेक्षा अधिक आहे. मागच्या २००२ - ०३ मध्ये देशात पाठविण्यात आलेले पैसे १४.८ अब्ज (१४.८ बिलियन) डॉलर होते. एप्रिल ते डिसेंबर २००३ या नऊ महिन्यात परदेशातून आलेले पैसे १४.५ अब्ज (१४.५ बिलियन) डॉलर होते आणि माहिती तंत्रज्ञानाच्या निर्यातीचे उत्पन्न ९ अब्ज (नऊ बिलियन) डॉलर होते. अर्थात माहिती तंत्रज्ञानातील कामगार मोठ्या संख्येने परदेशात गेलेले आहेत आणि त्यांच्यापैकीच अनेक अनिवासी भारतीय देशात निधी पाठवत आहेत. यामुळे भारताची माहिती तंत्रज्ञान पुरविणारा देश अशी जगात ख्याती झाली आहे.

रिझर्व्ह बँकेचा करन्सी ॲन्ड फायनान्स (२००२ - ०३) या अहवालात ही आकडेवारी आहे. नव्वदीच्या दशकात भारतातून जे नोकरदार परदेशात गेले त्यामध्ये क्षेत्रवार बदल झालेले दिसतात आणि त्यामुळे कोणत्या क्षेत्रातून भारतात पैसे पाठवले जातात याचेही बदललेले चित्र दिसते. ऐंशीच्या दशकात भारतातून पश्चिम आशियामध्ये मोठ्या संख्येने नोकरदार गेले. त्यामध्ये अकुशल आणि कुशल असे दोन्हीही प्रकारचे कामगार नव्वदीच्या दशकात उच्च शिक्षण घेतलेले आणि ज्ञानावर आधारलेले तज्ज्ञ कामगार मोठ्या संख्येने पाश्चिमात्य औद्योगिक देशात गेले. त्याचे कारण म्हणजे अमेरिका आणि युरोपमध्ये तज्ज्ञ कर्मचाऱ्यांचा सेवा क्षेत्रात मोठा तुटवडा होता आणि भारताने ही गरज भरून काढली.

खरे म्हणजे पश्चिम आशियातल्या खनिज तेलाच्या आधारावर जी आर्थिक समृद्धी निर्माण झाली होती त्यामध्ये काही प्रमाणात शैथिल्य आले होते आणि तेथून पाठविण्यात येणाऱ्या पैशाचा ओघ आटू लागला होता. नेमक्या या काळात अमेरिका आणि युरोपमध्ये जी कामगारांसाठी मागणी वाढली त्यामुळे पश्चिम आशियातली घट भरून निघायला मदत झाली. जे पैसे परदेशातून आले त्यातला अमेरिकेतून आलेल्या पैशाचा वाटा १९९७-९८ मध्ये ३७.१ टक्के होता आणि हा वाटा २००२-०३ मध्ये ५१.१ टक्के झाला. या काळात युरोपातून आलेल्या पैशाचा वाटा हा सुमारे २६ टक्क्यांच्या भोवती आहे. या उलट पश्चिम आशियातून जे पैसे परत आले त्याचा वाटा या काळात ३१.३ टक्क्यांवरून २२ टक्क्यांपर्यंत खाली आला.

जे भारतीय कर्मचारी प्रथम पश्चिम आशियात गेले आणि नंतरच्या काळात अमेरिका आणि युरोपमध्ये गेले त्यात एक दर्जाचा फरक आहे. जे पश्चिम आशियात गेले त्यांनी त्या देशातील गरज भागवली, आपल्या कष्टाने पैसे मिळवले आणि ते परत आपल्या मायदेशात पाठवले. या व्यतिरिक्त या कामगारांना पश्चिम आशियातील अरब समाजात कोणतेही विशेष स्थान अगर प्रतिष्ठा मिळाली नाही. तसेच हे भारतीय कर्मचारी त्या देशातल्या स्थानिक समाज व्यवस्थेमध्येही फारसे मिसळू शकले नाहीत. या उलट जे भारतीय पाश्चिमात्य देशात गेले त्या देशांमध्ये त्यांना प्रतिष्ठाही मिळाली. त्यांनी नुसती काही गरज भागवली असे म्हणता येणार नाही. नव्वदीच्या दशकापूर्वीही अनेक भारतीय व्यावसायिकांनी अमेरिकेमध्ये आणि युरोपमध्ये प्रयाण केलेले होते. त्यांच्यापैकी अनेकांनी त्या देशातील नागरिकत्त्वही स्वीकारलेले होते. असे असूनही काही प्रमाणात पाश्चिमात्य समाजातही वंशावर आधारलेले मतभेद होतेच. परंतु नव्वदीच्या दशकात जे ज्ञानावर उभे असलेले कामगार होते त्यांना एक विशेष उत्तेजन आणि प्रतिष्ठा मिळाली. अनिवासी भारतीयांच्या पैशा इतकीच देशाला ही जी प्रतिष्ठा जगामध्ये मिळाली त्याचेही वैशिष्ट्य लक्षात घेणे आवश्यक आहे.

जे भारतीय परदेशात गेले त्यामध्ये आजही जे विकसनशील देशात गेले त्यांचे प्रमाण अधिक आहे. एकूणात १ कोटी २१ लाख (१२.१ मिलियन) लोक विकसनशील देशात गेले आणि ४५ लाख (४.५ मिलियन) लोक औद्योगिक देशात गेले. यापैकी जे औद्योगिक देशात गेले ते उच्च उत्पन्न गटात मोडणारे आहेत. तसेच त्यापैकी अनेक कामगार तात्पुरत्या कारणांसाठी आणि तात्पुरत्या कामांसाठी गेलेले आहेत. शिवाय मागच्या काही वर्षात परदेशात नोकरीसाठी गेलेल्यांचा आकडा अधिक आहे. त्यामुळे औद्योगिक देशांमधून जे पैसे पाठविले जातात त्याचा वाटा एकूण परत येणाऱ्या पैशामध्ये अधिक आहे. रिझर्व्ह बँकेच्या अहवालात एक निरीक्षण नोंदलेले आहे. जेव्हा कामगार स्थलांतर करतात तेव्हा त्याच्या वेगवेगळ्या अवस्था असतात. सुरुवातीला जेव्हा स्थलांतर केले जाते तेव्हा परत पाठविण्यात

येणारे पैसे कमी असतात. त्याचे कारण म्हणजे सुरुवातीचा प्रवास आणि बस्तान बसेपर्यंतचा खर्च अधिक असतो. त्यानंतर देशात परत पैसे पाठविण्याचे प्रमाण वाढू लागते. नंतर जेव्हा कामगार परदेशात स्थायिक होण्याचे ठरवतात तेव्हा परत पैसे पाठविण्याचे प्रमाण कमी होऊ लागते.

अर्थात या बाबत सरसकट विधाने करणे अवघड आहे. वर सांगितलेले उदाहरण हे मुख्यत: जे कुशल कामगार पाश्चिमात्य देशात स्थिरावले आहेत त्यांना लागू पडते. त्यामानाने पश्चिम आशियात जे कमी कौशल्याची कामे करणारे कामगार आहेत त्यांचे उत्पन्न कमी असते. आणि त्यांना हे निरीक्षण लागू पडणार नाही. शिवाय अगदी पाश्चिमात्य देशातही जे कामगार जातात त्यांच्यात फरक असतो. काही कामगार, उदा. माहिती तंत्रज्ञानाच्या क्षेत्रातले कर्मचारी, हे अल्प अगर मध्यम कालावधीसाठी परदेशात जातात आणि परतही येतात. या उलट काही कामगार त्यांचे शिक्षण झाल्यावर परदेशातच राहण्याचा प्रयत्न करतात. अर्थात जे परदेशात स्थिर होऊ इच्छितात त्यांची कुटुंबे भारतात असतात आणि त्यांच्यासाठी परदेशातून निधी येतच असतो.

येत्या काळात रिझर्व्ह बँकेने या अनिवासी भारतीयांच्या विषयी अधिक तपशिलवार माहिती गोळा करण्याचा प्रयत्न केला पाहिजे. हे भारतीय जे वेगवेगळ्या देशात पसरले आहेत त्यांची देशात परत पैसे पाठविण्याची क्षमता का आणि कशी भिन्न आहे याची जर आकडेवारी मिळवता आली तर त्याचा उपयोग होईल. तसेच येत्या काळात कोणत्या क्षेत्रातून किती प्रमाणात निधी मिळू शकेल याचे अंदाजही भक्कम पायावर करता येतील. देशाच्या परदेश व्यापार धोरणामध्ये या मार्गाने आलेला निधी याचे महत्त्व विशेष आहे.

हा परदेशातून परत येणारा भारतीय नोकरदारांचा पैसा इतर पर्यायांच्या तुलनेने भरवशाचा आहे. यामुळे देशाच्या व्यापारशेषात नव्वदीच्या दशकात चालू खात्यातील तूट कमी करणे शक्य झाले आणि मागच्या काही वर्षात तर चालू खात्यात शिल्लक जमा झालेली आहे. याखेरीज जे इतर भांडवल आयातीचे मार्ग आहेत त्यापेक्षा नोकरदारांनी परत पाठवलेला पैसा हा अधिक स्थिर पर्याय आहे. हा असा येणारा निधी व्याजदरात फरक झाले तरीही अस्थिर होत नाहीत. या तुलनेने खाजगी भांडवलाची आयात निर्यात व्याजदराशी निगडीत असते. थोडक्यात म्हणजे देशाच्या दृष्टीने अधिदान शेषाचे दीर्घकाळातील चित्र स्पष्ट होण्यासाठी नोकरदारांचा पैसा हा एक ठळक भरवशाचा पर्याय आहे.

जगामध्ये झालेली बचत ही भारतात मोठ्या प्रमाणात गुंतवण्यात आली नाही अशी नेहमी टीका केली जाते. विशेषत: त्यासाठी चीनबरोबर तुलना करण्यात येते. तसा विचार केला तर अनिवासी भारतीय नोकरदारांनी जी बचत भारतात केली आहे

तोही जागतिक बचतीचाच एक भाग आहे. या दृष्टीने भारताची कामगिरी लक्षणीय आहे असे म्हणता येईल.

अर्थातच विदेशी प्रत्यक्ष गुंतवणूक (एफडीआय)आणि इतर निधींची आयात यात नक्कीच काही फरक आहे. एफडीआयचा निधी वाढला म्हणजे गुंतवणुकीचा दर वाढला असे समजले जाते. या उलट अनिवासी भारतीयांचा आलेला पैसा आणि परदेशी गुंतवणूकदार संस्थांचा निधी याला फक्त एक हस्तांतरण (ट्रान्सफर) म्हणतात. यातला काही निधी बचतीमध्ये वळतो आणि काही गुंतवणुकीसाठी वापरला जातो. परंतु अधिदान शेषाच्या दृष्टीने अगर व्याजदराच्या दृष्टीने कोणत्याही देशात एकूण निधी किती येतो याचेच महत्त्व सर्वाधिक असते. त्यातल्या वेगवेगळ्या मार्गांनी आलेल्या निधीचा तपशील तितका महत्त्वाचा नसतो. असा सारासार विचार केला तर भारताची कामगिरी चांगली म्हणता येईल. वर उल्लेखलेले निधीच्या आयातीचे तीन मार्ग एकत्रितपणे लक्षात घेतले तर मागच्या वर्षात देशात एकूण २१ अब्ज (२१ बिलियन) डॉलर आले. आणि त्यामध्ये १५ अब्ज (१५ बिलियन) डॉलर हे फक्त अनिवासी भारतीयांनी परत पाठवलेले पैसे होते. म्हणजे ही आवक ६६ टक्क्यांपेक्षा अधिक होती. येत्या काळातील धोरणे ठरवताना राज्यकर्त्यांनी याची योग्य दखल घेतली पाहिजे.

■

७.५ अनिवासी भारतीयांची वेळेवर मदत

जेव्हा कधी अर्थव्यवस्थेमध्ये वादळाची चिन्हे असतात आणि शेअर बाजारात अस्वस्थता असते तेव्हा पहिली गोष्ट घडते आणि ती म्हणजे हेज फंडस् आपले बाजारात गुंतवलेले निधी घाईघाईने काढून घ्यायला सुरुवात करतात. तसे झाले म्हणजे आंतरराष्ट्रीय बँका देशातल्या कंपन्यांच्या कर्जावर थोडा व्याजदर लगेचच वाढवतात. मग डॉलरचा आत येणारा निधी थोडा मंदावतो. राज्यकर्ते आणि सेंट्रल बँकांचे धुरीण हे सगळे जाणतातच. भारताचा अनुभव लक्षात घेण्यासारखा आहे. मागच्या अनेक वर्षात जेव्हा कधी क्षितीजावर धुळीची वादळे दिसू लागतात तेव्हा न चुकता घडणारी गोष्ट म्हणजे परदेशात गेलेला भारतीय कामगार वर्ग थोडे अधिकच पैसे मायदेशात पाठवते. या परदेशात काम करणाऱ्या मंडळींकडून मायदेशात येणारा निधी हा नेहमी एक स्थैर्य देणारा आणि ज्यावर अवलंबून राहावे असा विदेशी चलन मिळवण्याचा पर्याय आहे असा आपला अनुभव आहे.

मागच्या जून २००६ अखेरीच्या आठवड्यात रिझर्व्ह बँकेने अधिदान शेषाची (बॅलन्स ऑफ पेमेंटस्) आकडेवारी जाहीर केली. ती पाहून सगळ्यांनाच आश्चर्य वाटले. ३१ मार्च २००६मध्ये संपलेल्या तिमाहीमध्ये बीओपीमध्ये १.८ अब्ज (१.८ बिलियन) डॉलरची शिल्लक दिसत होती. हे विशेष समजायचे कारण म्हणजे खनिज तेलाच्या आणि धातू मालाच्या किंमती सतत वाढत असतानाही ही शिल्लक दिसली. जे बाजाराचा आणि परदेशी निधीच्या उलाढालीचा अभ्यास करतात त्या सगळ्यांनीच भारताचा परदेश बाजार समाधानकारक कामगिरी दाखवणार नाही आणि त्यामुळे देशाच्या चालू खात्यातली तूट बरीच वाढेल असे निराशेचे सूर लावले होते.

या सगळ्या शहाण्यांचे अंदाज खोटे ठरले कारण परदेशातल्या भारतीय कामगारांनी जो मायदेशात निधी पाठवला त्यात भरच पडली. ही मार्च २००६च्या तिमाहीमध्ये ही पातळी ७.२ अब्ज (७.२ बिलियन) डॉलरवर पोहोचली. ती सगळ्यात वर होती. यात माहिती तंत्रज्ञानाच्या निर्यातीचे तिचे योगदान होते. वितत वर्ष ०५-०६ जेव्हा संपले तेव्हा भारतीय कामगारांनी मायदेशात पाठवलेला निधी २४.५ अब्ज (२४.५ बिलियन डॉलर) होता आणि आजपर्यंत सर्वाधिक होता.

जगात जे सगळे विकसनशील देश आहेत त्यामध्ये भारतीय कामगार सगळ्यात अधिक निधी मायदेशाला पाठवतात अशी आकडेवारी आहे.

अधिदान शेष (बीओपी) म्हणजे देशाचे जे सगळे परदेशी व्यवहार होतात त्याची ती गोळाबेरीज असते. जेव्हा हा बीओपी शिलकीत (सरप्लस) असतो तेव्हा देश जितके डॉलर परत करतो अगर खर्च करतो त्यापेक्षा त्याने अधिक डॉलर मिळवलेले असतात. जेव्हा ही परिस्थिती उलटी असते म्हणजे मिळवलेले डॉलर खर्च केलेल्या डॉलरपेक्षा कमी असतात तेव्हा त्याला तूट (डेफीसिट) म्हणतात.

चालू खात्यामध्ये जे परदेश व्यवहारातल्या उलाढालींचे प्रवाह असतात ते तुलनेने अधिक स्थिर असतात. उदाहरणार्थ, निर्यातीतून मिळणारे उत्पन्न. परंतु भांडवली खात्यात मात्र जे गुंतवणुकीचे प्रवाह असतात त्यांची नोंद होते. उदाहरणार्थ परदेशी गुंतवणूकदार संस्था (एफआयआय) कधी निधी आणतात आणि कधी बाहेर नेतात. त्यामुळे बाजारातली चढउतार आणि चंचलता अधिक असते. त्यामुळे तुलनेने भांडवली खात्यापेक्षा चालू खात्यात जेव्हा शिल्लक असते ते सुचिन्ह समजले जाते आणि त्याचे स्वागत होते. देशाच्या परदेश व्यवहाराचे त्यातून निदर्शन होते.

परदेशात गेलेले कामगार जो मायदेशात निधी पाठवतात तो चालू खात्यात दाखवतात. आणि तुलनेने तो स्थिर असतो. हा निधी अनिवासी भारतीयांनी ठेवलेल्या बचतीपेक्षा वेगळा आहे. हे एनआरआयनी ठेवलेले बचत निधी भांडवली खात्यामध्ये दाखवले जातात आणि ते कधीही देशाबाहेर नेले जाऊ शकतात.

सुमारे एक कोटी (दहा मिलियन) भारतीय कामगार जगात अनेक देशात काम करण्यासाठी गेलेले आहेत. त्यापैकी सुमारे तीस लाख (तीन मिलियन) कामगार खाडी क्षेत्रात काम करतात आणि सुमारे पंचवीस लाख (अडीच मिलियन) कामगार उत्तर अमेरिकेत म्हणजे यूएसए आणि कॅनडा येथे काम करतात. या दोन क्षेत्रातील कामगारांकडूनच सगळ्यात अधिक निधी मायदेशात येतो.

मागे सत्तरीच्या दशकात जेव्हा या निधीमध्ये एकदम वाढ झालेली दिसली कारण खाडी क्षेत्रात मोठ्या प्रमाणावर बांधकामे होत होती. यातून देशातल्या अनेक अकुशल आणि अर्धकुशल कामगारांना परदेशात जाऊन रोजगार मिळवण्याची संधी मिळाली. नंतर नव्वदीच्या दशकात अमेरिका आणि युरोपमध्ये माहिती तंत्रज्ञानाच्या क्षेत्रात उच्च तांत्रिक क्षेत्रातल्या प्रशिक्षित मनुष्यबळाला मोठी मागणी आली आणि त्यातून देशातल्या माहिती तंत्रज्ञानाच्या क्षेत्राने निर्यातीत आघाडी मिळवली.

देशाला कामगारांनी मायदेशात पाठवलेल्या निधीचे वरदान मिळालेले आहे. याचे एक कारण म्हणजे असे व्यक्तीगत पातळीवर पैसे बाहेरून देशात पाठविण्याचा खर्च बऱ्यापैकी कमी झाला आहे. अगोदर नियोजनाच्या दीर्घकाळात विदेशी चलनावर कडक बंधने होती आणि रिझर्व्ह बँकेच्या माध्यमाऐवजी हवाला मार्गाने पैशाचे

हस्तांतरण होत होते. याचे एक कारण म्हणजे देशात उच्च उत्पन्न मिळवणाऱ्या व्यक्तींना फार मोठ्या दराने प्राप्तीकर द्यावे लागत होते आणि त्यामुळे कर चुकवण्याचे प्रमाण खूप होते. तसेच परवाना पद्धतीच्या राजवटीत भ्रष्टाचारही समाजाच्या सगळ्या अंगात पसरलेला होता. देशात वाढत्या तुटीच्या आधारावर सरकार अर्थव्यवस्था चालवत होती त्यामुळे पैशाचे मूल्य ढासळत होते. तसेच चलन फुगवटा आणि तूटीचा अर्थसंकल्प लोकांच्या सरावाचा झाला होता. अशा परिस्थितीत अनधिकृत हवाला मार्गाने देशातला बचत आणि भांडवलाचा निधी परदेशात हस्तांतरित होत होता. यातून देशाचे मोठे नुकसानही होत होते.

जेव्हा १९९१ मध्ये उदारीकरणाचा स्वीकार झाला आणि आर्थिक सुधारणांचा अंमल होऊ लागला त्यातून यावरच्या परिस्थितीत मुळापासून बदल होऊ लागले. याची सुरुवात झाली उद्योग आणि व्यापार क्षेत्र परवाना पद्धतीतून मुक्त झाले. परदेश व्यापारावरची बंधने कमी होऊ लागली आणि परदेशी चलनाचे व्यवहारही सोपे होऊ लागले. यातून जसा भ्रष्टाचाराचा एक मार्ग संपला त्याबरोबरच करव्यवस्था अधिकाधिक सुटसुटीत आणि व्यावहारिक करण्याच्या दिशेने पावले टाकण्यात आली. यातला मुख्य भाग म्हणजे उच्च उत्पन्न गटावर जे प्राप्तीकराचे दर होते ते भरीव प्रमाणात हलके करण्यात आले. त्यातून कर चुकवण्याची प्रवृत्ती कमी होऊ लागली. सुधारणा कार्यक्रमातील अनेक बाबींमुळे परदेशातून देशामध्ये अधिकृत मार्गाने निधी पाठविण्याचे प्रमाण वाढू लागले. यातूनच आता अधिदानशेषात चमत्कार वाटावा असा जो बदल दिसत आहे त्यामागे इतक्या घडामोडी आहेत.

जेव्हा भारतीय कामगार मायदेशात अधिकृत मार्गाने निधी पाठवू इच्छित आहेत असे बँका आणि इतर वित्त संस्थांच्या लक्षात आले तेव्हा त्यांनी ह्यासाठी काही खास योजना बनवल्या. बँकांनी परदेशात जेथे भारतीय कामगारांचे प्रमाण अधिक आहे त्या ठिकाणी आपल्या शाखा उघडल्या आहेत आणि त्याचबरोबर ज्या पैशाचे हस्तांतरण करणाऱ्या संस्था आहेत त्यांच्याबरोबर आपले संबंध जोडलेले आहेत. यातल्या काही संस्थांनी तर सरकारी पोस्ट खात्याच्या शाखांबरोबरही सहकार्य वाढवले आहे. आता खरे म्हणजे देशातून अनधिकृत मार्गाने पैसा बाहेर नेला जाऊ नये म्हणून कायदे कठोर करण्यात आले आहेत परंतु अधिकृत मार्गाने पैसे आणणे सोपे केल्यामुळे निधीची आवक भरपूर प्रमाणात वाढलेली आहे.

हे सगळे सोपे व्हावे म्हणून केंद्र सरकारने मे २००४ सालापासून परदेशातल्या भारतीयांसाठी एक वेगळे मंत्रालय सुरू केलेले आहे. यासाठी या मंत्रालयाने यूटीआय बँकेबरोबर एक एकात्मिक इलेक्ट्रॉनिक यंत्रणा उभी केली असून त्यातून परदेशी भारतीयांना येथे पैसे पाठविणे अगदी सुकर केले आहे. याच्यासाठी बँकेच्या १४,५०० शाखा निर्देशित करण्यात आलेल्या आहेत आणि त्यातून रियल टाईम ग्रॉस सेटलमेंट

(आरटीजीएस) असे एक खास जाळे कार्यरत आहे आणि त्याचा खर्च अगदी माफक आहे. ही यंत्रणा २००६ सालात सुरू करण्यात आली आणि सुरुवातीला दोहा येथून अनिवासी भारतीयांना मायदेशात पैसे पाठवणे शक्य झालेले आहे. आता हीच सुविधा इतर देशातल्या भारतीयांनाही उपलब्ध करून देण्यात येईल.

देशाच्या अधिदानशेषात हा मायदेशात पाठवलेला निधी फार मोलाचा आहे कारण इतर जे पर्याय आहेत ते अनिश्चित आहेत आणि हा मार्ग भरवशाचा आहे असे सिद्ध झाले आहे. तेलाच्या किंमती काय आणि एफडीआयची आवक काय अशा सगळ्याच बाबी अधिदानशेषावर परिणाम करतात आणि त्यातली अस्थिरता भरून काढण्यासाठी भारतीय कामगारांचा हा मायदेशात पाठवलेला निधी फारच उपयोगी पडत आहे. हा निधी सुकरपणे देशात आणण्यासाठी जी यंत्रणा उभी करण्यात आली आहे त्यामध्ये प्रशिक्षित मनुष्यबळाची सतत गरज आहे. सरकारने ही गरज भागविण्यासाठी प्रशिक्षणाला प्रोत्साहन दिलेले आहे आणि अशा प्रशिक्षणाच्या कार्यक्रमात काही पात्रतेचे प्रमाणपत्र देण्याचे सुरू केले आहे. अशा प्रशिक्षणातून कदाचित भारत येत्या काळात इतर देशांचीही अशा प्रशिक्षित मुनष्यबळाची गरज भागवू शकेल.

■

७.६ अनिवासी भारतीयांचे योगदान

जगातल्या अनेक देशांच्या तुलनेने भारताच्या आर्थिक वाढीचा दर हा चांगला समजला जातो हे खरे आहे. तरीही मागच्या दोन दशकात भरीव आर्थिक प्रगती होऊनही देशाची कीर्ती सगळ्यात गरीब देश अशीच आहे. परंतु या पलीकडे जाऊन एक वेगळा मुद्दा आहे ज्यामध्ये भारताचा क्रमांक पहिला आहे. जे भारतीय परदेशात गेले ते मायदेशाला जो निधी पाठवतात त्यात आपले स्थान पहिले आहे. त्यानंतर मेक्सिको, फिलिपाईन्स, इजिप्त आणि टर्की यांचे क्रमांक आहेत. ही सगळी आकडेवारी रिझर्व्ह बँकेच्या मार्च २००५च्या बुलेटिनमध्ये आहे.

आरबीआयच्या भाषेत याला प्रायव्हेट ट्रान्सफर म्हणजे खाजगी निधीची पाठवणूक अगर खाजगी हस्तांतरण असे म्हणता येईल. सन १९९०-९१ मध्ये परदेशात गेलेल्या भारतीयांनी २.८ अब्ज (२.८ बिलियन) डॉलर मायदेशात पाठवले. नंतर २००३-०४ वर्षात हा आकडा २३.१८ अब्ज (२३.१८ बिलियन) डॉलर इतका झाला. अनेक लहान देशांच्या जीडीपीपेक्षा हा एक आकडा मोठा आहे. या तुलनेने लक्षात घेण्यासारखी बाब म्हणजे २००३-०४ सालात विदेश प्रत्यक्ष गुंतवणूक (एफडीआय) ही फक्त ४.७ अब्ज (४.७ बिलियन) डॉलर आणि ठोस परदेशी मदत फक्त ३.३ अब्ज (३.३ बिलियन) डॉलर होती. म्हणजे एफडीआय आणि परदेशी मदत यांचा आकडा एकत्र केला तर त्याच्या जवळपास तिपटीने भारतीय कामगारांनी मायदेशात निधी पाठवला.

या विशिष्ट प्रकारच्या उत्पन्नात अशी लक्षणीय वाढ होण्याचे कारण काय? अनेक देशात असा स्थलांतरितांनी मायदेशात पाठवलेला निधी येत आहे. भारतही त्यापैकी एक आहे आणि यापुढेही हा निधीचा आकडा वाढेल अशी चिन्हे आहेत. भारतात हा जो निधी पाठविण्यात आला आहे तो हळुहळू वाढलेला नाही तर एकदम त्यात काही पटीने वाढ झालेली आहे. सन २०००-०१ ते २००३-०४ या वर्षात हा निधी दुप्पट झाला. याची काही कारणे आहेत ती तपासली पाहिजेत.

रिझर्व्ह बँक बुलेटिनच्या मार्च २००५च्या अंकात अप्रत्यक्ष मार्गाने येणाऱ्या निधीचा तपशीलात अभ्यास केलेला आहे. रिझर्व्ह बँक मूळात या मायदेशी पाठवलेल्या

निधीचे जे खाजगी हस्तांतरण होते त्याचा फक्त एक सरसकट आकडा देते. त्यामुळे सगळ्याच सार्वजनिक चर्चेत राजकारणी आणि अभ्यासक या आरबीआयच्या सूत्राचा हवाला देतात. मायदेशात पाठवलेले पैसे आणि पैशाचे खाजगी हस्तांतरण या दोन्ही गोष्टी एकच आहेत असा अनेकांचा सरसकट समज आहे.

वस्तुत: यात फरक आहेत. जो खाजगी निधी हस्तांतरित होतो त्याचे चार भाग आहेत.

- परदेशस्थ भारतीयांनी मायदेशात पाठवलेले पैसे.
- अनिवासी भारतीयांनी स्थानिक पातळीवर मोडलेल्या बँकेच्या ठेवी आणि रोख्यांची परतफेड.
- सोने आणि चांदी याची व्यक्तिगत सामानातून आयात.
- धार्मिक आणि धर्मादाय संस्थांना दिलेल्या देणग्या.

यापैकी अनिवासी भारतीयांनी ज्या स्थानिक ठेवी मोडल्या आहेत आणि त्यांच्या रोख्यांची जी परतफेड आहे त्याचा आकडा खूपच लक्षणीय आहे. या तुलनेने परदेशातून पाठवलेला निधी कमी आहे. मागच्या २००३-०४ सालात स्थानिक ठेवींची मोड आणि रोख्यांची परतफेड याचा आकडा ११.७ अब्ज (११.७ बिलियन) डॉलर होता. त्यामानाने परदेशातून पाठवलेले पैसे कमी म्हणजे १०.८ अब्ज (१०.८ बिलियन) डॉलर होते. याचे एक खास कारण आहे. रिसर्जंट इंडिया बाँडस् हे अनिवासी भारतीयांना (एनआरआय) १९९८ मध्ये देण्यात आले होते. त्यांची परतफेड २००३-०४ वर्षात झाली. विशेष म्हणजे ही परतफेड भारतीय रुपयात झाली आणि ती काही डॉलरमधून देशाबाहेर नेण्यात आली नाही. त्यामुळे हा एक आकडा फार मोठा दिसतो. असेच मिलेनियम बाँडस् २००० सालात एनआरआयना विकण्यात आले होते आणि २००५ सालच्या अखेरीपर्यंत त्यांची परतफेड होणार आहे. त्यावेळीही हा आकडा एकदम असाच वाढलेला दिसेल.

सन २००४-०५ सालात ज्या निधीचे खाजगी हस्तांतरण झाले ते जवळपास अगोदरच्या २००३ -०४ सालाइतकेच होते. त्या वर्षात कोणत्याच रोख्यांची परतफेड झालेली नव्हती. म्हणजे अनिवासी भारतीयांच्या ठेवींमध्ये होणारी घट अधिकाधिक वाढत आहे असे दिसते. लक्षात ठेवण्यासारखी बाब म्हणजे २००१-०२ वर्षात अनिवासी भारतीयांनी जितक्या ठेवी मोडल्या होत्या ती रक्कम परदेशातून पाठविण्यात आलेल्या निधीपेक्षा अधिक होती. ही सर्व गोष्ट रोख्यांच्या परतफेडीपूर्वीची आहे.

म्हणजे परदेशातून येणारा जो निधी आहे त्याचे गूढ उकलता येईल याचे उत्तर मिळू शकते. परदेशातून मायदेशात पाठविण्यात येणाऱ्या निधीत जी प्रचंड मोठी वाढ झाली आहे असे जे सांगण्यात येते तो खरा अनिवासी भारतीयांनी

मोडलेल्या ठेवींचा आकडा आहे. जो खाजगी हस्तांतरित निधी होता त्यात १३,०६५ (२०००-०१) दशलक्ष डॉलर वरून २३,१८३ (२००३-०४) दशलक्ष डॉलर म्हणजे ७८ टक्क्यांनी वाढ झाली. परंतु मायदेशात पाठविलेली रक्कम या तीन वर्षात फक्त ४० टक्क्यांनी वाढली (७,७४७ दशलक्ष वरून १०,७९८ दशलक्ष डॉलर).

अनिवासी भारतीयांच्या ठेवीमध्ये नव्वदीच्या दशकात भरपूर वाढ झाली. मार्च १९९० मध्ये हा आकडा १३,७२१ दशलक्ष डॉलर होता आणि तो मार्च २००४ मध्ये ३३,२६६ दशलक्ष डॉलर झाला. हा वाढीचा आकडा फार मोठा दिसत असला तरीही खाजगी हस्तांतरित निधीच्या तुलनेने तो माफ क आहे. अनिवासी भारतीयांच्या ठेवींमध्ये १९९० आणि २००४ या काळात २० अब्ज (२० बिलियन डॉलर)ची वाढ झाली. ही जी वाढ १४ वर्षांच्या काळात होत होती ती खाजगी निधीचे हस्तांतर जे २००३-०४ या एका वर्षात झाले त्यापेक्षा कमी होते.

या विषयाचा ज्यांनी अभ्यास केला आहे त्यांनी एक अडचण सांगितली आहे. रिसर्जंट इंडिया बाँडस् (आरआयबी) यांची जेव्हा २००३-०४ सालात परतफेड झाली त्यापैकी किती भाग भारतातच ठेवण्यात आला याचा आकडा मिळत नाही. रिझर्व्ह बँकेने २००३-०४ सालाच्या वित्त वर्षाच्या अखेरीस जो निधी खाजगी मार्गाने हस्तांतरित झाला त्या आकड्यात मोठी वाढ केलेली आहे. रिझर्व्ह बँकेने याची अंदाजे तरतूद दाखवताना १९,२३५ दशलक्ष डॉलर हा आकडा वापरला होता. पण नंतर जेव्हा तो सुधारण्यात आला तेव्हा हा आकडा २३,१८३ दशलक्ष डॉलर झाला. यामध्ये आरआयबीच्या परतफेडीचा आकडा आहे. यावरून आरआयबीच्या परतफेडीतून सुमारे ५.२ अब्ज (५.२ बिलियन) डॉलर मोकळे झाले असे म्हणता येईल. यापैकी सुमारे ४ अब्ज (४ बिलियन) डॉलर हे रुपयात वळते केले असण्याचा एक अंदाज आहे. हा आकडा मोठा आहे आणि इतक्या मोठ्या प्रमाणावर खाजगी व्यक्तीगत मालकीचे डॉलर रुपयात का बदलण्यात आले हे बघण्यासारखे आहे.

याचे एक कारण म्हणजे जे भारतीय कामगार तात्पुरत्या कामांसाठी परदेशात गेलेले आहेत ते बऱ्याचदा सुस्थितीतल्या मध्यम वर्गातून येतात आणि त्यांना बहुदा नित्याच्या घर खर्चासाठी मायदेशात पैसे पाठवण्याची गरज नसावी. असे अनिवासी भारतीय जेव्हा मायदेशात पैसे पाठवतात ते बऱ्याचदा ठेवींमध्ये ठेवले जातात. जेव्हा कधी हे प्रशिक्षित कामगार परत आपल्या देशात येतील तेव्हा अशा ठेवींचा उपयोग करावा अशी कदाचित या मागची भावना असू शकते. मागच्या नव्वदीच्या दशकात जे उच्च प्रशिक्षित मनुष्यबळ मोठ्या संख्येने परदेशात गेले त्यामुळे पैशाची आवक मोठ्या प्रमाणावर वाढलेली दिसते.

दुसरे एक कारण म्हणजे मागे ऐंशीच्या दशकात चलनावर खूप निर्बंध होते आणि कायदे कडक होते. त्यामुळे अनिवासी भारतीय अशा पद्धतीने ठेवींमध्ये पैसे

गुंतवत जे परत विनाअडचण नियमांअंतर्गत देशाबाहेर नेता येतील. मधल्या काळात आता सगळ्याच गोष्टी बदलल्या आहेत. नव्वदीमध्ये उदारीकरण आले आणि आर्थिक वाढीचा दर उंचावला आणि त्यातूनच देशाचा आत्मविश्वासही बळकट झाला. राज्यकर्ते अधिक आत्मविश्वासाने परदेशी चलनाच्या बाजारपेठेत सुधारणा करू लागले. त्याचा एक भाग म्हणजे निर्बंध कमी झाले आणि रास्त गरजेसाठी परदेशी चलनही उपलब्ध होऊ लागले. त्यामुळे जे अनिवासी भारतीय देशात परत येत होते आणि देशातले प्रशिक्षित मनुष्यबळ बाहेर जात होते त्यांना आपल्याला हवे तेव्हा डॉलर सहजपणे मिळू शकतात याचा अनुभव येऊ लागला. त्याचा एक चांगला परिणाम म्हणजे पूर्वी जे डॉलर आणि पौंड अशा महाग चलनामध्ये हवालाचे व्यवहार होत होते ती वस्तुस्थिती संपली. आता मागच्या काही वर्षात देशाच्या अर्थव्यवस्थेमध्ये अधिकृतपणे इतका परदेशी चलनाचा साठा गोळा होत आहे की त्याचा एक प्रश्न म्हणून वेगळा विचार करण्याची वेळ आली आहे.

तिसरे सगळ्यात महत्त्वाचे कारण म्हणजे अर्थव्यवस्था सुस्थितीत आल्यामुळे मुळातच रुपया आणि डॉलर या चलनांचे नाते पूर्णपणे बदललेले आहे. नियोजनाच्या सुरुवातीच्या दशकामध्ये अर्थव्यवस्था दुबळी होती म्हणून देशाचे चलनही स्वस्त होते. रुपयाचे मूल्य डॉलरच्या नात्यात सतत खाली येत होते. त्यामुळे अनिवासी भारतीयांच्या ठेवीतून फायदा मिळवता येतो. आता तसे काहीच राहिले नाही. उलट रुपयाचे डॉलरच्या नात्यात मूल्य वाढत आहे. गोल्डमन साक या तज्ज्ञ संस्थेने येणाऱ्या २०५० सालापर्यंतच्या भविष्याचे जे चित्र रेखाटले आहे त्यामध्ये रुपयाचे मूल्य डॉलरच्या नात्यात दरवर्षी २.५ टक्क्यांनी वाढतच राहील असा अंदाज व्यक्त केला आहे. मागच्या काही वर्षात अनुभवही तसाच आहे.

देशातल्या राज्यकर्त्यांनी जो सुधारणा कार्यक्रम स्वीकारला त्यातून अनेक मार्गांनी सरकारच्या विचारपद्धतीत बदल होतात. अनिवासी भारतीय नेहमीच शेअर बाजार आणि स्थावर मालमत्ता यात गुंतवणूक करण्यात रस घेत होते. परंतु त्यांच्या मार्गात अनेक अडथळे होते. आता या सगळ्या परिस्थितीत बऱ्यापैकी सुधारणा झालेल्या आहेत. या विषयात ज्या अडचणी आहेत त्याही नजिकच्या काळात सुटतील अशी आशा आहे. मागच्या सुमारे दीड वर्षात अर्थव्यवस्थेमधली मंदी ओसरल्यावर शेअर बाजार आणि स्थावर मालमत्तेमधील बाजारपेठ यात भरभराट आली आहे आणि साहजिकच अनिवासी भारतीय हे आपल्या बँकेतल्या ठेवी मोडून इतर गुंतवणुकीच्या पर्यायांकडे वळत आहे. एका दृष्टीने विचार केला तर ही सगळी सुचिन्हे आहेत आणि त्यातून अर्थव्यवस्थेला बळच मिळणार आहे. भारताच्या आर्थिक विकासात आजही अनेक अडचणी असून विकासाची प्रक्रिया गतीमान का होत आहे याचे उत्तर या बदलत्या तपशीलात आहे.

■

७.७ भारताच्या चालू खात्यात अधिक्य

भारताच्या परदेश व्यापारात फायद्याच्या बऱ्याच घडामोडी चालू आहेत. देशाच्या माहिती तंत्रज्ञानाच्या आणि सेवांच्या निर्यातीत २००२-०३ मध्ये २६.३ टक्क्यांनी वाढ झाली. या वर्षासाठी ३० टक्के वाढ होईल असे लक्ष्य होते परंतु त्यात फक्त चार टक्क्यांनी तफावत पडली. यातला काही भाग रुपयाचे डॉलरच्या संदर्भात मूल्य वाढल्यामुळे आणि काही भाग आंतरराष्ट्रीय बाजारात अवघड परिस्थितीत असल्यामुळे समजून घेता येईल.

नॅसकॉम ही माहिती तंत्रज्ञान उद्योगाची शिखर संस्था आहे. त्यांच्या मते आता जगातून मंदीची लाट कमी होत आहे आणि यावर्षी माहिती तंत्रज्ञानाची निर्यात सुमारे २८ टक्क्यांनी वाढलेली असेल. देशाच्या दृष्टीने परदेश व्यापारात माहिती तंत्रज्ञानातील वाढ गेल्या काही वर्षात फार महत्त्वाची बनली आहे. देशाच्या एकूण निर्यातीत या क्षेत्राचा वाटा मागच्या सहा वर्षात चार पटीने वाढला आहे. सन १९९७ मध्ये तो पाच टक्के होता आणि २००१-०२ मध्ये तो २० टक्के झाला. देशाने २००२ -०७ या मध्यम काळासाठी जे निर्यात धोरण आखले आहे त्यामध्ये दरवर्षी निर्यातीमध्ये ११.९ टक्क्यांची वाढ अपेक्षित आहे. हे साधण्यासाठी माहिती तंत्रज्ञानाची निर्यात वाढणे महत्त्वाचे आहे.

वस्तुत: माहिती तंत्रज्ञानाच्या निर्यातीत सतत वाढ होत आहे आणि त्यातून देशाच्या अप्रत्यक्ष निर्यातीत भरीव वाढ दिसत आहे. अप्रत्यक्ष निर्यातीतून २००० - ०१ पर्यंतच्या चार वर्षात एकूण महसूलात दरवर्षी २० टक्क्यांनी भर पडत आहे. मात्र २००१-०२ वर्षात आंतरराष्ट्रीय बाजारातल्या अडचणीमुळे या वाढीच्या दरात थोडीशी घट झाली परंतु तरीही नक्त अप्रत्यक्ष निधीमध्ये सर्वात अधिक भर पडली. याचे कारण म्हणजे यावर्षात बाहेर जाणाऱ्या निधीत काही प्रमाणात घट झाली होती आणि त्याचा फायदा म्हणून नक्त आयात उत्पन्नात भर दिसली. हा नक्त अप्रत्यक्ष आयात निधी २०००-०१ मध्ये रुपये ५३,९४५ कोटी होता आणि त्यात २४.५ टक्याची भर पडून तो २००१-०२ मध्ये रुपये ६७,१४६ कोटी इतका वाढला. अशी अप्रत्यक्ष आयात उत्पन्नात भरपूर वाढ झाल्यामुळे व्यापार शेषात (बॅलन्स ऑफ

ट्रेड) बऱ्यापैकी सुधारणा झाली.

सन २००१- ०२ मध्ये देशाच्या अधिदान शेषाच्या चालू खात्यात आधिक्य (सरप्लस) गोळा झाले. हे प्रमाण जीडीपीच्या ०.३ टक्के होते. अधिक महत्त्वाचे म्हणजे तेवीस वर्षांनी प्रथमच असे आधिक्य मिळाले. या वर्षात निर्यात कुंठली होती आणि आयातीत घट झाली त्यामुळे व्यापारी तूट ०.५ टक्क्यांनी कमी झाली. तसेच चालू खात्यात आधिक्य प्रथमच दिसले कारण अप्रत्यक्ष आयात उत्पन्नात मोठी भर पडली आणि हे प्रमाण जीडीपीच्या २.९ टक्के होते. चालू वर्षातही अप्रत्यक्ष उत्पन्नात भरीव वाढ होत आहे कारण परदेशात काम करणाऱ्या कामगारांनी मायदेशी पैसे पाठवणे चालूच ठेवली आहे. याला जोडून निर्यातीतही वाढ होत आहे. यामुळे चालू वर्षातही चालू खात्यात दुसऱ्या वर्षीही आधिक्य गोळा होईल याची निश्चिती दिसते.

तुलनेने २००१-०२ सालात भारतीय कामगारांनी जे पैसे देशात पाठवले त्यातली वाढ कमी होती कारण या काळात जागतिक अर्थव्यवस्थेत मंदीची लाट होती आणि रोजगाराच्या संधी कमी झाल्या होत्या. आता हळूहळू मंदी हटत आहे आणि आर्थिक उलाढालींचे प्रमाण वाढत आहे. त्यामुळे परदेशात रोजगाराच्या संधी परत एकदा वाढीला लागतील असा अंदाज करायला हरकत नाही. सन १९९७-९८ आणि २००१-०२ या सहा वर्षाच्या काळात भारतीय मजूरांनी जे पैसे परत पाठवले तो आकडा रु. १९,३०३ कोटी रुपयांवरून रु. ३८,५१४ कोटी, म्हणजे जवळपास दुप्पटीने वाढले. याचे एक कारण म्हणजे परदेशात रोजगारासाठी गेलेल्या भारतीयांचे संख्या वाढली. सन १९९८ आणि २००२ या पाच वर्षात १४.१४ लाख भारतीय कामगारांनी परदेशात रोजगार पत्करला. सन २००२ या एका वर्षातच सुमारे ९०,००० कामगारांना परदेशात जाण्याचा परवाना मिळाला. अगोदरच्या २००१ सालापेक्षा हा आकडा ३२ टक्क्यांनी अधिक होता. येत्या काळातही परदेशात नोकरीसाठी जाणाऱ्या कामगारांची संख्या वाढतच राहील अशी चिन्हे आहेत. इराकमध्ये युद्ध संपून पुनर्निर्माणाचे काम चालू आहे. काही प्रमाणात परदेशातल्या मजूर संघटनांनी परकीय कामगारांच्या विरोधात आपल्या राजकीय प्रतिनिधींवर दबाव आणणे सुरू केले आहे. परंतु एकदा अर्थव्यवस्थेला चालना मिळाली की स्थानिक मजूरांनाही रोजगाराच्या संधी वाढतील आणि त्यांचा परकीय मजूरांना विरोध करणे कमी होईल असा यापूर्वीचा अनुभव आहे.

गेल्या काही वर्षात अप्रत्यक्ष आयातीच्या उत्पन्नात जी वाढ होत आहे त्यामध्ये भारतीय मजूरांनी जे खाजगी पैसे मायदेशात पाठवले आहेत त्याचे प्रमाणच प्रमुख आहे. साधारणपणे एकूण अप्रत्यक्ष आयात उत्पन्नात हा वाटा सुमारे २५ टक्के आहे. प्रत्यक्षात हा मायदेशात पाठवलेल्या उत्पन्नाचा आकडा वाढता आहे. फक्त माहिती तंत्रज्ञान क्षेत्रातल्या निर्यातीचे प्रमाण वाढत असल्यामुळे तुलनेने ही वाढ कमी दिसते.

आजच्या घटकेला देशाच्या परदेश व्यापारात ही जी चालू खात्यात आधिक्याची आकडेवारी दिसते त्याविषयी काही सावधगिरी बाळगणे आवश्यक आहे. परदेशातल्या मोठमोठ्या कंपन्यांनी आता एक नवीन व्यापाराची पद्धत सुरू केली आहे. अगोदरच्या काळात मोठ्या प्रमाणावर उच्च तंत्रज्ञान असलेल्या भारतीय कामगारांची आयात करण्याची पद्धत होती त्याऐवजी आता अशी तांत्रिक कामे भारतातच संघटित करण्याची कल्पना पुढे आलेली आहे. त्यानुसार परदेशात कामगार जाण्याची आवश्यकता कमी होईल आणि भारतातच रोजगाराची संधी मोठ्या प्रमाणावर वाढेल असे या नव्या बदलाचे स्वरूप आहे. अर्थात हा मार्गही सोपा नाही कारण परदेशातल्या मजूर संघटना आपल्या रोजगाराच्या संधी या नव्या पद्धतीमुळे कमी होतील या भीतीने संघर्षाच्या पावित्र्यात आहेत. काही प्रमाणात त्या देशातील लोकप्रतिनिधींनी आपल्या सरकारवर दडपणे आणणे सुरू केलेले आहे.

अशा प्रकारच्या उलटसुलट सामाजिक आणि राजकीय घडामोडी चालू असल्यातरी भारतातून काम करून घेणे जोपर्यंत परदेशी कंपन्यांच्या हिताचे आहे तोपर्यंत त्यांना कोणत्याही अडचणी थोपवू शकणार नाहीत. यापूर्वीही अमेरिकेने एच वन-बी प्रकारचा नोकरीचा परवाना देण्याची प्रथा सुरू केली तेव्हाही लोकप्रतिनिधींनी विरोध केला होता. परंतु माहिती तंत्रज्ञानाच्या मोठ्या कंपन्यांनी आपल्या सरकारकडे रदबदली करून अशा विरोधामुळे अमेरिकेचच कसे नुकसान होईल हे पटवून दिले होते. त्यानंतर एच वन - बी या मार्गाने कामाचा परवाना दिलेल्यांची संख्या वाढतच गेली. फक्त मंदी आल्यावर त्यात कपात झाली.

थोडक्यात म्हणजे भारताच्या परदेश व्यापारात अनेक महत्त्वाचे बदल होत आहेत आणि उदारीकरण झाल्यामुळे भारतावर अडचणी येतील अशा प्रकारच्या समजुती वास्तवाला अजिबात धरून नव्हत्या असे सिद्ध झाले आहे. व्यापार खुला झाल्यावर फक्त आयातच वाढेल हा मुख्य टीकेचा रोख होता परंतु तसेही झाले नाही. मागच्या दहावर्षातील अनुभव खरोखरी असे आहेत की टीकाकारांनी आपल्या पूर्वाग्रहांविषयी मुळापासून आत्मनिरीक्षण करण्याची गरज आहे.

■

७.८ चालू खात्यातील तूट चांगली

२००५ सालच्या तिसऱ्या तिमाहीमध्ये देशाच्या अर्थव्यवस्थेमध्ये बऱ्याच गोष्टी घडत आहेत. चालू एप्रिल-जून २००५च्या पहिल्या तिमाहीमध्ये चालू खात्यातील तूट (करंट अकाऊंट डेफिसीट) ६.२ अब्ज (६.२ बिलियन) डॉलर होती. नेमकी मागच्या २००४ सालच्या या तिमाहीमध्ये चालू खात्यातील शिल्लक ३.३ अब्ज (३.३ बिलियन) डॉलर होती. ही सध्याची चालू खात्यातील तूट वर्षाच्या आधारावर घेतली तर याचे जीडीपीशी प्रमाण तीन टक्क्यांपेक्षा अधिक होते. अनेकांना या आकड्यांमुळे भारताच्या हिताच्या विरोधात काहीतरी विपरित घडत आहे अशा भीतीने पछाडले आहे. खरी परिस्थिती काय आहे?

डीजीसीआयएस ही सरकारी यंत्रणा मालाच्या व्यापाराची आकडेवारी ठेवते. त्यात संरक्षणासाठी ज्या सामुग्रीची आयात होते तिचा समावेष नसतो. यांच्या आकडेवारीनुसार २००५-०६ वर्षाच्या पहिल्या सहामाहीमध्ये मालाच्या व्यापारातील तूट (ट्रेड डेफिसीट) २०.३३ अब्ज (२०.३३ बिलियन) डॉलर होती. मागच्या वर्षीच्या याच सहामाहीत हा आकडा ११.८९ अब्ज (११.८९ बिलियन) डॉलर होता. म्हणजे चालू सालात तूट जवळजवळ दुप्पट झाली आहे. जर संरक्षण सामुग्रीची आयात लक्षात घेतली तर चालू सालाच्या अखेरीला व्यापारातली तूट जवळपास ४७ अब्ज (४७ बिलियन) डॉलर होईल असा एक अंदाज आहे. म्हणजे ही तूट जीडीपीच्या सहा टक्के असेल.

निर्यात जरूर वाढत आहे मागच्या तीन वर्षात निर्यातीतील वार्षिक वाढीचा दर २० टक्क्यांपेक्षा अधिक आहे परंतु सप्टेंबर २००५ मध्ये ही वाढ फक्त ७.५ टक्के होती. अर्थातच केवळ एका महिन्याच्या आकडेवारीवरून कोणत्याही निष्कर्षाला येणे आततायीपणाचे होईल. परंतु जे शंकेखोर आहेत त्यांचे भान सुटलेले आहे.

सध्याच्या ऑक्टोबर २००५च्या काळात प्रथमच रुपया डॉलरच्या नात्यात हलका झाला आहे. हा दर रु. ४३ वरून रु. ४५च्या वर हलला आहे. मागची अनेक वर्षे रिझर्व्ह बँक खुल्या बाजारात उतरून डॉलरची सतत खरेदी करत होती. त्यातून रुपयाचे मूल्य वाढू नये असा प्रयत्न होता. आता प्रथमच रिझर्व्ह बँक

बाजारात आपल्याकडचे डॉलर विकत आहे आणि त्यातून रुपयाला स्थिरावण्याचा प्रयत्न करत आहे. जेव्हा रुपया डॉलरच्या नात्यात बळकट असतो तेव्हा परदेशी गुंतवणूकदार संस्था (एफआयआय) भारतातल्या शेअर बाजारात पैसे गुंतवण्यात उत्साह दाखवत असतात. या उलट जेव्हा रुपया हलका होतो तेव्हा या संस्था शेअर बाजारातून आपले भांडवल काढून घेण्याच्या मागे असतात. महिन्यापूर्वी ऑक्टोबर २००५ मध्ये जेव्हा रुपयाची शक्ती कमी झाली तेव्हा मुंबईच्या सेन्सेक्स या शेअर बाजाराच्या निर्देशांकात सुमारे १००० बिंदूंनी घट झाली. खरे तर सप्टेंबर २००५च्या तिमाहीचे अनेक कंपन्यांचे अर्थ व्यवहार अगदी सरस होते परंतु शेअर बाजाराने त्याची काहीच दखल घेतली नाही. तो झपाट्याने खाली आला कारण एफआयआयने आपली शेअर बाजारातली गुंतवणूक काढून घेतली होती.

शेअर बाजाराचे काही अभ्यासक थोडेसे हताश झाले आहेत कारण ही सेन्सेक्स मधली घट भरीव आहे असे त्यांना वाटते. शेअर बाजारात वेळोवेळी चढउतार होणे हे बाजाराच्या स्वास्थ्याचे लक्षण समजले जाते. परंतु ही १००० बिंदूंची घट त्यातली नाही असा काहींचा समज आहे. अर्थात डाव्या पक्षांचे पाठीराखे अभ्यासक सगळी अर्थव्यवस्था लवकरच संकटात सापडणार आहे असे भविष्य मागची अनेक वर्षे सांगत आहे. सुदैवाने अजून तसे काही झाले नाही. परंतु या डाव्या पक्षांच्या सूरात आणखी काही जणांनी आपल्या आशंका मिळवल्या आहेत. लंडनच्या दि इकॉनॉमिस्ट या नामांकित साप्ताहिकाने भारतातल्या या परिस्थितीवर लेख लिहिला आहे आणि त्याचा सूर काळजीचा आहे. त्यांच्या मते जेव्हा रुपयाचे मूल्य खालावते तेव्हा एफआयआय आपले भांडवल शेअर बाजारातून काढून घेण्याच्या प्रयत्नात असतात. एकदा असे झाले म्हणजे त्यातूनच रुपयाचे मूल्य अधिकच खाली जाते आणि परत एफआयआय पैसे काढून घेण्याचे प्रयत्न जोमाने करू लागतात. अशा चक्रातून शेअर बाजार खाली जाऊ लागतो. अर्थात हा एक बघण्याचा दृष्टीकोन आहे आणि त्याच्या मर्यादा आहेत. शेअर बाजारात अशा शंकेखोरांना मंदीवाले (बेअर्स) असे म्हणतात. या उलट या बाजारात सतत उत्साहाने उलाढाल करणारे गुंतवणूकदार असतात ज्यांना तेजीवाले (बुल्स) असे म्हणतात आणि ते नेहमी शेअर बाजार कसा चढत राहील याच्या प्रयत्नात असतात. आता देशाच्या शेअर बाजारात यापैकी कोणाची सरशी होते यावर गहन चर्चा चालू आहे.

जसा काहींचा निराशेचा सूर आहे तसे काही जणांना सध्याच्या घडामोडींमध्येही अनेक सुचिन्हे दिसत आहेत. भारत मागच्या काही वर्षात चालू खात्यात सतत शिल्लक दाखवत होता आणि परदेशी चलनाचा साठाही सतत वाढत आहे. वरकरणी सर्वसाधारण नागरिकाला ही समाधानाची आणि अभिमानाची बाब वाटते. अनेकदा राज्यकर्तेही या गोष्टी आपल्या कर्तृत्त्वाची पावती आहे अशी लोकांपुढे जाहिरात करत

असतात. गरीब विकसनशील देश हे साधारणपणे नेहमी व्यापारात आणि अधिदान शेषात तूट दाखवत असतात आणि त्यांच्याकडे परदेशी हुंडणावळही थोडीच असते. त्यामुळे अशा देशांना वारंवार अडचणींना तोंड द्यावे लागते आणि आयएमएफच्या दारात मदतीची याचना करत उभे रहावे लागते. मग या जागतिक संस्था गरीब देशांना अशा अडचणीच्या वेळी मदत करतात आणि त्याबरोबर काही अटी घालतात आणि शहाणपणा शिकवतात. सगळ्याच देशांना हे मानहानीकारक वाटते.

मागच्या अनेक वर्षात भारताची यातून सुटका झाली आहे कारण त्याच्या चालू खात्यात प्रथमच शिल्लक दिसू लागली आणि परदेशी चलनाचे साठेही भरपूर वाढू लागले. साहजिकच यामुळे देशाची जगामध्ये प्रतिष्ठा वाढली. हे सगळे खरे असले तरी या मागचे वास्तव गरीब देशाने समाधानकारक समजावे असे नाही. याचे कारण म्हणजे जेव्हा परदेशी चलनाचे साठे वाढतात तेव्हा खऱ्या अर्थाने गरीब देश श्रीमंत देशाला पैसे उसने देत असतात. याचे कारण म्हणजे हे परदेशी चलनाचे साठे बऱ्याचदा डॉलरमध्ये गुंतवलेले असतात. म्हणजे भारतासारख्या देशाने अमेरिकेसारख्या श्रीमंत देशाला आपला निधी डॉलरमध्ये गुंतवून पैसे उसने द्यावेत हे खरोखरी विपरित आहे. त्यामुळे आता देशाच्या चालू खात्यामध्ये जेव्हा परत तूट दिसू लागली आहे तेव्हा काही अभ्यासकांना ते रास्त वाटत आहे.

चालू खात्यातील तूट म्हणजे कोणत्याही देशाच्या गुंतवणूक आणि बचत यामध्ये जी तफावत आहे त्याचे ते एक प्रतिबिंब आहे. याचा दुसरा अर्थ म्हणजे अनेक वर्षानंतर भारताचा गुंतवणुकीचा दर हा बचतीच्या दरापेक्षा पुढे गेलेला आहे. देशाच्या विकासाच्या दृष्टीने ही चांगली बातमी आहे. या शतकाच्या पहिल्या दशकाच्या सुरुवातीच्या वर्षांमध्ये गुंतवणुकीचे जीडीपीशी प्रमाण २६ टक्के होते आणि आता २००५ सालात हे प्रमाण जीडीपीच्या ३० टक्क्यांपर्यंत वर चढेल अशी लक्षणे दिसत आहेत. देशात सगळ्यांनी याचे स्वागत करायला हवे.

वर्षातल्या जून २००५च्या अखेरीला देशाच्या परदेशी कर्जापेक्षा देशाच्या परदेशी चलनाचे साठे हे १६.२ अब्ज (१६.२ बिलियन) डॉलरने अधिक होते. याबरोबर जे परदेशी व्यापारी कर्ज उभारले जाते त्यात भरीव वाढ झाली असून त्याची पातळी आता २७ अब्ज (२७ बिलियन) डॉलर झाली आहे. असे असूनही अर्थव्यवस्थेमध्ये कोणताच तणाव निर्माण झालेला दिसत नाही. काही अभ्यासकांना ही समाधानाची बाब वाटते कारण त्यांच्या मते देशाचे जे चलनाचे साठे आहेत ते आपल्या कर्जापेक्षा अधिक आहेत. त्यामुळे देशापुढे अचानक कोणत्याही अडचणी उभ्या राहतील अशी शक्यता नाही. ही एक प्रकारची सुरक्षितताच आहे.

या म्हणण्यात जरी तथ्य असले तरीही त्यातून दुसरा एक श्लेष निघू शकतो. जरी देशाच्या परदेशी साठ्यांची बाजू भक्कम असली आणि त्यातून भारताला काही

प्रमाणात संरक्षण मिळत असले तरीही त्यातून प्रत्यक्षात अमेरिकेला अधिक फायदा मिळत आहे. आता देशाला हे खरोखरी हवे का हाही प्रश्न रास्त आहे. सध्या देशाकडे जे परदेशी चलनाचे साठे आहेत त्यातून देशाची पुऱ्या वर्षाची आयातीची गरज भागवू शकेल. तेव्हा असे भरमसाठ साठे गोळा करण्यापेक्षा त्यांचा उपयोग प्रत्यक्षात गुंतवणुकीसाठी झाला तर त्यातून विकासाची प्रक्रिया वेगाने पुढे जाऊ शकते. याचा अर्थ देशामध्ये जितकी परदेशी भांडवलाची आयात होत आहे तितकी चालू खात्यात तूट असणे देशाच्या हिताचे आहे. अजून आपण ती पातळी गाठलेली नाही. चालू एप्रिल-जून २००५च्या तिमाहीत चालू खात्यातील तूट ६.२ अब्ज (६.२ बिलियन) डॉलर होती आणि या तुलनेने देशात जो भांडवलाचा निधी आयात करण्यात आला तो कमी होता. त्यामुळे परदेशी चलनाच्या साठ्यात थोडीशी नक्त वाढ झाली. खरे तर या साठयातला निधी जर थोडासा नक्त प्रमाणात बाहेर गेला तर ते अधिक चांगले होईल.

या विधानाला काही अटी आहेत. जर परदेशी चलनाच्या साठ्यात घट झाली आणि ती गुंतवणूक वाढल्यामुळे झाली तर त्याचे स्वागत केले पाहिजे. परंतु ही घट जर घाईघाईने भांडवल देशाबाहेर नेण्यात आले तर मात्र ते काही सुचिन्ह नव्हे. जे डावे पक्ष आहेत त्यांच्या मते भारत अशा अस्थिर परदेशी भांडवलाच्या निधीवर अवलंबून रहात आहे आणि त्यातून चालू खात्यातील तूट भरून काढण्यात येत आहे. हे डावे पक्ष मागे १९९७ मध्ये पूर्व आशियातील देशांमध्ये जो वित्तीय आणीबाणीचा पेचप्रसंग निर्माण झाला त्याची आठवण सांगत असतात. त्यावेळी या पूर्व आशियातील देशांनी जीडीपीतल्या वाढीला प्रोत्साहन देण्यासाठी चालू खात्यात मोठी तूट दाखवली होती. हा आत्मविश्वास त्यांना अंगाशी आला. या पूर्व आशियातील देशांना आशियातले वाघ असे संबोधण्यात येत होते परंतु जेव्हा अचानकपणे परदेशी निधी या देशातून काढून घेण्यात आला तेव्हा त्यांच्या अर्थव्यवस्था १९९७ ते ९९ या काळात कोसळल्या.

असे काही भारताच्या बाबत घडू शकते का? असे काही घडण्याची शक्यता अगदी कमी आहे. पहिली बाब म्हणजे देशाच्या चालू खात्यातील तूट वाढली आहे याचे एक कारण म्हणजे खनिज तेलाच्या किंमती एकदम भडकल्या आहेत. हे काही असेच चालू राहणार नाही. अमेरिकेमध्ये तेलाच्या बाबत जे घडते त्याचे महत्त्व आहे. या देशात सगळ्या जगात जेवढे तेल लागते त्याच्या एक चतुर्थांश वापर हातो. खनिज तेलाच्या किंमती हाताबाहेर गेल्यामुळे त्या देशात तेलासाठी जी मागणी आहे त्यात मोठी घट झाली आहे. विशेषत: ज्या स्वयंचलित वाहनांच्या वापरात खनिज तेल विनाकारण जास्त वापरले जात होते त्यांच्यासाठी ग्राहकांची मागणी कमी झाली आहे. त्यामुळे तेलाच्या भडकलेल्या किंमती खाली आल्या आहेत. ही प्रक्रिया

अशीच चालू राहील आणि त्यातून भारताच्या चालू खात्यातील तूट बऱ्यापैकी आटोक्यात येईल.

दुसरी गोष्ट म्हणजे देशात येणाऱ्या अप्रत्यक्ष निधीमध्ये (इनव्हिजिबल इन्फ्लो) येत्या डिसेंबर २००५ मध्ये भर पडेल कारण अनिवासी भारतीयांनी जी इंडिया मिलेनियन डिपॉझिट्समध्ये (आयएमडी) जी गुंतवणूक केली आहे त्याची परतफेड होईल. ही गुंतवणूक २००० सालात झालेली होती. मागे अशाच प्रकारच्या रिसर्जंट इंडिया बॉन्डस्‌ची जेव्हा परतफेड झाली त्यावेळीही या अनिवासी भारतीयांनी आपल्या निधीची जी परतफेड झाली ती येथे रुपयातच गुंतवली होती. त्यामुळे आताही आयएमडीची परतफेड झाली की मग तो निधी देशातच गुंतवला जाईल अशी अपेक्षा करायला हरकत नाही. ही आयएमडीमधील गुंतवणूक आठ अब्ज (आठ बिलियन) डॉलर इतकी आहे. याची जेव्हा डिसेंबर २००५ मध्ये परतफेड होईल त्यातले सुमारे सहा अब्ज (सहा बिलियन) डॉलर इतके रुपये देशातच गुंतवले जातील असा एक अंदाज आहे. जेव्हा रिझर्व्ह बँक या संबंधीची आकडेवारी प्रसिद्ध करेल तेव्हा अप्रत्यक्ष निधीच्या आयातीमधली ही अधिक वाढ अशी दाखवली जाईल.

तिसरी एक लक्षात घेण्यासारखी बाब म्हणजे एफआयआय जो परदेशी निधी शेअर बाजारात गुंतवतात तो काही सगळाच तात्पुरता पैसा (हॉट मनी) असतो असे समजण्याचे कारण नाही. उदाहरणार्थ जेव्हा अल्पकाळासाठी कर्ज दिलेले असते ते मूळच्या मूल्यात परत करायचे असते. त्याला काही लाभ उठवण्यासाठी आणलेला तात्पुरता पैसा म्हणता येणार नाही. त्यामुळे जर एफआयआय यांनी घाईगर्दीत बाहेर पडायचे ठरवले तर त्यांच्या तातडीच्या विक्रीच्या प्रयत्नामुळेच किंमती खाली येतील आणि त्यांचेच अधिक नुकसान होईल. अशा परिस्थितीत या एफआयआय आपला गुंतवलेला निधी आहे तसाच ठेवून देतील. यामुळेच मागे पूर्व आशियातील देशात वित्तीय आणीबाणी आली तेव्हाही एफआयआयनी भारतामधल्या गुंतवणूकीला हात लावला नाही.

मागच्या काही वर्षात भारतातल्या शेअर बाजारात त्यांनी आपले स्थान बळकट केलेले आहे. त्यामुळे जेव्हा या परदेशी संस्था बाजारात विक्री करायला उभ्या राहतात तेव्हा त्यांच्यासमोर घेणारे थोडेच असतात. त्यांनी ऑक्टोबर २००५ मध्ये फक्त २८० मिलियन डॉलरची शेअर मधली गुंतवणूक विकली आणि शेअर बाजाराचा निर्देशांक मात्र तब्बल १००० बिंदूंनी खाली आला. हे उदाहरण लक्षात घेतले तर एफआयआयने अब्जावधी (बिलियन) डॉलरची गुंतवणूक शेअर बाजारात केलेली आहे आणि त्याचे मूल्य इतके खाली येणार असले तर त्यांना अशी विक्री परवडेल का?

अर्थव्यवस्थेमध्ये अधूनमधून काही अनपेक्षित गोष्टी घडत असतात आणि

त्याचे काही वेळा परिणामही दिसत असतात. काही वेळा ते अतिरेकी असतात पण म्हणून लगेच घाबरून जावे असे काही नसते. विशेषत: शेअर बाजारात असा अविवेक अनेकदा दिसतो. शिवाय सगळे जगच एकत्र झाल्यामुळे दूरच्या घटनांचेही देशात प्रतिसाद उमटतात. ऑक्टोबर २००५ मध्ये शेअर बाजार निर्देशांक हजार बिंदूंनी खाली आला म्हणजे काही अर्थ व्यवस्थेचा कडेलोट झाला असे समजायचे कारण नाही. जरी एफआयआयनी कोणत्याही कारणांसाठी येथल्या शेअर बाजारात गुंतवलेला निधी बाहेर नेण्याचा प्रयत्न केला तरीही आपले परदेशी चलनाचे साठे भरपूर आहेत आणि मजबूत आहेत. शिवाय जे भारतीय कामगार परदेशात नोकरी करण्यासाठी गेले आहेत त्यांनी मायदेशात पाठवलेल्या निधीचा आकार मोठा आहे. खरा काळजीचा विषय आहे तो म्हणजे देशाचे हे परदेशी चलनाचे साठे किती वाढू द्यायचे? हे खरे की या साठ्यांमुळेच आपल्याला संरक्षण मिळालेले आहे त्यामुळेच भारताची तुलना पूर्व आशियातल्या ज्या देशांना वित्तीय आणीबाणीला तोंड द्यावे लागले त्यांच्याशी करायची वेळ येत नाही. तसेच आशियातल्या या देशात त्यांच्या जीडीपीच्या भरघोस वाढीमध्ये निर्यातीचे जे स्थान होते तसेही भारताच्या बाबत म्हणता येणार नाही. देशाच्या लोकसंख्येचा आणि अर्थव्यवस्थेचा आकारच इतका मोठा आहे की केवळ रुपयाचे मूल्य, व्यापाराच्या अटी आणि निर्यात यावर सगळे काही अवलंबून नाही. चीन प्रमाणेच भारतातही देशांतर्गत औद्योगिक बाजारपेठ व्यापक झालेली आहे आणि त्यातूनच अर्थव्यवस्थेला चालना मिळत आहे. अशावेळी देशाच्या चालू खात्यातील तूट बघून घाबरून जाण्यापेक्षा त्याचे स्वागत करायला पाहिजे. कारण त्यातून देशातला गुंतवणुकीचा दर वाढत आहे याचा तो पुरावा आहे. गरीब देशातील बचत अमेरिकेच्या डॉलरमध्ये गुंतवण्यापेक्षा येथे गुंतवणुकीचा दर वाढणे यातच देशाचे हित आहे.

■

७.९ अधिदान शेषातील आकडे

आपल्या देशाच्या अधिदान शेषाचे (बॅलन्स ऑफ पेमेंटस्) महत्त्व वाढलेले आहे. आता आपल्या अर्थव्यवस्थेचे जगाच्या अर्थकारणाशी संबंध जुळून आल्यामुळे हा विषय चर्चेचा झाला आहे. नियोजनाच्या पहिल्या चाळीस वर्षात आपण स्वयंपूर्णता (सेल्फ सफिशियन्सी) आणि आत्मनिर्भरता (सेल्फ रिलायन्स) यावरच भर दिलेला होता आणि त्यामुळे परदेशाशी व्यापार आणि भांडवल आणि इतर वित्तीय उलाढाली यांना फारसा वाव नव्हता. परंतु आता मात्र भारत जगातल्या व्यापारात भाग घेत आहे आणि जगातल्या घडामोडींचा आपल्यावर परिणामही होत आहे. साहजिकच अधिदान शेषामध्ये कोणते आकडे दाखवले जातात यांचा तपशीलात अभ्यास करावा लागतो. या बरोबरच रुपयाचे मूल्य कोणते आहे याचाही प्रश्न निगडित आहे.

फेब्रुवारी २००७ मध्ये लंडनच्या द इकॉनॉमिस्ट या प्रतिष्ठित वृत्तपत्राने एक अंदाज दिला होता. त्यांच्या म्हणण्यानुसार भारताच्या २००६-०७ वर्षाच्या चालू खात्यात तूट (करंट अकाऊंट डेफिसिट) असेल आणि ती जीडीपीच्या सुमारे तीन टक्के असेल. काही अभ्यासकांनी हे चालू खात्यातील तूटीचे जीडीपीशी गुणोत्तर दोन टक्के असेल असे म्हटले होते. परंतु नंतर रिझर्व्ह बँकेने २००६-०७ वर्षाची एकत्रित आकडेवारी अधिकृतपणे जाहीर केली आणि त्यानुसार ही चालू खात्यातील तूट जेमतेम १.१ टक्के होती असे आढळून आले. याचा एक अर्थ असा की देशात डॉलरच्या निधीची नक्त रक्कम अपेक्षेपेक्षा कितीतरी अधिक झाली आणि त्याचा एक परिणाम म्हणजे रुपया जड झाला आणि डॉलरच्या नात्यात महाग झाला.

मग मागच्या २००६-०७ सालातल्या चालू खात्यातील तूट किती असेल या विषयीचे अंदाज का फोल ठरले? याचे कारण म्हणजे नक्त अप्रत्यक्ष (नेट इनव्हिजिबल) निधीची आवक शेवटच्या तिमाहीमध्ये (जानेवारी-मार्च २००७) अचानकपणे वाढली आणि त्याप्रमाणात चालू खात्यातील तूट खूपच कमी दिसली. या कारणासाठी रिझर्व्ह बँक अप्रत्यक्ष निधीची जी आकडेवारी देते त्याच्या खोलात जाऊन अभ्यास करण्याची गरज आहे.

प्रत्यक्षात २००६-०७ सालात काय घडले? यावर्षी परदेशी भारतीय कामगारांनी

मायदेशाला पाठवलेला निधी २८.९ अब्ज (२८.९ बिलियन) डॉलर इतका वाढला. त्या अगोदरच्या वर्षात हा आकडा २५.२ अब्ज (२५.२ बिलियन) डॉलर होता. म्हणजे या मार्गाने ३.७ बिलियन डॉलरची नक्त भर पडली. परंतु सगळ्यात मोठा फरक म्हणजे संकीर्ण अप्रत्यक्ष (मिसलेनियस इनव्हिजिबल्स) या अंतर्गत सगळ्यात मोठी भर पडली म्हणजे २००५-०६ सालात हा आकडा ४५.९ अब्ज (४५.९ बिलियन) डॉलर होता आणि तो २००६-०७ सालात ६२.४ अब्ज (६२.४ बिलियन) डॉलर झाला. म्हणजे नक्त वाढ १६.५ अब्ज (१६.५ बिलियन) डॉलरची झाली. या संकीर्ण अप्रत्यक्ष नावाखाली माहिती तंत्रज्ञानाची निर्यात येते. हा निर्यातीचा आकडा २००६-०७ सालात ३१.३ अब्ज (३१.३ बिलियन) डॉलर होता. याचा अर्थ संकीर्ण निधीमधला उरलेला ३१.१ अब्ज (३१.१ बिलियन) डॉलरचा आकडा मोठा आहे आणि त्याचा शोध घेण्याची गरज आहे.

मागची काही वर्षे रिझर्व्ह बँक याचा शोध घेत आहे. त्यामध्ये बँकेचे लक्ष या एका मिसलेनियस इनव्हिजिबल्स अंतर्गत असलेल्या मोठ्या आकड्यावर आहे. त्यासाठी माहिती तंत्रज्ञानाची निर्यात वेगळी करून इतर बाबी शोधण्यात आलेल्या आहेत. या शोधामध्ये बिझनेस सर्व्हिसेस या नावाखाली देशामध्ये खूप मोठा निधी आलेला आहे. या अंतर्गत २००६-०७ सालात २३.४ अब्ज (२३.४ बिलियन) डॉलरची भरीव आयात झाली. त्या अगोदरच्या वर्षात हा आकडा १२.९ अब्ज (१२.९ बिलियन) डॉलर होता. म्हणजे यातली वाढील रक्कम जवळपास दुप्पटीने अधिक होती. त्याचप्रमाणे बिझनेस सर्व्हिसेसच्या नावाखाली बाहेर पाठवण्यात आलेला निधी २००५-०६ सालात १०.५ अब्ज (१०.५ बिलियन) डॉलर होता आणि तो २००६-०७ सालात २०.२ अब्ज (२०.२ बिलियन) डॉलर झाला. म्हणजे या दोन वर्षात बाहेर पाठविण्यात आलेल्या निधीमध्येही जवळपास दुप्पटीने वाढ झाली.

खरे म्हणजे अगदी मागची काही वर्षे सोडली तर या बिझनेस सर्व्हिसेसच्या नावाने फारचा थोडा निधी देशात येत होता आणि देशाबाहेर जात होता. मग मधल्या काळात काय बदलले? असे कोणते उद्योग आहेत ज्यामुळे या आकड्यांमध्ये इतकी भरीव वाढ झाली? रिझर्व्ह बँकेने याचे एक अधिकृत स्पष्टीकरण दिलेले आहे. त्यांच्या मते बिझनेव सर्व्हिसेस याखाली मिळालेली रक्कम आणि देण्यात आलेली रक्कम याचा व्यापाराशी संबंधित असलेल्या सेवांशी संबंध होता. तसेच त्यात व्यवसाय आणि व्यवस्थापन सेवा, सल्लागार सेवा, अभियांत्रिकी आणि वास्तुशास्त्रीय सेवा, इतर तांत्रिक सेवा आणि कार्यालयीन व्यवस्थापनाच्या सेवा यांचा समावेश होतो. याचा अर्थ व्यावसायिक आणि तंत्रज्ञानाशी निगडित असलेल्या सेवांमध्ये व्यापाराचे प्रमाण वाढल्यामुळे अशा प्रकारे निधीमध्ये वाढ झालेली दिसत आहे.

काही अभ्यासकांच्या मते आरबीआयचे हे स्पष्टीकरण फारसे पटणारे नाही.

भारताच्या अर्थव्यवस्थेमध्ये मागच्या पंधरा वर्षात माहिती तंत्रज्ञानाचे क्षेत्र झपाट्याने विकसित होत आहे हे सगळ्यांनाच माहीत आहे. यामध्ये केवळ अल्प मूल्यवृद्धी देणाऱ्या सेवा आहेत असे नाही. यात बीपीओचा (बिझनेस प्रोसेस आऊटसोर्सिंग) नेहमी उल्लेख होतो. अगदी औषधशास्त्र, अभियांत्रिकी, कायदा आणि लेखा व्यवसाय अशा अधिक मूल्यवृद्धी देणाऱ्या सेवाही आपला देश पुरवत आहे. परंतु या सेवांची निर्यात आरबीआयच्या सॉफ्टवेअर शीर्षकाखाली अगोदरच लक्षात घेण्यात आलेली आहे. मग आता व्यवसायांच्या सेवा (बिझनेस सर्व्हिसेस) या शीर्षकाखाली त्यांची परत दखल कशी घेता येईल?

या आकडेवारीकडे दुसऱ्या अंगाने पाहता येईल. नॅसकॉम ही माहिती तंत्रज्ञान क्षेत्रातली सर्वमान्य शिखर संस्था आहे. तिच्या मते २००५-०६ सालात माहिती तंत्रज्ञान आणि त्याच्याशी संलग्न असलेल्या सेवांची (सॉफ्टवेअर ॲन्ड आयटी एनेबल्ड सर्व्हिसेस) निर्यात २३.६ अब्ज (२३.६ बिलियन) डॉलरची होती. आणि २००६-०७ सालात हा निर्यातीचा आकडा ३१.३ अब्ज (३१.३ बिलियन) डॉलर होता. या दोन वर्षात आयटीशी निगडित असलेल्या सेवांची निर्यात अनुक्रमे ६.३ अब्ज (६.३ आणि) ८.३ अब्ज (८.३ बिलियन) डॉलर होती. याचा अर्थ नॅसकॉमची ही आकडेवारी आरबीआयने सॉफ्टवेअर या शीर्षकाखाली जे आकडे दिले आहेत त्याच्याशी नेमकी जुळणारी आहे. यावरून एक निष्कर्ष उघड होतो. तो म्हणजे व्यवसाय सेवांच्या निर्यातीमध्ये नेहमी समावेश करण्यात आलेल्या बीपीओ आणि केपीओ अशा सेवांच्या निर्यातीमधून मिळालेले उत्पन्न हे रिझर्व्ह बँकेच्या सॉफ्टवेअर या शीर्षकाखाली अगोदरच लक्षात घेण्यात आलेले आहे. त्यामुळे या आकड्यांचा वेगळा विचार करण्याची गरज नाही.

मग रिझर्व्ह बँकेने व्यवसाय सेवांच्या निर्यातीचा २३.४ अब्ज (२३.४ बिलियन) हा जो आकडा दिला आहे त्यात कोणत्या गोष्टी येतात? अनेक व्यावसायिक आपल्या सेवा परदेशात देत आहेत आणि त्यातून उत्पन्न मिळवत आहेत. परंतु यांचा समावेश अगोदरच आयटी एनेबल्ड सर्व्हिसेसमध्ये झालेला आहे. याशिवाय आपल्याकडे वेगवेगळ्या विषयातले तज्ज्ञ सल्लागार, अभियांत्रिकी आणि वास्तुशास्त्रज्ञ हेही आपल्या सेवा परदेशांना पुरवत आहेत. यामध्ये पत्रकारितेचाही उल्लेख करता येईल कारण पत्रकारही परदेशातील वृत्तपत्रांना सेवा पुरवून उत्पन्न मिळवत असतात. हे जरी मान्य केले तरीही या सगळ्या लहान लहान प्रमाणात दिलेल्या सेवांमधून २३.४ अब्ज (२३.४ बिलियन) डॉलर इतका मोठा निर्यात उत्पन्नाचा आकडा कसा समजून सांगता येईल?

थोडक्यात म्हणजे हा २३.४ अब्ज (२३.४ बिलियन) डॉलरचा मोठा आकडा हाच एक संशोधनाचा विषय आहे. कारण भारताच्या आयटी अणि त्याबरोबरच्या

संलग्न सेवांमधून २००५-०६ सालात मिळालेल्या एकूण निर्यातीच्या उत्पन्नाइतका हा भरीव आकडा आहे. अर्थातच आयटीमध्ये इतकी भरीव निर्यात केल्यामुळेच भारताचे सगळ्या जगामध्ये नाव झालेले आहे आणि इन्फोसिस, विप्रो, टीसीएस अशासारखी अनेक नावे जगात सगळ्यांच्या परिचयाची झाली आहेत. यामुळे काही थोडे तज्ज्ञ सल्लागार, अभियांत्रिकी आणि वास्तुशास्त्रातील तज्ज्ञ आणि व्यवस्थापन शास्त्रातील अनुभवी लोक यांच्या निर्यातीमधून सगळ्या आयटी क्षेत्रातील निर्यातीइतके उत्पन्न देशाला मिळवता येईल ही फारशी पटणारी बाब नाही. तुलनात्मक विचार केला तर या दोन मार्गांनी मिळालेल्या उत्पन्नाची तुलनासुद्धा करता येणार नाही. साधी बाब म्हणजे आयटीमध्ये इन्फोसिस आणि टीसीएस आणि इतर कंपन्या अशा अनेकांचा उल्लेख करता येईल. परंतु व्यावसायिक सेवांच्या (बिझनेस सर्व्हिसेस) या क्षेत्रामध्ये कोणत्याही नामांकित व्यक्तीचे अगर कंपनीचे नाव सांगता येणार नाही. त्यामुळे या क्षेत्रातील अनेक व्यक्तींकडूनही देशाला इतका मोठा निर्यात उत्पन्नाचा फायदा झाला असे कसे समजायचे? समजा अशा काही व्यक्ती अगर संस्था असत्या तर त्यांचा समाजात कधीच गवगवा झाला असता आणि त्यांच्या यशाचे रहस्यही सगळ्या समाजाला कळले असते.

याचबरोबर आणखी एक आकडा धक्का देणारा आहे. तो म्हणजे व्यावसायिक सेवांमुळे बाहेर जाणाऱ्या मोठ्या निधीचा. काही वर्षांपूर्वी हा आकडा अगदीच किरकोळ होता. परंतु मागच्या २००६-०७ सालात या सेवांच्यासाठी देशाबाहेर गेलेला निधी २०.२ अब्ज (२०.२ बिलियन डॉलर) इतका मोठा होता. यावरून आणखी एक प्रश्न उभा राहतो. तो म्हणजे मागच्या एकाच वर्षात बिझनेस सर्व्हिसेस याच्या अंतर्गत देशाबाहेर गेलेला निधी आणि देशात आलेला निधी दुप्पट कसा झाला? मग येथून अशा सेवांसाठी बाहेर कोण इतकी मोठी रक्कम पाठवत आहे? आणि अशी रक्कम मिळवणारे कोण लोक आहेत?

यापूर्वीच्या काळात अशा अधिदान शेषातील आकड्यांमध्ये संकीर्ण (मिसलेनियस्) या शीर्षकाखाली जे आकडे असत ते अगदी चिल्लर असत. बाकीच्या शीर्षकाखाली असलेल्या आकडेवारीच्या बेरजेतून उरलेला लहान आकडा असे त्याचे स्वरूप असे. नंतर मागच्या काही वर्षात यात सुधारणा करण्यात आली आणि सॉफ्टवेअर वगळून संकीर्ण (मिसलेनियस् अदर दॅन सॉफ्टवेअर) असे एक नवे शीर्षक जोडण्यात आले. आता या आकड्यांमध्येच आणखी काही उपविभाग करण्यात आलेले आहेत. वरकरणी पाहता व्यावसायिक सेवा (बिझनेस सर्व्हिसेस) हे काही उरलेले क्षेत्र समजता येणार नाही. याचे कारण म्हणजे आरबीआयने इतर (अदर्स) असा एक वेगळा प्रवर्ग दाखवलेला आहे आणि बहुधा हाच प्रवर्ग इतर म्हणून समजायला हरकत नाही. परंतु मग जर बिझनेस सर्व्हिसेस हा इतर प्रवर्ग नाही तर मग त्याला काय म्हणायचे? जर

व्यवसाय सेवांच्या मधून अब्जावधी (बिलियन) डॉलरचे उत्पन्न मिळत असले तर मग याचे मालक कोण आहेत? आणि अशा प्रत्यक्षात सेवा पुरवणाऱ्या व्यक्ती कोण आहेत?

यावर देवेश कपूर या अभ्यासकाने आपले मत सांगितले आहे. हे युनिव्हर्सिटी ऑफ पेनसिल्व्हानिया या विद्यापीठात विभाग प्रमुख आहेत. त्यांच्या मते रिझर्व्ह बँकेला खरोखरी देशात इतक्या मोठ्या आकड्यात उत्पन्न येते आणि इतक्या मोठ्या आकड्यात देशाबाहेर उत्पन्न जाते याविषयी कोणतीच माहिती नाही. रिझर्व्ह बँकेचे अधिकारी हीच गोष्ट आडवळणाने मान्य करत आहेत. त्यांच्या मते आपल्या अर्थव्यवस्थेमध्ये उदारीकरण आल्यापासून देशात मोठा निधी येणे आणि देशाबाहेर मोठा निधी जाणे हे सहज शक्य आहे. त्यामुळे रिझर्व्ह बँक अशा देशात येणाऱ्या आणि देशाबाहेर जाणाऱ्या निधीचा नेमका ठावठिकाणा सांगू शकणार नाहीत.

हा निष्कर्ष अर्थातच धक्कादायक आहे. इतक्या मोठ्या प्रमाणात देशात पैसा येत असला आणि देशाबाहेर तो जात असला तर देशाची केंद्रीय बँक म्हणून रिझर्व्ह बँकेला याचा शोध घ्यावाच लागेल. आपल्या देशाचा आकार आणि महत्त्व लक्षात घेता आपल्या अधिदान शेषात २३.४ अब्ज (२३.४ बिलियन डॉलर) इतक्या मोठ्या रकमेचा आकडा कोणाला समजून सांगता येत नाही हे मान्य होणारे वास्तव नाही.

■

www.ingramcontent.com/pod-product-compliance
Ingram Content Group UK Ltd.
Pitfield, Milton Keynes, MK11 3LW, UK
UKHW042100021026
15589UKWH00001B/81

9 788189 959814